நாற்பது ஆண்டுகளாகச் சிறுகதை, குறுநாவல், நாவல், ஆய்வு என எழுதிக்கொண்டிருக்கும் சோ. தர்மனின் இயற்பெயர் சோ. தர்மராஜ் (1953). இவரின் புனைவுலகம் அடித்தள மக்களைச் சார்ந்தது. ஆனால் கழிவிரக்கமோ அரசியல் சீற்றமோ அற்றது. இந்தத் தனித்தன்மையே அவரை முக்கியமான படைப்பாளியாக ஆக்குகிறது. தூர்வை, கூகை, சூல், பதிமூனாவது மையவாடி, வௌவால் தேசம் என ஐந்து நாவல்களும், நீர்ப்பழி (முதல் 68 கதைகள்), அன்பின் சிப்பி ஆகிய சிறுகதைத் தொகுப்புகளும், வில்லிசை வேந்தர் பிச்சைக் குட்டி என்னும் ஆய்வு நூலும் இதுவரை வெளிவந்துள்ளன. சூல் நாவல் சாகித்ய அகாடமி 2019, மனோன்மணியம் சுந்தரனார் பல்கலைக்கழகம், ஆனந்த விகடன், சுஜாதா அறக்கட்டளை ஆகிய நான்கு அமைப்புகளிடமிருந்து விருதுகளைப் பெற்றிருக்கிறது. பிற படைப்புகளுக்காகத் தமிழ்நாடு அரசு, கனடா இலக்கியத் தோட்டம், கதா, இலக்கியச் சிந்தனை, வி.ஆர். கிருஷ்ணய்யர் அறக்கட்டளை போன்ற அமைப்புகளும் விருதுகளை வழங்கியிருக்கின்றன. தர்மனின் படைப்புகள் பல இந்தி, மலையாளம், ஆங்கிலம் ஆகிய மொழிகளில் மொழிபெயர்க்கப்பட்டுள்ளன. அண்மையில் கூகை நாவலை ஆக்ஸ்போர்டு யுனிவர்சிடி பிரஸ் ஆங்கிலத்திலும் சிந்தா பதிப்பகம் மலையாளத்திலும் மொழிபெயர்த்திருக்கின்றன. இவருடைய படைப்புகள் பல கல்லூரிகளில் பாடத்திட்டத்தில் இருக்கின்றன; ஐம்பதுக்கும் மேற்பட்ட மாணவர்கள் இளநிலை, முதுநிலை ஆய்வுகளைச் செய்துள்ளனர். சூழலியல் குறித்து ஆர்வலர்களிடமும் மாணவர்களிடமும் உரையாடுவதில் மிகுந்த ஆர்வமுடைய தர்மன், பஞ்சாலைத் தொழிலாளியாக இருபது ஆண்டுகள் பணியாற்றினார். விருப்ப ஓய்வில் வெளிவந்த பிறகு, முழுநேர எழுத்தாளராக, தூத்துக்குடி மாவட்டம் கோவில்பட்டியில் வசிக்கிறார்.

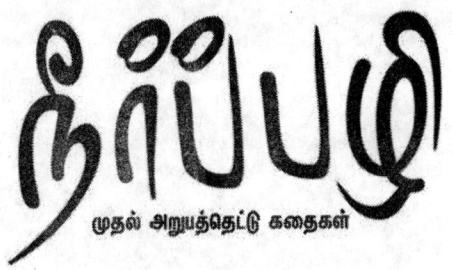

நீர்ப்பழி

முதல் அறுபத்தெட்டு கதைகள்

சோ. தர்மன்

அடையாளம்

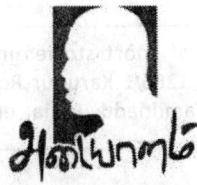

முதல் பதிப்பு 2020
இரண்டாவது மீளச்சு 2023
© சோ. தர்மன்
வெளியீடு: அடையாளம், 1205/1 கருப்பூர் சாலை, புத்தாநத்தம் 621310, திருச்சி மாவட்டம், இந்தியா, தொலைபேசி: 04332 273444
நூல் வடிவம்: த பாபிரஸ், அச்சாக்கம்: அடையாளம் பிரஸ், இந்தியா
ISBN 978 81 7720 311 0
விலை: ₹ 600

Neerpazhi is a collection of short stories in Tamil by Cho. Dharman, Published by Adaiyaalam, 1205/1 Karupur Road, Puthanatham 621310, Thiruchirappalli District, Tamilnadu, India, email: info@adaiyaalam.net

பொருளடக்கம்

	முன்னுரை: நானும் என் படைப்பும்	ix
1	விருவு	1
2	வாழையடி...	10
3	ம(னி)தம்(?)	18
4	தொக்கம்	28
5	முளைக்கும் சிறகுகள்	38
6	ஈரம்	46
7	சோறு	53
8	சருகுகள்	60
9	குருத்து	69
10	சிதைவுகள்	78
11	உதிரப்பூ	88
12	அழுக்கு	95
13	அப்பாவிகள்	100
14	தவம்	108
15	கோணல்கள்	116
16	கழிவுகள்	121
17	ஒச்சம்	129
18	மாடுகள்	135
19	அழுத்தம்	144
20	அடமானம்	151
21	சிகிச்சை	160
22	வலைகள்	167

23	சிருஷ்டி	173
24	மருந்து	180
25	ஊழ்	189
26	அவஸ்தை	203
27	சாபம்	210
28	இருந்தது	217
29	நீர்ப்பழி	226
30	மைதானம்	233
31	நிழல் பாவைகள்	239
32	சிலையல்ல கண்ணகி	247
33	சட்ட வேலிகள்	253
34	இறுக்கம்	259
35	மனம் என்னும் ஊஞ்சலிலே	266
36	எனக்கான அரிசி...	272
37	சிதறல்கள்	279
38	வனகுமாரன்	284
39	நடப்பு	293
40	விட்டு விலகி	311
41	நாசி	317
42	தற்காத்து...	322
43	கொடிகளின் நிறம்	329
44	பார்த்துக்கொண்டிருக்கும் பிரபஞ்சம்	334
45	வம்சம்	340
46	வார்த்தைகள்	345
47	விசாரம்	351
48	வதை	359
49	தண்ணீரும் பண்பாடும்	372
50	ரேகைகள் அழிவதில்லை	380
51	சங்கிலி	387
52	வாதை	395

53	வடிகால்	400
54	மையல் இப்பி	406
55	ராஜ மாதா	413
56	நாராய்... நாராய்	422
57	தழும்பு	431
58	இரவின் மரணம்	441
59	(அ)ஹிம்சை	473
60	நசுக்கம்	482
61	மனுஷம்	494
62	குறளி வித்தைக்காரன்	504
63	சோகவனம்	511
64	மிதவை	517
65	சார்... போஸ்ட்	525
66	சத்தியங்கள்	532
67	மணம்	540
68	அன்பின் சிப்பி	549
	பின்னிணைப்பு: தீராநதி நேர்காணல்	561

முன்னுரை

நானும் என் படைப்பும்

ஒரு மனிதனின் ஆயுட்காலத்தில் முப்பதாண்டுகள் என்பது அவனுடைய வாழ்வின் பெரும்பகுதி என்பது புதிதான விஷயமல்ல. என்னுடைய முதல் சிறுகதை பிரசுரமாகிச் சரியாக நாற்பது ஆண்டுகள் ஆகின்றன. 1980இல் மதுரையிலிருந்து வெளிவந்த கவிஞர் பரிணாமன் அவர்களை ஆசிரியராகக் கொண்ட மகாநதி என்னும் சிற்றிதழில் பிரசுரமானது அந்தக் கதை. நான் எழுத்தாளனாகிவிட்டேன். கி.ராவின் மொழியில் சொல்வதென்றால் 'கரிசல் இலக்கியத்திற்கு' புதிதாக ஒரு எழுத்தாளர் கிடைத்துவிட்டார். எழுத்தாளன் ஆகிவிட்டேன், சரி, எப்படி எழுத்தாளனானேன், என்னை எழுதத் தூண்டியது எது? சற்றே பின்னோக்கி சிந்தித்தால் இன்றும் இதிகாச ராமனைப் போலவே வாழ்ந்து வரும் என் அய்யாதான் காரணமாயிருக்க வேண்டும்.

ராமாயண ஒயில், கும்மி ஆட்டத்தில் கதாநாயகனாக ராமர் வேஷம் கட்டி விவசாயத்தை மறந்து ஊர் ஊராக பட்டாபிஷேகம் கட்டி ஆண்டு கொண்டிருந்த போது, விவசாயம் நொடித்துப் பத்து ஏக்கர் கரிசல் காடும், மூன்று ஏக்கர் தோட்டமும் மிஞ்ச, மிச்ச நிலங்கள் தரிசாகவும்,கடனுக்குள்ளும் மூழ்கிப் போயிருந்தன. எங்களுடைய சொந்த கிராமமான உருளைகுடி என்னும் கிராமத்தை விட்டுப் பஞ்சம் பிழைப்பதற்காகப் பக்கத்து நகரமான கோவில்பட்டிக்கு எங்கள் குடும்பம் இடம் மாறியிருந்தது. என் அய்யா ராமர் வேஷம் கட்டி ஆடிய ஒப்பனைப் பொருட்களும், கால் சலங்கைகளும் துருப்பிடிக்க ஆரம்பித்திருந்தன. ராமாயணக் கதைகளோடு அவர்பட்ட வாழ்வனுபக் கதைகள் எங்களுக்குத் தினம் கிடைத்துக்கொண்டிருந்தன.

அந்த அனுபவப் பகிர்வையே கொஞ்சமும் மாற்றாமல் அப்படியே அச்சு அசலாய் எழுதி பத்திரிகைக்கு அனுப்பிக்கொண்டிருந்தேன்.

அவை எல்லாமே சிறுகதை என்ற பெயரில் தாமரை என்ற இடதுசாரி பத்திரிகையில் வெளிவந்துகொண்டிருக்க, கரிசல் காட்டு எழுத்தின் முன்னோடிகளாக இருந்த கி.ராஜநாராயணன், பா. செயப்பிரகாசம், பூமணி (தாய்மாமா) ஆகியோரால் பாராட்டப் பெற்றேன். தொடர்ந்து எழுதிக்கொண்டிருந்தேன்.

1992இல் சென்னையில் உள்ள சிந்து பதிப்பக அறக்கட்டளை, பத்திரிகைகளில் ஒரு அறிவிப்பை வெளியிட்டிருந்தது. அதாவது கதைகள் எழுதி, அவை பத்திரிகைகளில் பிரசுரமாகிப் புத்தகமாக வெளியிட இயலாதவர்களின் முதல் புத்தகத்தை, நாங்கள் ராயல்டி தருவதோடு இலவசமாகப் பதிப்பித்தும் தருகிறோம் என்பதே அவ்வறிவிப்பு. பல்வேறு பத்திரிகைகளில் பிரசுரமாகியிருந்த என்னுடைய சிறுகதைகளில் பன்னிரெண்டு கதைகளைத் தேர்வு செய்து அனுப்பி வைத்தேன். ஈரம் என்கிற என்னுடைய முதல் சிறுகதை தொகுப்பு வெளியானதோடு, அன்றைய பிரபலங்கள் பெரும்பான்மை யாகக் கலந்துகொண்ட நூல் வெளியீட்டு விழா சென்னையில் நடைபெற்றது. நான் எழுத்தாளனாகவும், நூலாசிரியனாகவும் ஆகிவிட்டேன்.

அதே ஆண்டு என் கதை 1992ஆம் ஆண்டின் சிறந்த சிறுகதையாகத் தேர்வு செய்யப்பட்டு 'இலக்கிய சிந்தனை'யின் பரிசை எம்.டி. வாசுதேவ நாயர் கைகளினால் பெற்றேன். அதற்கு அடுத்த ஆண்டு 1993இல் என்னுடைய சிறுகதை இந்திய அளவில் சிறந்த சிறுகதையாகத் தேர்வு பெற்று கதா விருது (டெல்லி) பெற்றது. மீண்டும் என்னுடைய இன்னொரு சிறுகதை 1994ஆம் ஆண்டின் சிறந்த சிறுகதையாகத் தேர்வு பெற்று இரண்டாம் முறையாக 'இலக்கிய சிந்தனை' (சென்னை)யின் பரிசைப் பெற்றேன். இப்போது நான் ஒரு அறியப்பட்ட எழுத்தாளனாக ஆகிவிட்டேன். சிறுகதைகள் எழுதுவதைக் கொஞ்சம் நிறுத்திவிட்டு நாவல் எழுத ஆரம்பித்தேன். என்னுடைய முதல் நாவல் தூர்வை 1996இல் அன்னம் பதிப்பக வெளியீடாக வந்து ஏராளமான பாராட்டுகளையும் பெற்றுத் தந்தது. சாகித்ய அகாடமி அந்த நாவலின் அறுபது பக்கங்களை இந்தியிலும், ஆங்கிலத்திலும் மொழிபெயர்த்து வெளியிட்டது.

இப்போது நான் நாவலாசிரியனாகவும் ஆகிவிட்டேன். இதுவரை தலித் சித்திரங்களாகத் தகவமைக்கப்பட்டிருந்த பிரதிமைகளைக் கலைத்துப் போட்டது என்னுடைய 'தூர்வை' நாவல். ஏனெனில் தலித் என்றாலே உடமையற்றவனாக, அழுக்கு உடை நாற்றமுடையவனாக,

எளிதில் சோரம் போகும் பெண்களாக, வன்முறை விரும்பிகளாக, படிப்பறிவு அற்றவர்களாக, கூலிக்காரர்களாக, கைக்கட்டி நிற்பவர்களாக, சோற்றுக்கு அலைபவர்களாகக் காட்டப்பட்டுள்ளனர். இவை எல்லாமே இடதுசாரி மார்க்சிய, அதாவது முற்போக்கு எழுத்தாளர்களால் காட்டப்பட்ட தலித் பார்வைகள். சில தலித் எழுத்தாளர்களும் இதையே செய்தார்கள். இந்த மாதிரியான, 'மோல்டிங்' எழுத்துகளைக் கேள்விக்குள்ளாக்கியவை என்னுடைய எழுத்துகள்.

அடுத்தடுத்து என்னுடைய சோகவனம், வனகுமாரன், சோ. தர்மன் கதைகள் ஆகிய சிறுகதைத் தொகுப்புகளும் வில்லிசை பற்றி என்னும் ஆய்வு நூல் ஒன்றும் கூகை, சூல், பதிமூனாவது மையவாடி ஆகிய நாவல்களும் வெளியாகியுள்ளன. இந்தத் தொகுப்பில் இதுவரை நான் எழுதிய முதல் 68 கதைகள் இடம்பெறுகின்றன. என்னுடைய எழுத்துகளை 'தலித்' எழுத்துகள் என்று வரையறுத்துவிட முடியாது, ஏனெனில் நான் பிறப்பால் மட்டுமே தலித், எழுத்தால் அல்ல. நாம் எடுத்தாள்கின்ற விஷயங்களைப் பொறுத்து, மொழிச் சோதனைகளும் மாறுவது என்பது என்னைப் பொறுத்த அளவில் தவிர்க்க இயலாதது.

குழந்தைகள், மிருகங்கள், பறவைகள், வனம், சிலைகள், பைத்தியங்கள், வேட்டைக்காரன், ஜாதிப் பிரச்சினைகள், மதப் பிரச்சினைகள் போன்றவற்றை எழுதும்போது மொழியின் போதாமையைப் புனைவுகளே ஈடுகட்டும் என்பது என் அபிப்பிராயம். கவிதைக்கும் உரைநடைக்கும் இடைப்பட்ட ஒரு மொழியாக அதாவது மொழிநடை என்று கூறலாம். அம்மாதிரியான எழுத்துக்களே என்னை வசீகரிக்கின்றன, மீண்டும் மீண்டும் மீள்வாசிப்பு செய்யத் தூண்டுவதோடு, வெவ்வேறு வாசிப்பு அனுபவத்தையும் தருகின்றன. நாவல் என்பது வண்டிவண்டியாக விஷயங்களைக் கொட்டுவதோ சம்பவங்களைக் கோபுரம் போன்று அடுக்குவதோ அல்ல, மாறாக விகிதாச்சாரப்படி மேற்கூறிய விஷயங்களை 'நெய்வது'. இதை என்னுடைய 'கூகை' நாவலில் சாத்தியமாக்கியிருக்கிறேன்.

ஏராளமான பரிசுகள், பாராட்டுக்கள், விருதுகள் பெற்றிருந்தாலும், குறிப்பிட்டுச் சொல்லத்தக்க சில விருதுகள், இரு முறை ஆண்டின் சிறந்த சிறுகதைக்கான 'இலக்கியச் சிந்தனை' விருது, 'கதா' விருது, தமிழ்நாடு அரசின் விருது, கனடா இலக்கியத் தோட்டம் விருது, திருப்பூர் தமிழ்ச் சங்க விருது, லில்லி தேவசிகாமணி விருது, பல்கலைக் கழகப் பாராட்டுக்கள் மற்றும் விருதுகள்.

என் கதைகளை வெளியிட்ட இலக்கிய இதழ்கள், புத்தகமாக்கிய பதிப்பகங்கள், ஊக்கமூட்டிய சக படைப்பாளர்கள், கவிஞர் தேவதச்சன், சூழலை உருவாக்கித் தரும் என் குடும்பத்தார், இதுவரை நான் எழுதிய முதல் 68 சிறுகதைகளைத் தொகுத்து, செம்மையான பதிப்பாக இதை வெளியிடும் அடையாளம் பதிப்புக் குழுவினர்; அனைவருக்கும் நன்றி.

சோ. தர்மன்

நீர்ப்பழி

ஜெயந்தி

1

விருவு

மழை வெறித்துச் சுள்ளாப்பு வெய்யில் உறைத்தது. வெள்ளத்தில் மிதந்துவரும் புளியம்பழங்களைப் பொறுக்குவதற்குச் சிறுசுகள் போட்டிப் போட்டு ஓடி தண்ணீருக்குள் விளையாடினார்கள். பெருசுகளின் அதட்டல்களை அவர்கள் சட்டைசெய்யவில்லை. மேலக் களத்தில் கூடிநின்று ஜனங்கள் ஓடும் தண்ணீரை வேடிக்கை பார்த்துக் கொண்டிருந்தார்கள். முழங்கால்வரை சகதியோடு காட்டிலிருந்து வந்தான் மதுக்கன். அவன் தொப்புத் தொப்பாய் நனைந்து நடுங்கிக் கொண்டிருந்தான்.

'யேல, மதுக்கா காட்டுக்கார மழ எப்பிடி'

'மழக்கி என்ன கேக்கவா வேணும், அதுதான் விடிய விடிய இதுவரைக்குக் கெடந்ததுஞ்சரி பேஞ்சதும் சரின்னு சமட்டி எடுத்துருச, வரிசப்பன சில்லோடையில இன்னியும் முட்டாங்காலுத் தண்ணி வருதுன்னா மழ எப்பிடின்னு பாத்துக் கோய.'

'பொட்டக்காட்டுப் பக்கம் போனியால'

'வரும் போது அந்த ஊடு பாத வழிதான வாரன், ஓம் பிஞ்சயில யெல்லாம் நல்லா எழுப்பொழவு போட்டதுக்கும் அதுக்கும் மொழங்காலுக்குப் பொதுக்குப் பொதுக்னு எறங்குது.'

'மாரி மூலையில ஒரு ஒடப்பு ஒன்னு அடச்சிருந்தன பாத்தியால'

'அந்த ஒடப்பெல்லாம் இன்னியாரம் உப்புத்தூரு ஆத்துக்குப் போயி சேந்திருக்கும்.'

'ரொம்ப புடுங்கிருச்சாடா?'

'ரொம்ப புடிங்கிருச்சாவா? தன்னால நடுப்புஞ்சவரைக்கி வார் வாரா இழுத்துருச்சு, இன்னி நிய் அத அடைக்கனும்னா மேக்கொண்டு பத்தாள் செல்லும், கூடயும் செல்லும்.'

அப்போதுதான் கூடையைத் தரையில் போட்டுவிட்டு தலப்

பாகையை அவிழ்த்துத் துண்டை உதறிய கிழவன் கேட்டான்.

'நிய், பய நல்லா அடக்கணும், இல்ல பத்து அஞ்சுகூட செலவ பாக்காம நாலாளக் கூப்ட்டு ஒரு தத்தக் கட்டி விட்றக்கணும்'

'எத்தன தத்தக்கட்டி எத்தன அனப்போட்டு என்ன செய்ய மாமா, சுத்திக்க பண்ணக்காடு கையில நாலஞ்சு ஜோடி மாடு வச்சிருக்காரு, சம்பள ஆளு போட்டு சம்சாரித்தனம் பாக்றவுக, வருசா வருசம் கம்மாயிலருந்து கரம்ப மண்ணக் கொண்டாந்து ஏத்து ஏத்துன்னு ஏத்துறாரு. அவரு புஞ்ச பூராவும் மேடேறிப் போச்சு, வார தண்ணி அம்புட்டும் நம்ம புஞ்ச மேல கூடித்தான் வருது, தாவுக்காலு எத்தன தண்ணியத்தான் தாமிரிக்க முடியும். இல்ல நம்மட்ட அவர மாதிரி மண்ணடிக்க கையில சீத்துவம் இருக்கா.'

மறு பதிலை எதிர்பார்க்காத சுப்புக்குட்டி கிணற்றுச் சுவரில் காரை உதிர்ந்த இடத்தில் விலா எலும்புகளாய் நீட்டிக்கொண்டிருந்த செங்கல்லைத் தட்டி பல் தீத்தினான்.

அந்த மந்தைக் கிணற்றுச் சுவரில் முகட்டுக் கூரை காக்காய்களாய் ஏழெட்டுப் பேர் உட்கார்ந்து பல் தீத்திக்கொண்டே பேசிக் கொண்டிருந்தனர். அவர்கள் சாணி கொண்டு வந்து போட்ட வெற்றுக் கூடைகள் உடைத்துக் குடித்த முட்டைத் தோடுகளாய்ச் சுவரோரம் கிடந்தன. சேறும் சகதியுமாய்க் கிணற்றுக்குள் இறங்கிக்கொண்டிருந்த மதுக்கனிடம் தொத்தலுப்பயல் ஆவலாய்க் கேட்டான்.

'கம்மாய்க்குப் போனியா சின்னியா போகலையா?'

'மொதல்ல கம்மாய்க்குப் போய்ட்டுத்தான் பெறவு காட்டுக்குப் போனன்.'

'கலுங்களுக்குத் தண்ணி வந்திருச்சா?'

'நா பார்க்கும் போது கலுங்கல தொடுறதுக்கு ஒரு மொழம் தண்ணிதான் வேணும், வரதம்பட்டி நாகி ரெட்டியார் ஓடையிலிருந்து தண்ணி வார சத்தங் கேட்டுச்சு.'

'நிய் சொல்றதப் பாத்தா இன்னியும் அஞ்சாறு நாளக்கி புஞ்சைக்குள்ள ஏர் எறங்க முடியாது போலருக்ல.'

'மூனு நாளக்கி கிட்டப் போக முடியாது.'

'வெதக்கனுமின்னா அப்ப நாளக்கி நின்னுதான் வெதக்கலாமின்னு சொல்லு.'

'நாளக்கி வெதச்சா கொஞ்சம் அமுக்கடியா இருக்கும், மொளைக்கும்

போது எத்தும் புத்துமா ஒண்ணு கெத்தியா மொளச்சிரும், நாளக்கி நின்னு வெதச்சா அப்பிடியே பிச்சிப் பூவா கரிசலு மகிறும், வெதச்ச மூணா நாளே பாடு பாசி இல்லாமல் சில்ன்னு மொளச்சிரும்.'

வெய்யில் ஏறிக்கொண்டிருந்தது. விடியக் கருக்கலில் எழுந்து பருத்தி விதையாட்டி, மாடுகளுக்குத் தண்ணிக் காட்டி, கூளம் போட்டு, சாணி சகதி அள்ளிப்போட மாத்தாள் உள்ளவர்கள் இள மத்தியானம் வரைக்கும் பேசிக்கொண்டிருப்பார்கள். மாத்தாள் இல்லாத ஒத்தப்பிரி ஆட்கள் வேலையை எல்லாம் முடித்துவிட்டு இனிமேல்தான் கிணற்றடியை எட்டிப்பார்ப்பார்கள். கை, கால் அலம்பிக்கொண்டு வெளியில் வந்து முகத்தைத் துடைத்துக்கொண்டிருந்த சுப்புக் குட்டியிடம் பெரியவர் கேட்டார்.

'இந்த வருசம் என்னடா போடப் போற சுப்புக்குட்டி.'

'கீழ மடக்ல பூராவும் பருத்தியப் போட்டுட்டு மேலோரமா அந்தத் தாவுக்கால அனுசரிச்சு தணிக்க குருதவாலிய போட்றலாமின்னு இருக்கன்.'

'பூராத்தையும் பருத்தியப் போட்டுட்டா வயித்துப் பாட்டுக் கஞ்சிக்கு என்னடா செய்வ.'

பெரியவர் அவசரமாய்க் கேட்டார்.

'கஞ்சிக்குப் பட்டினியாக்கூடக் கெடந்தாலும் பரவாயில்ல, வாயக்கட்டி வகுத்தக் கட்டினாலும் எப்பிடியும், இந்த வட்டத்துல சோவென்னா கடத்த தீத்துரனும்,மனுசனுக்கு ராஞ்சனையாருக்கு.'

முகம் துடைத்த துண்டை உதறித் தோளில் போட்டுக்கொண்டு வடக்காமல் ஏறிட்டுப்பார்த்தான். தன் மகன் குப்பைக் கிடங்கிலிருந்து கூடையைத் தொங்கப் போட்டுக்கொண்டு வேகமாய் வருவது தெரிந்தது. கொஞ்ச நேரம் நின்றான்.

'என்னடா மொட்டையா மாட்டுக்குத் தண்ணி காட்டிட்டயாடா'

'.....'

'என்னல ஒன்னும் பேசமாட்டங்க, அம்மா வய்தாலால.'

'அம்மா வையல, அந்த சோவென்னா வந்திருக்காரு போயி என்னனு கேளு, ஒன்னய கூட்டியாரச் சொல்றாரு.'

சுப்புக்குட்டி வேக வேகமாய் வீட்டுக்கு நடந்தான். வாசலில் தும்பைப் பூவாய் மின்னும் வெள்ளை வேட்டியும், கையில் குடையும், காதுகளில் சிவப்புக்கல் பதித்த தரிப்பும் போட்டுக்கொண்டு நிற்கும் சோவென்னா என்று சுருக்கமாக அழைக்கப்படும் சோமசுந்தர

ரெட்டியார் நின்றுகொண்டிருந்தார். சுப்புக்குட்டி தோளில் கிடந்த துண்டை எடுத்து உதறி முழங்கையில் போட்டுக்கொண்டான்.

'கும்புடுறஞ்சாமி'

'ம்... என்ன... சுப்புக்குட்டி மழ பேஞ்சிருச்ல்ல.'

'என்னமோ சாமி இந்த வட்டத்துல ஓங்க புண்ணியத்துல மழ மொதல்லயே முன்னேறிப் பேஞ்சிருக்கு.'

சுப்புக்குட்டி கூனிக்குறுகி நின்றான்.

'மழ நல்ல மழதான், முன்னேறி பேஞ்சிருக்கு. நம்ம பணத்துக்கு என்னப்பா சொல்ற...'

'இந்த வட்டம் எப்பிடியும் சித்திர காலாவதியில வட்டியும் மொதலுமாகச் சல்லி மாறி குடுத்துறஞ்சாமி.'

சுப்புக்குட்டியின் பேச்சில் பணிவும் திடாக்கியமும் நம்பிக்கையும் இருந்தது.

'போன வட்டம் இப்பிடித்தான் சொன்ன, பெறகு கடேசில கைய விரிச்சிட்ட.'

'போன வட்டம் மழ இல்லாம வெள்ளாம போச்ல சாமி, குடிக்க கஞ்சிக்கே திண்டாடிப் போனனே.'

'வெள்ளாமய நம்பி நிய் எப்பிடிப்பா குடுப்ப. அது போகும், வரும். அதுக்கு நான் பொறுப்பா? இந்தப் புரட்டாசி முப்பதுக்குள்ள பணம் பூராவும் சல்லி மாறி கைக்கு வரலன்னா வெதைக்க விட மாட்டம்பா? நிய் எப்பிடிக் குடுப்பயோ அது எனக்குத் தெரியாது.'

'பொருத்தது பொருத்திட்டீக. இந்தக் கொற வருசமும் பொருத்துக்கோங்க, சித்திர காலாவதில எந்தவித தாட்டோட்டு மில்லாம சல்லி மாறி குடுத்துப்புறோம் சாமி.'

'இந்தக் கொற வருசந்தான மகராசா, எப்பிடியும் ஏலபாளன்னு நீங்கதான் கொஞ்சம் பொறுத்துப் போகனும், வட்டியும் மொதலும் அடச்சிறோம்.'

சுப்புக்குட்டியின் பெண்டாட்டி வாயெல்லாம் பல்லாகச் சொன்னாள். நகைகள் இல்லாத அவள் மூளிக்காது, கலயம் இல்லாத உறிச் சங்கலியாய்த் தொங்கியதைப் பார்க்க வெறிச்சென்றிருந்தது. சுப்புக் குட்டியின் மகன் மொட்டையன், வீட்டின் நிலையைப் பிடித்துக் கொண்டு கவனமாய் உற்றுக் கேட்டுக்கொண்டிருந்தான்.

'சித்திர காலாவதிங்கற பேச்செல்லாம் விட்ருப்பா, போன வட்டமே

வட்டி குடுக்கமின்ன நூறாட்ட நடையா நடந்தப் பெறவு குடுத்த.'

'சரி பொருத்தது பொருத்திட்டீக இந்த ஒரு வட்டம் பொருத்துக்கோங்க பெறகு முடியலன்னா உண்டான படியிருக்கு எப்பிடி வந்தாலுஞ் சரி.'

'நாஞ் சொல்றத கேளு சுப்புக்குட்டி, சும்மா வளவளனு சொன்னதவே சொல்லாத. எனக்கு இப்ப பணத்துக்கு ரொம்ப அவசரம், இன்னக்கி தேதி என்ன... பத்தொம்போதாகுது, இன்னியும் பத்து நாளைக்குள்ள எப்பிடியும் பணம் கண்டுசனா கைக்கு வரனும், பெறகு எம்மேல குத்தஞ் சொல்லும் படியா வச்சிக்கிறாதப்பா.'

தெரு வழியே போவோரும் வருவோரும் இவர்களையே பார்த்துக் கொண்டும் கேட்டுக்கொண்டும் நின்றதைப் பார்த்த சுப்புக்குட்டிக்கு என்னவோ போல் இருந்தது. அவன் நீண்ட பெருமூச்சு விட்டான்.

'பத்து நாளக்குள் எங்ன போயி முட்ட திடுதிடுப்னு வந்து இப்பிடி சங்குப் புடியா புடிச்சா என்ன செய்ய, இது ஒங்களுங்கே நல்லா யிருந்தாச் சரி. நானென்ன ஏழு எட்டு வருசம் வட்டி குடுக்காம போட்டுட்டனா? இல்ல நோட்டா எழுதி வச்சிருக்கன் காலாவதி ஆயிப்போச்சுன்னு சொல்றதுக்கு. ஒங்க பேருக்கு நம்பிக்கையா, அரிதிக் கெரையமா எழுதியிருக்கும் போது எதுக்குப் பயப்படனும், ஒங்க பேர்ல கெரையம் இருக்ற வரைக்கி புஞ்சு ஒங்க புஞ்சதான, கழுத இந்த வருஷமும் குடுக்க முடியலின்னா புஞ்சைய எடுத்துட்டும் போருமே.'

'புஞ்ச எதுக்குப்பா புஞ்ச, ஒம் புஞ்சயக் கொண்டு போயி நாய்க்குப் போடு. நிய் புஞ்சய எனக்கு விட்ருவனா நாங்கடங்குடுத்தன், புஞ்ச புஞ்சனு கூப்பாடு போடுறிய.'

'சரி, இப்ப என்ன தாஞ் சொல்லுறீங்க, எதுக்கு சவத்த வளவளன்னு பேச்ச வளத்திக்கிட்டு ஊர்ச்சனம் பூராவும் சிரிக்க.'

கோபமாய்ச் சொன்ன சுப்புக்குட்டி முழங்கையில் கிடந்த துண்டை உதறித் தோளில் ஏத்தாப்புப் போட்டுக்கொண்டான்.

'சொல்றது என்னத்த புதுசா சொல்ல, அதுதான் பத்து நாளக்குள்ள எப்பிடியும் பணத்தக் கெட்டிட்டு ஒம்பேருக்கு எழுதி வாங்கிட்டுப் போ.'

'பத்து நாளக்குள்ளயெல்லாம் பணம் ஒண்ணும் புரட்ட முடியாது. திடு திப்னு வந்திக்கிட்டு மலடிய புள்ள பெறுன்னா எங்கிட்டுக் கூடிப்பெறுவா.'

சுப்புக்குட்டி துடுக்காய்ச் சொல்லிவிட்டு நிலையைப் பிடித்துக்

கொண்டு 'உம்' என்று நிற்கும் தன் மகனையும், சுவர்க் கோடியில் முதுகிற்கு அனுசரனையாய்த் தூணில் சாய்ந்து உட்கார்ந்திருந்த தன் பெண்டாட்டியையும் ஒரு பார்வை பார்த்துக்கொண்டான்.

'சரி. அப்பிடின்னா இந்த வட்டம் புஞ்சைய வெதக்காத கெடக்கட்டும். நாஞ் சொல்லும் மட்டும் சொல்லியாச்சு. இனி எனக்குத் தெரிஞ்சபடி நான் பார்த்துட்டுப் போறேன், அத வாங்கவா ஆளு இல்ல, நேத்துக் கூட கடலையூரு சீனி நாடாரு கேட்டாரு. கையக் காட்டி விட்டுட்டு ரூவாய வாங்கிட்டுப் போறன்.'

'ஏங்கிட்ட கேக்காம, நாஞ் சரின்னு சொல்லாம ஓம்ம கிட்டருந்து எந்தப்பய வாங்கினாலும் அதுல வெள்ளாம எடுத்துருவானோ? இல்ல நீர்தான் வித்துட்டு இந்த ஊர்ல உசுரு வச்சு லாந்திருவீரா.'

சுப்புக்குட்டி கோபமாய்ப் பேசினான். அவன் பெண்டாட்டியும் மகனும் பேசாமல் நின்றுகொண்டு உன்னிப்பாய்க் கவனித்துக் கொண்டிருந்தார்கள்.

'அவ்வளவு துணிவு இருக்கா ஒனக்கு. இனிமே புஞ்சக் கிட்டத்துக்குனாலும் ஒன்னைய வர விட்ருவனா. நா புஞ்சைய விக்கனா இல்லையானு பாரு, ஏங்கிட்டயா வந்து சம்பரயம் போடுற.'

'ஏம் புஞ்சய விக்க நீரென்ன மாடப்பனுக்கா பெறந்திருக்கீரு (மாடப்பன் சுப்புக்குட்டியின் தகப்பனார் பெயர்) இந்த வட்டம் புஞ்சைய நாந்தான் வெதப்பன், புஞ்சைய ஆருக்கும் விக்க முடியாது, நீர் வேணா ஓம்ம பணக் கொழுப்ப காட்டிப்பாரும், நாளக்கி விடியக் கருக்கல்ல புஞ்ச வெதப்பு; போயி என்ன செய்வீரோ செஞ்சுக் கோரும்; ஓம்ம படைகளை வேணுமின்னா தெரட்டிட்டுப் புஞ்சைக்கு வாரும்.'

சுப்புக்குட்டி சொல்லிவிட்டு வேகமாய் வீட்டுக்குள் போய் விட்டான். தெருவில் கூடி நின்று வேடிக்கை பார்த்துக்கொண்டிருந்த சிறுசுகளைப் பார்த்ததும் சுப்புக்குட்டியின் பெண்டாட்டிக்குக் கோபம் மூக்கிற்கு வந்துவிட்டது.

'இங்க என்ன பழங்குடுக்காகளா. இல்ல ஆரும் அவுத்துப் போட்டுட்டு ஆடுறாகளா, அருசுவமா வேடிக்க பாக்க வந்திட்டியேளாக்கும், ஒங்க அப்பம்மாரு, ஆத்தாமாரு அந்த மாணக்கி கடம்மொடமில்லாம இருக்காகளாக்கும், ஓடுங்க சின்ன நாய்களா?'

கூடியிருந்த சிறுசுகள் ஓட்டமாய் ஓடி மறைந்தனர். அவர் குடையைப் பிடித்துக் கொண்டு மேற்காமல் போவதை எல்லோரும் வேடிக்கை பார்த்தார்கள்.

அன்று ராத்திரி முழுவதும் சுப்புக்குட்டிக்குத் தூக்கம் வரவில்லை. தன் பக்கத்தில் சுருண்டுபோய் முடங்கிப்படுத்து அயர்ந்து தூங்கிக் கொண்டிருந்த தன் மனைவியை ஒரு தரம் பார்த்து ஒரு நீண்ட பெருமூச்சுவிட்டான். மனம் பழைய கதையையெல்லாம் நினைத்து அசைபோட்டது.

நாலஞ்சு வருசத்துக்கு முந்தி தன் மகன் மொட்டையன் பயலுக்கு ஏழெட்டு வயசு. சின்னப்பயலானாலும் ஆளு கொஞ்சம் தெடாக்கிய மாத்தானிருப்பான். இனி ரெண்டு மூணு வருசத்துல நம்ம கைவேலய மாத்திருவாமின்னு பெருமையா இருந்தா, அந்த நாசமாப் போற காச்சலு மாறி மாறி வந்து புள்ளய அர உசுறாக்கிருச்சு. பய பொளச்சது மறு பொளப்பு. மண்ட ரோமம் எல்லாம் உதுந்து புள்ளய சீத்தக் குஞ்சியா மொடக்கிருச்சு. வம்படியா ஐநூறு செலவு. கொஞ்சம் தெளிஞ்சு பய ஓடியாடி வரும் போது நொந்த மாட்ல ஈ பத்தினாப்ல அந்த மயிலக்காள சாயங்காலம் கமல எறச்சிட்டு வந்த மாடு வலிப்பு மாதிரி வந்து மண்டய ஒதரிருச்சு. நல்ல கட்டமான எறவ நேரம். பொட்டயம்மா தோட்டத்த வேற கட்டுக்குத்தகைக்குப் புடிச்சு ஒட்டுக் கம்பு நட்டியிருந்தன், அம்புட்டும் பூவும் பொட்டுமா பொதியில வந்து நிக்கி, அவ சின்னப்பயல ஏழுமாசம், நெற சூலி.

சே! அப்படியிருந்தும் எப்படி வேல செஞ்சா. ஆம்பள கெணக்கா நெலா வெளிச்சத்துல விடிய விடிய கம்மந்தட்டைக்குள்ள தண்ணி வெளகணும்மின்னா சாமானியப்பட்டவளால கூட முடியுமா? அந்த நேரத்துலதான், அவளுக்குப் பேறுகாலச் செலவுக்கும் சேர்த்து வாடகை கமலைக்கு ரூவா குடுத்து முடியாதுன்னு, ஒரு மாடு வாங்கிரலாம்னு அந்தப் புஞ்சய நாசமாப் போற பய சோவென்னாவுக்குக் கெரயம் எழுதி வச்சு எழுநூறு ரூவா வாங்கியது. அந்தப் புள்ள கொல்லி இல்லாத அறுதலப் பயகிட்ட என்னக்கி எழுதி வச்சனோ அதுலருந்து மழயும் பெயமாட்டேங்கு புஞ்சயும் வெளயமாட்டேங்கு, பயலுக்கு வட்டி கட்டி சாகிறன்.

சுப்புக்குட்டியின் பெண்டாட்டி புரண்டு படுத்தாள். நகைகள் இல்லாத அவள் காதுகளைப் பார்த்ததும் முகஞ்சுளித்துப் பெருமூச்சு விட்டான். போன வருசம் வட்டி குடுக்க நகையைக் கழட்டி அடகு வைக்கும் போது அழுகையா அழுதா. அதுலருந்து பொம்பள அர உசுராப் போயிட்டா. இப்பிடியாருப்பா பொம்பள. வெசாரப்பட்டு வெசாரப்பட்டுக் கஞ்சிகூட சரியா குடிச்சும் குடியாம தன்னால மருகுறா. அந்த எளைய பயல குளியாம இருக்கும் போது, மூணா

வருசம் பொங்கலுக்கு எடுத்த பாசிக் கலர் சேலயவும் கட்டி, வாடாமல்லிக் கலர் ரவிக்கையும் போட்டு, காதுல ரெண்டு நகையவும் மாட்டி, நேர் உச்சியெடுத்து வெத்தல போட்டமானக்கி ஊத்துப் பட்டியில ஆரோ செத்தான்னு துட்டிக்குப் போய்ட்டா, தன்னால அந்த ஊர்ச்சனம் பூராவும் வாப் பேரிருச்சு. அப்பிடி இருந்த பொம்பள. ஆடயும் கோடயும் புஞ்சையே தஞ்சம்னு கெடக்ற எந்தாயார் நொண்டி ஆடா தொழுவுல மொடங்கிட்டா. ரொம்பவும் சலித்துக் கொண்டான்.

சுப்புக்குட்டிக்குப் பொழுது விடிஞ்சதுகூடத் தெரியவில்லை. தொழுவத்தில் ஆட்டுரல் சத்தங் கேட்ட பின்தான் எழுந்தான். மடத்தில் படுத்திருந்த மொட்டையன் பயல் எழுந்துவந்து பருத்திக் கொட்டை ஆட்டுவான். இந்த விதைப்புக் காலத்தில் மட்டும் நடக்க முடியாத கெழடு கெட்டைகளுக்குகூட இந்தச் சுறுசுறுப்பு எப்படித்தான் வருகிறதோ! இன்னும் கொஞ்சம் நேரந்தான். பிறகு ஊரில் ஒரு ஈக்குஞ்சி இருக்காது. ஊரே வெறிச்சோடிக் கிடக்கும்.

சுப்புக்குட்டியின் பெண்டாட்டி எல்லா வேலைகளையும் சுறுசுறுப்பாய்ச் செய்துகொண்டிருந்தாள். மொட்டையன் பயல் கலப்பை மாடுகளையெல்லாம் தயாராக வைத்துவிட்டு வந்து வயிறு முட்ட கஞ்சி குடித்தான். மொத்த விதைகள் உள்ள கடகாப்பெட்டி, கையில் வைத்து விதைக்கக் கூடிய சிறிய அழகான விதைப்பெட்டி, கஞ்சிக்கலயம், தண்ணீர்க்குடம் எல்லாவற்றையும் வாசலில் எடுத்து வைத்தாள்.

‘யேல, மொட்டையா தொழுவுல பாட்டி இருப்பா போயி கூட்டிட்டு வால’

மொட்டையன் வேகமாய் ஓடினான்.

கிழவியைக் கைத்தாங்கலாய்க் கூட்டிவந்தான். சேலையை வரிந்து நன்றாகக் கட்டிக்கொண்டு விதைப் பெட்டியை மூன்று தரம் தொட்டுக் கும்பிட்டுக் கோயில் திருநீற்றை எடுத்து விதைப் பெட்டியில் கொஞ்சம் போட்டு விட்டு மூன்று பேருக்கும் நெற்றியில் பூசிவிட்டுத் தானும் பூசிக்கொண்டு வாயிலும் கொஞ்சம் போட்டுக்கொண்டாள். அப்போது அவள் கண்கள் நிறை குளமாய் நின்றன. கிழவி விதைப்பெட்டியைப் பயபக்தியுடன் இரு கைகளாலும் தூக்கிச் சுப்புக்குட்டியின் பெண்டாட்டியிடம் கொடுத்தாள். அவள் கைகள் நடுங்கின. சுப்புக்குட்டி தெருவில் நின்று சுற்றும் மற்றும் சகுனம் பார்த்தான். தாலி அறுத்தவள், வெறும் பானை, விறகுக்கட்டு போன்ற சகுனத்

தடைகள் பார்த்தபின் கையசைத்தான். தலையில் கடகாப் பெட்டி யுடனும் கஞ்சிக் கலயத்துடனும் சுப்புக்குட்டியின் பெண்டாட்டி தெருவில் நடந்தாள். மொட்டயன் மாடுகளைக் கோட்டேரு போட்டுப் பத்திக்கொண்டு வர வேகமாய்ப் போனான்.

'டேய், சுப்புக்குட்டி, எல்லாந் தெரியும்டா, இந்தா வீச்சரிவா ஒண்ணு அந்தப்பய தல நம்ம புஞ்சையில உருளணும், இல்ல நீங்க மூணு பேரும் நம்ம புஞ்சைக்கு ஒரமாப் போகணும் பயப்படாத பிடி.'

சுப்புக்குட்டி தன் தாயாரின் காலைத் தொட்டுக் கண்ணில் ஒற்றிக் கொண்டு புறப்பட்டான். கீழக்காட்டுக்குப் போகும் வண்டிப் பாதையில் வந்து மூன்று பேரும் ஒன்று சேர்ந்தார்கள். பாதையோர பொழியில் பொறுக்கிக் குமித்திருந்த கல்குமியில் கைக்கு அடக்கமான எறிகல்லாய்ப் பெட்டியிலும் தன் மடியிலும் பொறுக்கிச் சுப்புக் குட்டியின் பெண்டாட்டி வைத்துக்கொண்டாள்.

சுப்புக்குட்டி தன்னுடைய இடுப்பில் முளைக்குச்சியாய்ப் பக்கவாட்டில் நீட்டிக்கொண்டிருந்த சூரிக்கத்தியை அழுத்திச் சொருகி வேட்டியைத் தார்ப்பாய்ச்சல் கட்டு கட்டினான். மொட்டை யனிடமிருந்து மாடுகளின் கயிறுகளை வாங்கிக்கொண்டு அதட்டிப் பத்தினான். தன் வலது பக்க இடுப்பில் அரணாக்கயிற்றிலிருந்து தொங்குகின்ற வீச்சரிவாளை மறைத்து வேட்டியை மடித்துக் கட்டிக் கொண்டு மொட்டயன் நடுவில் நடந்தான். பாம்பின் நெளிவாய் கலப்பை அழுத்தமான கோட்டைப் போட்டுக்கொண்டே போனது.

புஞ்சை நெருங்க நெருங்க துணிப்பாய்த் தெரியும் வெள்ளை வேட்டியும் ஒன்றிரண்டு உருவங்களின் நடமாட்டமும் கரிசலில் முளைத்த காளானாய்த் தெரிந்தன. மூன்று பேரும் வேகமாய் எட்டு வைத்தனர். புஞ்சை நெருங்கிக்கொண்டே வந்தது. கலப்பையின் கோடோ நீண்டுகொண்டே சென்றது. ஏறு வெய்யிலில் நனைந்த கரிசலில் நடக்க சுகமாய் இருந்தது. மூன்று பேர்களின் கால் தடங்களும் நிலத்தில் ஆழப்பதிந்து துணிப்பாய் மின்னியது.

●

2

வாழையடி...

ஐப்பசி மாசக் குளிர் உடம்பில் ஊசியாய் இறங்கியது. அந்தத் தெருவின் வீட்டுத் திண்ணைகளில் நாயைக்கூடக் காணவில்லை. ஒரு வேளை வைக்கோல் படப்பின் ஓரஞ்சாரம் முடங்கிக் கிடக்கலாம். வைக்கோலின் கதகதப்பு சொகமாயிருக்கும். தெருவெல்லாம் நசநசவென்று சகதிகள் படிந்து தடத்தின் மேல் தடம் வைத்து நடக்கும் பாதை. விடிந்தும்கூட ஆள் நடமாட்டமில்லை. புகையாய்ப் பெய்த வெம்பாவில் எதிரே வரும் ஆள்கூடத் தெரியவில்லை. கிளீனர் மெதுவாய்த் தெருவில் நடந்தார். கூரை வீடுகளின் முகட்டிலிருந்தும் படப்புக்களின் மேலிருந்தும் புகையைப் போன்று வெம்பாப் புகை வந்துகொண்டிருந்தது.

கிளீனர் சட்டைக்குமேல் ஸ்வெட்டர் பனியன் போட்டு மப்ளர் துண்டால் தலப்பாக் கட்டியிருந்தான். அப்படியிருந்தும்கூட அவன் குளிரில் வெடவெடத்தான். தண்ணீர்பட்ட செருப்பில்லாத கால்கள் சில்லிட்டன. பின்னால் திரும்பிப் பார்த்தபோது லாரியின் முன்னால் நின்றுகொண்டு பீடிகுடித்துக் கொண்டிருந்த டிரைவர் மங்கலாகவும் பீடி கங்குத் துணிப்பாகவும் தெரிந்தது. அவன் நேராகப் போய் நடுக்கடை தாண்டி கடவுக்குள் நுழைந்தான். இன்னும் நாலெட்டு வைத்துவிட்டால் கொத்தன் வீடுதான். வீடு திறந்திருந்தது. இருட்டில் ஆள்கூடத் தெரியவில்லை. பக்கவாட்டில் போய்த் தாழ்வாரத்தை எட்டிப் பார்த்தான். கொத்தன் குருசாமி நிறைய மூடிக்கொண்டு சுடுதண்ணி குடித்துக்கொண்டிருந்தான். எதிரே இருந்த ஈயச்சட்டியிலிருந்து காபிப்புகை மேலெழும்பியது.

'அண்ணேய்... குருசாமியண்ணே...'

'ஆரு, கிளீனர் தம்பியா, என்ன தம்பி நேத்து வாரமின்ட்டு ஒங்க பாட்ல இருந்துக் கீட்டீக, பயக பூராவும் என்னைய சடைக்காங்க,

நேத்து ஒங்களால எங்க வேல மெனக்கெட்டதுதான் மிச்சம்.'

'ராத்திரித்தான் குருசாமியண்ண வண்டி வந்துச்சு, நேரா இங்கதான் வாரன். இன்னிக்கு விக்கக்கூட மார்க்கெட்ல பழம் கெடையாது. பெரிய மொதலாளி ரொம்பக் கடுப்பா இருக்காரு எப்பிடியும் இன்னக்கி லோடு போயாகணும்.'

'டைவர் யாரு?'

'நம்ம பெரியசாமியண்ணன்தான்.'

'அனுசரிச்சு போவாருல்ல.'

'நானிருக்கும் போது ஒனக்கென்ன கவல.'

'ரேட்டு பழைய ரேட்டுனா ஒருபய வரமாட்டான். ஒரு தாருக்கு ஒரு ரூபா ஐம்பது பைசா, எனக்குத் தாருக்கு சம்பளம் போக நாலணா தனியா தரணும்.'

'மொதல்ல பெறப்பிடுண்ண, அங்க போயி பேசிக்கிருவம்.'

'அங்க போயி, இங்க போயிங்கிற பேச்செல்லாம் விடுங்க. நாஞ்சொன்ன ரேட்னா வாரன், இல்லன்னா வரல, பெறகு வந்துக்கிட்டு வழவழன்னு பேசிக்கிட்டு அது அசிங்கம்.'

குருசாமிக் கொத்தன் பனியனையும், சாரத்தையும், துண்டையும் முடிச்சாய்த் தூக்கிவந்தான். இரத்தக் கறைகளைப் போல் வாழைக் கறைகள் படிந்திருந்த அந்தத் துணிகளில் ஒருவித கவுச்சி நெடி வீசியது. கிளீனர் முகஞ்சுளித்தான். ஒரு துணிப்பைக் கூட்டுக்குள் திணித்துக் கொண்டு அரிவாளைத் தேடினான். செங்கால் நாரையின் கழுத்தைப் போன்ற நீண்ட கைப்பிடி, உச்சியில் நல்லபாம்பின் படத்தைப் போன்ற அகன்ற பளபளக்கும் சிறு அரிவாள். அவன் கக்கத்தில் இடுக்கிக்கொண்டு கிளீனருக்கு முன்னால் நடந்தான். ஒரு சில ஆட்கள் நிறைய்ய மூடிக்கொண்டு தெருவில் நடமாடுவதைக் கண்டான். லாரியில் போய் அரிவாளையும் பைக்கூட்டையும் வைத்துவிட்டு டிரைவரைத் தேடினான். டிரைவர் பக்கத்துப் பெருவாய்க்காலில் 'கால்' கழுவிவிட்டு புகையை ஊதிவிட்டு மெல்ல வந்தான்.

'என்ன குருசாமி, ஆட்கள் ரெடியாப்பா?'

'ஆமா, நல்ல நொட்டு நொட்டுனீக, நேத்து பூராவும் ரோட்டுல காத்துக்கெடந்து கண்ணும் பூத்துப்போச்சு, குண்டியும் தேஞ்சு போச்சு.'

'சரி, ரேட்டச் சொல்லு, பயகள தெரட்டு சுருக்காப் போவம்.'

'ரேட்டு பழைய ரேட்டல்லாம் கட்டாது. தாருக்கு ஒன்னம்பது,

எனக்குத் தாருக்கு நாலணா தனியா, சரின்னா சொல்லுங்க, இல்ல ஆள விடுங்க, பயக வேற எங்க எங்க ஆப்பர் வாங்கியிருக்கானோ'

'சரி காலாங்காத்தால கசறாத, இந்தா அட்வான்சு பிடி போயி சுருக்கா கூட்டியா.'

டிரைவர் கொடுத்த நூறு ரூபாய் நோட்டு குருசாமியின் அண்டர்வேர் பைக்குள் போய்ச் சுருண்டு கொண்டது. அவன் கிழக்காமல் வேகமாக நடந்து தெருவுக்குள் போனான். சடையாண்டி திண்ணையில் உட்கார்ந்து பீடி சுண்டிக்கொண்டிருந்தான். காத்தோடு சேர்த்து இறுக்கி தலப்பா கட்டியிருந்தான்.

'ஆரு குருசாமி சின்னையாவா?'

'யேலேய், யேய் ஆக்கங் கெட்டப் பயல, வண்டி வந்து எம்புட்டு நேரமாகுது, இனியும் உக்காந்திட்டுக் கெளம்புல, மத்த பயகளையும் சத்தங்காட்டு.'

'ரேட்டு பேசிட்டயா சின்னியா?'

'ரேட்டு என்னல மயித்தப் புடுங்கன பொல்லாத ரேட்டு, பழையரேட்டுதான், தாருக்கு ஒத்த ரூபா, அதுக்கு கொறையாவா போவாக.'

குருசாமியும் சடையாண்டியும் முன்னால் வர பத்து பதினைந்து சிறுவர்களும் சிறுமிகளும் பின்னாலயே வந்தார்கள். அவர்கள் மூடியிருந்த அழுக்குத் துணிகளில் மூத்திரவாடை கொச்சென்று மூக்கைத் துளைத்தது. கடவாயில் வாநீர் வடிந்து வெள்ளைக் கோடுகள் இருபக்கமும் நீண்டிருந்தன. அகன்ற பெரிய வட்ட வட்ட தட்டுக்களைப் போன்ற கூடைகளைத் தலையில் கவுத்தியிருந்தார்கள். அதன் வாய் விளிம்புகளில் சைக்கிளின் பழைய டயர்களை வட்டமாய் வைத்துத் தைத்திருந்தார்கள். ஒவ்வொருவர் கைகளிலும் வலைக் கொண்டை யைப் போன்ற வட்ட வட்ட சும்மாட்டுத் துணியை வைத்திருந்தார்கள். கூடைகளை லாரிக்குள் வீசிவிட்டு முண்டியடித்து ஏறினார்கள். வண்டியின் வேகத்தில் வேகமாய் வீசிய ஊளைக் காற்றில் வெடவெடத்து நடுங்கினார்கள். சேட்டன் கடையின் முன்னால் வண்டியை நிறுத்தினார் டிரைவர். பல்லோடு பல் அடித்துக்கொள்ள அவர்கள் நடுங்கிக் கொண்டே டீ குடித்தார்கள். குருசாமி ஆட்களை எண்ணி மத்தியானச் சாப்பாட்டுக்குப் பதினெட்டுப் புளியோதரைப் பொட்டலத்திற்கு ஆர்டர் கொடுத்தான்.

மெயின் ரோட்டிலிருந்து இறங்கி மண் ரோட்டில் வேகமெடுத்தது

லாரி. தூக்கித் தூக்கியடிக்க அவர்கள் சாமியாடுபவர்களைப் போல எவ்வி எவ்விக் குதித்து லம்பினார்கள். ரோட்டின் இரு பக்கமும் கண்ணுக்கு எட்டும் மட்டும் வாழைகள் கையேந்தி நிற்பதைப் போல் அதன் இலைகள் விரிந்து அசைந்தன. சிறு சிறு கன்றுகளாய், பூவைச் சுமந்துகொண்டு, பிஞ்சுத்தார் நீட்டிக்கொண்டு, முற்றிக் கவிழ்ந்த குலைகளைத் தாங்கிக்கொண்டு, குலைகள் வெட்டிய வெற்று வாழைகள் காற்றுக்கு நார் உரித்து இலை பழுத்துப் பழுப்பேறிய வித விதமாய் இரு பக்கமும் கண் எட்டும்வரை பச்சை. பச்சை பசேல்...

ரொம்பத் தூரம் போய் லாரியை ஓரங்கட்டி நிறுத்தினார் டிரைவர். அவர்கள் குரங்குகளாய்க் கீழே குதித்தார்கள். ஒவ்வொருவர் ஆடைகளிலும் கரும்புள்ளி செம்புள்ளி குத்தியதைப் போன்ற திட்டுத் திட்டாய் வாழைக்கறைகள். சாயம் போன துணிகளில் எது சாயம் எது கறை என்றுகூடத் தெரியவில்லை. குருசாமியும் சடையாண்டியும் முன்னால் நடக்க அவர்கள் ஒருவர் பின்னால் ஒருவராக வரிசையாய் வரப்பில் நடந்தார்கள். வாய்க்காலில் தண்ணீர் ஓடிக்கொண்டிருந்தது. பிடுங்கிப் போட்ட நீர்க்கொரண்டி முட்கள் காய்ந்து கிடந்தன. அவர்கள் அதைப்பார்த்து ஒதுக்கி நடந்தார்கள். கால்கள் உணர்ச்சி யற்றுப் போய்க் குளிர்ந்துவிட்டன. இருபக்கமும் நீட்டிக்கொண்டிருக்கும் வாழை இலைகள் மேலெல்லாம் உரசி உரசி நனைத்துவிட, நனைந்த ஈரத்துணிகளுடன் நடுங்கிக்கொண்டே நடந்தார்கள்.

அவர்கள் அங்கிருந்து பார்த்தபோது லாரி கண்ணுக்குத் தெரிய வில்லை. வாழைகளின் வரிசை வரிசையான இடுக்குகள் ரோட்டைப் போல நீண்டு சென்றன. நாட்டு வாழைகளின் வளர்த்தியில் பெரிய பெரிய குலைகள் முற்றித் தலை கவிழ்ந்திருந்தன. தரையில் பாதங்கள் முங்க சகதியாய் கிடந்தன. அவர்கள் சும்மாட்டுத் துணிகளைத் தலையில் இறுக்கி நாடியோடு சேர்த்துக் கயிற்றை இறுக்கிக் கட்டினார்கள். குருசாமியும் சடையாண்டியும் அரிவாளைப் பதம் பார்த்தார்கள். முதல் குலையை வள்ளியம்மாள் வாங்கட்டும் என்று அவளைக் கூப்பிட்டார்கள். அப்போதுதான் நன்றாக வேலை சாயும் என்று பேசிக்கொண்டார்கள்.

இரைகளைத் தூக்கிக்கொண்டு வரிசையாய் ஊர்ந்து செல்லும் சிற்றெறும்புகளைப் போலத் தலையில் வாழைத்தார்களுடன் வரப்பில் வரிசையாய் நடந்துசென்றார்கள். ஓணானின் முதுகைப் போல் ஒடுங்கிய வரப்பில் தள்ளாடித் தள்ளாடி நடந்தார்கள். வாழைக் குலைகளிலிருந்து வடிந்து ஒழுகும் தண்ணீர் போன்ற திரவம் முகத்தில்

வடிய அவர்கள் எட்டுமேல் எட்டுவைத்து நடந்தார்கள். சிலுவைப் பாதையாய் நீண்ட வரப்பு.

'என்ன, சின்ன மாடத்தி நட பிந்துது, முன்னாடி போறயா? இல்ல பின்னாடி வாரயா?'

கிட்ணன் பயல் வாய்க்கால் தண்ணீருக்குள் இறங்கி அவளை முந்தினான். அவன் போட்டிருந்த அழுக்குப் பனியனில் ரஜினி ஸ்டைலாக நின்று போஸ் கொடுத்துக்கொண்டிருந்தார். பயல் வாழைத்தார் சுமந்து சுமந்தே முதுகு வளைந்து இப்போது இலேசாகக் கூன் விழுந்துவிட்டது. ஊடு பழங்களை உரித்துத் தின்றுவிட்டுத் தொலிகளை ஒருவர் மேல் ஒருவர் எறிந்து விளையாடினார்கள். உதிரிக் காய்களையும் பிஞ்சுக் காய்களையும் கொண்டு வாய்க்காலில் ஓடும் தண்ணீரில் எறிந்து சட்டை நனைய விளையாண்டார்கள். வெற்றுக் கூடையுடன் வரும்போது வாய்க்கால் தண்ணீரில் கூடையை விட்டு மிதந்து வருவதை ஓடிப்பிடித்துப் படகு விளையாட்டு விளை யாடினார்கள். வாழைப் பூக்களை உரித்துச் சின்னக் குழந்தைகளின் பிஞ்சு விரல்களைப் போல் இருக்கும் குழாய்களில் தேன் உறிஞ்சினார்கள்.

லாரியின் ஓரத்தில் மோட்டார் சைக்கிளின்மேல் சிகரெட்டை ஊதியபடி காண்ட்ராக்ட்காரர் உட்கார்ந்திருந்தார். லோடுமேன் ஒவ்வொரு தாராக எண்ணி எண்ணி லாரிக்குள் அடுக்கிக் கொண்டிருந்தான். காண்ட்ராக்ட்காரரின் பட்டன் திறந்த வெள்ளைச் சட்டைக்குள் தொங்கும் மைனர் செயின் டாலர் மின்னி உச்சி மத்தியானத்தைக் காட்டியது. ஒவ்வொரு தாரையும் சுமந்து வந்து கொடுத்தவுடன் லோடுமேன் கொடுத்த அடையாள வில்லையை மறக்காமல் வாங்கிக் கொண்டார்கள்.

'யேய், கழுதகளா, வில்லய தொலைச்சிராதிக, தொலச்சிட்டா துட்டுக் கெடையாது.'

பெரிய பையன்கள் ஒவ்வொரு நடைக்கும் கூடையில் இரண்டு இரண்டு தார்களாய்க் கொண்டு வந்தார்கள். சிறு பையன்கள், பொம்பிளைகள் ஒவ்வொன்றாய்க் கொண்டு வந்தார்கள். அடிக்கடி புளியோதரைப் பொட்டலம் வருகிறதா என்று ரோட்டைப் பார்த்துக் கொண்டார்கள்.

ஒவ்வொரு வாழைத் தூருக்கு ஒருவராய் உட்கார்ந்திருந்தார்கள். கால்கள் சகதியைத் தொட்டுக்கொண்டிருக்க ஆளுக்கொரு பொட்டலத்தைப் பிரித்துத் தின்றார்கள்.

‘ஏலேய், மணிவேலு இன்னிக்கி சாயங்காலம் வாரயா?’

‘எங்கண்ண, எதுக்கு?’

‘வாரமின்னு சொல்லு இல்ல வரலன்னு சொல்லு எங்க எதுக்கு அப்பிடின்னெல்லாம் கேக்கக் கூடாது.’

‘ஏனேய், போன வாரம் போனமே அங்கதான.’

‘சீ, நிய் சும்மா கெட நாயி.’

‘எதுக்னு எனக்குத் தெரிஞ்சு போச்சு, அம்மணக்குண்டிப் படம் பார்க்கத்தான்.’

செயராஜ் பயலின் உதிரிக்காய் எறிக்குத் தப்பி மணிவேல் வாழையைக் கெட்டியாய் பிடித்துக்கொண்டு எட்டிப் பார்த்தான். போன வாரம் தாங்கள் போனதையும் டிக்கெட்டுக்குப் பத்து ரூபாய் கொடுத்தும் கிடைக்காமல் கடேசியாய்ப் போனதையும் பயல் கதை கதையாய் சொன்னான். இன்னக்கி சாயங்காலம் அவன் கூட வருவதற்கு ஏழெட்டுப் பேர் ரிசர்வேசன் செய்துகொண்டார்கள். லட்சுமியும் வள்ளியும் முறைத்துக்கொண்டு சொன்னார்கள்.

‘இன்னக்கி போங்க நான் எல்லார் வீட்லயும் சொல்லி பூச வாங்கிக் குடுக்கன்.’

‘எப்பிடி போயி சொல்லுவீக.’

‘... ...’

அவள் உம்மென்று முறைத்தாள்.

எல்லோரும் கெக்கொலி போட்டுக்கொண்டு சிரித்துக் குனுகினார்கள். வள்ளிக்கும் லட்சுமிக்கும் வெட்கம் பிடுங்கித் தின்றது. அவர்கள் தலையைக் கவிழ்த்துக்கொண்டார்கள். நீள வாழைக்காய் ஒன்றை எடுத்து ஒண்ணுக்கிருப்பது போல் வைத்துக்கொண்டு அவர்களை சிரிப்புக் காட்டினான் மணிவேல்.

‘சீ, நாயி ஒங்க ஆத்தாட்டப் போயி காமி’

அவர்கள் முகத்தைத் திருப்பத் திருப்ப அவர்களின் முகத்திற்கு எதிரிலேயே போய் ஆட்டம் போட்டான் மணிவேல். குருசாமியின் அதட்டலில் ஓடிப் போய்ச் சும்மாடு கட்டினார்கள்.

‘என்னல, ஒரு மாசமா உப்பளத்துக்கு அட்டுச் சுமக்க போனிய, இன்னக்கி இங்க வந்திட்ட.’

‘பெரிய்ய பெட்டிக்கு ஒரு பெட்டி அள்ளி நிறைய்ய ரெண்டு பேரு தூக்கித் தலைமேல் வைக்கான். அங்கிருந்து களத்துக்குப் போகுமுன்ன

கண்ணுமுழி நெலக் குத்துது. கால் நரம்பு விண்விண்னுன்னு தெறிக்கி, ரெண்டு நாளா மூச்சுக் குத்துப் புடிச்சுக் குனியவும் முடியாம நிமிரவும் முடியாம, ரொம்ப சங்கடப்பட்டுப் போச்சு, அதான் அளத்துக்குப் போக வேண்டாமின்னு நின்னுக்கிட்டன், சம்பளமும் தெனச் சம்பளம் லைட் போட்ட பெறவுதான் விடுறான்.'

இரண்டு பெரிய தார்களைக் கூடையில் வைத்துக்கொண்டு வள்ளி வரப்பில் தள்ளாடித் தள்ளாடி வந்துகொண்டிருந்தாள். அவளின் கழுத்து நரம்புகள் விடைத்துப் போய் நின்றன. கண்முழி நிலைக்குத்த வரப்பின் மேல் நடை பழகினாள். வரிசையாய் மற்றவர்கள். அம்மா என்று அலறியபடி வாய்க்காலுக்குள் விழுந்தாள். இரு கால் விரல் இடுக்குகளிலும் கொத கொதவென்று குழைந்து போயிருந்த சேற்றுப் புண்ணில் நீர்க்கொரண்டி முள் குத்தி இரத்தம் வந்துகொண்டிருந்தது. வரப்பில் கூடையோடு தக்கென்று உட்கார்ந்தவள் ஓ வென்று கூப்பாடு போட்டாள். தார்கள் தண்ணீருக்குள் கிடக்க கூடை மட்டும் மிதந்து சென்றது.

கூடையை ஓடிப்போய் செயராஜ் பிடித்துக்கொண்டு வந்தான். நனைந்த ஈரப்பாவடையுடன் வரப்பில் உட்கார்ந்திருந்த வள்ளி இடுப்பைத் தொட்டுப் பார்த்தாள். துணியில் பொட்டலமாய்க் கட்டி முடிந்து வைத்திருந்த வில்லைகளைக் காணவில்லை. அவள் கண்களில் கண்ணீர் திரண்டது.

'அய்யய்யோ... அம்மா... எம் வில்லயக் காணும், சம்பளம் கொண்ட்டு போகலன்னா எங்கம்மா என்னைய அடிப்பாள...'

அவர்கள் எவ்வளவு தேடியும் வில்லைப் பொட்டலத்தைக் காணவில்லை. வள்ளி கையையும் காலையும் தண்ணீரில் உதைத்துக் கொண்டு கூப்பாடு போட்டாள். ஒருவரையும் காணாததால் குருசாமியும் சடையாண்டியும் அங்கே வந்தார்கள்.

'யேலேய், யே... சின்ன சிறுக்கிப்பிள்ளைகளா அங்க கூடிட்டு என்னல செய்றங்க.'

'வள்ளி எல்லா வில்லையவும் தொலைச்சிட்டா.'

'வில்லயத் தொலைச்சிட்டா அவுக ஆத்தாட்டப் போயி சம்பளம் வாங்கிக்கிரச் சொல்லு.'

'போங்கல, போயி, சொமங்கல நாப்பயகளா.'

அவர்கள் வெள்ளாடுகளாய் ஓடினார்கள். அப்படியும்கூட உதிரிக்காய்களின் எறிக்குத் தப்ப முடியவில்லை. முதுகைத் தடவிக்

கொண்டு வாய்க்காலிலும், வரப்பிலும் சிதறி ஓடினார்கள். வள்ளியின் அழுகை ஓயவில்லை. அவள் கன்னங்கள் வழியே வழிந்த கண்ணீர் வாய்க்கால் தண்ணீருடன் கலந்துபோனது. அவள் எழுந்து நிற்க முயன்றாள். முடியவில்லை. நடு முதுகில் குறுக்கெலும்பு விண்ணு விண்னென்று தெறித்தது. இடுப்புக்கு கீழே உணர்ச்சிகள் குறைந்து வருவதைப் போல உணர்ந்தாள். காற்றில் ஆடிய வாழை இலைகள் அவளைப் பார்த்துக் கைக்கொட்டிச் சிரிக்க அவள் குத்துக்கல்லாய் வரப்பில் அசையாமல் உட்கார்ந்திருந்தாள். கண்கள் மட்டும் கண்ணீரைச் சிந்திக்கொண்டிருந்தன.

சடையாண்டி சொன்னான்.

‘இப்ப, மரியாதையா வரப்பவிட்டு எந்திருச்சு வழி விடப் போறயா? இல்ல வாழைக்கா பூச வேணுமா?’ அவள் அவனைப் பரிதாபமாய்ப் பார்த்தாள்.

●

3

ம(னி)தம்(?)

முச்சந்தியம்மன் கோயில் ஜொலித்துக்கொண்டிருந்தது. கொடி வளைத்துத் தோரணம் கட்டிவிட்டார்கள். சுவர்களுக்கும், கோபுரங் களுக்கும் புது வர்ணம் தீட்டியிருந்தார்கள். இன்னும் பொங்கலுக்கு நாலு நாட்களே இருந்தன. கோயிலின் வடக்குத் திண்டில் கூட்டமாய் உட்கார்ந்திருந்தார்கள். ஏறு வெய்யிலின் வீச்சில் கோயிலின் கோபுர நிழல் மேற்காமல் கோடு போட்டிருந்தது. கீழத்தூணில் முதுகு சாய்த்து பொன்னையா ரெட்டியார். சுற்றிலும் சிறு கூட்டம். வேகமாக வந்த சண்முகம் பகடை துண்டை கக்கத்தில் இறுக்கியதும் எல்லோர் முன்னும் விழுந்து கும்பிட்டான்.

'எல்லோரையும் கும்புடுறஞ்சாமியோவ்.'

'எந்திரி, எந்திரி' என்ற பாண்டியத்தேவரின் வார்த்தைக்குக் கட்டுப்பட்டவனாய்ப் பவ்யமாக எழுந்து நின்றான்.

'உடையதாரிய எங்கடா காணும்.'

சுப்பையா பிள்ளையின் அதட்டலுக்கு வார்த்தைகளை மென்று விழுங்கினான் சண்முகம் பகடை.

'நீ வரும் போதே கையோட கூட்டியார வேண்டியதுதானடா, அதுக்குள்ள நிய் இங்க என்ன மயித்தப்புடுங்கவா வந்த ?'

முத்துப் பேச்சி எல்லோர் முன்னிலையிலும் முக்காட்டுச் சேலையோடு ஓவென்று கூப்பாடு போட்டுக்கொண்டு அழுது புரண்டாள்.

'சரி சரி எந்திரி, நீ என்ன கத்தினாலும் ஒம் புருஷன் எந்திரிச்சா வந்திரப் போறான். போயி... காலா காலத்துல ஆக வேண்டியதப் பாரு.'

விசுக்கென்று எழுந்துகொண்டவள் மூக்கைச் சிந்திக்கொண்டு ஓரமாக நின்றாள்.

‘இந்தாபிடி, மேலக்குடி கட்டமொய்யி, போய்க் காலா காலத்துல காரியத்த சுருட்டா முடி.’

தயாராக வைத்திருந்த பதினொரு ரூபாயைக் கையில் எடுத்த சுப்பையா பிள்ளை.

‘என்ன குடுத்திருலாமில்ல?’

‘குடுத்திடுங்க குடுத்திடுங்க’ எல்லோர் பக்கமும் பார்வையைத் திருப்பிச் சம்மதம் வாங்கினார்.

இரண்டு கையையும் நீட்டிய சண்முகம் பகடை அதை வாங்கி முத்துப் பேச்சியின் முந்திச் சேலையில் போட்டான். அவள் திரும்பவும் ஒரு பாட்டம் புலம்பியழுதாள்.

‘எதுக்கு ஓயாம அழுது அழுது சாகிற, ஓம் புருஷன் இப்ப போயி சேந்தது நல்லதுன்னு நெனைச்சுக்கோ, இனி நாலு நாள் கெடந்து செத்தா சந்தியம்மன் கோயில் பொங்கலு மயிரு கெணக்கா நடக்கும். பொங்கத் தடையில செத்த பயன்னு ஊர் வேற பேசும்’

பாண்டியத்தேவரின் பேச்சுக்கு எல்லோரும் தலையாட்டினார்கள்.

சண்முகம் பகடையும் முத்துப் பேச்சியும் வேகமாக நடந்தார்கள். இனி எல்லா வேலைகளும் மும்முரமாக நடக்கும். எந்தத் தாட்டோட்டமும் இருக்காது. மேலக்குடி கட்டமொய் வாங்குவது என்பது இலேசுப்பட்ட காரியமில்லை. அப்பிராணி சப்பிராணி என்றால் பிரச்சினை இல்லை. மேகலத்தாருக்குக் கொஞ்சம் பிடிக்காதவனாய் இருந்துவிட்டால் கேக்கவேவேண்டாம். சாமானியமாக மொய் தர மட்டார்கள். செத்தவன், செத்தவனின் குடும்பம் பூராவும் ஏதாவது தவறு செய்திருந்து அதுக்குக் கட்டுப்படாமல் இருந்தால் அவ்வளவுதான். எல்லாம் பைசல் செய்து மேலக்குடி கட்டமொய் வாங்காமல் பிணத்தைத் தூக்கவே முடியாது. அது பத்து வருசமோ இருபது வருசமோ முந்திய தவறாக இருந்தாலும் சரிதான், இல்லையென்றால் பிணம் நாற வேண்டியதுதான்.

உட்கார்ந்திருந்த எல்லோருமே ஓரே நேரத்தில் கிழக்காமல் திரும்பிப் பார்த்தார்கள். குருஸ் வேலைக்கு போய்க்கொண்டிருந்தான். தலையில் சும்மாட்டுத் துணியின் மேல் உட்கார்ந்திருந்த தோண்டிக் கலயத்தை ஒரு கையாலும், தோள் புஜத்தில் நீட்டு வசத்திற்கு வைக்கப்பட்டிருந்த கடப்பாரைக் கம்பியை மறுகையாலும் பிடித்துக்கொண்டு மெதுவாய் நடந்து வந்தான். இடுப்பைச் சுற்றிச் சுண்டுவிரல் தண்டி நூல் கயிறும், நான்கு விரக்கடை அளவு மட்டுமே உள்ள கண்டாங்கிச் சேலையில்

கிழித்துக் கட்டிய பச்சை நிறக் கோமணத்துணி மட்டுமே. கறுத்த, கனத்த, வளர்ந்த அந்த உருவத்தை அந்தக் கோலத்தில் யார் பார்த்தாலும் சிரிப்பை அடக்க முடியாது. அவன் யாரையும் கண்டுகொள்ளாமல் கோயிலைத் தாண்டி நடந்தான்.

'தொர டூட்டிக்குக் கெளம்பிட்டாக போலருக்கு?'

அப்போதுதான் அவர்களைப் பார்ப்பது போல இலேசாகத் திரும்பிப் பார்த்தான். ஒத்தக்கை தோண்டிக் கலயத்தில், மறுகை கடப்பாரையில்.

'வாங்க சாமிமார வாங்க ஒங்கள பாக்கலியே...'

'தொரைக கலயத்த எறக்கிவச்சா குடி முழுகிப் போகுமோ?'

'குடி முழுகிறது ஒரு பக்கம் இருக்கட்டும் வயித்தக் கழுவணுமே சாமி.'

'ஊர்ல இவருக்கு மட்டும்தான் வயிறு இருக்கு, டூட்டிக்குக் கெளம்பிட்டாரு தொர.'

அவன் நின்றுகொண்டே பேசினான். தோண்டிக் கலயத்தை இறக்கவே இல்லை.

'தொரைக கலயத்தையும் கம்பியவும் எறக்கி வச்சிட்டு இங்க வர மாட்டீகளோ!'

'எறக்கிட்டா தூக்கி விடுறது யாரு?'

'நாங்க தூக்கி விடுறோம்.'

தோளில் இருந்த கடப்பாரைக் கம்பியைப் பொத்தென்று கீழே போட்டான். சும்மாட்டுத் துணியோடு சேர்த்துக் கஞ்சிக் கலயத்தை மெதுவாக இறக்கிக் குனிந்து தரையில் வைத்தான். அப்போது அவன் அவர்களின் காலில் விழுந்து கும்பிடுவது போல் இருந்தது.

'எந்திரி, எந்திரி எதுக்குக் கால்ல விழுற'

பொன்னையா ரெட்டியார் சொல்லவும் எல்லோரும் பலமாகச் சிரித்தார்கள். குரூஸ் முகஞ் சுளித்தான்.

'ரொம்ப நாளா ஒங்கிட்ட ஒண்ணு கேக்கணும் கேக்கணும்னு இருந்தோம் இன்னக்கிதான் சமயம் கெடச்சிருக்கு.'

'ஆமா ஒனக்கு வீட்ல வேற வேட்டி, லங்கோடு ஏதும் கெடையாதா?'

'இருக்கு சாமி.'

'பெறவு அதக் கெட்டிட்டு வந்தா என்ன'

'வீட்ல வேட்டி, டூட்டிக்குக் கோவணம்'

'இந்த நாகரீகத்துல இப்படிக் கோவணம் கட்டிட்டு அலய ஒனக்கு வெக்கமாயில்லையா? நிய் மட்டுந்தான்டா இப்படி அலையிற'

'வெக்கம் என்ன சாமிகள வெக்கம், எங்கப்பன் பழநி மல முருகனே கோவணத்தோட தான நிக்காரு, நீங்களும் கும்பிடுறங்க, நாங்களும் கும்பிடுறம், நாலா சனங்களும் கும்பிடத்தான் செய்யிது யாராவது போயி வேட்டி கட்டச் சொல்றதுதான, இல்ல கும்பிட மாட்டம்னு நின்னுக்கிற வேண்டிதான.'

போன வெள்ளிக்கிழமை குடும்பத்துடன் போய்ப் பழநிமலை முருகனுக்கு மொட்டை போட்டு விட்டு வந்த பாண்டித்தேவரைப் பார்த்து எல்லோரும் சிரிக்கவும் அவர் முகஞ்சுளித்தார்.

மேகலத்தார் எல்லோரும் கூடியிருக்க குரூஸ் அங்கே நிற்கவும் பார்த்த ஜனங்கள் எல்லோரும் வேடிக்கை பார்க்கக் கூடியிருந்தார்கள்.

வெய்யில் ஏறிக்கொண்டிருந்தது. தண்ணீர் குடத்துடன் போன பொம்பிளைகள்கூட சுமையோடு சற்று நேரம் நின்று பார்த்துக் கொண்டிருந்துவிட்டுச் சென்றார்கள்.

'இந்தா பாத்தீகளா இதுதான வம்புங்கிறது, நாட்டு நடப்ப நான் சொன்னா எல்லோரும் அவரப் பாத்து ஏஞ் சிரிக்கணும்.'

இப்போது பாண்டியத் தேவரும் சேர்ந்து சிரித்தார்.

'அப்ப பழநி மல முருகன் வேட்டி கட்னாத்தான் நான் கெட்டு வமுங்க!'

'முருகன் வேட்டி கட்ட மாட்டாரு.'

'ஏங் கெட்ட மாட்டாரு?'

'அவரு ஒங்க முன்னால வந்தா வேட்டிய மடிச்சுக்கெட்ட முடியாது. தலைல இருக்கிற துண்ட எடுத்துக் கக்கத்துல இடுக்கணும், இந்த வம்பெல்லாம் வேண்டாமின்னுதான் முருகன் கோவணத்தோட நிக்காரு.'

எல்லோரும் வயிறு குலுங்கச் சிரித்தார்கள். பொன்னையா ரெட்டியார் ஓடிப்போய் வெற்றிலை எச்சிலை துப்பிவிட்டு உட்கார்ந்து கொண்டார். ஏறு வெய்யில் சுள்ளென்று உறைத்தது.

'டேய்... குரூஸ் ஒனக்கு வாய்க்கொழுப்பு ஜாஸ்தியாப் போச்சுடா?'

'குண்டிக் கொழுப்பப் பூராத்தையும் சாமிமாரு எடுத்துக் கிட்டாகள்ல.'

மீண்டும் சிரித்தார்கள்.

‘சரி, வேஷ்ட்டி கட்னா மடிச்சுக் கெட்டக் கூடாது. தலப்பா கெட்னா அவுத்துக் கக்கத்துல இடுக்கணும்னு கோவணங் கட்டிக்கிட்ட, கோவணமும் கெட்டக்கூடாதுன்னு இப்ப நாங்க சொல்றம் நிய் என்ன செய்வ?’

‘இப்பச் சொல்லுங்க இப்பவே அவுத்துறன்’

எல்லோரும் பலமாகச் சிரிக்க அந்தக் கூட்டம் கலகலப்பாய் இருந்தது.

‘கோவணத்த அவுத்திட்டா ஊர்ப்பயக பூரா கல்லால எறிவான அப்ப என்ன செய்வ.’

சாவு வீட்டிற்கு சில பக்கத்து ஊர் ஜனங்கள் வந்துகொண்டிருந்தார்கள். ஈர வேட்டியுடன் துண்டைக் காயப்போட்டுக்கொண்டு வந்த கெங்கா நாயக்கர் கூட்டத்தைப் பார்த்ததும் கிழக்காமல் திரும்பிவந்தார்.

‘என்ன... குரூஸ்பய என்ன சொல்றான் பாத்தா பழநிமல முருகன் கெணக்கா இருக்கு’

‘சாமியவுகதான் சரியாச் சொன்னீக, நாஞ் சொன்னா நம்ப மாட்டாக நல்லாச் சொல்லுங்க சாமி.’

‘இந்த சவத்துப் பயகிட்ட பேசிட்டு இருந்தா நம்மபாடு சோலி கெட்டுப்போகும்.’

எழுந்து நின்ற காளியப்ப ரெட்டியார் பொழுதை அண்ணாந்து பார்த்தார்.

‘டீக் கடையில டீக் குடிக்கப் போகும் போது வீட்லருந்து கிளாசு கொண்ட்டு போயி குடிக்கயாமில்லடா குரூசு’

காளியப்ப ரெட்டியின் கேள்வியில் கூட்டம் அமைதியானது.

‘அங்க இருக்கிற எல்லாக் கிளாசும் அசிங்கமா இருக்கு சாமி’

‘எல்லாக் கிளாசும்னா?’

‘எங்களுக்குப் போட்டு இருக்கிற கிளாசு, ஓங்க கிளாசுப் பத்தி நமக்கென்ன கவல’

‘நிய் வீட்லருந்து கிளாசு கொண்ட்டு போயி குடிக்கப் போய்த்தானடா எல்லாப் பயகளும் அந்த மாதிரியே செய்றாங்க’

‘அதுக்கு என்ன சாமி செய்ய முடியும் ஓங்க கிளாசுல குடுங்கன்னு கேட்டா குத்தம். தனிக் கிளாசு போடாதிங்கன்னு கேட்டா குத்தம், இதுக்கு நான் என்ன செய்யட்டும் சாமி.’

‘என்னமோ வர வர ஓம் போக்கு ஒண்ணும் பிடிக்கல, எந்நேரமும்

பத்து எளவட்டப் பயக வேற ஒம் பின்னாலயே சுத்துறான். முதுகுத்தொளிய பத்திரப்படுத்திக்கோ.'

'சாமி, அந்தத் தொளி என்னென்னைக்கும் ஒங்க காலுக்குச் செருப்பா ஆகுற தொளிதான சாமி, அத எதுக்குப் பத்திரப்படுத்தணும்.'

ஏறு வெய்யிலின் சூடு எல்லோரையும் இறுக்கமாக்கியது. குரூஸ் விடை பெற்றுக்கொண்டான். அவன் முதலில் சும்மாட்டை எடுத்துத் தலையில் வைத்தான். பின் கஞ்சிக் கலயத்தைத் தூக்கித் தலைமேல் வைத்துக்கொண்டு, கீழே கிடக்கும் கடப்பாரைக் கம்பியை ஒற்றைக் காலால் தூக்கி பின் கையால் எடுக்க முயற்சிப்பது போல் பாவ்லா காட்டினான். எதிரே நின்ற கெங்கா நாயக்கர் குனிந்து கம்பியை எடுத்தார். பார்ப்பதற்கு அவர் அவன் காலில் விழுந்து கும்பிடுவது போல் இருந்தது.

'கொண்டாங்க சாமி, குடுங்க'

விலகி நின்றுகொண்டான். தூண் ஓரம் உட்கார்ந்திருந்த சுப்பா நாயக்கர் சொன்னார்.

'பழநிமல முருகன்னு நெனச்சு எங்க கெங்கையா மாமா குரூச கும்பிடறது மாதிரியிருக்கு.'

எல்லோரும் பலமாகச் சிரித்தார்கள். குரூசுக்குப் பூரண திருப்தி. ஆரம்பத்தில் அவன் கலயத்தைக் குனிந்து இறக்கும் போது அவர்கள் சொல்லிச் சிரித்ததை நினைத்துக்கொண்டான்.

'என்னடா கூட ஒரு பயலையும் காணோம், ஒத்தையில போற'

'இன்னிக்குத் தெக்குத் தெருவில துட்டியாச்ல, அதுதான் ஒருவனையும் காணும்'

குரூஸ் நிதானமாக நடந்து போய்க்கொண்டிருந்தான். கோயிலில் பூஜை வைத்து விட்டு வரும் கோபாலய்யர். இருவரும் எதிர் எதிரே வந்தவுடன், தோளில் இருந்த கடப்பாரைக் கம்பியைச் சரட்டென்று தரையில் ஊன்றினான். சற்றும் எதிர்பார்க்காத அய்யர் சடாரென்று விலகி குரூசின் மேல் இடித்தார். தலையில் இருந்த கஞ்சிக் கலயம் அய்யர் மேல் கொட்ட அவர் குய்யோ முறையோ என்று கூப்பாடு போட்டார். மேலில் சிந்திய தண்ணீரையெல்லாம் குரூஸ் துடைத்து விட்டான்.

'ஒத்திப்போடா நாயே, ஒத்திப்போடா'

அய்யர் ஊரைப் பார்த்து ஒரு நெட்டோட்டம் ஓடிக் கொண்டிருந்தார்.

அன்று இரவு ஊர்க்கூட்டம். மேலத்தெரு ஆட்களுடன் அய்யரும்

கூடியிருந்தார்கள். தெற்குத் தெரு ஆட்கள் எல்லோரும் திரண்டு வந்திருந்தார்கள்.

கூட்டத்தில் சலசலப்பு அடங்கி அமைதியானது. குரூஸ் தலைகுப்புற விழுந்துகிடந்தான். பட்டாளத்து நாயக்கர்தான் எழுந்திருக்கச் சொன்னார்.

'வர வர ஒனக்கு மப்பு ஏறிப்போச்சுல.'

'எல்லாம் நம்ம குடுக்கிற எளக்காரம், மொதல்லயே வால ஒட்ட நறுக்கியிருந்தா இந்த எடுப்பு எடுப்பானா?'

'இவனுக்கு மட்டுமில்ல, இன்னும் பத்து இருபது பயகள தொளிய உரிக்கணும்.'

'கூட்டம் போடுறது, கொடியேத்துறது, லாரி புடிச்சு ஊர்வலம் போறது பயக எங்க போய்ட்டான்.'

குரூஸ் பவ்யமாகத் தலை குனிந்து கைக் கட்டி நின்றான்.

'என்னடா அய்யரு சொல்றதெல்லாம் வாஸ்த்தவம்தானா?'

'என்னது சாமி'

'கொழுப்பப்பாரு என்னதுனு தெரியாதோ.'

'எதுக்க வந்தவர வழிமறிச்சு கஞ்சித் தண்ணிய மேல் பூராவும் கொட்டி, ஒடம்பு பூராவும் தொடச்சு அழிச்சாட்டம் பண்ணிட்டு...'

'சாமிகள, தொரைகள இந்த நாய்க் குட்டியப்பத்தி ஒங்களுக்குத் தெரியாததா, தோள்லருந்து கம்பி சரட்னு நழுவிருச்சு, சர்க்னு தரையில ஊன்றி குத்தவும், சாமியவுக பயந்து எம் மேல சாய, தரையிலிருந்த கலயம் சாஞ்சு எங்கஞ்சி வம்பாப் போச்சு, மேக்கொண்டு இந்த நாயிமேல எந்தத் தப்பும் இல்ல சாமிகள.'

'சரி, கொட்டிருச்சனே வச்சிக்கிருவம், மேலெல்லாம் தொடச்சு விடச்சொன்னாரா அய்யரு.'

'சாமியவுக ஒத்துடா ஒத்துடானாக, சும்மாட்டுத் துணிய எடுத்து மேல்ல ஒட்டியிருந்த ஈரத்தயெல்லாம் ஒத்தி ஒத்தி எடுத்தேன்.'

கூட்டம் கைக் கொட்டிச் சிரித்தது. தெற்குத் தெரு ஆட்கள் விசிலடித்துக் கூப்பாடு போட்டுக்கொண்டு சிரித்தார்கள்.

'வர வர இந்த நாப்பயகலுக்கு மப்பு ஜாஸ்தியாப் போச்சு, இவன புடுச்சு இந்தக் கல் தூண்ல கெட்டுங்கடா.'

'எவனாவது அவன தொட்டா நடக்கிறது வேற.'

பட்டாளத்து நாயக்கரின் கேள்வியில் சப்த நாடியும் ஒடுங்கிப்

போயிற்று. எழுந்து கொண்டவர்கள் கூட மெல்ல உட்கார்ந்தார்கள். மயான அமைதி எல்லோரும் பட்டாளத்து நாயக்கரையே உற்றுப் பார்த்தார்கள்.

'மொதல்ல இந்தப் பட்டாளத்தான புடிச்சுக் கட்டுங்கடா.'

'பட்டாளத்து நாக்கர தொட்டா தொட்டவன் தல இங்ன உருளும்.'

தெற்குத் தெரு ஆட்களிடமிருந்து இந்த வார்த்தைகள் வரவும் கூட்டம், சலசலப்பு அதிகமாகிப் பிசு பிசுத்தது.

'அடேய், இவனக் கூட்டிட்டுப் போங்கடா' குரூசை இழுத்துக் கொண்டு போய் அவர்களிடம் ஒப்படைத்தார்.

'அப்படின்னா ஊர மீறிப் போகச் சொல்றயா?'

'எல்லோரும் பழைய காலத்த நெனைச்சிட்டு இருக்காதீங்க'

'பழைய காலம், புதுக்காலம் நம்ம ஊரு வழக்கமின்னு ஒண்ணு இருக்கில்ல.'

'ஊர் வழக்கத்த மாத்துங்க.'

'அப்ப அந்தப்பயக ஒம்மகள பொண்ணு கேட்டா குடுப்பியா.'

'எம் பொண்ணு விருப்பப்பட்டா சந்தோஷமா குடுப்பன், அது ஒண்ணும் பெரிய விஷயமில்ல.'

வெளிச்சம் மங்கிய பெட்ரோமாக்ஸ் லைட்டுக்கு ஒருவன் காற்று அடித்தான். வெளிச்சம் ஏறி இறங்கி திடீரென உச்சியில் தீப்பிடித்துப் பின் ஒழுங்காக மின்னியது. கூட்டம் முடிந்த போது பட்டாளத்து நாயக்கர் குடும்பம் ஊரை விட்டுத் தள்ளி வைக்கப்பட்டது. அவரோடு யார் பேசினாலும் ஆயிரம் ரூபாய் அபராதம். நாயக்கரின் அய்யாவும் அம்மாவும் பெண்டாட்டி பிள்ளைகளும் எவ்வளவு கெஞ்சியும் ஊர் சம்மதிக்கவில்லை.

காலையில் ஊரே மாறிப் போனது. ஒரு இனமறியாத சோகம் நிழலாடியது. தெற்குத் தெருவில் ஆண்களும் பெண்களும் இளவட்டங் களும் கூடிக் கூடிப் பேசினார்கள். பொங்கல் கலை மங்கிக்கொண்டே வந்தது. பெரிசுகள் நடமாடும் பிணமாகிப் போனார்கள்.

சந்தியம்மன் கோயில் அழகாய் ஜொலித்துக்கொண்டிருந்தது. வாழை மரங்களும் தோரணங்களும் பந்தலும் சிறுசுகளின் விளையாட்டுமாய்த் தடபுடலாய் இருந்தது. கடலையூர் குண்டமூக்கன் மேளம், சுப்புலு வாசிப்பு. சுற்று மட்டும் பேர் போன மேளச் செட் முழங்கிக்கொண்டிருந்தது. சாயங்காலம் கவுரு குத்து முடிந்ததும் கிடாய்

வெட்டு ஆரம்பமாகும். வெளியூர்களிலிருந்து நிறையக் கிடாய்கள் வரும். முடி இறக்கி நேமிக்கம் செல்லக்கட்டுகிறவர்கள் நிறைய வருவார்கள்.

வெட்டுப்பட்ட கிடாய்கள் ஒவ்வொன்றாய்த் துள்ளி அடங்கி வரிசையாய்க் கிடந்தன. பாதித்தொலி உரித்த வாழைப்பழத் தொலி களைப் போல் வெட்டிய கிடாய் தலைகளிலிருந்து காதுகள் தொங்க முழித்தபடி கீழே கிடந்த கிடாய் தலைகள் பார்க்க அருவருப்பாய் இருந்தன. கடைசியாய் ஒரு கருங்கிடாய் வந்து நின்றது. கழுத்தில் கயிறு கட்டி முன்னாலிருந்து ஒருவன் இழுத்துப் பிடிக்க தார்ப்பாச்சல் கட்டிக்கொண்டு அரிவாளோடு ஒருவன் வந்து நின்றான்.

கூட்டத்திலிருந்து பாண்டியத் தேவரும் பொன்னையா ரெட்டியாரும் வேகமாய் முன்னால் வந்தார்கள். அவர்கள் கைகளிலும் அரிவாள் பளபளத்தது.

'ஊர் வழக்கப்படி எந்த ஊர் கிடாயாக இருந்தாலும் இந்த ஊர் ஆட்கதான் வெட்டணும்.'

'எந்த ஊரா இருந்தா ஒங்களுக்கென்ன வரிக்கொடுக்கிற ஒவ்வொருத்தருக்கும் கெடாய் வெட்ட உரிம உண்டு.'

'அப்பிடியே பாத்தாலும் இப்ப வெட்டப் போறது நம்ம ஊரு பயதான.'

'நம்ம ஊர்னா, நம்ம தெரு ஆட்கதான வெட்டணும்.'

'கோயிலு ஒங்க சொந்தக் கோயில் இல்ல, ஊர்ப் பொதுக் கோயிலு, எல்லார்க்கும் சொந்தம்.'

'கோயிலு ஊருக்குப் பொதுதான், கெடாய் வெட்டுறது மட்டும் பரம்பரையா எங்க தெருவுக்குச் சொந்தம், இன்னைக்கினு வழக்கத்த மாத்த முடியாது.'

'தெற்குத் தெரு பயக கெடா வெட்டக்கூடாதுன்னு வம்பு இழுக்காதிங்க.'

'கெடாய நிய் வெட்டுடா'

'வெட்ட விடமாட்டோம்.'

'அவந்தான் கெடா வெட்டணும்'

'இல்ல நாங்கதான் வெட்டுவோம்'

பொங்கல் முடிந்த போது கிடாயோடு கிடாயாய் ஏழெட்டு பல ஜாதியைச் சேர்ந்த கிடாய்களும் வெட்டுப்பட்டுக் கிடந்தன.

பட்டாளத்து நாயக்கரின் துண்டிக்கப்பட்ட தலை குரூசின் மேல் கிடந்தது. குரூசின் சிதறிய குடல் பட்டாளத்து நாயக்கரின் மடியில் கிடந்தது. பொன்னையா ரெட்டியாரும் பாண்டியத்தேவரும் கால்மாடும் தலைமாடுமாய்க் கிடந்தார்கள். அவர்களின் உடல்கள் முற்றாகச் சிதைக்கப்பட்டிருந்தன. நிஜக்கிடாய்களின் இரத்தமும் மனிதக் கிடாய்களின் இரத்தமும் ஒன்றாகக் கலந்து நிலத்தில் உறைந்திருந்தது.

வெட்டப்படாத அந்தக் கருங்கிடாய் மட்டும் மனிதக்(?) கூட்டத்தையே வெறித்துப் பார்த்துக்கொண்டிருந்தது. தலையில் படிந்திருந்த ஈரத்தை உணர்த்த பலமாக ஒரு உலுப்பு உலுப்பிய போது தலையில் சுற்றியிருந்த பூமாலை கழன்று தரையில் விழுந்தது. மனுஷ நாகரீகத்தைப் போல.

●

4

தொக்கம்

அவனுக்குக் கொஞ்ச நாட்களாக இதே ரோதனைதான். கீழ் உதட்டின் வழியே வெந்நுரை தள்ள நிறை கூனையை ஊற்றுவாயில் போய் ஊற்றி விட்டு, மாடுகளைப் பின்னுக்குச் சுண்டிச் சுண்டி இழுத்து வரும் போதெல்லாம் அவன் கண்கள் அந்தப் பனையையே பார்த்துக் கொண்டிருக்கும். அது மற்ற வரிசைப்பனைகளோடு இல்லாமல் கரையைவிட்டுத் தோட்டத்திற்குள் கிணற்று வாகரையை ஒட்டிய மேற்கு மூலையில் இருந்தது. கோணலோ சொட்டையோ இல்லாத ஒரு பூட்டான வளர்த்தி. எந்தப் பனையும் இதன் ஒசரத்திற்கு இல்லை. பருத்த தூர் ஒரு பாத்தியை மூடியிருந்தது. அந்தப் பனையை ஒட்டி உரசிக்கொண்டு செல்லும் பெருவாய்க்கால், பொட்டப்பனை உள்ளங்கையாய் விரிந்து நிற்கும் ஓலைகளின் மேல் அதுகள் இரண்டும், ஒன்று சிறகு விரிக்க மற்றொன்று முதுகில் ஏற 'கிய் கிய்' என்ற சத்தத்துடன் பிணையலாடிய போதே அவன் நினைத்தான். இப்போது அது சரியாய்ப் போயிற்று.

'ஏதேது, இந்தச் சனியன கூடு கட்ட விட்டுட்டா பெரிய சங்கடமில்ல, ஓல வெட்ட முடியாது, பனங்காய் வெட்டி நுங்கு திங்க முடியாது, பனைக்கிட்டையே லாந்த முடியாது.'

அவன் நினைத்தபடியேதான் முடிந்தது.

ஒரு நாள் அந்தப் பனைக்கடியில் தண்ணீர் விலகிக் கொண்டிருந்த அவன் பெண்டாட்டியின் காலில் குத்திய முள்ளை பிடுங்கியபடியே தற்செயலாய் அண்ணாந்து பார்த்தாள். அப்போதுதான் கூடு கட்ட ஆரம்பித்திருந்தது. புருசனைக் கையசைத்துக் கூப்பிட்டாள். இவன் கமலையை நிறுத்தி விட்டு ஓடிப் போய்ப் பார்த்தான்.

'நம்ம கெணத்து மூலப்பனையில செம்பிறாந்து கூடு கட்டுது. இத இப்பவே ஒழிக்காம விட்டுட்டா அம்புட்டுத்தான். ஊர்ல ஒத்தக்

கோழிக்குஞ்சு தெருவுல லாந்த முடியாது. ஓலையும் வெட்ட முடியாது. இந்த வருசம் நொங்கு திங்கிற ஆசைய மறந்திர வேண்டியதுதான்.'

இரண்டு கைகளையும் கண்ணாம்பட்டையின்மேல் வைத்து வெய்யிலை மறைத்துக்கொண்டு அண்ணாந்து பார்த்தான். அடி மட்டையும் கீழ் மட்டையும் பிரியும் நடு இடைவெளியில் சில்லாட்டைகளும், முட்களும் கொண்டு கூடுகட்டியிருப்பதைப் பார்த்தான்.

'சே... இத்தன கோடி பனையில ஒரு ஆண்பனை கெடைக் கலியாக்கும், சனியனுக்கு இது தாங்கெடச்சதாக்கும். குறிச்ச பனையில்ல. நொங்கு ஒவ்வொரு குழியும் ஆட்காட்டி வெரலுக்கு எட்டாத ஆழம். காயும் ஒரு வண்டி தள்ளும். மத்த பனைகளை மாதிரி ஒண்ணுகெத்தியா தெரளாது. காய்கள் ஒண்ணு போலத் தூர்லருந்து நுனிவரைக்கும் சொல்லி வச்சாப்ல இல்ல தெரண்டிருக்கும். ருசியும் அப்படியே தித்திக்கும். குலை போட்டுச்னா ஒரு பாவம் நீளம் போடும். சதக்காய்னாலும் ஒண்ணுமில்ல, கழுத பழத்துக்கு ஆகுதுன்னு விட்டுட்டுக் கொட்டையாவது எடுத்துப் பனங்கிழங்கு போட்டுத் திங்கலாம். அசல் வெள்ளைக்காச்சிப் பனையில போயா கூடுகட்டணும்.'

அவன் கமலை இறைப்பதைக்கூட மறந்துவிட்டு பனையையே சுற்றிச் சுற்றி வந்தான். காதுகளில் தொங்கும் பாம்பட நகையாய்க் காய்கள் சொறிந்து பனையின் கழுத்தே தெரியவில்லை. மாடுகள் இரண்டும் கமலைக் குழியில் நின்று சாவகாசமாய் அசை போட்டுக் கொண்டிருந்தன.

'இப்பத்தான் முட்ட இட்ருக்கும் போலருக்கு அடையிலேயே படுத்துக் கெடக்கு. ஒன்னு மட்டும் வெளியே போயி லாந்திட்டு வருது.'

'நாளைக்கு இச்சியன் பயகிட்ட சொல்லிக் கூட்டியாந்து காயமட்டும் விட்டுட்டு ஓல கீல பூராத்தையும் மொட்டையா வெட்டி எறிஞ்சிட்டாத் தான் நமக்கு நொங்கு, இல்லே பனயை அண்ணாந்து பாத்துட்டு நாக்க நக்கிட்டுப் போகவேண்டிதான், ஆசைக்குக்கூட ஒரு நொங்கு திங்க முடியாது.'

மறுநாள் விடிந்ததும் அவன் பனையேறி சின்னக்குட்டிப் பயலைத் தான் தேடிப் போனான். பன்றிக் கூட்டின் முன்னால் உள்ள கல் தொட்டியில் கஞ்சியை ஊற்றிக் கலக்கி விட்டுக்கொண்டிருந்தான். இவனைப் பார்த்ததும் ஆவலாய்க் கேட்டான்.

'என்ன மாமோவ் இங்கிட்டு வழி தப்னாப்ல?'

‘அட, ஒன்னையத் தாண்டா சாமி பாக்கவந்தன்.’

இவன் அடிப்பது போல் கையை ஓங்கினான். தலையில் கையை வைத்துக்கொண்டு குனிந்து பம்மாத்துக் காட்டி ஒதுங்கி நின்று பல்லிளித்தான்.

‘நம்ம ஒத்தப்பனையில ஓலய வெட்டீறணும்டா’

‘எந்தப் பனையில இப்ப ஓலைய வெட்டணும்’

‘கெணத்து முக்குல இருக்கிற பொட்டப்பனையிலதான்.’

‘ஏம் மாமா இப்ப ஓலைக்கு என்ன அவசரம் வந்துச்சு, குடிச போட்டுத் தனியா இருக்கப்போறீரா, எங்கத்த வெரட்டிட்டாளா?’

பதிலுக்கு ஒரு அசட்டுச் சிரிப்புதான் வந்தது.

‘மாமா நம்மட்டயே வந்து மெல்ல கோவணத்த அவுக்கீரே... உம்மைய சொல்லும், பொட்டப்பனையில பெராந்து கூடு கட்டிருக்கு, நொங்கு திங்க முடியாது, அதனால ஓல வெட்டணும்னு பொய் எதுக்கு சொல்றீரு.’

அவன் பன்றிகளை அதட்டிக் கூட்டுக்குள் பத்தினான்.

‘மருமகப் புள்ளைக்குத் தெரியாததா ஊர்ல இருக்கு, மாமா பொய் சொல்றதுக்கு.’

‘மருமகப் புள்ளைக்கு இது மட்டுமா தெரியும், இதுக்கு மேலயும் தெரியும் மாமா.’

‘சரிடா எறவ கொற கெடக்கு போகணும், எப்படா வார சின்னக்குட்டி.’

‘செம்பிராந்தா இல்ல கிட்ணசாமியா.’

(செம்பிராந்து என்பது ஒரே நிறமாய் இருக்கும். கிட்ணசாமி என்பது அதன் கழுத்தைச் சுற்றிப் பளிச்சென்ற வெள்ளை இருக்கும். கிராமத்தில் அதைக் கும்பிடுவது வழக்கம்.)

‘செம்பிராந்து மாதிரிதாண்டா இருக்கு.’

‘சே, கிட்ட லாந்த விடாதே, சரி நீரு போகும். கமலைய விடுற நேரத்துக்கு நா வாரன்.’

மத்தியான உச்சி வெய்யில் தூரத்துப் பார்வைக்குக் கண்ணாடிச் சில்லாய் மினுங்கிக் கொண்டிருந்தது. கூட்டில் படுத்துக் கிடந்த ஒன்றின் கழுத்து மட்டும் வெளியே தெரிந்தது. மற்றொன்று மட்டையில் உக்காந்துகொண்டு கண்களை உருட்டிக்கொண்டிருந்தது. இவன் கமலையை நிறுத்திவிட்டு வடத்தை இழுத்து ஊசிக் காலின் நுனியில்

சுற்றிக் கோட்டை வடம் சுற்றிவிட்டு மாடுகளை அவிழ்த்தான். அவன் பெண்டாட்டி இடைத்தண்ணீரை ரெண்டு பாத்திக்குப் பாச்சிவிட்டு வந்து கமலைக் குழியின் ஊத்துவாயில் ஒரு காக்காய்க் குளிப்புக் குளித்தான்.

'சின்னக்குட்டிப் பயல வரச் சொல்லியிருந்தன், பயல இன்னியும் காணுமே...'

நெற்றியில் கை வைத்து வெய்யில் மறைத்துப் பாதையைப் பார்த்தான்.

'பன்னிகளைச் செத்த லாந்த விட்டுட்டுப் போயி அருவா தட நார் எடுத்திட்டு வரணுமில்ல இனிமேதான் வருவான்.'

அவன் பெண்டாட்டி மாடுகளை ஒன்றுக்குப் பின்னால் ஒன்றாகப் பத்திக்கொண்டு வரப்பில் நடந்தாள். எங்கிருந்தோ வந்து குதித்தவன் போல் ஓடைக்குள்ளிலிருந்து தலை நீட்டினான் சின்னக்குட்டி.

'எங்ன மருமகப் புள்ள வாராகளோ என்னமோன்னு பாதையைப் பாத்துப் பாத்துக் கண்ணுப் பூத்துப் போச்சு.'

'பாத வழி வாரது அந்தக்காலம், இந்தக் காலம் எந்த மருமகப்புள்ள நேர் வழில வாராக, எல்லாம் குறுக்கு வழிதான் மாமோவ்.'

இருவரும் குறுஞ்சிரிப்பாணி படர பனையை அண்ணாந்து பார்த்தார்கள்.

'அடையில விழுந்து எத்தனை நாள் இருக்கும் மாமா.'

'இப்பத்தான் அடையேறிருக்கு இன்னும் குஞ்சிச்சத்தம் கேக்கல, நள்ளாருந்தா ஒரு பத்துப் பதினைஞ்சு நாள் இருக்கும்.'

சின்னக்குட்டி பனையேறுவதற்குத் தோது படுத்தினான். கையில் பின் மடிப்பாய் வைத்திருந்த பாளை அரிவாளை எடுத்து உள்ளங் கையில் ரெண்டு அணைப்பு அணைத்துக்கொண்டான். ஆட்காட்டி விரலால் இலேசாய் பதம் பார்த்தான். காலுக்கடியில் கிடந்த முட்களையும் எலும்புத் துண்டுகளையும் தூரத் தள்ளினான். ஒரு பாத்தி முறைக்குச் சுண்ணாம்பு கொட்டியது போன்ற எச்சங்கள், செடிகளிலும் பட்டு நிறம் மாற்றியிருந்தன.

தலையில் வட்டச் சுற்றாய் மாட்டியிருந்த தடை நாரை எடுத்து ஒற்றைக் காலுக்குள் மட்டும் மாட்டி தொடையில் இருக்கும்படி வைத்துக்கொண்டான். கழுத்தில் கிடந்த சிவப்பு கண்டாங்கி துணியைச் சுற்றிக்கொண்டான். குனிந்து வலது கையால் மண்ணை அள்ளி இரண்டு உள்ளங்கையிலும் தேய்த்து சொரசொரப்பு ஏற்றிக்

கொண்டான். வலது காலைத் தூக்கிப் பனைத்தூரின் மேல் வைத்து விட்டு இரண்டு கைகளாலும் பனையைத் தொட்டு முகத்தில் ஒற்றிக் கொண்டான்.

'அடேய், பாத்து சாக்ரதயா ஏறுடோய்.'

'மாமோவ், இது தல கீழ பனையேறி எறங்குன சின்னாண்டி மவன் வமுசம்.'

அரைப் பனையிலிருந்து சின்னக்குட்டிப் பயலின் சொற்கள் திடகாத்திரமாய் அவன் காதுகளில் விழுந்தன. அவனுடைய பனைத் தொத்துக்குத் தோதாய்ப் பனை அசையத் தொடங்கியது. ஒன்று கூட்டை விட்டு நிதானமாய் பறந்து போய்ப் பக்கத்துப் பனையில உட்கார்ந்து கொண்டு கண்களை உருட்டிப் பார்த்தது. எங்கிருந்தோ வந்த மற்ற ஒன்று வட்டமடித்தது. இப்போது இரண்டும் பனையின் மேல் வட்டமடித்தன. அவன் கீழிருந்து கழுத்து வலிக்க அண்ணாந்து பார்த்துக்கொண்டிருந்தான்.

இன்னும் நாலு தொத்துதான் பாக்கி. சின்னக்குட்டியின் பாளை அரிவாள் வீச்சில் பனை மொட்டையடிக்கப்பட்டுவிடும். திடீரென பறந்து வந்த ஒன்று சின்னக்குட்டியின் பிடரியில் அடித்தது. அவன் பனையின் மறுபக்கம் சுற்றினான். எதிர் திசையிலிருந்து வந்த மற்றொன்று, அவன் தலையில் கட்டியிருந்த சிவப்புக் கண்டாங்கித் துணியைக் காலால் பற்றிக்கொண்டு பறந்தது. ஒன்று மாற்றி ஒன்றாகப் பந்தின் எறியாய் அடி விழுந்தது. முதுகிலும் விலாவிலும் பட்ட நகக்கீறல்களிலிருந்து இரத்தம் கசிந்தது. இரண்டும் பனையைச் சுற்றுவதும் வேகமாக வந்து தாக்குவதும் பயலால் தாக்குப் பிடிக்க முடியவில்லை. மேலெல்லாம் இரத்தக் கசிவுகள் வேர்வையின் நசநசப்பில் தீயாய் காந்தத் தொடங்கின. அவன் இறங்க முயன்றான். அடிமேல் அடி விழுந்தது.

'டேய்! டேய்! கைய விட்றாத டோய், பாத்து எறங்குடா, சனியன் இருந்தா இருந்திட்டுப் போகட்டும், எறங்குடோய், அடேய்! எறங்குடோய்!'

கீழிருந்து கூப்பாடு போட்டுக் கல்லெறிந்தான். ஒன்றும் பாச்சா பலிக்கவில்லை. சின்னக்குட்டி வேகவேகமாகக் கீழே இறங்கினான். மேலெல்லாம் இரத்த விளாரியாய் பிராண்டியிருந்தது.

ஒரு சில நாட்களில் குஞ்சுகளின் கீச் கீச் சத்தத்தை இவன் கேட்க முடிந்தது. கோழிக் குஞ்சுகளின் கிய்யா கிய்யா சத்தத்தோடு பனையை நோக்கிப் பறந்து வரும் போது கமலையைக் கூட விட்டுவிட்டு ஓடிப்

போய்த் தலைத் துண்டை வீசிச் சத்தம் போடும் போது அதன் கால் இடுக்கிலிருந்து எரி நட்சத்திரமாய் உதிர்ந்து குஞ்சு தரையை நோக்கி வரும், ஒரு வீச்சில் பக்கவாட்டிலிருந்து வந்து அநாயசமாகப் பிடித்து மீண்டும் தூக்கிச் செல்லும் போது இவனுக்குக் கோபம் நுனி மூக்கிற்கு வரும்.

'சிரிக்கிவில்ல இரு. ஒரு நாளாவது ஓம் மண்டைய கொறிக்கில, எம் பேரு பேச்சி இல்ல.'

பற்கள் நறநறக்க மாடுகளைச் சுண்டி இழுப்பான்.

விடிந்தும் விடியாமல் இருக்கும் போதே ஊர் மத்தியில் உள்ள வேதக்கோயிலின் சிலுவையில் உட்கார்ந்து கழுத்தை உருட்டும். ஊர் கிணற்றில் தண்ணீர் எடுக்கும் பொம்பிளைகள் வசவுகள் முணுமுணுக்க இதையேதான் பார்ப்பார்கள். கொஞ்ச நேரத்திற்கெல்லாம் சிறுசுகளின் கூப்பாட்டுச் சத்தம் தொடர கோழிக் குஞ்சோடு பறந்துபோகும். கருப்பாயி பாட்டியின் கோழிக்கும் குஞ்சுகளுக்கும் தீப்பெட்டி ஆபிஸ் பச்சை நிற சாயம் நல்ல பாதுகாப்பு. எதிர் எதிர் வீட்டுக்காரர்களின் கூரைக்குக் கூரை முற்றத்தை மறைத்து கொடித் தோரணங்களாய் நார்ப்பின்னல் பந்தல்கள்.

நாலு பேர் கூடிவிட்டால் பேச்சோடு பேச்சாய் இதுவும் சேர்ந்து வரும். அன்று ஊர் மடத்தில் மும்முரமாய் நடந்த சீட்டு விளையாட்டுக் கிடையில் பட்டாணித் தாத்தாதான் ஆரம்பித்தார். அதில் ஒரு விடலைப்பயல் ஏதோ வீராப்பு பேசவும் தாத்தாவுக்கு இதுதான் தெரிந்தது.

'நீங்கல்லாம் நானும் ஒரு எளவட்டம்னு வாய் பேசாதீகள, பாளை அருவாள தூக்கிட்டார்ப்ல பனையேறி ஆகிற முடியுமால அந்தப் பேச்சியோட முக்குப் பனையில கூடு கட்டியிருக்குற பெராந்த கொல்ல முடியாத பயகளுக்கு வாய்'

'சரி எங்களால முடியல, நீரும் ஒரு பனையேறிதான இப்ப பன்னை ஏறுத நிறுத்திட்டாலும் அத எப்படிக் கொல்லணும்னு ஒரு நல்ல யோசனை சொல்லுமே'

பட்டாணித் தாத்தாவின் வாய் பொடிப் போட்ட எச்சை துப்பியது. எல்லோரும் அவரையே பார்த்துக்கொண்டிருந்தார்கள். சத்தம் போட்ட சிறுசுகளை மடத்தை விட்டு அதட்டி விரட்டினார்கள்.

'அட, கோட்டிக்காரப் பயகளா, சொல்றத கேளுங்க, கையில ஒரு இரும்பு வளையம் எடுத்துக்கிட்டுப் பனையில ஏறிப்போய் அந்த

ரெண்டு குஞ்சுக் கால்களையும் ஒண்ணோட ஒண்ணு சேர்த்து, தளஞ்சு போட்றணும். அந்தத் தளயப் போட்ட நாள்லேருந்து சரியா பதினாறு நாளைக்குக் குஞ்சுகளுக்கும் எர கொடுக்காது. அதுக ரெண்டும் பச்சத் தண்ணிக்கூட குடியாது. சரியா எண்ணி வச்சாப்ல பதினாறாவது நாள்ல எங்கயோ மலையில போயி ஒரு வேர் கொண்டாந்து கூட்ல போட்டும். அந்த வேரு யார் கண்ணுக்கும் தெரியாது. அந்த வேரோட வாட பட்டதும் இரும்பு வளையம் தன்னால அறுந்து தள வெலகிரும். ஒடனே குஞ்சுகளையும் தூக்கிட்டு எங்கிட்டாவது ஓடிப்போயிரும். அதுக்குப் பெறகு நம்ம பனையில ஏறி அந்தக் கூட்ட ஒரு துரும்புகூட சிந்த விடாம அள்ளிட்டு வந்து, தீ வச்சு கொளுத்தி, அந்தச் சாம்பல அள்ளிட்டுப் போயி ஓடுற தண்ணியில கரைச்சா, அந்த வேர் மட்டும் ஓடற தண்ணிய எதுத்து மீனக் கெணக்கா நீந்தும், அத எடுத்து நம்ம இடுப்ல கட்டிக்கிட்டா, நெனச்ச காரியம் ஜெயிக்கும், நெனச்ச பொம்பிளைய கையசைச்சா போதும் தன்னால ஓம் பின்னால வருவா.'

பட்டாணிக் கிழவன் சொல்லி முடித்ததும் வாய் பார்த்துக் கொண்டிருந்தவர்களில் ஒருத்தன் சொன்னான்.

'அப்ப நீரு அப்பிடி வேர எடுத்துக் கெட்டிட்டுப் போய்த்தான் கருப்பாயி பாட்டிய கூட்டிட்டு வந்தீரா?' பயல்களின் சிரிப்பாணி மடத்துச் சுவர்களில் எதிரொலித்தது.

'ஆமா தாத்தா நீரு சொல்றது சரிதான், பனக்கிட்டய வர விட மாட்டேங்குது, இரும்பு வளையத்த எங்கிட்டுக் கூடி கொண்டு போயி போட.'

'தொரட்டிக் கம்புல கட்டி எட்டிப் போட்றணும்'

சொன்ன பயல் நகன்று ஒதுங்கிக்கொண்டான்.

மீண்டும் சிரிப்படங்க கிழவன் வாய் திறந்தான்.

'எத்தனை அடிபட்டாலும் பட்டுக்கிறணும், சும்மாவா வேர் எடுக்கிறது, நெனச்சவள செறையெடுக்கிறது'

'அந்த அடிபடவும் வேண்டாம், ஒருத்தியவும் செற எடுக்கவும் வேண்டாம்.'

'அப்ப பேசாம... பொத்திட்டுக் கெடங்கல பொடி மசுருகளா, மொட்டப் பனையேறிப் பசங்க.'

பனையின் கழுத்துக்கூட தெரியாமல் புதுப் பெண்ணாய்க் குலைகுலையாய்த் தொங்கும் முற்றிய பனங்காய்களைப் பார்த்துப் பார்த்து அவன் எச்சூரினான். அவனுக்குக் கோபமான கோபம். நேற்று

சின்னப்பயல் நுங்கு கேட்டு அழுததையும் அவனை அதட்டியதையும் நினைத்துக் கொண்டவனுக்கு வெறி தலைக்கேறியது.

'இரு தாயிளி, நாளைக்கு எப்பிடியாவது வரதம்பட்டி போய் பட்டாளத்துப் பயனா ரெட்டியாரப் பாத்துச் சுட்டுப் பொசுக்கச் சொல்றன், அதால அஞ்சு பத்து செலவானாலும் பரவால்ல.'

சாயங்கால நேரம் அவன் பனையையே பார்த்தபடி கமலை இறைத்துக் கொண்டிருந்தான். திடீரென ஓடைக்கரையின் மேல் இருந்து ஒரு வேற்றாள் பனையை அண்ணாந்து பார்ப்பதும், அவன் கையில் பாளை அரிவாள் இருப்பதையும் கண்டான். கமலையை நிறுத்தி விட்டு ஓட்டமாய் ஓடினான்.

'எந்த ஊர்யா?'

'நமக்கு வடக்க வெகுதூரம் யோவ்'

'அருவாளும் கையுமா பனையிட்ட வந்து நிக்கீரு?'

'நாங்க குட்டிப்பனையில தும்பு நாரு உரிக்க வந்த ஆளுங்கய்யா.'

'அப்பிடியா வாங்க, அதுதான பாத்தன் வேத்தாளா இருக்கேனு.'

'இந்தக் கரையில இருக்ற குட்டிப் பனையெல்லாம் ஆரு பன.'

'நம்ம பனக தான், நார் வேணும்னா உரிங்க, சொதி மட்ட பூராத்தையும் போட்டுட்டு ரொம்பவும் கழுத்து ஒட்ட வெட்டிராம.'

'இந்தப் பன ஆரு பன.'

'இதுவும் நம்ம பனதான்.'

'ஏங். இப்பிடி காய் வெட்டாம போட்ருக்கீரு?'

'அதுல பெராந்து கூடு கட்டிருக்னு ஒரு பயலும் ஏற மாட்டேங்கான்.'

'அட, பைத்தாரப் பயகளா, பெராந்து என்ன தலையவா கொண்டு போகுது, சனியன கொன்ற வேண்டிதான, இப்ப காய்கள் வெட்டிரட்டுமா?'

சோலைக்கு சந்தோஷம் பிடிபடவில்லை. ஓட்டமாய் ஓடிப் போய் தண்ணீர் பாய்ச்சிக்கொண்டிருந்த பெண்டாட்டியைக் கையசைத்து வரச் சொன்னான். வீட்டில் போய்க் கடகாப் பெட்டியும் சாக்கும் எடுத்து வரும்படி சொன்னான். உள்ளங்கையிலிருந்து முழங்கை வரைக்கும் காய்ப்பேறிய கையும், காய்த்து, கறுத்துத் தடிப்பேறியிருந்த நெஞ்சும், நரைத்த தடித்த மீசையும் அவனை ஒரு பரம்பரை பனையேறியாய் அடையாளங் காட்டியது. பனைக்கடியில் குத்துக்காலிட்டு உட்கார்ந்து கொண்டு கழுத்து வலிக்க அண்ணாந்து பார்த்துக்கொண்டிருந்தான்.

சின்னக்குட்டிப் பயல் அடிவாங்கியதையும், சிவப்புக் கண்டாங்கியால் முக்காடு போட்டுக்கொண்டு மாடு மேய்த்த ஆண்டிச்சி மாட்டை காட்டில் விட்டுவிட்டு ஊருக்கு ஓடி வந்ததையும் அவன் நினைத்துக் கொண்டான்.

பனை அசையத் தொடங்கியதும் பருந்து எங்கிருந்தோ வந்து வட்டமிட்டன. தலையைக் கூட்டுக்கு வெளியே நீட்டிக்கொண்டு இரு குஞ்சுகள் படுத்திருப்பதும் தெரிந்தது. முதல் அடி அவன் முதுகில் உராய பறந்து சென்றது. பனையேறி இடுப்பில் சொருகியிருந்த பாளை அரிவாளை எடுத்துக் கோர்த்துப் பிடித்திருந்த கையோடு வைத்து மறைத்துக்கொண்டான். அடுத்தடுத்து அவன் தலையையே குறி வைத்துத் தாக்கியது. இரண்டும் மாறி மாறி கல்லெறியாய்ப் பறந்தன. இவன் பனையேறுவதை நிறுத்திவிட்டு இடது கையால் பனையைச் சுற்றிப் பிடித்துக்கொண்டு தடை நாரின் பலத்தில் பனையோடு ஒட்டி நின்றுகொண்டான். வலது கையில் பாளை அரிவாள் மின்னியது.

கமலை மாடுகள் அசை போட்டு நின்றிருந்தன. வைத்த கண் வாங்காமல் பனையையே அண்ணாந்து கழுத்து வலிக்கப் பார்த்துக் கொண்டிருந்தான். அது பாய்ந்து வருகிற திசையை நோக்கி அரிவாளை ஏந்திப் பிடித்தான். ஒன்று மோதிய வேகத்தில் இடது இறக்கை துண்டாகித் தரையில் விழுந்து துள்ளியது. மற்றொன்று கழுத்துத் துண்டாகத் தொங்க பாய்ந்த வேகத்தில் அடுத்த வரிசைப் பனையில் மோதி உருண்டது.

இவனுக்குச் சந்தோஷமான சந்தோஷம். இரண்டு குஞ்சுகளையும் முள்ளும் மொடலுமாயிருந்த கூட்டையும் மிதித்துக் கீழே தள்ளினான். முழித்துக் கொண்டு தரையில் கிடந்த குஞ்சுகளைப் பெரிய மண் கட்டியால் எறிந்து கொன்றான். சிறுசுகளுக்கு ஒரே கொண்டாட்டம். கயிற்றில் கட்டி தெருத் தெருவாக இழுப்பார்கள். குஞ்சுகள் இரண்டையும் நீளக் கம்பில் கட்டி சோளக்கதிர்களின் மத்தியில் ஊன்றலாம். காக்காய் குருவி விரட்டத் தேவையில்லை.

பனைத்தூரில் சிதறிக் கிடந்த பனங்காய்களையெல்லாம் ஒன்று கூட்டினான். முற்றிய சில குலைகளைக் கண்டதும், செத்துக் கிடந்த பெராந்தை கோபமாய்ப் பார்த்துக்கொண்டான். கடகாப் பெட்டியும் கையுமாக வந்த தன் பெண்டாட்டியைப் பார்த்துச் சிரித்துக் கொண்டான். இருவரும் சாக்கில் கட்டினார்கள். அருவமில்லாமல் ஓடைக்குள் இறங்கிய பனையேறியை ஓடிப் போய் கூப்பிட்டான்.

'நல்ல காயா நாலு காயி சீவிக் குடிச்சிட்டுப் போங்கய்யா, ஒங்க

பெண்டாட்டி புள்ளகளுக்கு வேணுமின்னாலும் ஒரு கொலையத் தூக்கிட்டுப் போரும்.'

பனையை அண்ணாந்து பார்த்தவனுக்கு நெஞ்சில் சந்தோஷம் இறங்கியது.

'சே, கொஞ்ச நாளா அருள் கெட்டுப் போயிருந்ததே, அருவா எடுத்திட்ட பயக பூராவும் பனையேறி ஆயிர முடியுமா? எவ்வளவு சுளிவு நெளிவு இருக்கு. தாயிளி இந்தப் பயக பாளை அரிவாளத் தூக்கிட்டுக் கள் எறக்கத்தான் லாயக்கு. பரம்பரை பனையேறினாத் தெரியும், பஞ்சத்துக்கு அருவாத் தூக்கிட்டு அலையிற பயக.'

அவன் கமலை மாடுகளை அவிழ்த்துக்கொண்டிருந்தான். அவன் உதட்டில் குறுஞ்சிரிப்பாணி அப்பியிருந்தது.

5

முளைக்கும் சிறகுகள்

முத்துராக்கனுக்கு அந்த நினைப்பு வந்தவுடன் செய்த முதல் காரியம் தன் மகன் பட்டாணிப் பயலைப் பள்ளிக்கூடம் போகாமல் நிறுத்தியதுதான். வெகு நாட்களாக நெஞ்சை அரித்து உறுத்திக் கொண்டிருந்த எண்ணத்தை மறக்கவும் முடியவில்லை. வேண்டாம் என்று உதறித்தள்ளவும் முடியவில்லை. விடிந்தும் விடியாத கருக்கிருட்டில் மம்பட்டியை எடுத்து வாசல் படிக்கல்லில் அணு சரணையாக வைத்துக்கொண்டு வாய்க்கூறு தட்டிக்கொண்டிருந்தவன், முற்றத்தில் விளையாட்டில் மும்முரமாயிருந்த பட்டாணிப் பயலை அதட்டிக் கூப்பிட்டான்.

'ஏலேய்... பட்டாணி, நிய் இனிமே பள்ளிக்கூடம் போயி படிச்சு கிழிச்சது போதும். நாளையிலருந்து கருக்கல்ல எந்திரிக்க வேண்டியது நேர புங்கமரத்து ஓடையிலிருந்து ஊருணிக்கர வெரைக்கி ஒத்த பன்னிச்சாணி விடாமபெறக்க வேண்டியது. சாங்காலம் கெராம்பு காட்டுக்குப் போயி ஒரு கூட எருமச்சாணி. அதோட தெனம் ஒரு கூட ஊருணிக் கரம்ப மண்ணு தெனமும் மூணு கூட தகரக் கொட்டக கொட்டாரத்துல கொண்ட்டுவந்து போட வேண்டியது. வேற அங்க போனன் இங்க போனன்னு சிறுசுகூட ஓடிட்டு அலஞ்ச ஒம்மூக்க உள்ள தள்ளி நாக்க வெளில இழுத்து தோல உரிச்சு உப்புத் தடவி மொகட்டுல தொங்க விட்ருவன் தெரிஞ்சதா? சொல்றது காதுல ஏறுதா? இல்ல சும்மாதான் தலயாட்டுறயா?'

முத்துராக்கனின் அதட்டலுக்குத் தலையாட்டிய பட்டாணிப் பயலின் மனசில் ஏகப்பட்ட சந்தோஷம். அவன் முகம் சூரியகாந்திப் பூவாய் மின்னியது.

கெத்கெத்தென்று பெருகிக் கிடக்கும் ஊருணித் தண்ணீரில் தினம் முங்கிப்புடிச்சு விளையாடலாம். தண்ணீருக்குள்ளேயே வண்ணாம் பொதி விளையாடலாம். மேலக்களத்தில் பயல்களுடன் செதுக்கு

38 ❋ நீர்ப்பழி

முத்து விளையாடலாம். சில்லான் வேட்டையாடலாம். ஓந்தானைப் பிடித்து வந்து அதன் கண்ணில் மூக்குப் பொடியைப் போட்டுப் பேயாட்டம் போட வைக்கலாம். கருப்பசாமி கோயில் புளியமரத்தில் உச்சியில் ஏறி புளியம்பழம் பிடுங்கலாம். ஒரு தூண்டில் தயார் பண்ணி மீன் பிடிக்கப் போகலாம். ராக்கம்மா டீச்சரைக் கண்டால் பயப்பட வேண்டாம்.

விடிகின்ற கருக்கிருட்டில் முத்துராக்கன் மண்வெட்டியும் கையுமாய்ப் போவதும் பீடிக்கங்கின் மினுக்கமும் நன்றாகத் தெரிகின்றன. கிழிந்த கண்டாங்கித் துணி ஒன்றை மூடிக்கொண்டு பட்டாணிப் பயல் மேலக்களத்திலிருந்து பிரிந்து புங்க மரத்து ஓடையில இறங்கி தலை மறைவதும் வாடிக்கையாகிவிட்டன. இனி ரெண்டு பேரும் மத்தியானத்திற்குக் கஞ்சி குடிக்க வந்தால் உண்டு. இல்லையென்றால் இல்லை.

வளர்ப்பாடாக ஏழெட்டு வெள்ளாடுகளைப் பத்திக்கொண்டு வேகாரியைப் போல் திரிந்த முத்துராக்கனுக்கு தான் ஒரு சம்சாரியாகி விட்டோம் என்ற நெனப்பு, கெங்கரிப்பாய் வந்து நெஞ்சைத் தடவிச் சென்றது. ரொம்ப நாளாகவே நெஞ்சில் அடைகாத்துக் கிடந்த அந்த எண்ணம் நிறைவேறிவிட்டதில் ஏகப்பட்ட சந்தோஷம். பட்டாளத்து சோமசுந்தரம் பிள்ளை இதுபற்றிச் சொன்ன உடனேயே ஆடுகளை யெல்லாம் விற்றுவிட்டு அவன் ஒத்த மாடும் கையுமாய் ஊர் வந்தபோது கேலி பண்ணிய பயல்களும் உண்டு. ஆச்சரியமாய்ப் பார்த்தவர்களும் உண்டு.

'தாயோளி, குண்டி தேய வருசம் பூராவும் கலப்பையில் உக்காந்தும் மிச்சம் ஒரு மயித்தகூட காணும். இவுக புதுசா சம்சாரிக் கோப்பு எடுக்காகளாக்கும் தெரட்டி குமிச்சிராலாம்னு.'

சோமசுந்தரம் அந்த மூன்று ஏக்கர் தோட்டத்தையும் தரிசாய்ப் போட்டு வைப்பதற்குக் காரணம் பெரும்பாலும் தண்ணீர் கஷ்டந்தான். சமயத்தில் தண்ணீர் தட்டி விடும்போது வெள்ளாமையெல்லாமே ஒண்ணுக்கு முக்காணி அல்லது கையப்புடிக்கிற செலவு ஆனாலும் பின்னாடி பயன்படலாம் என்ற நப்பாசை. விடுமுறையில் வரும் போதெல்லாம் ஏதாவது சாக்குபோக்கு சொல்லி விலைக்குக் கேட்டு வருகிறவர்களிடமிருந்து தப்பித்துக்கொள்வார்.

அப்படித்தான் முத்துராக்கனும் போய்க் கேட்டான். சோமசுந்தரம் ஒன்றுமே பதில் பேசவில்லை. தாராளமாய் வெள்ளாமை செய்து கொள்ளும்படியும் இரண்டு மூன்று வருடம் கழித்து நிலம் திருத்திய

பின்னர் ஒப்பந்தம் பேசிக்கொள்ளலாம் என்றும் சொன்னவுடன் முத்துராக்கனுக்குக் கொண்டாட்டம்.

கூட்டு மாடு சேருகிறாப் போல் யாராவது இருக்கிறார்களா என்று யோசித்தான். ரெண்டு மாடு வாங்கி தாமிரிக்க முடியுமா? இல்லை வாங்க முடியுமா? குழம்பியவனுக்கு அவன் மனசில் சட்டென்று பட்டவன் மேலத்தெரு சின்னக்கண்ணு. கால் குறுக்கம் தோட்டத்தை மட்டும் வச்சிக்கிட்டு வருசம் பூராவும் ஒத்த மாடும் கையுமாய் நாரப்பரிந்து சீரழிகிறவன்.

ஓரம்சாரம் வெட்டி, கிணற்றிலிருந்து வரும் மண்மூடி தூர்ந்து போன வாய்க்காலையும், மேடேறிப் போன கமலைக் கிணற்றின் ஊற்று வாயையும், இற்றுப்போன பட்ரைப் பலகையையும் மிதிகல் ரெண்டையும் சரி பண்ணி ஒழுங்குபடுத்தினான் சின்னக்கண்ணு. முத்துராக்கனின் இழுத்துச் சொருகிய தார்ப்பாச்சலையும் ஏர்க்காலில் உட்கார்ந்துகொண்டு மேளியில் அவன் போட்டிருக்கின்ற குதிரைச் சவாரியையும் பார்க்க பார்க்க வடிவுக்குப் பிடிபடாத சந்தோஷம். தன் புருசனை சம்சாரிக் கோப்பில் பார்க்கும் போது நமட்டுச் சிரிப்பு உள்ளூர வரும். மடி கனத்துக் கற்களைக்கொண்டு போய் மேலப் பொழி ஓடையில் கொட்டிவிட்டு வந்தவள் மீண்டும் குனிந்து கற்களைப் பிறக்கினாள். வேர்வை நசநசப்பிற்கு மாராப்பை ஏத்திச் சொருகி தலை நிமிர்ந்தவள், தெற்குப் பொழியில் வெள்ளையும் சொள்ளையுமாய் வரப்போரம் நிற்கும் துரைச்சாமி முதலாளியைக் கண்டதும் முத்துராக்கனிடம் கைச்சாடை காட்டினாள். ஏரை நிறுத்திவிட்டு ஓட்டமும் பெருநடையுமாய் வந்தவன் தலைப்பாத் துண்டை அவிழ்த்து முழங்கையில் தொங்கப் போட்டுக்கொண்டு ஒத்தக் கையில் சாட்டைக் கம்புடன் வாயெல்லாம் பல்லாக வந்து பவ்யமாக அவர் முன்னால் நின்றான்.

‘என்னடா முத்துராக்கு வேலயெல்லாம் ரொம்ப மும்முரமா நடக்கறாப்லருக்கு.’

‘என்னமோ சாமி ஒங்க புண்ணியத்துல...’

‘அது யார்டா மேலோரம் வாய்க்கா வெட்ற பய’

‘நம்ம மூல வீட்டுக் காளியப்பன் மகன் சின்னக்கண்ணு’

‘ஓகோ... அந்த செவ்வாளப் பயலா?’

ஏறு வெய்யிலுக்கு முகம் தூக்கிய சின்னக்கண்ணும் மண்வெட்டியைத் தூர எறிந்துவிட்டு ஓடி வந்தான். அவனுடைய தலப்பாத்துண்டு

இடுப்பைச் சுற்றியிருந்தது.

'என்ன வெள்ளாமடா வெக்கப் போறங்க.'

'மொளகாச் செடிதாஞ் சாமி வக்கணும்'

'எப்பிடிடா கெரையமா இல்ல...'

'கெரையத்துக்கு வாங்க நமக்கு சீத்துவம் எங்க இருக்கு சாமி, இல்ல அப்பிடியே கெரையத்துக்குவிட்டாலும் ஒங்கள மீறி எந்தப்பய இந்த ஊருல வாங்கிருவான்'

துரைச்சாமியின் கனத்த மீசை இடக்கையின் நெருடலில் படாதபாடு பட்டுக்கொண்டிருந்தது.

'வருசா வருசம் தண்ணி தட்டுமேடா'

'அப்பிடி தண்ணி தட்டிருச்சின்னா ஒரு தண்ணி ரெண்டு தண்ணி விடுங்க சாமின்னு கேட்டா இல்லன்னா சொல்லிருவீக; நேத்துக்கூட ஒங்க வீட்டுக்கு வந்தோம், சாமி. அய்யா தாவணிக்குப் போயி பத்து நாளாகுதுன்னு நம்ம முனியப்பன் பய சொல்லவும் அப்பிடியே திரும்பிட்டோம்.'

கரட்டாம் முதுகாய் ஒடுங்கி கிடந்த நீண்ட வரப்பில் தொந்திப் பாரத்தைச் சிதற விட்டுவிடாமல் மெதுவாய் எட்டுவைத்து நடை பழகிக்கொண்டிருந்தார் துரைச்சாமி. செருப்புக் காலின் இடறலுக்குச் சுதாரித்துக்கொண்டவரின் மனசு பல மாதிரி வெம்பிக்கொண்டிருந்தது.

'அந்த எடம் தரிசாக் கிடந்த வரைக்கு நமக்கு எவ்வளவு தோது. உழவு மாடுகள் ஓடையைச் சுற்றி வர வேண்டியதில்லை. மாட்டு வண்டி நிறுத்த வேற இடம் தேவையில்லை. படப்பு வைக்கவும் சமயங்களில் களமாகவும்கூட எவ்வளவு தோதாயிருந்தது. போன வட்டம் லீவுக்கு வந்தப்பவே இலேசா கண்ணி போட்டுப் பாத்தன்... பட்டாளத்தான் ஒன்றுலயும் மசியாம தப்பிச்சிட்டான். இப்ப என்னடானா இந்தக் கஞ்சிக்குச் செத்த சல்ல புடிச்ச பயகல கொண்டாந்து ஊட விட்டுட்டு...'

முத்துராக்கனும் சின்னக்கண்ணும் வண்டிப் பாதையை ஒட்டிய கீழப் பொழியில் முள்வேலியடைத்துக் கொண்டிருந்தார்கள். சுற்றுப் பொழியில் நான்கு பக்கமும் ஊன்றியிருந்த ஆமணக்கின் பசுமையும், தளிர்த்துப் பூவும் பிஞ்சுமாய் நிற்கும் மிளகாய்ச் செடிகளின் கசப்பு வாடையும், பாத்தி நிறைந்த பசுமையும், சில் வண்டுகளின் கிய் என்ற இரைச்சலும் போவோர் வருவோரின் வாய் முணுமுணுப்புக்குத் தப்பவில்லை. தோட்டத்தின் மத்தியில் அவன் ஊன்றியிருந்த

கரும்புள்ளி செம்புள்ளி குத்தி கவுத்திய மண்சட்டி கம்பீரமாய்த் தெரிந்தது. மத்தியான வெய்யிலுக்குக் கிணற்றுக்கு வந்த இருவரும் உள்ளே எட்டிப்பார்த்தனர். இடுப்பளவே கிடக்கும் தண்ணீரில் நின்று துண்டை முறுக்கி அழுக்கு உருட்டிக்கொண்டிருந்த துப்பட்டா கிழவன் மேலே ஏறிட்டுப் பார்த்தான்.

'அடேய்... வாங்கடோய் புது சம்சாரிகளா வெள்ளாமையெல்லாம் எப்பிடியிருக்கு, ஏதேது புதுசா சம்சாரிக் கோப்பு எடுத்ததுலருந்து ஆள கண்ணாலேயே பாக்க முடியலேயே, மோத்திரம் வந்தாக்கூட ஓடிப் போயி ஒரு பாத்தியில மோண்ட்டு வாராக அப்பிடின்னு பேசிக்கிறாக.'

'நா மட்டும் இல்ல மாமோவ், ஓம் மகளுக்கு மோத்திரம் வந்தாக்கூட சேலய தெரச்சு தூக்கிக் கிட்டு இங்கதான் வந்து மோள்றா, நான் பொய் சொன்னாலும், அந்தா தோட்டத்துக்குள்ள நிக்கா வடிவு, போயி கேட்டுப் பாரும்.'

அவர்கள் எல்லோரும் சிரித்துக் குனுகினார்கள். இருவரும் குளித்துவிட்டு வெளியேறிய போது துப்பாட்டக் கிழவன் வேஷ்டியைத் தலைக்குமேல் பந்தல் போட்டுக்கொண்டு தூரத்தில் போய்க் கொண்டிருப்பது தெரிந்தது.

'அப்ப சின்னக்கண்ணு இன்னக்கி ராத்திரி தோட்டத்துல காவலுக்கு நிய் படுத்துக்கோ, புண்ணாக்கு கலக்ன வாடைக்கு நாய் வந்தாலும், வந்திரும், பூராவும் பிஞ்சும் பூவுமாருக்கு, ஒளப்பிருச்னா கணுக் கணுவா ஒடிச்சு குமிச்சிரும். நா ஒரெட்டு கோயில்பட்டி போயி திரும்பிரன், வீட்ல படுக்க வல்லிசா பாயி கெடையாது, வெஞ்சனப் பாட்டுக்கும் அஞ்சாறு சூடயும் நெத்திலியும் வாங்கனாப்லயும் இருக்கும்.'

கொப்பும் குழையுமாய்த் தளிர்த்துப் பாத்திகளை அடைத்துக் கொண்டு தளிர்த்து நிற்கும் செடிகளில் மிளகாய்கள் ஈர் பீச்சினாற் போல் காய்த்துத் தொங்கின. செடிக்கு ரெண்டொரு ஊடு பழங்களின் துளிப்பான சிவப்பு. பன்னிச் சாணியும் ஊருணிக் கரம்பை உரமும் போட்ட போடு என்று எல்லோரும் பேசிக்கொண்டார்கள்.

'அடேய் சின்னக்கண்ணு இந்த ஈரம் ஒணரவும் மொதப் பறி பறிச்சிர வேண்டிதான். எப்பிடியும் ஈரம் ஒணர நாலஞ்சு நாளாவது ஆகும். வடக்கத்திப் பிள்ள நாளக்கி நல்ல நாள்னு சொன்னாரு. கருப்பசாமி கோயிலுக்குப் பொங்க வச்சிட்டு. நாள்பழம் சாத்திரத்துக்கு ஒரு ரெண்டு பாத்தியில புடுங்கிட்டமின்னா பெறகு தலப்பறிக்குக் கெழமபாக்க வேண்டாம், இல்லன்னா அடுத்த வளர்பெறையிலதான்

நல்ல நாள் வருதாம்.'

தலப்பறியிலேயே ஏழெட்டு சாக்கு பழம். வேதக் கோயில் களத்தில் காயும் மிளகாய் வற்றல்களைப் பார்க்கப் பார்க்க வடிவுக்கு நெஞ்சு நிறைந்த சந்தோஷம்.

'இனி எப்பிடியும் ஒரு பறிக்கு அஞ்சு சாக்கு வந்தாலும் நாலஞ்சு பறினாலும் நாலு குண்டாலு தேறாமயா போகும். குண்டாலு ஆயிரத்து ஐநூறு ரூபானாலும் நாலு குண்டாலுக்கு ஆறாயிரமாச்சு' அவளின் கைகள் அவளையறியாமலேயே வெறிச்சோடிய கழுத்தையும் காதையும் தொட்டுப் பார்த்துக்கொண்டன.

முதல் பறி முடிந்து கருக்கலில் இறவை கட்டுவதற்காக கமலைச் சாமான்கள் கொண்டு போன சின்னக்கண்ணு தலை தெறிக்க ஓடி வந்தான். மாடுகளுக்குத் தெரு உரலில் பருத்தி விதை ஆட்டிக் கொண்டிருந்தான் முத்துராக்கு.

'என்னடா சின்னக்கண்ணு இப்படி ஓடியாற?'

'அண்ணே குடி கெட்டுப் போச்சுண்ணே... ரெண்டு மிதி கல்லையும் ஒடச்சு கெணத்துக்குள்ள தள்ளியிருக்காங்க, கமலக் குத்தியவும், பட்ரப்பலகையையவும் காணும், கெணறு மட்டும்தான் மூளியா நிக்கி.'

சின்னக்கண்ணுவின் அனல் மூச்சும் பல்லின் நறநறப்பும் துண்டை எடுத்து உதறி மீண்டும் தலப்பா கட்டிக்கொண்டான்.

இருவரும் துரைச்சாமியின் வீட்டுக்கு ஓட்டமாய் ஓடினார்கள். வடிவின் வசவுகள் சன்னமாய் ஒலித்துக்கொண்டிருந்தன. துரைச் சாமியின் உறக்கம் இன்னும் கலையவில்லை. வாசலில் கேட்ட சலசலப்பில் எழுந்து வந்தவர் மெதுவாய் எட்டிப் பார்த்தார்.

'என்னப்பா காலாங் காத்தால...'

'சாமி நடத்திருக்ற அக்ருமத்த பாருங்க சாமி ரெண்டு மிதி கல்லயும் ஒடச்சு உள்ள தள்ளிட்டாங்க, கமலக் குத்தியவும் காணும்.'

'ராத்திரி காவலுக்குத் தோட்டத்துல ஒருத்தரும் படுக்கலியா?'

'இல்லையே சாமி நேத்துத்தான பழம் பறிச்சிருக்னு இவன களத்துல படுக்கச் சொல்லிட்டு நான் வீட்லயே மொடங்கிட்டன்.'

'அட நீங்க ஆராவது போயிருப்பீகன்னு நானும் கூட ராத்திரி நேரங் கழிச்சு வந்து இங்கேயே படுத்துக்கிட்டன். பயக சமயம் பார்த்துக் காரியத்த முடிச்சிருக்கான்.'

'சாமி இது இன்னக்கோட போற காரியமில்ல. இன்னக்கி

எங்களுக்குன்னா நாளக்கி ஒங்களுக்கும்தான், என்னக்கிருந்தாலும் துப்பு வெட்டி அவன் ஈரக் கொலய வகுறலன்னா எம்பேரு சின்னக் கண்ணுமில்ல, நாஞ் செம்பட்டையன் மகனுமில்ல.'

'பட்டாளத்தான வரச் சொல்லி வேற மிதிகல்லு வாங்கிப் போட்டு பழைய கோப்புக்கு வாங்க.'

துரைச்சாமி வீட்டுக்குள் உள்வாங்கி முகம் மறைத்துக்கொண்டார். சற்று நேரங்கழித்து போய்விட்டார்களா இல்லையா என்று பார்க்க வாசலில் எட்டிப்பார்த்தார்.

'என்னப்பா இன்னியும் போகலையா? இங்கயே நின்னுக் கிட்டிருந்தா எப்பிடி, போயி வேற ஏற்பாடு பண்ணி தண்ணியப் பாச்சற வழியப் பாருங்க.'

'என்ன ஏற்பாடு சாமி பண்ண முடியும், ஒங்களுக்குத் தெரியாதா? வேற மிதிகல்லு வாங்கணும்னா சிப்பிப்பாறை போயி அடிச்சு வாங்கியாந்து, புதுசா கமலக் குத்தி, பட்ரப் பலக செதுக்கி பழைய கோப்புக்கு வரமின்னா செடிபூராவும் பட்டுக் கருகிரும்.'

'ஆமாமா... இப்பவே பழம் பறிக்க ஒளப்புனது, மிதி அமுங்கி செடி ரொம்ப பொசுங்குது.'

'எப்பிடியாவது இந்த ஒரு தண்ணி மட்டும் நீங்க விடுங்க, அடுத்த தண்ணிக்கு வேற ஏற்பாடு பண்ணிக்கிறோம், ரூபா எம்புட்டு ஆனாலும் வாங்கிட்டுப் போங்க.'

தொந்தி குலுங்க சிரித்தார் துரைச்சாமி.

'அட கோட்டிக்காரப்பயகளா எனக்கே தண்ணி தட்டிருமோ என்னமோனு பயந்துகிட்டு இருக்கேனப்பா, ஒனக்குத் தண்ணிய விட்டுட்டு நாந் தெருவுல நிக்கவா?'

'எப்பிடியாவது இந்த ஒரு வட்டம்...'

'அது ஒன்னும் தோதுப்பட்டு வராதுப்பா.'

சொல்லிவிட்டு விருட்டென்று போனவர் கதவை அறைந்து சாத்தினார்.

சின்னக்கண்ணும் முத்துராக்கும் ஒருவர் முகத்தை ஒருவர் பார்க்க நடந்துகொண்டிருந்தார்கள். அவர்கள் நடையில தொய்வு இல்லை. மாறாக வேகமிருந்தது. வடிவின் வசவு தெருவெல்லாம் எதிரொலித்தது. சின்னக்கண்ணு ஓலையால் வேயப்பட்ட கூரையின் முகட்டில் சொருகியிருந்த வேல் கம்பை எடுத்துத் தூசி தட்டிக்கொண்டிருந்தான்.

அது துருப்பிடித்து நிறமாறியிருந்தது. தண்ணீர் குடமும் வாளியுமாய் வந்த அவன் அம்மா கேட்டாள்.

'என்னடா கூறு கெட்ட பயல காலாங்காத்தால அதப் போயி நோண்டிக்கிட்டு சவத்த ஒதுக்கனமானக்கி ஒதுக்கிறவா, திரும்பவும் அதப்போயி தொடவா, அருவாளையும் கம்பவும் அடியோட மறந்திறணும்டா.'

அம்மாளின் வார்த்தைக்குச் செவி சாய்க்காத சின்னக்கண்ணு துருப்பிடித்த வேல் கத்தியைத் தீட்டிக் கொண்டிருந்தான். ஆளரவத்தில் தலை நிமிர்ந்தவன் எதிரே நின்ற முத்துராக்கை ஏறிட்டுப் பார்த்தான். அவனுடைய கைகளிலும் தீட்டப்படாத துருப்பிடித்த கொடுக்கரிவாள் இருந்தது. எதிரே அமர்ந்து தீட்டுப் பலகையின் முன்னால் கல் பொடி தட்டிக்கொண்டிருந்த பட்டாணிப் பயலை சைகை காட்டி வரச் சொன்னான். அவன் தலையைப்பிடித்து தன் முகத்தருகே வைத்துக் கொண்டு காதில் ஏதோ முணுமுணுத்தான். தலையாட்டிய பட்டாணிப் பயல் தெருவில் வேகமாய் நடந்தான். பல தடவை கையில் கூர்மை பார்த்தும் திருப்தியடையாத அவர்கள் வேகமாய் தீட்டிக்கொண்டு இருந்தார்கள். வடிவு வாசலில் நின்று பார்த்துக்கொண்டேயிருந்தாள்.

●

6

ஈரம்

மூன்று நாள் ஆகியும் மழை இன்னும் வெறிக்கவில்லை. தூறலும் மழையுமாய் மப்பும் மந்தாரமாய் மேகங்கள் பொதி பொதியாய்த் திரண்டு ஓடிக்கொண்டிருந்தன. வெய்யில் முகம்கூட காணவில்லை. ஒரு பாட்டம் சிணுங்கல் அப்புறம் இலேசாய் ஒரு சுள்ளாப்பு வெய்யில் கூடவே தொடர்ந்து தூறல். கொக்குத் தாத்தா அடிக்கடி சொல்வார்.

'தாயிளி, பேஞ்சுங் கெடுத்தன் ஓஞ்சுங் கெடுத்தன்ங்கிற மாதிரி மாமியா செத்தா மருமக அழுவாள அந்த மழடா இது. சாவாஞ் செத்த பய மழ.'

அப்படிப்பட்ட மழதான் இதுவும். தெருச்சனம் பூராவும் வீட்டுக் குள்ளேயே முடங்கிக் கிடந்தார்கள். ஒரு வேலை ஓடவில்லை.

தங்கம்மாள் கால் நீட்டி உட்கார்ந்துகொண்டு மடியில் தன் வெள்ளை கண்டாங்கி சேலையில் ஊறும் பேன்களைக் குத்துவதும் கொறித்துத் துப்புவதும், மீண்டும் கொம்புச் சீப்பால் தலையில் வளிப்பதுமாக இருந்தாள். வாசல்படியில் உட்கார்ந்து மழையையே வெறித்துப் பார்த்துக்கொண்டிருந்தாள் சிவகாமி. முற்றத்தில் தேங்கி ஓடும் தண்ணீரில் மழைத்துளிகள் விழுந்தபோது உண்டாகும் நீர்க்குமிழிகளையும், பின் அது உடைந்து மீண்டும் உருவாகி உடைந்து அவற்றை உற்றுப் பார்த்துக்கொண்டிருந்தாள்.

'நாசமாப் போற இந்த அட மழ எப்பம்மா வெறிக்கும்.'

'நிய்யும் நானும் செத்தாத்தான் வெறிக்கும்.'

தாயிடமிருந்து வந்த இந்த எரிச்சலான வார்த்தைகளைக் கேட்ட சிவகாமி மீண்டும் வாயடங்கி மௌனமாகிப் போனாள். சிறிது நேரம் இருவரும் ஒன்றுமே பேசவில்லை. மழையின் சிறு சத்தம் தவிர ஆழ்ந்த மௌனம்.

'ஒனக்கு எதுக்குத்தான் இப்பிடி கோவம் வருதோ தாயி, மொளகா

வத்தல கடிச்சவளுக்கு வாற மாதிரி.'

'பெறகென்ன மழ எப்ப வரும் எப்ப வெறிக்கும்னு சொல்ல நான் என்ன கீழ்நாட்டுக்குறிச்சி ஐயரா ஜோஸ்யம் சொல்ல.'

'நான் ஒன்னும் ஒங்கிட்ட ஜோஸ்யம் கேக்கல, ராத்திரி கஞ்சிக்கி என்ன செய்ய.'

'போயி ஒரு சட்டி ஈரமண்ண அள்ளிட்டு வா. ரெண்டு பேரும் தின்பம்.'

மீண்டும் தாயிடமிருந்து வந்த பதில் அவளுக்கு எரிச்சலூட்டியது. எதிர்த்து சண்டை போட்டால் மேற்கொண்டு என்ன நடக்கும் என்றும் அவளுக்கு நல்லா தெரியும். ஆகவே வாயடக்கிக்கொண்டு மௌனமானாள். மழைத்தூறலின் சத்தம் தவிர ஒன்றுமே இல்லாத ஒரு வெறுமை - சிவகாமி தாயை ஒருமுறை ஏறிட்டுப் பார்த்துக் கொண்டாள்.

'கம்பெனியிலயாவது போயி ஒரு பத்து ரூவா அட்வான்ஸ் கேட்டுப் பாக்கலாமில்ல.'

'ஆமா, கம்பெனி ஒங்க அப்பங் கம்பெனி போயி கேட்ட ஒடன இந்தானு தூக்கிக் குடுக்கறதுக்கு, பாவாடத் துணி எடுக்கணுமினு வாங்கின ரூவாயவே இன்னுங் கழிக்கல அதுக்குள்ள அட்வான்சு.'

'எங்க அப்பன் கம்பெனி வச்சு பொளச்சிருந்தாமின்னா எதுக்கு ஒங்கிட்ட இந்தப் பாடுபடணும், இந்தக் கண்ணராவிய கண்ணால பாக்கக் கூடாதுனு தான மகராசனா போயி சேந்துட்டான். அவனப் போயி எதுக்கு இழுக்க.'

'அடியே, இப்ப பேசாம இருக்கப் போறியா இல்ல வௌக்கு மாத்தால சாத்தணுமா?'

'ஒனக்கென்ன எட்டு நாளக்கினாலும் பச்சத் தண்ணிய குடிச்சிக் கிட்டே பல்லக் கடிச்சிக்கிட்டுப் பட்னி கெடப்ப, எனக்கு வயிறு பசிக்கில்ல.'

'வயிறு பசிச்சா வா, வந்து என்னைய ஒரு பக்கத்துலிருந்து கடிச்சுத் தின்னு.'

வாசல் படியை விட்டு எழுந்துகொண்ட சிவகாமி எதையோ முணுமுணுத்தபடியே ஒரு பிய்ந்த கந்தல் சாக்கையும் பழைய துணிகள் கட்டிய பொட்டலத்தையும் தேடி எடுத்து மச்சுவீட்டுக்குள் போய்ப் படுத்துக்கொண்டாள்.

ஈரத் தரையின் குளிர்ச்சிக்கும் கந்தச்சாக்கின் கதகதப்புக்கும்

பசிக்கிறக்கம் கண்ணை இறுக்க சற்று நேரத்தில் தூங்கிப் போனாள். தங்கம்மாள் மடியை உதற காலை மடக்கி கால் பெருவிரலின் இடுக்கில் வைத்திருந்த கழிவு ரோமத்தை எடுத்து கையில் வைத்துக்கொண்டு ஏறிட்டுப் பார்த்த போது சிவகாமி நன்றாக அயர்ந்து உறங்கிக் கொண்டிருந்தாள்.

தங்கம்மாள் அவளையே சற்று நேரம் உற்றுப் பார்த்துக் கொண்டிருந்தாள். இப்போது அவள் கண்களில் கண்ணீர் உருண்டது. சப்தமற்ற பெருமூச்சுக்களுடன் கூடிய கீழுதட்டை மட்டும் அழுத்திக் கடித்துக்கொண்டு அழுகின்ற ஒரு அழுகை. அவள் எதிரில் ஒட்டுப் பலகையும், பலகையின் மேல் ஒட்டியபடியே இருக்கும் அடிப்பெட்டிச் சில் அடைப்பதற்கான அச்சுக் கட்டையும், கம்பெனியிலிருந்து வாங்கி வைத்திருக்கும் அட்டைக் கட்டுகளும், பசை காய்ச்சாததனால் தகர டப்பாவில் துத்தம் கலந்த கிழங்கு மாவும் அப்படியே இருந்தன. திண்ணையோரம் கிடந்த பசைச் சட்டியில் குட்டைக்கணை அகப்பை ஒட்டியே கிடந்தது. அதன் வாயோரங்களில் சிந்திய பசைகள் உலர்ந்து போய் ஒட்டிக்கொண்டு தடிப்பேறிப் போயிருந்தது. தங்கம்மாள் சேலை முந்தானையால் கண்களைத் துடைத்துக்கொண்டாள். அவளின் மனச் சஞ்சலத்தை முகம் காட்டியது.

'என்ன பய வேல, சாவாஞ் செத்த பய வேல, செத்துச் செத்துப் பொழைக்கிற மாதிரி, செத்தமின்னுமில்லாம பொழச்சமினுமில்லாம, காட்டு வேலக்கிப் போனா ஒரு நாள் வேலருக்கு, ஒன்பது நாள் சும்மா இருக்க வேண்டிருக்கு. அதுதான் அப்படின்னு தீப்பெட்டி ஆபிசக் கட்டி மாரடிச்சா இதுக்கு அது தேவல போலருக்கு. வெய்யில் அடிக்கலன்னு பெட்டி காயலனு கம்பெனிய மூடிறான். குளோரேட் வரலனு பத்து நாள் லீவு. லேபிள் வரலனு லீவு. ஒன்றுமே சொல்லாம பத்துநாள் மூடிட்டு கேட்டா பண்ட்ரோல் போகலேங்கிறான். ஊட ஊட சைஸ் மாத்தப் போறமினு போகச் சொல்லியிறான். எல்லாத்தையும் கழிச்சுப்பாத்தா மாசத்துல வல்லிசா வேல கெடையாது. கோடையில மட்டும் ராப்பகலா வேல. இத மட்டும் நம்பி பொழைக்கிற நம்மள மாதிரி கோடிச்சனம் குடிச்சும் குடியாமயும் உடுத்தியும் உடுத்தாமையும் வெந்த கஞ்சிய குடிச்சிட்டு விதி வந்தா சாவம்னு என்ன பொழப்பு என்ன சீவினியம், பொழச்சா நாலு பேரப் போல நல்லா பொழைக்கணும் இல்லன்னா நாள எண்ணிட்டுப் போய் சேந்திரனும், என்ன பொழப்பு நாப்பொழப்பு.'

சிவகாமி புரண்டு ஒருக்களித்துப் படுத்ததைப் பார்த்த தங்கம்மாவால்

அழுகையை அடக்க முடியவில்லை. சேலை முந்தானையைச் சுருட்டி தன் வாய்க்குள் திணித்து அழுகையை அடக்க முயன்றாள்.

'இந்த முழுத்த புள்ளக்கி ஒரு நல்ல தாவணித் துணி எடுத்துக் குடுத்து நெஞ்ச மறைக்க வக்கில்ல. என்ன செவகாமி இன்னியும் தாவணி போடலையானு எல்லோரும் கேக்காகனு ஒரு மாசமா சொல்றா. சின்னக் கணக்கன் சொன்னானாம் செவகாமிய பாக்கும் போது மலையாளத்துக் குட்டியாட்டம் இருக்னு. எல்லாப் புள்ளகளும் சிரிச்சாகளாம். வீட்டுக்கு வந்ததும் சொல்லிச் சொல்லி அழுதா; கம்பெனி தொறக்கட்டும் அந்தப் பயல நாக்கப் புடுங்கிட்டுச் சாகிறாப்ல நாலு கேள்வியாவது கேட்டாத்தான் எம்மனசு ஆறும். அக்கா தங்கச்சிகூட பெறந்திருந்தா எந்தப் பயலுக்கும் அறிவு இருக்கும். அனாதப் பயலுக்கு என்ன அறிவு இருக்கும். எவகிட்ட தொறந்து கெடக்குன்னு நாக்கத் தொங்கப் போட்டுட்டு அலையிறான் பயக.'

மழையின் சிணுங்கல் நின்றுவிட்ட மாதிரி தெரிந்தது. சாயங்காலமே யானாலும் மேக மூட்டத்தால் இருட்டுவது போல இருந்தது. தங்கம்மாள் ஒரு சாக்கை எடுத்து கொங்காணி செய்து தலையில் முக்காடு மாதிரி போட்டுக்கொண்டு கம்பெனிக்குப் புறப்பட்டாள். அவள் தொழில்பேட்டை மெயின் கேட்டைத் தாண்டி ஜின்னிங் பாக்டரி ரோட்டில் திரும்பி கம்பெனியை நெருங்கிய போது கம்பெனியில் ஆளரவும் கேட்டது. தலையிலிருந்து கொங்காணிச் சாக்கை எடுத்து எதிரே உள்ள வாகை மரத் தூரோரம் போட்டுவிட்டு உள்ளே எட்டிப் பார்த்தாள். கம்பெனி போர்மேன் மட்டும் ராக்குகளை அப்படியும் இப்படியுமாக நகர்த்திக்கொண்டிருந்தான்.

'என்னக்கா தங்கமக்கா இன்னியாரம் மழையோட.'

'மொதலாளி இல்லியா தம்பி'

'இவ்வளவு நேரமும் இருந்திட்டு இப்பத்தான் சின்னக் கம்பெனிக்குப் போறதாகச் சொல்லிட்டுப் போறாரு.'

'இன்னிக்கி சாப்பாட்டுக்கு ஒன்னும் வழியில்ல தம்பி அதுதான் மொதலாளிய பாத்து ஒரு இருபது ரூவா அட்வான்ஸ் கேக்கலாம்னு வந்தன். நிய் ஒரு அஞ்சு ரூவா இருந்தா குடு தம்பி நாளக்கி அட்வான்ஸ் வாங்கி குடுத்துறன்.'

'சத்தியமா ஏங்கிட்ட இல்லையக்கா இருந்தா ஒனக்கு நான் என்னக்காவது இல்லனு சொல்லியிருக்கனா.'

'மத்தியானமும் ஒண்ணுமில்லாம பட்னி கெடந்தாச்சு. ஒந்தங்கச்சி

செவாமி அப்படியே கெறங்கிப் போயி படுத்துட்டா, ராத்திரிக்கு என்ன செய்யனே தெரியல தம்பி, எங்கிட்டுப் போனாலும் கல்லுல முட்டுன மாதிரி இருக்கு. மழ இந்தக் கூத்துக் கெட்டுது.'

'டப்பா ஏதாச்சும் இருந்தா கொண்டாக்கா கொஞ்சம் மாவு அள்ளித் தாரன், கம்பெனியில் வேற ஒரு பயலும் கெடையாது, போயி தோச சுடு, இல்லன்னா உப்புமா கிண்டியாவது குடு.'

'துத்தம் கலந்திருப்பீகல்ல.'

'துத்தம் கலக்காத மாவும் இருக்கு'

கம்பெனிக்குள் போய் திரும்பிய போர்மேன் கையில் ஒரு டப்பா நிறைய மாவு இருந்தது. சுற்றும் முற்றும் பார்த்துவிட்டு அதை தங்கம்மாளிடம் கொடுத்தான்.

'யெக்கா ஆர்ட்டயும் சொல்லிராதக்கா... தெரிஞ்சிட்டா அவ்வளவு தான் நம்ம சட்டி ஒடஞ்சிரும். வெளிய ஆரும் கேட்டாக்கூட, கெட்டு வாங்ன அன்னக்கி மாவு வாங்கல அதுதான் இப்ப வாங்கிட்டுப் போறமின்னு சொல்லிரு. டப்பாவ மறந்திராம கொண்ட்டு வந்து சேத்திரு.'

டப்பாவை வாங்கி படக்கென்று கக்கத்தில் இடுக்கி சேலையால் மறைத்துக்கொண்ட தங்கம்மாள் வாகை மரத் தூரோரம் கிடந்த கொங்காணிச் சாக்கையும் எடுத்துக்கொண்டு ரோட்டுக்கு வந்தாள். தெரு விளக்குகள் எரியத் தொடங்கியிருந்தன.

தங்கம்மாள் வீட்டை அடைந்த போது நன்றாக இருட்டியிருந்தது. வீட்டில் இன்னும் விளக்குக்கூட பொருத்தவில்லை. அடுப்போரம் கிடந்த தீப்பெட்டியைத் தடவி எடுத்து முதலில் விளக்கைப் பொருத்தினாள். சிவகாமி இன்னும் நன்றாக உறங்கிக்கொண்டிருந்தாள்.

'தாயி... யெம்மா சிவகாமி எந்திரிம்மா, எந்திரிச்சு மொகத்தக் கழுவு, அம்மா மாவு வாங்கியந்திருக்கன் பாரு, எந்திரி, என் ராசாத்தியில்ல.'

சிவகாமி எழுந்து உட்கார்ந்தாள். கலைந்து கிடந்த தலைமுடியை எல்லாம் தங்கம்மாள் ஒதுக்கி முகத்தைத் தன் சேலை முந்தானையால் அழித்தித் துடைத்தாள். இரு கைகளாலும் அவள் தலையைக் கோதி விட்டாள். சிவகாமி கண் முழித்து தெளிச்சியாய்த் தங்கம்மாவை ஏறிட்டுப் பார்த்தாள்.

'மொதலாளி வந்துட்டு சின்னக் கம்பெனிக்கு போயிருக்காறாம். அவரு போகுமுன்ன நான் போயி ஒரு இருவது ரூவா அட்வான்ஸ் கேட்டுப் பாத்துட்டு ஓடியாந்திரன். டப்பாவுல கொஞ்சம் மாவு

கொண்டாந்து வச்சுருக்கன், அத உப்புமா கிண்டி வை, நேரமாயிட்டா இன்னும் மழ வந்தாலும் வந்துரும், பெறகு போக முடியாது. சட்னு சாக்க உதறி கதவு மேல போட்டுட்டுத் தண்ணிய சுட வை, இந்தா ஒரெட்ல ஓடியாறன்.'

தங்கம்மாள் கைக் காவலுக்காகக் கொங்காணிச் சாக்கையும் கையில் எடுத்துக்கொண்டாள்.

'மாவு ஏது?'

'கம்பெனிக்குப் போயிருந்தேன்ல போர்மேன் தம்பி குடுத்துச்சு'

'ஆரும் பாத்திட்டா அவருக்கும் கேவலந்தான்.'

'ஒருத்தரும் பாக்கல முண்ட, பைய்யப் பேசித் தொலையேன் தொண்டையில தூரு மொளைக்க என்னாலும் அமயந்தான் போடுற, எந்தச் சிறுக்கியும் கேட்டுட்டுப் போயி பத்த வச்சிட்டா உள்ளதும் போச்சுடா நொள்ளக் கண்ணான்னு வெம்பெறப்பேன்னு மொகட்டப் பாத்து உக்காந்து பல் குத்திட்டு இருக்க வேண்டிதான்.'

சிவகாமியின் பதிலுக்குக்கூட காத்திருக்காமல் தங்கம்மாள் போய்விட்டாள். சிவகாமி எண்ணெய் சீசாவைப் போய்ப் பார்த்த போது தூரோரம் கொஞ்சம் எண்ணெய் கிடப்பது தெரிந்தது. சுவரில் உள்ள ஆணியில் வயரால் சுருக்குப் போட்டுக் கட்டி அதன் வாயில் சிறு புளி உருண்டை வைத்து அடைக்கப்பட்டிருந்தது. தூரோரம் கிடந்த அந்த எண்ணெய்யைப் பார்த்து சிவகாமியின் முகத்தில் ஏகப்பட்ட சந்தோஷம். கையோடு அஞ்சறைப் பெட்டியையும் திறந்து பார்த்த போது அஞ்சாறு வெங்காயமும் பட்டுப்போயி வெளிறிய சண்டு வத்தலும் கிடந்தன. சிவகாமிக்கு அப்போதே பாதி வயிறு நிறைந்து விட்ட மகிழ்ச்சி. அவள் அடுப்படிக்கு ஓடி அடுப்பைப் பற்ற வைக்க தீப்பெட்டியை எடுத்தாள்.

வாசற்படி நிலையில் முட்டிவிடாமல் குனிந்து வீட்டுக்குள் நுழைந்து கக்கத்தில் இடுக்கியிருந்த கொங்காணிச் சாக்கை மூலையில் எறிந்துவிட்டு வீட்டுக்குள் ஏறிட்டுப் பார்த்த தங்கம்மாள் பதறிப் போனாள். அங்கே மகள் சிவகாமி மயங்கிய நிலையில் முணங்கிக் கொண்டு அலங்கோலமாய்ப் படுத்துக்கிடந்தாள். அவளைச் சுற்றிலும் வாந்தி எடுத்துக் கக்கிய கக்கல்கள் சிதறிக் கிடந்தன.

'அடியே...! பாதகத்தி சண்டாளி என்னடி செஞ்சு தொலச்ச, என்னத்த தின்னு மாத்துன சொல்லு முண்ட சொல்லு'

சிவகாமியின் இரண்டு கண்கள் மட்டுமே உருண்டு கொண்டிருந்தன.

வாய் எதையோ முணுமுணுத்தது. ஆனால் வார்த்தைகள் தெளிவாக வெளிவரவில்லை. மடியிலிருந்து மகளைக் கீழே கிடத்திவிட்டுக் கையில் சிம்னி விளக்கை எடுத்துக்கொண்டு மச்சு வீட்டுக்குள் ஓடினாள். தங்கம்மாள் கம்பெனியிலிருந்து வாங்கிக் கொண்டு வந்து வைத்திருந்த போர்மேன் கொடுத்த துத்தம் கலக்காத மாவு அலுங்காமல் அப்படியே இருந்தது. அடுப்படிக்கு ஓடியவள் துத்தம் கலந்த பழைய மாவு இருந்த வெற்று டப்பாவைக் கண்டாள். அவளுக்குத் தலை சுற்றியது.

'அடப்பாதகத்தி சண்டாளீ என் வாயில மண்ணள்ளிப் போட்டிட்டியே... எந்தாயி...'

கையிலிருந்த சிம்னி விளக்கு நழுவிக் கீழே விழுந்தது. அவள் இரண்டு கைகளாலும் தலையில் அடித்துக்கொண்டு வெளியில் தலை விரிகோலமாக ஓடிவந்தாள். கூரை சரிந்துவிடாமல் இருப்பதற்காக முகட்டுக் கூரைக்கும் தரைக்குமாய் நிறுத்தப்பட்டிருந்த ஒற்றைத் தூணில் பலமாய் முட்டி கீழே விழுந்தாள். அந்த அந்தகார வேளையில் கும்மிருட்டில் ஒரு சத்தமான ஒப்பாரியும் ஓலமும் ஒரு சிறு முனங்கலையும் தவிர வேறு சத்தத்தைக் காணோம்.

7

சோறு

சித்திரை மாசத்துக் கோடை உழவின் இடறலுக்குச் சக்கரைப் பயலால் ஈடு கொடுத்து ஓட முடியவில்லை. காலில் கனக்கும் அந்தப் பெரிய டயர் செருப்பு அவன் கால்களில் இழுபட்டு உழவுக் கட்டிகளில் இடறியது.

கொடங்கையில் தொங்கும் பெரிய ஈயத் தூக்குவாளி குலுங்கித் தண்ணீர் அலம்பியது. பனைமர நிழலில் உட்கார்ந்து வேடிக்கை பார்த்துக்கொண்டிருந்த பெரியவன் கட்டாரியின் அதட்டல் பலமாய்க் கேட்டது.

'யேலேய்... ஏய், சின்னச் சிறுக்கிவிள்ள எப்பிடியும் ஓடித் திருப்பி மடக்கி கொண்டாரல ஒம் புழுக்கய உருவி எடுத்துருவன் உருவி; செம்மிறியாட்டோட ஒத்த வெள்ளாட கொண்டாந்து விட்டா மயிரா நிக்கும், பச்சையைக் கண்டுட்டா கழுத அதுக்கு காலு குறுகுறுக்குமே மயிரா நிக்கும். ஓடிச்சாகு அப்பத்தான் தெரியும், அஞ்சாறு கொழய வீட்ல கொண்ட்டுபோயி போட வலிக்காத எடமெல்லாம் வலிக்கி ஒனக்கு.'

ஓடித் தொயந்த சக்கரைப் பயலின் கோபமெல்லாம் அந்த ஒத்த வெள்ளாட்டின் முதுகில் இறங்கியது. கழுத்தில் துண்டைப் போட்டு இழுத்து வந்தான். அனல் பறக்கும் வெய்யிலுக்கு மேயாமல் கூடிக்கூடி வட்டமடித்தன செம்மறிகள். பனங்குட்டியின் பிஞ்சு மட்டையில் நார் உரித்து முன்னத்தியங் காலில் மொளி மடக்கி நொண்டி கட்டியவன் துண்டை எடுத்துத் தோளில் போட்டுக்கொண்டான். வேர்வையின் நசநசப்பில் உடல் மினுங்கியது. ஏறு வெய்யிலுக்குக் கண் சுருக்கி முகம் சுளித்தான். தூரத்தில் அலை அலையாய் நெளியும் கானல் வெய்யிலின் கண்ணாம்பூச்சி.

'யேல, சக்கர இன்னக்கி எங்கிட்டுப் பத்துவம்.'

'இன்னக்கி ஆறு புளியமரத்துச் சீவுக் காட்டுக்குப் பத்துவம்.'

'வேண்டாம்ல சீவு ஊருணில நரி கெடக்கு, எளங்குட்டிக வேற

ரெண்டு நிக்கி தப்பித் தவறி வந்துருச்னு வச்சுக்கோ வீட்ல நம்ம சட்டி ஒடஞ்சிரும்.'

'அப்ப காட்டுப் பிள்ளையார் கோயில் பக்கம் போவம், கொஞ்சம் தண்ணியும் மேல்ல ஊத்திக்கிரலாம்'

கரம்பைக் கட்டியின் எறிக்குத் தலை சாய்த்து ஒதுங்கிய கொராலின் முதுகில் விளாசினான். இருவரும் குப்பைக் குமிகளாய் சிதறிக் கிடந்த செம்மறிகளை ஒன்று திரட்டி கிழக்காமல் திரும்பினார்கள். தந்திக் கம்பியின் வயர்களில் உட்கார்ந்திருந்த குருவிகளை நோக்கி ஒரு கல் எறிந்தான் கட்டாரி.

'யேனேய் எத்தனை குருவி செத்து விழுந்துச்சு'

கட்டாரியின் கரம்பை எறிக்கி எகிறிக் குதித்துத் தப்பித்தான் சக்கரைப் பயல். முகத்தைத் தரையில் ஊன்றிக்கொண்டு நகர மறுத்த செம்மறிகளை விளாசித் தள்ளினார்கள்.

'செத்த நேரம் அந்த வரிசப்பன நெழல்ல நிறுத்து, ஒரு தொத்துல ஏறி ஒரு குருத்தோல வெட்டிட்டு எறங்கிறன்.'

'குருத்தோல ஆருக்கு'

'நம்ம செவகாமி டீச்சரு மக, ஊர்லருந்து வந்திருக்காளாம். டீச்சரு ஓலக் கொளக்கட்ட அவிக்கணுமின்னு கேட்டுச்சு.'

தலைத்துண்டை அவிழ்த்து வளையமாய்க் கட்டி காலில் மாட்டி பனந்துரைத் தொட்டுக் கும்பிட்டான் கட்டாரி. பனைகளின் நிழல்கள் குறுகியிருந்தன.

'போயும் போயும் இந்த நாறப்பய பனையிலயா குருத்தோல வெட்டப்போற, தெரிஞ்சா ஊரக் கூட்டி மானத்த வாங்கிப்புடுவான...'

'தெரிஞ்சா என்ன மயிரு, தூக்லயா போட்ருவான். ரெண்டு தேங்கா கருப்பசாமி கோயில்ல வெடல போடச் சொல்லுவான், கழுதய போட்டுட்டுப் போறது, கழுத்துக்கா கத்தி வருது.'

கட்டாரிப் பயலின் முறுக்கிய துண்டு, தடை நாராய் காலில் தொங்க வெள்ளிக்குருத்தாய் மின்னும் குருத்தோலை அவன் கக்கத்தில் மின்னியது. கூடவே வாத்தியாரம்மா கொடுக்கும் இரண்டு ரூபாயும் நாலைந்து இனிப்புக் கொழக்கட்டையும் நினைவில் வந்து வாயைச் சப்புக் கொட்ட வைத்தது. அவர்கள் உப்போடையின் சுடுமணலில் தடம் பதிய நடந்து போனார்கள். கட்டாரிப் பயலுக்கு மத்தியானப் பசியின் கிறக்கம் கண்களைக் கட்டியது. காலையில் சாப்பிட்ட கம்மங்கஞ்சியின் கரிப்பத்தல் போன மாயம் தெரியவில்லை.

'யேல, சக்கர காலைல என்னல சாப்பிட்ட'

'கறியும் பிரியாணியும்'

'சிறுக்கிபிள்ளக்கி மப்பு அடங்கியிருக்கா பாரு'

மஞ்சணத்தி விளாரின் வீச்சுக்கு ஒதுங்கிக்கொண்டான்.

'பெறகென்ன வெதவெதமா ஆக்கி வச்சுருக்காகளாக்கும், என்ன சாப்பிட்டனு கேக்க, ஒரு போணி புளிக்க வச்ச சோளக் கஞ்சி, ஒரு பட்ட வத்தல், எங்கய்யா பீக்கிலிபட்டி காட்டுக்கு அருகு வெட்டப் போறமின்னு தோண்டிக் கலயத்துல ஊத்திட்டுப் போனது போக மிச்சம் அம்புட்டுத்தான்.'

பிந்திக் கிடந்த நொண்டி கட்டிய வெள்ளாடு தவழ்ந்து தவழ்ந்து வந்தது. அதட்டி ஒன்று சேர்த்துப் பத்தினான். அது ஊர்ந்து போனது.

'போத்தா நாக்கரு கொய்யா மரத்துக்குப் போய்ட்டு வாரயால ஆடுகள நாம் பாத்துக்கிறன்.'

தூரத்தில் தெரிந்த தோட்டத்துப் பசுமையில் ஆடுகளின் கண்கள் லயித்தன.

'வேண்டாஞ்சாமி, அந்தச் சிறுக்கி மவன் கண்டாம்னா அம்புட்டுத்தான், ஆடுகளப் பூராத்தையும் பவுண்டுல அடச்சுப் புடுவான், தெண்டங் கட்டி திருப்பியார ரூபாக்கு வக்கில்ல, வம்பு வேண்டாம்.'

'நிய் வேணும்னா போய்ட்டு வா ஆடுகள நாம் பாத்திட்டு இருக்கன்.'

'ஒன்னைய போகச் சொன்னா போ, இல்லன்னா பேசாம நாயி கெனக்கா கெட எதுத்து என்னல பேசுற'

பெரியவனின் உழவு கட்டிப் பூசைக்குச் சின்னவன் குதித்துத் தப்பித்தான். இலந்தைச் செடியில் சிவப்பாய் ஒட்டிக்கொண்டிருந்த பழம் ஒன்றைப் பிடுங்கி வாயில் ஒதுக்கிக்கொண்டான். தளிர்த்திருந்த மஞ்சணத்தியைக் கம்பால் அடித்து வீசிக்கொண்டே நடந்தான்.

நொண்டி கட்டிய வெள்ளாடு முட்டியால் தவழ்ந்து தவழ்ந்து நடப்பதைப் பார்க்க சக்கரைப் பயலுக்குப் பாவமாய் இருந்தது. நடுப்புஞ்சையில் கூடாரமாய்த் தளிர்த்திருந்த வேப்பமரத்தில் ஏறி ஒரு தலுக்கு வேப்பங்குழையுடன் இறங்கினான்.

'யேப்பா, ஏய் கட்டாரி காட்டுப் பிள்ளையார் கோயில் பக்கம் பொகத் தெரியுது.'

'இந்த வெய்யிலுக்கு அரிச்சலா இருக்கும்'

'சத்தியமா தெரியுது, நிய் வேணுமானாலும் மரத்துல ஏறிப்பாரு'

பெரியவன் ஒரே தொத்தில் மரத்தின் உச்சியில் நின்று எட்டிப் பார்த்துவிட்டு கீழிறங்கினான்.

'ஆருடா இன்னக்கி பூசைக்குக் குடுத்திருப்பாக'

'ஊர்ல ஒருத்தர் மாடும் ஈனலியே!'

'வேற ஆராவது புது மாடு வாங்கியாந்திருக்காகளா'

'அப்பிடியும் ஒன்னுந் தெரியலயே...'

அவர்கள் இருவருடைய முகத்திலும் சந்தோஷம் பொங்கியது. பசிக்கிறக்கம் போய் வயிறு நிறைந்துவிட்டது போல் வேகமாய் ஆடுகளை விரட்டினார்கள்.

'மாடு ஈனிச்னா, புதுமாடு வாங்கியாந்தா எதுக்குப்பா காட்டுப் பிள்ளையார் கோயில்லே பொங்கலு வைக்காக'

'சின்னச்சிரிக்கிபிள்ளங்கிறது சரியா இருக்கு பாத்தியா, சில மாடுக கன்னுக்குட்டிக்குப் பால் குடுக்காது, ஆட்களவும் பால் பீச்ச விடாது, மடு ஏறிக்கிட்டு வேதனையில கனைக்கும், கிட்டப் போனா ஒதயும், அப்பிடி மாட்ட வளைய வைக்கணுமினா பொங்க வச்சு திருநீத்தப் போயி மாட்டு மேல போட்டா போதும், அதே மாதிரி புதுசா வாங்கியாற மாடுங்க ஒண்ணு ரெண்டு வேலைக்குச் சரியா வசங்காம இருக்கும், அத வசங்க வைக்கிறதுக்கும் பொங்க வச்சு திருநீறு போட்டா வேலைக்கு நல்லா போகும்.'

வெய்யிலின் அலை வீச்சிலும் தீயின் அனல் புகையிலும் கோயிலைச் சுற்றி நடமாடும் பூசாரி ஐயரின் உருவம் அரிச்சலாய்த் தெரிந்தது. கோயிலைச் சுற்றியுள்ள புளியமர நிழல்களின் குளுமையில் ஆடுகள் ஒன்று கூடின. தெலா போட்ட கிணற்றுக் கல் தொட்டியில் நீர் தகிப்பிற்கு முகம் ஓட்டச் சென்றன. பெரியவன் கட்டாரி தெலாவைப் பிடித்துத் தண்ணீர் இறைத்துவிட்டான். நீரருந்திய செம்மறிகள் நிழல் தேடி ஓடின.

இருவரும் கோயிலின் முன் வந்து நின்றதைக் கண்ட ஐயர் முகம் மலர்ந்தார். இளையவன் பொத்தென்று விழுந்த புளியம்பழத்தைப் பாய்ந்து எடுத்தான்.

'யாரு பயகடா நீங்க?'

'...'

'ஒங்க அப்பன் பேரு என்னடா?'

'நான் முத்துச்சாமி மகன்; அவன் சின்னக்கருப்பசாமி மகன்.'

'சரிடா, ஒங்க் ரெண்டு பேருக்கும் நாந் தழுவச் சோறுபோட்டு வைக்கிறன், யாராவது ஓடிப் போயி கொஞ்சம் சில்லாடையும், ரெண்டு பனமட்டையும் கொண்டாங்கடா'

பெரியவன் கட்டாரி மறுபேச்சுப் பேசவில்லை.

'யேல... சக்கர நிய் ஆட்டப் பாத்துக்கோ, பக்கத்துல தோட்டமிருக்கு ஆடுக சாஞ்சாலும் சாஞ்சிரும், நான் போயி ஒரெட்டுல திரும்பிரன்'

சின்னவன் ஆடுகளை எண்ணி நோட்டமிட்டுச் சரி பார்த்தான். அவன் கால் சட்டை பையில் புளியம்பழம் நிறைந்து கிடந்தது. பெரியவன் கட்டாரி திரும்பி வந்த பொழுது ஒரு கட்டு காய்ந்த பனை மட்டைகளும் அஞ்சாறு சில்லாடைகளும் தலையில் கட்டாய் இருந்தன. ஐயரின் முன்னால் வந்து பொத்தென்று போட்டவன் பிளிச்சென்று உள்ளங்கையில் எச்சில் துப்பி நெஞ்சில் தேய்த்தான். எச்சில்பட்டதும் பனைச் சிராய்ப்புச் சுள்ளென்று எரித்தது. முகஞ் சுளித்துக்கொண்டு உள்ளங்கையால் மாறி மாறி முழங்கையைத் தேய்த்துக்கொண்டான். பனஞ்சிராயின் உரசலில் ரத்தங் கன்றி இருந்ததில் எச்சில் தொட்டு வைத்தான். ஐயர் எதையும் கண்டு கொள்ளவில்லை.

கொஞ்ச நேரம் படுத்துச் சலித்து காலாற்றிய செம்மறிகள் பச்சையை நோக்கி காலோட்டின. சக்கரை ஓடிஓடித் திருப்பி அலுத்துப் போனான்.

'யேல, சக்கர நிய் ஒரு பாட்டம் அப்படியே வடக்கு பொழியோரம் லாத்திட்டு வா, மணிச்சத்தங் கேட்ட ஓடன வா, ஐயரு குடுக்கிறத ரெண்டு பேரும் பகுந்து சாப்பிடுவம், நான் சத்தியமா பிள்ளயாரப் பனான ஒனக்கு வச்சிருக்கன்'

சக்கரை ஆடுகளை ஒன்று திரட்டி வடக்காமல் விரட்டினான். அடிக்கடி கோயிலைத் திரும்பி பார்க்கத் தவறவில்லை. ஐயரின் உத்திரவுகளுக்குக் கட்டாரி பம்பரமாய் சுழன்றுகொண்டிருந்தான். பானையில் கொதித்த பச்சரிசி ஓடி விளையாடியது. சின்னவனின் கண்ணெல்லாம் கோயிலின் மேல்தான். கரண்டியோடு பருக்கையை நசுக்கி வேக்காட்டம் போட்டார் ஐயர். நன்றாகக் கிண்டி கீழே இறக்கி மூடினார்.

'சாமி... சக்கரப் பொங்கலா சாமி'

'...'

'ஆரு சாமி இன்னக்கிப் பூசைக்குக் குடுத்தாக'

'....'

ஐயரின் நீண்ட மௌனம் கட்டாரியின் மனசில் கனத்து, நெஞ்சில் உறைத்தது. பனைச் சிராய்ப்பின் காந்தலை மணிக்கட்டிலும் நெஞ்சிலும் எச்சில் தொட்டு மீண்டும் மீண்டும் ஒத்திக்கொண்டான். பெரிய வாழை இலையை விரித்து அவலையும் பொரி கடலையையும் முதலில் கொட்டினார். வாழைப்பழ சீப்பில் பத்திக்குச்சியைக் கொளுத்திக் குத்தி வைத்தார். தேங்காயைக் குடுமியைப் பிடுங்கி நாருரித்துத் தண்ணீரில் நனைத்துக்கொண்டார். இதையெல்லாம் உற்றுப் பார்த்துக்கொண்டு நின்ற கட்டாரிப் பயல் சக்கரைப் பயலையும் ஒரு பார்வை பார்த்துக்கொண்டான். சக்கரைப் பயலுக்குக் கண்ணெல்லாம் கோயிலின் மேல்தான். கடைசியாகப் பொங்கப் பானையைத் தூக்கி வந்து அதிலிருந்து ஒரு கரண்டி சோறு அலுங்காமல் எடுத்து இலையின் ஒரு ஓரத்தில் போட்டார். சூடம் கொளுத்தி மணியாட்டினார். உடைத்த தேங்காய் தண்ணீரை இரு விரல்களால் சுண்டி சாமிக்குத் தீப ஆராதனை காண்பித்தார். கட்டாரிப்பயல் தலைத்துண்டை அவிழ்த்து, இடுப்பில் சுற்றிக் கட்டி பசிபக்தியோடு நின்றான். கீழே விழுந்து மூன்று தரம் கும்பிட்டு எழுந்து நின்றான்.

ஐயர் கொடுத்த திருநீற்றையும் குங்குமத்தையும் பூசிக்கொண்டு மீதியை ஒரு சிறு தாளில் சுற்றி வைத்தான். செம்பிலிருந்து கரண்டியால் எடுத்து ஊற்றிய தேங்காய் தண்ணீர் தீர்த்தத்தைக் கைமேல் கை வைத்து வாங்கிக் குடித்தான். சக்கரைப் பயலுக்கு அங்கே இருப்புக் கொள்ளவில்லை. ஆடுகளை விட்டு விட்டு நகரவும் முடியவில்லை. சின்ன இலைத்துண்டில் ஒட்டியிருந்த ஒரு கரண்டி பொங்கச் சோற்றைத் தூக்கி வந்து கட்டாரிப் பயலின் நீட்டின கைகளில் பொத்தென்று போட்டார். சூடு பொறுக்காமல் இடுப்புத் துண்டை அவிழ்த்துத் தோளில் போட்டுக்கொண்டு முந்தியில் வைத்து ஏந்தினான். மீதி எல்லாவற்றையும் குத்துப் பெட்டிக்குள் எடுத்து வைத்துப் பக்குவமாய் அடுக்கிய ஐயர் பொங்கல் பானையையும் பெட்டிக்குள் வைத்துக் கொண்டு நடையைக் கட்டினார். விக்கிப் போய் நின்ற கட்டாரிப் பயல் சக்கரையை ஏறிட்டுப் பார்த்தான். அவன் ஆடுகளை மறந்துவிட்டு நாலுகால் பாச்சலில் ஓடி வருவதைக் கண்டான். வந்த வேகத்தில் கோயிலைச் சுற்றியிருந்த வேலியை எவ்வித் தாண்டினான்.

'எதுக்ல தாயிளி ஆடுகள விட்டுட்டு ஓடியாந்த'

'எனக்குக் குடுத்த பங்க எங்கையில குடு'

பெரியவன் கட்டாரி திருநீற்றையும் குங்குமத்தையும் சக்கரைப் பயலின் மேலெல்லாம் பூசினான். கொஞ்சம் குங்குமத்தைத் தனியே

எடுத்து நெற்றியில் மூன்று விரலால் நாமம் சாத்தினான். துண்டை விரித்து உள்ளங்கையில் உருண்டையாய் ஒட்டிய பொங்கச் சோற்றை எடுத்து சக்கரைப் பயலின் வயிற்றின் மேல் பூசினான். சட்டையில்லாத வெற்று உடம்பின் வேர்வை நசநசப்பில் சக்கரைப் பொங்கல் பசையாய் ஒட்டியது. அவன் ஓடவோ திமிறவோ இல்லை. சாமி போல் நின்றான். தீர்த்தங் குடுக்க டவுசரை அவிழ்த்தான்.

'நான் ஒனக்கு இப்ப குடுத்திருக்கிறது ஓம் பங்கு மட்டுமில்ல, எம்பங்கவும் சேத்துத்தான் குடுத்திருக்கன்.'

'ஐயரு குடுக்கலன்னா அந்தக் கோவத்த எம்மேல காட்னா நான் என்ன செய்வன்'

'நிய் ஓடியாந்த ஓட்டத்தப் பார்த்தா ஐயரு என்னமோ பானையோட தெரட்டி தூக்கிக் குடுத்துட்டுப் போனது மாதிரியில்லருக்கு'

'இப்ப என்ன செய்யலாம்.'

'ரெண்டு பேரும் பிள்ளையார் கோயில் முன்னால திங்கு திங்குன்னு ஆடலாம்'

'அந்தா தான போறாரு வா போயி கேப்போம்'

'ஆடுகள யாரு பாக்க'

'ஆடுகள ஒங்க ஆத்தா வந்து பாப்பா, ஓடியால கிறுக்கிபிள்ள, ஐயர ஒரு கை பார்ப்பாம்.'

'யேணேய் சும்மா ஓடக் கூடாது, எதுக்கும் கை காவலுக்குத் தொரட்டிக் கம்பவும் வச்சிக்கிருவம்.'

கட்டாரி வேகமாய் முன்னால் ஓட சின்னவன் நீண்ட தொரட்டிக் கம்பைத் தரையில் இழுத்துக்கொண்டே அவனைத் தொடர்ந்து ஓடினான்.

'யோ... ஐயர... நில்லும் கரண்டிய இங்க போட்டுட்டுப் போயிட்டீரு, இந்தாரும்.'

நடை தளர்த்திய ஐயர் சத்தத்தில் திரும்பிப் பார்த்தார். ஆடுகள் எல்லாம் பச்சையை நோக்கி, காலோட்டி நிறைபிடித்து மேய்ந்தன. தோட்டக்காரனின் வசவு பலமாய் கேட்டது. புளியமரங்களின் நிழல்கள் கிழக்காமல் நீண்டு தெலாக் கிணற்றில் இருட்டியிருந்தது. காற்றே இல்லாத சித்திரை வெய்யிலின் நடுக்காட்டு அமைதி கொஞ்சம் கொஞ்சமாய்க் குறைந்துகொண்டே வந்தது.

●

8

சருகுகள்

மூத்தவனை மட்டும் வீட்டில் காணவில்லை. மற்ற ஐந்தும் இங்கொன்றும் அங்கொன்றுமாய் மூலைக்கொன்றாய்த் தாறுமாறாய்ப் படுத்துக்கிடந்தன. சுப்புத்தாய் மச்சுவீட்டின் நிலைப்படியில் உட்கார்ந்து சுவரில் சாய்ந்துகொண்டு விளக்குமாற்றுக் குச்சியால் பல்குத்திக் கொண்டிருந்தாள். முகம்கழுவிவிட்டு வெற்றுலாடஞ் செம்பும் கையுமாய் வந்த சங்கனிடம் கேட்டாள்.

'அந்தமானக்கி நிய் வாங்கிக் குடுத்தத சுடச்சுட வடிச்சு வச்சிருக்காகளாக்கும் வெக்கமில்லாம மொகங் கழுவிட்டு வாரதுக்கு'

'என்ன... விடிய விடிய போட்ட சண்ட காணாதுன்னு பழைய படியும் தொவக்கறதுக்கு எப்ப பொழுது விடியுமின்னு காத்திட்டு இருந்தயாக்கும், வடிச்சு வக்கிறதுக்கு ஒொப்பன் வீட்லருந்து தெரட்டிட்டு வரப்புடாது.'

'ஒனக்கு அறுக்க வந்து ஆறு புள்ள பெத்த பெறகும் எங்கப்பங் காமாட்ல முட்ட ஒனக்கு வெக்கமால்ல, போக்கத்த பொசகெட்ட பயல.'

'அந்த மட்ல வார்த்தைய சுருக்கிக்கிட்டா ஒனக்கு மருவாதி'

'சுருத்து மயிர்ல ஒண்ணும் கொறச்சல் இல்ல, பெத்த புள்ள களுக்கும் கெட்ன பொண்டாட்டிக்கும் கஞ்சி ஊத்த வக்கில்லாத சாவாஞ் செத்த பயலுக்குச் சுருத்து'

'என்ன... மவள நானும் பொறுத்துக்கிட்ட இருக்கன் வார்த்தைக்கு மூணாட்ட பய... பய'

சங்கனின் கோபம் தீர்ந்த போது அவன் கையிலிருந்த விளக்குமாறு பிய்ந்து போயிருந்தது. சுப்புத்தாயின் தலை மயிரெல்லாம் அவிழ்ந்து போய், அலங்கோலமாய்க் கிடந்தாள். மாராப்பு சேலைகூட விலகிக் கிடப்பதை மறந்து ஓ... வென்று ஒப்பாரி வைத்துக்கொண்டிருந்தாள்.

சண்டையின் சத்தத்தில் விழித்துக்கொண்ட குழந்தைகளும் சுப்புத்தாயோடு சேர்ந்துகொண்டு கூப்பாடு போட்டன. சின்னவன் ஓடிப் போய் அவளின் மடியில் உட்கார்ந்துகொண்டான். வாசலில் மூத்தவனின் தலை தெரிந்தது. ராத்திரி ஊர் மடத்துக்குப் படுக்கப் போனவன் அப்போதுதான் உறங்கி எழுந்து வந்திருக்க வேண்டும். வாசலை அடைத்துக் கொண்டு நின்று வேடிக்கை பார்த்த சிறுசுகளை அதட்டினான்.

'என்ன பழையபடியும் ராமாயணத்த ஆரம்பிச்சாச்சா, ஒங்க ரெண்டு பேர்ல யாராவது ஓராளு செத்துத் தொலஞ்சாதான் ஒங்க சண்ட நிக்கும். ராத்திரியிலிருந்து புள்ளகளப் பூராத்தையும் பட்டினியாப் போட்டுட்டு இப்பிடி சண்ட போட்டுக்கிட்டுக் கெடந்தா ஊர்க்காருக சிரிக்க மாட்டாக. வெக்கமில்லாம அவளப் போயி அடிக்கியே...'

சங்கன் ஒன்றுமே பேசவில்லை. மகனின் பேச்சைக்கூட காதில் வாங்கிக்கொள்ளாமல் வீட்டுக்குள்ளேயே அங்கேயும் இங்கேயுமாக எதையோ தேடிக்கொண்டிருந்தான். சுருட்டிக் கிடந்த பாய்களுக்கு அடியில் கிடந்த பைக்கூட்டை எடுத்து நான்காய் மடித்துக் கையில் மறைத்து வைத்துக்கொண்டு விருட்டென்று இறங்கித் தெருவில் நடந்தான். அவன் மடத்தைத் தாண்டி புங்கமரத்து வண்டிப் பாதைக்கு வந்தபோது ஊர்க்கிணற்றில் நிறைய பொம்பிளைகள் தண்ணீர் இறைத்துக் கொண்டிருந்தார்கள். சேறும் சகதியுமாய்க் கிடந்த ஒற்றைப் பாதையில் கால்கள் பதிந்து அடையாளமாய் இருந்த தடத்திலேயே மிதித்து மிதித்துத் தானும் நடந்தான்.

மடியிலிருந்து பீடி ஒன்றை எடுத்துப் பற்ற வைத்தவன் பொழுதைப் பார்த்தான். புங்கமரத்து ஓடையின் கரையிலுள்ள வரிசைப் பனைகளின் நிழல்கள் மேற்காமல் நீண்டு வரிசையிட்டிருந்தன. கூடவே வடக்கேயிருந்து மேகங்கள் கிளம்பி பொதிப் பொதியாய் ஓடிக் கொண்டிருந்தன. தெற்காமல் நகரும் மேகங்கள் கண்மாய் கரை அய்யனார் கோயில் ஆலமரத்தைத் தொட்டுக்கொண்டு போவது போல் தெரிந்தது. சங்கன் தலைத்துண்டை எடுத்து மூடிக்கொண்டான். சுள்ளாப்பு வெய்யிலுக்குக் குளிர் இதமாயிருந்தது. ஓடைக்குள் தூரியிலிருந்து எவனோ மீன்களைத் தரையில் தட்டாமலேயே ஓல பலகாரக் கொட்டானில் தட்டிக்கொண்டிருந்தான்.

'தாயிளி, எப்ப விடியுமினு இருந்திருப்பான் போலருக்கு, பச்ச மீனு திண்ணிப்பய'

அவன் மொட்டப்பாறையைத் தாண்டி பொட்டக்காட்டுத்

தட்டுப்பாலத்தின் பக்கம் வந்தவுடன் மழை இலேசாகச் சிணுங்கியது. கலுங்கல் தத்தி ஓடையில் விழுந்து பாம்பாய் நெளியும் தண்ணீர். கோரைகளை வளைத்து அமுக்கிவிட்டுப் பாயில் புரளும் வெள்ளிக் கட்டியாய்த் தண்ணீர். சங்கன் ஒவ்வொன்றாய்ப் பார்த்துக்கொண்டே நடந்தான்.

'இந்த அப்பிக காத்திக மாசத்துல ஒரு வேல ஓடாது. மழ வாரதும் போறதும் பேஞ்சுங்கெடுத்தன் ஓஞ்சுங்கெடுத்தமினு. சுள்ளாப்பு வெய்யில் வேற அடிக்கிறதும். இன்னக்கோட அஞ்சு நாளாச்சு, ஒரு வேல கெடையாது. ஊர்ச்சனம் பூராவும் வீட்ல மொடங்கிக் கெடக்கும் போது நமக்கு மட்டும் எந்த வேலயிருக்கு, நானென்ன மத்த வேகாரிப் பயகள மாதிரி குடிச்சுப்புட்டு வேலக்கிப் போகாம ஊரவா சுத்திட்டுத் திரியிரன், வேல வெட்டி ஒன்றுமில்லன்னா ஆருதான் என்ன செய்ய முடியும். புள்ளக பட்டினியாக் கெடக்கிறது எனக்குத் தெரியாமயா இருக்கு, பசி எனக்குந்தான் ஈரக் கொலய கவ்வுது, போயி வாங்கிட்டு வா வாங்கிட்டு வான்னா எவங்கிட்டப் போயி கேக்க.'

தண்ணீர் அரித்ததால் ஓடைக்கரையில் வேரின்றி வெளியே கிடந்த விஷக் கோடாக் கிழங்குகளைப் பார்த்துக்கொண்டே நடந்தான்.

'மழ வெறிச்சாலும் களமொள எடுத்து கழிச்சிரமினு எந்தப் புண்ணியவாங்கிட்டயாவது போயி கேட்டா குடுப்பான், மழ வெறிக்கிற மாதிரியும் தெரியல. இப்பப்போயி கேட்டா நானே இப்பத்தானப்பா வீட்ல இருந்ததப் பூராத்தையும் புஞ்சையில போட்டுட்டு முழிச்சிக்கிட்டு நிக்கிறம்பான். குடுக்கானோ, குடுக்கலியோ, இருக்கோ, இல்லியோ சாக்குப்போக்குச் சொல்றதுக்குத் தோதாப் போகுது. நமக்கும் மறுபேச்சுப் பேச முடியல. முந்தா நாள் பெருமாள்சாமி நாக்கர் கிட்ட கேட்டதுக்கு நாக்கப்புடுங்கிட்டுச் சாகிறாப்ல கேட்டுட்டு நாலுபிடி கம்மம்புல் குடுத்தாரு. இன்னக்கும்கூட அவர் மொகத்துலதான் போயி முழிக்க வேண்டியிருக்கு, வெடுக்னு நாலு வார்த்த பேசுனாலும் நாலு புத்திமதியவும் சொல்லிட்டுப் புண்ணியவான் என்னத்தயாவது குடுத்துவிடுவாரு. மத்த பயக மாதிரி வெறுங்கையோட போகச் சொல்லமாட்டாரு.'

சங்கன் கடலையூர் மயானத்தைத் தாண்டி போகும்போது எதிரே ஐந்தாறு மாட்டு வண்டிகள் வந்துகொண்டிருந்தன. எல்லாமே அந்த ஊரின் வண்டிகள்தான். வண்டியில் இருந்த ஆட்கள் எல்லாமே தெரிந்த பழகிய ஆட்கள்.

‘என்ன... சங்கா தூரமா? காலையிலேய எங்கயோ பெறப்புட்ட, வெளி ஊரா?’

பக்கத்தில் வந்து வண்டியை நிறுத்திய வேதமுத்து கேட்டான். பிணம் எரியும் புகை எதிர்த்திசையில் மேகத்தோடு மேகமாய்ப் பறந்து கொண்டிருந்தது.

‘சும்மா அப்பிடியே ஒங்க ஊருவெரைக்குத்தான்.’

‘யேவாரம் வாங்கவா, இல்ல வேற ஏதும் முக்கிய சோலியா போறயா?’

‘சாப்பாட்டுக்குத் தவசம் வாங்கலாம்னுதான். வேற ஒரு சோலியும் கெடையாது.’

‘அப்படின்னா வண்டில ஏறு, ஓராளு மண்வெட்டிவிட கொறையுது. கடசி நேரத்துல ஒரு பய கால வாரிட்டு எங்கயோ மயித்தப் புடுங்கப் போறமின்னுப் போயிட்டான்.’

‘மண்ணடிப்பு ஆருக்கு?’

‘நம்ம உருளகுடிக்குப் போற சின்ன வால்வு ரோடு, பெரியசாமி நாடார் காண்ட்ராட்டு நடக்கணக்குத் தான்.’

‘மம்பட்டி கம்பில்ல சோறுங் கொண்டாரல.’

‘மம்பட்டி இருக்குப்பா. மொதல்ல வண்டிலேறு. ஒரு பிடிப்பு வேலதான், மூணு மணிக்குத் திரும்பிரலாமில்ல பெறகு என்ன சோறு கேக்குது, நாங்களும் ஒருத்தரும் கொண்டாரல்ல, சீக்கிரம் ஏறுப்பா, ஏந் தெகைக்க.’

சங்கன் ஏறி வண்டிக்குள் உட்கார்ந்ததும் வண்டிகள் வேகமாய்ப் பறந்தன. மேகங்களைப்போல வெய்யில் ஏற மழைக்காற்று சுகமாயிருந்தது.

மண்ணடிப்பு மும்முரமாய் நடந்துகொண்டிருந்தது. நடைக் கணக்காகையால் நா முந்தி நீ முந்தியென்று மாடுகளை விரட்டி விரட்டிப் போட்டிப் போட்டுக்கொண்டு அடித்தார்கள். வண்டி திரும்புவதற்குள் வெற்றுக் கூடை எல்லாவற்றுக்கும் மண் அள்ளி வைக்கவேண்டும். அடுத்த நடைக்கான மண்ணையும் குத்திப் போட வேண்டும், ஒரு நிமிஷம்கூட அவனுக்கு இடுப்பாத்த முடியவில்லை.

மண்ணைக் குத்திப்போட்டுவிட்டு நிமிரும்முன் வெற்று வண்டிகள் வந்து தயாராய் நிற்கும். பக்கத்து அடிப்பாகையால் ஒரு பீடி சுண்டக்கூட நேரமில்லை. நம்மைவிட அடுத்த வண்டிக்காரன் முந்திவிடக் கூடாது என்ற போட்டிப்பு வேறு. மழைத்தூறல்

இல்லாமல் வெறித்திருந்ததால் சுள்ளாப்பு வெய்யில் பலமாக உறைத்தது. கோடை வெய்யில்கூட இவ்வளவு உறைக்காது. இந்த வெய்யில் ஒன்றுதான் வண்ணானுக்கு உறைக்கும் என்பார்கள். பொழுது ஏறி உச்சித் திரும்பி அடிச்சாயத் தொடங்கியதும் சங்கனுக்குப் பசிக்கிறக்கம் தலைச் சுற்றியது. கூடையை உண்ணி உண்ணித் தூக்கி வண்டியில் போட்டுவிட்டு வரும்போது கண்கள் இருண்டு புகை போன்ற வளையங்களாகத் தெரிந்தன. இரண்டொரு தரம் தடுமாறிக் கூட சமாளித்தான். வெய்யிலில் இருந்துவிட்டு வீட்டுக்குள் நுழையும் போது கண் மங்கி இருட்டுமே அது போல் அவன் பார்வை சுழன்று கால்கள் பின்னின.

'என்ன சங்கா போத கீத போட்ருக்கியா?'

'நேத்து ராத்திரியிலிருந்து ஒரே போததான், அது பாருங்க சோத்து மேலேயே தேட்டங்குடுக்க மாட்டேங்குது.'

'அதுதான பாத்தன், ஆளு இந்த லம்பு லம்புறயே.'

பொங்கி வந்த சிரிப்பாணியைச் சங்கன் மென்று விழுங்கினான்.

ஒண்ணுக்குப் போகிற சாக்கில் மஞ்சணத்தி செடியோரம் போய் இரண்டொரு தரம் உட்கார்ந்து எழுந்து வந்தான்.

'சங்கனுக்கு என்னப்பா இன்னக்கி பீச்சாங் குடுக்க அந்து போச்சா?'

எல்லோரும் சிரித்துக் குனுகினார்கள். கூடவே முடியாது என்றுகூட சொல்லி விடலாமா என நினைத்தான். இன்னுங் கொஞ்ச நேரந்தான் என்ற தெம்பும், வீட்டின் நெனப்பும், கொஞ்சம் தெம்பூட்டியது. மண்ணைக் குத்திப் போட்டுவிட்டுத் தலைத் துண்டை அவிழ்த்து உதறிவிட்டு வேர்வையின் நசநசப்பையெல்லாம் துடைத்து விட்டு ஏறிட்டுப் பார்த்தவன் எதிரே பக்கத்தில் மூத்த பயல் வருவதையும் அவன் தலையில் சும்மாடு கூட்டி தோண்டிக் கலயம் வைத்திருப்பதையும் பார்த்தான்.

'ஆருடா சோறு குடுத்துவுட்டா.'

'அம்மாதான் கொண்ட்டு போகச் சொன்னா.'

'நம்ம ஆட்டுக்கார நர மண்டத்தாத்தா சொன்னாரு, நிய் வண்டில போறத எங்ஙனயோ பாத்திருக்காரு.'

வண்டிகள் போனபின் மகனின் பக்கத்தில் போய் சங்கன் மெதுவாய் கேட்டான்.

'தவசம் ஏதுடா?'

'இன்னக்கி சாய்ங்காலம் தாரமின்னு அம்மா ஆர்க்கிட்டயோ நாழிப்புல்லு கை மாத்தா வாங்கியாந்தா.'

'நா இங்கிட்டு வந்தப் பெறவு அம்மா அழுதாளாடா.'

'......'

மகன் உம்மென்றிருந்தான். 'நா என்ன வேலருந்தா போக மாட்டமினு சொல்றனாடா, வேலயில்லன்னா என்ன செய்ய...'

வண்டிக்காரனின் அதட்டல் பலமாய்க் கேட்டது.

'என்ன சங்கா குத்திப் போடுற மண்ணு ஒரு வண்டிகூட நெறய மாட்டேங்குது, வண்டிய நிறுத்தி வச்சிக்கிட்டு குத்தி குத்தி அள்ளுனா நட போனாப்லதான்.'

'யேல, சோறு ஆர்ல கொண்ட்டு வரச் சொன்னா? ஒரு தேரம் சாப்பிடலன்னா ஓங்க அப்பன் செத்தா போயிர்ரான். சோத்த கொண்டுக்கிட்டு ஓடுல, போயி ஓங்கப்பன் இப்ப வந்திருவாமினு ஓங்க ஆத்தாக்கிட்டப் போயி சொல்லு, ஓடுல.'

நடை குறைந்துவிடக் கூடாதென்ற வண்டிக்காரனின் ஆதங்கம். சங்கன் கஞ்சிக் கலயத்தை வாங்கி நீச்சுத் தண்ணீரை மட்டும் குடித்தான். உள்ளே இரண்டு கம்மங் கஞ்சி உருண்டைகள் கிடப்பது தெரிந்தது. பையன் சட்டைப் பைக்குள்ளிலிருந்து நாலைந்து வெங்காயத்தையும் அஞ்சாறு பீடிகளையும் எடுத்துக் கொடுத்தான். பீடியை மட்டும் கையில் வாங்கிக்கொண்டு வெங்காயத்தை அவனிடமே திருப்பிக் கொடுத்துவிட்டான். வண்டி வந்து தயாராய் காத்து நிற்கவும் கலயத்தைக் கொடுத்துவிட்டு கஞ்சி குடிக்காமலேயே ஓடினான்.

'பொழுதடைய அய்யா வந்திருவாம்னு அம்மா கிட்ட சொல்லு, ராத்திரிச் சாப்பாட்டுக்கு ரெண்டு கிலோ குறுனாவும் குத்திப் போட கம்மம்புல்லும் வாங்கியாறன். நாவருமின்ன குறுனாவுக்கு ஒல காச்சிப் போட்டு வச்சிருக்கச் சொல்லுடோய், கெணத்த எட்டிப் பாக்காத, பாத வழியா போடா, பாத்துப் போ.'

மூத்த பயலின் தலை மறைந்ததும் நாலைந்து கூடை மண்தான் அள்ளியிருப்பான். பேச்சு வாக்கில் சூடு பிடிச்சிருக்கு என்று சொல்லி விட்டு மீண்டும் ஒரு தடவை மஞ்சணத்தி செடியோரம் போய் உட்கார்ந்து எழுந்து வந்தான். கடுமையான எரிச்சலுடன் சொருக்கு மூத்திரம்தான். நிறம் மாறி மஞ்சளாய் இருந்தது. மீண்டும் வந்து கூடை தூக்கும் போது இடுப்புக் குடைச்சலும் கால் மூட்டுக்களில்

வலியும், உதடுகள் உலர்ந்து போனதால் நா வறண்டும் போய் எச்சில் இல்லாமல் நா அன்னத்தில் ஒட்டியது. காதடப்பை நீக்க அடிக்கொரு தரம் செருமிக்கொண்டான். அடக்கிப் பார்த்தும் முடியாததால் மூத்திரம் தானாகவே போய்க்கொண்டிருந்தது. வேட்டி நனைந்த ஈரத்தின் நசநசப்பு.

வேலை முடிந்ததும் வண்டிகள் குதியாளம் போட்டுக்கொண்டு சென்றன. சங்கன் வேட்டியை அவிழ்த்து நிறைய மூடிக்கொண்டு வண்டிக்குள் உட்கார்ந்திருந்தான். மேகத் திரட்சிக்கான ஊதல் காற்று ஜில்லென்று வீசிக்கொண்டிருந்தது.

'என்னப்பா, சங்கா இந்த ஊழ வாடக்கிப் பேயி இப்பிடி குக்கு முக்காடு போடுற, உப்பங்காத்துக்குப் புள்ளரிச்சாப்ல'

சங்கனுக்குப் பேசக்கூட திராணியில்லை. மேல் தாடையும் கீழ்தாடையும் சேர்ந்து குதியாளம் போட்டன. பீடி பற்ற வைக்கக்கூட முடியாமல் கைகள் வலித்துக்கொண்டு போயிற்று.

அவர்கள் நீராவியின் ஓரத்தில் வண்டியை நிறுத்தினார்கள். நிறை பெருக்காய் நீராவி கெத் கெத்தென்று கிடந்தது. எல்லோரும் வேஷ்டி துண்டையெல்லாம் துவைத்து முங்கி முங்கி குளித்தார்கள். சங்கனும் வேஷ்டி துண்டையெல்லாம் துவைத்து அலுப்புத் தீர முங்கி முங்கி எழுந்தான். புதுத் தண்ணீரின் குளிர்ச்சியில் உடல் சில்லிட சொகமா யிருந்தது. அப்படியே தலைக்குமேல் பந்தல் போட்டுக்கொண்டே நடந்தால் காய்ந்துவிடும்.

'என்ன சங்கா, எங்களோட பசாருக்குள்ள வர்ரயா, இல்ல இப்பிடியே கெழக்காம போயி எதுப்ல இருக்ற கடையில வாங்கிட்டுப் போறியா?'

'நா அங்க எதுக்கு இப்பிடியே இங்ன வாங்கிட்டு திரும்பிக்கிறன.'

வண்டிக்காரர் சுருக்குப் பையில் முடிந்து வைத்திருந்த ரூபாயி லிருந்து இரண்டு பத்து ரூபாய் தாள்களை எடுத்து நீட்டினார். அதைப் பவ்யமாக இரண்டு கைகளையும் ஏந்தி வாங்கிக்கொண்ட சங்கன், நெற்றியில் தொட்டு பின் இரண்டு கன்னங்களிலும் ஒற்றிக் கொண்டான். கோயில் முன்னால் பிரசாதம் வாங்குபவனைப் போல.

அவன் ஊருக்குத் திரும்பும்போது பொழுது மறைந்து மேகந் திரண்டு இருட்டியிருந்தது. மழைக் காற்றின் குளிர்ச்சி உடம்பை நாய் நக்கினாற் போன்ற சில்லிட்ட உணர்ச்சி. துண்டில் முடிந்து பொட்டல மாய்த் தலை மேலிருக்கும் அரிசிக்குறுனை, பைக்கூட்டில் தொங்கும்

கொஞ்சம் கம்மம்புல். சங்கன் வாகை மரத்து முக்குத் திரும்பும் போது ஒன்றிரண்டு எறி தூத்தல் விழத் தொடங்கியது. ஒதுங்கி நிற்க இடமில்லை. இருந்தாலும் இருட்டிவிடும். அவசரத்தில் இலேசாய் நனைந்தாலும் பரவாயில்லையென்று நடையை வேகமாக எட்டிப் போட்டான்.

காற்றும் சேர்ந்துகொண்டதால் மழை வலுத்தது. வாகை மரம் கூத்தாடியது. சங்கனால் ஓட நினைத்தும் முடியவில்லை. காலிரண்டும் பின்னிக்கொண்டன. அவன் கண்மாய்க் கரை ஆலமரத்தை அடைந்த போது தொப்புத் தொப்பாய் நனைந்திருந்தான். நனைந்து போயிருந்த அரிசிக் குறுனைப் பொட்டலத்தையும் பைக் கூட்டையும் மரத்தின் தூரில் வைத்துவிட்டு வேட்டியை அவிழ்த்து நன்றாக பிழிந்தான். தலையை நன்றாகத் துவட்டிவிட்டு ஆலமரத்தின் தூரோரம் உட்கார்ந்துகொண்டு, இரண்டு கைகளாலும் கால் முட்டுக்களிரண்டையும் சேர்த்துக் கட்டிக் கொண்டு பந்தாய் சுருண்டு அமர்ந்திருந்தான்.

மழை இப்போது இலேசாகத் தூறிக்கொண்டிருந்தது. எழுந்திருக்க முயன்றும் முடியவில்லை. குளிர் வாடையில் கைகால்கள் உதறல் எடுத்து வெடவெடக்கத் தொடங்கியது. மேலெல்லாம் குளிர்ந்து வருகிற மாதிரியான ஓர் உணர்ச்சி. பற்கள் கடகடக்க அவனையறியாமலேயே கைகளிரண்டும் கால் முட்டுக்களை இறுக்கியது. விரலால் தொடையில் கிள்ளிப் பார்த்தான். மரத்துப் போனதால் எந்த உணர்ச்சியும் தெரியவில்லை. வரவர உடம்பு பூராவும் சாமியாட்டம் போடத் தொடங்கியது. இலேசான முனங்கல் வலுத்து வாய் திறந்து அலறினான். பாதையில் யாரையும் காணோம். கைகால்கள் வெட்டி வெட்டி இழுத்தன. முகம் ஒரு பக்கமாகக் கோணிக் கொண்டு போனது. பற்கள் கட்டிக்கொண்டதால் முனங்கல் கூட கேட்கவில்லை. கண்கள் இரண்டும் மேலே சொருகிக்கொண்டன. தூறிக்கொண்டிருந்த மழை அடுத்த பாட்டமாக வலுக்கத் தொடங்கியது. ஒரு கிளையிலிருந்து மறு கிளைக்குத் தாவியமர்ந்த ஆந்தையின் ஒற்றை அலறல் மட்டும் பலமாய் கேட்டது.

'அழுகக் கூடாதுடா அய்யா இப்ப வந்திரும், வந்த ஒடன ஒங்களுக்கு நெல்லுச்சோறு பொங்கித் தருவன், பாப்பாவுக்குச் சேவு கூட வாங்கிட்டு வாரமின்னு அண்ணன்கிட்ட சொல்லி விட்ருக்க்ல்ல, என்னடா பெரிய பயல, அய்யா சேவு கொண்டாருமில்ல.'

'யெம்மா எனக்குச் சேவு'

‘சீ, ஒனக்கெல்லாங் கெடையாது, பாப்பாவுக்கு’

தாயின் பேச்சுக்கு எந்தவித பதிலும் பேசாத மூத்தவன் மெளனமாய் மழை பெய்வதையே வெறித்துப் பார்த்துக்கொண்டிருந்தான். மழை இப்போது பலமாக வலுக்கத் தொடங்கியிருந்தது. காலத்தில் பெய்யும் மழையாகையால் குமுறலோ மின்னலோ இன்றி அமைதியாகப் பெய்துகொண்டிருந்தது. முற்றத்தில் ஓடிய வெள்ளத்தில் நீர்க் குமிழ்கள் உடைந்து சென்றன.

●

9
குருத்து

கண்டக்டரிடமிருந்து டிக்கெட்டைக் கைகள்தான் வாங்கி பையில் திணித்ததே ஒழிய என் கண்கள் இரண்டும் எதிர்த்த வரிசைக் குழந்தை மீதுதான். மீதிச் சில்லறை கொடுப்பதற்காக லைட்டின் வெளிச்சத்தை நோக்கிப் பையை ஒரு குலுக்குக் குலுக்கிச் சில்லறையை, நீட்டிய கையில் போட்டுவிட்டு அந்தப் பக்கம் திரும்பினார். நான் நினைத்தது நடக்கவில்லை. குழந்தைக்கும் சேர்த்து மூன்றரை டிக்கெட் கிழவி வாங்கிவிட்டபடியால் பிரச்சினை எழவில்லை. கண்டக்டர் அடுத்த சீட்டுக்குப் போய்விட்டார். ஆனாலும் நான் குழந்தையை உற்றுப் பார்ப்பதைக் கிழவி கவனித்துவிட்டாள் போலும். சடக்கென்று மடியில் சரிந்திருந்த குழந்தையைக் கைகள் இரண்டையும் அதன் மேல் வைத்துக் குனிந்து மூடிக்கொண்டாள். லைட்டின் வெளிச்சத்தில் பாதங்கள் மட்டும் வெளியே நீட்டிக்கொண்டிருந்தன.

சீட்டின் நடுவில் உட்கார்ந்திருந்த கிழவி குழந்தையை மடியில் படுக்க வைத்திருந்தாள். குழந்தையின் தலை ஜன்னலோரம் உட்கார்ந்திருந்த பெண்ணின் மடியில் இருந்தது. கால்கள் பஸ்ஸின் நடைபாதையோரம் கிழவிக்கு இடப்பக்கம் உட்கார்ந்திருந்த பெண்ணின் மடியில் இருந்தது. மூன்று பேர்கள் உட்காரக் கூடிய எதிர்த்த சீட்டில் முதல் ஆளாக நான். என்கூட அமர்ந்திருந்தவர் ஜன்னலோரம் தலை சாய்த்துத் தூங்கி வழிவதும் முழித்துக் கொண்டால் லைட்டின் வெளிச்சத்தில் கையை உயர்த்தி மணி பார்த்துக் கொள்வதுமாக இருந்தார். குழந்தையின் பாதங்கள் இரண்டும் என் வலது கையால் தொடுகிற தூரத்தில்தான். நான் அப்பாதங்களையே உற்றுப் பார்க்கவும் கிழவி தன் இடது தோளால் ஒரு இடி இடித்து ஜாடை காட்டினாள். உடனே அந்தப் பெண் குழந்தையைப் போர்த்தியிருந்த போர்வையை இழுத்து பாதங்களை மூடினாள். இப்போது குழந்தையின் எந்த உறுப்பும் வெளியே தெரியவில்லை.

தலையிலிருந்து கால்வரை போர்வையால் சுற்றப்பட்டிருந்தது. பஸ் புறப்பட்டு ஒரு மணி நேரமாகியும், எந்த ஒரு திருப்பத்திலும், குலுங்கலிலும் குழந்தை அசையவுமில்லை, கை கால்களை அசைக்கவுமில்லை. புரண்டு படுக்கவுமில்லை. மெதுவாகக் கேட்டேன்.

‘ஏம்... பாட்டி கொழந்தைக்குச் சொகமில்லையா?’

இதை அவள் சற்றும் எதிர்பார்க்கவில்லை போலும். மூன்று பேருமே முகத்தை இறுக்கமாக்கிக் கொண்டு பார்த்தார்கள்.

‘ஆமய்யா காச்சல்.’

‘மொகத்த எதுக்கு இப்பிடி மூடியிருக்கே. மூச்சு எப்படிப் போகும்.’

கிழவி மாராப்புச் சேலையால் கண்ணீரைத் துடைத்துக்கொண்டாள்.

‘ஏம்... பாட்டி அழுகுறீங்க. டாக்டர் கிட்டக் காட்டி ஊசி போட்டா சரியாகப் போகும் பாட்டி, கொழந்த மொகத்தக் கொஞ்சம் தெறந்து வையுங்க. மூச்சுப் போகட்டும்.’

மற்ற இரண்டு பெண்களின் கண்களிலும் நீர் திரையிட்டது. எனக்கு விஷயம் புரிந்துவிட்டது. நான் நினைத்தது சரியாப் போயிற்று. போர்வைக்குள் வலது கையை நுழைத்துக் கால்களைத் தொட்டுப் பார்த்தேன். ஐஸ்கட்டியாய்ச் சில்லிட்டிருந்தது. நான் வியப்புடன் கிழவியைப் பார்த்தேன். கிழவி கையெடுத்து என்னைக் கும்பிட்டாள். தெரிந்துவிட்டால் அவ்வளவுதான்.

பஸ் ஏதோ ஒரு நிறுத்தத்தில் நின்று பின் கிளம்பியது. கிழவி மூன்றரை டிக்கெட் கயத்தாருக்கு எடுத்திருந்தாள். நான் அதைத் தாண்டி ஒரு மணி நேரம் பிரயாணம் செய்து கோவில்பட்டி போக வேண்டும். நான் எதையும் காட்டிக்கொள்ளாமல் இயல்பாக அவர்களிடம் பேசினேன்.

‘எங்கிருந்து வர்ரீங்க பாட்டி’

‘திர்ணவேலியிலருந்து.’

‘எங்க போகனும்.’

‘கயத்தாருக்கு.’

‘நீங்க எங்க போகனும் ராசா.’

‘கோயில்பட்டி போகனும் பாட்டி.’

‘பாட்டி ஒங்க ஊரே கயத்தார் தானா.’

‘இல்லய்யா, பக்கத்துல உருளகுடி.’

‘கயத்தார்லருந்து எவ்வளவு தூரம்.’

‘நாலு மைல் போகனும் ராசா.’

‘ராத்திரி பதினொரு மணியாகுதே பஸ் இருக்குமா பாட்டி.’

‘கடேசிப் பஸ்சு போயிருக்கும் நடந்துதான் போகனும்.’

‘ஆம்பளைக ஆருமில்லையா.’

‘இல்லை.’

‘ஒத்தையில போயிருவீகளா.’

‘போய்த்தான் ஆகனும் ராசா.’

நானும் கிழவியும் பேசுவதை மற்ற இரண்டு பெண்களும் பரிதாபமாய்ப் பார்த்துக்கொண்டும் பொங்கி வரும் கண்ணீரைத் துடைத்துக் கொண்டும் இருந்தார்கள்.

‘கொழந்த யாரு கொழந்த பாட்டி.’

‘மகன் புள்ள பேரன். இந்தா இருக்கால்ல இவதான் மருமக. இவ என்னோட கடைசி மக, இன்னும் கெட்டிக் குடுக்கல.’

‘கொழந்த எப்படிப் பாட்டி எறந்தது.’

கிழவி என் பக்கம் தலை சாய்த்து மெதுவாய்ப் பேசினாள்.

‘வாயால வகுத்தால போச்சு, சரின்னு ஆஸ்பத்திரில கொண்டுப் போய்ச் சேர்த்தோம். ரெண்டு பாட்டல் குளுக்கோஸ் ஏத்தவும் புள்ள நல்லாத்தெளிச்சி குடுத்திருச்சி, கூட வந்த எம் மகனும் மத்த ஆம்பளகளும் காலைல வாரம்னுட்டுப் போய்ட்டாக. ராத்திரில பாருங்க ஜன்னி மாதிரி வந்து வெட்டி வெட்டி இழுத்துச்சு, ஒரு வீச்ல புள்ளயச் சுருட்டிருச்சு, மண்டயப் போட்ருச்சு பெளசர்காரன் மூனாயிரம் குடு நாலாயிரம் குடுங்கான். ஆயிரத்துக்கு நான் எங்க போவன். விடிய விடிய வச்சிக்கிட்டும் இருக்கமுடியாது. பச்சப் புள்ள ஒடம்பு தாங்குமா, என்ன வந்தாலும் சரி அந்தக் கருப்பசாமி விட்ட வழின்னு பஸ்ல எறிட்டோம் உண்டானபடி இருக்கு. புள்ளயே போச்சு, அதுக்கு மேல என்ன வந்தா என்ன.’

‘ஓங்க கூட தொனைக்கு நான் வரட்டுமா பாட்டி.’

‘எதுக்யா தொனைக்கு நீங்க யாரோ... எவரோ, ஆரு பெத்த புள்ளயோ நேரங்கெட்ட நேரத்ல, ஒரு லாப நட்டம் வந்தா, பெத்தவுகளுக்கு ஆர்யா பதில் சொல்வா கழுத வெனயக் கழுததான் தாங்கனும், எங்க தலயெழுத்து அப்படினுட்டுப் போக வேண்டியது தான்.’

எங்கள் பேச்சை யாரும் கவனிக்கிறார்களா என்று கிழவி பஸ்

முழுவதும் ஒரு நோட்டம் விட்டாள். அநேகமாக எங்கள் நாலுபேரைத் தவிர எல்லோருமே தூக்கத்திலும், அரைத் தூக்கத்திலும் இருந்தார்கள். கண்டக்டர் டிரைவரின் பக்கத்தில் உட்கார்ந்திருப்பது எதிரே வரும் வண்டிகளின் லைட் வெளிச்சத்தில் தெரிந்தது. பஸ்சினுள் நடுவில் உள்ள மங்கலான லைட் மட்டும் எரிந்துகொண்டிருந்தது. கயத்தார் வந்து விட்டதற்கு அடையாளமாக எல்லா லைட்களும் எரிய பஸ் ஒரு குலுங்கலுடன் நின்றது.

கிழவி போர்த்தியிருந்த போர்வையோடு சேர்த்துக் குழந்தையைத் தன் இடது தோளில் தூக்கிப் போட்டாள். தலையை ஆட விடாமல் இறுக்கிப் பிடித்திருந்தாலும், தலை அவள் தோளில் உருண்டபடியே இருந்தது. கால்கள் இரண்டும் தரையைத் தொடுகிற அளவுக்கு விறைத்து நீட்டிக்கொண்டிருந்தது. கடைசியாக நானும் இறங்கிக்கொள்ள பஸ் புறப்பட்டது. இதுவரை அடக்கி அடக்கி வைத்திருந்த அழுகை நிறை கண்மாயின் கரை உடைந்தது மாதிரி பீறிட்டது. மூன்று பேராலும் அழுகையை அடக்க முடியவில்லை. அடைத்துக் கிடந்த கடைகளின் முன்னால் படுத்திருந்த ஒன்றிரண்டு பேர் தலை தூக்கிப் பாத்ததோடு சரி.

'எப்படிக் கூடி பாட்டி போகனும்'

சடாரென அழுகையை நிறுத்தியவள் ஆச்சரியமாய் என்னைப் பார்த்தாள்.

'அய்யா... எங்க ராசா... நீங்களும் எறங்கிட்டீகளாக்கும், ஏங்கசாமி நீங்க நல்லாருக்கனும், ஆரு பெத்த புள்ளயோ, எங்கப்பன் கருப்பசாமியோட தொன, எங்கள ஒத்தையில விட்டு வேடிக்க பாத்திருவானொனு பயந்தன், இப்பிடிக்கூடி வாங்க ராசா வடக்காம கூடிப் போற வண்டிப்பாத தான்.'

கிழவியின் சத்தமான ஒப்பாரி நெஞ்சைப் பிசைந்தது.

'நான் அஞ்சு மக்க பெத்திருந்தும், அஞ்ச மக்க பெத்திருந்தும் இப்ப... அனாதையா நிக்கிறேனே அனாதையா நிக்கிறேனே... ம்... மு... ம்... ம்...'

வடக்காமல் போன வண்டிப்பாதை ஓடையாக மாறி மேற்காமல் திரும்பியது. இரு கரைகளிலும் அடர்ந்து நிற்கும் வேலிக் கருவேல மரங்கள். மரங்களினூடே வரிசைப் பனைகள். பாதை ரொம்பவும் இருட்டாக இருந்தது. காலடி கூடத் தெரியவில்லை. இரண்டாவதாக வந்து கொண்டிருந்த கிழவி சடக்கென்று நின்றுகொண்டாள்.

'யேயே... ராசா... தம்பி நீங்க பின்னால வாங்க நாம் முன்னாடி

போறன். இந்த ரெண்டு கழுதைகளும் முழுகிக் குளிக்கிற கழுதைக, வெறுக்னு பயந்துட்டாப் போச்சு, காத்துக் கறுப்பு அண்டிரும், என்னயப் பத்திக் கவலயில்ல; காடு வாவாங்கு - வீடு போபோங்கு, கடவுளு எனக்கு ஓலையக் கிழிக்க மாட்டங்கான். இந்த மாதிரி சீண்ரமெல்லாம் பட்டு சீரழியனும்னு ஏந்தலையில எழுதியிருக்கு நாளக்கி என்ன பேசுவாக இந்தக் கெழவிக்கு ஒரு சாவு வரமாட்டங்கு, பேரனத் தூக்கி முழுங்கிட்டானு பேசும் ஜனம், அந்தப் பேச்சையும் கேக்கனுமினு லவிச்சிருக்கு இன்னியும், என்னென்ன பாடுபடனும்னு கடவுளு விட்ருக்கானோ ஆரு கண்டா, அன்னக்கி எழுதுனவன் அழிச்சா எழுதப் போறான்.'

குழந்தையைக் கிழவி தோள் மாற்றிக்கொண்டாள். மருமகளும், மகளும் கேட்டதற்குத் தரமாட்டேன் என்று சொல்லிவிட்டு வேகமாய் நடந்தாள். வரிசைப் பனைகளின் கடைசியில் போனவுடன் வீச் வீச் என்ற ஆந்தையின் அலறலைத் தொடர்ந்து தொங்கிக் கொண்டிருந்த காய்ந்த ஓலை ஒன்று பிடிப்பறுந்து சரசரவென்று பனையை உரசிக்கொண்டே தொப் என்று தரையில் விழுந்தது நான்கூட நடுங்கிவிட்டேன். கிழவி சத்தம் போட்டு வைதாள்.

'யேல... யேய் ஆக்கங்கெட்ட பயபுள்ள, ஓம் மனசுல என்னல நெனச்சிருக்க, வரமொற தெரியாத வள்ளுப் பெறக்ன நாயே, ஒனக்கு என்னல மொற வேனும், பாடாவதிப் பயல, ஓம் ஒடம் பெறந்த புள்ளக்கிட்டத்தான் ஓஞ் சேட்டையக் காட்ரயாக்கும் மருவாதியாப் போயிரு. இல்ல கண் காணாத எடத்துக்குக் கொண்ட்டு போயி தாவிச்சுப்புடுவன் தாவிச்சு.'

'என்ன பாட்டி.'

'எங்க சொந்தக்காரப் பயதான், பனையிலருந்து விழுந்து வம்படியா செத்தபய, இடுப்புல சொருகியிருந்த பாளையருவா கீழவுழுந்த ஓடன அரவகுத்துக்கு கிழிஞ்சு கொடல் தள்ளிச் செத்த பய, வரமொற தெரியாம வாலாட்றான்.'

'பேயெல்லாங் கெடையாது பாட்டி, காத்துக்குக் காஞ்சு போன ஒல விழுந்திருக்கு.'

'காத்து இப்பத்தானா அடிக்கி, வருசம் பூராவும்தான் காத்தடிக்கி அப்பிடியே காத்துக்கு விழுந்தாலும் ஒரு அர நாழிக முன்னப்பின்ன விழ வேண்டிதான, நம்ம இந்தக் கோலத்துல வரும் போதானா கரேக்ட்டா நம்ம முன்னால விழனுமா.'

கிழவி குழந்தையைத் தோள் மாற்றிக்கொண்டாள். பாதை

ஓடையை விட்டு விலகி பொட்டல் காட்டின் வழியே சென்றது. பரந்த வெட்ட வெளி நிர்மலமாக ஆகாயம், மின்னும் நட்சத்திரங்கள், எங்கள் பாதங்கள் தரையோடு உரசும் சப்தம் தவிர வேறு எந்தச் சப்தமுமில்லாத நிசப்தமான கும்மிருட்டு. பாதையோரம் ஒரு கோயில் மாதிரியான பழங்காலக் கட்டிடம் பின்னத்தியங்காலில் நின்று கொண்டு முன்னத்தியங்கால்கள் இரண்டையும் தூக்கி ஒரு உருவத்தின் தோள்மேல் நிற்கும் நாலு கால் பாய்ச்சலில் ஓடும் குதிரைச் சிலை. கிழவி சட்டென்று நின்றாள். 'ப்பூ... ப்பூ' என்று எச்சில் துப்பினாள். நாய் ஒன்று எதிரே நின்று திரும்பிப் பார்த்துவிட்டு ஓடி மறைந்தது.

'அட, கழுத கெடுத்ததே... ரோசங்கெட்ட கழுத, நெற சூலியா வகுத்த வலிச்சு மூனு நாளா லோல்பட்டு பேருகாலம் ஆக மாட்டாம, மாட்டு வண்டில போட்டு வைத்தியரப் பாக்கப் போகும் போது இங்ஙன உயிரவிட்ட கழுத, பாதையில நின்னு மொறச்சுப் பாத்திட்டா போற, அதுதான் பச்சப் புள்ளயப் பறிச்சிகிட்டய கழுத, இனி என்னத்துக்கு நாக்கத் தொங்கப் போட்டுட்டு அலையிற.'

'பாட்டி அது பேய் இல்ல, நாயி பாட்டி.'

'நாய்க்கு நடு ராத்திரில இங்க என்ன வேல, ஊரச் சுத்திட்டு கூரவீட்டுக் கோடில படுத்து எந்திரிக்கிற நாய்க்கு நடுச்சாமம் நடுக்காட்ல என்ன சோலி.'

'......'

'யே... அய்யனாரப்பா பாத்துக்கிட்டா சும்மா நிக்க, வருசம் தவறாம ஒன்னயக் கையெடுத்து வாரன, என்னய எதுக்கப்பா இப்படிச் சோதிக்க, இந்தப் பச்ச மண்ணப் பலி வாங்னது காணலியா? வேணுமின்னா என்னய எடுத்துக்கோ, தலமொற தலமொறயா ஒன்னயக் கையெடுத்து வாரம் பாரு. அதுக்கு இதுவும் வேணும், இதுக்கு மேலயும் வேணும்.'

ஊரில் நாய்கள் குரைக்கும் சத்தம் கேட்டது. ஊர் பக்கத்தில் தான் இருக்க வேண்டும். கொஞ்சதூரம் போனதும் கிழவி நின்று கொண்டாள்.

'இதுக்கு அங்கிட்டுப் போகக் கூடாது தம்பி. நானும் மருமகளும் இங்க நிக்கோம். நீங்களும் எம் மகளும் போயி தாக்கல் சொல்லுங்க, ஆம்பளைங்க ஓடியாந்துருவாங்க.'

ஒரு நொடியில் ஊர் பரபரப்பாகிவிட்டது. அழுகையும் சத்தமும் ஓட்டமும் பெருநடையுமாய் ஜனங்கள் சாரை சாரையாய்ப் போய்க்

கொண்டிருந்தார்கள். ஒரு சிலர் கையில் டார்ச் லைட்டும், இன்னும் சிலர் அரிக்கேன் லைட்டும் வைத்திருந்தார்கள். ஊரெல்லாம் சுற்றிநின்று கூப்பாடு போட கிழவி கைகளில் குழந்தையை ஏந்தியபடி நின்றாள். ஒருவன் மூடியிருந்த போர்வையை நீக்கி குழந்தையின் முகத்தோரம் அரிக்கேன் லைட்டைத் தூக்கிப் பிடித்தான். ஒரே நேரத்தில் பெண்கள் எல்லோரும் சத்தமாகக் கூப்பாடு போட்டார்கள். அந்தப் பிஞ்சு முகம் லைட்டின் மஞ்சள் ஒளியில் வாடி வதங்கிக் கிடந்தது. ஒருவன் வேகமாய் வந்து எங்கள் ஒவ்வொருவர் தலையிலும் கோழிமுட்டையைச் சுற்றித் தூர எறிந்தான். கிழவியிடமிருந்து ஒருவன் குழந்தையைப் பிடுங்கினான். கிழவி தரையில் விழுந்து புரண்டாள். கூட்டமாய் ஒருவரோடு ஒருவர் கட்டிப் பிடித்து அழுதார்கள்.

இவ்வளவு சோகத்திலும் அவர்கள் என்னை உபசரித்த விதம் ஆச்சரியமாய் இருந்தது. காலையில் நான் ஊருக்குப் புறப்பட்ட போது அநேகம் பேர் என்னைக் கையெடுத்துக் கும்பிட்டார்கள். கிழவியின் பழுத்த சுருங்கிய முகத்தில் கண்ணீர் வழிந்தோட என்னைக் கும்பிட்டாள். என்னைப் பஸ்சில் ஏற்றிவிட கூடவே இரண்டு பேர் வந்தார்கள்.

பஸ் ஸ்டாப்பில் மேலும் மூன்று பேர் நின்றுகொண்டிருந்தார்கள். அவர்களைக் கண்டதும் என்கூட வந்தவர்கள் பேயறைந்தது போல் பதறிப் போய்த் துண்டுகளை எடுத்து இடுப்பில் கட்டிக்கொண்டு மடித்துக் கட்டியிருந்த வேஷ்டிகளைக் கால்வரை அவிழ்த்துவிட்டுப் பவ்யமாகக் கைகட்டி நின்றார்கள். நான் ஆச்சரியமாய்ப் பார்த்தபடி நின்றேன். அந்த மூன்று பேரும் என்னையே உற்றுப் பார்த்தார்கள்.

‘இந்தாளு ஆருடா, வேத்தாளா இருக்கு, மீசகீசயெல்லாம் மேல பாக்க திருக்கி விட்டு சண்டியரு மாதிரி இருக்கான்.’

‘.....’

‘யேய்... ஒனக்கு எந்த ஊர் டேய்.’

‘கோயில்பட்டி.’

‘கோயில்பட்டிதானா இல்ல பக்கத்தூரா.’

‘கோயில்பட்டியேதான்.’

‘கோயில்பட்டில எந்த ஏரியா.’

‘பாரதி நகர்.’

‘பாரதி நகர்ல எந்தத் தெரு.’

'மேட்டுத் தெரு.'

'ஓம் பேரு.'

'ரமேஷ்.'

'ஓங்க அப்பும் பேரு'

'கருப்பசாமி'

'ஓங்க தாத்தா பேரு.'

'தங்கவேல்த் தேவர்.'

'எந்தத் தங்கவேலுத் தேவரு'

'பஸ் ஸ்டாண்டு பக்கத்துல மரக்கட வச்சிருக்கார்ல்ல.'

'அடடே, அவரு பேரனா நீங்க, அப்ப வரதம்பட்டிக்கு இப்ப ஒரு பொண்ணு குடத்தீகள அது.'

'ஏந் தங்கச்சிதான்.'

'சரியாப் போச்சு, அந்த மாப்ளப் பையன் நம்ம பொண்டாட்டி வழில ரொம்பக் கிட்ட தம்பி.'

'அப்பிடியா, சந்தோஷம்.'

'கடேசில தம்பி ரொம்பக் கிட்டல்ல நெருங்கி வந்திட்டாக, பாத்த ஓடனயே நெனச்சன், நம்ம ஏரியாவுல, வேற எந்தப் பய வந்து, மீசைய மேல பாக்கத் திருக்கி விட்டுட்டு நிக்க முடியும்னு அது சரியாப் போச்சு.'

மற்ற இரண்டு பேரும் பயங்கரச் சத்தத்துடன் சிரித்து இந்தப் பேச்சை ரசித்தார்கள். ஆளுக்கொரு பீடியையும் பற்ற வைத்துக் கொண்டார்கள்.

'சரி, தம்பி ராத்திரி எங்க சாப்பிட்டீக, எங்க படுத்திருந்தீக, ஜனம் பூராவும் நம்ம ஜனம் தம்பி. ஓங்க தாத்தாவோட பேரக் கேட்டாப் போதும் அத்தனை பயகளும் காதவழிக்கு ஓடிப் போவான்.'

'இவங்க வீட்லதான் சாப்பிட்டன், இவங்க வீட்லதான் படுத்திருந்தன்.'

'இந்த ஜாதி கெட்ட பயக வீட்லயா சாப்ட்டீக, ஒரே நாள்ல ஓங்க தாத்தா பேரக் கெடுத்துக் குட்டிச் சுவராக்கிட்டீகளே, இப்படிப் போனா அந்தப் பயகளுக்குப் பயமத்துப் போகுமே, பயமத்துப் போச்னா யாரை மதிப்பான்.'

'ஓராளு பேரக் கேட்டா பயம் வரக்கூடாது. பக்தி வரனும்.'

'சரி, சரி நீங்க இந்தக் காலத்து ஆளு, இன்னிக்கு சாப்பிடுவீக,

நாளைக்கு சம்பந்தம்கூடப் பண்ணுவீக.'

'சம்பந்தம் பண்ணுனா தப்பு, சம்பந்தம் பண்ணாம எல்லாப் பொம்பளகிட்டயும் போறது தப்பில்லையாக்கும்.'

'நீங்க பெரிய படிப்புப் படிச்சு சூட்டு கோட்னு போட்டுட்டீக, இப்படி குண்டக்கா மண்டக்காத்தான் பேசுவீக. ஏம்ல்ல சிறுக்கி பிள்ளைகளா, அந்தத் தம்பிதான் கூறுகெட்டதனமா வந்திட்டா, ஒங்களுக்கு எங்கல புத்தி போச்சு, வீட்ல கூப்பிட்டு விருந்து வச்சிருக்கீக.'

'... ...'

பஸ் வந்து நின்றது. ஓடிப்போய் ஏறிக்கொண்டேன். என் கூட வந்த இருவரும், கைகளை உயர்த்திக் கும்பிட்டபடி நிற்க பஸ் புறப்பட்டது. அவர்கள் கைகளைக் கீழே இறக்கவே இல்லை. ராத்திரியில் பேயே கிடையாது என்று கிழவியுடன் வாதம் செய்ததற்காக வருத்தப்பட்டேன். ஏனெனில் அவள் பல பேய்களைப் பார்த்தவள். பேய்களுடன் வாழ்பவள்.

●

10

சிதைவுகள்

நானும் என் மனைவியும் அந்த முடிவு எடுத்த உடனேயே எனக்கு ஏற்பட்ட ஒரே கவலை அந்த வேலைக்கு யாரைக் கூப்பிடுவது என்பதுதான். பட்டிக்காடா, கூப்பிட்ட உடன் ஓடோடி வந்து கைக்கட்டி நின்று சேவகஞ் செய்துவிட்டுப் போவதற்கு. பட்டணக் கரையில் யார் யாரை மதிக்கிறார்கள்? இல்லை கோயில் குளம் என்றால் கவலையில்லை. அந்தந்த வேலைக்கென்று அங்கேயே ஆட்கள் இருப்பார்கள். இல்லை ஏதாவது மண்டபம் பிடித்துப் பத்திரிகை அடித்துத் தடபுடலாய் நடத்தினால் யாரைக் கூப்பிட்டாலும் ஓடோடி வருவார்கள். வீட்டுக்கு வந்து செய்துவிட்டுப் போ என்கிற போதுதான் பிரச்சினையே வருகிறது. அன்றைக்குப் பேச்சுவாக்கில் என் வீட்டுக்குப் பக்கத்தில் உள்ள சலூன் கடைக்காரன் சொன்னதை நினைத்துப் பார்த்தேன். இரண்டு விரல்களிலும் மோதிரம் மின்ன பலமாகப் பேசிக்கொண்டிருந்தான்.

'அதெல்லாம் அந்தக் காலம் சார், இப்பவெல்லாம் சுத்து வேலைக்குப் போற பயன்னு தெரிஞ்சா அம்புட்டுத்தான், ஒரு பய எம் வீட்ல பச்சத் தண்ணி குடிக்க மாட்டான். கொள்ளுவன கொடுப்பனயக்கூட நிறுத்திட்டு ஜாதியிலகூடச் சேக்காம காரித் துப்புவான்!'

பட்டணத்தில் எனக்குத் தெரிந்த இன்னும் ஒரே ஆள் மகேஸ்வரி சலூன் கருப்பசாமிதான். கருப்பசாமியை நினைக்கிற போதே அவனுடைய கறார் தன்மையையும் நினைக்க வேண்டியதிருக்கிறது. நான் இந்த ஊருக்கு மாற்றலாகி வந்த புதிதில் கருப்பசாமி சலூன் கடையை ஒன்னும் தேடிக் கண்டுபிடித்துப் போகவில்லை. அவன் கடைக்கு எதிர்த்தாற் போல்தான் நான் மட்டுமே வாங்கிப் படிக்கிற இலக்கியப் பத்திரிகை விற்கும் கடை இருந்தது. அன்றைக்கும் அப்படித்தான் புத்தகம் வாங்கிய கையோடு ஏறிட்டுப் பார்த்தேன்.

ஏதோ பலநாள் பழகிய ஒருவரைக் கூப்பிடுவதுபோல் கூப்பிட்டான்.

'வணக்கம் சார், உள்ள வாங்க கட்டிங்கா? சேவிங்கா? இப்படி உக்காருங்க.'

இன்னொரு சேரில் ஒரு பெரியவர் ஒரு சிறு குழந்தைக்கு முடி வெட்டிக்கொண்டிருந்தார். குழந்தை கூப்பாடுபோட்டு அழுது அடம்பிடிக்க அதை ஒருவன் தலையை ஆடவிடாமல் கழுத்தைப் பிடித்து அமுக்கிக்கொண்டிருந்தான். அவன் அந்தக் குழந்தையின் மாமனாக இருக்கவேண்டும். அவனுடைய நயமான ஏமாற்றுப் பேச்சு, கெஞ்சல் இவற்றிலிருந்து அப்படித்தான் தெரிந்தது. குழந்தை கழுத்தை அண்ணாந்தபோது மூக்கிலிருந்து சளி கீழுதடுவரை ஒழுகியிருக்க அதன் மேல் கத்தையாய் முடித்திரள் ஒட்டிக்கொண்டிருந்தது. அவன் அதை உரிமையோடு துடைத்துவிட்டான்.

கருப்பசாமி வேறு எதுவுமே பேசவில்லை. முடிவெட்டுவதிலேயே கவனமாயிருந்தான். கடைச் சுவர்களில் அரை நிர்வாண ஆபாசப் படங்கள் இல்லை. அரசியல் கட்சித் தலைவர்கள் படங்கள் இல்லை. சினிமா நடிக நடிகையர் படத்தையும் காணோம். ஒரே ஒரு இடத்தில் மட்டும் ஒரு சிறு போர்டு 'செய்யும் தொழிலே தெய்வம்.' மீதி உள்ள இடங்களில் எல்லாம் ரம்மியமான இயற்கைக் காட்சிகள் கூட்டுக்குள் வாய்பிளந்து நிற்கும் குஞ்சுகளுக்கு இரையூட்டும் தாய்ப் பறவை கோலிக்குண்டுக் கண்களை உருட்டி, பொக்கைவாய்ச் சிரிப்பை உதிர்த்து, தவழும் குண்டுக் குண்டுக் குழந்தைப் படங்கள். ஒரேவொரு சீட்டுக் கம்பெனி விளம்பரக் காலண்டர். மருந்துக்குக்கூட ஒரு சாமி படத்தையும் காணோம்.

'போதுமா சார், இன்னியும் கொஞ்சம் முடியக் கொறைக்கவா.'

'போதும்ப்பா.'

'இதுக்கு மேல கொறச்சா முன் வழுக்க அகலமா தெரியும் சார்.'

'......'

'சார் இந்தாங்க மிச்சம் ரெண்டு ரூவா.'

'வச்சுக்கோப்பா.'

'இல்ல சார் எட்டு ரூவாதான் யார்ட்டயும் அதிகம் வாங்கிறதில்ல.'

அதற்கப்புறம்....

வாரம் ரெண்டு தடவை சேவிங், மாசம் ஒரு தடவை கட்டிங், இரண்டு வருடமாய் மகேஸ்வரி சலூன் கருப்பசாமி ரொம்பவும் பழக்கமாகிப் போனான், வேறு கடைக்கும் போகாதபடிக்கு.

'சார், வாங்க உக்காருங்க, என்ன ஒரு மாதிரி டல்லாயிருக்கீக.'

'ரெண்டு நாளா சரியான அலச்சல்ப்பா.'

'வெளியூரா?'

'எல்லா ஊரும்தான், வெளியூர், உள்ளூர்'

'யோவ்... தல சீவ வர்ரவரு, இங்க நான் ஒருத்தன் இருக்கம்ல ஒரு வார்த்த கேக்கலாம்ல்ல, இதென்ன மடம்னு நெனச்சீரா.'

வேகமாய் வந்து சீப்பும் கையுமாய்க் கண்ணாடி முன் நிற்பவன் முறைத்துக்கொண்டு போவான்.

'நாஞ் சொல்றது சரிதான சார், ஏங்கிட்ட ஒரு வார்த்த கேட்டுட்டு தல சீவுனா அவுக மதிப்புக் கொறஞ்சு போகுமாம்.'

'இந்தா கருப்பசாமி சில்லரையில்ல அம்பது ரூவாயா இருக்கு கடையில போயி ஒரு வில்ஸ் பாக்கெட் வாங்கிட்டு மாத்திட்டுவா.'

'நீங்க போயி... மாத்திட்டு... சாவாசமா வந்து காசு குடுங்க ஒன்னும் அவசரமில்ல!'

'என்ன சார் அவுக போயி சில்லர மாத்தட்டுமே, நம்ம எதுக்கு சார் ஏழு கட அலயணும், வாரவுக மொதல்லேயே சீரட் பாக்கட் வாங்கிட்டு மாத்திட்டு வர வேண்டியதுதான, வேல ஏவி அதிகாரம் பண்ணியே பழக்கப்பட்டவுக சார்!'

'இந்தாப்பா கருப்பசாமி ஒரு டீ வாங்கிக்கிட்டு, நிய்யும் ஒரு டீ குடிச்சிட்டு, அப்படியே ரெண்டு சிசர் வாங்கிட்டு வா, நா அதுக்குள்ள பேப்பர ஒரு பார்வ பாத்துக்கிறன்.'

'இங்க ஒண்ணும் டீ வாங்கிக் குடுக்க, சீரட் வாங்கிக் குடுக்க வேற ஆள் கிடையாது, வேணும்னா போயி டீ சாப்பிட்டுட்டு வாரும், பெறகு வேல செய்வம். இல்ல பேப்பர நல்லாப் படிச்சு முடிச்சப் பெறவு வேல செய்வம்.'

'பாத்தீகளா சார், அந்த ஆளு வரவேயில்ல, வரமாட்டார்னு எனக்குத் தெரியும் போனாப் போறாரு. வேல செஞ்சாக் காசு, இல்லனா இல்ல, அதுக்காக இவுக சொல்ற வேலையெல்லாம் கேக்கிறதுக்காகவா இங்க கடையத் தொறந்து வச்சிக்கிட்டு உக்காந்திருக்காக, என்ன சார் நாஞ்சொல்றது, ஒரு டெய்லர் கடையில போயி துணியக் குடுத்திட்டு இப்படி அதிகாரம் பண்ண முடியுமா? துணிய வாங்கி வச்சிக்கிட்டு ஏழாட்ட இழுத்தடிப்பான், இவுகளும் நாயா அலைவாக. ஒரு தச்சு வேல செய்ற ஆசாரிட்ட வேல ஏவிப் பாத்தா தெரியும். செருப்புத் தைக்கிறவன்கூட இவுக சொல்றதக் கேக்கமாட்டான்.

செரைக்கிறவம்னா எல்லாருக்கும் தொக்கு சார். ஏன்னா எங்க வேல ஒண்ணுதான் சார் ஞாயமான வேல, யாரையும் ஏமாத்த முடியாது இப்பவா பெறகு வான்னு நாங்க அதிகாரம் பண்ணமுடியாது, அதுதான் எல்லாரும் எங்கள அதிகாரம் பண்றாங்க சார்.'

இந்த இரண்டு வருடங்களில் இப்படி எத்தன எத்தனையோ சம்பவங்கள். அன்றைக்கும் அப்படித்தான் ரூபாயை வாங்கி எண்ணிச் சரிபார்த்துக் கொண்டிருந்தவன் பவ்யமாக ஒரு பத்திரிகையை எடுத்து என்னிடம் நீட்டினான்.

'சார், மூத்த பையனுக்குக் காது குத்து வச்சிருக்கன் கட்டாயம் வந்திரனும்.'

'எங்கப்பா.'

'ஆலம்பட்டி அய்யனார் கோயில்ல சார்.'

'அது எங்க இருக்கு.'

'பக்கத்துலதான் சார், இங்கருந்து நாலுமைல் மெயின் ரோட்டு மேல்தான் சார்.'

'என்ன கெழம,'

'வார ஞாயித்துக் கெழம சார், வீட்ல வந்துதான் குடுக்கனும்னு நெனச்சன், வீடு தெரியாது. வேற ஏதும் மனசுல நினச்சிக்கிறப் படாது சார்.'

'அதனாலென்ன இது வரைக்கும் வீடு எங்க இருக்குனு நீ கேக்கவுமில்ல நான் சொல்லவுமில்ல.'

'எதுக்கு சார் அனாவிசமா வீட்டெல்லாம் வெசாரிக்கனும். ஒரு சிலர் செரைக்கிற பயலுக்கு இதெல்லாம் தேவையானு நெனப்பாக, என்ன சார் நாஞ்சொல்றது.'

கோயிலை மறைத்துக்கொண்டு நிற்கும் ஆலமரத்தடியில் ஆட்கள் கூட்டமாய் உட்கார்ந்திருந்தார்கள். நான் மோட்டார் சைக்கிளை நிறுத்திய உடனேயே கருப்பசாமி ஓடி வந்து வரவேற்றான்.

'சார், வணக்கம் சார். நீங்க எல்லாம் எங்க வர மாட்டீகனு நெனச்சன் சார். ஆனா வந்தீட்டீக, எனக்கு ரொம்பச் சந்தோஷம் சார், வாங்க சார். உக்காருங்க, இதுதாஞ்சார், ஏஞ் சம்சாரம்.'

'நீ குடுத்த பத்திரிக்கையை என்னோட வீட்டுக்காரிகிட்டக் காட்டனன். அவதான் இந்தப் பாத்திரத்த செலக்ட் பண்ணி வாங்கிட்டு வந்தா. இந்தா கருப்பசாமி.'

'சார், எனக்கு உண்மையிலேயே சந்தோஷம் சார், நீங்க வருவீகன்னு தெரிஞ்சா ஒரு சோடா கலராவது; இல்லன்னா கூல்டிரிங்காவது வாங்கி வச்சிருப்பன் சார், இங்க கட ஏதும் இல்ல சார்.'

'ஏங் கருப்பசாமி சாப்பாடெல்லாம் கெடையாதா?'

'சார், நீங்க சாப்பிட மாட்டீகனு நெனச்சன் சார், வாங்க சார் உக்காருங்க, யேய்... அய்யம்மா அந்தப் பாய ஒதரி விரி.'

கருப்பசாமியும் அவன் சம்சாரமும் ஓடி ஓடிப் பரிமாறினார்கள். வெற்றிலைத் தட்டைத் தூக்கிக்கொண்டு ஓடி வந்தான்.

'சார், சாப்பாடு நல்லாருந்ததா சார். ஏதோ எங்களுக்குத் தக்கன. எப்பிடியிருந்தாலும் நீங்க தான் பொறுத்துக்கிறனும், மனசுக்குள்ள ஏதும் நெனச்சிக்கிறப்புடாது சார்.'

'சாப்பாடு ரொம்பப் பிரமாதம் கருப்பசாமி, திருப்தியா சாப்பிட்டன், ரொம்ப சந்தோஷம். அப்ப நான் வரட்டுமா கருப்பசாமி.' இருவரும் கைக் கூப்பி நின்றார்கள்.

கருப்பசாமியின் முகம் இறுக்கமாய் இருந்தது. அவன் முகம் இப்பிடி இருக்க நான் பார்த்ததே இல்லை. ஒருவருக்குக் கட்டிங் வேலையை அநேகமாக முடித்துக்கொண்டிருந்தான். பெஞ்சில் உட்கார்ந்து இன்னொருவர் பேப்பர் படித்துக்கொண்டிருந்தார். கால் மேல் கால் போட்டு விலை உயர்ந்த செருப்புக்கள் அணிந்திருந்த அவர் காலை ஆட்டிக்கொண்டே படிப்பதில் கவனமாயிருந்தார். இரண்டு பட்டன்களைக் கழற்றி விட்டிருந்ததால் பனியன் மேல் தொங்கிய மைனர் செயின் வெளியில் மின்னியது. பேப்பரை இறுகப் பிடித்திருந்த இரண்டு கைகளிலும் பெரிய பெரிய மோதிரங்களைப் போட்டிருந்தார்.

'சார், வாங்க உக்காருங்க இந்தா முடிஞ்சிருச்சு சார், ஒரே ஒரு நிமிஷம்'

பெஞ்சின் கடேசியில் உட்கார்ந்து இன்னொரு துண்டுப் பேப்பரைக் கையில் எடுத்தேன். சங்கிலிக்காரர் இலேசாக என்னை ஒரு பார்வை பார்த்துவிட்டுக் கொஞ்சம் நகர்ந்துகொண்டார்.

'சார்... வாங்க உக்காருங்க.'

'.....'

'சார், ஒங்களத்தான் வாங்க ஒக்காருங்க.'

சங்கிலிக்காரர் அவசரமாய் எழுந்து உட்காரப் போனார்.

'நீங்க இருங்க, சார் வாங்க சார்.'

'டேய், மொதல்ல வந்தவன் நான் இருக்கன்ல்லடா'

'நீரு மொதல்ல வந்தாஞன்னு எனக்குத் தெரியும்.'

'அப்புறம் எதுக்குடா அவரக் கூப்டுற.'

'செரைச்சா துட்டுக் குடுக்கிற ஆளுக்குத்தான வேல செய்யனும்.'

'நாங்க துட்டுக் குடுக்காம வேற என்னத்தக் குடுக்கோம்.'

'இதோட நாலு சேவிங்காச்சு, நயாப் பைசா குடுத்திருப்பீரா, எங்க புள்ள குட்டிக என்ன மண்ணவா திங்கும்.'

'இந்தாடா ஓந்துட்டு, பெரிய துட்டு.'

'ஓம்ம நூறு ரூவாத்தாளக் கொண்டு போயி நாய்க்குப் போடும். எனக்குத் தேவ நாலாட்டச் செரச்ச கூலி.'

'டேய்... ஓங்கப்பன் சம்முவம் பேரக் கெடுத்துராதடா.'

'எங்கப்பம் பேரு அப்பிடியே இருக்கு. நீருதான் ஓங்க அப்பா பேரக் கெடுத்திட்டு அலையிறீரு.'

'அடேய், ஓங்கப்பன் சாகுமட்டும் எங்கப்பாவ ஏறிட்டுப் பாத்திருப்பானாடா, எள்ளுனா எண்ணெய்யா வந்து நிப்பாண்டா.'

'அது அந்தக்காலம், அது மலையேறி ரொம்ப நாளாச்சு.'

'ஓகோ நீங்க இந்தக் காலத்து ஆளுகளோ, திமிர் வச்சுப் போச்சுன்னா எல்லாம் பேசுவீடா டவுண்ல வந்து நாலு காசப் பாத்த ஒடன பழையது எல்லாம் மறந்து போகுது, என்னடா.'

'வள வளனு பேச்ச வளக்காதிரும் ஓமக்கு வேல செய்ய முடியாது, பேசாமப் போரும்.'

அவர் கருப்பசாமியை முறைத்துப் பார்த்துக்கொண்டே வேகமாக வெளியே போனார்.

'சார் வந்து உக்காருங்க.'

'என்ன கருப்பசாமி நாந்தான் கொஞ்சம் வெயிட் பண்ணுவம்ல, அப்புறம் எதுக்கு வீணா சண்ட போடுற.'

'அதுக்கில்ல சார். அவரு இன்னியும் பழைய காலத்த நெனச்சிட்டு அலையிறாரு. எங்கய்யா அவுக அய்யாவுக்கு ஓசில செரச்சாராம். நானும் ஓசில செரைக்கணுமின்னு நெனக்காரு. பாவம் சார் இதென்ன பரு மாதிரி இருக்கு.'

'பாத்து செய்யி கருப்பசாமி கத்தி பட்ருச்னா வீங்கிடும்.'

‘உருளகுடி கூரவீட்டு மொதலாளின்னு கேள்விப்பட்டுருக்கீங்களா சார். அவரோட மகன்தான் இந்தப் பாடாவதி. எங்கய்யா மண்டயப் போடுற வரைக்கி நாங்களும் அந்த ஊர்லதான் சார் இருந்தோம். கூரவீட்டு மொதலாளின்னா சுத்து வட்டாரத்துல தெரியாத ஆளு இருக்காது. ரொம்ப ஏறுன கை, கூடுன சம்சாரி. அதே மாதிரி மனுசரும் தங்கமான மனுசரு. பிள்ளப் பெத்துப் பேர் விடலாம். அப்பேர்பட்ட மனுசரு பேர காத்துல விட்டுட்டு இது இப்பிடி அலையுது.’

கருப்பசாமி எதுவுமே பேசிக்கொள்ளவில்லை. மௌனமாக வேலை செய்வதிலேயே கவனமாயிருந்தான். அவன் பழைய ஊரையும் கூரைவீட்டு முதலாளியையும், தன் அய்யாவையும் நினைத்திருக்க வேண்டும். பங்களா போன்ற பெரிய கார வீடு. அதன் உச்சியில் கூரையால் வேயப்பட்ட தாழ்வாரம். சுற்றிலும் மரங்கள் அடர்ந்த அகன்ற கொட்டாரம். அதை ஒட்டி மாடுகள் கட்டும் காடிகளும் படப்புகளும் தயாராய் நிற்கும் வில்வண்டி. கம்பீரமாய் வாட்ட சாட்டமாய் கொட்டாரத்தின் நடுவில் மரச்சேரில் உட்கார்ந்திருக்கும் கனத்த உருவம். மெல்ல எட்டு வைத்து பவ்யமாகத் துண்டை கக்கத்தில் இடுக்கிக் கொண்டு சவரஞ்செய்யும் சாமான்களை வைத்தபடி உள்ளே நுழையும் சண்முகம். கருப்பசாமியின் அய்யா.

‘என்னடா... சம்முவம் ஒரு வடியா மொகங் கொராவிப் போயி இருக்க?’

‘.......’

‘என்னடா ஒன்னும் சொல்ல மாட்டேங்கிற, ஏங்கிட்டச் சொல்ல என்னடா பயம், எந்தப் பயலாச்சும் எதும் சொன்னானா?’

‘எளைய பயலுக்கு விடியக் கருக்கல்லருந்து நிக்காம வாயால வகுத்தால போகுது மொதலாளி, நானும் என்னென்னவோ கைப்பக்குவஞ் செஞ்சு பாத்துட்டன், பய கண்ணு முழிகூட மேலே சொருகிக்கிச்சு, வாழ எலையா வாடிப் போய்க் கெடக்கான், மண்டய ஒதறிடுவான் போல மொதலாளி.

‘டேய், அழுகாதடா கூறு கெட்ட பயல, ஒடனே ஏன்டா சொல்லல? அறிவு கெட்ட பயல, டேய்... சித்தாண்டி...’

‘மொதலாளி.’

‘மயிலக் காளைக எங்கடா போயிருக்கு?’

‘மேலக் காட்டு ஒழவுக்கு மொதலாளி.’

'ஒட்டாங்காளைக.'

'தொழுவுல நிக்கி மொதலாளி.'

'ஒடனே நம்ம வில்வண்டியப் போட்டு சல்லிசா சம்முவம் மகனக் கொண்டுபோயி கோயில்பட்டி பெரியாஸ்பத்திரியில சேரு. காலைல நான் வந்து பாப்பம்னு டாக்டர்கிட்டச் சொல்லு. டேய் சம்முவம் பணம் இல்லன்னா அம்மாகிட்டச் சொல்லி எவ்வளவு வேணுமோ வாங்கிட்டுப் போ.'

'மொதலாளி மொகச் சவரம்.'

'இன்னக்கி இல்லன்னா நாளக்கிப் பண்ணிக்கிறது. இப்ப என்ன புது மாப்பிள்ளையா கெட்டுப் போச்சு, போடா வண்டில ஏறு.'

அவரும் அவர் வீட்டு ஆட்கள் மட்டுமே பயணம் செய்யும் அந்த வில்வண்டியில் கால்கள் கூச சண்முகம் ஏறினான். வாந்தியும் வயிற்றுப் போக்குமாய்த் துவண்டு கிடந்த தன் மகனை ஈக்கள் மொய்க்க வண்டிக்குள் தூக்கி வந்து போட்டான். தானும் தன் மனைவியும் ஏறிக்கொள்ள வில்வண்டி சிட்டாய்ப் பறந்தது. என்மேல் இரண்டு கண்ணீர் துளிகள் விழ ஏறிட்டுப் பார்த்தேன்.

'ஏங் கருப்பசாமி அழுற.'

'......'

'பழைய காலத்த நெனச்சுப் பாத்தன் சார், என்னய அறியாம அழுதிட்டன் சார்.'

'என்னடா சம்முவம் கையில ஏதோ பத்திரிகை மாதிரி இருக்கு.'

'மொதலாளி, பய பெழச்சு, வந்திட்டா இருக்கங்குடி மாரியம்மன் கோயிலுக்கு முடி எறக்கி கெடா வெட்டி பொங்கல் வைக்கம்னு நேந்திருந்தன் மொதலாளி, அதான் வார வெள்ளிக் கெழம போகலாம்னு இருக்கன் கட்டாயம் வரணும் மொதலாளி.'

'அட கோட்டிக்காரப் பயல, வார வெள்ளிக் கெழமதானடா திட்டங்குளம் மகளோட பேத்திக்கு சடங்கு'

'சந்தோஷம் மொதலாளி.'

'வம்பா கெடாக்கறி போச்சேடா, சரி கெடாயெல்லாம் புடிச்சிட்டியா?'

'நாளைக்கி கோயில்பட்டி சந்தைக்குப் போகனும் மொதலாளி.'

'அப்ப ரூவாயெல்லாம் எக்கச்சக்கம் வச்சிருக்கம்னு சொல்லு.'

'ஏதோ ஒங்க புண்ணியத்துல மொதலாளி.'

'எதுக்டா வம்பா ரூவாயச் செலவழிக்க, எங்கிட்டக் கேட்டா ஒரு

கெடாக்குட்டி தரமாட்டனா?'

'யேய், கோமதி இங்க வா, சம்முவம் கதையக் கேட்டயா?'

'அதுதான் முந்தா நேத்தே அவம் பொண்டாட்டி சொல்லிட்டாளே. சம்முவத்துக்கு வேட்டித் துண்டு, அவளுக்குச் சேல, பயலுக்கு சட்ட பனியன் நேத்தே வந்து சக்கரைச் செட்டியாரு குடுத்திட்டுப் போய்ட்டாரே, நீங்க பாக்கலியா.'

கருப்பசாமி நீண்ட பெருமூச்சுடன் கண்களைத் துடைத்துக் கொண்டான். அவன் முகம் வாடியிருந்தது.

'அப்படி ஒரு ஒறவு இருந்தது சார் அந்தக் காலத்துல. முந்தி சம்சாரிக இல்லாம கூலிக்காருக இல்ல, கூலிக்காருக இல்லாம சம்சாரிக இல்ல, அப்பிடி ஒரு சொந்தம் இருந்துச்சு.'

இன்னக்கி பாதிச் சம்சாரிக காடு கரைய எல்லாத்தையும் வித்திட்டு வெவசாயத்த மறந்திட்டு டவுனுக்கு வந்துட்டாக, கூலிக்காருக எல்லாரும் அன்னன்னைக்கு ஒழச்சு காலந்தள்றாக. இவுக ஒதவி அவுகளுக்குத் தேவையில்ல, அவுக ஒதவி இவுகளுக்குத் தேவை யில்லாமப் போச்சு. அதோட மரியாதையும் போச்சு, பணிவும் போச்சு, ஒங்கள அண்டிப் பெழச்சாத்தான மரியாதை குடுக்கனும், அதனால பழைய காலத்த நெனைச்சிக்கிட்டு அலையிற இந்தப் பாடாவதி மாதிரி ஆட்களாலதான் பெரச்னையே வருது. ஊர்ல இருந்த நெலத்தப் பூராத்தையும் வித்துட்டுவந்து அநியாய வட்டிக்குக் குடுத்துச் சம்பாத்யம் பண்றார், செரச்ச துட்டக் கேட்டா மொறச்சிட்டுப் போறாரு, காலம் எப்படிப் போகுது பாத்தீகளா சார்.'

'சரி, அத விடு கருப்பசாமி, நாளக்கி நிய் என் வீட்டுக்கு வரனும் என் மகளுக்குப் பொறந்த முடிய எடுத்துறனும், சொந்தம், பந்தம், பத்திரிகை, சோறு ஏதும் கெடையாது, வீட்ல வந்து எடுத்திட்டுப் போயிறனும்.'

'சார் நீங்க கிறிஸ்ட்டியனா சார்.'

'இல்ல.'

'கம்னியூஸ்ட்டா சார்.'

'இல்ல.'

'தி.க.வா சார்.'

'இல்ல.'

'பெறவு.'

‘மனுஷன்.’

சிரித்த முகமாய் சந்தோஷமாய் என் வீட்டுக்குள் வந்தான் கருப்பசாமி. என் மகளின் கன்னத்தை ஆசையாகக் கிள்ளி முத்திக் கொண்டான். அவனுக்காக நாங்கள் எடுத்து வைத்திருந்த வேஷ்டி சட்டையையும் ரூவாயையும் பணிவுடன் வாங்கிக்கொண்டான். என்னோடு உட்கார்ந்து சாப்பிட்டான். சுவரில் அலங்கரித்து மாட்டப்பட்டிருந்த கவி தாகூரின் படத்தையும், புத்தக அலமாரியில் வரிசையாய் அடுக்கி வைக்கப்பட்டிருந்த நிறையப் புத்தகங்களையும் ஆச்சரியமாய்ப் பார்த்தான்.

‘இது ஒங்க தாத்தா படமா சார்?’

‘ஆமா கருப்பசாமி.’

‘எறந்து எத்தன வருசம் ஆச்சு?’

‘எறந்துட்டார்னு சொல்றாக, ஆனா அவர் எறக்கல.’

‘நீங்க ஒரு வித்தியாசமான ஆளு சார்.’

‘நிய்யுந்தான்.’

‘சார்... ஒரு விஷயம் தெரியுமா?’

‘.....’

‘நேத்து ஏங்கூட மொறச்சிட்டுப் போனார்ல கூரவீட்டு மொதலாளி மகன், அவரும் இனி ரெண்டு மூனு ஆட்களும் வந்து கடைய அடிச்சி நொறுக்கிட்டாக, கண்ணாடி, சேர் எல்லாத்தையும் ஒடச்சிட்டாக, என்னயவும் வசமா அடிச்சிட்டாக...’

‘கருப்பசாமி நிய் என்ன சொல்ற.’

‘நெசமாத்தான் சார், ஒங்க விஷயம் நல்லபடியா முடியனும்மேன்னு நான் பேசாம இருந்திட்டன் சார், இப்ப நல்லபடியா முடிஞ்சிருச்சு, எனக்கு ரொம்ப சந்தோஷம் சார்.’

நான் அவன் முகத்தையே உற்றுப் பார்த்தேன். அவன் என்னைப் பார்க்காமலேயே மழுங்கியிருந்த கத்தியைச் சாணைக் கல்லில் தீட்டிக்கொண்டிருந்தான். சீப்பையும் கத்திரிக்கோலையும் அவன் கண்டு கொள்ளவே இல்லை. கத்தியைத் தீட்டுவதும் விரலால் தொட்டுப் பதம் பார்க்கவும் மீண்டும் தீட்டுவதும், அவன் என்னைக் கண்டுகொள்ளவேயில்லை.

●

11

உதிரப்பூ

சந்தன மாரியம்மாள் காலில் சுடுதண்ணீரை ஊற்றியவளைப் போலத் திரிந்தாள். இடையிடையே வசவுகள் சரமாரியாக உதிர்ந்துகொண்டேயிருந்தன. தாறுமாறாகக் கிடந்த பாத்திரங்களைச் சத்தமாகப் போட்டு அடுக்கினாள். குப்பைகளைக் கூட்டித் தள்ளினாள்.

'மூத்த கழுத மொடக் கழுதங்கிறது சரியாத்தான் இருக்கு. வெயசுக்கு வந்து ஆறு வருசமாச்சு. சாப்பிட்ட ஏனத்த எடுத்துக் கழுவி வைக்கணும்கிற நெனப்பு இருக்கா? கொஞ்சம் பிந்திப் போய்ட்டா அந்தமானக்கி தீப்பெட்டி ஆவுசுல கழுத்தப் புடிச்சா வெளில தள்றான், இப்ப உள்ள கொமரிகளுக்கு கூறு அம்புட்டுத்தான். சீவிச் சிங்காரிக்க மட்டும் நல்லாப் படிச்சிருக்கா.'

ஈயப் பாத்திரங்கள் ஒவ்வொன்றையும் விளக்கிக் கவுத்தினாள். பாய்களையும் தலைக்கு வைக்கும் கிழிந்த துணி மூட்டைத் தலையணைகளையும் தூர வெட்டெறிந்தாள். பாயிலே ஒன்னுக்கிருந்து நனைந்து கிடந்த கண்டாங்கித் துணியையும், கந்தல் பாயையும் கொண்டு போய் முற்றத்தில் போட்டாள்.

'கடக்குட்டிக் கழுதைக்கு ஏழு வெயசாகப் போகுது, இன்னியும் ராத்திரி ஒறக்கத்துல மோள்றத விடமாட்டேங்கு. தெனம் ராவுல முழிச்சிருந்து உசுப்பிவிட நம்ம என்ன பகல்ல காலாட்டிட்டா ஒக்காந்திருக்கோம். தன்னால ரைஸ் மில்லுல களத்துல வெய்யிலுக்குள்ள கெடந்து பொசுங்குறோம், காயப்போடவும் பெறவு அள்ளவும் கழுத்து குன்னிப்போகுது, ராத்திரி வந்து கட்டயக் கெடத்துனா அடிச்சுப் போட்ட சவமா மேல் வலிக்கி விடிஞ்சது தெரியாம ஒறங்க வேண்டிருக்கு, பெறகு எங்கிட்டுக் கூடி முழிச்சிட்டு இருக்க...'

மோத்திரத் துணியை எடுத்துக்கொண்டு நிரசலுக்குள் போனாள்.

அழுக்குத் துணிகள் நிறைந்து கிடந்தன. கருமருந்து வாடை மூக்கில் கொச்சென்று அடித்தது.

'நாசமாப் போற கருமருந்து, என்னைக்கு நல்ல காலம் வந்து இந்தச் சனியன விட்டுட்டுப் போகப்போறமோ அன்னக்குத்தான் குடிக்கிறது கஞ்சி.'

பெரிய ஈய வாளியில் ஒவ்வொரு துணியாய் எடுத்து முக்கி ஊற வைத்தாள். நடுவுலவள் சிவகாமியின் பாவாடையும் சட்டையும் அகத்தி வரிச்சியில் தொங்கிக்கொண்டிருந்தன. பூப்போட்ட பாவாடையில் திட்டுத் திட்டாய் சாயங்கள். ஒன்றில் சிவப்பு. இன்னொன்றில் பச்சை.

'அழுக்குக் கருமருந்து கூடப் பரவால்ல, இந்தச் சாயச் சனியனைத் தொவைக்கும் முன்னதான சிய்யினுருக்கு. வேற துணிகளோட சேத்து முக்கி வைக்க முடியுதா, இல்ல சோப்புப் போட்டாலும் போகணுங்கா.'

கடைசியாய் அடியில் தொங்கிக்கொண்டிருந்த பாவாடையை உருவி உற்றுப் பார்த்தாள். திடுக்கிட்டாள். முகந்து பார்த்து முகஞ்சுளித்தாள். திட்டுத் திட்டாய் ரத்தக் கறைகள் சிவப்புச் சாயமாகத்தான் இருக்குமென்று வெளியே கொண்டு வந்து வெளிச்சத்தில் வைத்து நன்றாக விரித்துப் பார்த்தாள். நிஜமான ரத்தத் திட்டுக்கள் உறைந் திருந்தது. கையில் வைத்திருக்கும் போதே உலர்ந்த ரத்த வாடைக்கு ஈக்கள் வந்து ஒட்டியது. தெருவில் யாரோ இரண்டு பொம்பிளைகள் நடந்து வருவது தெரிந்தது. அப்படியே நான்காய் மடித்து வைத்துக் கொண்டு மீண்டும் நிரசலுக்குள் ஓடிவிட்டாள். சுருட்டி அகத்தி வரிச்சியில் சொருகினாள்.

'சிவகாமி இன்னைக்கோ நாளைக்கோ, இப்பயோ பெறகோ என்றுதான் இருந்தாள். என்னக்கிப் பட்டுச்சோ, சின்னக் கழுத கண்டதோ காங்கலியோ, கூறுகெட்ட மூதேவி இப்படிப் பண்ணிட்டாளே. நல்ல நேரமோ பொல்ல நேரமோ, என்ன நச்சத்திரமோ, காலக் கொடும கொமரிகள இப்பிடிப் போட்டு ஆட்டுது. சரி செவகாமிதான் சின்னப்புள்ள, கூட எத்தன கொமரிக வேலை செய்றா, ஒரு பல பட்டறைக்காவது கூறு வேண்டமா, அப்பவும் செவப்புச் சாயத்துக்கும், ரத்தத்துக்கும் வித்தியாசம் தெரியலயாக்கும். குளிச்சி முழுகுற கழுதைகளுக்கே கூறு இல்ல, இவ சின்னப் புள்ள பாவம் என்ன செய்வா?'

சந்தன மாரியம்மாளுடன் ரைஸ் மில்லில் வேலை செய்யும் சிவனம்மாள் தூக்குவாளியுடன் வாசலில் நின்றாள். தலையில் வண்டு

கட்டுகிற கண்டாங்கித் துணியைத் தோளில் போட்ட படியே, சோற்றுத் தூக்குவாளியை முழங்கையில் தொங்க விட்டபடி, வெற்றிலை மடித்துக்கொண்டே கேட்டாள்.

‘என்ன... சந்தனமக்கா இப்பத்தான் விடிஞ்சிருக்கா, ஆளுகு எல்லாம் போய்ட்டாக சுருக்கா ஓடியா தாயி...’

‘செவனம்மா நிய்யி மெல்ல நட, நான் ஓடியாந்துறன், இந்தக் கழுதைக வேகாரியாப் போட்டுட்டுப் போயிருச்சுக, ஒரு வீச்ல தண்ணியில முக்கிக் கொடில போட்டதும் ஓடியாறன்.’

‘வெருசனா வா தாயி, பெறகு கணக்குப்பிள்ள தொனதொனங்கப் போறாரு.’

‘கணக்கப்பிள்ளை... ன்னான், நிய் போ நா ஓடியாரன்.’

உடுத்தியிருந்த சேலையை அவிழ்த்துத் தூர வீசினாள். கொடியில் தொங்கிய துவைத்த சேலையை எடுத்து உடுத்திக்கொண்டாள். எண்ணெய் சீசாவைத் தூக்கிக் கொண்டு முற்றத்திற்கு வந்தாள். காய்ந்து கிடந்த தலையில் எண்ணெய் தேய்த்துக்கொண்டை போட்டுக் கொண்டாள். டப்பென்று கதவை இழுத்துச் சாத்தி, தாலிக் கயிற்றில் தொங்கிய சாவியால் குனிந்து பூட்டைப் பூட்டிவிட்டு, தாலிக் கயிற்றையும் சாவியையும் ரவிக்கைக்குள் தொங்கப் போட்டுக் கொண்டே வேகமாய் நடந்தாள். தண்ணீர் பானையுடன் காளியம்மாள் எதிரே தட்டுப்பட்டாள்.

‘என்ன... செவனி, தெக்காமப் போற, தூக்கு வாளியக் காணும், இன்னைக்கு ரைஸ் மில்லுக்குப் போகலியா?’

‘வீட்ல ஒரு சாமானும் கெடையாது, இங்க ‘வாங்குனா வாங்னாப்லயாருக்கு. அதுதான் அப்படியே கோயில்பட்டி போயி கொஞ்சம் சாமான் வாங்கிட்டு வரலாம்னு போறன். வேலக்கி இனிமே எங்க போக, நாளக்கித்தான் போகணும்.’

சந்தன மாரியம்மாள் குதிரைக் குட்டியாய் எட்டு வைத்தாள். கோபமும் வருத்தமும் குதியாளம் போட வேகமாய் நடந்தாள்.

‘கூறுகெட்ட சின்னக் கழுத இப்பிடிப் பண்ணிட்டாளே, வீட்டுக்கும் கம்பெனிக்கும் எத்தன பேய்க்காடு, ஒரு காத்துக் கருப்பு அண்டிட்டா என்ன செய்கிறது. ஐநூறு ஆயிரம்னு செலவழிச்சு பேய் வெரட்ட நம்மட்டச் சீத்துவமிருக்கா, பேய்க் கோளாறு உள்ள கழுதனா எந்தப் பய சீந்துவான், மொதல்ல இந்த வெசயம் அவுக அப்பனுக்குத் தெரிஞ்சா ஏந்தல மயித்த ஆஞ்சு புடுவான் ஆஞ்சு. சும்மாவே

வானத்துக்கும் பூமிக்கும் குதிப்பான். அவளுக்குத்தான் அறிவில்ல. ஒனக்கெங்கடி போச்சு அறிவு. கண்ணுமா அவிஞ்சு போச்சுனு கேப்பானே, என்ன பதிலச் சொல்லி நா எப்பிடி மீளப் போறனோ, காளியாத்தா ஒனக்குமா கண்ணு அவிஞ்சு போச்சு.'

வாட்ச்மேனைத் தாண்டி கம்பெனி செட்டுக்குள் நுழைந்தாள். நீண்ட தகரக் கொட்டகை அம்பாரம் அம்பாரமாய்க் குமிந்து கிடக்கும். நறுக்கிய குழாய்கள் பச்சைக் கலரில், சிவப்புக் கலரில், வரி வரியாய், பெரிய பெரிய பிளாஸ்டிக் அண்டாக்களில் விதம் விதமான சாயத் தண்ணீர்கள் வரிசையாய் இருந்தன.

குமிந்து கிடக்கும் அந்தக் குமியின் பக்கத்தில் பத்து இருபது சிறுவர் சிறுமிகள் வட்டமாய் உட்கார்ந்து தகர வளையங்களுக்குள் பட்டாசு டியூப்களைச் சொருகி அடைத்துக்கொண்டிருந்தார்கள். டியூப் அடைத்த தகர வளையங்கள் தேனடைகளைப் போல் கண்கண்ணாய் முழித்துக் கொண்டு, நார்க் கட்டிலின் பின்னல் கண்களைப் போல் சல்லடைகளாகக் கிடந்தன. அவர்கள் வெற்றுத் தகர வளையங்களை மார்போடு அல்லது வயிற்றோடு அணைத்து வைத்துக்கொண்டு, குமிந்து கிடக்கும் சாயம் முக்கிக் காய்ந்த பட்டாசுக் குழாய்களைக் கை நிறைய அள்ளி வளையத்தினுள் செலுத்துவது, நெஞ்சிலடித்து ஒப்பாரி வைத்து மாரடித்து அழுவதைப் போலிருந்தது. சந்தன மாரியம்மாள் பார்த்துக்கொண்டே நின்றாள். தன் மகள் சிவகாமியை அடையாளம் காண முடியவில்லை.

கண்ணெட்டும் தூரம்வரை மாரடிக்கும் சாயப் பொம்மைகள், வரிசையாய் இயங்கும் பிஞ்சுக் கைகள், பச்சையாய், சிவப்பாய், துத்தக் கலராய், தகரக் கொட்டகையின் வெக்கையில் வேர்வை வழிந்து ஒடல் நசநசத்தது. வேர்வைத் தண்ணீர் பட்டு ஒட்டிய சாயம் கலைந்து முகமெல்லாம் வழிந்தது. பாவாடையின், ரவிக்கையின் ஈர நசநசப்பில் துணிகள் நனைந்து உடம்போடு ஒட்டியிருந்தன. தொப்புத் தொப்பாய் நனைந்த சாயக் குளியல்.

'பாவம் செவகாமி, இந்த ஈர நசநசப்ல அவ வேர்வனு கண்டாளா, சாயம்னு கண்டாளா, இல்ல ரத்தம்னு கண்டாளா, வேனாப் பரிந்த வெயில்லகூட நின்னு வேல பாத்துறலாம், இந்தத் தகரக் கொட்டக வெக்கையிலும் வேர்வையிலயும், சாயத்துலயும், வத்திப்போன கம்மாத் தண்ணில அயிர மீன் மூச்சுவிட முடியாமத் துள்ளுனாப்ல, சேய்... என்ன பெழப்பு மனுசப் பெழப்பு..!'

அம்மாவைக் கண்டதும் சிவகாமி என்னமோ ஏதோவென்று ஓடி

வந்தாள். சந்தன மாரியம்மாளுக்கு அழுகை பொத்துக்கொண்டு வந்தது. கண்ணீரைத் துடைத்துக்கொண்டாள். சிவகாமியின் தலையைக் கோதி விட்டாள். இரு கன்னங்களையும் மெல்ல வருடித் தடவி கண்களில் ஒற்றிக்கொண்டாள். வியர்வையில் நனைந்து பச்சைச் சாயம் ஒட்டியிருந்த சிவகாமியின் மார்பகங்களை உற்றுப் பார்த்தாள். பின் பக்கம் திரும்பச் சொல்லி முதுகைத் தடவி விட்டாள். சிவகாமிக்கு ஒன்றும் புரியவில்லை. திருதிருவென்று முழித்துக்கொண்டு நின்றாள்.

'என்னம்மா... ?'

'அவசரமா மாமா ஊருக்கு வரச் சொல்லியிருக்காரு. நான் போகனும். வீட்ல வேற ஆரும் இல்ல. அய்யா ராத்திரிக்கித்தான வரும். கணக்கப்பிள்ளைகிட்டச் சொல்லிவிட்டு, தூக்கு வாளிய எடுத்திட்டு வா, வீட்டுக்குப் போவம்.'

சேலைக்குள் மறைத்துத் தன் இடுப்பில் சொருகி வைத்திருந்த பண்ணரிவாளை எடுத்துச் சிவகாமியிடம் கொடுத்தாள்.

'என்னயக் கூப்டத்தானம்மா வந்த பெறகு எதுக்குப் பண்ணருவா?'

'அடியே வார வழில கெடந்துச்சு, புல்லுக்கெட டுக்காரி போட்ருப்பா, எடுத்துக்கொண்டாந்தன். இந்தக் கையில அருவாள வச்சுக்கோ, தூக்கு வாளிய ஏங்கிட்டக் குடு, நாங் கொண்டாரன்.'

'இல்ல நிய்யே, அருவாள வச்சுக்கோ, நானே தூக்கு வாளியக் கொண்டாரன்.'

'அடியே.... அடங்காத...ட, சொன்னாக் கேளுடி உசுர வாங்காத..'

'நெரசலுக்குள்ள பூப்போட்ட பாவாடைய என்னக்கிக் கழட்டிப் போட்ட ?'

'முந்தா நேத்து.'

'நல்லா யோசிச்சுச் சொல்லிடி அவிசாரி.'

'முந்தா நேத்துத்தான் கழட்டிப் போட்டன். அன்னக்கோட செவப்புக் கலர் டியூப் போச்சு. இப்ப பச்சச் கலர்தான் அடைக்கோம்.'

'முந்தா நேத்துனா என்ன கெழம, இன்னக்கி வியாழன், நேத்து பொதன்... அப்ப செவ்வாக் கெழம.'

'எதுக்குமா கேக்க ?'

'அத... ஒனக்கு எழவு கூட்டி வைக்க!'

வீட்டுக்குள் எதையோ உருட்டி உருட்டித் தேடினாள் சந்தனம்மாள். சிவகாமியைப் பாய் விரித்து மூலையில் உட்கார வைத்தாள்.

'அடியே நா வார வரைக்கி வீட்ட விட்டு வெளியே போன... வந்து தொலிய உரிச்சுகப்புட்டன், உரிச்சு. வீட்லயே இருக்கணும். காதுல ஏறுதா?'

சந்தன மாரியம்மாள் போய் ஜோஸ்யம் பிள்ளை வீட்டின் முன்னால் நின்றபோது, அவர் வெற்றிலை எச்சில் துப்ப எட்டிப் பார்த்தார்.

'யாரு... சந்தனமா, வா... வா... வா... என்ன ஒத்தையில..?'

'சாமி... எம்மவ எளையவளும் வெயசுக்கு வந்திட்டா.'

'அப்பிடியா சந்தோஷம், அப்ப பாட்டியாகிக்கிட்டே போற..'

'...'

'பூத்த குறிப்பக் கொண்டா பாப்பம்.'

'அதுதான் இல்ல சாமி.'

'இல்லயா, பெறகு எதவச்சுக் குறிப்பெழுதுறது?'

'சாமி அவ செவ்வாக் கெழமனு சொல்றா, நான் இன்னக்கித் தான் கெவுனிச்சேன்.'

ஜோஸ்யம் பிள்ளை பஞ்சாங்கத்தைப் புரட்டினார். முனங்கிக் கொண்டே ராகம் போட்டபடி பக்கங்களைத் தள்ளினார். அடிக்கடி கண்ணாடியை ஏற்றி விட்டுக்கொண்டார். சந்தன மாரியம்மாள் அசையாமல் உட்கார்ந்திருந்தாள். பேனாவையும் தாளையும் எடுத்து ஏதேதோ குறித்துக்கொண்டார்.

'இங்க கவனமாக் கேளு சந்தனம், செவ்வாய் வெறுவாய்னு பேரு. செவ்வாய் தோசம் கூத்தியாள் நாசம்னு சொலவட.'

'அப்பன்னா பொதங் கெழம...'

'புதன் நாளு நல்ல நாள்தான். ஆனா நட்சத்திரம் மூலம். மூல நட்சத்திரத்துல ஆளானா மாமன் மாமியாருக்கு ஆகாது. ஒரு பய சீந்த மாட்டான்.'

'பெறகு சாமி..'

'பெறகென்ன, வியாழன், வியாழன் அமாவாசை முழு இருட்டு, முழுக்கும் இருட்டுத்தான், நட்சத்திரம் திருவோணம், தெருவோண மாக்குனாலும் ஆக்கும்.'

'சாமி என்னென்னமோ சொல்றீக?'

'வெள்ளி, நட்சத்திரம் பரணி, தரணி கட்டி ஆளப் போறா, வளர்பிறை வேற இருக்கு, நெறஞ்ச நாளு.'

உதிரப்பூ ❋ 93

'சாமி, வெள்ளிக் கெழமனா நாளக்கித்தான்.'

'ஆமா, நாளக்கித்தான். இப்ப என்ன குடி முழுகிப் போச்சு. பூத்த குறிப்ப மாத்தி எழுதியிருக்னு எந்தக் கொம்பன் கண்டுபிடிக்கப் போறான்...?'

'என்னமோ சாமி ஒங்களுக்குத் தெரியாத வெசயமில்ல.'

'சந்தனம் நிய் பேசாமப் போமா, நாளைக்குக் காலைல எம் மக ஏழு மணிக்கு வயசுக்கு வந்திருக்கானு சொல்லிரு... அம்புட்டுத்தான். இந்த வெசயம் வேற யாருக்கும் தெரியாதில்ல?'

'எம்மவளுக்கே இன்னியும் தெரியாது சாமி.'

'பெறகென்ன வளரப் போற பயிரு, நாம எதுக்குத் தடுக்கணும்.'

'அப்ப இப்ப எழுத வேண்டாமா சாமி?'

'அதான் நாள், நட்சத்திரம், நேரங் குறிச்சுக் குடுத்திட்டன்ல, பெறகென்ன காரியத்த ஜாம் ஜாம்னு நடத்திட்டு நிய்யும் ஒம் புருசனும் சாவாசமா ஒரு நாளைக்கி வாங்க, குறிச்சு எழுதித் தாரன். இப்ப என்ன அவசரம், போ போயி குச்சிலக் கெட்றதுக்கு ஏற்பாடு பண்ணு.'

'சரி, அப்ப நாம் போய்ட்டு வாரஞ்சாமி, இந்தாங்க இருபது ரூவா வச்சுக்கோங்க.'

'எப்பிடியும் குறிப்பெழுத வருவீகள்ள அப்பக் குடு வாங்கிக்கிறன்..'

'அப்ப நான் வாரஞ் சாமியோவ்.'

இன்று காலை சிவகாமி வயசுக்கு வந்திருக்கிறாள் என்று சந்தன மாரியம்மாள் தெருவில் வீடு வீடாய்ச் சொல்லிக் கொண்டு போனாள். சிவப்புச் சாயத்துடன் ரத்தக் கறை படிந்த பூப்போட்ட பாவாடையும் சட்டையும் நிரசலுக்குள் வண்ணாத்தி வந்து எடுத்துப் போவதற்காக 'முட்டுச் சேலை'யாய் பந்தாகச் சுருட்டி வைக்கப் பட்டிருந்தது. சிவகாமி அலங்க மலங்க முழித்துக்கொண்டு தலை கவிழ்ந்து வீட்டின் மூலையில் உட்கார்ந்திருந்தாள். காத்துக் கருப்பு அண்டிவிடாதபடி பண்ணரிவாளைப் பக்கத்தில் கொண்டு போய் வைத்துவிட்டுத் தலைநிமிர்ந்த அந்தத் தாயின் கண்கள் பனித்திருந்தன. பக்கத்தில் போட்ட பண்ணரிவாளும் தாயாக மாறிக் காவல் காத்தது.

●

12

அழுக்கு

சில்லிட்ட ஈரக்கைகளின் தொடு உணர்ச்சியில் திடுக்கிட்டுக் கண் விழித்தேன். பதட்டத்துடன் என் மனைவி சொன்னாள்.

'சீக்கிரம் எந்திரிச்சு வாங்க, நம்ம செவாமி செத்துக் கெடக்காளாம். கார வீட்டு முன்னால ஊரே கூடியிருக்கு.'

என் பதிலுக்குக் கூடக் காத்திருக்காமல் வேகமாய் வீட்டை விட்டு வெளியேறிக்கொண்டிருந்தாள். நுனி முடிந்த ஈரக்கூந்தல் முதுகில் புரள, நனைந்த ரவிக்கையின் பின்புற ஈரம் தெரிய வேகமாய்க் கிழக்காமல் ஓடிக்கொண்டிருந்தாள். அங்கே ஊரே திரண்டு நிற்க ஒரு பெரிய கூட்டமே கூடியிருந்தது. கூட்டத்தை விலக்கிக் கொண்டு எட்டிப் பார்த்தேன்.

சிவகாமி வலது கையை நீட்டியபடி தோளில் தலை இருக்க ஒருக்களித்துப் படுத்தபடியே செத்துக்கிடந்தாள். வாயில் வெள்ளையாய் நுரை தள்ளியிருந்த அடையாளக் கோடுகள். அந்த ஒற்றைக் கண் மட்டும் மேல் நோக்கிச் சொருகியிருக்க சேலை விலகி முழங்கால்வரை தெரிய சுருண்டு கிடந்தது.

கூட்டத்தில் சில பெண்கள் அழுதுகொண்டிருந்தார்கள். இன்னும் சிலர் கசுபுசுவென்று ஏதோ பேசிக்கொண்டு நின்றார்கள். அவள் வழக்கமாய்ப் படுத்து உறங்கும் காரவீட்டுக்காரரிடம் ஏதேதோ கேட்டுக் கொண்டிருந்தார்கள்.

'சரி, எல்லாருங் கூடி நின்னு இப்படி வேடிக்கை பாத்துட்டு இருந்தா எப்பிடி, காலா காலத்துல ஆக வேண்டியதப் பாருங்க. கோட்டிக்காரக் கழுத கூறு கெட்டதனமா என்னத்த தின்னுச்சோ, எப்படிச் செத்துச்சோ, ஆரு கண்டா?'

'எதுக்கும் தலயாரிட்ட ஒரு வார்த்த கேட்டுக்கிருவம்.'

தலையாரி வந்து நிற்கவும் கூட்டம் விலகி வழி விட்டது. அவர்

கொஞ்ச நேரம் உற்றுப் பார்த்தபடியே மௌனமாய் நின்றார். கூட்டம் அமைதியாய் இருந்தது.

'இது வந்து நம்ம ஊரு, நம்ம சொந்தம், நம்ம ஜாதி சனம்னு இருந்தாலும் பரவால்ல, கழுத எப்பிடியும் போகுதுன்னு சட்டுப் புட்டுனு சோலிய முடிச்சிரலாம். புள்ள அனாதப்புள்ள, அதுவும் வயசுப்புள்ள, நாளைக்கு எவனும் ஒரு பெட்டிசன் கிட்டிசன் போட்டு வெவகாரம் மேல போய்ட்டா பெறகு ஊரோட கம்பி எண்ணணும். அதனால் போலீசுக்கு தாக்கல் செய்றதுதான் நல்லது.'

அந்தப்படியே சிவகாமியின் பிணம் வண்டியில் ஏற்றப்பட்டு பிரேதப் பரிசோதனைக்காக எடுத்துச் செல்லப்பட்ட போது ஊர் பெண்கள் எல்லாருமே அழுதார்கள்.

இந்த ஊருக்கும் சிவகாமிக்கும் ஏற்பட்ட சொந்தம் இன்று நேற்றா? முழுசாகப் பதினாலு வருடங்கள், ஐந்து வயது சிறுமியாய், விளங்காத இடது கையைத் தொங்கப் போட்டுக்கொண்டு, மொச்சைப் பயற்றை நட்டுவசத்தில் பதித்தால் இருக்குமே அதுபோல. இடது கண்ணை இல்லிக் கண்ணாக வைத்துக்கொண்டு, இடது காலைக் கிந்திக் கிந்தி நடந்தபடி வலது கையில் டகரடப்பா ஏந்தி ஊருக்குள் வந்தவள், பாவைக் கூத்து நடத்த ஊருக்குள் வந்த அந்தக் கூடார வண்டி பத்து நாள் கழித்து இவளை மட்டும் ஏற்றாமலேயே போய்விட இவள் இங்கேயே நிரந்தரமாகத் தங்கிவிட்டாள்.

குமரிப் பெண்கள் கண்மாய்க்கோ ஊருணிக்கோ குளிக்கப் போகும் போது கூடப் போகவும், களத்தில் தானியங்கள் காய்ந்தால் காவல் இருக்கவும், சமைஞ்ச வீட்டுப் பெண்களுடன் பல்லாங்குழி ஆடி துணையிருக்கவும், காட்டு வேலை செய்யும் பெண்களின் குழந்தை களுக்கு மரத்தடியில் காவல் இருக்கவும் இப்படி எல்லாருக்கும் செல்லப் பிள்ளையாய்த் திரிந்தவள். பத்தாண்டுகள் கழித்து அவளும் ஒரு மாட்டுத் தொழுவத்தின் மூலையில் பத்து நாட்கள் 'உட்கார்ந்து' எழுந்து, சேலை ரவிக்கைக்கு மாறி மஞ்சக் கிழங்காய் வெளி வந்தாள்.

அதிலிருந்து இந்த நாலு வருசமும் யாராவது கொடுத்த சாயம் வெளுத்த சேலையுடனும், தொள தொளத்த ரவிக்கையுடனும் பருத்த மார்பகங்கள் குலுங்க கிந்திக் கிந்தி நடந்து ஊரெல்லாம் திரிவாள்.

தலையாரி சொன்ன பதிலைக் கேட்டதும் ஊரே திடுக்கிட்டது.

'செவாமி வகுத்துல நாலுமாசக் கொழந்த இருந்துச்சு. சாவு தன் சாவு இல்ல. அவ சாப்பிட்ட சோத்துல வெஷம் கலந்து இருந்துச்சாம்

தற்கொலன்னு கேஸ் பதிவாயிருக்கு.'

ஊரில் எங்கே பார்த்தாலும் இதேதான் பேச்சு. பொம்பிளைகள் கூடிக் கூடிப் பேசினார்கள். வைது தீர்த்தார்கள்.

'எந்தப் பயலாயிருந்தாலும் அந்தப் பய வெளங்குவானா? அவன் குடும்பம் வெளங்குமா? பொட்டுப் பொடுக்னு போயிர மாட்டானா அந்தப் பய? செவாமி பாவம் சும்மா விடுமா?'

'யேங்... இந்தப் பயக அவு அக்கா தங்கச்சிட்டப் போக வேண்டியதான. ஒரு பொண்ணடி கூடப் பொறந்த பயனா இப்படிச் செய்வானா?'

'ஆம்பளப் பெயகதான் அலையிறான்னாலும் இந்தக் கழுதைக்குக் கொஞ்சமாவது கூறு வேணாமா?'

'நல்லாச் சொன்னிய நிய்யி, அரைக் கோட்டிக் கழுதைக்கு அனையம் தெரியும் பாரு. அப்பிராணி எப்பிடியோ அழிஞ்சிட்டா.'

இரண்டு மூன்று மாதங்கள் ஆகியும் ஒரு துப்பும் கிடைக்கவில்லை. சந்தேகப்படும்படியான நடத்தையுள்ள சில இளவட்டங்கள் தாமாகவே காளியம்மன் கோயில் முன்னால் சூடம் கொளுத்தி ஊர் மெய்க்க சத்தியம் செய்துகொண்டார்கள்.

அதே போல் ஒருநாள் விடியக் கருக்கலில் ஓடோடி வந்தாள் என் மனைவி.

'ஒங்களுக்கு வெசயம் தெரியுமா?'

'என்ன வெசயம், சொன்னாத்தான் தெரியும்.'

'கார வீட்டுக்காரன் பொண்டாட்டி கொழந்த பெத்திருக்கா.'

'என்ன கொழந்த?'

'பொம்பளக் கொழந்த'

'இதென்ன பெரிய விசயமா?'

'ஒங்க மூஞ்சி. அப்படியே செவகாமிய உரிச்சு வச்சிருக்காம். ஒத்தக்கண்ணு இல்லிக் கண்ணாம். ஒத்தக் கையும் காலும் சூம்பிப் போயி அச்சா அவள எங்கேனு இருக்காம். எல்லாரும் பேசிக்கிறாக. ஆண்டிச்சிக் கெழவியக் கூப்பிட ஆள் போயிருக்கு.'

'அப்ப ஊரு சந்தேகப்பட்டது சரியாப் போச்சு.'

'செவாமி பாவம் சும்மா விடுமா?'

ஒரு வீட்டில் குழந்தை பிறந்து ஆண்டிச்சிக் கிழவிக்கு ஆள் போய்

விட்டதென்றால் அங்கே பிறந்திருப்பது பெண் குழந்தை என்று அர்த்தம். இன்னும் கொஞ்சம் நேரத்தில் அது சாகப் போகிறது என்றும் அர்த்தம்.

ஆண்டிச்சிக் கிழவிக்கு இது தொழில் மாதிரி. சங்கு நிறைய எருக்களம் பாலை வைத்துக்கொண்டு மூக்கை இறுக்கிப் பிடிப்பாள். அந்தப் பச்சை மண் ரோஜாப் பூவாய் வாய் திறக்கும். கொஞ்சமும் பதட்டமில்லாமல் அதன் வாயில் ஊற்றிவிட்டு நிறைய துணியால் மூடிப் போட்டுவிட்டு வெளியே வருவாள். இன்னும் சில நேரங்களில், குறிப்பாக ராத்திரி நேரங்களில் எருக்களம்பால் சேகரிக்க மாய்ச்சப் பட்டுத் திறந்த வாயில் ஏழெட்டு நெல் மணிகளைப் போட்டுவிட்டு வெளியேறுவாள். நெல்மணிகளின் கூர்மையும், சொரசொரப்பும் தொண்டையில் சிக்கி மூச்சுத் திணறி குழந்தை சாகும்.

நூறோ இருநூறோ கொடுத்ததை வாங்கிக்கொண்டு வரும் போது சில பெண்கள் வாய் கொடுப்பார்கள்.

‘யே... கெழவி... இந்தப் பாவம் ஒன்னைய சும்மா விடாது. நிய் நல்ல சாவு சாக மாட்ட... அழுகிப் புளுத்து புளு வச்சு நாறச் சாவுதான் சாகப் போற.’

‘அடியே... போங்கடி சக்களத்திகளா, எனக்கென்னடி பாவம். தொட்டுத் தாலிகட்டின பயலும், முந்தி விரிச்சு முன்னால படுத்து முந்நூறு நாள் சொமந்து பெத்த சிறுக்கியும், இந்தா ஆண்டிச்சி இதக்கொன்றுன்னு ஏங் கையில தூக்கிக் கொடுக்கும் போது அவுகளுக்கு இல்லாத பாவமாடி எனக்கு. போங்கடி போக்கத்த சிரிக்கிகளா. நாளைக்கு நீங்களும் என்னத் தேடி வரப் போறவக தானடி.’

கிழவி இரு கைகளையும் நீட்டி விரித்து ஒரு லாத்து லாத்தி ஆடிக் காட்டிவிட்டு நடையைக் கட்டுவாள்.

ஆண்டிச்சிக் கிழவி கார வீட்டுக்காரரின் வீட்டுக்குள் போன மாயம் தெரியாமல் திரும்பி வந்தாள். அவள் சத்தமாகத் தெரு வழியே சொல்லிக் கொண்டே நடந்து வந்தாள்.

‘இந்த ஆண்டிச்சிக் கெழவி ஆயிரங் கொழந்தயக் கொன்ன வதான்டா. ஆனா நிய் லச்சம் லச்சமா ஏவ் ஒசரம் குமிச்சாலும் ஒங் கொழந்தயக் கொல்ல மாட்டன்டா, அதக் கொன்னா செவகாமியக் கொன்னது மாதிரி. செவாமி பாவத்த நிய்தான் சொமக்கணும். நாஞ்சொமக்க மாட்டன். வெனைய வெதச்சவன்தான்டா வெனைய அறுக்கணும்.’

அவள் தெருவில் நடந்து போவதை வாசல் தவறாமல் நின்று ஜனங்கள் வேடிக்கை பார்த்தார்கள். அவள் இன்னும் பலமாகச் சொல்லிக் கொண்டே போனாள். என் வீட்டைக் கடந்து செல்லும் போது ஓடிப் போய் அவள் காலில் விழ வேண்டும் போல் இருந்தது. பக்கத்தில் நின்ற என் மனைவி மெதுவாய்ச் சொன்னாள்.

'ஆண்டிச்சிப் பாட்டிக்கு இன்னைக்கோட எல்லாப் பாவமும் தீந்து போச்சு.'

அவள் சத்தமாகச் சொல்லிக் கொண்டே போனாள்.

'செவாமி பாவம் என்னைக்கிருந்தாலும் ஒங் கருவ அறுக்கும்னு எனக்குத் தெரியும்டா. தெய்வம் நின்னுதான்டா கேக்கும்.'

அவள் தலைமறையும்வரை பார்த்துக்கொண்டே நின்றேன்.

அழுக்கு ♦ 99

13

அப்பாவிகள்

அந்தப்படியே முடிவாயிற்று. ஒவ்வொரு ஜாதிக்காரர்களும், ஜாதிக்கு நாலைந்து பேர் கையெழுத்துப் போட்டுக் கொடுப்ப தென்றும், அதை மீறி ஊரில் யாராவது வம்பு தும்பைத் தூண்டி விட்டால் பத்தாயிரம் ரூபாய் அபராதம் விதிப்பதென்றும் பேசி முடிக்கப்பட்டது. மடத்தின் முன்னால் கூடாரமாய் தளிர்த்துக் குடை பிடித்திருந்த பெரிய வேப்பமரத்தினடியில் ஊரே திரண்டிருந்தது. கிராம முன்சீப் சங்கையா ரெட்டியாரும், தலையாரி முத்து ராமலிங்கமும் மட்டும் மடத்தின் திண்டின் மேல் உட்கார்ந்திருந்தார்கள். ஒவ்வொருவர் கேள்விக்கும் நிதானமாகப் பதில் சொல்லிக் கொண்டிருந்தார் சங்கையா ரெட்டியார்.

‘நேத்து கோயில்பட்டி போயி கேட்டதுல டிப்போ மானேஜர் என்ன சொன்னாரு.’

‘விடிய விடிய கத கேட்டுட்டு சீதைக்கு ராமன் சித்தப்பன்னானாம், அந்தக் கதையாவுல இருக்கு நிய் கேக்றது. இவ்வளவு நேரமும் தமிழ்லதான சொன்னன் இங்லீஸ்லயா சொன்னன்.’

லிங்கக் கோனாரைப் பார்த்து எல்லோரும் சிரிக்கவும் அவர் வாயடங்கிப் போனார்.

‘சரி, அத இன்னி ஒராட்டத்தான் சொல்லிருமே, கழுத என்ன கெட்டுப் போச்சு, கூட்டத்துக்குக் கொஞ்சம் முந்திபிந்தி வந்தவுகளும் கேட்டுக்கிறட்டுமே.’

‘மத்தியான வெய்யில்ல இந்தக் காக்காய்க்கு ‘சாணி’ போடுறதுக்கு வேற எடமே கெடைக்கலியாக்கும், எந்தலமேல தானா போடணும்.’

குண்டிக்கடியில் மடித்துப் போட்டிருந்த துண்டை உதறி தலை துவட்டினார் சித்தையா நாயக்கர்.

‘மாமாவ், நீரு வெள்ளாமக்கிட்ட வரவிடாம காக்காய்கள வெரட்டி

வெரட்டி எறியிறீருல்ல அதான் இத்தன கூட்டத்துல ஒம்ம தல மேல பாத்துப் போடுது.'

அக்கையா நாயக்கர் சொல்லவும் அனைவரும் சிரித்துக்கொண்டனர்.

'டேய்...ய், இங்க கேளுங்கப்பா வளவளன்னு பேசிக்கிட்டு.'

சங்கையா ரெட்டியாரின் அதட்டலில் கூட்டம் அமைதியானது.

'நேத்து நானும் தலயாரியும் கோயில்பட்டி போயி பஸ்டெப்போ மேனேஜரப் பாத்தோம், அவரு கிளீனா சொல்லிட்டாரு. நாலு நாளென்ன எத்தன நாளானாலும் பஸ்விட முடியாதுனுட்டாரு. பெறகு ஜனங்க படுற கஷ்டத்தையெல்லாம் சொன்னப் பெறவுதான். இந்த முடிவச் சொல்லி விட்ருக்காரு, அதாவது ஒவ்வொரு ஜாதிக்காரங்க கிட்டருந்தும் பத்துப் பத்து கையெழுத்து வாங்கி அப்பிடி பஸ்சுக்கு ஏதும் ஆச்சுனா நாங்கதான் பொறுப்புன்னு எழுதிக் கொண்டாங்க நாளைக்கே பஸ் விடறேங்கறாரு. ஒங்க இஷ்டம் எப்பிடி.'

'நம்ம ஊர்லதான் ஒரு பிரச்சினையும் கெடையாதே, பஸ்ச எதுக்கு நிறுத்துறான், பேசாம என்னைக்கும் போல விட வேண்டியதான.'

'கோட்டிக்காரத்தனமா பேசாதல, பெரச்ன... ஒனக்கெல்லாம் அனையம் பெரச்ன தெரியுமோல. சின்னச் சிரிக்கிவிள்ள. ஊரு ஊருக்கு பஸ்சக் கொளுத்திப்புட்டான், எல்லா ஊர்லயுமா பிரச்ன, எங்கயோ நடந்ததுக்கு கொழுத்துப்போயி பஸ்ச கொளுத்துனா மயிரா பஸ் விடுவான்.'

மூக்காண்டியின் அதட்டலில் சித்தாண்டிப் பயல் வாயடங்கினான்.

'சரி. அப்ப கையெழுத்துப் போட்டுக் குடுத்துருவம், அதுக்கு மேல எவனாவது கீச் பூச்னா பத்தாயிரம் அபதாரத்தப் போட்டுத் தீட்டிட்டாப் போச்சு.'

சங்கையா ரெட்டியாரும் தலையாரி முத்துராமலிங்கமும் உட்கார்ந்திருந்த மடத்துத் திண்டில் யாரோ ஒரு பொடியன் ஏறி உட்கார்ந்தான். குப்பாண்டி நல்ல பாம்பைக் கண்டவனைப் போல் எழுந்து ஓடினான்.

'ஆரு பயல அது, கூறு கெட்ட பய. மேகலத்தாரு உக்காந்திருக்கும் போது தலைக்கு மேல ஏறி நிக்கிற பய.'

'சரி, சரி அதுக்கென்ன சின்னப்பயதான.'

'சின்னப்பயலா, எந்தப் பயலாவது அரட்றானானு பாருங்க வேடிக்கதான பாக்கான். இப்பிடிப் பயகளாலதான் இப்ப எட்டு நாளா

வேல வெட்டிக்கிக்கூடப் போகாம சீரழிஞ்சு லோல் படுறோம்!'

சோளத் தட்டையின் சுள்ளென்ற உறைப்பில் சின்னப்பயல் குண்டியைத் தடவிக்கொண்டே குதித்துக் கீழிறங்கி ஓடினான்.

'ம்... சரி, தெக்குத் தெரு போட்டாச்சா, மேலத் தெரு, ஏய்... சிங்கம் ஒங்க ஆளுகள வந்து கையெழுத்துப் போடச் சொல்லு, குப்பாண்டி நிய் என்ன பேசாம நிக்க பட்டுனு இங்க வாப்பா.'

எல்லாக் கையெழுத்துக்களையும் ஒன்று சேர்த்து சங்கையா ரெட்டியாரும் தலையாரியும் சரி பார்த்தார்கள். கூட்டம் கொஞ்சம் கொஞ்சமாய்க் கலைந்தது. எப்படியும் நாளைக்கு ஊருக்குள் பஸ் வந்துவிடும் என்று பேசிக்கொண்டே போனார்கள். அவர்களின் பேச்சில் மகிழ்ச்சியும் சந்தோஷமும் இருந்தது. பொன்னுச்சாமி வீட்டுக்குள் நுழைந்ததும் மயிலம்மாள் கேட்ட முதல் கேள்வி.

'என்ன... கூட்டத்துல என்ன சொன்னாக.'

'ஊரோட கையெழுத்துப் போட்டு மனு எழுதிக் குடுத்திருக்கோம். கண்டிசனா நாளைக்கு பஸ் வந்துரும்.'

'பெறகென்ன சாதி சாதின்னா சாதியா இப்ப வந்து சோறு போடுது, எந்தப் பயகலாவது நாலு கொழுத்த பயக சண்ட போட, அந்தப் பேச்சக் கேட்டுக்கிட்டு இந்தப் பயக ஊரு ஊருக்கு பஸ்சக் கொளுத்த. பஸ்சக் கொளுத்திட்டாப்ல சாதிப் பிரச்ன முடிஞ்சு போச்சா, வெந்த கஞ்சியக் குடிச்சிட்டு விதி வந்தாச் சாவம்னு இருக்கிற நமக்கெல்லாம் என்ன சாதி வேண்டிக் கெடக்கு.'

'நமக்குத் தெரியுது, வெடலப் பயகளுக்கு எங்க தெரியுது, அவம்பாட்ல ஒன்னுருக்க ஒன்னு செஞ்சிட்டுப் போயிறான் சங்கடப் படுறது ஆரு. அவனா? நம்மல்ல கெடந்து சீரழியிறோம்.'

'முந்தி மாதிரி சம்சாரி வேலயா இருக்கு, இங்கயே வேல செஞ்சிட்டு இருக்க. எல்லாரும் டவுனுக்குப் போயி ஒதஞ் ாத்தான கஞ்சி, இதுல மேச்சாதி, கீச்சாதி.'

அவள் வெண்கலக் கும்பாவை எடுத்துக் கம்மங்கஞ்சியைப் போட்டுத் தண்ணீர் ஊற்றினாள். பொசுக்கிய பட்ட மிளகாய் வற்றலும் நாலைந்து வெங்காயத்தையும் முன்னால் போட்டாள். பொன்னுச்சாமி கை முங்க கும்பா நிறையக் கரைத்துவிட்டு மிளகாய் வற்றலை எடுத்து ஒரு கடி கடித்து, சுள்ளென்ற உறைப்பில் முகஞ்சுளித்தான்.

'இன்னக்கோட கம்மம்புல் தீந்து போச்சு, நாளைக்கு வாங்கிட்டு வந்தாத்தான் கஞ்சி, இல்லன்னா பட்டினிதான்.'

‘அஞ்சாறு நாளா வேலக்கிப் போக முடியலன்னா என்ன செய்ய, நாளக்கி எப்பிடியும் பஸ்சு வந்துரும், அப்பிடியும் வரல சாமம்போல எந்திரிச்சி நடந்தாவது போயி வேல செய்யனும். வரலன்னா அங்ஙன எங்னயாவது படுத்துக்கிற வேண்டிதான். எப்பிடியும் பஸ் விடாமயா போயிருவான்.’

‘வெளக்குக்கு மண்ணெண்ன வேற தீந்து போச்சு, இன்னக்கி ராத்திரிக்கு மட்டும்தான் இருக்கும்.’

‘நாளக்கி வேலக்கிப் போகும்போது யாவுகமா மண்ணெண்ன டின்னக் குடுத்துவிடு, இங்க வாங்னா சிதுக்னு இம்புட்டுத்தான் ஊத்துவான். அங்கன்னா கூடக் கொஞ்சம் வாங்கிக்கிரலாம்.’

‘நாளக்கி வரும்போது ரெண்டு கிலோ குறுன வாங்கிக்கோங்க, மேஸ்திரிகிட்ட ஒரு நூறு ரூபா அட்வான்ஸ் கேட்டுப் பாருங்க ரெண்டு பயகலுக்கும் டவுசரு கிழிஞ்சு போச்சு. பள்ளிக்கொடத்துல சிரிக்காகளாம்.’

அவர்கள் மேலக்களத்தில் கூடியிருந்தார்கள். எல்லோர் கைகளிலும் சோற்றுத் தூக்குவாளிகள். சங்கையா ரெட்டியாரும் தலையாரியும் அதட்டி அதட்டிப் பேசிக்கொண்டிருந்தார்கள். பஸ் வந்து மேலக் களத்தில் திரும்பி நின்றது. இடம் பிடிக்க முண்டியடித்து ஏறினார்கள். காதுகளை இறுக்கித் தலப்பாக் கட்டியிருந்த மப்ளர் துண்டை அவிழ்த்தபடி டிரைவர் வெளியே தலை நீட்டினார். சங்கையா ரெட்டியார் ஏதோ பேசினார். பஸ் புறப்பட கூட்டம் கலைந்தது.

விடிந்தும் விடியும்முன் அவர்கள் எல்லோரும் மார்க்கெட் முக்கில் வந்து இறங்கினார்கள். நாலா ஊர் ஜனங்களும் நிறைந்து அந்த இடம் மனிதச் சந்தையைப் போலிருந்தது.

‘என்னப்பா ஒங்க ஊர் ஆளுக இன்னக்கி வந்துருக்காக?’

‘ஆமய்யா இன்னக்கித்தான் பஸ்சு வந்துச்சு.’

‘சரி, சரி நாலாலு பரமசிவத்தோட கான்கிரீட்டுக்குப் போங்க, ரெண்டு பேரு தண்ணி ஊத்தனும் நேத்துப் பூசுனதுக்கு, அந்த ரெண்டு பேரும் செந்தூர்பாண்டிகூட நில்லுங்க, மிச்ச ஆளுக எல்லாரும் வாணம் தோண்டப் போங்க. ஏல... நயினார் பாண்டி அவங்களக் கூட்டிட்டு சட்னு போல, கம்பி, சட்டி எல்லாம் கடையில எடுத்துக் கோங்க, எல்லோரும் சாப்பாடு கொண்டாந்திருக்கீகளா? இல்லன்னா மத்தியானச் சாப்பாட்டுக்கு ரூவா வாங்கிக்கோங்க’

மேஸ்திரி வேகவேகமாய் அதட்டிக்கொண்டிருந்தார்.

வாணம் தோண்டும் வேலை மும்முரமாய் நடந்துகொண்டிருந்தது. பொன்னுச்சாமி கம்பி குத்த சித்தாண்டிப் பயல் மண்வெட்டியால் மண்ணை இழுத்துச் சட்டியில் அள்ளி வெளியே போட்டான்.

'ஏணேய், பொன்னுச்சாமிண்ண, இப்பிடி ஊரு ஊருக்குப் பஸ்சக் கொளுத்தவும், கடைகளத் தீய வைக்கவும், பஸ் கண்ணாடிகள ஒடைக்கவும் செய்றாங்களே என்னண்ண பிரச்சினை? தெரியாமத்தான் கேக்கன்.'

'எல்லாம் கொழுப்பு வச்சுப் போச்சுனா செய்யத்தான சொல்லும்.'

'ஆளாளக்கு ஒவ்வொரு வெதமாச் சொல்றாங்க, ஒன்னுமே புரிய மாட்டேங்கு, ஒரு வெவரமும் தெரியமாட்டேங்கு.'

'போன வாரம் மார்க்கெட் ஓரம் இருக்குல்ல பால்க்கட, அங்க ரெண்டு பயக டீக்குடிக்கப் போயிருக்கான்.'

'நம்ம பயகளா?'

'ஆமா, நம்ம பயகதான்னு வச்சுக்கோயேன்.'

'கடைக்காரன்?'

'அவன் வேற ஜாதிக்காரன், யேய்... அந்தப் பெரிய கட்டிய அப்பிடியே தூக்கி மேல போடுல, சட்டிய அங்கிட்டு தூர வையி.'

'சரி டீக்குடிச்சிட்டு என்ன செஞ்சாங்க?'

'நூறு ரூவாத்தாள நீட்டிருக்கான்.'

'கடக்காரன் சில்லர இல்லய்யா, மொதல்லயே சில்லர இருக்கானு கேட்டுட்டு சாப்பிடலாம்ல்ல அப்பிடின்னு சொல்லிருக்கான்.'

'ம்...'

'ஒடனே இவன் மொதல்லலேய துட்டுக் குடுத்தாத்தான் எங்களுக்கு டீ குடுப்பீரோ அப்பிடின்னு சொல்லிருக்கான்.'

'அவரு, அப்பிடியில்லப்பா இரண்டு டீக்குப் போக நூறு ரூபாய் தாளுக்கு சில்லர எப்பிடியிருக்கும்னு சொல்லிருக்கான்.'

'இல்லல்ல நாங்கன்னா நீரு எப்பவும் எளக்காரமாத்தான் பேசுறீரு. நாங்களும் கவனிச்சிட்டுத்தான் இருக்கோம்'னு சொல்லிருக்கான்.

'யேல, கம்பிய நாளக்கி நல்லா மொனத்தட்டச் சொல்லணும் கடுவளா இருக்கு தொளிய மாட்டேங்கு.'

'பெறகென்ன அப்பிடியே வாக்குவாதம் முத்திரிச்சி, அப்பப் பார்த்து நம்ம பயக ஏழெட்டுப் பேரு டீக் குடிக்க வந்துருக்கான். என்னனு

104 ❋ நீர்ப்பழி

கேக்கவும் அந்தப் பயக, நம்ம ஆட்களுக்குனா மொதல்லயே காசு குடுத்தாத்தான் டீ குடுப்பாராம் அப்பிடின்னு ஒரு வார்த்தையைச் சேத்துச் சொல்லிட்டான்.'

'அட சண்டாளப் பாவி, கெடுத்தான.'

'ஒடன இந்தப் பயக கண்ணாடிக் கிளாஸ்கள நொறுக்கி, பாய்லரத் தள்ளி ஏக ரகளையாப் போச்சு. அவங்களும் தெரண்டு நம்ம பயக நாலு பயகலுக்கு அடி, அவங்களுக்கு ஏழெட்டுப் பேருக்கு அடி, கடைய தீய்ய வச்சுக் கொளுத்தி, ஆகக் கூடி ஏகப்பட்ட சேதாரம்.'

'பாக்கப் போனா ஒன்னுமே இல்லையே..'

'ஒன்னுமில்லாத வெசயத்துக்குத்தான் சண்ட போட்டுட்டுக் கெடக்கோம், பாக்கப் போனா காசு பெறாத வெசயம்.'

'ஒரு ஊர்ல தனிக் கிளாஸ்ல டீக் குடுத்தாம்னு புரளி, இன்னொரு ஊர்ல ஜாதியப் பத்திப் பேசுனாம்னு வதந்தி, வேற ஒரு ஊர்ல டீ வாங்கப் போன எளிய சாதிப் புள்ளய கடக்காரன் கையப் புடிச்சி இழுத்துட்டாம்னு பேச்சு, கடைசியில ஊரு ஊருக்குக் கலவரமாகி இந்த நெலைல கொண்டாந்து விட்ருச்சு.'

'அந்த வகையில நம்ம ஊரு நல்ல ஊரு, நாலா சாதிக இருந்தாலும் எந்தப் பிரச்சனையும் கெடையாது பாத்தியா.'

'ஊருக்கு நாலு பயக இருப்பான், அவன் வேல வெட்டிக்குப் போகமாட்டான், துரும்பத் தூணாக்குவான், ஈரப் பேனாக்குவான். பேனப் பெருமாளாக்கி கோயில் கட்டி கும்பாபிஷேகம் நடத்தி அதுல குளிர் காய்வான், அதுதான் அவங்க பொழப்பு. அவங்க பேச்சக் கேட்டு அப்பிராணி சப்பிராணி உயிரக் குடுப்பான்.'

அவர்கள் எல்லோரும் மாடி வீட்டின் காம்பவுண்டுக்குள், தளிர்த்துக் கூடாரமாய் சிவப்பு பூக்கள் பூத்துச் சொரிந்திருந்த அலங்கார வாகை மரத்தடியில் உட்கார்ந்து கதைகள் பேசி சாப்பிட்டுக் கொண்டிருந்தார்கள்.

'போன மாசம் பிள்ளையார் நத்தத்துல இதே மாதிரி பிரச்னையில தான் ரெண்டு கொலையாகி, ஊர்ல இன்னியும் ஒத்த ஆம்பள தலக்காட்ட முடியல. சட்டித் தொப்பிப் போலீஸ் லாரி இனியும் நிக்கி.'

'அது வேற ஏதோ நெலத் தகராறுன்னு சொன்னாங்க.'

'ஒரு மயிருங் கெடையாது. ஜாமீன்ல வெளில வந்திருக்கிற ஒரு ரவுடிப் பய காப்பிக் கடையில உக்காந்து காப்பிக் குடிச்சிட்டு இருந்திருக்கான். நம்ம பயக ரெண்டுபேரு காப்பிக் குடிக்கப்

போயிருக்கான். அந்தப் பய சும்மா இருக்காம இவங்களுக்குப் போட்ட காப்பிய எடுத்து இவங்ககிட்ட நீட்டியிருக்கான். இவங்களும் வாங்கி குடிச்சிட்டான். ஒடனே தகராறு.'

'என்னத்துக்குத் தகராறு.'

'நான் காப்பிய எடுத்துக் குடுத்தாப்ல நிய் எப்பிடி வாங்கிக் குடிக்கலாம், ஒனக்கு டீ காப்பி வாங்கிக் குடுக்கிற அளவுக்கு நிய் ஒசத்தியான்னு கேட்ருக்கான்.'

'இந்தப் பயக வேண்டாம்னு சொல்லிர வேண்டியதான.'

'வேண்டாம்னு சொன்னா, நான் வாங்கிக் குடுத்த காப்பிய நிய் எப்படி வேண்டாம்னு சொல்லலாம்னு வம்பு இழுப்பான்.'

'பெறகு என்னாச்சு.'

'வெட்டுக் குத்துனு ஆகி ஊரே நாசமாப் போச்சு.'

'சேய், நிய் சொல்றதப் பாத்தா இந்த ஜாதிக் கலவரங்கிறது ஒரு சில சில்லரப் பயகலோட வேலதான் போலருக்கு.'

'சந்தேகமென்ன, பிரச்னை கடுகு இம்புட்டுத்தான் இருக்கும். அதப் பெரிய மலையாக்கி கலவரமாக்கி விட்ராங்க.'

மார்க்கெட் முக்குரோடு கூட்டத்தில் தத்தளித்தது. பொன்னுச்சாமி இரண்டு கிலோ குருனையும் சிறிய தகர டின்னில் மண்ணெண் ணையும் வாங்கிக்கொண்டான். எல்லோரும் அரசமரத்துப் பஸ் ஸ்டாப்பில் ஒன்றுகூடி நின்றார்கள். வரும் வாகனங்களின் லைட் வெளிச்சத்தில் முழங்கைகளில் தொங்கிய வெற்றுத் தூக்குவாளிகள் மின்னின. பஸ் நிறைந்து வந்தது. படிகளில் தொத்தினார்கள்.

'யேல, பெரியவன முனியம்மா வீட்லபோயி அய்யனார் மாமன் வந்துட்டானானு பாத்துட்டு வா.'

மயிலம்மாள் தப்புக் கதிர் பொறுக்கிய கேப்பைக் கதிர்களைக் காலால் நசுக்கி மிதித்துச் சுளகில் புடைத்துக்கொண்டிருந்தாள். காயாத கதிர்களிலிருந்து உதிர்ந்த கேப்பை உமி படிந்து பதமாய் இருந்தது. திரித்தால் திரிகையில் ஒட்டிக்கொள்ளும். காயப் போடவும் நேரமில்லை. இரண்டு அடுப்புக்களையும் சுத்தமாய்த் துணியால் துடைத்துவிட்டு ஈரக் கேப்பையை அதனுள் கொட்டினாள். அடுப்பின் கதகதப்பில் கேப்பை வெதும்பி உமி கழறும்.

என்னக்கா மயிலமக்கா வேலக்குப் போன ஒத்த ஆளக்கூடக் காணும், நேரம் இருட்டிப் போச்சு, ஒரு தாக்கலையும் காணும்,

பழையபடியும் பஸ்ச நிறுத்திட்டானோ என்னமோ?

'என்ன, எளவு காடையத்தோ, புள்ளக வேற பட்டினியாக கெடக்கு, அரிசிக் குருன வாங்கிட்டு வருவாம்னு ஒக்காந்துட்டே இருந்திட்டன்.'

அவர்கள் எல்லோரும் எதிர்பார்த்து மேலக் களத்தில் கூடியிருந்தார்கள். நேரம் ஆகிக்கொண்டே இருந்தது. பஸ் வரவே இல்லை. சோட்டையன் மட்டும் புங்கமரத்து ஓடைப் பாதை வழியாய் வேகமாய் ஓடி வந்தான். அவனை எல்லாப் பொம்பிளைகளும் வட்டமாய்ச் சூழ்ந்துகொண்டார்கள். அவன் மேல்மூச்சு கீழ் மூச்சு வாங்க பதறிப் பதறிப் பேசினான்.

'கூசாலிபட்டிகிட்ட பஸ்ச நிறுத்தி பெட்ரோல ஊத்தி தீய்ய வச்சிட்டு ஏழெட்டு பேரு இருட்டுக்குள்ள ஓடிட்டாங்க. போலீஸ் வேன் வந்து நம்ம ஊரு ஆளுங்க எல்லாத்தையும் பிடிச்சு அடி அடின்னு அடிச்சி இழுத்துட்டுப் போய்ட்டாங்க.'

'பொன்னுச்சாமியண்ணன் கையில மண்ணெண்ன டின் இருந்ததா, அவன்தான் தீ வச்சாமின்னு பத்து போலீஸ் சுத்தி நின்னு அடி பிச்சிட்டாங்க. நான் கூட்டத்தோட கூட்டமா நின்னுக்கிட்டன், அப்பிடியே இருட்டுக்குள்ள ஓடி காட்டுப் பாதைவழியா ஒத்தையில ஓடியாறன்.'

'அய்யய்யோ... ராசா... ஒங்களையா புடிக்கணும். அட எம் பெறப்பே... எம் பெறப்பே...'

மயிலம்மாள் கூப்பாடு போட்டுத் தலையில அடித்துக்கொண்டு அழுது உருண்டு புரண்டாள். அவளின் ஒப்பாரி நிசப்தமான அமைதியில் பலமாய் ஒலித்தது. சிறிது நேரத்தில் அழுகைச் சத்தம் பெருகி அந்த ஊர் சாவு வீட்டைப் போல் மாறிக்கொண்டிருந்தது. தூரத்தில் தெரியும் போலீஸ் வேனின் வெளிச்சம் அவர்கள் மேலும் பட்டது. குழந்தைகள், பொம்பிளைகள் தவிர யாரையும் காணவில்லை. போலீஸ் ஊருக்குள் நுழைந்து வீடுவீடாய் தேட ஆரம்பித்தது.

மயிலம்மாளின் வீட்டில் போலீஸ் எதையும் விட்டு வைக்க வில்லை. ஈரம் உலர்வதற்காக அடுப்புக்குள் காயப் போட்டிருந்த கேப்பையைக்கூட.

●

14

தவம்

காளியம்மாள் இன்னும் அழுகையை நிறுத்தவில்லை. குத்துக்கால் வைத்து உட்கார்ந்து நாடியை இடதுகாலின் முட்டின்மேல் வைத்துக் கொண்டு விக்கிவிக்கி அழுதுகொண்டிருந்தாள். கைகளிரண்டும் எந்திரகதியாக தீப்பெட்டிகளை ஒட்டிக்கொண்டிருந்தன. அவள் கண்கள் இரண்டும் அழுது அழுது சிவப்பேறிப் போயிருந்தன. அடிக்கடி மூக்கைச் சீந்தி சேலை முந்தானையால் துடைத்துக் கொண்டாள். கம்பெனியில் மயான அமைதி. வேலை செய்யும் மற்ற எல்லாப் பெண்களும் காளியம்மாளையே பார்த்துக்கொண்டிருக்க அவள் தலையைக் கவிழ்த்துக்கொண்டு தீப்பெட்டிகளை ஒட்டி சுண்டி எறிவதிலேயே கவனமாய் இருந்தாள்.

எந்நேரமும் சத்தமாய்ப் பாடிக்கொண்டிருக்கும் டேப் ரிகார்டர் மௌனமாய் சுவரில் தொங்கியது. விளையாட்டும் சிரிப்பும் கேலியும் கிண்டலுமாய் கலகலப்பாய் இருக்கும் எல்லாப் பெண்களும் மௌனமாய் எந்திரமாய் இயங்கிக்கொண்டிருந்தார்கள். வாசலுக்கு வெளியே காளியம்மாளின் குழந்தையைத் தோளில் போட்டுக் கொண்டு அதன் அழுகையை நிறுத்துவதற்காக என்னென்னமோ செய்து கொண்டிருந்தாள் கம்மாச்சிப் பாட்டி. குழந்தை அப்படியும் அழுகையை நிறுத்தாமல் ஏங்கி ஏங்கி அழுதது. சட்டையில்லாத அதன் வெற்று முதுகில் தீப்பெட்டிக் கட்டைச் சக்கையின் வரிவரியான தடிப்புகள் ரத்தங்கன்றிப் போயிருந்தன. குழந்தை தும்பியாய்த் துடித்தது. அந்தத் தடிப்புக்களைத் தடவிவிட்டு கம்மாச்சி கண்ணீர் வழிய நின்றாள்.

'பாதகத்தி, சண்டாளி, ஓங்கையில கரையான் அரிக்க பச்ச மண்ணப் போட்டு இந்த அடி அடிப்பாளா? ஒனக்கெல்லாம் பிள்ள கொல்லி எதுக்கு?'

கம்மாச்சி வாப்பேறினாள், 'ச்சுச்சுச்சு' என்று உச்சுக் கொட்டி தோள் விட்டுத் தோள் மாற்றி அழுகையை நிறுத்த பிரயாசைப்பட்டாள். குழந்தை அழுகையை நிறுத்திப் பின் கொஞ்ச நேரங்கழித்து ஏங்கிமூச்சுவிட்டபோது கம்மாச்சியும் சேர்ந்து பெரு மூச்சுவிட்டு சங்கடப்பட்டாள்.

'தவக்கிற பச்ச மண்ணுக்கு என்ன தெரியும், ஒரு கட்டைய தட்டி விட்டுட்டா என்ன கொறஞ்சு போச்சு. ஒரு வில்ல கொறஞ்சா என்ன, ஓங்கப்பன் தேடுன சொத்து கொறஞ்சு போகுதாக்கும். இப்ப உள்ள கொமரிக எதுக்குத்தான் இந்த வரத்து வாராகளோ, மனுசர் அண்டாத கழுதைக, பிள்ள கட்டைய தட்டி விட்டுருச்னு அவுக ஆத்தாள அந்தப் பேச்சு பேசவும்தான அவ கோவத்துல பச்சப்புள்ளயப் போட்டு இந்த அடி அடிச்சிருக்கா. நாளைக்கு இவுக வாக்கப்பட்டு 'புழுலு' பெத்து வளக்கிறத நானும் பாக்கத்தான் போறன்.'

கம்மாச்சிக் கிழவியின் இந்த வார்த்தைகளைக் கேட்டதும் வாசலோரம் உட்கார்ந்திருந்த மாசாணம் முறைத்துப் பார்த்தாள். திரும்பவும் ஒரு பெரிய சண்டை வந்துவிடுமோ என்று கணக்குப் பிள்ளை ஒரு அதட்டுப் போட்டார்.

'மத்த நேரமெல்லாம் அதோட வெளையாடுறது, சிரிக்கிறது, ஆடுறது, பாடுறது, குதிச்சு கும்மரிச்சம் போடுறது, தெரியாம சின்னப்புள்ள ஒரு கட்டைய தட்டி விட்டுட்டாம்னு செங்கொளவி வந்தாப்ல வாரா சக்களத்தியா.'

'ஏய், கெழவி பேசாம, அங்கிட்டுப் போயி அழுதிட்டு வா. ஓஞ்சமானக்கி ஒயட்டும், கழுதய விடு. அவளும் அந்தப் பேச்சு பேசியிருக்கக் கூடாது. சரி, அவதான் பேசிட்டான்னு இவளும் பச்சப் புள்ளய இந்த அடி அடிக்கக் கூடாது.'

'இங்க முதுகுல பாருங்க கணக்குப்புள்ள, வரிவரியா தடிப்புக் கெடக்கிறத, சின்னதுக்கு என்ன தெரியும்.'

வேப்பமரத்தின் தாடிக் கொப்பில் தொங்கிய பச்சக் கண்டாங்கி சேல கட்டிய தொட்டிலில் போட்டு ஆட்டினாள். குழந்தை மூசுமூசு என்று ஏங்கி ஏங்கி மூச்சு விட்டுக்கொண்டே தூங்கிப்போனது. பொரிவானச் சிதறலாய்த் தரையில் விழுந்திருந்த வேப்பம் பூக்களையே உற்றுப் பார்த்துக் கொண்டிருந்தாள் கிழவி.

மாசாணம் உம்மென்று முகத்தை வைத்துக்கொண்டு வேக வேகமாய் அடுக்கிக்கொண்டிருந்தாள். அவள் ஏறிட்டுப் பார்த்தவுடன் முகத்தை வேறுபக்கம் திருப்பிக்கொள்வதுமாக இருந்தார்கள்.

காளியம்மாள் யாரையுமே பார்க்காமல் தலை கவிழ்ந்து முட்டின்மேல் முகம் வைத்து பசை தடவி ஒட்டிக்கொண்டிருந்தாள். கம்மாச்சி இன்னும் முணுமுணுத்துக்கொண்டே தொட்டிலின் பக்கத்தில் உட்கார்ந்ததிருந்தாள். பலகையின் மேல் பெண்களின் விரல்கள் படும் ‘டக் டக்’ என்ற சிறு சத்தம் தவிர வேறு சத்தமேயில்லாத மயான அமைதி.

காலையில் கம்பெனி திறந்தவுடனேயே காளியம்மாள் சீனிப் பயலை இடுப்பிலிருந்து இறக்கிவிட்டால், அப்புறம் அந்தக் கம்பெனி பூராவும் அவன்தான் செல்லப்பிள்ளை. சுவரைப் பிடித்துக் கொண்டு எழுந்து நிற்கவும், பின் உட்கார்ந்துகொள்ளவும், எல்லா இடங்களுக்கும் தவழ்ந்துகொண்டே திரிவான்.

‘யேலேய்... ஏய் சீனி அக்காளுக்குக் கொஞ்சம் பிஸ்கட் குடு, அப்பத்தான் நாளக்கி ஒனக்கு அக்கா வட வாங்கித் தருவன்.’

‘சீனி அவளுக்குத் தராத, சித்திக்குக் குடு, ஒனக்கு நாளைக்கு சித்தி அஞ்சு வட வாங்கித் தாரன்.’

‘சீனி, ஒருத்தருக்கும் கெடையாதுன்னு சொல்லிரு.’

‘யேய்... சீனி இந்தா பாரு மதினி வகுத்துக்குள்ள குட்டிப் பாப்பா கெடக்கு, எனக்குக் குடுத்திருப்பா இல்லன்னா பாப்பா காதுல ஊள வடியும்.’

‘சீ... அங்கிட்டுப் போங்கடி, அத்தைக்குத்தான் குடுப்பான், என்ன சீனி, நாளைக்கி எம் வீட்டுமேல வார மருகப்புள்ளயில்ல.’

‘ஓம் பெண்ணு வேண்டாம்னு சொல்லிரு சீனி, அது கருத்தப் பொண்ணு. ஏம் பொண்ணத் தாரன், செவத்தப் பொண்ணு. எனக்குக் கொஞ்சம் குடுத்திருங்கய்யா.’

‘வெளமெடுத்த சிரிக்கீக அந்தப் பயல என்ன பாடு படுத்துறாகபாரு.’

அத்தனை பொம்பிளைகளும் சுற்றி இருந்து கையேந்த, சீனி பொம்மையாய் உட்கார்ந்துகொண்டு கண்களை உருட்டிக் கொண்டிருப்பான். உச்சிக் குடுமியை அள்ளி முடிந்து அதில் குத்தாய் கட்டியிருக்கும் மல்லிகைப் பூவும், இரண்டு கன்னங்களிலும் வைத்திருக்கும் வட்ட வட்ட கருப்புப் பொட்டும், பொக்கை வாய் சிரிப்பும் பார்க்க அசல் பொம்பிளைப் பிள்ளை போலவே தெரியும். இது போக எகடாசி புடிச்ச குமரிகள் வைத்த தீப்பெட்டிக் கருமருந்துப் பொட்டு வேறு ஜொலித்துக்கொண்டிருக்கும். அவன் கொஞ்சம் போல பிஸ்கட்டை இரு விரல்களால் பிய்த்து எந்தக் கையிலாவது

வைத்துவிட்டால் போதும்.

'ம்... பாருங்க தாயி, இம்புட்டு மனுசனுக்கு அவுக சித்தி தெரியாமயா இருக்கு, இத்தன பேரு கையேந்தியிருக்கம்ல யாருக்காவது ஓராளுக்கு குடுக்கலாம்ல்ல, வா... நாளைக்கி அந்த ரெண்டு பல்லவும் தட்டுறன்.'

கையேந்தி பிஸ்கட் கிடைத்தவள் அவன் கன்னத்தை மற்றப் பொம்பிளைகள் கிள்ளவிடாமல் தூக்கிக்கொண்டு ஓடுவாள்.

'என்ன விளையாட்டு வேல நடக்கட்டும், ஒக்காந்து அடுக்குங்க, கட்ட அடுக்கி வரமாட்டேங்கு. இந்தா காளியம்மா நாளையிலருந்து ஓம் புள்ளய இங்க கொண்டாராத, அவுக அப்பன் கிட்ட விட்டுட்டு வா, அவனால தெனம் வேல மெனக்கிட்டுப் போகுது சொன்னாலும் ஒருத்தியும் கேக்க மாட்டேங்கா.'

'கணக்கப்பிள்ள அண்ணாச்சி சீனி வரலைன்னா நாங்க ஒருத்தருமே வேலைக்கு வரமாட்டோம்.'

'கணக்கப்பிள்ளை இந்தா பாருங்க ஒங்களப் பாத்து கைய நீட்டுறத, பேசாம ஒத்த ரூபா குடுத்திரும், அப்பத்தான் ஓமக்குத் தலப்புள்ள ஆம்பிளப் பிள்ள பெறக்கும்.'

பொம்பிளைகள் எல்லோரும் கெக்கலி கொட்டிச் சிரித்துக் குலுங்க சீனியை இடுப்பில் வைத்துக்கொண்டு கணக்கப் பிள்ளையுடன் சரிமல்லுக் கட்டுவாள் லிங்கம்மாள். கணக்குப் பிள்ளை பையிலிருந்து ஒரு ரூபாயோ இரண்டு ரூபாயோ எடுத்துக் கொடுத்துவிட்டு அவன் கன்னத்தை நிமிண்டி விட்டுப் போவார். காளியம்மாளுக்குச் சிரிப்பாணி பொத்துக்கொண்டு போகும். வேகமாய் தவழ்ந்து வந்து ஆவிக் கட்டிக்கொண்டு குதியாளம் போடுவான்.

அன்றைக்கும் காலையில் அதே மாதிரிதான் சீனிப்பயல் கம்பெனி பூராவும் தவழ்ந்து திரிந்தான். நேத்து வெற்றுக் கட்டை எடுக்கும்போது காளியம்மாளுடன் சண்டை போட்டுவிட்ட மாசாணம் வடக்குச் சுவரோரம் உட்கார்ந்திருந்தாள். அவள் முன்னால் 'கிளிப்' கழட்டி பாதி அடுக்கிய தீப்பெட்டிக் கட்டை காடிப் பெட்டியின்மேல் நிறுத்தி வைக்கப்பட்டிருந்தது. வெற்றுக் கட்டைகள் வந்தவுடன் அதை எடுப்பதற்காக எல்லோரும் ஓடினார்கள். மாசாணமும் குறைக் கட்டையை அப்படியே வைத்துவிட்டு எழுந்து ஓடினாள். சுவரோர மாகத் தவழ்ந்து வந்துகொண்டிருந்த சீனி காடிப் பெட்டியை அமுக்கிப் பிடித்து எழுந்திருக்க முயன்றான். காடிப் பெட்டி ஒருக்களித்து

சாய்ந்துவிட அதன் அனுசரனையில் நின்ற, பாதி அடுக்கிய கட்டை கீழே சாய்ந்து விழுந்தது. அடுக்கிய குச்சிகள் எல்லாம் தரையில் சிதற அவன் தவழ்ந்து போய்க்கொண்டிருந்தான்.

வெற்றுக் கட்டையைத் தூக்கிக்கொண்டு இடத்திற்கு வந்த மாசாணம் தன் கட்டை சிந்தி சிதறிக் கிடப்பதைப் பார்த்ததும் கூப்பாடு போட்டு வைதாள். நேத்து காளியம்மாளுடன் போட்ட சண்டையின் புகைச்சல் தீயாய் பற்றிக்கொண்டது.

'புழுலு வளக்காளம் புழுலு, செல்லப் புழுலு, அதென்ன புள்ள கெனக்காவா அலையிது, கழுத நட்டுவாக்களி கெனக்கா ஒரு தரையில இருக்கா ஆடுகாலிக் கழுத.'

'சின்னப்புள்ள தெரியாமத் தட்டி விட்ருச்சு, அதுக்காக அது இதுன்னு மானாங்கண்ணியா பேசிட்டு இருக்காத.'

'அது இதுன்னு என்னத்தப் பேசுறாக, ஓங் கட்டைய தட்டி விட்டா நிய் பேசாம இருப்பியா? ஒரு கட்ட அடுக்கிறதுக்கு என்ன பாடுபட வேண்டியதிருக்கு, முக்கா கட்டைய தட்டிவிட்டுட்டு மயிரு போச்சுனு போயிருச்சு ஓம் புள்ள. சொன்னா கோவ மயிரு பிச்சுக்கிட்டு வருது.'

'மயிரு கியிருனு பேசாத, வேணும்னா ஓங்கட்டைய நான் அடுக்கித் தாரன், இல்லன்னா இந்தா ஒரு வில்லைய ஓங் கணக்குல எழுதிக்கோ.'

காளியம்மாள் டப்பாவிலிருந்து எடுத்து எறிந்த அடையாள வில்லை மாசாணத்தின் மடியில் போய் விழுந்தது.

'ஓம் வில்லயப் போயி நாய்க்குப் போடு, இங்க என்ன கை, காலு நொண்டியாவா கெடக்காக, ஓசி வில்ல வாங்கி கணக்கெழுதி சம்பளம் வாங்க.'

மாசாணம் எறிந்த வில்லை திரும்பவும் காளியம்மாளின் மடியில் வந்து விழுந்தது.

'அப்படின்னா வாயப் பொத்திட்டுப் பேசாமக் கெடக்கணும், அத்தியம் பத்தியம் பேசக் கூடாது.'

'அத்தியம் பத்தியம் பேசக் கூடாதுனா, ஓம் புள்ளய நிய் அடக்கி வளக்கனும், கட்டைய தட்டிவிட்டதுமில்லாம கோவ மயிரு வருதோ.'

'அதுதான் பதிலுக்குக் கட்டைய அடுக்கித் தாரன்ட்டன்னல்ல. ஒத்த வில்ல தாரம்னு சொல்லிட்டன். பெறகு எதுக்கு தேவிடியா நாய் கெணக்கா கொலைக்க.'

'யாரு தேவிடியானு நல்லா வெசாரிச்சுப் பாரு.'

‘நல்லா எங்கிட்டுக்கூடி வெசாரிக்க, நல்ல முண்டனா எட்டு வருசமா எதுக்கடி சீந்தாமக் கெடக்க.’

‘எட்டு வருசம் சீந்தாமக் கெடந்தா என்ன பத்து வருசம் கெடந்தா என்ன நீட்ன வெரல மடக்க முடியுமாடி.’

‘ரொம்பவும் தாளிக்காதடி சக்களத்தி எல்லாம் தெரியும்.’

‘என்னடி தெரியும் முண்ட, ஒன்னயப் போலவும், ஒங்க அக்கா தங்கச்சியைப் போலவும், வயித்துல ஏத்திக்கிட்டு மாப்ள தேடச் சொல்றயா, இல்ல ஒங்க ஆத்தாளப் போல ஒவ்வொரு பயலுக்கா கூட்டிவிட்டு மாப்ள தேடச் சொல்றயா, அப்பிடின்னா மாப்ள ஒடனே கெடப்பான்.’

‘எங்க ஆத்தாளப் பேச ஒனக்கு வெயசு கானுமாடி சின்னச் சிறுக்கி.’

‘அடி போடி அவிசாரி முண்ட, அடையாளப் புள்ளப் பெத்த முண்ட ஒனக்கெல்லாம் வாயி, எம் புள்ளன்னா இந்நேரம் அடுப்புல முறிச்சு வச்சுருவேண்டி தேவிடியா.’

வேகமாய் எழுந்து காளியம்மாள் தீப்பெட்டிக் கட்டையின் அடிச்சக்கையைத் தேடி எடுத்தாள். கீழோரமாய் மண்டியிட்டு தவழ்ந்து கொண்டிருந்த சீனியின் முதுகில் விளாசினாள்.

‘இனிமே ஒரு தரையில கெடப்பியா, கெடப்பியா, கெடப்பியா, கெடப்பியா, கெடப்பியா, கெடப்பியா.’

சீனி தும்பியாய்த் துடித்தான். மொளேரென்று நாலு பக்கமிருந்தும் ஓடிவந்த பொம்பிளைகள் அவளை இழுத்துக்கொண்டு போனார்கள். அடுத்த அறையிலிருந்து ஓடிவந்த கம்மாச்சிக் கிழவி குழந்தையை மார்போடு அள்ளிக்கொண்டு வெளியே ஓடினாள். சீனியின் சிவந்த முதுகு அணில் முதுகின் வரிக் கோடுகளாய் ரத்தம் கன்றி சிவந்து போயிருந்தது.

அன்றைக்கோடு சரி, அவன் தவழ்ந்து விளையாடுவதையே விட்டு விட்டான். அவனைக் கீழே இறக்கி விட்டுவிட்டு காளியம்மாள் இடத்தில் உட்கார்ந்தாள், அவன் அவளுக்குப் பின்னால் வந்து முட்டுப்போட்டு அவள் கழுத்தை இரு கைகளாலும் வளைத்துப் பிடித்துக் கொண்டு, முகத்தை அவளின் முதுகில் உரசிக்கொண்டே யிருப்பான்.

‘சீனி இங்க வா கொய்யாப் பழம் தாரன்.’

‘எங்கிட்ட வா சீனி, இந்தா பாரு, ரெண்டு பப்ர மிட்டாயி.’

‘சீனி இங்க வா, ஒங்கம்மா அடிக்க மாட்டா, யேய் காளியம்மா

இங்க போகச் சொல்லு தாயி.'

'எதுக்குக்கா ஒரு எடத்துக்குப் போகனும், காசு பெறாத கழுதையிட்டயெல்லாம் பேச்சுக் கேக்கனும்.'

'ஆனாலும் ஓம் புள்ள ரொம்ப ரோசக்காரப் புள்ளதான் தாயி. விடியக் கருக்கல்ல போடுற முட்டாங்காலு வேல முடியற வரைக்கி ஓம் முதுக விட்டு நகல மாட்டேங்கான தாயி.'

'ஓம் மகளுக்கு என்ன புள்ளக்கா பெறந்திருக்கு.'

'பொம்பளப்புள்ள இன்னக்கோட ஒரு மாசமும் எட்டு நாளும் ஆகுது, இன்னியும் அவ கம்பெனிக்குப் போகல.'

'நேத்துத்தான் கல்யாணம் போல இருக்கு, அதுக்குள்ள ஒரு புள்ளக்கி தாயாகிப் போயிட்டா.'

'என்ன காளியம்மா ஒரு வயசும் அஞ்சு மாசமும் ஆகுதுங்க சீனிப்பய இனியும் எட்டு வைக்காமயே இருக்கான்.'

'என்னமோக்கா காலத் தூக்கி எட்டே வைக்க மாட்டேங்கான், முந்தி சொவத்தப் புடிச்சுக்கிட்டு நல்லா நிப்பான், இப்ப நிக்க வச்சாலும் நிக்க மாட்டங்கான்.'

'யார்ட்டாயாவது மர வண்டி இருந்தா வாங்கி உருட்ட விடு, நடந்திருவான்.'

சீனி மரவண்டியைப் பிடித்து நிற்கவில்லை. சுவரில் நிற்க வைத்தால் இரு கால்களும் நடுங்கி தரையில் உட்கார்ந்தான். சில சமயம் இரண்டு முட்டுகளையுமே மட்டும் ஊன்றி நடக்க முயன்றான். காளியம்மாளும் தூங்கனும் கவர்மெண்ட் ஆஸ்பத்திரிக்கு கொண்டு போய் டாக்டரிடம் காட்டினார்கள். டாக்டர் கவனமாகச் சோதித்தார்.

'இந்தக் கொழந்த எங்கம்மா பொறந்தது.'

'இங்க தான்ய்யா.'

'சொட்டு மருந்து ஊத்துனீகளா?'

'ஆமய்யா.'

'பிள்ளைக்கு இப்ப காச்சல் ஏதும் வந்ததா.'

'இல்லய்யா.'

டாக்டர் குழந்தையின் இரண்டு முட்டங்கால்களிலும் கருப்பேறி காய்ச்சுப் போய் மொரமொரப்பாய் தடிப்பாய் இருக்கும் தோல்களையே வெகு நேரம் தொட்டுத் தொட்டுப் பார்த்தார்.

'இது எப்பபடிம்மா வந்தது.'

காளியம்மாள் கதையைப் போல் சொல்லச் சொல்ல டாக்டர் கவனமாகக் கேட்டுக்கொண்டிருந்தார்.

'வம்பா பிள்ளைய பாழாக்கீட்டீகளம்மா, ஒரு வருசமா பிள்ள முட்டுப் போட்டே நிக்கின்னா கால் எப்பிடிம்மா வரும். நான் சொல்றபடி செய்யலன்னா ஒங்க பிள்ள நடக்கவே முடியாமப் போயிரும். ரெண்டு கால்லயும் முட்டுலருந்து பாதம் வரைக்கும் மாவுக்கட்டுப் போடனும், தெனமும் கொறஞ்சது ரெண்டு மணி நேரமாவது புள்ளய நிக்க வைக்கனும், கால்கள மடக்கவே விடக் கூடாது. அப்படியே பைய்யப் பைய்ய நடக்கவிடனும், கெட்டு ஆறு மாசத்துக்கு இருக்கனும், வாரத்துக்கு ஒரு தரம் இங்க வந்து காட்டி கெட்டு மாத்தனும்.'

இரண்டு கால்களிலும் முட்டுக்களிலிருந்து பாதங்கள் வரை மாவுக்கட்டுப் போட்டு சுரைக்காய்களைப் போல் கால்கள் தொங்க காளியம்மாளும் தூங்கனும் பொம்மையைப்போல் சீனியைத் தூக்கிக்கொண்டு வீட்டுக்கு வந்தார்கள். காளியம்மாள் ஒப்பாரி வைத்து அழுதாள். தூங்கன் பரிதாபமாய்ப் பார்த்துக்கொண்டு உட்கார்ந்திருந்தான்.

பத்துநாள்கூட ஆகியிருக்காது. கம்பெனியின் வடக்குச் சுவரில் சீனியை முதுகு சாய்த்து உட்கார வைத்துவிட்டு காளியம்மாள் பழைய இடத்திலேயே உட்கார்ந்து கட்டைகளைப் பிரித்தாள். இரு கால் நீட்டி பொம்மையைப் போல் கட்டுடனிருந்த சீனி கண்களால் கம்பெனியை நோட்டம் விட்டான்.

'ஏய், சீனி இந்தா பாரு கொய்யாப் பழம்.'

இவன் உட்கார்ந்த இடத்திலேயே இருந்துகொண்டு இரு கை நீட்டினான். மடக்க முடியாத இரு கால்களும் விறைப்பாய் தரையில் கிடந்தன. எழுந்துபோய் அவன் கைகளில் கொய்யாப் பழத்தைக் கொடுத்துவிட்டு உட்கார்ந்த லிங்கம்மாள் அவனைப் பார்த்தாள். அவன் சிரித்த முகமாய் அதைத் தின்றுகொண்டிருந்தான். ஏறிட்டுப் பார்த்த காளியம்மாளின் கண்களில் இருந்து பெருகிய கண்ணீர் தனக்கு முன்னால் கழித்துப் போடப்பட்டிருந்த காதறுந்த நொண்டிச் சக்கையின் மேல் விழுந்து தெறித்தது. கம்பெனியின் மயான அமைதியில் பெண்கள் ஒருவர் முகம் மாற்றி ஒருவர் முகம் பார்த்து விரக்தியாய் வேலை செய்துகொண்டிருந்தார்கள். சீனி எல்லோரையும் பார்த்துக்கொண்டிருந்தான். சுவரில் சாய்ந்து உட்கார்ந்தபடியே.

●

15

கோணல்கள்

பரும்படி மொட்டையசாமி என்றால் நாலைந்து வருடங்களுக்கு முன்னால் யாருக்குமே தெரியாது. கிழக்கு மேற்காய் நீண்டு கிடக்கும் கொரண்டி முள்செடிகளும், கிளுவைச் செடிகளும் தவிர்த்து வேறு எந்தப் பச்சையும் கண்ணில் படாத மொட்டைப் பரும்பு. உச்சியில் எப்படியோ தப்பிப் பிழைத்த ஒரு மலை வாகை, ஆடு மேய்ப்பவர்கள் கொஞ்சம் இளைப்பாறவும் இள வட்டங்கள் மறைவாக சீட்டாடவும் பயன்படும் மரம் இன்று எதற்கும் பயன்படாமல் மரமெல்லாம் பலாப்பழங்களாய் தொங்கும் ஓலைக் கொட்டான்கள். அந்த ஓலைக் கொட்டான்களிலிருந்து சொட்டுச் சொட்டாய் எப்போதும் வடிந்துகொண்டிருக்கும் கெட்ட நாற்றமடிக்கும் ஈன்ற மாட்டின் நஞ்சுக் கொடிகள். அந்தக் கவுச்சி வீச்சித்திற்கு எந்நேரமும் மரத்தடியில் காத்துக் கிடக்கும் ஏழெட்டு நாய்கள். அந்த நாய்கள் கால் தூக்கி ஒன்னுக்கிருப்பதற் காகவே முளைத்தது போல், நட்டுவசத்தில் நிற்கும் பருந்தின் வால் போன்ற பாறைக்கல். அதுதான் துடியான மொட்டையசாமி.

உச்சிப் பரும்பில் நின்று வடக்காமல் பார்த்தால் பரும்பின் சரிவிலேயே கிழக்கு மேற்காய் நீண்டு கிடக்கும் தார் ரோடு, ரோட்டுக்கு வடக்கே தீப்பெட்டிகள் சிதறியது போல் தாறுமாறாய்த் தெரியும் சில ஓட்டு வீடுகள். மாசம் ஒரு தடவையோ இரண்டு தடவையோ அந்த ஊரைத் தாண்டிச் செல்லும் மில் முதலாளியின் வெண்ணிற நீண்ட கண்டஸா கார் ரோட்டை விட்டுத் திரும்பி ஊருக்குள் வந்து நின்றபோது மொத்தச் சனமும் கூடி நின்று ஆச்சரியமாய்ப் பார்த்தார்கள். கதவைத் திறந்துகொண்டு கீழிறங்கிய முதலாளி கம்பீரமாய் சுற்றும் முற்றும் பார்த்தார். சுற்றி நின்று வேடிக்கை பார்க்கும் கூட்டம்.

'மொட்டைய சாமி கோயில் பூசாரிய எங்க.'

'...'

‘எந்த மொட்டைய சாமி மொதலாளி.’

‘உங்க ஊரு பரும்படி மொட்டையசாமி கோயில் பூசாரி.’

‘அப்படி ஆரும் இங்க இல்லியே மொதலாளி.’

‘கோயில் ஒங்க ஊர்க் கோயில்தானா?’

‘ஆமா... எங்க ஊர்க் கோயில்தான்.’

‘அப்ப ஒங்களுக்கு தெரியாமயா பூசாரி இருந்தாரு?’

‘பூசாரியாவது ஒன்னாவது அங்க போயி ஆரு மொதலாளி பூச வச்சது.’

முதலாளி நாலைந்து மாதத்திற்கு முன்னால் நடந்தவற்றையெல்லாம் விவரமாகக் கூறத் தொடங்கினார்.

தார் உருகி ஓடும் உச்சி மத்தியான வெய்யில். சிட்டாய் பறந்து வருகிறது முதலாளியின் கார். சரியாக மொட்டைய சாமி கோயிலுக்கு நேராக வந்தவுடன் டயர் பஞ்சராகி ரோட்டோரமாய் நிற்க, டிரைவர் இறங்கி மாற்று டயர் மாட்ட முயற்சிக்கிறார். சுடுவெய்யிலில் முதலாளிக்கும் அவர் மனைவிக்கும் கண்ணில்பட்டது பரும்படி மொட்டையசாமி கோயில் மலை வாகைமர நிழல்தான். இருவரும் மெதுவாய் ஏறி மர நிழலில் ஒதுங்கிய போதுதான் மரத்தடியில் துண்டு விரித்து சுகமாய் குறட்டை விட்டுக்கொண்டிருந்த அவனைப் பார்த்தார்கள். ஆளரவம் கேட்டதும் அவன் சடாரென எழுந்து உட்கார்ந்து ஏறிட்டுப் பார்த்தான்.

‘நீங்க ரெண்டுபேரும் யாரு?’

முதலாளி நடந்த விவரத்தை எல்லாம் சொல்ல, அவர் மனைவி கழுத்தில் நகைகள் மின்ன, பட்டுச் சேலையின் மத்தியான உஷ்ணத்தில் வியர்வை வழிய நின்றுகொண்டிருந்தாள். மேலிருந்து பார்த்தபோது டயரோடு மல்லுக்கட்டும் டிரைவர் புள்ளியாய் நின்றார்.

‘நீங்க...’

‘நான் இந்தக் கோயில் பூசாரி. அந்தா தெரியுதே அதுதான் ஊரு.’

‘இந்தக் கோயில் பேரு.’

‘பரும்படி மொட்டையசாமி.’

‘இந்த மரத்துல தொங்கிறதெல்லாம் என்ன பெட்டி.’

‘இது வந்து மொதலாளி, இந்த சுத்துலாப்பட்ட அத்தன ஊர்லயும் ஆடு, மாடுக சினைப் பிடிக்கலன்னா, இங்க வந்து கும்பிட்டுப் போனாப் போதும். மறு மாசமே ஆடோ, மாடோ சினையாகிப் போகும். அதே மாதிரி கல்யாணமாகி கொழந்த குட்டி இல்லாதவுக

எத்தனையோ பேரு இங்க வந்த பெறகு, மறு வருசமே கொழந்தை யோட வந்து மொட்டபோட்டுப் பொங்கல் வச்சிட்டுப் போறது உறுதி. அவ்வளவு துடியான சாமி!'

முதலாளியம்மாள் கணவர் முகத்தை ஆச்சரியமாய்ப் பார்த்தாள். தங்களுக்குக் குழந்தை பாக்கியம் இல்லாததையும் சொன்னார்கள்.

'நீங்க ஒன்னும் கவலப்படாதீங்க மொதலாளி. அந்தா தெரியுது பாருங்க கீழ ஒரு பம்பு செட் கெணறு. அங்க போனீகன்னா, அந்தத் தோட்டத்து வரப்பு நெறைய்ய தொளசி செடி இருக்கும். அதுல எண்ணி ஏழு எலமட்டும் புடுங்கிட்டு வாங்க, மூனே முனு சொட்டு சாறு மட்டும் பிழிஞ்சு தாரன். அடுத்த வருசம் புள்ளையும் கையுமா கெடாயோட மொட்டயசாமியத் தேடி வருவீக.'

'நீயே போயி பறிச்சிட்டு வந்தா என்ன?'

'செடியிலிருந்து பிடுங்கிறது நீங்க பிடுங்கனும். அப்படி இல்லன்னா அம்மாவுக பிடுங்கனும். அதுதான் மொதலாளி இங்க வழக்கம்.'

தெற்காமல் நீளும் ஒற்றையடிப் பாதையில் இறங்கி நடந்த முதலாளியின் தலை மறையும்வரை பூசாரியும் முதலாளியம்மாவும் பார்த்துக்கொண்டே நின்றார்கள். அவர் மெதுவாய் எட்டு வைத்து இறங்குவது குச்சியாய் மறைந்தது. டிரைவரிடமிருந்து எந்த ஒரு சப்தத்தையும் காணவில்லை.

கை நிறைய துளசி இலைகளுடன் வேர்த்து விறுவிறுத்து மலையேறி வந்தார் முதலாளி. தங்க நகைகள் வெய்யிலில் மின்ன குன்னிப் போய் மரத்து நிழலில் உட்கார்ந்திருந்த தன் மனைவியை உற்றுப் பார்த்தார். நா வறண்டு உதடுகள் உலர்ந்து வெட்டப் போகிற கிடாக் குட்டியாய் உடாகார்ந்திருந்தாள் முதலாளியம்மாள். வியர்வை நசநசப்பில் முகம் துடைத்த முதலாளியின் கையில் டை அடித்த கறுப்பு சாயம் ஒட்டியது.

'தொளசி எலைய இப்பிடிக் குடுங்க, ரெண்டு பேரும் வந்து கெழக்காம திரும்பி சாமி முன்னால வந்து நில்லுங்க.'

இடது கையின் உள்ளங்கையில் வைத்து வலது கைப் பெரு விரலால் அழுத்திக் கசக்கினான் பூசாரி. துளசியின் மணம் கமகமத்தது. இறுக்கிப் பிழிந்து இருவர் வாயிலும் மூன்று மூன்று சொட்டு சாறை வழிய விட்டான் பூசாரி.

'இந்தாப்பா நூறு ரூபா.'

'எதுக்கு மொதலாளி?'

'காணிக்க.'

'மொட்டயசாமி பேரச் சொல்லி சல்லிக் காசு வாங்கிட்டாலும் போச்சு, மறு மாசமே அவன் குளோஸ்தான். இல்ல ரெண்டு கண்ணயும் பிடுங்கிட்டு குருடா அலய விட்டும், கருவக் குடுக்கவும் செய்யும். தப்புச் செஞ்சா கருவ அறுக்கவும் செய்யும்.'

அந்தாப் பூசாரி சொன்னது மாதிரியே கல்யாணமாகி நாப்பது வயதாகியும் குழந்தை இல்லாத எங்களுக்கு இப்ப வாரிசு வளருது. துளசி சாறு சாப்பிட்ட மறு மாசமே மொட்டைய சாமி எங்களுக்கு வரம் கொடுத்துவிட்டது. அதுதான் இந்தப் பூசாரியவும் பார்த்துவிட்டு, ஊர் ஜனங்களையும் பார்த்துப் பேசிவிட்டு போகலாம்னு வந்தேன். மொட்டைய சாமி கோயிலுக்கு ஒரு லட்ச ரூபாய் செலவில் கட்டிடம் கட்டி குரு பூஜை நடத்த விரும்புகிறேன். முதலாளி சொல்லி முடித்தவுடன் சுற்றி நின்ற ஊர் ஜனங்கள் எல்லோரும் ஒருவர் முகத்தை ஒருவர் பார்த்துக்கொண்டனர். சிலர் கிசுகிசுவென்று ஏதோ ரகசியமாய் பேசிச் சிரித்துக்கொண்டனர். கூட்டத்தில் நின்ற பெரியவர் ஒருவர், முதலாளியின் முன்னால் வந்து நின்று கூட்டத்தை ஒரு அதட்டல் போட்டார். கூட்டம் கப்சிப் என்று அமைதியானது.

'ஆக்கங்கெட்ட பயகளா. கொஞ்சமாவது கூறு இருக்காள ஒங்களுக்கு, ஓலப்பாய்ல நாயி மோண்டாப்ல சலசலன்னு பேசிக்கிட்டு. வலிய வார சீதேவிய காலால எத்தி வெரட்னது மாதிரி. இங்க கேளுங்க மொதலாளி, அன்னக்கி ஒங்க காரு டயரப் பஞ்சராக்கனதும் மொட்டயசாமிதான். பூசாரி ரூபத்துல வந்து ஒங்களுக்கு தொளசிச் சாறு குடுத்ததும் மொட்டய சாமிதான். இப்ப அம்மா வகுத்துல வளர்ற ஒங்க வாரிசும் மொட்டயசாமிதான். நீங்க என்ன செய்யணுமோ சாமிக்குத் தாராளமா செய்ங்க. இங்க யாரையும் கேக்கவே வேண்டியதில்லை.'

'அப்ப அடுத்த வாரம் வரும்போது இன்ஜினியரைக் கூட்டிவிட்டு வந்து அளவெடுத்திட்டுக் கட்டட வேலை ஆரம்பிச்சிரலாம்ல்ல.'

'தாராளமா ஒங்க மனசு போல செய்ங்க.'

கார் மறைந்ததும் பலரும் பல மாதிரியாகச் சத்தமாய்ப் பேசிக் கொண்டார்கள். சிலர் பலமாகச் சிரித்தார்கள்.

'ஆயிரத்தச் சொல்லு, இது வெயிலுக்காள போட்ட போடுதான்.'

'அவந்தான் இப்ப ஒரு வாரமா இங்கிட்டுத்தான் லாந்துறான்.'

'அவந்தான் இப்பிடி ஒரு கிறுக்கு, எவ்வளவு கோளாறா காரியத்த முடிச்சிருக்காம் பாத்தியா?'

‘ஒரு குத்து சங்கிலி போட்ருக்கால்ல மொதலாளியம்மா. அவள அவங்கூட இருக்கச் சொல்லிட்டுதான் இவரு தொளசி புடுங்கப் போயிருப்பாரு. அந்தானக்கி போட்டுத் தள்ளிட்டு அத்தனையவும் கழட்டிடெடு போயிராலம்ல்ல.’

‘வெயிலுக்காளப் பய எந்தக் காலம் சங்கிலி சரப்புலிய அத்தான். அவனுக்குத் தேவ பொம்பள, வக்கீலம்மாவோட அந்தப் பெரிய வீட்ல ராத்திரியில போயி அந்தம்மாவ மட்டும்தான கெடுத்திட்டு போயிருக்கான். வீட்ல இருந்த ஜாமான்ல எதையுமே தொடவே இல்லையாமே பேப்பர்ல போட்ருந்தாங்கல்ல.’

‘பய சரியான ராசிக்காரப் பயதான். இத்தன பொம்பளைகளக் கெடுத்தும் இன்னும் போலீஸ் கையில சிக்காம அலையணும்னா தைரியசாலிப் பயதான்.’

‘எப்படியோ வெயிலுக்காள புண்ணயத்துல மொதலாளிக்கு வாரிசு கெடச்சுப் போச்சு. பரும்படி மொட்டயசாமிக்குக் கோயில் கெடச்சுப் போச்சு.’

‘பய தீட்னாலும் தீட்றான் வசமான உருப்படியாத்தான் தீட்றான். அத்தது அலஞ்சது அப்புராணி சப்புராணிய தொடவே இல்லையே.’

‘வெயிலுக்காள சின்னப் பயலா இருக்கும்போது, அவன் கண் முன்னாலயே அவுசு அம்மாவ ஒரு மொதலாளி கெடுத்தானாம். அதுதான் இப்பிடி மாறிப் போய்ட்டாம்னு ஜனங்க பேசிக்கிறாக.’

கொஞ்சம் கொஞ்சமாகக் கூட்டம் கலைந்து போனது. முதலாளி சொன்னபடியே கட்டிட வேலைகள் முடிந்து ஊருக்கெல்லாம் சோறுபோட்டு குரு பூஜை கொடுத்து தன்னுடைய ஒரே ஆண் வாரிசுக்கு மொட்டை போட்டு மொட்டைய சாமி என்று பேரும் வைத்து விட்டுப் போனார்.

இன்றைக்கும் வருசம் ஒரு தரம் அன்னதானம், குருபூஜை, பொங்கல், ஆட்டம், பாட்டம் என்று கோயிலுக்க ஏகப் பேராகிப் போய்விட்டது. இப்போது வாரம் ஒரு நாள் தனியே ஸ்பெசல் பஸ் விடுகிற அளவுக்குக் கூட்டம் சேருகிறது. கோயிலும் பெரிசாகிக் கொண்டே போகிறது. கூடார வண்டிக்கடியில் வைத்து மொட்டைய சாமியின் இந்த வரலாற்றைப் பேச்சி முத்து மாமா சொல்லி முடிக்கவும் கூட்டம் இலை போட்டு பந்தியில் உட்காரவும் சரியாக இருந்தது. கிடாக் கறியின் வாசம் மூக்கைத் துளைத்தது.

●

16
கழிவுகள்

விஞ்ஞானி நாயக்கர் என்றவுடன் ஏதோ கல்பாக்கம் அணுமின் நிலையத்திலோ, தும்பா ராக்கெட் நிலையத்திலோ, பாபா அணுசக்தி நிலையத்திலோ வேலை பார்க்கிற பெரிய விஞ்ஞானி என்று யாரும் நினைத்துக்கொள்ள வேண்டாம். தார்ப்பாச்சலும் தலப்பாகையுமாய் கையில் தூரோடு பிடுங்கிய அஞ்சாறு நெல்பயிர்களுடன் வரப்பில் கால்மேல் கால் வைத்து, அதோ அய்யங்கோயில் புளியமரத்தை நோக்கிப் போய்க்கொண்டிருக்கிற குருசாமி நாயக்கர் என்ற கரிசக்காட்டு சம்சாரியின் பட்டப்பெயர்தான் விஞ்ஞானி நாயக்கர்.

கண்மாய்க் கரை அய்யன் கோயில் புளியமரத்தடியில் அஞ்சாறு பேர் உட்கார்ந்திருந்தார்கள். ஏழெட்டுத் தொட்டில்களும் தொங்கின. வரிசைப் பனைகளின் நிழல்கள் கிழக்காமல் நீண்டு நிறை கண்மாயின் தண்ணீருக்குள் பாம்பு நெளிவாய் அலையோடு விளையாடி படங்காட்டின. கலைத்துப் போட்ட சீட்டுக்கட்டுகளாய்ப் பரந்து கிடக்கும் வயல்வெளி.

கரை வாகரையில் வந்து நின்றவர் மேற்காமல் நீண்டு செல்லும் வாய்க்காலில் சகதிகளைக் கழுவிவிட்டுக் கரையேறினார். உட்கார்ந்திருந்த ஒவ்வொருவரையும் உற்றுப் பார்த்தார். ரெங்கசாமி நாயக்கர் யாரையும் கேலி பண்ணுவதில் பெரிய கில்லாடி. ஆனால் அவருடைய பாச்சா பலிக்காமல் தோற்றுப் போவதெல்லாம் விஞ்ஞானி நாயக்கரிடம்தான். யார் என்ன சொன்னாலும் தன் சிறிய கண்களை வைத்து உற்றுப் பார்த்து உதட்டைக் கூப்புவாரே ஒழிய சாமானியமாக வாய் திறக்கமாட்டார். அபூர்வமாய் சில நேரம் தலையாட்டிக்கொண்டே புளிச்சி நார் தாடியையும் கம்பரக் கத்தி மீசையையும் தடவிக்கொள்வதோடு சரி.

'என்ன மாமோவ் ஆராய்ச்சியில என்னத்தக் கண்டுபிடிச்சீரு?'

அவர் கையில் வைத்திருந்த தூரோடு பிடுங்கிய நெல் பயிர்களைப் பொத்தென்று அவர்கள் முன்னால் விட்டெறிந்தார். வேருடன் பிடுங்கிய அப்பயிர்களை ஆளுக்கொன்றாய் எடுத்துப் பார்த்தனர்.

'சுத்திச் சுத்திப் பாத்தாப்பல நமக்கு என்ன தெரியுது?'

விஞ்ஞானி நாயக்கர் தரையையே உற்றுப் பார்த்தார். அவர் உட்கார இடம் தேடுகிறார் என்று யூகித்துக்கொண்ட கிட்ணசாமி கரைச் சரிவிலிருந்து ஒரு பெரிய கல்லைத் தூக்கிக் கொண்டுவந்து போட்டான்.

'இந்தப் பயித்துல எதுலயாவது புதுசா வெள்ளவேர் போட்டிருக்கா பாத்திகளா, தண்டு இருக்கிற லச்சணத்தப் பாத்திகளா? இப்பவே வௌஞ்ச பயிர் மாதிரி பழுப்புத் தட்டிப் போயி, வளர்ற பயிரு எப்படி இருக்கனும். அப்பிடியே தூரும் துளுருமா பச்சப் பசேல்னு இருக்க வேணாமா.'

'இந்த நாலு வருசமாத்தான் இப்பிடி வாயில மண்ணப் போடுது. இதுக்கு முந்தி இப்படி இல்லயே, அடிக்காத மருந்தெல்லாம் அடிச்சாச்சு, போடாத ஒரமெல்லாம் போட்டாச்சு. பயிரு ஒரு மொழத்துக்கு அங்கிட்டு எழும்பவே மாட்டங்கு, அதுலயும் பொட்டல் பொட்டலா கருகுது, இங்க பாரு வயக்காட்டப் பார்த்தது மாதிரியா இருக்கு, சுடுகாட்டப் பார்த்தது மாதிரி இருக்கு. அருள் கெட்டுப் போயி.'

ரெங்கசாமி நாயக்கர் துப்பிய வெற்றிலை எச்சில் தண்ணீரில் விழுந்து சிவப்பாகியது.

'இப்ப கீழக்கடேசியிலிருந்து சுத்தி மேலக் கடைசி வரைக்கு வந்திருக்கன். மருந்துக்கு ஒரு தவள, ஒரு மீன் குஞ்சி, ஒரு நண்டு, ஒரு கொக்கு, ஒரு குருவி, எந்த உசுப்பிராணியாவது கண்ணுல படட்டுமே, ஒரு ஈங்குஞ்சியக் காணும், பெரிய அருசுவமால்ல இருக்கு.'

'கூட்டங்கூட்டமா திரியுமே உள்ளானும் சிறகியும் கொக்கும் நாரையும் இப்ப ரெண்டு வருசமா நம்ம ஊரையே மறந்திருச்சே.'

'எங்கயாவது நெற கண்மாயில கொக்கு வராம இருக்குமா.'

'மீனு இருந்தாத்தான கொக்கு இருக்கும்.'

'அதச் சொல்லும், ஒத்த அயிரயக்கூட காணுமே, பெறகு கொக்குக்கு இங்க என்ன வேல.'

'தண்ணிக்குமேல 'தானாப்' பூச்சி கொஞ்சமா வெளையாடும். அதக்கூட கண்ணுல காணுமே.'

'வெள்ளிக் குருத்தா மின்னுமே கம்மாத் தண்ணி, நெறத்தப் பாரு. கடல் தண்ணி கெனக்கா இருக்கா? கம்மாத் தண்ணி கெனக்கா இருக்கா.'

கண்மாய் பெருகி மறுகால் போய்விட்டால் போதும், நெல் வீட்டுக்கு வந்தது மாதிரிதான். களத்தில் உப்பாய் குமிந்துவிடும். அப்பேர்ப்பட்ட கண்மாயில் இரண்டு வருடங்களாக கண்மாய் நிறைந்து மறுகால் ஓடியும் ஒரு நெல் விளைவிக்க முடியவில்லை. பயிர்கள் வளராமலேயே நின்று கருகிப் போனால் என்னதான் செய்யமுடியும். இன்ன நோய்தான் இன்ன காரணம்தான் என்று நிதானிக்க முடியவில்லை. விஞ்ஞானி நாயக்கர் கண்மாயையே உற்றுப் பார்த்துக்கொண்டிருந்தார்.

'ஆயிரத்தச் சொல்லுங்க இது மில்லுக்காரன் வேலதான். என்ன கழுதையவோ கலந்திடுறான். அது சனியன் இன்னதுனு நமக்கு அடைபடல.'

'ஒம் பேச்சுப்படியே வச்சிக்கிருவம். மில்லு இந்த ரெண்டு வருசமாத்தானா இருக்கு. அம்பது வருசமா இங்கதான் இருக்கு, அப்ப கலக்காத மருந்தையா இப்பக் கலக்கப் போறான்.'

'தண்ணிய ஆடு மாடுகூட மோந்து பாத்திட்டு போகுதுன்னா, என்ன அர்த்தம், தண்ணீ பூராவும் வெஷமா இருக்னுதான அர்த்தம்.'

விஞ்ஞானி நாயக்கர் தான் கொண்டு வந்திருந்த நெல் பயிர் தூர்களை ஒன்றாய்ச் சேர்த்துக் கட்டினார்.

'என்ன மாமா எங்க ஆராய்ச்சிக்குப் போகுது.'

'நேத்து கோயில்பட்டி போயி வெவசாய ஆராய்ச்சிப் பண்ணையில ஒரு பாட்டல் தண்ணிய குடுத்திட்டு வந்தன். அவன்தான் அஞ்சாறு பயித்தையும் பிடுங்கிக்கொண்டாரும்னான். கொண்ட்டு போறன், அதயும் பாப்பம்.'

அவர் கரை நெடுக உற்றுப் பார்த்தபடி நடந்தார். விஞ்ஞானி நாயக்கரின் ஆராய்ச்சி ஊரிலும் சுற்றூர்களிலும் ரொம்பவும் பிரசித்தம். யூரியா மூட்டைகளையும், பூச்சி கொல்லி மருந்துகளையும் தொடாத ஒரு சம்சாரி உண்டென்றால் அது விஞ்ஞானி நாயக்கரைத் தவிர்த்து யாரும் இருக்க முடியாது. ஊரெல்லாம் டிராக்டர் வந்தவுடன் மாடுகளை விற்ற போது இவர் மட்டும் கூடுதலாக இன்னும் இரண்டு ஜோடி மாடுகளை வாங்கிக் கட்டினார். மாட்டுச் சாணத்தைத் தண்ணீரில் கரைத்துவிட்டு நீர் பாய்ச்சுவார். ஒரு சொட்டு மாட்டு மூத்திரம்கூட வீணாகாமல் தொழுவத்தில் பெரிய அண்டாவில் சேர்த்து பயிர் முழுக்க தினம்

தெளிப்பார். எரிச் சாம்பலை பெட்டி பெட்டியாய்க் கொண்டு பயிர்களின் மேல் தூவுவார். மெனக்கிட்டு வேப்பமுத்து சேர்த்து இடித்துத் தூளாக்கி தூர்களில் வைப்பார். வேப்பிலைகளை நிறையப் பிடுங்கி வந்து ஆட்டு உரலில் ஆட்டி சாறு பிழிந்து ஊற்றுவார். நோயே அண்டாதபடிக்குச் செடிகள் வளருவதைப் பார்த்து எத்தனையோ தரம் ஆபிசர்களே ஜீப்பில் வந்து விஞ்ஞானி நாயக்கரைச் சந்தித்துப் பேசிவிட்டுப் போயிருக்கிறார்கள். அப்பேர்பட்டவராலேயே இன்ன காரணமென்று கண்டுபிடிக்க இயலவில்லை. கரை நெடுக ஓலைகள் எல்லாம் காய்ந்து பட்டுப்போய் நிற்கும் வரிசைப் பனைகளை அண்ணாந்து பார்த்தார். பனையின் தூரோரம் நின்று மேற்காமல் பார்த்து நீண்ட பெருமூச்சு விட்டார்.

கண்ணுக்கெட்டிய தூரம்வரை கடலெனத் தண்ணீர் கழுத்தளவு தண்ணீருக்குள்ளும் இலையுதிர்த்து மாராய் நிற்கும் கருவேல மரங்கள். கரையெல்லாம் புதர்மண்டிய நீர்க்கருவை சங்கஞ் செடிகளும், கள்ளிக் கூட்டமும். உள் வாகரையில் சம்பும் நீர்க்கோரையும்; சம்புக் கோரையிலிருந்து பறக்கும் விளைந்த கதிர்களின் பஞ்சுக் கூட்டமும். அவர் பழைய கண்மாயை நினைத்துப் பார்த்தார். அடிக்கொரு தரம் கோயில்பட்டி போகிற டவுண் பஸ் வருகிறதா என்று தார்ரோட்டையும் ஏறிட்டுப் பார்த்துக்கொண்டார்.

நிறை சூலியாய் நிற்கும் இந்த அருள்கெட்டுப் போன கண்மாயில் முந்தி எத்தனை விதமான உசுப்பிராணிகள் விளையாடி திரியும். கண்மாய் பெருகி மறுகால் ஓடி ஆற்றைத் தொட்டுவிட்டாலே போதுமே. விதவிதமாய் ஆரா, உளுவை, கெண்டை, பாம்புக் கெண்டை, கூனக் கெண்டை, பல் கெண்டை, சிலேப்பிக் கெண்டை, இவைகளோடு தண்ணீர்ப்பாம்பு, ஆமைக் குட்டி, நீர்க்கோழி, உள்ளான், சிறகி, மீன்கொத்தி, கொக்கு, நாரை, கூளக்கடா, முக்குளிப்பான், வட்டமிடும் பருந்துக்கூட்டம், நண்டு, தவளை, அரட்டவளை, தானாப்பூச்சி இவையெல்லாம் இந்த இரண்டு வருடங்களாய் எங்கே போய் ஒளிந்துகொண்டன! என்ன மாயம்! பழைய கண்மாயின் லச்சணமே மாறி மூளிக்காதியாய், தண்ணீரே சுமையாய் வெறும் தண்ணீர் மட்டும்தான் கண்மாயா? பெருமூச்சு விட்டார். பனையில் நன்றாகச் சாய்ந்துகொண்டார்.

நிறை பெருக்காய் 'கெத் கெத்'தென்று தத்தளிக்கும் தண்ணீர். மறுகால் ஓடி கலுங்கில் பாசம் பிடித்து ஓடையில் உருளும் தண்ணீர். வெள்ளியை உருக்கிய பாகாய் புதுத் தண்ணீர். கரையெங்கும் கழுவிப்

போட்ட மேகங்களெனக் காயும் வெளுத்த துணிகள். வரிசை வரிசையாய் உட்கார்ந்து கரை நிறைந்து தூண்டில் போடுபவர்கள். ஆனந்தமாய் கறுப்பு உருண்டைகளெனத் தலை நீட்டி எட்டிப் பார்த்துவிட்டு முங்கிக்கொள்ளும் நீர்க்கோழிகள். கரை முழுக்க அரைத்த மஞ்சளாய்ப் பூத்துக் குலுங்கி மணம் பரப்பும் ஆவாரஞ் செடிக் கூட்டம், கரைப் பனை வரிசையில் குலை குலையாய்த் தொங்கும் பனங்காய்களும் கள் கலயங்களும், உள் வாகரையில் நடைபயிலும் நண்டுக்கூட்டம். நண்டுகள் பிடித்துத் திரியும் சிறுசுகள், சிறுசுகளின் பின்னால் தூக்குவாளியும் கையுமாய் இளைப்பு நோயாளிகள். கரைமேல் பந்தலெனப் படர்ந்து தண்ணீரின் மேல் விழுதுகள் தொங்க நிற்கும் ஆலமரம்.

ஆலமரத்தில் சத்தம் எழுப்பி சலசலக்கும் பலவித பறவைக் கூட்டங்கள். ஒற்றைக் காலில் தவமிருந்து ஒதுங்கும் மீன்களைக் கொத்தி விழுங்கும் கொக்குக் கூட்டங்கள். பனை ஓலையில் காத்திருந்து எறிகல்லாய் தண்ணீருக்குள் பொத்தென்று பாய்ந்து மீனைக் கவ்விக்கொண்டு மேலேழுப்பிச் சிறகடித்து நீர் உதறிப் பறக்கும் மீன் கொத்திகள். தூக்குவாளிகளும் தொட்டில்களும் ஊஞ்சலாய்த் தொங்கும் அய்யன் கோயில் புளியமரம். நடவு முடிந்ததற்கு அடையாளமாய் ஓயாமல் கேட்கும் குலவைச் சத்தம். வெற்றிலைக் கொடிக்கால்களில் வேலை செய்யும் வண்டு கட்டிய பெண்களின் விடுபாட்டு. மடைத்தண்ணீரின் கும்மென்ற இறைச்சல். பனை நிழல் நீண்டு நெளிந்து நெளிந்து அலையோடு விளையாடும் கண்ணாம்மூச்சி விளையாட்டு. மேலெல்லாம் சகதியும் சேறுமாய் கோமாளியாய் வந்து முங்கியவுடன் புது மனுசனாய் வரும் சம்சாரிகள். புதுத் தண்ணீரில்தான் பயறு, பருப்பு நன்றாக வேகுமென்று குடத்துடன் வரும் குமரிகளின் பின்னால் கூட்டமாய்ப் பெண்கள், அருமையான குளிர் காற்று. கரையெங்கும் கள்ளிப்பழம், கள்ளிகளின் மேல் படர்ந்து ரத்தினக்கல்லாய் சிவந்த கோவைப் பழங்கள், கறுத்த பாறைத் திட்டுகளாய்த் தண்ணீருக்குள் இருந்துகொண்டு வெளியேற மனமின்றி சுகங்காணும் எருமைக் கூட்டங்கள்.

நாயக்கர் பொங்கி வந்த கண்ணீரை அடக்கிக்கொண்டு முக்கு ரோட்டுக்கு ஓடினார். டவுன் பஸ் கிட்டத்தில் வந்துவிட்டது. ஓடிப் போய் ஏறி உட்கார்ந்தார். அவர் கைகளில் வைத்திருந்த தூரோடு பிடுங்கிய நெல் பயிர்களை எல்லோரும் ஆச்சரியமாய்ப் பார்த்தார்கள்.

விவசாய ஆராய்ச்சிப் பண்ணைக்குப் போன உடனேயே ஐந்தாறு

அதிகாரிகள் அவரைக் கூட்டிக்கொண்டு போனார்கள். பெரிய விசாலமான ஒரு அறையில் ஒருவர் மட்டுமே உட்கார்ந்திருந்தார். அவர் முன்னால் பத்துப் பதினைந்து நாற்காலிகள் போடப் பட்டிருந்தன. நாயக்கரை உட்காரச் சொல்லி கை நீட்டினார். கூட வந்தவர்கள் உட்காரத் தயங்கியதிலிருந்தே இவர்தான் எல்லோர்க்கும் பெரிய அதிகாரி என்பதை நாயக்கர் யூகித்துக்கொண்டார். மேஜையின் மேல் அம்பாரமாய் அடுக்கி வைக்கப்பட்டிருந்த பைல்களிலிருந்து தேடி ஒன்றைக் கையில் எடுத்தார்.

'எந்த ஊர் சொன்னீக.'

'உருளகுடி.'

'மில் வாகரையில் இருக்கே அந்த ஊர்தான.'

'ம்.... ம்.... ம்....'

'ஒங்க ஊரு இப்படியான பாதிப்புக்கு வரும்னு அஞ்சு வருசத்துக்கு முன்னாடியே நாங்க அரசாங்கத்துக்கு ரிப்போர்ட் அனுப்பியாச்சு, யாரும் கண்டுக்கிறல.'

'கொஞ்சம் வெவரமாச் சொல்லுங்கய்யா.'

'இத்தன சீரழிவுக்கும் இந்த மில்தான் காரணம்.'

'மில்லு அம்பது வருசமா இருக்கே சார், இந்த ரெண்டு வருசமாத்தான் இந்தக் கூத்து. போன மூனா வருசம் வரைக்கி ஒரு பிரச்னையும் இல்லயே?'

அதிகாரி நாயக்கரைப் பார்த்து இலேசாய்ச் சிரித்துக்கொண்டார்.

'கவனமாக் கேளும் நாய்க்கரே, ஒங்களப் பத்தி இங்க ஏற்கனவே தெரியும். நீரு மட்டும் நாலெழுத்து படிச்சிருந்தா நீரு உட்கார வேண்டிய எடம் நான் உட்கார்ந்திருக்கிற சீட். அம்பது வருசத்துக்கு முன்னாடி பருத்தியிலிருந்து நூல்மட்டுமே தயார் பண்ற ஸ்பின்னிங் மில்லா இது இருந்துச்சு. பத்து வருசத்துக்கு முன்னாடி நூலிலிருந்து துணிகள் தயாரிக்கிற வீவிங் யூனிட் பக்கத்துல உருவாச்சு. கச்சைத் துணிய நெய்து அப்படியே அனுப்பி விக்கிறது. இப்ப அஞ்சு வருஷத்துக்கு முன்னாடி பக்கத்துல ஒரு யூனிட் ஆரம்பிச்சு, அதுல இவங்க உற்பத்தி பன்ற துணிகள இங்கேயே பிளீச்சிங் பண்ணி ப்ராசஸ் செஞ்சு சாயம் முக்கி, டிசைன் பிரிண்ட் பண்ணி வெளிநாடுகளுக்கு ஏற்றுமதி பண்றாங்க. அந்தச் சாயக் கழிவு எல்லாமே நேரடியா ஒங்க கண்மாயில கலக்குது. அவ்வளவும் பயங்கரமான கெமிக்கல்ஸ். பச்சையா சொல்றதா இருந்தா எல்லாமே பாய்ஸன், விஷம்'

பஸ்சைவிட்டு இறங்கிய நாயக்கர் இளவட்டமாய் மாறிப் போனார். அவருடைய நடையின் வேகம் அப்படி. அவர் 'யுரேகா யுரேகா' சொல்லாததுதான் குறை. அவ்வளவு வேகம். முதலில் மொட்டை மில்லாய் இருந்தது, பின்னர் புகை கக்கும் வானளாவிய குழாய் கட்டியதையும், பின்னர் நல்ல தண்ணீர் தேடி ஊருக்குள் அதிகாரிகள், மில் முதலாளி வந்ததையும் எதற்கென்று இப்போது புரிந்து கொண்டார்.

ஊர் மடத்தில் ஜனம் பூராவும் கூடியிருந்தார்கள். விஞ்ஞானி நாயக்கர் சொல்லச் சொல்ல எல்லோருடைய நரம்புகளும் முறுக்கேறின. பெண்கள் மண்ணை வாரித் தூற்றினார்கள்.

'நாளைக்கே கோயில்பட்டி போயி கட்சி ஆபிஸ்ல சொல்லி ரெண்டுல ஒன்னப் பாத்துருவம்.'

பால் பண்ணை ராமசுப்பு நாயக்கர் சிவப்புத் துண்டை இழுத்துப் போர்த்திக்கொண்டு கோபமாகக் கத்தினார்.

'ஆளுக்கொரு மம்பட்டியும் கையுமாப் போயி தண்ணிய மில்ல விட்டே வெளியே விடாம அடச்சிட்டாப் போச்சு.'

'இதெதுக்கு வழவழான்னு பேசிக்கிட்டு, மொதலாளி இந்த ரோட்டு வழிதான் மில்லுக்குப் போகனும், கார மறிச்சிட்டாப் போச்சு.'

'கார மறிச்சு வெளிய இழுத்துப் போட்டுக் கந்து கந்தா வெட்டல.'

நாயக்கர் கவனமாக எல்லாவற்றையும் கேட்டுக்கொண்டே இருந்தார். கூட்டத்தைச் சுற்றி ஒரு நோட்டம் விட்டார்.

'என்ன... எல்லாம் பேசி முடிச்சாச்சா... இன்னியும் இருக்கா...'

'......'

'இப்ப நாஞ் சொல்றதக் கவனமா கேளுங்க, ஒங்களுக்குத் தக்கன எதுவும் பேசாதிக, பணம் பாதாளம் வரைக்கும் பாய்கிற காலமிது. இந்தப் பிரச்சினையில் கட்சிகாரங்கள நொழைய விட்டுட்டா, பெறவு அவம் பின்னாலதான் ஊரோட நாம அலயனும். கடேசில காரு வாங்கிக் குடுப்பான், பங்களா கெட்டிக் குடுப்பான். காணாக் கொறைக்குக் கட்சிக்கு ஆபிசும் கெட்டிக் குடுப்பான் மொதலாளி, இத்தனையவும் வாங்கிட்டு வெவகாரத்த கோர்ட்ல போட்ருக்கு, சட்டப்படிதான் நம்ம போகணும்பான் கட்சிக்காரன். மொதலாளி சுப்ரீம் கோர்ட் வரைக்கு அப்பீல் பண்ணுவான். கேஸ் முடிய எட்டு வருசமோ பத்து வருசமோ ஆகும். அதுக்குள்ள நம்ம எல்லாருமே திருவோட்ட ஏந்திட்டுக் காவி வேட்டிய உடுத்திட்டுப் பண்டாரமாப்

போக வேண்டியதான்.'

'சரி, பெறகு இதுக்கு என்னதான் வழி.'

'நம்ம கொஞ்சம் கோளாறாகவும், பொறுமையாகவும்தான் போயாகனும், இல்ல காரியங் கெட்டுப்போகும். நம்ம ஊர்ச் சார்பா கலெக்டருக்கு ஒரு மனு, மில் மொதலாளிக்கு ஒரு மனு குடுப்பம். மூனு மாசத்துக்குள் பதில் இல்லன்னா ஊரோட திரண்டு ஆம்பள, பொம்பள, கெழடு கெட்ட, குஞ்சு, குருமான் எல்லோரும் மில்லு கேட்ல படுத்துருவம், கொஞ்சங் கொஞ்சமா இங்ஙன சாகிறது ஒரேயடியா அங்ஙன செத்துருவம்.'

'பக்கத்து ஊரு சம்சாரிகளையும் கூப்பிட்டுப் பாப்பமே.'

'ஒரு பய வரமாட்டான். என்னைக்குமே வெள்ளம் குண்டிக்குள்ள வந்தப் பெறவுதான் அனப் போடுவான் சம்சாரி.'

நாயக்கர் சொன்னது எல்லோருக்கும் சரியென்று பட்டிருக்க வேண்டும். எல்லாரும் மௌனமாகத் தலையாட்டினார்கள். ஒரு படித்த பையனை மனு எழுதுவதற்காகத் தேடினார்கள். படித்த பையனைக் காணவில்லை. ஆனால் ஊர் முழுவதும் அங்கேதான் கூடியிருந்தார்கள். நாயக்கர் கூட்டத்தை உற்றுப் பார்த்தபடி உட்கார்ந்திருந்தார்.

128 ❋ நீர்ப்பழி

17

ஒச்சம்

கீழத் தெருவில் ஆரம்பித்த நோய் ஊரெல்லாம் பரவிவிட்டது. கூட்டங் கூட்டமாய் செலுசெலுவென்று ஓடித்திரிந்த கோழிகள் செத்து விழுந்து தெருவே வெறிச்சோடிவிட்டது. அம்மா சொன்னாள்.

'கோழியம்ம நோய் வந்திருச்னா ஒரு ஈகுஞ்சிகூட மிஞ்சாது. வீட்ல சிந்துனது செதறுனது, வச்சது வழிச்சதக்கூட கொத்திப் பெறக்க நாதியில்லாமப் போயிரும்.'

எல்லாக் கோழிகளையும் தூக்கி மச்சின்மேல் விட்டார் அய்யா. தினமும் ஓயாமல் சின்ன வெங்காயத்தை வில்லை வில்லையாய் நறுக்கிப் போட்டார். எட்டுக் குஞ்சுகளுடன் திரிந்த குஞ்சுக் கோழியைப் பார்த்துப் பரிதாபப்பட்டாள் அம்மா.

போன தடவை இதேமாதிரி நோய் வந்தபோது வீட்டில் ஒரு குஞ்சுகூடத் தப்பிப் பிழைக்கவில்லை. பதினாலு முட்டைகளுடன் அடைகாத்த அடைக்கோழி அப்படியே முட்டைகளை இறக்கைக்குள் இடுக்கிப் படுத்தபடியே விறைத்துக் கிடந்தது. இரண்டு நாளாய் தாய் கோழி அடையைவிட்டு இறங்கி வரக் காணவில்லையே என்று அம்மாதான் மச்சின்மேல் ஏறிப் போய்ப் பார்த்தாள். அந்தக் கோழி அப்படியே விறைத்து வைக்கோல் பொம்மைபோல் செத்துக்கிடந்தது.

'அடடடடடடடா... இந்தக் கருமாயத்த எங்க போய்ச் சொல்ல இப்பிடியும் உண்டுமா? இதாவது மிஞ்சுச்னா போதும்னு பாத்தன் அதயும் விட்டுவைக்கலியே கடவுள்.'

அம்மாவுக்கும் கோழிகளுக்கும் அப்படி ஒரு ராசி. எப்போதும் குறைந்தது இருபது முப்பது கோழிகள் வீட்டில் இருந்துகொண்டே இருக்கும். சாயங்காலம் ஆனவுடன் கம்மங்கஞ்சியும் தவிடும் சேர்த்துப் பிசைந்த உமிகலந்த உருண்டைகளை அள்ளி அள்ளி முற்றத்தில் எறிவாள். வட்ட வட்டமாய்க் கூடி நின்றுகொண்டு வாய் நிறைய அள்ளி

அண்ணாந்து பார்த்துக்கொண்டு விழுங்கி இரைப்பை நிறையக் கோழி மடத்துக்குள் போய் அடையும். ஒவ்வொன்றாய் எண்ணிச் சரி பார்ப்பாள். எப்படியும் இந்தத் தடவை நோயிலிருந்து காப்பாற்றிவிட வேண்டுமென்று அம்மாவும் அய்யாவும் ரொம்பப் பிரயாசைப் பட்டார்கள். தினமும் வெங்காயம் நறுக்கிப் போட்டதோடு இரண்டு கடகாப் பெட்டிகளில் எல்லாக் கோழிகளையும் அள்ளிப் போட்டுக் கொண்டு மெனக்கெட்டுக் கோயில்பட்டி போய் ஊசி போட்டுவிட்டு வந்தார்கள். ஊர் ஜனங்கள் கேலி பண்ணியும் கூட மீண்டும் போய் வந்தார்கள்.

ஒவ்வொரு கோழியாய் செத்து விழுந்தபோது பரிதாபப்பட்டார்கள். முற்றம் வெறிச்சோடிக்கொண்டே வந்தது.

'எதுக்குச் சவத்த தெனம் கோயில்பட்டி சொமந்துக்கிட்டு. அடிச்சுத் திங்கமட்டும் தின்னுட்டு மிச்சத்த ஒன்னுக்குப் பாதியா கேட்டாலும் வித்து காசாக்கிற வேண்டியதான.'

வாய் கொடுத்துவிட்டு அய்யாவிடம் வசமாய் வாங்கிக்கட்டிக் கொண்டவர்கள் ஏராளம்.

'என்னக்கி இருந்தாலும் சாகப்போற கோழிதான.'

'நம்மளும்தான் என்னக்கிருந்தாலும் சாகப்போறம். லேசா மண்டயடி தலயடின்னா டாக்டருகிட்ட ஓட்டமா ஓடிப்போயி ஊசி போடுறோம், பேசாம இருந்துக்கிற வேண்டியதான.'

கடேசியில் மிஞ்சியது ஒரே ஒரு பெரிய தாய்க் கோழியும் மூன்று சின்னக் குஞ்சுகளும்தான். ஆனாலும் அதன் அலகைச் சுற்றிலும் வாயோரங்களிலும் மாதுளை முத்துக்களைப் பதித்தது போன்ற உருண்டை உருண்டையான மினுமினுக்கும் கொப்புளங்கள், முற்றாக மறையாமல் இருந்தன. அவை தண்ணீர் குடிக்கவும் இரை தின்கவும் ரொம்பவும் கஷ்டப்பட்டன. அம்மாவும் அய்யாவும் அவற்றைப் பிடித்து மெதுவாய் வாயைப் பிளந்து இரையூட்டி தண்ணீர்விட்டு தடவிக் கொடுத்து, வேப்பங் கொளுந்து பறித்து வந்து மையாய் அரைத்து ஒவ்வொரு கொப்புளத்திலேயும் பூசிப் பூசி முற்றாக முத்துக்கள் உதிர்ந்து மறையும்வரை வைத்தியம் செய்து காப்பாற்றி விட்டார்கள்.

தப்பிய மூன்று குஞ்சுகளில் ஒன்றுக்கு, இரண்டு கண்களும் இல்லை மற்றொன்றுக்கு ஒரு கண் போய்விட்டது. அடுத்த குஞ்சுக்குக் கீழ்த்தாடை அலகு கொப்புளத்தால் அழுகி உருவிக்கொண்டது. அம்மா சொன்னாள்:

'எல்லாத்தையும் கொண்டுட்டுப்போன கடவுளு இதயும் கொண்டுட்டுப் போயிருக்களாமே, இந்தப் பாடுபடவா இதுகள விட்டுட்டுப் போகனும்.'

'சேய்... என்ன பொழப்பு, நாப்பொழப்பு - கோழிகளே கண்ணில்லாம இந்தப்பாடு படும்போது மனுசனுக்குக் கண்ணில்லனா அது ஒரு பொழப்பா. நாம்ன்னா மருந்து மாயத்த அரச்சுக் குடிச்சிட்டுச் செத்துப் போவன்.'

இரண்டு கண்களும் இல்லாத கோழிக்கு அய்யா இரையூட்டி தண்ணீர் கொடுக்க, ஒற்றைக் கண் இல்லாதது கழுத்தை அண்ணாந்து வைத்துக்கொண்டு, ஒரு பக்கமாகவே சாய்த்துச் சாய்த்து இரை திங்கும். கீழ் அலகு இல்லாத அந்தக் கோழிக்குத் தானியத்தை மொத்தமாய் முன்னால் குமித்து வைத்துவிட்டால் பாதித் தலையை தானியத்திற்குள் முக்கி முக்கி விழுங்கும். தண்ணீர் குடிப்பதும் அப்படியே. தண்ணீருக்குள் அலகை முக்கிவிட்டு அண்ணாந்து கொள்ளும். அய்யாவும் அம்மாவும் மௌனமாய் நின்று மணிக் கணக்காய் பார்த்துக் கொண்டேயிருப்பார்கள். கடேசியில் அம்மாவின் கண்களில் நீர் திரளும். அய்யா பெருமூச்சோடு நகர்ந்துகொள்வார்.

'குருடோ நொண்டியோ நொடமொ, ஒங்களுக்காச்சும் பேருக்கு ரெண்டு மூனு மிஞ்சிருக்கு, எங்களுக்கு அதுவும் இல்லாமப் போச்சு.'

அம்மாவும் அய்யாவும் அந்தக் கண்ணிழந்த குருட்டுக்கோழிக் குஞ்சுகளை வளர்க்கப்பட்ட பாட்டையும், அவர்கள் பட்ட கஷ்டங் களையும் அவனை நினைக்கத் தூண்டியது அந்தக் கனத்த கரகரத்த குரல்தான். பஸ் புறப்படத் தயாராய் நின்றுகொண்டிருந்தது. ஒரு சிறுமியின் கையைப் பிடித்துக்கொண்டு அவன் பரிதாபமாய் கேட்டுக்கொண்டே, ஒரு கையால் கண்களைப் பிளந்து காட்டிக் கொண்டே வந்தான்.

'அம்மா தாயே... ரெண்டு கண்ணுமில்லாத கபோதியம்மா, கை, கால் இருந்தும் ஒழைக்க முடியாத நொண்டிய்யா, அம்மா... தாயே... புண்ணியம் செய்ங்கம்மா...'

அவன் பையிலிருந்து ஒரு ரூபாய் நாணயத்தை எடுத்துப் போட்டு விட்டு ஒரு நீண்ட பெருமூச்சுவிட்டான். கோழிகளைப் பார்த்து அய்யா சொன்னதை நினைத்துப் பார்த்துக்கொண்டான்.

'சேய்... கண்ணுல்லாத பொழப்பு என்னடா மனுசப் பொழப்பு.'

பஸ்சை விட்டு இறங்கியபோது கூட்டத்தின் மத்தியில் பஸ்

ஸ்டாண்டுக்குள் பாட்டுச் சத்தம் கேட்கவும் எட்டிப் பார்த்தான். அழகாக இளம் பெண் ஒருத்தி பாடிக்கொண்டிருக்க அவள் எதிரே அமர்ந்து வயதான முதியவர் ஒருவர் ஆர்மோனியம் வாசிக்க மற்றொருவன் தபேலா வாசித்துக்கொண்டிருந்தான். மூன்று பேருமே குருடர்கள் என அறிந்தபோது அவன் ரொம்ப சஞ்சலப்பட்டான். அவர்கள் விரித்திருந்த துண்டில் சில்லறைகள் கொஞ்சம் விழுந்திருந்தன.

எதிரே சுவரில் மாட்டியிருந்த கலர்கலரான பெரிய பெரிய சுவரொட்டிப் போர்டுகளை உற்றுப் பார்த்தான். அற்புத சுகமளிக்கும் ஆராதனைக் கூட்டம். குருடர்கள் காண்கிறார்கள்; செவிடர்கள் கேட்கிறார்கள்; சப்பாணிகள் நடக்கிறார்கள். ஆட்டோவில் ஒலி பெருக்கி கட்டி பிரமாதமாக விளம்பரம் செய்துகொண்டிருந்தார்கள். இவனுக்குச் சிரிப்புப் பொத்துக்கொண்டு வந்தது. அய்யாவுக்கு இந்த விசயம் தெரிந்தால் அடுத்த தடவை கோழிகளுக்கு நோய் வரும்போது கட்டாயம் கடகாப் பெட்டியைத் தூக்கிக்கொண்டு இங்கே வரத் தவற மாட்டார் என்று நினைத்தபோது அவன் சிரிப்பை அடக்கிக்கொண்டான். எப்படியும் அய்யாவிடம் சொல்ல வேண்டும். அவர்தான் சரியான பதிலைச் சொல்வார்.

மறுநாள் இரவு அவன் வேலை முடிந்து வரும்போது மாதா கோயிலுக்கு முன்னால் நாலைந்து பேர் உட்கார்ந்து பிளாஸ்டிக் வயரால் பிய்ந்த நாற்காலிகளைப் பின்னிக்கொண்டிருந்தார்கள். அவனுக்கு இரவு சிப்ட் இன்றுடன் முடிந்து போவதால் நாளை ஊருக்குப் போய்விட்டு வரவேண்டும் என நினைத்துக்கொண்டே சைக்கிளை மிதித்தான். கூட வந்தவனிடம் கேட்டான்.

'இந்த அர்த்த ராத்திரியில போயி ஒக்காந்து பின்னல் போடுறாங்களே, பகல்ல என்ன செய்வாங்க.'

'அவங்க எப்ப பின்னல் போட்டா என்ன. அவங்களப் பொறுத்த மட்டுல பகலும் ராத்திரியும் ஒன்னுதான். எப்பவும் ஒரே இருட்டு. தூக்கம் வந்தா தூங்க வேண்டிதான், நெனச்ச நேரம் எந்திரிச்சு வேல செய்ய வேண்டியதான்.'

இவன் கொஞ்ச நேரம் கண்களை மூடித்திறந்து பார்த்தான். அப்புறம் கண்களை மூடிக்கொண்டே சைக்கிளை மெதுவாய் மிதித்தான். எதிரே ரொம்பத் தூரத்தில் நின்ற லாரி இவன் முகத்தில் வந்து இடிப்பதைப் போல் இருக்கவும், படக்கென்று கண்களைத் திறந்து பார்த்தான். லாரி அதே இடத்தில்தான் நின்று கொண்டிருந்தது. ஒரு நிமிடம் கண் இல்லாமல் நம்மால் இயங்க

முடியவில்லையே, ஆயுள் பூராவும் கண்ணில்லாது வாழும் ஆயிரமாயிரம் குருடர்களையும், பத்து வருஷமாய் தன் முற்றத்து வழியே கனத்த பைபிளை மார்போடு அணைத்துக்கொண்டு மறுகையால் இன்னொருத்தியின் கையைப் பிடித்துக்கொண்டு நடந்து போகும் இளம் பெண்ணையும் நினைத்துக்கொண்டான்.

அவன் ஊருக்குப் போனபோது அய்யாவும் அம்மாவும் அப்போது தான் காட்டிலிருந்து வீட்டுக்கு வந்துகொண்டிருந்தார்கள். இருவர் தலையிலும் பெரிய புல்லுக்கட்டு.

'என்னடா எப்ப வந்த, இன்னக்கி என்ன மில்லு லீவா?'

'இல்ல லீவு போட்டுட்டு வந்தன்.'

'என்ன வெசயம், வேற ஒன்னுமில்லையே.'

'அய்யா ஒங்க கூடக் கொஞ்சம் பேசனும்.'

'அய்யாட்ட என்னடா பேசப் போற.'

'கண்தானம் செய்யிறதப்பத்தி மக்கள் கிட்ட பிரச்சாரம் பண்ணப் போறன்.'

'கண்தானம்னா என்ன?'

'செத்துப் போறவங்க கண்ண எடுத்து, கண்ணில்லாதவங்களுக்குப் பொருத்தி விடுறது.'

'விட்டா பார்வ வந்துருமா.'

'வந்திரும்.'

'யே... அப்பா அப்பிடினாத்தான் நம்ம நாட்ல கண்ணில்லாத வங்களே இருக்க மாட்டாங்களே.'

'வாஸ்த்தவம்தான், யாருமே கண்தானம் தர வரமாட்டேங்காகளே அதுக்கு என்ன செய்ய.'

'எதுக்கு, செத்தப் பெறவுதான எடுக்கப் போறான், பெறகென்ன.'

'அதுதான் என்னனு தெரியல.'

'நிய் பிரச்சாரம் பண்ணப் போறமின்னு சொல்றயே, நிய் கண்தானம் பண்ணிட்டியா?'

'இல்ல.'

'மொதல்ல அதச் செய்யி, நிய் என்ன செய்யனும்ம்னு நெனக்கியோ அத ஒன்னிடமிருந்தே ஆரம்பி அதுதான் நல்லது.'

அய்யாவின் வார்த்தைகள் ஆயிரம் சம்மட்டி அடிகளாய் தலையில்

இறங்க ஏறிட்டுப் பார்த்தேன். அம்மா கோழிகளுக்கு இரைபோட்டுக் கொண்டிருந்தாள். கூட்டமாய் ஓடி வந்த எல்லாக் கோழிகளும் போட்டி போட்டுக்கொண்டு இரை தின்றன. அவற்றுக்கு மத்தியில் அம்மா நின்றாள்.

'எம்மா அந்தக் குருட்டுக் கோழிகள எங்க காணும்.'

அய்யாவும் அம்மாவும் என்னைப் பார்த்துச் சிரித்தார்கள்.

'கூட்டத்து நடுவுல மொதக் கோழியா நிக்கிபாரு அதுதான் ரெண்டு கண்ணும் இல்லாத கோழி. இந்தா இங்கிட்டு வெள்ளக் கோழிய கொத்தி வெரட்டிட்டு அண்ணாந்து பாக்கில்ல அதுதான் ஒத்தக் கண்ணு இல்லாத கோழி. அந்தா நிக்கே கீழ்த்தாட அலகு இல்லாதது, அது சேவலாப் போச்சு, நல்லதாப் போச்சுன்னு கருப்பசாமி கோயிலுக்கு நேந்து விட்டுட்டோம்.'

'ஒச்சமில்லாத சேவலத்தானய்யா சாமிக்கு நேந்துவிடனும்.'

'அந்த ஒச்சத்த கொண்டாந்து விட்டது ஆரு, சாமிதான விட்டுச்சு அதான் சாமிக்கே நேந்துவிட்டுட்டன்.'

'.....'

'என்னடா பேசாம இருக்க, கண்தானம் எழுதிக்குடுக்கும் போது ஏங்கண்ணையும் அம்மா கண்ணயும் சேத்து எழுதிரு, கையெழுத்து வேணும்னா வந்து வாங்கிட்டுப்போ.'

ஒரு வாரமாக அய்யா சொன்ன வார்த்தைகள் செவியில் ஒலித்துக் கொண்டேயிருந்தது. 'நீ எதைச் செய்ய நினைக்கிறாயோ அதை உன்னிடமிருந்தே ஆரம்பி.'

கண் தெரியாத அந்தக் கோழிகளும், பஸ்சில் பாட்டுப்பாடி பிச்சை கேட்ட குருடனும், பஸ் ஸ்டாண்டில் வட்டமாய் உட்கார்ந்து பாடியவர்களும், இருட்டில் பிளாஸ்டிக் வயர்சேர் பின்னியவர்களும் இன்னொருத்தியின் கையை இறுகப்பற்றியபடி கோயிலுக்குப் போகும் அந்த இளம்பெண்ணும் அவன் கண்முன்னாலேயே வட்ட மடித்தார்கள். அவன் நெஞ்சைவிட்டு அகலவே இல்லை.

●

17

மாடுகள்

திருக்கோட்டித் தேவருக்குச் சிய்யென்றிருந்தது. என்னவெல்லாமோ செய்து பார்த்தார். ஒன்றிலும் பாச்சா பலிக்கவில்லை. கம்பால் எட்டி நின்றுகொண்டு அடித்துப் பார்த்தார். கல் ஒன்றை எறிந்து விரட்டிப் பார்த்தார். சத்தம் போட்டு அதட்டினார். அது கொஞ்சங்கூட அசையவில்லை. ஆங்காங்கே மாடு மேய்த்துக்கொண்டிருந்த சிறுவர்கள் எல்லாம் சுற்றி நின்றுகொண்டு கூப்பாடு போட்டார்கள்.

அது திருக்கோட்டித் தேவரின் வெள்ளைப் பசுவையே சுற்றிச் சுற்றி வந்தது. முன்னத்தியங் கால்கள் இரண்டையும் தூக்கிப் பசுவின் பின்னால் எக்குப் போட்டுக்கொண்டு பின்னத்தியங் கால்கள் இரண்டையும் ஊன்றி நின்றது. பயல்களுக்கு சந்தோஷம் தாங்க வில்லை. விசிலடித்துக் கைதட்டிச் சிரித்துக் கூப்பாடு போட்டு ஆடினார்கள்.

பசுமாடு முன்னால் நகர்ந்துகொண்டவுடன் அது முறைத்துக் கொண்டு நின்றது. தேவர் கிட்டத்தில் போய் கம்பை ஓங்கினார். 'புஸ்ஸ்' என்று சீறிக்கொண்டு கொம்பை லாத்தி விரட்டியது. பயல்கள் எல்லோரும் தரையில் விட்டெறிந்த கோலிக்குண்டுகளாய் சிதறி ஓடினார்கள். தேவர் ஓடிப்போய் எட்டத்தில் நின்றுகொண்டு வேடிக்கை பார்த்தார். குமுக்கெனத் தளிர்த்திருந்த மஞ்சணத்திச் செடி மூட்டின் தூரில் குனிந்து கொம்பு மண்எடுத்து தலையை உலுப்பியது. நின்ற இடத்திலேயே நின்றுகொண்டு நாலுகால் பாய்ச்சலில் ஒரு செண்டிப்பெடுத்து துள்ளிக் குதித்தது.

'அட ஆக்கங்கெட்ட கழுத, கெடுத்ததே. எங்கிட்டுக் கெடந்து வந்ததோ இங்க வந்து நம்மளக் கொலமழிக்குது.'

அது திரும்பவும் பசுமாட்டைத் தேடிப் போய் எக்குப் போட்டு விரட்டியது.

‘அந்தக் கழுததான் கொழுத்துப் போயி அலையிதுனா இந்தக் கூறு கெட்ட கழுதயும் பேசாம நிக்கிதப் பாரேன்.’

எல்லாப் பொடியன்களும் அவரவர் மாடுகளைப் பத்திக்கொண்டு ஓட்டம் பிடித்தார்கள். திருக்கோட்டித் தேவருக்கு என்ன செய்வதென்றே தெரியவில்லை. தூரத்தில் நின்று வேடிக்கை பார்த்துக்கொண்டே யிருந்தார்.

நான்கு எருமைகளும் அமைதியாய் மேய்ந்துகொண்டிருந்தன. பசுவை மட்டும் மேய விடாமல் சீரழித்துக்கொண்டிருந்தது. தேவர் சுற்றும் முற்றும் பார்த்தார். கண்ணுக்கு எட்டும் மட்டும் யாரும் தட்டுப்படவே இல்லை. வனாந்திரமாய் வளர்ந்து ஓடையை மறைத்துக் கொண்டு இரு கரைகளிலும், அடர்ந்து நிற்கும் வேலிக் கருவை மரங்களும், ஓடையின் இரு கரைகளிலும் வரிசையாய் நிற்கும் பனை மரங்களும், ஆதாளைச் செடிகளும், மஞ்சணத்திச் செடிகளும், பூப்பூத்துதிர்த்த கொக்கிர வாலிச் செடிகளும் வளர்ந்து கிடந்தன.

ஆளரவம் எதையும் காணவில்லை. தேவர் எட்டத்தில் நின்று கொண்டே கல்லெறிந்து மாடுகளை வீட்டிற்குத் திருப்பினார். எருமைகள் நகர்ந்தவுடன் பசுவும் பின் தொடர்ந்தது. தப்பி வந்த அந்த ஒற்றைக் காளையும் பசுவை உரசிக்கொண்டும், முகர்ந்து பார்த்துக் கொண்டும், எக்குப்போட்டு விரட்டிக்கொண்டும் பின்னாலேயே நடந்தது. தேவர் ரொம்ப தூரம் தள்ளிப் பின்னால் நடந்து வந்தார்.

வண்டிப் பாதையை ஒட்டிய கருப்பசாமி கோயிலின் புளிய மரத்தின் அடியில் கால் நீட்டி உட்கார்ந்துகொண்டு ஏழெட்டுப் பொம்பிளைகள் வெங்காயம் அறுத்துக்கொண்டிருந்தார்கள். ஒவ்வொருத்தர் முன்னாலும் அறுத்துக் குமித்த வெங்காயமும், அறுக்க வேண்டிய வெங்காயத் தாள்களும் குமிந்து கிடந்தன.

அவர்கள் மாராப்புச் சேலைகளை அவிழ்த்து அதன் நுனியில் அறுத்த வெங்காயத் தாள்களை மெத்தை போல் வைத்து குளிர்ச்சிக் காகத் தலையில் வண்டு கட்டிக்கொண்டு பழமை பேசிக்கொண்டே உட்கார்ந்திருந்தார்கள். அந்த இடத்தை ஒட்டித்தான் வண்டிப்பாதை தேவர் தூரத்தில் வரும்போதே பலமாகச் சத்தம் போட்டார்.

‘யே... பொம்பிளைகளா தூர ஓடிருங்க, பாச்சாக்காள வருது ஓடிருங்க.’

எல்லாப் பொம்பிளைகளும் அவக்தவக்கென்று எந்திரிச்சு மிளகாய்ச் செடி தோட்டத்திற்குள் ஓடி நின்றுகொண்டு வேடிக்கை பார்த்தார்கள். எருமைகளும் பசுவும் போனபின் கடேசியாய் வந்த

காளை மாடு குமித்து வைத்திருந்த வெங்காயங்களை மிதித்துக் கொண்டும் கொம்பால் ஒரு கோதுக் கோதி சிதறிவிட்டுக் கொண்டும் ஓடியது.

'என்ன... தேவரே அதுக்குள்ள மாடு மேச்சு தவிச்சுப் போனீராக்கும் மணி மணின்னு பத்திட்டு வந்திட்டீரு பொழுதடஞ்சு ஓட்டி அடஞ்சப் பெறவு வருவீர இன்னக்கி வெள்ளணத்துலயே வந்திட்டீர, எங்க போறீரு?'

'அந்தக் கூத்த ஏங் கேக்கீக அந்தா பின்னால போகுதுல்ல ஒரு கழுத அது எங்கிட்டுக் கெடந்து வெரண்டு வந்துச்சோ, நம்ம உசுரவாங்க வந்திருக்கு பத்னாலும் போக மாட்டேங்கு, சீத் சீத்னு பாயுது, பெறகு என்ன செய்யன்னு வீட்டுக்குப் பத்திட்டன், அப்பவும் தொயங் கெட்டுது, எப்பிடி வெரட்டனே தெரியல, சும்மா எஞ் செவனேனு இருக்கிற நேரத்துல என்னமும் ஏதும்னா தொட்டுப் போடக்கூட எண்ணெய் இல்ல.'

'அந்தக் கழுததான் அறுத்த வெங்காயத்த இப்பிடிச் செதறிப் போட்டுட்டுப் போகுதாக்கும்.'

'கொம்பப் பாத்தியா எப்பிடியிருக்னு. லேசா சிம்பிருச்சுனாலும் போச்சு. கொடலு வெளிய வந்திரும்.'

'ஆரு மாடோ எப்பிடி வெரண்டு வந்துச்சோ, மாட்டுக்காரப் புண்ணியவாளன் எங்கிட்டு தேடியலையிறானோ.'

தேவர் எதிரே வரும் ஆட்களையெல்லாம் சத்தம் போட்டு விலகிப் போகும்படி சொல்லிக்கொண்டே வந்தார். அதுவும் மாட்டோடு மாடாய் தொழுவத்தினுள் நுழைந்து காடியின் முன்னால் நின்று கொண்டது. சருவச்சட்டி நிறைய கழனித் தண்ணீருடன் வந்த தன் பெஞ்சாதி பேச்சியம்மாளிடம் தேவர் எச்சரிக்கையாய் போகும்படி விஷயத்தையெல்லாம் சொல்லிக்கொண்டிருந்தார்.

குனிந்து சருவச் சட்டியில் தண்ணீர் குடித்த பசுவுக்கு அந்தப் பக்கம் நின்று முறைத்துக்கொண்டு நின்றது காளை மாடு. அதன் கழுத்திலிருந்து தொங்கிய பாதி அறுந்த கயிற்றை எடுத்து பசு மாட்டின் மறைவில் நின்றுகொண்டே முளைக்குச்சியில் கட்டிப் போட்டாள். பேச்சியம்மாள் பசுவை இழுத்துக்கொண்டு வந்து வாசலோரம் உள்ள தூணில் கட்டினாள். தேவர் வாசலில் நின்று பார்த்துக்கொண்டே சிரித்தபடி நின்றார். நாற்றுக் கூளத்தைக் கொஞ்சம் அள்ளி காடியில் போட்டுவிட்டுத் தொழுவத்தைச் சாத்திவிட்டு வீட்டுக்கு நடந்தார்கள். விஷயம் ஊருக்குள் கசிந்துவிட்டது. எல்லா இடங்களிலும் இதே

பேச்சாக இருந்தது.

'திருக்கோட்டியண்ணன் வீட்டுக்கு ஒரு தப்பு மாடு வந்திருக்கு, சரியான மாடு. கள்ள வெலைக்கு வித்தாலும் நாலாயிரத்துக்காணும்.'

'ஆமா இந்தக் காலத்துல தப்பி மாடு வருது, எங்னயாவது ஒத்த சத்தையில நின்றுக்கும். அந்தானக்கி மாட்டோட மாடா சேத்துப் பத்திட்டு வந்திருப்பாரு தேவரு.'

'மாட்டப் பறி குடுத்தவன் எப்பிடியும் போலீசுல எழுதி வச்சிருப்பான். துப்பு வெட்டி வந்துட்டாம்னா அம்புட்டுத்தான். இவ்வளவு நாளா ஏம்வே ஸ்டேசன்ல சொல்லாம வச்சிருந்தீர்னு தேவரவும் பேச்சியம்மாளையும் நொங்க களட்டப் போறான்.'

இந்தப் பேச்சுக்கள் எல்லாம் திருக்கோட்டித் தேவரின் காதுகளுக்கும் எட்டியது. பத்து இருபது நாள் ஆகியும் யாரும் தேடி வராததால் தேவர் குழம்பித்தான் போயிருந்தார். தன் பயம் வேறு பயமுறுத்தியது. தன் பெஞ்சாதி பேச்சியம்மாள் சொன்னபடியே அவர் விடிந்ததும் ஸ்டேசன் போய் விவரத்தைச் சொல்வதற்காக பஸ் ஏறினார்.

தேவர் முதன்முறையாக போலீஸ் ஸ்டேஷனைக் கிட்டத்தில் பார்த்தார். நுனியில் கத்தி மாட்டிய துப்பாக்கியுடன் வாசலில் விறைப்பாய் நின்ற போலீஸ்காரரைப் பார்த்ததும் மடித்துக் கட்டிய வேஷ்டியை அவிழ்த்துத் தொங்கவிட்டார். கழுத்தில் ஏத்தாப்பு போட்டிருந்த துண்டையெடுத்து முழங்கையில் போட்டுக்கொண்டார். உள்ளே ஏழெட்டுப் போலீசார் உட்கார்ந்து பேசிக்கொண்டிருந்தார்கள்.

'ஐயா வணக்கம்.'

'ம்... எந்த ஊருவே ஆரப்பாக்கனும்.'

'.....'

'யாரவே பாக்கனும். என்ன வேணும்? கேக்கன்ல வாய்பேச மாட்டீரா?'

'மாடு ஒன்னு நம்ம வீட்டுக்குத் தப்பி வந்திருக்கு...'

'நீரு மொதல்ல உள்ள ரைட்டர் ஏட்டயா கிட்டப் போரும், மாடு தப்பி வந்து இவரு வீட்ல நிக்காம், திருட்டுப்பசங்க.'

பழையபடியும் துப்பாக்கிப் போலீஸ் விறைத்துக்கொண்டது.

'எந்த ஊருலே?'

'ஐயா நமக்கு உருளைகுடி'

'ஓம்ம பேரு என்ன பேருவே?'

‘திருக்கோட்டித் தேவரு.’

‘என்ன வெசயமா இங்க வந்தீரு?’

‘காள மாடு ஒன்னு தப்பி வந்து நம்ம வீட்ல நிக்கிது. ஒரு மாசமாகியும் ஆரும் தேடி வரல, அதுதான் இங்க வந்து தாக்கல் சொல்லிட்டு.’

‘ஓகோ மாடு தப்பி வந்து ஒம்ம வீட்டுக்குள்ள உக்காந்துக் கிருச்சோ, அதுவும் ஒரு மாசங் கழிச்சு வந்து சொல்றீரு. மாடு காணும்னுதான் இங்க வருவாங்க, நீரு மாடு இருக்னு வந்திருக்கீரு.’

‘எங்கயாவது களவாண்ட்டு வந்திருப்பாரு, வெசயம் லீக்காகி இருக்கும், வித்தா மாட்டிக்கிருவம்னு இங்க வந்திருப்பாரு.’

‘என்னவோய் எங்க களவாண்டீரு?’

‘ஐயா, அப்படியெல்லாம் இல்லய்யா, அதாத்தான் வந்துச்சு.’

‘எல்லாக் களவாணிப் பயகலும் நான் களவாங்கிறவன் இல்லன்னுதான் சொல்றான். பொய் சொல்லாம சொல்லீரும். எந்தூர்லருந்து கொண்டாந்தீரு.’

‘ஐயா, சத்தியமா களவாண்ட மாடில்ல.’

‘சரி, சரி இந்த வெள்ளப் பேப்பர்ல கையெழுத்துப் போட்டுட்டுப் போரும், ஒரு எறநூறு ரூவாய ரைட்டர் ஐயாகிட்ட குடுத்திட்டுப் போரும். மாடு அங்கயே நிக்கட்டும், யாராவது கேட்டு வந்தா இங்க அனுப்பி வையும். மாட்டக் காணும்னாலும் சரி, எங்களுக்குத் தெரியாம நீரு வித்தாலும் சரி, நீர்தான்வே கம்பி எண்ணனும் பாத்து ஜாக்கிரதையா நடந்துக்கோரும்.’

திருக்கோட்டித் தேவர் கனத்த மனசுடன் முகங்கொராவிப் போய் வீடு வந்து சேர்ந்தார். ஸ்டேஷனில் நடந்தவற்றையெல்லாம் பேச்சியம்மாளிடம் சொன்னார். தேவரும் பேச்சியம்மாளும் ராத்திரி ரொம்ப நேரம் பலப்பல கதைகளைப் பேசிக்கொண்டிருந்தார்கள். இரண்டு மாசமாகியும் யாரும் மாட்டைத் தேடி வரவுமில்லை. அந்தக் காளை மாடு இரண்டு பேருடனும் நன்றாகப் பழகிக்கொண்டது. இருவரும் பயமின்றி அதன் கிட்டத்தில் போய்த் தண்ணீர் வைக்கவும் கூளம் போடவும் கெட்டுத் தரையைக் கூட்டி சாணி சகதி அள்ளவும் அது பேசாமல் நின்றது.

உள்ளூர் மாட்டுத் தரகன் கணபதிக்கு மூக்கில் வேர்த்துவிட்டது. மாடு சரியான காளை மாடு. சொன்ன விலைக்கு விற்றுப்போகும். மாசமும் மூன்றாகிவிட்டது. ஒரு விசாரிப்புமில்லை. இந்தக் கூறு

கெட்ட மனுசன் அரவமில்லாம வித்து காசாக்கிறத விட்டுட்டு போலீஸ்ல போயி எழுதி வச்சுட்டு இப்பக் கெடந்து லோல்பட்டுச் சீரழியிராரு. லச்சம் லச்சமாகக் குமிச்சாலும் தேவரு மாட்ட சாமானிய மாகத் தர மாட்டாரு. எப்பிடியும் கடத்தியாகனும்.

சாயங்கால நேரம் தேவரும் பேச்சியம்மாளும் முற்றத்தில் உட்கார்ந்திருந்தார்கள். மாட்டுத் தரகன் கணபதியும் வெள்ளையும் சொள்ளையுமாய் இனி இரண்டு பேரும் வந்தார்கள்.

'அய்யா இங்க மாடு ஒன்னு...'

'ஆமாய்யா நம்மட்டத்தான் நிக்கி. நீங்க யாரு? எந்த ஊரு? இப்பிடி உக்காருங்க.'

'நமக்குத் தெக்க தொலவட்டு ஊரு. நாங்களும் தேடாத இடமில்லை, கேக்காத ஜோஸ்யமில்ல. இந்த மூனு மாசமும் ஒரு துப்பும் கெடைக்கல. கடைசில ஒங்க ஊரு கணபதிதான் முத்துலாபுரம் சந்தைக்கு வந்தவரு துப்புச் சொன்னாரு. அவரயும் கையோட கூட்டிட்டு ஓடியாறோம்.'

'போலீஸ்ல...'

'நீரு போலீஸ்ல எழுதி வச்சிருக்கிற வெவரத்தையெல்லாம் சொன்னாரு. நேத்தே அங்க போயி எழுதிக் குடுத்திட்டு, ஐநூறு ரூவா வேற கேட்டாங்க. அதையும் குடுத்திட்டுத்தான் வாரோம்.'

'அப்பிடியா அப்ப தாராளமாக அவுத்திட்டுப் போங்க.'

தேவர் தொழுவத்தின் வாசலில் நிற்க அவர்கள் மூன்றுபேரும் உள்ளே போனார்கள். அவர்களில் யாரையுமே கிட்ட நெருங்கவிட வில்லை. தலையைக் கவிழ்த்துக்கொண்டு மூஸ் மூஸ் என்று விரட்டியது. பயந்து போய் விலகி தூர நின்றார்கள்.

'மூனு மாசத்துக்குள்ள அடையாளம் தெரியலையோ ஒனக்கு.'

'மூனு மாசமில்லை. மூனு வருசமானாலும் மாடு ஒங்க மாடுன்னா ஒங்களக் கண்ட ஒடனேயே மருகும். இது ஒங்க மாடில்ல. மரியாதையா போயிருங்க.'

'அப்பிடியில்ல தேவரே, அத வச்சு வேல செஞ்ச பய வேற பய, அவனக் கூட்டிட்டு இன்னொரு நாளைக்கு வாரோம், மாடு உம்மகிட்டேயே நிக்கட்டும்.'

அவர்கள் போவதையே இருவரும் பார்த்துக்கொண்டே நின்றார்கள். அவர்கள் ஏதோ சத்தம் போட்டுப் பேசியபடி போனார்கள்.

ஒரு மாசமாகியும் போனவர்கள் திரும்பவேயில்லை. தேவர் காலையில் மற்ற மாடுகளை அவிழ்த்து மேய்ப்பதற்காகப் புறப்பட்டுக் கொண்டிருந்தார். மாடுகள் போகும்போது போடுகின்ற சாணியை எடுப்பதற்காகக் கையில் கூடையுடன் நின்றாள் பேச்சியம்மாள். கிழக்கேயிருந்து இரண்டு பேர் தன் வீட்டைப் பார்த்து வருவதைப் பார்த்தார் திருக்கோட்டித் தேவர்.

'ஐயா கும்பிடுறோம் திருக்கோட்டித் தேவருங்கிறது...'

'வாங்க, நாந்தான், என்ன விசயம் ஒங்களுக்கு எந்த ஊரு ?'

'ஐயா நமக்கு ஸ்ரீ வைகுண்டம் பக்கம், கூரை வீட்டு முதலாளின்னா சின்னப் பிள்ளைகளுக்குக் கூடத் தெரியும். இவன் நம்ம வீட்ல வேல செய்ற வேலக்காரன். நம்ம மாடு ஒன்னு தப்பிப் போயி நாலு மாசமாச்சு, ஒங்ககிட்ட ஒரு மாடு வந்து நிக்கினு துப்புக் கெடச்சது, அதான் வந்தது.'

பேச்சரவம் கேட்டதும் தொழுவத்திற்குள் கட்டிப் போட்டிருந்த மாடு ம்மா... என்று கத்தியது. ஒருவர் முகத்தையொருவர் பார்த்துச் சிரித்துக்கொண்டார்கள். தேவர் முகம் மலர்ந்தார். அவர்கள் தொழுவத்திற்குள் போனபோது, வாயில் குத்தாய் அள்ளிய நாற்றுக் கூளத்தை மெல்லாமல் வைத்தபடியே ஆச்சரியமாய்ப் பார்த்தது. காதுகள் இரண்டையும் அசைத்து அசைத்துப் பார்த்துக் கொண்டே நின்றது. முதலாளி மாட்டின் முதுகைத் தடவிவிட்டார். வேலைக்காரன் அதன் முன்னால் போய் நின்றுகொண்டு உள்ளங் கையை நீட்டினான். அது அவன் கையை மாறி மாறி நக்கியது. மீண்டும் ஒரு முறை ம்மா... என்று தொழுவதிரக் கத்தியது.

'பரவாயில்ல, தேவர நாங்கூட எப்பிடியிருக்கோ என்னமோன்னு நெனச்சுக்கிட்டே வந்தன், கொஞ்சங்கூட மேனிய வாட விடாம வளர்த்திருக்கீர.'

'நம்மகிட்டனு வந்த பெறகு அது வேற நம்ம வேறயா.'

'சரி தேவர இந்தாரும் இதுல ஐநூறு ரூவாருக்கு வச்சிக்கோரும், நாலு மாசமா பாதுகாத்ததே பெரிய விசயம், அத்தோட கூளம் போட்டு வளர்த்து வாடாம வச்சிருக்கீரு.'

'இப்ப இந்த ரூவாய நான் வாங்கிட்டா, நான் அத வளத்ததுக்கும் பாதுகாத்ததுக்கும் என்ன சம்பந்தம், என்ன அர்த்தம்.'

'ஏம்ய்யா வாயில்லா சீவன் எங்ககிட்ட அடைக்கலமா வந்தது மாதிரி வந்திரிச்சு, அதப் பாதுகாத்தம்னு ஒங்ககிட்ட ரூவா வாங்கினா

நாங்க மனுசப் பெறவியோட சேத்தியா'

கூரை வீட்டு முதலாளி, பேச்சியம்மாள் முகத்தையும் திருக்கோட்டித் தேவரின் முகத்தையும் மாறி மாறிப் பார்த்தார்.

'அப்பிடியில்லம்மா இந்த நாலு மாசமா எவ்வளவு கூளம் தின்றிருக்கும் அதுக்காகவாது வாங்கிக்கோங்க.'

'காலக் கெட்டிட்டு ஒரு நொண்டிப்புள்ள கெடக்னு வச்சுக்கோங்க. அதுக்கும் கஞ்சி ஊத்தி வளக்காம கெணத்துலயா போட்ருவம், இல்ல வெரட்டி விட்ருவமா?'

தேவரும் பேச்சியம்மாளும் முதலாளி எவ்வளவு சொல்லியும் ரூபாயை வாங்கவில்லை. தேவர் போலீஸ் ஸ்டேஷனில் எழுதி வைத்த விவரத்தைச் சொன்னார்.

'அந்த சவத்துப் பயககிட்டப் போயி எதுக்கு எழுதி வச்சீரு. என்னைக்கிருந்தாலும் நம்ம சொத்துனா நம்மள விட்டு எங்கயும் போகாது. நம்மளும் யாரு சொத்துக்கும் ஆசப்படப் போறதுமில்லை.'

வேலைக்காரன் மாட்டைப் பத்திக் கொண்டுவர அவர்கள் இருவரும் பேசிக்கொண்டே நடந்தார்கள். திருக்கோட்டித் தேவர் தான் ஒயில் கும்மியாட்டத்தில் ராமனாக வேஷங் கட்டி பல வருடம் ஆடியதைக் கதை கதையாய் சொல்லிக்கொண்டே வந்தார். இன்றைக்கும் ராமாயணம் அவ்வளவும் அத்துபடியென்றும், வயசாகி விட்டதால் இந்த மாடுகளே கதியென்று ஆகிப்போனதையும் வருத்தத்துடன் சொல்லச் சொல்ல முதலாளி கேட்டுக்கொண்டே வந்தார்.

முதலாளிக்கும் ரைட்டருக்கும் வாக்குவாதம் பலமாய் நடந்தது. தேவர் பயத்துடன் நின்றார்.

'ஏம்மாட்ட நான் வாங்கிட்டுப் போறதுக்கு ஒங்களுக்கு எதுக்யா ஐநூறு ரூவா குடுக்கனும்.'

'ஒம்ம மாடுதாங்கிறதுக்கு என்ன அடையாளம்.'

'அவரவர் பிள்ள அவரவருக்கு அடையாளம் தெரியாதா?'

'தத்துவமெல்லாம் இங்க பேசாதிரும், எங்களுக்கு ஐநூறு ரூவா குடுத்திட்டு மாட்ட வாங்கிட்டுப் போகும். இல்ல எஸ்.ஐ. வந்தப் பெறவு ஆயிரம் கேப்பாரு குடுப்பீரு, கோடு நாடுன்னு இழுத்தடிச்சா செலவழிப்பீரு.'

'சரி, அப்ப நான் எஸ்.ஐ. கிட்டேயே பேசிக்கிறன்.'

தேவரும் முதலாளியும் ஸ்டேஷனை விட்டு வெளியே வந்தார்கள்.

மத்தியான வெய்யில் உறைத்தது. வேப்பமரத்தினடியில் கட்டப் பட்டிருந்த மாட்டுக்கு ஒரு போலீஸ்காரன் காவலாய் நின்றான்.

'சரி, தேவரே மத்தியானம் ஆகிப் போச்சு, வாரும் ஒரு நல்ல ஓட்டலாப் பாத்து சாப்பிட்டுட்டு வந்துருவம், டேய் முனியாண்டி நிய்யும் வாடா பசிக்கலையா சாப்பிட்டுக்கோ.'

மூன்று பேரும் வயிறுமுட்டச் சாப்பிட்டார்கள். தேவர் தான்தான் பணம் கொடுப்பேன் என்று ஒற்றைக்காலில் நின்றார். முதலாளி தான்தான் பணம் கொடுப்பேன் என்று மல்லுக்கு நின்றார். அவர்கள் வெற்றிலை போட்டபடியே பேசிக்கொண்டே போலீஸ் ஸ்டேஷன் வந்தார்கள்.

'இந்தாடா ரூவா, ஒரு மூனு கெட்டு நாத்து நல்ல கெட்டாப் பார்த்து வாங்கிட்டு வா, மாடு கொல பட்டினியாக் கெடக்கு தண்ணி கூட குடிக்கல.'

'மூனு கெட்டு நாத்து எதுக்கு மொதலாளி.'

'ஒரு கெட்டு மாட்டுக்கு, ஒன்னு ரைட்டருக்கு, இன்னொன்று எஸ். ஐக்கு'

தேவர் கடவாயில் வெற்றிலை எச்சில் ஒழுக குலுங்கிக் குலுங்கிச் சிரித்தார். வேப்பமரத்தின் நிழல் கிழக்காமல் கோடு போட்டுக் கொண்டே நீண்டது. இரண்டு அணில்கள் ஓடிப்பிடித்து விளையாடு வதைத் தேவர் வைத்த கண் வாங்காமல் பார்த்துக்கொண்டிருந்தார். அவற்றின் முதுகில் இருக்கும் வெள்ளைக் கோட்டில் அவர் லயித்தார்.

●

19

அழுத்தம்

இருபது வருடங்கள் ஆகிவிட்டாலும்கூட நினைவுத் திரையில் பார்த்த மாத்திரத்தில் பளிச்சென்று வந்து நிற்கிறது அந்த முகம். யாரை மறந்தாலும் சிவன் பிள்ளையை மறப்பதென்பது லேசுப்பட்ட காரியமில்லை. சீக்கிரமாகவே மறந்துவிடக்கூடிய நிறமும் உருவமும் அல்ல. சிவன்பிள்ளை பேச்சும் நடப்பும்கூட அப்படித்தான். பள்ளிக் கூடத்தில் போய்ப் பையன்களை இறக்கிவிட்டுத் திரும்பி வந்து வீட்டின் முன்னால் வண்டியை நிறுத்திய உடனேயே, வீட்டுக் குள்ளிருந்து அவர் எழுந்து நின்று கைக்கூப்பினார். ஒரு நாளைக்கு நூறு தடவை 'வாடா சோல மகன... வாடா சோல மகன' என்று கூப்பிட்ட வாய் சட்டென்று எப்படிக் கூப்பிடுவது என்று தயங்குகிறது. எனக்கும் அப்படித்தான். மூச்சுக்கு முன்னூறு தடவை 'சாமி... சாமி... சாமி...' என்று பழக்கப்பட்டுவிட்ட வாய் சற்றே தாமதிக்கிறது. அந்தத் தாமதத்தின் வினாடி என்பது இருபது வருட இடைவெளி.

'ஐயா, வாங்க. உட்காருங்க, என்ன இப்பிடி திடுதிப்னு...'

'என்ன செய்ய, வரவேண்டிய சோலிக்கு வந்துதான் ஆகணும்.' இருவரும் எதிரெதிரே நாற்காலியில் உட்கார்கிறோம்.

எனக்கு மட்டுமே கொண்டுவந்து நீட்டிய காபியை என் மனைவியிடமிருந்து வாங்கிக்கொண்டேன். அர்த்த புஷ்டியுடன் அவளைப் பார்க்கிறேன். கண்களின் பாஷை அது.

'வந்த ஒடனயே கடையில போயி கலர் வாங்கியாந்து குடுத்திட்டன்.'

'ஐயா, கலர் சாப்பிட்டீகளா?'

'ஆமா, வந்த ஒடன எந்த ஊர்னு கேட்டுச்சு, நம்ம ஊர்ப்பேரச் சொன்ன ஒடனேயே ஒக்காரச் சொல்லிட்டு ஓடிப்போயி கடையில கலர் வாங்கியாந்து குடுத்திருச்சு, வெத்தல பாக்கு வேணுமானு கேட்டுச்சு.'

'.....'

'புள்ள கெட்டிக்காரப்புள்ள, ஆரு எவருன்னு தெரியாட்டாலும், தெரிஞ்ச ஆளு மாதிரி எல்லாம் செய்யுது.'

'நமக்கு அதுதான வேணும், எந்நேரமும் நம்ம இருக்க முடியுமா?'

'சொந்தமா, அன்னிசமா?'

'ரொம்பச் சொந்தமில்ல அன்னிசந்தான்'

'எத்தன கொழந்த இருக்கு.'

'ரெண்டு.'

'பொண்ணா? பையன்களா?'

'ரெண்டும் பையன்கதான் படிக்காங்க.'

'யோகக்காரன், பொம்பளப்புள்ள இல்ல, எங்கள மாதிரி சீரழிய வேணாம்.'

ஏதேதோ பேசிக்கொண்டிருந்தார். என் நினைவுகள் இருபது வருடத்திற்கு முன்னால் சிறகடித்துக்கொண்டிருந்தன.

விடலையாய், விட்டேத்தியாய் அலைந்துகொண்டிருந்த காலம். ஞாபக முடிச்சுக்கள் ஒவ்வொன்றாய் அவிழ்கிறது. குளத்தில் குளித்துக் கும்மாளமிட்டு அரட்டவளை பிடித்து விளையாடும் விடலைகள் கூட்டம். விட்டெறிந்த கோலிக்குண்டுகளாய்ச் சிதறி ஓடுகிறது. சிவன்பிள்ளை வண்டியை விட்டுக் குதித்து விரட்டுகிறார். கையில் சாட்டைக் கம்பு - யாரும் அகப்பட்டால்தானே!

'டேய்... நீசப்பயகளா, அரட்டவள ஒங்கள என்னல பண்ணுச்சு, கொலகாரப் பாவிகளா?'

அவர் போடும் கூப்பாடு சந்தியம்மன் கோயிலில் பட்டு எதிரொலிக்கும். வண்டி போனவுடன் ஆங்காங்கே ஒளிந்திருக்கும் விடலைகள் கூட்டம் மறுபடியும் ஒன்று சேரும். குளமும் குதூகலிக்கும் விஷயம் அதோடு முடியாது.

'அடேய் கருப்பா கொஞ்சம் நில்லுடா.'

'சாமி என்ன விஷயம்?'

'ஓம் மகனக் கொஞ்சம் சத்தம் போட்டு வையிடா, வாயில்லாச் சீவனப் புடிச்சி தெனம் கொல்றாம்டா, தவளைய எதுக்குடா கொல்லணும்?'

'சாமி... எங்கிட்ட சொல்லணுமாக்கும், சாட்டக் கம்பால நாலு வெளாசு வெளாச வேண்டியதான.'

'சேச்சே சேச்... பச்சப்புள்ளிகள கைத் தொட்டு அடிக்கிறது

பாவம்டா, அரட்டி மெரட்டித்தான் வசத்துக்குக் கொண்டுவரணும்.'

இலந்தை முள்ளை வைத்துக்கொண்டு கூட்டங் கூட்டமாய்ப் பறந்து திரியும் மழைத்தட்டான் அடிப்பவர்களும், தும்பைச் செடிகளின் நடுவே வண்ணக் கோலமிடும் வண்ணத்துப் பூச்சிப் பிடித்துத் திரிகிறவர்களும் சிவன்பிள்ளை தலை மறையும்வரை ஒளிந்துதான் இருக்க வேண்டும். கையில் கவட்டையுடன் வரும் முத்தையா கவட்டையைத் தூர எறிந்துவிட்டு வெறுங்கையுடன் கும்பிட்டபடி நிற்பான். வடக்குத் தெருவுக்கு வந்தால் தெருவின் ஆரம்பத்திலேயே நின்றுகொண்டு யாரையாவது கூப்பிடுவார்.

'அடேய்... காசிமகன, காளியப்பன நான் வரச் சொன்னேனு வரச்சொல்லுடா.'

'சாமி கூப்பிட்டீகளாம்ல்ல.'

'டேய். எத்தனாட்ட ஒங்கிட்டச் சொல்றது. நீயே போயி தோட்டத்த சுத்திப் பாத்திட்டுவா, சீனிக் கெழங்கு,நெலக்கடல அம்புட்லயும் பன்னி முண்டிப் போட்டு பாழாக்கியிருக்குடா.'

'சரி, சாமி பாத்துக்கிறன்.'

'காவக்காரன் குத்திரட்டுமா, குத்திரட்டுமானு வேல்கம்போட தெனம் வந்து கேக்கான். நான்தான் பாவம்னு சொல்லியிருக்கன். வம்பா ஒரு உசுரக் கொல்றது பாவமில்லையாடா, கெட்டிப்போடு இல்ல கூட்ல அடச்சுவை. காவக்காரன் குத்திக் கொன்னாலும் கொன்றுவான்.'

என் வீட்டை ஒரு பார்வை பார்த்தார். ஏதோ நினைத்திருக்க வேண்டும். ஒருவேளை இருபது வருடத்திற்கு முந்தி எங்கள் கிராமத்து ஓலைக்குடிசை அவர் கண் முன்னால் வந்து போயிருக்க வேண்டும். என் அய்யா அவர் முன்னால் பவ்யமாகக் கைக்கட்டி நிற்கும் பழைய காட்சிகூட தோன்றி மறைந்திருக்கலாம். இலேசாய் சிரித்துக்கொண்டார்.

'சொந்த வீடா?'

'ஆமா சொந்த வீடுதான்.'

'எம்புட்டாச்சு.'

'முடிக்க நாலு லச்சமாச்சு'

'எல்லாம் சரிதான், ஊர்ல ஒங்க பழைய வீட்ட கட்டமண்ணா போட்டுட்டீகளே.'

'யாரு போயி இனிமே பட்டிக்காட்ல இருக்க!'

'எப்பிடினாலும் பூர்வீக வீட்ட இப்பிடி பேயடையப் போடக் கூடாது.'

'சரி, என்ன விஷயமாக வந்தீக, ஒருநாளும் வராத ஆளு வந்திருக்கீக, வந்த விஷயத்த மொதல்ல என்னனு சொல்லுங்க.'

'வந்த விஷயமா, வேற ஒன்னுமில்ல, எல்லாம் நம்ம விஷயம் தான். ஒங்களுக்குத் தெரியுமோ தெரியாதோ, ஒங்க அப்பனுக்குத் தெரியும். அவன்கிட்டக்கூட சொல்லியிருக்கன். ஒங்க அப்பன் இங்க வருவானா? சின்ன மகன் வீட்லயே இருந்துக்கிருவானா?'

'வருவாரு, இங்கப் பத்து நாளா, அங்கப் பத்து நாளா.'

'எனக்கு மூனு புள்ளைக. மூனும் பொம்பளப் புள்ளைகதான். ஆம்பளப்புள்ள கெடையாது. கடைசிப் புள்ளை கோயில்பட்டியில குடுத்திருந்தன். நக நட்டெல்லாம் போட்டுத்தான் நல்லபடியா செஞ்சேன். கல்யாணம் முடிஞ்சும் இப்ப ஏழெட்டு வருசமாச்சு, நல்லபடியாத்தான் இருந்தாக, அவுகளுக்கும் மூனு புள்ளைக வேற இருக்கு. இப்ப ஒரு நாலு மாசத்துக்கு முன்னாடி மகளக் கூட்டிக் கிட்டு புள்ள குட்டியோட ஊருக்கு வந்தாக, ஓடிப்போயிப் பாத்தா மகளுக்கு வலது காலு ஒடிஞ்சிருக்கு, என்னனு கேட்டா... மாடிப்படியில தவறி விழுந்திட்டம்னு சொல்லிட்டா, மருமகனும் பேசாம இருந்திட்டாரு. சரி, இனி என்ன செய்றது, வில்லாறத வித்து, ஓம் வீட்டாளியிட்ட பத்துநூறு கடன் வாங்கி ஆஸ்பத்திரியில சேத்து, போட்டோ எடுத்து, கெட்டுப் போட்டு மூனு மாசமா சீரழிஞ்சு ரொம்பக் கஷ்டப்பட்டுப் போச்சு. கஷ்டம் ஒருபக்கம் இருக்கட்டும், அன்னக்கி வந்து வீட்ல எறக்கி விட்டுட்டுப் போன ஆள்தான். மருமகன் எட்டிக்கூடப் பார்க்கல. மூனு புள்ளைகளையும் தாமரிச்சு, அவளுக்கும் வைத்தியம் பார்த்து, அந்தக் கண்ணராவிய வாயால சொல்லமுடியாது. குடிச்சும் குடியாமயும், சாப்பிட்டும் சாப்பிடாமயும், நல்ல ஒறக்கங் கெடையாது. ஊருக்கும் ஆஸ்பத்திரிக்கும் நாயா அலஞ்சு ஒரு வழியா வீடுவந்து சேந்தோம்.'

'இப்ப நல்லாருக்கா? தன்னால நடக்குதா?'

'ஒருவாரமா கம்பு ஊனித்தான் நடந்தா, இப்பக் கொஞ்சம் நடக்கா.'

'மருமகன் இன்னும் கூட்டிட்டுப் போக வரலையா?'

'அவன் எப்பிடி வருவான், அங்கதான் கதையே இருக்கு. மகக்காரிக் கிட்டப் பைய்ய பேச்சுக் குடுத்தன். ஓ...னு கூப்பாடு போடுறா. மருமகன் யாரையோ ஒருத்திய சேத்து வச்சிருக்கானாம், சரியா

வீட்டுக்கும் வராம, வேலைக்கும் போகாம அலைஞ்சிருக்கான். திடீர்னு ஒருநாள் வீட்டுக்கே கூட்டிட்டு வந்துட்டானாம்!'

'மூனு புள்ளப்பெத்த மனுசனுக்குப் புத்தியப் பாரேன். அடப்பாவி, பெறவு.'

'பெறகென்ன, இவ சண்ட போட்ருக்கா, அவுக ரெண்டுபேரும் சேர்ந்து இவள அடிச்சு, கால ஒடிச்சு, சேல துணிமணியைக் கிழிச்சு அழிச்சாட்டம் பண்ணியதுமில்லாம, மாடிப்படியிலிருந்து விழுந்திட்டன்னு சொல்லு இல்லனா கொதவலய அறுத்திருவம்னு பயமுறுத்தி, எம் மகளும்அப்பிடியே சொல்ல நானும் நம்பிட்டன். கடேசில என்னையவும் பைத்தாரப் பயலாக்கிட்டான்.'

'சரி... இப்ப எங்க இருக்கா?'

'எம்மகளும் மூனு புள்ளைகளும் எங்கிட்ட இருக்காக. அந்தப் பய சேகாரகாரியோட அங்க இருக்கான். இவளப் போகச் சொன்னா, என்னையக் கொன்றுவாகனு கூப்பாடு போட்டு அழுகுறா.'

'அந்தப் புள்ளைய யாருனு வெசாரிச்சீகளா?'

'அது எந்தக் கழுதையோ ஆரு கண்டா. இப்பிடி வந்து ஒரு நெற குடும்பத்தக் கெடுக்கிற கழுத, நல்ல கழுதையாவா இருக்கும், வேகாரிக் கழுததான் இந்த மாதிரி எடுப்பு எடுப்பா.'

'அங்க ஒரு ஆள அனுப்பி என்ன ஏதுனு ஒரு ஊசாட்டம் பாக்கக் கூடாதா?'

'மாரிமுத்துப்பிள்ளைய அனுப்பி வச்சன், அவுக அய்யா அம்மாட்டச் சொன்னதுக்கு அது அவம்பாடு ஒங்கபாடுனு சொல்றாங்க.'

'ஊர்க்காரங்க என்ன சொல்றாங்க?'

'ஊராவது ஒன்னாவது, இப்ப யாரு பேச்ச யாரு கேக்கா, அதெல்லாம் அந்தக் காலத்தோட போச்சு.'

'அப்ப போலீஸ்ல சொல்லி ஒரு வழி பண்ண வேண்டியதுதான.'

'போலீஸ்லயா, என்ன இப்பிடிச் சொல்றீக. அதவிடப் பேசாமயே இருந்திரலாம். நல்லவங்க போலீசுக்குப் போகமாட்டாங்க.'

'போலீஸ் வேண்டாம்னா கோர்ட்ல கேஸ் போட்டு மாசா மாசம் படி கெட்டச் சொல்வம், கட்டலனா உள்ளபோக வேண்டியதான்.'

'வெறும்பயலா இருக்கான எதவச்சுப் படி கட்டுவான்.'

காலம் அவரிடம் நிறையத் தழும்புகளை விட்டுச் சென்றிருக்க

வேண்டும். விரக்தியும், நம்பிக்கை வறட்சியும், ஏமாற்றமும் பெருமூச்சும்தான் பதிலாய் இருந்தது.

'சரி, இது எள்ளைய புள்ளதான, மூத்த புள்ளைகளக் கெட்ன மருமக்கமாருக என்ன சொல்றாக.'

'ஒரு பய ரொம்பநாளா சீக்காளியாக் கெடந்து இப்பத்தான் போய்ச் சேந்திட்டான். அவ ரெண்டு புள்ளையோட நம்ம வீட்லதான் வந்து இருக்கா. இன்னொரு புள்ளையக் கெட்னவன் பாவம் அப்புராணி ஒரு காலு ஒச்சம், எப்பிடியோ அவுக பொழப்பு ஓடியடையுது.'

'சரி, அப்ப என்னதான் பண்ணனும்னு சொல்றீக.'

'ஒரு முடிவோடதான் பெறப்புட்டன், ஓங்க தெரு ஆட்கதான் ஒருயோசன சொல்லி ஒங்ககிட்டப் போகச் சொன்னாங்க.'

'என்ன முடிவோட பெறப்புட்டீரு.'

'ஆளக் குளோஸ் பண்ணியிர வேண்டியதுதான்.'

சிவன்பிள்ளை விஸ்வரூபமெடுத்து என் முன்னால் நின்றார். கண்கள் சிவக்க உதடுகள் துடித்தன. வார்த்தைகள் வரவில்லை. உட்காரச் சொல்லி சாந்தப்படுத்தினேன். பைக் கூட்டுக்குள் மறைத்து வைத்திருந்த கத்தியையும் அரிவாளையும் எடுத்துக் காட்டினார்.

'அவனக் கொன்னுட்டு நீரு ஜெயிலுக்குப் போய்ட்டா, ஒம்ம பிரச்சினையெல்லாம் முடிஞ்சு போகுமா?'

'கழுத அரிசியாகுது இல்ல தவிடாகுது.'

'ஒரு காரியத்தைச் செய்யும்போது நம்ம நோக்கம் நெறவேறனும்ல்ல, அப்பத்தான் அந்தக் காரியத்தச் செய்யிறது சரியாயிருக்கும். இதுல ஒம்ம நோக்கம் மகள வச்சுப் பெழைக்கனும், மருமகன் ஒழுங்கா இருக்கனும் அப்பிடித்தான.'

'அதுதான் வேணும், வேற நமக்கு என்ன வேணும்.'

'அப்ப அதுக்குண்டான வழியப் பாப்பம். கொன்னுட்டா அவனோட மட்டுமா போகுது, ஒம்ம குடும்பமே நாசமாகில்ல போகும்.'

'.....'

'மொதல்ல அந்த அருவாளையும் கத்தியவும் இப்பிடிக் குடும், பேசாம ஊருக்குப் போங்க, நான் போயி என்ன ஏதுன்னு வெசாரிச்சிக்கிட்டு ஒங்க மருமகன்கிட்டப் பேசிப் பாக்கன். அதுக்குப் பெறவு நான் வரச் சொல்லி விடுறன். அப்ப வாங்க. என்ன

செய்யலாம்னு ஒரு முடிவு பண்ணிக்கிருவம்.'

மனவருத்தத்துடன்தான் எழுந்துகொண்டார். ரொம்பநேரம் உட்கார்ந்திருந்ததால் தள்ளாடி மெதுவாய் எட்டு வைத்தார். அவிழ்ந்த வேஷ்டியை இறுக்கிக் கட்டிக்கொண்டார். என்னிடமும் என் பெண்டாட்டியிடமும் கும்பிட்டு விடை பெற்றார்.

'போய்ட்டு வாரன் தாயி... இந்த வெயசுக்குப் பெறவு என் தலையில இப்பிடி எழுதியிருக்கு.'

பஸ் ஸ்டாண்ட் கொஞ்சம் தூரமாகையால் என் வண்டியில் கொண்டு போய் இறக்கிவிட்டு வந்தேன். இரவு பூராவும் சிவன் பிள்ளையும், என் ஊரும், அந்த விடலைப் பருவச் சேட்டைகளும் மனசில் நிழலாடிக்கொண்டே இருந்தன. விடிந்தபோது, ஊரிலிருந்து தாக்கல் வந்தது. சிவன்பிள்ளை செத்துப்போனார், கோயில் பட்டியில் வைத்து அவருடைய மருமகன் வெட்டிக் கொன்றுவிட்டான். அப்படியே தலையில் கைவைத்து உட்கார்ந்துவிட்டேன். என் மனைவி அழுதபடியே புலம்பினாள்.

'பஸ் ஸ்டாண்ட்ல போயி எறக்கி விட்டவர, ஓங்க ஊர் பஸ்ல ஏத்தி விட்டுட்டு வந்திருக்கணும். இல்லன்னா அவரு கொண்டு வந்த கத்தியையும் அருவாளையும் அவர் கிட்டயே குடுத்து விட்ருக்கணும், அப்படினா செத்திருக்க மாட்டாரு. அவனக் கொன்னுட்டு ஜெயிலுக்காவது போயிருப்பாரு. மொத்தத்துல செவம்புள்ள குடும்பம் சீரழிஞ்சு போச்சு.'

என்னிடம் கொடுத்து விட்டுப்போன அரிவாளையும் கத்தியையும் வெறித்துப் பார்த்தேன். இரண்டும் இரத்தக் கவுச்சியுடன் என்னைப் பார்த்துச் சிரிப்பது போலிருந்தது. அந்தச் சிரிப்பு சிவன்பிள்ளையின் மருமகனோட ஆங்காரச் சிரிப்பாக இருக்கலாம்.

●

20

அடமானம்

சுருக்கமாக 'கோனார் கம்பெனி' என்று சொல்லப்படும் அய்யனேரி ஜெகநாதன் முதலாளியின் 'கிருஷ்ணா மேச் ஓர்க்ஸ்' என்றால் சுற்று வட்டாரத்தில் தெரியாதவர்கள் இருக்க முடியாது. அதற்குப் பல்வேறு காரணங்கள் உண்டு என்றாலும் பிரதானமான காரணம் பெரிய கம்பெனி, சொந்த லைசென்ஸ், சொந்த லேபில், சொந்த லாரிகளில் ஏற்றி வடமாநிலங்களில் சொந்தமாக விற்பது. இவை போக தன் கம்பெனியில் வேலை செய்கிறவர்களுக்கு மற்ற கம்பெனிகளைவிட நிறையப் பணம் அடவான்ஸாகக் கொடுப்பது. கிருஷ்ணா மேச் ஓர்க்ஸில் மருந்து முக்குகிற வேலை என்பது பெரிய ஓசத்தியான வேலை இல்லாவிட்டாலும், மோசமான வேலை என்றும் சொல்லிவிட முடியாது. நான்கு முழத் துண்டை மட்டும் இடுப்பில் கட்டிக்கொண்டு மேலெல்லாம் விளக்கெண்ணெய் தடவியதைப் போல் வியர்வை நசநசப்பில், உருகும் மெழுகடுப்பின் வெக்கையில் நின்று தீப்பெட்டிக் கட்டைகளை மெழுகில் தோய்த்து எடுத்து எதிரே நிற்பவனிடம் லாவகமாக விட்டெறிவது கருப்பசாமிக்கு எட்டு வருடமாகக் கைவந்த கலை.

'புது மாப்பிள... கட்டயக் கொஞ்சம் மெதுவா விட்டெறிங்க. இன்னும் நாலு நாள்தான் இருக்கு. பெறகு ஒங்க வீரத்த எங்க காட்டணுமோ அங்க காட்டுங்க.'

'மாடசாமியண்ணே, இன்னும் பத்து நாளைக்குத்தான் அய்யா சுதாரிப்பு. பெறவு கட்டையத் தூக்கக்கூட சீத்துவம் இருக்காது. நிய்யி நடந்து கிட்டப்போய்த்தான் கட்டையக் கையில வாங்கணும்.'

முனியம்மாளின் பேச்சில் சுற்றிலும் உட்கார்ந்திருந்த அத்தனை பெண்களும் முகத்தை அண்ணாந்து வைத்துக் கொண்டு சிரித்தார்கள். அத்தனை பேர் வாயிலும் பான்பராக். ஃபோர்மேன் வேல்சாமியின் கீழுதடு துருத்திக்கொண்டிருந்தது. கணேஷ் போயிலை வாயை

இறுக்கிப் பூட்டி இருக்க... உதட்டைக் கடித்துக்கொண்டு சிரித்தான்.

'பொண்ணு பேரு மாரியம்மாளாம்... தெரியுமில்ல, இருக்கங்குடி மாரியாத்தா, அப்படியே வெளையாடி விட்ருவா வெளையாடி... கருப்பசாமியெல்லாம் மாரியத்தாளக் கண்டா காத வழிக்கு ஓடணும்!'

வாசலில் கருப்பசாமியின் அய்யாவும் அம்மாவும் தலை காட்டிய வுடன் கட்டை எறிவதை நிறுத்திவிட்டு ஓடினான். இடுப்பில் கட்டியிருந்த துண்டை அவிழ்த்து மேலெல்லாம் வழிந்த வியர்வையைத் துடைத்தான். முதலாளியின் அறையை எட்டிப் பார்த்துவிட்டு அய்யாவை நோக்கிக் கையசைத்தான். அய்யாவின் கையில் பெரிய எவர்சில்வர் தாம்பூலமும் பழவகைகளும் நடுவே பத்திரிகையும் இருந்தது.

'வாங்க, வாங்க... இதெல்லாம் எதுக்கு? பத்திரிக மட்டும் கொண்டாந்தாப் போதாதா?'

'ஏதோ எங்களால ஏண்டது.'

'சரி, ரொம்ப சந்தோஷம்! அப்ப நம்ம கம்பெனிக்கு புதுசா ஒரு ஆள் வேலைக்கு வருது.'

'நம்ம கம்பெனிக்குத்தான் மொதலாளி வருவா! நம்ம கம்பெனிய விட்டுட்டு வேற எங்க போவா?'

'பரிசம் போடப் போறன்னைக்கு ராத்திரிக்கு வேன் வேணும்னு கருப்பசாமி சொன்னான். எப்பிடி முடிவு பண்ணியிருக்கீக?'

'ராத்திரி போயி பரிசம் போட்டுட்டு, ராத்திரியே நாங்க திரும்பிருவம். காலைல பொண்ண அழைச்சிட்டு அவங்க இங்க வந்திருவாங்க.'

'அது அவுக பொறுப்பு மொதலாளி. பொண்ணு வேல பாக்கிற கம்பெனி மொதலாளி வேன் தாரம்னு சொல்லியிருக்காராம்!'

'அப்பிடியா... அப்பனாச் சரி!'

தீப்பெட்டி கம்பெனிகளுக்குத் தேவையான குச்சி மூட்டைகள், அட்டைக் கட்டுகள், பண்டல்கள் ஆகியவற்றை ஏற்றிச்செல்லும் சின்ன லாரி-மாடல் வேன். மேலே மட்டும் தார்ப்பாயால் மூடப் பட்டிருந்தது. மாப்பிள்ளையின் அம்மா பரிசப் பெட்டியுடன் வேனின் நடுவில் உட்கார்ந்திருந்தாள். சுற்றிலும் பெண்கள், ஊரில் உள்ள சில முக்கியஸ்தர்கள், மாப்பிள்ளையின் அய்யா, டிரைவரின் பக்கத்தில் உட்கார்ந்து வழிகாட்டிக் கொண்டிருந்தார். கரடு முரடான பாதையில் வேன் குலுங்கிக் குலுங்கிச் சென்றது. ரோட்டின்

இருபக்கங்களிலும் நீண்டிருந்த வேலிக் கருவேல மரக்கொப்புகள் தார்ப்பாயில் உரசும் போதெல்லாம் பெண்கள் தலையைக் குனிந்து கொண்டார்கள். தூரத்தில் சில தெருவிளக்குகள் எரிவது அரிச்சலாய்த் தெரிந்தது, பின்னர் துணிப்பாய்த் தெரிந்தது. வேன் ஊரை நெருங்க நெருங்க ஸ்பீக்கர் அலறும் சத்தம் பெரிதாகிக்கொண்டே வந்தது.

பெண்ணின் வீடு ஊரைவிட்டுத் தனியே உள்ள காலனியில் இருந்தது. முற்றத்தில் நிறையப் பேர் கூடியிருந்தார்கள். ஏழெட்டு டியூப் லைட்டுகள் எரிவது ரொம்பவும் வெளிச்சமாக இருந்தது. எல்லாருமே இவர்களை எதிர்பார்த்துதான் காத்திருந்தார்கள் போலும். வேனில் வந்தவர்கள் எல்லோரும் கூட்டமாக நடக்க... பரிசப்பெட்டி நடுவீட்டில் இறக்கி வைக்கப்பட்டது. வெளியிலிருந்து ஒரு சத்தம் அதட்டலாகக் கேட்டது.

'என்ன... இன்னியும் உக்கார்ந்துட்டு இருக்கீக? நேரங் காணாதா? வந்தவுகளுக்குச் சட்டுப்புட்டுனு சாப்பாட்டப் போடுங்க. வள்ளியம்மா எங்க... போ... போயி, ஊரச் சத்தங்காட்டு. பத்து மணிக்கு கரண்டப் புடுங்குனாலும் புடுங்கியிருவான். பெறவு இருட்டுக்குள்ள கெடந்து சீரழியணும்.'

அந்த அதட்டல் மூலமே தான்தான் இந்த ஊரின் நாட்டாண்மை என்பதை எல்லோருக்கும் காட்டியவர், முற்றத்தில் விரித்திருந்த பாயில் சம்மணமிட்டு உட்கார்ந்துகொண்டார்.

'எம் மக மாரியம்மாளுக்குப் பரிசம் போடப் போறம் வாங்க, வாங்க...' என்று வீடு தவறாமல் சொல்லிக்கொண்டு தெருவழியே போனாள் வள்ளியம்மாள். முற்றம் நிறைந்துவிட்டது. அநேகமாக சாப்பாடும் முடிந்துவிட்டது.

'பெண்ணோட தாய்மாமன் எங்கய்யா, இங்கவா... இப்பிடி முன்னால வந்து உட்காரு, அங்க நின்னா எப்பிடி? பெண்ணோட அய்யா, மாப்பிள்ளையோட அய்யா ரெண்டுபேரும் இப்பிடி ஓரத்துல வாங்க, யேய், பொம்பளைகளா இப்ப பேசாம இருக்கப் போறீகளா என்ன... சலசலனு பேசாதிக!'

நாட்டாண்மையின் சத்தம் கூட்டத்தில் பலமாகக் கேட்டுக் கொண்டேயிருந்தது. பரிசப்பெட்டி, பழத்தட்டு, வெற்றிலைக்கட்டு, பரிசச்சேலை எல்லாம் நாட்டாண்மையின் முன்னால் வைக்கப் பட்டன. கூட்டம் வட்டம் சுற்றி நிற்க... வீட்டுக்குள் மணப் பெண்ணும் இன்னும் சில பெண்களும் மட்டுமே இருந்தார்கள்.

அடமானம் ☙ 153

முற்றத்தில் பேசுகின்ற எல்லாப் பேச்சுகளும் வீட்டுக்குள்ளும் தெளிவாகக் கேட்டன.

'எங்க வள்ளியம்மாளக் காணும்? என்ன வள்ளி... ஊரு பூராவும் சொல்லிட்டயா? வேற யாரு வீடும் பாக்கியிருக்கா... இப்ப ஆரம்பிக்கலாமா?'

'எல்லா வீடும் சொல்லியாச்சு. இனி நீங்க செய்ற மொறையச் செய்ங்க.'

'எதுக்கும் ஒரு வார்த்த கேட்டுக்கிறணுமில்ல... பெறகு ஏங்கிட்டச் சொல்லல; ஓங்கிட்டச் சொல்லலனு ஆவலாதி வரப்படாதில்ல.'

'அதெல்லாம் சொல்லியாச்சு! நீரு ஆரம்பியும்.'

'சரி, பரிசம் எவ்வளவு போடுறீக?'

'பரிசம்... நாங்க என்ன புதுசாவா போடப் போறம்? ஊரு வழக்கப்படித்தான்.'

'ஊரு வழக்கப்படியா? எங்க ஊரு வழக்கம் ஐயாயிரத்து ஒண்ணு.'

'எங்க ஊர் வழக்கம் பதினொண்ணு.'

'அது ஒங்க ஊர்ல வாங்கிக்கோங்க! பொண்ணு எங்க ஊர் பொண்ணு... எங்க ஊர் வழக்கப்படிதான் நீரு பரிசம் போடணும். எடும் ஐயாயிரத்து ஒண்ணை... எண்ணி வையும் இப்பிடி...'

'.......'

'என்ன பேச்சுமூச்சு காணும்! யார்ட்ட வந்து வண்டிய விடுறீரு? பொண்ண அழைக்க வந்தா, பேசாம சோறு சாப்பிட்டுட்டுப் போவீரா, பரிசம் பதினொண்ணாம்!'

கூட்டம் கெக்கெலி போட்டுச் சிரித்து மகிழ்ந்தது.

மாரியம்மாள் தலைகுனிந்து உட்கார்ந்திருந்தாள். மீண்டும் நாட்டாண்மையின் அதட்டல் பலமாகக் கேட்டது.

'சொல்லுங்கய்யா, சம்பந்திக ரெண்டு பேரும் இப்பிடி வாய மூடிக்கிட்டு ஒக்காந்திருந்தா எப்பிடி? பரிசம் எவ்வளவுய்யா பேசிக்கிட்டீக?'

'பரிசம் நூத்தியொண்ணுட போட்ருவம்.'

'நூத்தியொண்ணா... மாரியம்மா வாரத்துக்கு நானூறு ரூவா சம்பளம் வாங்குவாயா, புள்ள வேலக்காரப் புள்ள... ஒமக்கு யோகம்னு வச்சிக்கோரும்.'

'பொண்ணோட அப்பன் என்னய்யா சொல்றான்?'

'பரிசம் அவுக போடுறதப் போடட்டும்.'

'அப்பச் சரி. பரிசம் நூத்தியொண்ணு.'

'ம்... வேற சீருசெனத்தி என்ன பேசிக்கிட்டீக?'

'பொண்ணுக்குக் கம்மல் - மூக்குத்தி மட்டும்தான். பவுனு கிவுனு எல்லாங் கெடையாது. இன்னக்கி லேசா சொல்லீறலாம்... பெறகு போடணுமில்ல?'

'சரி, வேற ரொக்கம் ஏதும் உண்டா?'

'அதெல்லாம் கெடையாது, நாங்க பேசிக்கிறல.'

'சரி பையனுக்குத் தலத் தீபாவளிக்கு என்ன செய்யப் போறீக?'

'தலத்தீபாவளிக்கு வேட்டி துண்டுதான். மோதிரமெல்லாங் கெடையாது. வசதி இருந்தா நாங்களா செய்வம். ஆனா பேச்சுக் கிடையாது!'

'அது ஒங்க பிரியம்.'

'சரி, அப்ப பரிசம் வெளம்பிரலாமா? வேற எதும் கேக்கிறதுனா கேளுங்க.'

எல்லாப் பேச்சுகளையும் கேட்டுக்கொண்டு மாரியம்மாள் பொம்மையாக உட்கார்ந்திருந்தாள். பெண்கள் கசமுசவென்று பேசிக் கொண்டிருந்தார்கள். நாட்டாண்மை ஒவ்வொரு பொருளாக வெளியே எடுத்துவைத்தார். பரிசச் சேலையை எடுத்துத் தாம்பூலத்தின் மேல் வைத்தார்.

'இம்புட்டுப் புள்ளையிலிருந்து இன்னைக்கு வரைக்கி கருமருந்தத்தின்ன புள்ளய படுபாவி, கம்மல்—மூக்குத்தியோட அனுப்புறான்.'

'அதுக்கென்ன செய்யமுடியும்? இவ ஒருத்திதான் வேலை செய்யிற வயசு, மத்ததெல்லாம் நண்டும் நசுங்கலுமா இருக்கு. அவுக அப்பன் என்ன செய்வான்?'

'இந்தக் கம்மல் - மூக்குத்திகூட கம்பெனியில அட்வான்ஸ் வாங்கி அவளாச் செஞ்சது.... இல்லன்னா அதுங் கெடையாது!'

'மாரியம்மா வேலக்காரபுள்ள! விடிஞ்சு போனா, அடஞ்சுதான் வருவா, மத்த புள்ளக மாதிரி வாய்கூடப் பேசமாட்டா. அப்புராணிப் புள்ள.'

'பொட்டக் கழுதயாப் பெறக்கவே கூடாதுக்கா... இனி அங்கேயும் போயி கருமருந்தத் தின்னுதான் சீரழியணும்!'

‘அட்வான்ஸ் ரூபாகூட இனியும் மூவாயிரம் பாக்கியிருக்குனு பேசிக்கிட்டாக.’

‘யே..... பொம்பளைகளா, இப்ப பேசாம இருக்கப் போறீகளா என்ன? ஓலப்பாயில நாயி மோண்டாப்ல... சலசலனு என்னதான் பேசுவீகளோ?’

மீண்டும் நாட்டாண்மையின் கூப்பாட்டில் கூட்டம் அமைதியானது. மாரியம்மாள் மட்டும் பொம்மையாக வீட்டுக்குள் உட்கார்ந்திருந்தாள்.

‘சரி, அப்ப.. பரிசம் வெளம்பிரலாமா, வேற எதும் கேக்கணுமின்னா சம்பந்திக கேட்டுக்கோங்க!’

பெண்ணின் அய்யா வேகமாக எழுந்து மாரியம்மாளிடம் போனார். இவர் ஏதோ கேட்கக் கேட்க... மாரியம்மாள் தலையாட்டினாள். வேகமாக வந்து உட்கார்ந்து நாட்டாண்மையிடம் ஏதோ சொன்னார்.

‘இதுக்குத்தான் திரும்பத் திரும்பக் கேட்டுக்கிறது! பொண்ணு வேலபாத்த கம்பெனியில அடவான்ஸ் ரூவா மூவாயிரம் பாக்கி யிருக்காம். அத மாப்பிள்ளை வீட்டுக்காரங்க ஏத்துக்கிறணும்னு சொல்றாரு.’

‘அப்ப பொண்ணுக்கு நாங்க ரொக்கம் குடுக்கணுமிங்காரா?’

‘அது ஒங்கபாடு. அவரு சொல்லிட்டாரு. ஒங்களுக்கு முடியுமா முடியாதானு மட்டும் சொல்லுங்க!’

‘அப்பிடியெல்லாம் ஏத்தக்கிற முடியாதுய்யா!’

‘நீரென்ன கையிலருந்தா எண்ணப் போறீரு? அங்க போயி கம்பெனிக்குத்தானே போகப்போறா... அந்தக் கம்பெனில வாங்கி அவ குடுப்பா, பெறவு அவ வேலசெஞ்சு கழிப்பா!’

‘கிழிப்பா! நல்லாயிருக்கே ஒம்ம பேச்சு... அவ வாங்கி எங்கிட்டக் கொடுப்பா. ஒங்க கடன நீங்கதான் தீக்கணும். இன்னைக்கு அட்வான்ஸ் வாங்கிக் குடும்பீரு... பெறகு நாளைக்கி சம்பளத்தக் கேப்பீரு. நாங்க பொண்ணக் கூட்டிட்டுப் போயி சட்டி எடுத்திட்டுப் போகவா?’

‘சரி, முடியாதுனு சொல்லீட்டிகள்ள, அந்தமானிக்கு அந்தப் பேச்ச விடுங்க.’

கூட்டத்தில் ஒரு சத்தத்தைக் காணோம். அத்தனை பேச்சுகளையும் கேட்டுக்கொண்டு மாரியம்மாள் பொம்மையாக உட்கார்ந்திருந்தாள். நாட்டாண்மை பரிசம் விளம்பினார்.

‘ஓகோ ஓறவுமுறையாரே, தோட்லாம்பட்டி கருப்பையா மகன் கருப்பசாமி, திட்டங்குளம் பேச்சிமுத்து மக மாரியம்மாளுக்குப் பரிசம்போட வந்திருக்கான்.’

‘அப்பிடியா என்னென்ன கொண்டாந்திருக்கான்?’

‘ஏழு கெட்டு வெத்தல வந்திருக்கு.’

‘யே... ம்.’

‘ஏழாயிரம் பாக்கு வந்திருக்கு.’

‘யேம்... ம்’

‘மஞ்சளும் குங்குமமும் வந்திருக்கு.’

‘பெறவு என்ன வந்திருக்கு.’

‘எட்டுக் கூடையில பூ வந்திருக்கு?’

‘யே... ம்.’

‘எட்டூரு ஆளும் எட்டு வண்டியும் வந்திருக்கு.’

‘யே... ம்... அம்புட்டுத்தானா வேற ஒண்ணும் வரலையா?’

‘பத்தாயிரம் ரூவாய்க்குக் காஞ்சிப் பட்டும், பட்டுப் பாவாடையும், பட்டு ரவிக்கையும், பத்தாயிரத்தி ஒண்ணு பரிசப் பணமும் வந்திருக்கப்பா.’

‘யே... ம். அதச் சொல்லும்.’

பரிசச் சேலை இருந்த தட்டை எடுத்துப் பெண்ணின் தாய் மாமனிடம் கொடுத்தார் மாப்பிள்ளையின் அய்யா. கூட்டத்தில் எல்லோரும் தொட்டுக் கும்பிட்டுக் கடேசியாய் வீட்டுக்குள் போனது. வாசலை மறைத்து இரண்டு மூன்று பெண்கள் நின்றுகொண்டார்கள். ஒருத்தி ஓடிப்போய் ஜன்னலைப் பூட்டினாள். கூட்டம் பழையபடியும் கசாமுசாவென்று பேச ஆரம்பித்தது. பேச்சோடு பேச்சாக நாட்டாண்மை கேட்டார்:

‘தாலி கட்டுக்குப் பெண்ண அழைச்சிட்டுப் போறதுக்கு என்ன ஏற்பாடு?’

‘பொண்ணு வேல செய்யிற கம்பெனி மொதலாளி வேன் தாரம்னு சொல்லியிருக்காராம். அதனால மாப்ள வீட்லருந்து வண்டி வர வேண்டாம்னு சொன்னாக.’

‘அப்பிடியா, அப்பனா நல்லதாப் போச்சு! காலைல இங்க இருந்தே கெளம்பி வந்துரலாம். ஒங்கள எதிர்பார்க்க வேண்டியதில்ல!’

'கம்பெனி மொதலாளிக்கு ரொம்ப வருத்தம், புள்ள வேலக்காரப்புள்ள, கைச்சூட்டிகையான புள்ள, ஒரு நாளைக்குக்கூட வீட்ல இருக்கமாட்டா. கம்பெனியிலேயே வேலையில் இவதான் ஃபர்ஸ்ட். போனஸும் இவதான் ரொம்ப வாங்குவா.'

'அங்கயும் கம்பெனி பெரிய கம்பெனி - கப்பல் போல. வேல செய்யத்தான் கெதி வேணும். மொதலாளியும் தங்கமான மனுசரு!'

சில பெண்கள் ஜன்னல் வழியே எட்டிப் பார்த்தார்கள். எதற்காகவோ காத்திருப்பது போல் கூட்டம் மௌனமாக இருந்தது. நாட்டாண்மை மீண்டும் அதட்டல் போட்டார்.

'என்ன... பொம்பளைகளா இன்னுமா சேல கெட்றா?'

'முடிஞ்சது... முடிஞ்சது ஆரம்பிங்க.'

'ஓகோ ஒறவுமொறையாரே... தோட்லாம்பட்டி கருப்பையா மகன் கருப்பசாமி, திட்டங்குளம் பேச்சிமுத்து மக மாரியம்மாளுக்கு மஞ்சனை வைக்கான்... மஞ்சனை வைக்கான்!'

'அப்பிடிச் செய் அப்பிடிச் செய். அப்பிடிச் செய்.'

'கொலவ போடுங்க பொம்பளைகளா. வேடிக்க பார்க்க மட்டும் வந்திருங்க... வாயத் தொறந்துறாதிக.'

'இப்ப உள்ள கொமரிக எவளுக்குக் கொலவ போடத் தெரியும்?'

மாரியம்மாள் பரிசச்சேலை கட்டி பொம்மையாக முற்றத்துக்கு நடந்து வந்தாள். கும்பிட்டு எழுந்தாள். பொம்மையாக வீட்டுக்குள் போய்விட்டாள். வெற்றிலை பாக்கு, பூ, சந்தனம், சாக்லெட் வாங்க கூட்டம் முண்டியடித்தது. கூட்டம் போட்ட சத்தத்தில் வேன் கிளம்பிப்போன சத்தம் மெதுவாகக் கேட்டது.

கல்யாணம் முடிந்த மூன்றாம்நாள் மாரியம்மாள் புது கம்பெனிக்குள் புகுந்தாள். தான் ஊரில் வேலை பார்த்த கம்பெனியைவிடப் பெரிய கம்பெனி, நிறைய பெண்கள் வரிசை வரிசையா, சுவரில் எங்கே திரும்பினாலும் ஸ்பீக்கர். தான் புகுந்தவீடு மிகப்பெரிய வீடு என்று நினைத்துக்கொண்டாள். பலகையில் உட்கார்ந்து முன்னால் தீப்பெட்டிக் கட்டையைப் படுக்க வைத்துக் கிளிப்பைக் கழட்டி இரண்டு சக்கைகளில் குச்சிகளை உருவி பெட்டியில் அடைத்தாள். ஒவ்வொரு சக்கையை உருவும்போதும் தன் கை நிறையப் போட்டிருந்த கண்ணாடி வளையல்கள் சிலுக் சிலுக்கென்று சத்தம் எழுப்பியது எரிச்சலாக இருந்தது. கைக்கு இரண்டு வளையல்களை மட்டும் விட்டுவிட்டு மீதியைக் கழட்டிச் சுவரோரம் வைத்தாள். குச்சியை உருவுவதற்காகக்

குனிந்தபோது கழுத்தில் புதிதாகத் தொங்கிய மஞ்சள் கயிறு ஊஞ்சலாடியது. அதை எடுத்து முன் ஜாக்கெட்டுக்குள் இறுக்கித் திணித்துவிட்டுத் தலை நிமிர்ந்தாள். எதிரே கணக்கப்பிள்ளை நின்றுகொண்டிருந்தார்.

'என்ன... கருப்பசாமி கல்யாணமாகி மூணு நாளாகுது, இன்னும் ஒம் பொண்டாட்டி கையில வளையல் அப்பிடியே அலுங்காமக் கெடக்கு!'

பெண்கள் எல்லோரும் சிரித்தார்கள். மாரியம்மாளால் சிரிக்க முடியவில்லை. திரையிட்ட கண்ணீரைத் துடைத்துக் கொண்டு வாசலைப் பார்த்தாள். மாரியம்மாளின் மாமனார் - அட்வான்ஸ் பணம் வாங்குவதற்காக, முதலாளியின் ரூமுக்குள் போய்க்கொண்டு இருந்தார்.

●

21
சிகிச்சை

அவன் வலதுகையால் இடதுகாலின் முட்டுக்குக் கீழ் இறுக்கிப் பிடித்திருந்தான். அப்போதும்கூட நைந்துபோன பாதத்திலிருந்து இரத்தம் கொப்பளித்துக்கொண்டு வந்து தரையை நனைத்தது. வாசல் படியில் உட்கார்ந்தபடியே அண்ணாந்து பார்த்தான். எரிந்து கொண்டிருந்த வராண்டா லைட்டில் பூச்சிகள் வட்டமாய் மொய்த்தபடி பறந்து திரிந்தன. வராண்டாவுக்கு வெளியே இரண்டு சைக்கிள்களும் ஒரு ஸ்கூட்டரும் நிறுத்தப்பட்டு இருந்தது. ஸ்கூட்டரில் டாக்டர் என்று எழுதப்பட்டு இருந்ததையும், அதனருகில் வரையப்பட்டிருந்த சிவப்பு சிலுவை அடையாளத்தையும் பார்த்தவன் கொஞ்சம் ஆறுதல் அடைந்தான். டாக்டர் உள்ளே இருக்கிறார் என்ற விஷயமே அவனைச் சற்று சந்தோஷிக்க வைத்தது. தொண்டை வறண்டு தண்ணீர் நாவறட்சி எடுத்தது. உலர்ந்துபோன உதடுகளை நாக்கால் தடவி ஈரப்படுத்திப் பார்த்தான். எச்சில் இல்லாத உலர்ந்த நாக்கு கீழுதட்டை வருடியது. வலியை எல்லாம் பொறுத்துக்கொண்டு சத்தம் போட்டுக் கூப்பிட்டான்.

'சா.....ர், சா......ர், சா.....ர், சா......ர்'

பாதங்கள் தரையில் உரசும் சத்தம் கேட்டதும் பரிதாபமாய்ப் படியில் உட்கார்ந்தான். சுத்த வெள்ளை ஆடை அணிந்த இரண்டு நர்சுகள் தேவதைகளைப்போல் எதிரில் வந்து நின்றார்கள். விளக்குகள் நேர் கீழே அவர்கள் நின்றதால் முழு வெளிச்சமும் அவர்கள்மேல் பட்டு, வெள்ளை உடை இலேசான மஞ்சள் நிறத்தில் அழகாக மின்னியது. அந்த விளக்கின் மஞ்சள் ஒளியில் முகங்கள் மினுமினுத்தன. அவன் வலியால் துடிப்பதையோ, தரையில் ஒழுகிக்கொண்டிருக்கும் இரத்தத்தையோ பார்த்து அவர்கள் எவ்விதச் சலனமுமின்றி இருப்பதைப் பார்க்க அவனுக்கு எரிச்சலாய் இருந்தது.

'யாரு... என்ன வேணும்'

‘டாக்டரைப் பார்க்கணும்.’

‘காயம் எப்பிடிப் பட்டுச்சு’

‘சுவர்லருந்து கீழ விழுந்துட்டன்.’

‘நடுராத்திரி ஒரு மணிக்கு சொவர்ல ஏறி என்ன செஞ்ச.’

‘......’

‘சொல்லு, அப்பத்தான் மருந்து கெட்டுவம். கவர்மெண்ட் ஆஸ்பத்திரினா ஓம் மாமியா வீடுனு நெனச்சியா?’

‘......’

‘சிஸ்டர் இவன் முழியே சரியில்ல. வேற ஏதாவது கேஸா இருக்கும்.’

‘நம்ம கேட்டா உண்மையச் சொல்லமாட்டான், டாக்டரக் கூப்பிடுங்க. போலீசுக்குப் போன்பண்ணி அவங்க கேட்டாத்தான் உண்மையைச் சொல்வான்.’

முகஞ்சுளித்து நெற்றியைச் சுருக்கி பல்லைக் கடித்துக்கொண்டு அண்ணாந்து பார்த்தான். லைட்டை வட்டமிட்ட பூச்சி ஒன்றைப் பல்லி விழுங்கிக்கொண்டிருந்தது. நர்சுகள் இருவரும் நிற்கிற தோரனை சண்டைக்குக் கூப்பிடுவதைப் போலிருந்தது.

‘கிருஷ்ணன்... கிருஷ்ணன். கிருஷ்ணன்.’

‘இந்தா வந்திட்டேம்மா.’

‘கேஸ் வந்திருக்னு டாக்டர எழுப்பு.’

கிருஷ்ணன் வேகமாக டாக்டர் அறையைப் பார்க்க ஓடினான். மேலே வரச்சொல்லிவிட்டு நர்சுகளும் போய்விட்டார்கள். இவன் ரத்தம் வழிய ஊர்ந்துகொண்டே படியேறிப் போனான். பளிங்குத் தரையில் இரத்தம் கோடுபோட்டது.

‘இந்தா, இந்த ஸ்டூல்ல ஏறி உட்காரு’

‘கிருஷ்ணன் இவனத் தூக்கி உட்காரவை. டாக்டர் வரும் முன்ன ரத்தத்த பூராத்தையும் தொடச்சு கிளின் பண்ணு.’

டாக்டர் சாவகாசமா தூக்கக் கலக்கத்தோடு வந்து உட்கார்ந்தார். காலைத் தூக்கிக் காட்டும்படி சைகை காட்டினார். அவனால் அந்தக் காலை அசைக்கக்கூட முடியவில்லை. மேஜையின் மேலிருந்த டார்ச் லைட்டை எடுத்துப் பாதத்தில் அடித்துப் பார்த்தார். ஆமைக் குட்டியைப் போல் வீங்கி பாதி நசுங்கி சொதம்பிப் போயிருந்த பாதத்திலிருந்து இரத்தம் இன்னும் கொப்பளித்துக்கொண்டிருந்தது.

அவன் வேதனையில் முனங்கிக்கொண்டிருந்தான்.

டாக்டர் சாணிக்கலர் பேப்பர் ஒன்றை எடுத்தார். அதற்குள் ஒரு நர்ஸ் மூடி கழட்டிய பேனாவை நீட்டினாள்.

'பேரு சொல்லு'

'ஆறுமுகம்.'

'வயசு.'

'இருபத்தஞ்சு.'

'அப்பா பேரு.'

'.....'

'ஒங்க அப்பா பேரு தெரியாதா?'

'அப்பா அம்மா இல்ல.'

'அட்ரஸ் சொல்லு.'

'அட்ரஸ் கெடையாது.'

'இவன் பெரிய திருட்டுப் பயலா இருப்பான் சார். போலீஸ்ல சொல்லுங்க சார்.'

'நம்ம எதுக்கு சார் ரிஸ்க் எடுக்கனும் பேசாம ஓ.பி. பேஷண்டா ட்ரீட் பண்ணிட்டு அனுப்பிருவம் சார்.'

நீண்ட மௌனத்திற்குப் பின் டாக்டர் பேசினார். இவன் அவர் முகததையே பரிதாபமாய்ப் பார்த்துக்கொண்டிருந்தான்.

'உண்மையைச் சொன்னா பெட்ல அட்மிட் பண்ணுவன்.'

'.....'

'இப்பச் சொல்லு இந்தக் காயம் எப்படிப் பட்டுச்சு.'

'வேகமாக ஓடிப்போயி சுவர்ல தாவி ஏறுனன், நான் பிடிச்ச கல்லுபேந்து அப்பிடியே கால் பாதத்துல விழுந்து நச்சிருச்சு.'

'எதுக்கு இன்னேரம் சொவர்ல ஏறுன.'

'திருடப் போனன், ஆள் பாத்திருச்சு, அதுதான் ஓடுனன்.'

'சார்... பாத்தீங்களா சார் நான் சொன்னது சரியாப் போச்சா சார், திருடன் சார்.'

நர்ஸ் போனைத் தூக்கி மேஜையின்மேல் வைத்தாள். அவன் வலியால் முணங்கிக்கொண்டே சொன்னான்.

'போலீஸ் வந்தப்பெறகு வைத்தியம் பாருங்க, தண்ணியாவது

கொடுங்க.'

'சார், தண்ணி தரக்கூடாது சார், வேற எதையாவது கலந்து குடிச்சு சூசைட் பண்ணிக்கிடுவான் சார், அப்புறம் நம்மதான் பதில் சொல்லணும்.'

போலீஸ் வந்து திடுக்கிட்டு நின்றது. டாக்டருக்கு விறைப்பாய் நின்று சல்யூட் அடித்தது.

'இவனோட பட்டப்பேர் பயில்வான் சார். நிஜப்பேரு யாருக்கும் தெரியாது. இவன்மேல பல திருட்டுக் கேஸ் இருக்கு சார், மாவட்டம் பூராவும் இவன தனிப்பிரிவு போட்டுத் தேடுறம் சார், இவன்கூட ஒரு பயங்கரக் கூட்டமே இருக்கு சார், இவன்தான் அந்தத் திருட்டுக் கூட்டத்துக்குத் தலைவன் சார்.'

அதிகாலை கையில் விலங்குடன் இரண்டு போலீஸ்காரர்கள் காவல் இருக்க பொதுவார்டில், கடேசி ஆளாக கக்கூஸ் பக்கத்தில் தரையில் பாயில் கிடத்தப்பட்டிருந்தான். இரண்டு போலீஸ்காரர்களும் மூத்திர நாற்றத்தைச் சகிக்காமல் வாசலில்போய் நின்றார்கள். காலில் கட்டியிருந்த வெள்ளைத் துணியை நனைத்துக்கொண்டு இன்னும் இரத்தம் புள்ளியாய் கொப்பளித்தது. தன்னை எல்லோரும் விஷ ஜந்துவைப் பார்ப்பதுபோல பார்ப்பதை எண்ணி முதன்முறையாக வெட்கப்பட்டான். தன் மேஜையிலிருந்தபடியே ட்யூட்டி நர்ஸ் கையில் ஊசியுடன் சத்தமாய்க் கத்தினாள்.

'ஆறுமுகம்... ஆறுமுகம் யாரு.'

அவன் உட்கார்ந்தபடியே கையை உயர்த்திப் பரிதாபமாய்ப் பார்த்தான்.

'வாய்தொறந்து சொன்னா என்ன, வாயில கொளக்கட்டையா வச்சிருக்க.'

'......,'

'வா... வந்து ஊசி போட்டுட்டு, மாத்திரை வாங்கிக்க.'

'நடக்க முடியலம்மா.'

'சொவர் ஏறிக்குதிச்சு களவாங்கத் தெரியுதா.'

எல்லோரும் இவனை உற்றுப் பார்க்கவும் சிரிக்கவும் தலை கவிழ்த்துக்கொண்டான். வேகமாய் வந்த காவல் போலீஸ்காரர்கள் முறைத்தபடி அதட்டினார்கள்.

'டே.......ய், திருட்டு ராஸ்கல் எந்திரிவே...'

சிகிச்சை ❋ 163

‘…….’

‘இப்ப எந்திரிக்கையா மிதிக்கவா.’

நர்ஸ் கொஞ்சம் மனமிரங்கி நடந்து வந்து கடுகடுப்புடன் நறுக்கென்று ஊசி குத்திவிட்டு மாத்திரையை எறிந்துவிட்டுப் போனாள். சாப்பாடு வாங்கவும் ஒன்றுக்குப் போகவும் முடியாமல் தவித்தான். சாயங்காலம் வேறு நர்ஸ் வந்தாள். கண்ணாடி போட்டிருந்தாள். வயோதிகம், முகத்தில் சுருக்கங்கள். இவன் பரிதாபமாய்ப் பார்த்துக் கொண்டிருந்தான். டியூட்டி முடிந்து புறப்படத் தயாராய் நின்ற நர்சும் புதிதாய் வந்த நர்சும் பேசிக்கொள்வது கேட்டது.

‘ஆக்ஸிடெண்ட் கேச ஏன் லெட்ரின் பக்கத்துல போட்ருக்கீங்க.’

‘சிஸ்டர் அவன் பெரிய திருட்டுப்பய.’

‘இருக்கட்டுமே, நமக்கென்ன, நமக்கு அவன் ஒரு நோயாளி அவ்வளவு தான். வாந்தி, டயோரியா, காலரா கேஸத்தான் லெட்ரின் பக்கத்துல போடனும்.’

பதில் சொல்லாமலே டியூட்டி முடிந்த நர்ஸ் போய்விட்டாள். ஆறுமுகம் புது வெளிச்சத்தைத் தரிசித்தான். முற்றிலும் ஓர் புதிய உலகம் கண்டு ஆனந்தப்பட்டான். புதிதாய் வந்த நர்ஸ் கையைப் பிடித்துத் தூக்கி மெதுவாய் நடக்கவிட்டு தன் பக்கத்தில் உள்ள விபத்து நோயாளிகளுக்கான படுக்கையில் உட்கார வைத்தாள். கட்டுப் போட்ட கால்களுக்கடியில் ஒரு பிளாஸ்டிக் விரிப்பை விரித்து மெதுமெதுப்பாய் மெதுவாய்க் காலைத் தூக்கிவைத்தாள். ஒன்னுக்கிருக்க தகரக் குவளையும், மாத்திரை சாப்பிடத் தண்ணீரும் கொடுத்தாள். ஒரே நொடியில் கால் வலியே இல்லாதது போன்ற நெகிழ்ச்சியில் தினமும் அவள் வருகைக்காகவே ஏங்கினான். அவள், அவனிடம் தாராளமாகப் பேசினாள், சிரித்தாள், ஜோக் அடித்தாள். தன் வயதையும் மீறி கலகலப்பாய் சிரிக்க வைத்தாள். ஒரே வாரத்தில் தானாவே எழுந்து நிற்கவும், சுவரைப் பிடித்துக்கொண்டு மெதுவாய் எட்டு வைக்கவும் முடிந்தது. போலீஸ் காவல் தொடர்ந்தது. நர்ஸ் ஏதோ எழுதிக்கொண்டு இருந்தாள். ஆறுமுகம் மெதுவாய் கூப்பிட்டான்.

‘அம்மா… அம்மா.’

‘என்னப்பா ஆறுமுகம்.’

‘இன்னும் எவ்வளவு நாள் நான் இருக்கனும்.’

‘ஏன்… வெளியில் நெறய்யா வேல இருக்கா?’

‘இல்லம்மா.’

‘அப்புறமென்ன, நல்லா குணமான பெறவு போகவேண்டியதான.’

‘.......’

‘சீக்கிரமாப் போயி எங்காவது திருடனும் அப்படித்தான.’

‘சத்தியமா இனிமே திருடமாட்டம்மா.’

‘நம்பலாமா.’

‘சத்தியமா நம்புங்கம்மா, இனிமே திருடமாட்டம்மா.’

‘ஆறுமுகம்... மொதல்ல அழுகுறத நிறுத்து. அந்த எட்டாம் நம்பர் பெட்ல ஒரு பொண்ணு படுத்திருக்கா பாத்தியா, துத்தத்த தின்னு விழுங்கிட்டா. கஷ்டப்பட்ட குடும்பம். நாலு பொம்பளப் புள்ளைகளாம். இவதான் மூத்தவ. அவுக அப்பா ஒரு பிரைவேட் ஸ்கூல்ல பியூனா இருக்காராம். இந்தப் பொண்ணுக்குக் கல்யாணம் நிச்சயமாகிருந்திருக்கு. பாவம் கஷ்டப்பட்டு சேத்து வச்சிருந்த நகை எல்லாத்தையும் கல்யாணத்துக்கு நாலு நாள் இருக்கும்போது, ஓட்டப்பிரிச்சு வீட்டுக்குள்ள எறங்கி அப்பிடியே டிரங்பெட்டியோட தூக்கிட்டுப் போய்ட்டான் திருடன். அவ பாரு ஒரு மாசமா பெட்ல இருக்கா. பெழைக்கிறது சங்கடம், அவ எச்சில் துப்புனா துத்தக்கலர், ஒன்னுக்கு இருந்தா துத்தக்கலர், அவ நெறமே துத்தக்கலரா மாறிப்போச்சு, அவுக குடும்பமே ஆஸ்பத்திரில கெடந்து சீரழியுது. கல்யாணமும் நின்னுபோச்சு. நாலு பொம்பளப் புள்ளைக, ஒரு திருட்டால ஒரு குடும்பமே சீரழிஞ்சிருச்சு.’

ஆறுமுகம் ரொம்பவும் சந்தோஷமாயிருந்தான். நாளை டிஸ்சார்ஜ். கொஞ்சம் கிந்திக் கிந்தி நடந்தபடியே அஞ்சாறு தடவை கக்கூசுக்குப் போய் வந்தான். காவலுக்கு வாசலில் உட்கார்ந்திருந்த இரண்டு போலீஸ்காரர்களும் ஓயாமல் சிகரெட் பிடித்துக்கொண்டும் சிரித்துப் பேசிக்கொண்டும் இருந்தார்கள். சிறிது நேரத்திற்கெல்லாம் அந்தப் பொது வார்டு பரபரப்பானது. ஆறுமுகத்தைக் காணவில்லை. வெளிப் பக்கம் பூட்டியிருந்த கக்கூஸ் கதவை உடைத்துப் பார்த்தது போலீஸ். அந்தச் சிறிய ஜன்னலின் சிமெண்ட் கிராதி உடைக்கப்பட்டு, தரையைத் தொட்டபடி ஒரு கயிறு தொங்கிக்கொண்டிருந்தது. போலீஸ் பட்டாளம் சல்லடை போட்டுத் தேடியது. டியூட்டி நேரம் முடிந்து வீட்டுக்கு கிளம்பத் தயாரான அந்த வயோதிக நர்ஸ் உடை மாற்றும் சிறிய அறைக்குள் இருந்த தன்னுடைய டிபன் பாக்சை எடுத்துத் தோள் பைக்குள் வைப்பதற்காகக் கையில் எடுத்தாள். வெற்று டிபன் பாக்ஸ் கனமாயிருக்கவும் திறந்து பார்த்தாள். டிபன்பாக்ஸ் நிறைய கண்ணைப் பறிக்கும் தங்க நகைகள், நூறுரூபாய் கட்டுகள் இரண்டு,

ஒரு துண்டுச் சீட்டு.

'முதலில் என்னை மன்னிக்கவும். இந்த நகைகளையும், பணத்தையும் எட்டாம் நம்பர் பெட் பெண்ணிடம் கொடுக்கவும். போலீஸ் என்னை இன்னும் கைது செய்ததாகக் காட்டவில்லை. ஏனென்றால் ஒன்று என்னைக் கொல்லுவார்கள். அல்லது இனிமேல் புதிதாய் கைது பண்ணுவார்கள். கையைக் காலை ஒடித்துவிட்டு தப்பியோட முயன்றதாகச் செய்தி போடுவார்கள், கடை கடையாய்க் கூட்டிப் போய் திருட்டு நகைகளை இங்கேதான் விற்றேன் என்று சொல்லச் சொல்லி, கடைகளிலும் வசூல் பண்ணுவார்கள்.'

'சத்தியமாக நான் இனிமேல் திருடமாட்டேன். உங்கள் மீது சத்தியம்.'

தூரத்தில் டியூட்டி மாற்றுகிற நர்ஸ் வேகமாக வந்துகொண்டிருந்தாள்.

22

வலைகள்

அந்தக் கார், கோயிலின் முன்னால் வந்து நின்றது. காரிலிருந்து இறங்கிய, நவீன மோஸ்தரில் இருந்த அவன் சுற்றும்முற்றும் பார்த்தான். ஊர் ஜனங்கள் எல்லோரும் கூடிநின்று வேடிக்கை பார்க்க ஒவ்வொரு லக்கேஜாக இறக்கிக் கீழே வைத்தான். விலை உயர்ந்த பேண்ட்-சர்ட், பூட்ஸ், தங்கக் கலர் மின்னும் வாட்ச், மணிக்கட்டில் பிரேஸ்லெட், கழுத்தில் புரளும் மைனர் செயின், மோதிரங்கள், கூலிங்கிளாஸ், புகைந்துகொண்டிருக்கும் வெளிநாட்டு சிகரெட். அலட்சியமாக ரூபாயை எண்ணிக் கொடுத்துக் காரை அனுப்பிவிட்டு, இரண்டு ரோஜாப்பூ மாலைகளை மட்டும் கையில் தூக்கிக் கொண்டு கோயிலை நோக்கி நடந்தான். கூட்டமும் அவன் பின்னாலேயே போனது. கோயிலின் கதவுகள் பூட்டியிருந்ததால் திகைத்து நின்றான். கூட்டத்தை விலக்கிக்கொண்டு அவன் முன்னால் போய் நின்று கிழவர் கேட்டார்.

'அய்யாவுக்கு எந்த ஊரு?'

'இந்த ஊர்தான்.'

'இந்த ஊர்னா எங்களுக்குத் தெரியாத ஆள் இருக்கா?'

'தாயம்மா தம்பி காளிமுத்து.'

'எந்தத் தாயம்மா... பனையிலிருந்து விழுந்து செத்தான குருசாமி, அவன் மக தாயம்மாவா, அவ தம்பியா?'

'அந்தக் குருசாமியோட மகனேதான்.'

அவன் பேசிய தமிழ் ஒரு மாதிரி இருந்தாலும் புரிந்து கொள்ளும்படி இருந்தது. தாயம்மாவைக் கூட்டிவர ஒருவன் ஓடினான். கோயில் பூசாரியைக் கூட்டிவர ஒருவன் ஓடினான். ஒரே வினாடியில் அவன் அவர்களுக்குள் கரைந்து ஐக்கியமாகிவிட்டான். இப்போது கிழவர் நெருங்கி கிட்டத்தில் போய்த் தொட்டுப் பேசினார்.

'ஏம் பேரப்புள்ள, இப்பத்தான் உருளகுடிக்கு வழி தெரிஞ்ச தாக்கும். நாங்க எல்லோரும் ஆளு செத்துப் போயிருக்கும்னு நெனச்சோம்.'

'ஊரவிட்டுப் போயி பதினஞ்சு வருஷமாச்சில்ல. யாரும் அப்படித் தான் நெனப்பாக.'

பூசாரி வேகமாய் வந்து கோயிலைத் திறந்தார். அவன் இரண்டு ரோஜாப்பூ மாலைகளையும் மற்றும் அவன் வாங்கி வந்திருந்த தேங்காய், பழம், சூடம், பத்தி எல்லாவற்றையும் அவரிடம் கொடுத்தான். தாயம்மா ஓடிவந்து கட்டிப்பிடித்துக்கொண்டு கூப்பாடு போட்டு அழுதாள். பதிமூன்று வயதில் ஊரைவிட்டு ஓடிப்போனவன். இருபத்தெட்டு வயது வாலிபனாய் பணக்காரத் தோரணையில் தன் முன்னால் நின்றால், யார்தான் ஆச்சரியமாய்த் திகைத்து நிற்க மாட்டார்கள்? தாயம்மாள் அழுதபடியே நின்றாள்.

அந்த ஊரே கோயிலின் முன்னால் கூடி நிற்க பூஜை முடித்து தீப ஆராதனைத் தட்டுடன் வெளியே வந்தார் பூசாரி. நூறு ரூபாய்க் கட்டை வெளியே எடுத்து அதிலிருந்து சடசடக்கும் புதுத்தாள் இரண்டை உருவி தீப ஆராதனைத் தட்டில் வைத்துத் தொட்டுக் கும்பிட்டுத் திருநீறு பூசிக்கொண்டான் காளிமுத்து. கோயில் முன்னால் நிற்கும் இரண்டு வேப்பமரங்களின் நிழல்களும் கிழக்காமல் நீண்டு கோயில் வாசலில் படிந்திருந்ததால் அந்த இடமே கொஞ்சம் இருட்டாய் இருந்தது. தீப ஆராதனைத் தட்டில் கொழுந்துவிட்டு எரியும் சூடத்தைத் தொட்ட மாயம் தெரியாமல் ஆண்டிச்சிக் கிழவி குதியாளம் போட்டுச் சாமியாடினாள். சூம்பிப்போன காய்ந்த பீர்க்கங் குடுக்கைகளைப் போல் தொங்கிக்கொண்டிருந்த மார்பகங்கள் குதியாடக் குதித்துக் குதித்து ஆடியதால் ரவிக்கையில்லாத நெஞ்சு விகாரமாய்த் தெரிந்தது. கொஞ்சநேரம் கழித்து தன்னை ஆசுவாசப்படுத்திக்கொண்டாள். கூட்டம் அமைதியாய் வட்டஞ் சுற்றி நின்று வேடிக்கை பார்த்தது. யாரோ ஒருவன் வேப்பிலைக் கொப்பைக் கையில் கொடுக்கவும் வேப்பிலைகளை உருவி உருவி கொத்துக் கொத்தாய் மென்று கொண்டே ஆடினாள். 'தஸ் தஸ்' என்று இளைத்தபடியே சத்தமாய்ப் பேசினாள்.

'டே...ய், நல்லாக் கேட்டுக்கோ, ஒன்னய மறுபடியும் இங்க கொண்டாந்து சேர்த்தது நான்தாண்டா, எதுக்குக் கொண்டாந்து சேத்திருக்கன் தெரியுமா?.... தெரியுமாடா?'

'எங்களுக்கு என்ன தெரியும், ஆத்தா என்ன நெனச்சிருக்கோ

ஆருக்குத் தெரியும், சொன்னாத்தான் தெரியும்.'

'ஒன்னால எனக்கு ஒரு காரியம் ஆகணும்டா. எனக்கு சுத்துச்சுவர் கெட்ட இந்த ஊர்ப்பயகளுக்கு வக்கில்ல. அந்தக் காரியம் ஒன்னால தாண்டா நெறவேறணும். ஒன்னய ரொம்ப சோதிச்சிட்டேண்டா, இனிமே ஒனக்கு ஏத்தம்தான், பயப்படாத. கொஞ்ச வயசுலேயே ஒங்க அப்பன் பனையிலிருந்து விழுந்து செத்தான். நிய்யும் உங்க அக்காளும் இம்புட்டுப் புள்ளைக. ஒங்க ஆத்தா சேவல்கூடச் சேந்துகிட்டு குஞ்சிகளக் கொத்தி வெரட்ற கோழி மாதிரி ஒங்க ரெண்டு பேர்த்தயும் அனாதையா விட்டுட்டு, ஓடுகாலி முண்ட, ஒரு வேகாரிப் பயலோட ஓடிப் போய்ட்டா. தெச தெரியமாத் திரிஞ்ச ஒன்னய நான்தான்டா இந்த ஊரவிட்டுப் போடான்னு வெரட்னன். ஒங்க அக்காளையும் நான் அனாதையா விடல, சமஞ்சவொடன ஒரு பய கையில, ஒப்படைச்சன். அவளுக்கு இப்ப ரெண்டு வாரிசு. ஒங்க அப்பன் பேர் சொல்ல ஆணு ஒண்ணு. அந்த ஓடுகாலி ஒங்க ஆத்தா பேர் சொல்ல பொண்ணு ஒண்ணு. ஒங்க குடும்பத்தப் பிடிச்ச கெரகம் ஒங்க அக்கா தாலியக் காவு கேட்டுருச்சி, காட்டுக்குப் போன ஒங்க அக்கா புருஷன் பாம்பு கடிச்சு செத்துப் போனான். வாழா வெட்டியா இருக்கிற ஒங்க அக்காளுக்கும் அவ புள்ளைகளுக்கும் தொண வேணும்னு தாண்டா ஒன்னய இங்க கூட்டியாந்தன். எல்லாக் கெரகமும் மலையேறிப் போச்சு. இனிம நிய்யி கல்லத் தொட்டாலும் மண்ணத் தொட்டாலும் பொன்னா மாறும்டா. இப்பச்சொல்லு என்ன நெனப்பியா, எனக்கு சுத்துச்சுவர் எழுப்புவியா?'

'அவன் என்ன அசலூர் ஆளா சாமி, செய்வியா செய்ய மாட்டியானு கேக்க. நம் ஊரு ஆளு, நம்ம ஊரு கோயிலுக்குச் செய்யமாட்டமின்னா சொல்வான்.'

கோயிலுக்குச் சுற்றுச் சுவர் கட்டுவதற்கு ஒப்புதல் வாங்கிக் கொண்டவுடன் ஆண்டிச்சிக் கிழவி ஆடுவதை நிறுத்திவிட்டு சாந்தமாகிப் போனாள். ஆளுக்கொரு லக்கேஜைத் தூக்கிக்கொள்ள கூட்டம் அவனைப் பின்தொடர்ந்து தாயம்மாளின் வீட்டை முற்றுகையிட்டது. குழந்தைகளைக் கொண்டுவந்து விடும் தீப்பெட்டிக் கம்பெனி பஸ் இன்னும் வராததால் தாயம்மாளின் மகளும் மகனும் இன்னும் வரவில்லை. தாயம்மாள் ஓடி ஓடி சமையல் வேலையை ஆரம்பித்தாள். தங்கள் தங்கள் உறவுகளைச் சொல்லிக்கொண்டு ஆண்களும் பெண்களும் அவனைச் சூழ்ந்துகொண்டார்கள். சிலர் ஓசி சிகரெட் வாங்கிப் புகைத்தார்கள். இன்னும் சிலர் சாராயங் குடிக்கக்

காசு வாங்கிப் போனார்கள்.

ஏறிட்டுப் பார்க்கக்கூட நாதியற்றுக் கிடந்த தாயம்மாளின் வீட்டில் ஆண்களும் பெண்களும் உறவுமுறை சொல்லிக்கொண்டு எப்போதும் நிறைந்து கிடந்தார்கள். ஆண்களுக்குத் தாராளமாகப் பிராந்தி பாட்டில்களும் பெண்களுக்குப் புதிய புதிய சேலைகளும் விட்டெறிந்துகொண்டே இருந்தான். மும்பையில் தன்னுடைய செல்வாக்குகளையும் பெருமைகளையும் ஓயாமல் சொல்லிக் கொண்டு இருந்தான். தான் ஒரு முக்கிய விஷயமாக சென்னை வந்ததாகவும், அதனால்தான் இங்கு வர முடிந்தது என்றும், தான் உடனே கிளம்பவேண்டும் என்றும் சொன்னபோது தாயம்மாள் அழுதாள்.

'பொம்பளப் புள்ளைக்குப் பத்து வயசாகுது. பையனுக்கு எட்டு வயசாகுது. இதுக ரெண்டையும் நான் வளர்க்கப்பட்ட பாடு ஆண்டவனுக்குத்தான் தெரியும். ஒங்க மாமா செத்துத் தாலியறுத்த பெறவு இந்த ஊர்ல எனக்குத் தவிச்ச தண்ணி குடுக்கக்கூட நாதியில்ல, நிய்யும் ஓடிப் போயிட்ட, பிச்சை எடுக்காதது ஒண்ணுதான் பாக்கி. எப்படியோ உருண்டு பெரண்டு எந்திரிச்சிட்டன். மூத்தவ வாரத்துக்கு அறுபது ரூவா கொண்டு வாரா, சின்னப்பய நாப்பது ரூவாய்க்குக் கொறையாம வாங்குவான். நானும் நித்தம் வேலைக்குப் போயிருவன், இனிமே எனக்குக் கவலையே கிடையாது. கடவுள் புண்ணியத்துல நிய்யும் வந்து சேந்திட்ட, பொம்பளப் புள்ள வயசுக்கு வந்திட்டா எவனாவது ஒரு நல்ல பயலாப் பார்த்துப் புடிச்சுக் குடுத்திட்டு நிம்மதியாக் கண்ண மூடுவன்.'

'அந்தக் கவலையே வேண்டாம். நாளைக்கு நான் போகும் போது ரெண்டுபேர்த்தையும் ஏங்கூடக் கூட்டிட்டுப் போறன். நம்ம கோயிலுக்குச் சுத்துச்சுவர் கட்றதுக்குப் போனவொடன பணம் அனுப்பி வைக்கன். நிய்யே எல்லாத்தையும் கட்டி முடிச்ச பெறவு எனக்குக் கடிதம் போடு, ஒடனே வந்து சாமி கும்பிட்டுட்டு நம்ம ரெண்டு பேரும் மும்பைக்கே போயிரலாம். இனிமே இந்த ஊரு ஒனக்கு வேண்டாம்.'

மறுநாள் அவனும் இரண்டு குழந்தைகளும் புறப்பட்டபோது ஊரே நின்று வழியனுப்பி வைத்தது. ஊர்ப் பெரியவர்களிடம் தான் போனவுடனேயே கோயில் வேலைக்குப் பணம் அனுப்புவதாகவும் வேலை முடிந்தவுடன் வந்து அக்காவையும் கூட்டிக்கொண்டு போக இருப்பதாகவும் சொல்லிவிட்டுப் புறப்பட்டான்.

அவர்கள் மூன்றுபேரும் ரயிலிலும் காரிலும் பிராயணம் செய்து

மும்பையின் அந்த பிரம்மாண்டமான பங்களாவுக்குள் நுழைந்தார்கள். குழந்தைகள் இரண்டும் மிரட்சியுடன் அவன் கைகளைப் பிடித்துக் கொண்டே நடந்தார்கள். ஒரு ஆஜானுபாகுவான உடலையுடைய வளர்ந்தவன் குறுந்தாடியுடன் இவனை வரவேற்றான். இருவரும் ரொம்ப நேரம் பேசிக்கொண்டிருந்தார்கள். பாஷை புரியாததால் இரண்டு குழந்தைகளும் மலங்க மலங்க விழித்தபடி நின்றார்கள். சாயங்காலமானவுடன் காளியப்பன் போய்விட்டான். ஆம்பிளையு மில்லாத பொம்பிளையுமில்லாத ஒருவன் வந்தான். இருவரையும் கூட்டிக்கொண்டு போய் நன்றாகக் குளிப்பாட்டி அலங்கரித்து விட்டுப்போனான்.

விசாலமான அந்த அறையில் விதவிதமான அலங்காரப் பொருள்கள் நிறைந்திருந்தன. அறையின் மையத்தில் கனத்த மெத்தையுடன் இரண்டு பெரிய கட்டில்கள் கிடந்தன. கவர்ச்சியாக உடையணிந்த நடு வயதுள்ள ஒரு பெண் வந்து கட்டிலில் உட்கார்ந்தாள். ஆசையோடு சிறுவனை இழுத்து மடியில் அமர்த்திக் கொண்டாள். வளர்ந்த ஆஜானுபாகுவான உடலையுடைய குறுந்தாடி மனிதனும் கதவைப் பூட்டிவிட்டு உள்ளே வந்தான். அவன் கையில் பெரிய பாட்டில் இருந்தது. பிரிட்ஜைத் திறந்து தம்ளரும் ஐஸ்கட்டியும் எடுத்துக்கொண்டான். ஆணும் பெண்ணும் தண்ணீரைக் குடிப்பது போல் குடித்தார்கள். அவன் சிறுமியை ஆசையோடு தூக்கி மடியில் வைத்துக் கொண்டு முத்தினான். வெட்டப்போகிற ஆட்டுக்குட்டி அரிவாள் முன்னால் நிற்பதுபோல் இருவரும் பயந்து நடுங்கினார்கள்.

அறையில் எல்லா லைட்களையும் அணைத்துவிட்டு நீலக்கலரில் எரியும் இரவு லைட்டை மட்டும் எரிய விட்டான். கையில் வைத்திருந்த ரிமோட்டை அழுத்தியவுடன் அகன்ற திரையுடைய டி.வி.யில் படம் ஓடியது. அந்தக் கிராமத்துச் சிறுவனும் சிறுமியும் ஆச்சரியமாகப் பார்த்தார்கள்.திரையில் ஒரு பெண் ஒரு சிறுவனை என்னவெல்லாமோ செய்தாள். கொஞ்ச நேரங்கழித்து ஒரு சிறுமியை ஓர் ஆண் என்னென்னவோ செய்தான். நீலக்கலர் இரவு லைட் வெளிச்சத்தில் கடலுக்குள் நீச்சலடிப்பது போல் இருந்தது அந்தக் காட்சி. படம் ஓடிக்கொண்டிருக்கும்போதே அறையில் நீலக்கலர் இரவு விளக்கு அணைந்தது. சிறுவனை அந்தப் பெண்ணும் சிறுமியை அந்த ஆணும் உடன் படுக்க வைத்துக் கொண்டார்கள். கொஞ்ச நேரத்தில் டி.வி.யும் நின்று போனதால் அறையில் முழு இருள் கவிழ்ந்தது.

நீருக்குள் மூழ்கும் நீச்சல் தெரியாதவர்கள் போடும் கூப்பாட்டுச்

சத்தம் போல் இரண்டு அலறல் சத்தங்களும் அதைத் தொடர்ந்து மாமா... மா... மா... மா... மா... என்ற அழுகைச் சத்தமும் கேட்டன. அப்புறம் அழுகைச் சத்தம் குறைந்து இப்போது முக்கலும் முனகலும் மட்டுமே கேட்டன. குளிரூட்டப்பட்ட அந்த அறையில் உஷ்ணம் ஏறிக் கொண்டிருந்தது. அவர்களுடைய மாமா வரவேயில்லை.

கோயிலுக்குச் சுற்றுச்சுவர் கட்டப் பணம் வரும் வரும் என்று காத்திருந்த ஊர்ப் பெரியவர்கள் அதை மறந்தே போனார்கள். ஆனால் தாயம்மாள் இந்தப் பத்து வருஷமாக புளியமரத்தடியில் உட்கார்ந்திருப்பது தாயம்மாளேதான். போஸ்ட்மேனை எதிர்பார்த்துக் காத்திருக்கிறாள். தூரத்தில் போஸ்ட்மேனின் காக்கிச் சட்டை தெரிகிறது.

23

சிருஷ்டி

மொச்சிவிளார்க் கட்டை பொத்தென்று தரையில் விட்டெறிந்தான் சீனி. ஆலமரத்தின் நிழற் குளுமையில் உடம்பை ஆசுவாசப்படுத்தினான். வெட்டித் துண்டிக்கப்பட்ட உள்ளங்கையெனக் கிடந்த பழுத்துதிர்ந்த ஆலிழைகளைக் கூட்டி ஒதுக்கி உட்கார்ந்தான். சிதறிய நாணயச் சில்லரையாய்க் கிடந்தன பறவை எச்சங்கள். பறவைகளின் கெச்சட்டம் குறைந்து மரம் அமைதிப்பட்டிருந்தது. அவ்வப்போது கேட்கும் ஒற்றைப் பறவைகளின் சத்தம் மட்டும் இனிச் சாயங்காலம் வரை கேட்டுக்கொண்டே இருக்கும். மொச்சிவிளார்க் கட்டை அவிழ்த்து தோதான நீண்ட விளார்களைப் பிரித்துப் போட்டான். வேதக் கோவிலில் இப்போது சத்தங்கள் குறைந்து அமைதியானது. சாமியாரின் ஒற்றைக்குரல் மட்டும் சத்தமாகக் கேட்டது. சீனி கூடை பின்னிக்கொண்டே காதுகளைக் கூர்மையாக்கிக்கொண்டு கேட்டான். சாமியாரின் கரகரத்த முரட்டுக்குரல் காற்றில் மிதந்து வந்தது.

'அப்போஸ்தலனாகிய பவுல், தீத்துவுக்கு எழுதின நிருபம், அதிகாரம் மூன்று, துரைத்தனங்களுக்கும், அதிகாரங்களுக்கும் கீழ்ப்படிந்து அடங்கியிருக்கவும், சகலவிதமான நற்கிரியைகளையும் செய்ய ஆயத்தமாகியிருக்கவும், ஒருவனையும் தூஷியாமலும், சண்டை பண்ணாமலும், பொறுமை உள்ளவர்களாய் எல்லா மனுஷருக்கும் சாந்த குணத்தைக் காண்பிக்கவும் அவர்களுக்கு நினைப்பூட்டு.'

'ஏனெனில் முற்காலத்தில் நாமும் புத்தியீனமும், கீழ்ப்படியா தவர்களும், வழிதப்பி நடக்கிறவர்களும், பலவித இச்சைகளுக்கும், இன்பங்களுக்கும், அடிமைப்பட்டவர்களும், துர்க்குணத்தோடும், பொறாமையோடும் ஜீவனம் பண்ணுகிறவர்களும், பகைக்கப்படத் தக்கவர்களும், ஒருவரையொருவர் பகைக்கிறவர்களுமாயிருந்தோம். ஒருவருக்கொருவர் பொய் சொல்லாதிருங்கள். பழைய மனுஷனையும் அவன் செய்கைகளையும் களைந்துபோட்டு, தன்னைச் சிருஷ்டித்தவரின் சாயலுக்கொப்பாய்ப் பூரண அறிவடையும்படி புதிதாக்கப்பட்ட புதிய

மனுஷனைத் தரித்துக்கொண்டு இருக்கிறீர்கள். அதிலே கிரேக்க னென்றும், யூதனென்றுமில்லை. விருத்தசேதனம் உள்ளவன் என்றும் விருத்தசேதனமில்லாதவனென்றுமில்லை. புறஜாதியான் என்றும், புறதேசத்தானென்றுமில்லை, அடிமை யென்றும், சுயாதீனனென்று மில்லை. கிறிஸ்துவே எல்லாரிலும் எல்லாமுமாய் இருக்கிறார்.'

சீனி அடிச்சுற்றி வட்டம் கட்ட ஆரம்பித்திருந்தான். பழுத்த இலைகள் உதிரும் இலேசான சத்தம் தவிர வேறு சத்தமில்லை. எப்போதாவது ஒற்றைப் பறவையின் சிறகசைப்பில் கிளையசையும் சிறு சத்தம்.

'முதலாம் தூதன் எக்காளம் ஊதினான். அப்போது இரத்தம் கலந்த கல் மழையும், அக்னியும் உண்டாகி பூமியிலே கொட்டப்பட்டது. அதனால் மரங்களில் மூன்றிலொரு பங்கு வெந்து போயிற்று, பசும்புல்லெல்லாம் எரிந்து கருகிப்போயிற்று. அப்பொழுது அக்னியால் எரிகிற பெரிய மலை போன்றதொன்று சமுத்திரத்திலே போடப்பட்டது. அதனால் சமுத்திரத்திலே மூன்றிலொரு பங்கு இரத்தமாயிற்று. சமுத்திரத்திலிருந்த ஜீவனுள்ள சிருஷ்டிகளில் மூன்றிலொரு பங்கு செத்துப்போயிற்று. கப்பல்களில் மூன்றிலொரு பங்கு சேதமாயிற்று.'

'அப்பொழுது ஒரு பெரிய நட்சத்திரம் தீவட்டியைப் போல் எரிந்து வானத்திலிருந்து விழுந்தது. அந்த நட்சத்திரத்தின் பெயர் எட்டி. அதனால் தண்ணீரில் மூன்றிலொரு பங்கு எட்டியைப் போல் கசப்பாயிற்று. இப்படிக் கசப்பான தண்ணீரினால் மனுஷரில் அனேகம் பேர் செத்தார்கள். அப்பொழுது சூரியனில் மூன்றிலொரு பங்கும், சந்திரனில் மூன்றிலொரு பங்கும், நட்சத்திரங்களில் மூன்றிலொரு பங்கும் சேதப்பட்டது. அவற்றவற்றில் மூன்றிலொரு பங்கு இருளடைந்தது. பகலிலும் மூன்றிலொருபங்கு பிரகாச மில்லாமல் போயிற்று, இரவிலும் அப்படியே ஆயிற்று. பின்பு ஒரு தூதன் வானத்தின் மத்தியிலே பறந்துவரக் கண்டேன். அவன் மகா சத்தமிட்டு, இனி எக்காளம் ஊதப்போகிற மற்ற தூதர்களுடைய எக்காள சத்தங்களினால் பூமியில் குடியிருக்கிறவர்களுக்கு, ஐயோ, ஐயோ என்று சொல்லக் கேட்டேன்.'

உச்சி மரத்திலிருந்து மிதந்து வந்த பறவையின் ஒற்றைத் தூவி ஒன்று காற்றில் ஆடியபடியே தூரத்தில் போய் விழுந்தது. மரத்தில் பறவை இருக்கும் இடம் தெரியவில்லை. அரைவட்டமாய்த் திரண்ட கூடையைச் சுற்றிச் சுற்றி விளார்களை இறுக்கினான் சீனி. பாதிரியின்

குரல் இப்பொழுது முன்னிலும் பார்க்க தெளிவாய்க் கேட்டது.

'என்னில் பிரியமான சகோதர சகோதரிகளே, அதன்படியே பூமிக்கு என்னென்ன கேடுகள் வரும் என்பதையும் பூமியில் வசிப்பவர்கள் என்னென துன்பங்களை அனுபவிப்பார்கள் என்பதையும் சுவிசேஷம் தெளிவாகக் கூறுகிறது. சிங்கங்களின் பற்களைப்போல் பற்கள் உள்ள, ஸ்திரிகளின் கூந்தலைப்போல் கூந்தல் உள்ள, யுத்த ஆயத்தக் குதிரைகள் போன்ற, தலைகளில் கிரீடம் சூடிய, மனுஷ முகங்களை யுடைய, தேள்களின் விஷக் கொடுக்குகளையுடைய கோடிக்கணக்கான வெட்டுக்கிளிகள் பறந்து வந்து பூமியில் இறங்கவும், தங்கள் நெற்றிகளில் தேவனுடைய முத்திரையைத் தரித்திராத மனுஷர்களை மாத்திரம் சேதப்படுத்த அவைகளுக்கு உத்தரவு கொடுக்கப் பட்டது. சாகாமல் வேதனை தரும் துன்பம் கொடுக்க உத்தரவு கொடுக்கப்பட்டது.'

முதலாம் தூதன் எக்காளம் ஊதினான்: வானத்திலிருந்து உதிர்ந்த நட்சத்திரங்களாய் பூமியின் அனைத்து மண்டலங்களிலும் இரத்த மழைப் பொழிவாய் விஷ விருட்ச மழை பொழியும். எவர் கண்ணுக்கும் புலப்படாமல் பூமியின் கருவறைக்குள் போய்ப் பதுங்கிக்கொள்ளும். தேவ தூதனின் நாமத்தைத் தரிக்காதவர்களின் விளைநிலங்களில் செடியற்ற செடிகளாய் முளைக்கும். அதன் வேர்கள் பூமியின் கருவறையிலிருந்து வருவதால் வேரின் நீளத்தையும், அது பதிந்துள்ள ஆழத்தையும் கணக்கிடுவது கடினத்திலும் கடினம். அது வனமற்ற வனமாய் வளர்ந்து செழித்தோங்கும். கனி வர்க்கங்களற்ற கானகமாய்க் காட்சி தரும். புல்லினங்கள், விலங்குகள் குடியிருக்காமல் மாறாக தேள், பாம்பு, பல்லி, நட்டுவாக்காலி போன்ற விஷ ஜந்துக்கள் பல்கிப் பெருகும். பூமியின் கருவறையிலிருந்து முளைத்த அந்த மரங்களுக்கு அழிவென்பதே இல்லை. காற்றிலிருந்து தண்ணீரையும் தரையிலிருந்து வளத்தையும் உறிஞ்சி வாழும். பூ எது, காய் எது, பழம் எது, விதை எது என்று யாருக்கும் புலப்படாது. ஏனெனில் அந்த மரங்களின் விதை அக்னி மழையாய் வந்தது. அந்த மரங்கள் நெருப்பில் கருகாமல், தண்ணீரில் அழுகாமல் செழித்து வளர்ந்து முட்புதர்களாகும்.

இரண்டாம் தூதன் எக்காளம் ஊதினான்: அந்த வனமற்ற வனங்களில் பின்னிப் பிணைந்த அடர்ந்த மரங்களிலிருந்து பறந்துவரும் மகரந்தப் பொடியின் நுண் துகள்கள் யாவர் வீட்டிலும் புகுந்து நிறையும். குழந்தைகள் இருப்பார்கள், குழந்தைகளாக இருக்க

மாட்டார்கள். குழந்தைப் பருவம் காணாமல் போகும். ஸ்திரீகளின் மனம் சஞ்சலித்து காம இச்சை கொண்டு பேயாய் அலைவார்கள். ஆடை ஆபரணங்களின் மேல் மோகங்கொண்டு உடல் வனப்பைப் பெருக்குவதிலும் சௌந்தர்யத்தை வழிய விடுவதிலும் அதிக நாட்டமுடையவர்களாக இருப்பார்கள். தங்கள் தங்கள் மேனிகளின் மேனா மினுக்கித்தனத்திற்காகப் பெரும் தொகையையும், பெரும் நேரத்தையும் செலவிடுவார்கள். காரண காரியங்கள் மாறி மறைக்கும் திரைகள் காட்டும் திரைகளாக மாறிப் போகும். உலகம் குறுகி அந்த வனத்தின் வலைப் பின்னலெனப் பின்னிக்கிடக்கும் சல்லி வேர்களோடு சுருங்கி உள்ளங்கைக்குள் வந்துவிடும். காம இச்சை மோகத்தால் ஆட்டுமந்தைகளைப்போல் ஜனத்திரள் பெருகும் விதைகளை உருவாக்கும் குறிகளின் நோக்கம் சிதைந்து, விதைகளுக்குப் பதில் புளித்த பார்லிக் கஞ்சியின் நீர்ச் சொட்டுக்களைப் போல் பயனற்றுப் போகும். விரக தாபத்தால் ஒரே ஸ்திரியானவள் பல ஆடவருடனும், ஒரே ஆடவனானவன் பல ஸ்திரிகளுடனும் புணரும் விந்தை நிகழும். சாத்திரங்கள் அனைத்தும் சம்பிரதாயங்களாக மாறிப் போகும். நீதி கெடும். ஆட்டுமந்தையை வழிநடத்தும் நல்ல மேய்ப்பனென்று மக்கள் ஓநாய்களை நம்புவார்கள். ஓநாய்கள் ஆட்டு மந்தைகளை வழிநடத்தும் கலையை இந்த மகரந்தத் துகள்களின் வழியாகவே மக்கள் தங்கள் வீட்டில் உட்கார்ந்தபடியே கண்டுகளிப்பார்கள்.

மூன்றாம் தூதன் எக்காளம் ஊதினான்: பூமியின் கருவறைக்குள் பதுங்கிய விதைகளின் வீரியத்தால், வேர்கள் சல்லடையாய் மாறிப் பின்னிக்கொண்டு ஆண்டாண்டுக் காலமாய் ஓடிவந்த நதியோட்டத்தைத் திசைதிருப்பும். ஓடைகள் கரையிற்றுப்போய்ப் புதிய பாதைகள் தேடி விளைநிலங்களை நாசமாக்கும். அந்த அடர்வனம் காற்றிலிருந்து நீரை உறிஞ்சுவதால் காற்றில் ஈரப்பசை குறைந்து மழையளவு குன்றி, மற்ற வனாந்திரங்கள், மனுஷர்கள் நீருக்காக ஏங்கி நா வறட்சி எடுத்து கருகிச் செத்து மடிவார்கள். நீர்வாழ் ஜீவ ஜந்துக்கள் இடம்பெயர முடியாதபடிக்கு அதன் பாதைகள் முள்வேலிகளால் தடுக்கப்படும். மனித ஜீவன்களின் வாழ்க்கையை அந்த மகரந்தத்துகள்கள் ஆட்டிப் படைக்கும். விளைநிலங்கள் அனைத்தும் விருதாவாகத் தரிசு நிலங்களாய் மாறிப்போகும். பழுத்த ஆலமரத்தின் இலைகள் தரையில் உதிர்வதைப் போல் மனுஷர்கள் தங்கள் பொதிகளையும் குழந்தைகளையும் சுமந்துகொண்டு நகரத்தில் குடியேறுவார்கள். கழுதைகளின் முதுகில் பொதிகளை ஏற்றிப்

போவதைப்போல் அன்றாடம் கூட்டங்கூட்டமாய் ஜனங்கள் அலைந்துகொண்டே இடம் தேடுவார்கள். நியாயங்கள் வலுவிழுந்து அநியாயங்கள் மேலெழுந்து வரும். காரண காரணமற்று ஒருவரையொருவர் வெட்டிக்கொண்டு சாய்வார்கள். உதிரங்கள் தரிசு நிலங்களில் வழிந்தோட முள்மரங்கள் வளப்படும். மக்கள் மந்தைகளை வழிநடத்தும் ஓநாய் மேய்ப்பர்கள் குண்டாந்தடிகளுக்குப் பதில் துப்பாக்கிகளைக் கையிலெடுப்பார்கள். தினமும் காதுகள் செவிடுபட வெடியோசை கேட்டுக்கொண்டேயிருக்கும். ஜனத்திரள் செய்வதறியாது திகைத்து நிற்கும்.'

வெய்யில் ஏற ஏற நிழலின் குளுமை அதிகரித்தது. சீனி கூடையை உருட்டி உருட்டிப் பார்த்துக்கொண்டான்.

நான்காம் தூதன் எக்காளம் ஊதினான் என்று கூறிய பாதிரியாரின் இருமல் சத்தம் காற்றில் மிதந்துவந்தது.

'சகல வல்லமையும் படைத்த ராஜ பரிபாலனங்களின் அதிகாரக் கயிறுகள் இற்றுப்போய் அறுந்துவிழும். சிதறி விழுந்த அதிகாரக் கயிறுகளின் நரம்புகளைக் கோடானு கோடி கரங்கள் இறுக்கிப் பிடித்துக்கொண்டு தேர் இழுக்கும். அந்தத் தேரின்மீது கருநாய் ஒன்று தாவிக் குதித்தேறி அமர்ந்து சிம்மாசனமிட்டுக் கொள்ளும். அந்தக் கருநாயின் உருவத்தையும் நிறத்தையும் சின்னங்களாக தோள்களில் பொறித்த அங்கவஸ்திரங்களை அணிந்த கோடானு கோடிப்பேர் கோஷமிட்டபடி தேரைச் சுமந்து செல்வர். தன் கருநீல நாக்குத் தொங்க வாய் பிளந்தபடி விகார முகங்காட்டி உட்கார்ந்திருக்கும் கருநாய், உதிர்க்கும் வார்த்தைகளைத் தங்கள் நெஞ்சங்களில் பதித்துக்கொண்டு விரதமிருப்பர். அது உதிர்க்கும் ஒவ்வொரு வார்த்தையும் ஓராயிரம் தொன்ம வார்த்தைகளை அழிக்கும். கடைசியில் ஆண்டாண்டுக் காலாமாய் மனுஷ வர்க்கம் கையாண்ட மொழியூற்று வறண்டு அந்த நாயுடன் பேசும் ஆய்வுத் தன்மையற்ற தட்டை மொழி மட்டுமே மிஞ்சி, பேச மொழியற்று, பேசுவதற்குப் பதில் மக்கள் நாய்களைப் போல் குரைப்பார்கள். கருநாயின் வம்சங்கள் பல்கிப் பெருகும். பொய்முகங்காட்டி, புணர்ச்சியின் இலக்கணம் பேசியே தேரின் சிம்மமாசனத்தை விட்டுக் கீழிறங்காது.'

ஐந்தாம் தூதன் எக்காளம் ஊதினான்: இன்னும் கொஞ்சப் பேர் கருநாய்க்குப் போட்டியாகச் செந்நாய் ஒன்றை அலங்கரித்து ரதமேற்றி இழுத்துச் செல்வார்கள். அதன் கூர் நாக்கிலிருந்து ஒழுகும் கோடானுகோடி நச்சுக் கிருமிகள் நிறைந்த ஒரு சொட்டு வாய்நீரை

நக்கிப் பார்ப்பதற்காக மக்கள் ஒருவரோடு ஒருவர் அடித்துக்கொண்டு சாவார்கள். ஸ்திரிகளும் ஆடவரும் அந்த செந்நாயின் உருவம் பொறித்த ஆடைகளையும், அதன் விகாரமான கோரைப் பற்கள் காட்டும் முகங்களையும் தங்கள் ஆடைகளில் பதித்திருப்பார்கள். தாங்கள் அணிந்திருக்கும் அங்கவஸ்திரங்களில் அச் செந்நாயின் பூத்த குறியை ஓவியமாய் வரைந்து தங்கள் மார்பகங்களில் புரளவிட்டபடி தெருக்களில், அங்காடிகளில் வெட்கமின்றிப் பிச்சை எடுப்பார்கள். அபாய அதிகாரங்கள் நிரம்பிய டப்பாக்களைக் கைகளில் ஏந்திச் செல்வார்கள். ஏழு கடல் தாண்டிச்சென்று அந்தச் செந்நாய் மூத்திரம் பெய்த நினைவிடத்தில் மண் எடுத்து, தங்கள் கண்களில் ஒற்றிக் கொள்வதோடு, தங்கள் நெற்றியிலும் நாமகரணமாகப் பூசிக் கொள்வார்கள். அந்தச் செந்நாயின் பூத்த குறியிலிருந்து வடியும் முடையை, தங்கள் எழுத்தாணிகளில் தோய்த்து மகா காவியம் படைப்பார்கள். உலகத்தையும் உலக மக்களையும் காக்கும் தத்துவ விசாரம் இது ஒன்று மட்டுமே என்று தெருக்களில் உரக்கக் கத்தி சூளுரைப்பார்கள். சிற்பங்களையும் மூலிகைகளையும் புராதன தொன்மங்களையும் பரிகாசம் செய்வார்கள். முத்துதிரச் சிரிக்கும் மழலைகளிடம்கூடக் கொஞ்சத் தெரியாத வறட்டு மனிதர்களாய் மாறி, தாங்கள் மறந்த பாஷைக்காக ஏங்குவார்கள். புரியாத கோஷங்களையே கோஷிப்பார்கள்.

சீனி கூடையை முழுவதும் பின்னி முடித்துவிட்டான். கைகளில் தூக்கித் தூக்கி அழகு பார்த்தான். மேலே வட்டமாய்ச் சுற்றிக் கட்டவேண்டிய வாய்க்கட்டு ஒன்றுதான் பாக்கி. வேதக்கோயிலில் பூஜை முடியும் நேரம் நெருங்கிவிட்டது.

ஆறாம் தூதன் எக்காளம் ஊதினான்: வனங்களில் சிங்கங்களுக்கும் புலிகளுக்கும் கரடிகளுக்கும் யானைகளுக்கும் பயந்து பொந்துகளிலும் புதர்களிலும் மறைந்து வாழ்ந்த ஆந்தைகளும், கூகைகளும், கோட்டான்களும் ஆக்ரோஷமாய்க் கிளம்பி வெளியேவரும். தன் கூர் அலகுகளையும், கொடூர நகங்களையும் கொண்டு எதிர்ப்பட்ட ஜீவராசிகளின் கண்களையும் குடல்களையும் குத்திக் கிழிக்கும். கொலை வெறியுடன் புறப்பட்டு புற்றீசல்களைப் போல் பெருகி நாசஞ் செய்யும். அனைத்து ஜீவராசிகளும் ஓடி ஒளிந்துகொள்ளும். கடலின் அலைகளைப் போல் நாலாதிசைகளிலிருந்தும் படைபடையாய்க் கிளம்பி வரும். வனங்கள் அனைத்தும் தீப்பட்டுக் கருகிச் சாம்பலாகும். கடல்தண்ணீர் அனைத்தும் ஒரே நொடியில் உறைந்து இரத்தக் கட்டியாய் மாறிப் போகும். உலகைச் சாம்பலாக்கித்

தன் உள்ளங்கையில் ஏந்தியபடி தேவதூதன் இறங்கி வருவான். அக்னி மழையில் நனைந்தபடி அந்தச் சாம்பலை விதையாக்கி வனத்தின்மேல் தூவுவான். பட்டமரங்கள் துளிர்க்கும். உறைந்த கடல் உருகும். ஆர்ப்பரிக்கும் ஜீவராசிகளுக்கும் கடலுக்கும் சூரியனுக்கும் அண்டம் முழுமைக்கும் நானே பிதாவென்று கர்ஜனை செய்வான். உலகின் உயிர்கள் அனைத்தும் மேய்ப்பனைத் தொடரும் செம்மறிப் புருவைகளைப் போல் அவனைப் பின்தொடர்ந்து செல்லும். வானத்து நட்சத்திரங்கள் அனைத்தும் தரையிறங்கி, கடந்தைக் குளவிகளைப் போல் அவனைச் சூழ்ந்துவர பூச்செண்டாய் சூரியனைக் கையில் ஏந்தியபடி வானத்தின் மீதேறி மேகங்களுக்கிடையே மறைந்து போவான். இரவில் சந்திரனாய் வலம் வருவான். சமயத்தில் வால் நட்சத்திரமாய் காட்சி தருவான்.

என்னில் பிரியமான சகோதர சகோதரிகளே இவையெல்லாம் நடந்தேறும்போது உலகம் சமாதானத்தில் திளைக்கும். சிங்கமும் யானையும் ஓநாயும் செம்மறியும் பாம்பும் எலியும் ஒரே கிண்ணத்தில் நீரருந்தும், ஒரே மரத்தடியில் துயில்கொள்ளும். ஆமென்.

வேதக்கோவிலை விட்டு ஒவ்வொருவராய் வெளியேறி வருவதைச் சீனி பார்த்தான். தன் வேலை முடிந்து எழுந்திருக்கும் போதுதான் கவனித்தான் தனக்கு எதிரே இருந்த வெற்று வாளியை. இதுவரையிலும் ஒரு சொட்டுத் தண்ணீர் தெளிக்காமல்தான் முழுக்கூடையும் பின்னி முடித்திருக்கிறான். மொச்சி விளார் தண்ணீர் தெளிக்காவிட்டால் ஒடியும் என்பது சீனிக்குத் தெரியும். கூடையைத் தூக்கிக்கொண்டு வேகமாய்க் குளத்துக்குள் இறங்கினான். குப்புறக் கவுத்தி முக்கி முக்கி எடுத்தான். உருண்டையாய் மிதந்த கூடை முக்க முக்க மேலே மிதந்து வந்தது. தண்ணீரில் ஊறி நன்றாகப் பதப்பட்டு விட்டது. இனிமேல் ஏறி மிதித்தாலும்கூட ஒடியாது. நெளியாது. சந்தோஷமாய்க் கரையேறியவன் கிழக்கேயிருந்து வரும் பெருங் கூட்டத்தை ஆச்சரியமாய் பார்த்தான்.

தண்ணீரில் முக்கி ஞானஸ்நானம் கொடுப்பதற்காகப் பாதிரியார் சில சிறுவர்களை அழைத்துக்கொண்டு ஊர்வலமாய்க் குளத்திற்கு வந்துகொண்டிருந்தார். சீனி கரையேறி வேகமாய் எட்டு வைத்தான் கூடையைத் தலையில் கவுத்திக்கொண்டு.

●

24

மருந்து

அவன் உபயோகித்த ஷு, சாக்ஸ், பேனா, பென்சில், குட்டிக் கிரிக்கெட் மட்டை, சின்ன சைக்கிள், பந்து, குட்டிக் கார்கள், பொம்மைகள், அவனோடயே படுத்துறங்கும். சச்சின் டெண்டுல்கர், அசாருதீன், வீடெல்லாம் ஒட்டப்பட்டிருக்கும் சக்திமான் இவையனைத்தும் எந்த நிமிடத்திலும் வழிபடும் புனிதப் பொருட்களாகவோ அல்லது நினைவுச் சின்னங்களாகவோ அல்லது அவன் நினைவுகளைத் தட்டியெழுப்பி மௌன பாஷை பேசும் கருவிகளாகவோ மாறிப் போகலாம். அலையே இல்லாத ஆழ் குளத்தில் மரம் உதிர்த்த சிற்றிலை சலனமென இலேசாய் ஏறி இறங்கும் அவன் மார்புக் கூடு. உயிரிருத்தலின் சாட்சியெனக் காற்று, பரந்து விரிந்த கடலில் உள்ளங்கைத் தண்ணீரென நிறைந்த காற்றுமண்டலத்திலிருந்து ஒரு துளிக் காற்றை உறிஞ்சித் துப்பும் விடைத்த மூக்கு. உயிரோடயே இறந்தும் இறக்காமல் மூன்றாவது நாளாக சவக்களை படிந்த முகத்துடன் தொங்கும் பாட்டிலையும், சொட்டும் திரவத்தையும் வெறித்தபடி என் மனைவி, இதுவரையிலான மருத்துவ விஞ்ஞானம் தோற்றுக்கொண்டிருக்க, என் மகன் ஜெயித்துக் கொண்டிருக்கிறான்.

எல்லா டெஸ்ட்டுகளும் முடிந்து கடைசியாக மூளையையும் ஸ்கேன் பண்ணியாயிற்று. அவனை வில்லாய் வளைத்து நடுமுதுகில் தண்டுவடத்திலிருந்து எடுத்துச் சென்ற திரவப் பரிசோதனை முடிவும் வந்தாயிற்று. டாக்டர்கள் உதட்டைப் பிதுக்கிவிட்டார்கள். அவனே ஒரு சோதனைக் களமாக இந்த மூன்று நாளும். ஒவ்வொரு மனிதனும் கடவுளை நினைக்கும் நேரம். இரண்டு மூன்று டாக்டர்கள் வருகிறார்கள். என் மனைவி கையெடுத்துக் கும்பிடுகிறாள். நான் எழுந்து நிற்கிறேன். எங்களைப் பார்த்தவுடனேயே மௌனமாய் நடந்து போகிறார்கள். நான் நினைக்கிறேன், அவர்கள் என் மகனிடம்

தோற்றுப் போனவர்கள், அப்படித்தான் போவார்கள் என்று. தேவதையைப் போல் ஒரு நர்ஸ் வேகமாய் வருகிறாள். அந்தப் பிஞ்சுக் கையின் மணிக்கட்டைத் தூக்கி, தன்னுடைய நான்கு விரல்களால் அழுத்தியபடி, அவளுடைய உள்ளங்கைக்குமேல் கட்டியிருக்கும் சின்னக் கடிகாரத்தையே வெறித்துப் பார்க்கிறாள். ரப்பரைப் போல் அவன் கையைப் போட்டு விட்டு வேகமாய் வெளியேறுகிறாள். காற்று ஒன்று மட்டுமே அவனுள் சென்று வருகிறது. காற்றின் பாஷை யாரறிவார்?

ஆஸ்பத்திரியின் எதிரே உள்ள வேப்பமர நிழல் மூன்றாவது நாளாக எனக்கு அடைக்கலம் தருகிறது. வேப்பங் கொட்டைகளும், மஞ்சள் நிறப் பழங்களும் நிறைந்த மணலில் என் கைகள் கிளறுகின்றன. தேவைகளின் அவசியம்தான் ஒன்றின் முக்கியத்துவத்தை உணர்த்தும் போலும். எத்தனையோ தடவை இதே ஆஸ்பத்திரிக்கு வந்து போயிருக்கிறேன். அப்போதும் இந்த வேப்பமரம் இங்கேதான் இருந்தது. ஆனால் என் கண்ணில் படவேயில்லை. இந்த மூன்று நாளும் என் கண்களைவிட்டு மறையவேயில்லை.

என் மனைவி வேகமாய் வராந்தாவிற்கு வருகிறாள். ஆவலுடன் அவள் முகத்தை எதிர்கொள்கிறேன். மூக்குச் சளியைச் சீந்திவிட்டு முந்தானையால் துடைத்துக்கொண்டு போகிறாள். வேப்பமரத்தின் நிழல் குளுமை படிந்து கண்கள் சொருகுகின்றன. மூன்று நாட்களாக அமுக்கப்பட்டிருந்த தூக்கம் பரவுகிறது. பக்கத்தில் பொத்தென்று ஏதோ விழும் சத்தம் கேட்கவும் திரும்பிப் பார்க்கிறேன். வெட்டித் துண்டிக்கப்பட்ட பெருவிரல் கிடப்பதைப் போல் அணில் குட்டி ஒன்று தரையில் கிடக்கிறது. கண்கள் மூடியிருக்க உரோமங்களற்ற சிவந்த உடல் துடித்துக்கொண்டிருக்கிறது. வெறித்துப் பார்த்தபடியே உட்கார்ந்திருக்கிறேன்.

திடீரென்று எங்கிருந்தோ 'வீச் வீச் வீச் வீச்' என்ற மெல்லிய கீச்சுக்குரல் எழும்பி, எங்கும் நிறைந்து காற்றில் கலக்கிறது. என் மகனும் இப்படியான ஒரு சத்தம் போட்டுவிட மாட்டானா என்று மனசு நப்பாசை கொள்கிறது. மீண்டும் அதே சத்தம் காற்றிலிருந்து குதித்து வருவதைப் போல் காக்கை ஒன்று பறந்து வந்து அணில் குட்டியின் அருகில் உட்கார்ந்து அலகு சாய்த்துப் பார்க்கிறது. என் மகன் அருகில் எமனும் இப்படித்தான் வந்து உட்கார்ந்துகொண்டிருப்பான். எந்த வினாடியிலும் எதுவும் நிகழலாம். அணில் குட்டியைத் தூக்கிக் கொண்டு காக்கை ஓடுகிற அதே நேரத்தில் என் மகனைத் தூக்கிக்

கொண்டு எமன் ஓடிவிடலாம். இப்போது காக்கை குதித்து கிட்டத்தில் வந்து அமர்ந்து உற்றுப்பார்த்தது. என்னுடைய ஒவ்வொரு அசைவையும் காக்கை உற்றுப்பார்த்தது. இப்போது அந்த அணில் குட்டியின் உயிர் என் கையில். நிச்சயமாய் நான் டாக்டர்களைப் போல் ஏமாற்ற மாட்டேன். கால் மடக்கி எழுவதற்காகக் கையூன்றினேன். சரசரவென்று மரத்தோடு உராய்ந்தபடி உரோமங்களைச் சிலிர்த்துக் கொண்டு பெரிய அணில் ஓடிவந்து காக்கையை விரட்டியது. ஒரு அணிலுக்குள் இருக்கும் இவ்வளவு ஆங்காரத்தையும் இவ்வளவு உரோமங்களையும் இன்றுதான் பார்த்தேன்.

காக்கை அங்கும் இங்கும் மாறி மாறி உட்கார்ந்து விளையாட்டுக் காட்டியது. அணிலும் சளைக்காமல் தன் குட்டியை நெருங்க விடாமல் விரட்டி வட்டமடித்தது. காக்கை பறந்து வந்து அணில் குட்டியின் மேலேயே உட்கார்ந்துவிட்டது. ஒரு வினாடிதான் துள்ளி வந்து தன் மேல் விழுந்த அணிலைக் கண்டதும் நகர்ந்துகொண்டது. ஒரு சிறு கல்லை எடுத்து விட்டெறிந்தேன். அணில் ஓடிவிட்டது. காக்கையும் ஓடிவிட்டது. அணிலுக்கு நான் நண்பன் என்பதை எப்படி உணர்த்த? ஆஸ்பத்திரிக்குள் எட்டிப் பார்த்தேன். என் மனைவியைக் காணவில்லை. ஒருவேளை எமனை விரட்டிக்கொண்டு போயிருப்பாள். மீண்டும் காக்கை வட்டமிட்டது. கைதட்டி ஓசையெழுப்பி காக்கையை விரட்டினேன். கண்ணுக்கே தெரியாத தூரத்தில் பறந்து போய் விட்டது காக்கை. அதேபோல் அணிலும் கண்ணில்படவேயில்லை. அணில் வருமா? வராவிட்டால் என்ன செய்வது? காக்கையுடன் சண்டை யிட்டது தாய் அணில். வாலைத் தூக்கி சிலிர்த்துக்கொண்டு சண்டை யிட்டபோது உற்றுப் பார்த்தேன். தாய் அணிலேதான். தாய் நிச்சயம் வருவாள். தாய் இவ்வளவு நேரம் சண்டையிட்டும் தகப்பன் அணிலைக் காணவேயில்லை. அது என்னைப் போல் எங்காவது உட்கார்ந்துகொண்டு வேறு ஒரு பெட்டையுடன் பேசிக்கொண்டிருக்கலாம். இவ்வளவு சோகத்திலும் நர்ஸ்களின் அழகையும் அந்த ஆடைகளின் கவர்ச்சியையும் ரசிக்கத் தானே செய்கிறது மனசு.

கொஞ்சநேரம் இளைத்துக்கொண்டே கிடந்தது அணில்குட்டி, சுற்றுமுற்றும் பார்த்தேன். அணிலையும் காணவில்லை. இன்னும் கொஞ்சநேரத்தில் என் மகனைப் போலவே காலத்திற்குள் புகுந்து அகாலமாகப் போகிறது அணில்குட்டி. மனசு ஒத்துக்கொள்ள வில்லை. மெதுவாய் எழுந்து தோடுடைத்த புளியம் பழமெனக் கிடந்த அணில் குட்டியை எடுத்து என் கைக்குட்டையை விரித்து அதன் மேல் படுக்க வைத்துவிட்டு இன்னும் கொஞ்சம் பக்கத்தில் உட்கார்ந்து கொண்டேன்.

மீண்டும் 'வீச் வீச் வீச்' என்ற அதே கீச்சு சத்தம்தான். சடாரெனப் பாய்ந்து வந்த அணில் கைக்குட்டைத் துணியையும் சேர்த்துக் கவ்விக்கொண்டு மரத்தில் ஏறியது. அடுத்த நிமிஷமே என் மூஞ்சியில் அடித்தது மாதிரி கைக்குட்டை பறந்து வந்தது. நிறுத்தியிருந்த சைக்கிள் கீழே சாய்ந்து அதில் உட்கார்ந்திருந்த என் மகன் கீழே விழுந்து இன்னும் கண் முழிக்கவில்லை. இதுவரையான மருத்துவ விஞ்ஞானம் தோற்றுக்கொண்டிருக்க, என் மகன் ஜெயித்துக் கொண்டிருக்கிறான். உச்சி மரத்திலிருந்து கீழே விழுந்தும் சாகாத அணில் குட்டி. எந்த நம்பிக்கையில் அதைத் தூக்கிக்கொண்டு போகிறது தாய் அணில்? ஆதியில் மனிதன் மூலிகையாய்ப் பயன்படுத்திய செடியின் பரிணாம வளர்ச்சியா இந்த வேம்பு? அப்படியெனில் அணில்களுக்கும் பறவைகளுக்கும் மூலிகை வைத்தியம் தெரியுமா? அணிலின், பறவையின் பரிணாம வளர்ச்சி எது? நானா? உருமாறிய ஜீவராசி களின் மூலங்கள் காற்றிலும் கடலிலும் மண்ணிலும் கலந்து வாழ்ந்துகொண்டுதான் இருக்கின்றன போலும்.

வேப்பமரத்தின் பக்கத்தில் இருக்கும் பிள்ளையார் கோவிலின் முன்னால் ஒரு ஆட்டோ நிற்கிறது. கையில் தேங்காயுடன் இறங்கிய ஒருவன் பிறந்து மூன்று நாட்களே ஆன பச்சைக் குழந்தையின் தலையில் தேங்காயை திருஷ்டி சுற்றுகிறான். சூடம் கொளுத்தி தேங்காயை சிதறுகாய் எறிய, ஆட்டோ புறப்பட்டுப் போகிறது.நான் ஆயிரம் தேங்காய்ச் சிதறுகாய் எறிய காத்திருக்கிறேன். பிள்ளையார் என் தேங்காயை ஏனோ நிராகரிக்கிறார். என் மகனின் வயதை ஒத்த ஒரு சிறுவன் தேங்காய் பொறுக்க ஓடி வருகிறான். அவன் முகத்தில் தான் எத்தனை சந்தோஷம்? தேங்காய் உடைந்து சிதறியதைப் போலவே என் நினைவுகளும் உடைந்து சிதறுகின்றன.

ஒவ்வொரு நாளும் தூங்கும்முன் நான் அவனுக்கு ஐந்து கதைகள் சொல்லியாக வேண்டும். தினம் தினம் புதுப்புதுக் கதைகள் சொல்வதற்காக மிகவும் சிரமப்பட்டேன். இனி எனக்கு சிரமமே இல்லை. புதுப்புது கதைகள் யோசிக்கத் தேவையில்லை. அவன் சைக்கிளி லிருந்து விழுந்து மயக்கமாவதற்கு முதல்நாள், நடுவில் அவன்.

'அப்பா இன்னிக்கு பெரிய்ய கத, பத்துக்கத.'

'ஒரு நாளு... விஜி, வினு, அரவிந்து மூணு பேரும் ஸ்கூல் விட்டு வந்திருக்காங்க. விஜின்னா யாரு?'

'நான்தான் விஜி'

'இந்தக் குட்டிப் பயதான் விஜியா? கால இப்பிடி அப்பா வகுத்துல

போட்டா எப்பிடி?'

ம்... இப்பச் சொல்லுங்க.

'அப்ப, இந்த அரவிந்துப் பய, அப்பிடியே காட்டுக்குப் போயி கொஞ்சம் பூப்புடிங்கிட்டுப் போவம்னு சொல்லி இருக்கான். சரின்னு மூணுபேரும் காட்டுக்குள்ள போயிட்டாங்க. போனா ஒரே இருட்டு. 'கிய்ன்னு' ஒரு சத்தம். 'உய்ன்னு' ஒரு சத்தம். 'கீச் கீச் கீச்'னு ஒரு சத்தம். திடீர்னு 'அஅஆஆ'னு ஒரு பெரிய சத்தம். வினுவும் அரவிந்தும் ஒரே ஓட்டமா வீட்டுக்கு ஓடிட்டாங்க. விஜி மட்டும் பயப்படாம அது என்னன்னு பார்க்கான். பாத்தா ஒரு பெரிய யான பாதையில் படுத்துக் கெடக்கு. திரும்பவும் அதே மாதிரி பெரிய சத்தம். விஜி கிட்டத்துல போயிப்பாத்தான். பாத்தா யானை ஒத்தக் கால தூக்கித் தூக்கிக் காட்டுது. என்னடான்னு பாத்தா யானைக் காலு பெரீசா வீங்கியிருக்கு. பைய்யப் பைய்ய கிட்டத்துல போயி யானக் கால அப்பிடியே தடவிவிட்டான். ஒரு பெரிய முள்ளு தைச்சிருக்கு. ஒடனே அதப்பிடுங்கி எடுத்திட்டு பச்சில புடுங்கி கசக்கி கால்ல வச்சுக் கெட்டுப் போட்டு யானைக்கு டாட்டா சொன்னான். பதிலுக்கு யானையும் டாட்டா சொல்லுச்சு. சரி, வீட்டுக்குப் போவம்னு ஒரு எட்டுத்தான் வச்சிருக்கான். ரெண்டு வாட்ச்மேன்ங்க வந்து புடிச்சிக்கிட்டாங்க.'

'டேய்... களவாணிப் பயல, நீ திருடத்தானடா வந்த அப்பிடினு விஜிய அப்பிடியே அலாக்காத் தூக்கிட்டுப் போயி, ராஜா முன்னால போட்டுட்டாங்க. ஒடன ராஜா ஜெயிலுக்குள்ள போடச் சொல்லிட்டாரு. விஜி கூப்பாடு போடறான். விஜிய ஜெயிலுக்குள்ள போட்டுப் பூட்டிட்டாங்க. விஜி அம்மா - அப்பா தேடுவாங்களே, அப்பிடின்னு நெனைச்சு அழுதுகிட்டே கெடக்கான். மறுநாளு சத்தம் போட்டு ஒருத்தன் கொட்டடிச்சுக்கிட்டு தெரு வழியே போறான். அவன் சத்தம் போட்டுச் சொன்னது விஜி காதுக்கும் கேட்டுச்சு.'

'அவன் என்னப்பா சொன்னான்?'

'அவனா... எல்லா மக்களுக்கும் தெரிவிப்பது என்னவென்றால் நம்ம ராஜாவோட காட்டுக்குள்ள வந்து ஒரு பய திருடியிருக்கான். அவன நம்ம வாட்ச்மேன்க புடிச்சு ஜெயில்லப் போட்டு வச்சிருக்காங்க. அந்தத் திருட்டுப் பயல நாளைக்கு யானையை விட்டு மிதிக்க வச்சுக் கொல்லப்போறாங்க, எல்லோரும் பாக்க வரணும். இது நம்ம ராஜாவோட உத்தரவு.'

'ம்... பெறவு?'

'பெறகென்ன, விஜி காலையும் கையையும் கெட்டி நடுரோட்ல

படுக்க வச்சிட்டாங்க. ஒரு பெரிய யானைய விட்டு மிதிக்கச் சொல்லிட்டாங்க. சுத்திக் கூட்டமா நின்னு எல்லோரும் வேடிக்க பாக்காங்க. யான 'டங், டங், டங் டங், டங் டங்'னு நடந்து வருது. விஜி, அவுக அப்பாவையும் அம்மாவையும் நெனச்சு அழுதுகிட்டே கீழே கெடக்கான். யான கிட்டத்துல வந்து விஜியோட வகுத்துக்கு நேரா காலத் தூக்கிச்சு, ஆனா மிதிக்கல, அப்பிடியே நிக்குது. விஜி யானயப் பார்த்தான். யான இவன பாத்து கண்ணச் சிமிட்டுது. என்னடானு பாத்தா விஜி முள்ளெடுத்து விட்டாம்பாரு அந்த யான. ஒடனே விஜியும் கண்ணச் சிம்ட்னாம் பாரு. யான ஒரே ஓட்டமா ஓடிப்போயி ராஜாவையும் வாட்ச்மேனையும் புடிச்சு கீழபோட்டு மிதி மிதின்னு மிதிச்சிருச்சு. கூட்டமெல்லாம் கலஞ்சு ஓடிருச்சு. அப்பிடியே விஜியத் தூக்கி முதுகு மேல வச்சு 'டங் டங் டங்'னு நடந்துவந்து அவங்க வீட்லயே விட்டுவிட்டு, ஒரு வணக்கம் போட்டுட்டு, ஒரு ரஸ்னா வாங்கிக் குடிச்சிட்டுப் போயிருச்சு.'

'சரி... நேரமாகுது தூங்கு.'

'இன்னொரு சின்னக் கத.'

'நாளைக்கி பத்துக் கத பெரிய்ய கத சொல்றன். இப்பத் தூங்கு.'

'என்னப்பா நீங்க, இனி ஒத்தேக் கத சின்னக் கத, ப்ளீஸ்ப்பா.'

'ஒரு ஊர்ல ஒரு ராஜா இருந்திருக்காரு, அவரு ஒரு பெரிய காளமாடு வச்சிருந்தாரு, மாடு பாத்திருக்கியா, எப்பிடி இருக்கும்?'

'இந்தா இப்பிடி ரெண்டு கொம்பு இருக்கும்.'

'சரி, படுத்துக்கோ, எந்திரிக்கக் கூடாது.'

'ம்... இப்பச் சொல்லுங்க.'

அந்த ராஜா ஒரு போட்டி வச்சிருக்காரு, என்ன போட்டினா, அந்தக் காளமாட்ட யாரு அடக்குறாங்களோ, அவங்களுக்கு ஆயிரம் ரூபா பரிசு. ஒடனே வினு, அரவிந்து, விஜி மூணு பயல்களும் போய்ட்டாங்க. போனா... ஒரே கூட்டம். நடுவுல மாடு நிக்குது. 'புஸ்... புஸ்'னு மூச்சு விட்டுக்கிட்டு மொறச்சு மொறச்சுப் பாக்குது. மொதல்ல வினுப்பய போனான். போயி கொம்பத் தொட்டாம் பாரு, அப்பிடியே ஒரு தூக்குத் தூக்கித் தரையில போட்டு ஒரு மிதி. அய்யோ அம்மானு அலறிட்டு ஒரே ஓட்டமா ஓடியாந்துட்டான். அடுத்து அரவிந்துப் பய போனான். முன்னாடி போனாத்தான முட்டும் அப்படினு பின்னாலகூடிப் போனான். போயி வாலத் தொட்டாம் பாரு. டப்னு ஒரு பேக் ஷாட். பல்லு ஒடஞ்சு போச்சு, இரத்தம் வருது, ஒரே ஓட்டமா

வந்துட்டான். அடுத்து யாரு போனா?'

'இந்த விஜிப் பய போனான்.'

'போனானா... நேரா போயிருக்கான். மாடு இவன முட்டித் தள்றதுக்காக வேகமா ஓடியாந்திருக்கு. ஒடனே இந்தப் பய, சடக்குனு ரைட்ல வெலகி நின்னுக்கிட்டான், வேகமா ஓடியாந்த மாடு, தொப்புக்கடீர்னு குப்புற விழுந்திருச்சு, ஒடனே கோவமா எந்திரிச்சி திரும்பவும் வேகமாக ஓடி வந்தது. இந்தப் பய லெப்ட்ல விலகிக் கிட்டான். மறுபடியும் தொப்புக்கடீர்னு கீழ விழுந்துச்சா, ஒடனே இந்த விஜிப்பய ஓடிப் போயி முதுகுல ஏறி ஒக்காந்து இப்பிடி கொம்பப் புடிச்சிக்கிட்டான். மாடு நிமிர முடியாம அப்பிடியே தோத்துப் போச்சு. எல்லோரும் கைதட்டிட்டாங்க. உடனே ராஜா ஓடி வந்து கைகுலுக்கி ஆயிரம் ரூவாயக் குடுத்து, அந்த எடத்துலயே விஜிக்கும் இளவரசிக்கும் கல்யாணம் முடிச்சு அரண்மனைக்குக் கூட்டிட்டுப் போய்ட்டாரு; என்னடா நம்ம விஜிப் பயல காணும்னு அவுக அம்மாவும் அப்பாவும் தேடித்தேடி அலையிறாங்க. எங்கயும் காணுமே காணும். பத்து வருஷம் ஆச்சு, அப்பவும் விஜியக் காணும். அப்பா கிழவனாகிப் போய்ட்டார். அம்மா கெழவியாகிப் போய்ட்டா. ரெண்டு பேருக்கும் முடியெல்லாம் வெள்ள முடியாகிப் போச்சு. அவுக அப்பா கண்ணாடி போட்டு கம்பு ஊனி நடக்காரு. திடீர்னு ஒருநாளு, ஒங்க மகன் அரண்மனைக்குள்ள இருக்காம்னு யாரோ சொல்லிட்டாங்க. ஒடனே ரெண்டுபேரும் அரண்மனைக்குக் கௌம்பிட்டாங்க, அப்பா பைய்யப் பைய்ய கம்பு ஊனி நடக்காரு. பின்னாலயே அம்மா சூவாடிச் சூவாடிப் போறா. போனா அரண்மனை வாசல்ல அஞ்சு போலீஸ் இருக்காங்க. இவுக ரெண்டுபேர்த்தையும் பாத்துட்டாங்க.'

'யேய் கெழவா, யேய் கிழவி நீங்க யாரு; எங்க வந்தீங்க?'

'அய்யா எங்க மகனப் பாக்கணும். அவம் பேரு விஜி. இங்கதான் இருக்கானாம்.'

'யேய்... ய், பூச்சாண்டிக் கெழவா பொய்யா சொல்ற; அப்பிடினு ரெண்டுபேர்த்தையும் அடி அடினு போட்டு அடிக்காங்க, அம்மாவுக்கு மண்ட ஒடஞ்சு ரத்தமா வருது. அப்பாவ மிதிச்சுத் தள்ளிட்டாங்க. கீழ கெடக்காரு. மிதி மிதின்னு மிதிக்காங்க. ரெண்டுபேரும் கூப்பாடு போட்டு அழுகுறாங்க. கும்புடுறாங்க. விஜி என்னடா அங்கிட்டுத் திரும்பிகிட்ட, அட, அழுகாதடா, டேய் கதடா, அம்மா இந்தா இருக்கா. அப்பா இந்தா இருக்கன், எதுக்குடா அழுகுற? எங்கள யாரும் அடிக்கலடா, இங்க வா, கண்ணீரத் தொடச்சு விடுறன்.'

‘ஒங்களுக்கு கொஞ்சமாவது அறிவிருக்கா, தெனம் கத சொல்லி கதசொல்லி இந்தப் பயல கெடுத்து வச்சிருக்கீங்க, இப்ப அழுக வக்கீக. நீங்க ஊர்ல இல்லாத அன்னைக்கி இவனத் தூங்க வைக்கிறதுக்கு நாம் படுற பாடு பெரும் பாடாருக்கு. என்னயக் கத சொல்லச் சொல்லி உயிர வாங்குறான். எனக்குக் கத தெரியுமா?’

‘சரி... கத்தாத; விஜி ஒறங்கிட்டான். இங்கிட்டு வா, நான் கத சொல்லித் தாரன்.’

‘ஒங்க மூஞ்சி, விடிஞ்சா வெள்ளிக்கிழமை, மாரியம்மன் கோயிலுக்குப் போகணும். பேசாம ஒறங்குங்க.’

வேப்பமரத்தின் நிழல் கிழக்காமல் நீண்டிருந்தது. விஷயம் கேள்விப்பட்டுச் சொந்த பந்தங்கள் வந்து போய்க் கொண்டிருந்தார்கள். தூரத்தில் என் பாட்டியை யாரோ கைத்தாங்கலாகக் கூட்டிக்கொண்டு வருகிறார்கள். நான் ஓடிப்போய்ப் படிக்கட்டுகளில் ஏறுவதற்கு உதவி செய்து கூட்டிக்கொண்டு போகிறேன். கிழவியைப் பார்த்ததும் என் மனைவி கதறுகிறாள். நான் பெண் அணிலை நினைத்துக் கொள்கிறேன். கிழவி சாமான்யமாக ஊரைவிட்டுக் கிளம்பமாட்டாள்.

‘அடேய், அஞ்சு வருசம் கொழந்த இல்லாத ஓம் பொண்டாட்டிட்ட வெறும் வகுத்தலயே நம்ம குல தெய்வப் பேர வச்சு திருநீறு போட்டன். மறு வருசமே கொழந்த குடுத்திருச்சு. குடுத்திட்டு இப்ப எட வழில பறிக்கப் பாக்குது. நேத்தே கோயிலுக்குப் போயி திருநீறு வாங்கியாந்திட்டம்மா.’

கிழவி தன்னுடைய கண்டாங்கிச் சேலை முந்தியிலிருந்து பவ்யமாய்த் திருநீறை எடுத்து என் மகனின் நெற்றியில் பூசினாள். உள்ளங்கையால் அவன் வயிற்றைக் கால்வரை தடவிவிட்டுத் தன் வாயிலும் கொஞ்சம் திருநீறைப் போட்டபடி பையனின் தலை மாட்டில் உட்கார்ந்தாள்.

‘இதே மாதிரிதாண்டா ரொம்ப வருஷத்துக்கு முன்னாடி மழனா மழ பேமழ, காத்து வளச்சு வாங்குது, மரத்தையெல்லாம் தூரோட புடுங்கி எறியிது. கூர வீடெல்லாம் பறக்குது. கல் மழ ஒவ்வொன்னும் தெள்ளுத் தண்டி விழுகுது. மின்னல் அள்ளி எறியிது. அப்பிடியே கண்ணக் கெட்டுது. நடுக்காட்ல நானும் ஒங்க தாத்தாவும் வசமா மாட்டிக்கிட்டோம். மாடு ரெண்டும் முன்னால போகுது. வீட்டுக்குப் போற பாத தெரியல. அந்தானக்கி ஒரு மின்னல் வெட்டுச்சுப் பாரு. அப்பிடியே எங்க காலச் சுத்தி தங்கத்தக் காய்ச்சி ஊத்துனது மாதிரி மினுங்குச்சு; மறு நிமிஷமே ‘டமீர்’னு ஒரு இடி ஒங்க தாத்தா

பித்தளச் செம்ப தலையில கவுத்தியிருந்தாம் பாரு, தூக்கி எறிஞ்சிருச்சு. ஓழவு கட்டிக்குள்ள குப்புறக் கெடக்கான். நான் கூப்பாடு போடுறன். பேச்சு மூச்சுக் காணும்.'

ஆச்சர்யம் தாங்கவில்லை. கருகிக் கிடந்த என் மனைவியின் முகத்தில் ஒரு மின்னல், அவள் சிரித்துக்கொண்டிருந்தாள். என் மகனை உற்றுப்பார்த்தேன். நன்றாக முழித்துக்கொண்டிருந்தான். விஷயம் புரிந்துவிட்டது.

'அப்புறம் சொல்லு பாட்டி.'

'பெறகென்ன தாளமாடு ரெண்டும் கருகிப்போச்சு. ஓங்க தாத்தாவத் தூக்கியாந்து வீட்ல போட்டாங்க. ரெண்டு நாளா இப்பிடித்தான் கெடந்தான். என்னென்னமோ செஞ்சு பாத்தோம். கடேசியா எங்க பாட்டி போட்ட திருநீர்ல முழிச்சான்.'

'அப்பா இன்னொரு கத பெரிய்ய கத.'

'பெரிய கதையா, ஒரு ஊர்ல ஒரு விஜிப்பய இருந்தான. அவன் மூணு நாளா அப்பாட்டக் கதையே கேக்காம ஒறங்கிட்டான். அப்பா கத சொல்றதுக்கு மூணு நாளும் ஒறங்காம முழிச்சிட்டே இருந்தாரு. அந்தப் பய இப்பத்தான் கத கேக்கான்.'

வராந்தாவிற்கு வெளியே நாலைந்து டாக்டர்கள் போய்க் கொண்டிருந்தார்கள். சந்தோஷமாய் சிரித்தபடி அவர்கள் முன்னால் நான் போய் நிற்கவும் அவர்கள் ஒரு மாதிரியாக என்னைப் பார்த்து விட்டு நடந்தார்கள். நான் ஆறுதலாய் சொல்லிக்கொண்டேன். அவர்கள் தோல்வியை ஒப்புக்கொள்ளாதவர்கள். அப்படித்தான் முறைத்துப் பார்ப்பார்கள். வேப்பமரத்தை வெறித்துப் பார்த்தேன். இரண்டு அணில்கள் விளையாடிக்கொண்டிருந்தன. என் மனைவி என்னிடம் ரூபாயை எண்ணிக் கொடுத்துக் கொண்டிருந்தாள். பிள்ளையாருக்குச் சிதறுகாய் எறிவதற்காகத் தேங்காய் வாங்க, கூடவே நாளைக்குச் சொல்லவேண்டிய கதையையும் நான் வாங்கியாக வேண்டும்.

●

25

ஊழ்

வெள்ளிக்கிழமை சாயங்காலம் சீனியின் பெண்டாட்டி முற்றம் கூட்டி வாசல் தெளித்தாள். வண்ணக் கோலமிட்டாள். விளக்கெண்ணெய் ஊற்றி வெண்கல விளக்கேற்றினாள். பூக்களால் அலங்கரித்தாள். புதுப்பெண்ணாய்க் காத்திருந்தாள். பிச்சிப் பூச்சூடி, பட்டுச்சேலை சரசரக்கத் தேரெனச் சீதேவி நடந்துவந்தாள். ஊர் கற்றினாள். தெருவில் நின்றாள். சில வீடுகளில் வாசல் மிதித்துத் திரும்பினாள். இன்னும் சில வீடுகளில் படி தாண்டி எட்டிப் பார்த்தாள். சீனியின் முற்றம் பார்த்துச் சீதேவி சிரித்தாள். முகமலர்ந்தாள். உள்ளே எட்டிப் பார்த்தாள். ஒளி வெள்ளத்தில் முகம் ஜொலிக்க உள்ளே போனாள். மீண்டும் வெளியே வர வாசலை எட்டிப்பார்த்தாள். முற்றத்தில் தயாராய்க் காத்திருந்த கூகை வேப்பமரக் கிளைகள் அசைய இறக்கைகள் படபடக்கப் பறந்து வந்தது. கூகையின் முகத்தில் முழிக்காமல் தப்பிக்க சீதேவி மீண்டும் சீனியின் வீட்டுக்குள் ஓடி ஒளிந்தாள். வேகமாய்ப் பறந்து வந்த கூகை முற்றத்தில் தோண்டி வைத்திருந்த கிடங்கிற்குள் இறக்கை மடக்கிக் குப்புறப் பாய்ந்து படுத்துக்கொண்டது. தயாராய் நின்றிருந்த சீனி மண்வெட்டியால் மண்ணை இழுத்துக் கிடங்கை மூடினான். சீதேவி வெளியேறி விடாமல் காவல் காத்தது கூகை. கூகையின் முகத்தில் முழிக்க விரும்பாத சீதேவி சீனியின் வீட்டில் நிரந்தரமாய்க் குடியிருந்தது.

சரியாக ஒருமாதம்தான் சீனி பொட்டணம் கட்டினான். ஞாபகமாய்க் குழிதோண்டிக் கூகையின் பிடிமண் எடுத்துப் பச்சை மண் கலயத்திற்குள் அடைத்தான். ஊரெல்லாம் சொல்லிவிட்டு கடைசியாக ஒத்தப்புள்ள கெங்கையா நாயக்கரின் வீட்டின் முன்னால் போய் நின்றான். கெங்கையா நாயக்கர் தன்னுடைய ஒரே பிள்ளை சுப்பையா நாயக்கரை மடியில் வைத்துக் கொஞ்சிக்கொண்டிருந்தார். சீனியைக் கண்டதும் குழந்தையை இறக்கிவிட்டு வீட்டுக்கு வெளியே வந்து திண்ணையில் உட்கார்ந்தார்.

‘சாமி... கௌம்பிட்டோம். உத்திரவு வாங்கிட்டுப் போகலாம்னு வந்தன்.’

‘டேய்... ஒனக்கு இங்க என்னடா கொறச்சல்.’

‘ஒரு கொறயுமில்ல சாமி.’

‘அப்புறம் என்ன?’

‘ஒங்களுக்குத் தெரியாத வெசயமில்ல, என்னால கூகையைக் கும்பிடாம இருக்க முடியல சாமி.’

‘அட, ஆக்கங்கெட்ட பயல, ஊர் சொன்னதக் கேட்டுட்டுப் பேசாம இங்கயே இருடா. மூதேவியப் போயி யாராவது வீட்டுக்குள்ள வச்சுக் கும்பிடுவாகளாடா.’

‘என்னதான் மூதேவினாலும், எனக்குக் கொழந்த குடுத்தது கூகதான் சாமி.’

‘சரிடா, ஓம் பேச்சுப்படியே வச்சிகிருவம், எத்தனையோ தலமொற தலமொறயா எங்க வம்சத்துல ஒத்தப்பிள்ளதான் பெறக்கு, அதுவும் ஆம்பளப் புள்ளதான் பெறக்கு. எங்க, கூகச் சாமிய எனக்கு இன்னியோரு புள்ள கொடுக்கச் சொல்லு, அப்படியில்ல ஒரு பொம்பளப்புள்ள குடுக்கச் சொல்லு. கூகைக்கு நம்ம ஊர்லயே பெரிய கோயில்கட்டிக் கும்பாபிஷேகம் நடத்துறன்.’

சீனியின் முகம் இறுகிப்போயிற்று, அவன் மேலெல்லாம் புல்லரித்தது. அருள் வந்தவனைப் போல் நடுங்கினான். கெங்கையா நாயக்கரின் முகத்தையே உற்றுப் பார்த்தான். அவர் கேலியாகச் சிரித்துக்கொண்டிருந்தார். சீனி பொட்டணத்தை அவிழ்த்து மண் கலயத்திற்குள்ளிருந்து ஒருபிடி மண் எடுத்து நீட்டினான். உள்ளங்கை ஏந்தி வாங்கினார் கெங்கையா நாயக்கர்.

‘இந்தாங்க சாமி இத நெத்தியில பூசிக்கோங்க, அம்மாவுக்கும் குடுங்க, அடுத்த வருஷமே இன்னொரு ஆம்பளப்புள்ள பெறக்கும். ஒத்தப் புள்ள கெங்கையா நாயக்கர்ங்கிற பேரு மாறிப்போகும், அதுக்கு அடுத்த வருஷமே ஒரு பொம்பளப்புள்ளயும் பெறக்கும் ஆனா அது பொம்பளையா வாழாது.’

‘டேய் கோட்டிக்காறப் பயல, என்னென்னமோ ஒ்ளர்ற, நடக்கிற காரியத்தச் சொல்றா.’

சீனி ஊரைவிட்டுக் கிளம்பிப் போய்விட்டான். உள்ளங்கை ஏந்தி, வாங்கிய மண்ணை உதறித்தள்ள மனமில்லை. முகத்தருகே கொண்டுபோய் உற்றுப் பார்த்தார். சிரசிலடித்துத் தும்மினார்.

இரண்டு தும்மல்கள். ஆண் தும்மல் ஒன்று பெண் தும்மல் ஒன்று என நினைத்துக் கொண்டார். பவ்யமாய் எடுத்து நெற்றியில் பூசிக் கொண்டார். சத்தம்போட்டுக் கெங்கம்மாவைக் கூப்பிட்டார். உள்ளங்கை விரித்துக் காட்டினார்.

'என்னது'

'திருநீறு'

'ஏது.'

'நம்ம சீனிப்பய திருவண்ணாமலை போய்ட்டு வந்தானாம். இன்னிக்கு நம்ம ஊரவிட்டுப் போறான். வந்து சொல்லிட்டுக் குடுத்திட்டுப் போறான்.'

தன் சேலையால் இரு கை ஈரம் துடைத்துக் கிழக்காமல் திரும்பி நின்று இரு கைகூப்பிக் கும்பிட்டுத் திருநீறு பூசினாள். கெங்கம்மாள். சொல்லி வைத்ததுபோல் இரண்டு தும்மல்கள். ஆயிரம் வைத்தியங்கள் செய்தும் ஆறாத நோய்களை அருகம்புல்லால் அகற்றும் வித்தை கற்ற சித்தனா சீனி? கெங்கம்மா கருத்தரித்தாள். எத்தனை எத்தனையோ தலைமுறையாக ஒத்தைப் பிள்ளை வம்சமாகிப் போன கெங்கையா நாயக்கரின் வீட்டில் இரண்டாம் தொட்டில் தொங்கும் காலம் வந்து விட்டதை எண்ணி கெங்கையா மட்டுமல்ல ஊரே ஆச்சரியமாய்ப் பார்த்தது.

சீனி வடக்காமல் போய்க்கொண்டே இருந்தான். பறவையின் எச்சம் தலையில் படவே இல்லை. மரத்தடியில் உட்கார்ந்து இளைப் பாறினார்கள். அண்ணாந்து பார்த்துப் பறவை தேடினார்கள். பறவைகள் எச்சம் இருந்தன. எச்சம் தலையில் விழவில்லை. மத்தியான வெய்யில். மகனைத் தோளில் வைத்திருக்கிறான். பின்னாலேயே சுமைகளுடன் வரும் பெண்டாட்டி. விருட்டென்று குறுக்காய்ப் பறந்த ஒற்றைப் பறவை, எச்சத்தை விட்டெறிந்து விட்டுப் பறந்தது. சீனியின் தலையில், தோளில் இருக்கும் அவன் மகனின் கையில் வெள்ளைப் புள்ளிகளாய் விழுந்து தெறித்தது. சீனிக்குச் சந்தோஷம் பிடிபடவில்லை. எதிரே உள்ள ஊர் சித்திரம்பட்டி. சுமையிறக்கிக் காலூன்றினான்.

நிறைசூலியாய்த் திரியும் கெங்கம்மாளைப் பார்க்கும் போதெல்லாம் கெங்கையா நாயக்கர் புளகாங்கிதமடைந்தார். ஓராயிரம் வருஷம் ஊசியின் நுனியில் ஒற்றைக் காலில் தவமிருந்தும் தன் சந்ததிக்குக் கிடைக்காத அந்த வரம் தன் கையில் கிடைத்திருப்பதை எண்ணி எண்ணி வியந்தார். சீனியை நினைக்கும் போதெல்லாம்

ஆச்சரியமும் பயமும் பற்றிக்கொண்டது. அவன் கடைசியாகச் சொல்லிவிட்டுப்போன வார்த்தைகள் நெஞ்சை அறுத்தன. மூன்றாவது பெண் பிறக்கும். ஆனால் பெண்ணாக வாழாது. இந்த வார்த்தைகளுக்கு அர்த்தம் தேடியலைந்தார். சீனியைத் தேடி அலையாத ஊரில்லை. பறவை எச்சம்பட்ட ஊர் எந்த ஊர்?

கெங்கம்மாள் அழகான ஆண் குழந்தையைப் பெற்றெடுத்தாள். அக்கையா நாயக்கர் என்று பெயரிட்டார்கள். குப்பைக் கிடங்கிற்குள் தப்பி முளைத்த செடியாய்ச் சுப்பையா நாயக்கரும் அக்கையா நாயக்கரும், கெங்கையா நாயக்கர் தலைநிமிர்ந்து நடந்தார். எரிவேல் கொண்டு வேழம் வீழ்த்திய வீரனென இறுமாப்புடன் அலைந்தார். வேலின் கூர், ஆலிலையின் நுனி. ஆலிலை எதன் குறியீடு. அத்தனை ஆலிலைகளையும் ஒரே அம்பில் ஊசி நுனித் துவாரமிட்டுச் சல்லடையாக்கிய அர்ச்சுனனின் ஆர்ப்பரிப்பை அனாயசமாய் அடக்கிக் காட்டிய ஏகலைவன் கற்றவித்தை யாரிடம். மண்பொம்மை உருவத்திடம். மண்பொம்மை பொய்யா? கூகை உருவத்தை உடைத்தெறிந்ததையும் சீனியை ஊரைவிட்டு விரட்டியதையும் தவறு என்று கெங்கையா நாயக்கர் எல்லோரிடமும் புலம்ப ஆரம்பித்தார். அனேகம் பேர் ஆச்சரியமாகப் பார்த்தார்கள். இரண்டாங் குழந்தையைப் பார்த்ததில் உண்டான இறுமாப்பு என்றார்கள். அகோர விளைச்சலினால் உண்டான அகந்தை என்றார்கள்.

சூல்கொண்ட மழைமேகங்களெல்லாம் கருவுற்று கனமழையாய்ப் பொழிந்தது உப்பத்தூரில். தரையில் நடமாடும் மழை மேகமெனக் கெங்கம்மாள் மறுபடியும் கருவுற்றாள். கெங்கையா நாயக்கர் தன் வம்சத்தில் பெண்பிள்ளை பிறக்கப்போவதை எண்ணி மகிழ்ந்தார். அவர் மனதில் சீனி சித்தனானான். ரிஷியானான். செம்பருந்தையும், கொக்கையும், குருவியையும் கும்பிட்டுத் திரிந்த கெங்கையா நாயக்கரை ஊரார் பைத்தியம் என்றார்கள். கூகையைத் தேடியலைந்தார். அவர் கண்ணுக்குத் தட்டுப்படவே இல்லை. நிறை சூலியாய் திரியும் கெங்கம்மாளின் வயிற்றைத் தொட்டுத் தொட்டுக் கண்களில் ஒற்றிக்கொண்டார். வயிற்றுக்குள் இருக்கும்போதே பேர் சூட்டினார். ஆண்டாளம்மாள். கெங்கையா நாயக்கரின் போக்குகள் மாறிப்போயின. மரத்தடியில் உட்கார்ந்துகொண்டு மணிக்கணக்காய்ப் பறவைகளுடன் பேசினார். சிரித்தார். சீனியின் முகவரி கேட்டு எல்லாப் பறவைகளையும் தூதுவிட்டார். கூகை பதுங்கிய இடம் தெரியவில்லை.

தங்க விக்ரகமாய் ஆண்டாளம்மாள் பூமியில் ஜனித்துக் காலுதைத்தாள். தன் அண்ணன்மார் சுப்பையா நாயக்கர், அக்கையா நாயக்கர் கரங்களில் ஆனந்தக் கூத்தாடினாள். கால்படாத தரை தேடினார்கள். காற்றுப் படாத அறை தேடினார்கள். உறைவாளின் கூர்மையாய்க் கண்கள் மின்ன ஊரை வலம் வந்தாள். பெண்மையின் மென்மை நளினம் மறந்து ஊரதிரச் சிரித்தாள். கொலுசின் முத்துதிரக் குதித்தோடித் திரிந்தாள். உத்திரமாய் வளர்ந்தாள். கணு இல்லாத மரம். மரத்தின் அழகே கணுதான். மரத்திற்கு அழகு சேர்க்கும் ரேகை நரம்புகளைத் தரும் கணு. ரேகைகளற்ற மரம் வெற்றுப் பலகை. அழகின் நளினம் இருப்பது எந்த வழுவழுப்பில். கை இடறும் மலை முகட்டின் மெதுமெதுப்பில். கெங்கையா நாயக்கர் ஆண்டாளின் உடம்பில் கணு தேடினார். ஆண்டாளம்மாள் தலைநிமிர்ந்து தரை அதிர நடக்க, முதன்முறையாகக் கெங்கையா நாயக்கர் தலைகுனிந்து நடந்தார்.

தங்கச்சியின் மணக்கோலம் காணக் காத்திருந்த அண்ணன்கள் சுப்பையா நாயக்கரும், அக்கையா நாயக்கரும் அழுதழுது கிடந்தார்கள். எத்தனையோ வைத்தியர்கள் வந்தார்கள். பிறவிக்கோளாறு என்றார்கள். ஜென்ம பாவத்தோஷம் என்றார்கள். வண்டு தீண்டாத பூவாய் ஆண்டாளம்மாள் துள்ளித் திரிந்தாள். சீனி சொன்னதையே அசைபோட்டு மனசில் குமைந்தார் கெங்கையா நாயக்கர். 'பெண் குழந்தை பிறக்கும். ஆனால் பெண்ணாய் வாழாது' கடைசி முயற்சியும் கைகழுவிப் போனபின் சீனியைத் தேடும் முயற்சியைக் கைவிட்டு விட்டுக் கண்ணை மூடிவிட்டார் கெங்கையா நாயக்கர்.

அண்ணன்கள் சுப்பையா நாயக்கரும், அக்கையா நாயக்கரும் கடேசியாய் ஆண்டாளம்மாளுடன் பிரம்மனின் சித்திரக் கூடத்திற்குள் நுழைந்தார்கள். லட்சம் சிற்பிகள் பொம்மைகள் செய்துகொண்டு இருந்தார்கள். லட்சம் சிற்பிகள் உருவம் வரைந்துகொண்டிருந்தார்கள். மலை போல் அம்பாரமாய்க் குவிந்து கிடந்தன கரப்பான் பூச்சிகள். சிற்பக் கூடத்தின் நடுவே கால்மேல் கால் போட்டுப் பிரம்மன், படைப்புக் கலையின் மேற்பார்வையாளன். ஆண்டாளம்மாளைக் கண்டதும் பதறி எழுந்தான் பிரம்மன்.

'இவளைப் படைத்தது யார்?'

'என்னால் மட்டுமே படைக்க முடியும்.'

'நதியை வளைத்து இடையில் வைத்தவன், முகமாய் நிலவை வைத்தவன், நட்சத்திரம் பறித்துக் கண்ணாய் வைத்தவன், மேனியில்

தங்கச் சாந்து குழைத்துப் பூசியவன், ஆலிழை பறித்து வந்து அறையில் ஒட்டி அழகுக்குறி பதித்தவன், மார்பில் மலைமுகடு படைக்க மறந்ததேன்?'

ஆண்டாளம்மாளை ஏறிட்டுப் பார்த்த பிரம்மன் தலை குனிந்தான். ஏடுகள் புரட்டிப் பூர்வீகம் பார்த்தான். சங்கேதக் குறியைச் சரி பார்த்தான். 'வனதேவதை' மலைமுகடுகள் இல்லாமல் வன தேவதையா? வனமில்லாத மலையா? மலையில்லா வனமா? மேகங்கள் தரையிறங்கி உள்புகுந்து பாலருவிகள் கொட்டும் மலைமுகடு இல்லாமல் வனதேவதையா? பிரம்மன் கெக்கெலி போட்டுச் சிரித்தான். சித்திரக் கூடம் அதிர்ந்தது.

'மன்னிக்கவேண்டும். நதியை வளைத்து இடையாக்கியவன், முகமாய் நிலவை வைத்தவன், நட்சத்திரக் கண் வைத்தவன், மேனியில் தங்கச் சாந்து பூசிய கொத்தன், ஆலிழை பறித்து வந்து குறியாய் அறையில் ஒட்டியவன் நான்தான். மார்பில் மலைமுகடு பதிக்க மறக்கவில்லை. இரு புள்ளிவைத்து வட்டமிட்டேன். பூப்பூக்கும் கலையை உள்புகுத்தக் கணநேரம் தாமதித்தேன். அதற்குள் அசுரப் பறவையொன்று விருட்டென்று தரையிறங்கிக் கால் நகம் பதித்துத் தூக்கிச் சென்றுவிட்டது சிற்பத்தை. மலைமுகடு பதிக்க மறந்தது பிரம்மனின் குற்றமல்ல. பறவையின் அவசரம். பூப்பூக்கும் கலையை விதையினுள்தான் புகுத்தமுடியும். செடியாகி, மரமாகிவிட்டதால் இனி மருந்தொன்றும் கிடையாது. இனிமேல் இந்த வனதேவதை கணு இல்லாத மரம்தான். மலைமுகடு இல்லாத வனம்தான் போய்வாருங்கள்.

சீனி எதிர்ப்பட்டவனிடம் இது என்ன ஊர் என்று விசாரித்தான். உப்பத்தூர்தான் என்பதை உறுதிசெய்துகொண்டான். அவன் கண்களை அவனாலேயே நம்பமுடியவில்லை. மரங்கள், சோலைகள், தோப்புகள், கிணறுகள், தோட்டங்கள் என்று ஊரே செழித்திருந்தது. தன் குடிசை இருந்த இடத்தைப் போய்ப் பார்த்தான். வாகை மரங்கள் பூச்சொரிய பறவைகள் அடைந்து தரையில் வெள்ளைப் புள்ளிகளாய் எச்சங்கள் உதிர்ந்து நிறைந்து கிடந்தன. கெங்கையா நாயக்கர் வீட்டை எட்டிப் பார்த்தான். கட்டை மண்ணாய் இடிந்து கிடந்தது. மாடுகள் கட்டும் தொழுவம் மஞ்சணத்திச் செடிகளால் மூடி இடம் தெரியாமல் மறைந்து கிடந்தது. மழைக்காலம் தவிர்த்துக் கோடையில் ஒரு புல்பூண்டு கூட முளைக்காத ஊரில், பச்சை இல்லாத இடமே இல்லை. கெங்கையா நாயக்கர் பற்றி விசாரித்தான். கிடைத்த தகவல்படி நந்தவனம் போனான்.

ஊரைவிட்டு ஒதுங்கியிருந்தது பெரிய நந்தவனம். சீனி மெதுவாய் எட்டிப் பார்த்தான். ஆளரவம் காணவில்லை. பலவகைப் பறவைகளின் கெச்செட்டம். சீனி உள்ளே மெதுவாய் எட்டுவைத்தான். தண்ணீருக்குள் நடப்பது போன்ற சில்லிட்ட குளிர்ச்சி. பாதை மறைந்து முகம் உரசிக் கிடக்கும் பல்வேறு வகையான செடி கொடிகள். சீனி ஒவ்வொரு சத்தமாய் உற்றுக்கேட்டான். மயில்கள், செம்போத்து, குயில்கள், குருவிகள், அணில்கள், கிளிகள், காகங்கள், மைனாக்கள் பல்வேறு சத்தங்கள். சீனி மெதுவாய் நடந்தான். இங்கே இல்லாத மரங்களோ, செடி கொடிகளோ இல்லை என்பதைப் போல் பல்வகை மரஞ்செடிகள். தூரத்தில் யாரோ ஒரு ஆள் நடந்து வருவது தெரிந்தது. கிட்டத்தில் வந்ததும் சீனி இரு கைக்கூப்பி வணங்கினான். காவி வேஷ்டி, காவி ஜிப்பா. காவித் துண்டு. சுருக்கங்கள் நிலைத்த நெற்றியில் திருநீறு வரித்திருந்தது.

'எந்த ஊரு, என்ன வேணும்?'

'சாமியப் பாத்திட்டுப் போகணும்னுதான் வந்தது.'

'என்ன விஷயம்?'

'சாமி எனக்கும் பூர்வீகம் இந்த ஊர்தான். ஒங்க அப்பா, அம்மா, தாத்தா எல்லோரும் நல்லாத் தெரியும். ஒங்க அண்ணன் சுப்பையா நாயக்கர், நாங்க ஊரைவிட்டுப் போகும்போது சிறுபுள்ள.'

'பேரு.'

'சீனி, பள்ள புள்ளிக சாமி.'

'இந்த கூகச்சாமி கும்பிட்டாம்னு ஊரைவிட்டு வெரட்டுனாங்களே.'

'அதே ஆள்தான் சாமியோவ்.'

'ஏம்ப்பா எந்த ஊருக்குப் போறம்ணு ஒரு வார்த்த சொல்லிட்டுப் போகக்கூடாதா? அய்யா சாகும் மட்டும் ஒன்னயப் பாக்கிறதுக்காகத் தேடாத ஊர் இல்லப்பா, சாகும்போதுகூட சீனி சீனினு புலம்பினாரு.'

'சாமி நாங்க போகும்போது எந்த ஊருக்குப் போறதுங்கிற நிச்சயமில்லாமத்தான் பொறப்பட்டுப் போனது. தலைல பறவ எச்சம் படுற எடத்துக்கு அடுத்த ஊர்னு வச்சு நடந்தோம். இப்ப சித்திரம் பட்டியில இருக்கங்சாமி.'

'யே... அப்பா அவ்வளவு தூரத்துக்குப் போயிட்டியா?'

'சாமி, நான் அண்ணாச்சி சுப்பையா நாயக்கரைப் பார்க்கணும்.'

'எதுக்கு.'

'அய்யாவ பாக்கணும்னுதான் வந்தது. குடுத்து வைக்கல, தம்பியப் பாத்தாச்சு, அண்ணனையும் பாத்திட்டுப் போகலாம்னு கேட்டேன்.'

நந்தவனம் அதிரச் சிரித்தார் அக்கையா நாயக்கர். சீனி ஒன்றும் புரியாமல் பார்த்துக்கொண்டிருந்தான். அய்யா இறந்த உடன், அம்மாள் இறந்ததும், ஆண்டாளம்மாள் பிறந்து வளர்ந்ததும் சீனி அறியாத விஷயங்கள் என்பதை யூகித்துக்கொண்டார் அக்கையா நாயக்கர்.

'அய்யா எறந்தது தெரியுமா?'

'இங்க வந்துதான் கேள்விப்பட்டன் சாமி'

'அய்யா எறந்தஒடன அம்மாளும் ரொம்பநாள் இருக்கல. அப்புறம் நானும் அண்ணனும்தான் தங்கச்சியக் கவனிக்க வேண்டியதாப் போச்சு.'

'தங்கச்சி பொறந்ததா சாமி.'

'.....'

'சாமி, இப்ப எங்க இருக்காங்க, எந்த ஊர்ல கெட்டிக் குடுத்தீக.'

'அய்யாவும் அம்மாவும் செத்தப்பிறகும் அருமையாத்தான் வச்சிருந்தோம். கரை உடைக்கும் கடலுக்குக் காவல் யார்? அலை அடங்கிக் கடல் பொங்கும் வேளை. பிடிப்பறுந்தால் நிலவு பூமியில் மோதியா சிதறும். ஆண்டாளம்மாள் பிடிப்பறுத்தாள். அலையாய்ச் சிரித்தாள், ஆர்ப்பரித்தாள். அடங்காமல் ஆடை கழற்றித் தூர வீசினாள். புலம்பினாள். புலம்பலில் புரிந்தது பாதி. புரியாதது மீதி.'

'ஏஞ்சாமி பைத்தியமா புடிச்சிருச்சு.'

'கைகளிலும் கால்களிலும் விலங்கு மாட்டினோம். கையில் பிரம்புடன் காவல் இருந்தோம். எப்படிக் கட்டினாலும் உடலிலிருந்து ஆடை கழன்று விழுந்தது. பிறந்தமேனியாய் ஊரை வலம் வந்தாள். கயிற்றால் இடுப்பில் கட்டுப்போட்டோம். டேய்... அக்னியாத் தகிக்குதடா ஒடம்பு, கோடானுகோடி பிணம் தின்ன தீ நாக்கு என்னைத் தீண்ட வேண்டாம்; மண்மூடி ஊன் ஒழுகிச் செல்லரித்துக் கரையான் திங்க மண்ணுக்குள் புதைக்க வேண்டாம். நிறை கெங்கையில் மிதக்க வேண்டும். என் உடம்பின் உஷ்ணம் குளிர்ந்து நீரோடு நீராகிப்போக வேண்டும்.'

'ஓயாமல் கத்தினாள், கதறினாள் ஆண்டாளம்மாள்.'

'பெறகு சாமி'

'பெறகென்ன, எங்களால தாமிரிக்க முடியல, அவ மானத்த

மறைக்கவும் வழியில்ல. நானும் அண்ணனும் வண்டி பூட்டினோம். ஆண்டாளம்மாளைத் தெய்வமாய் அலங்கரித்தோம். அவளுக்காக வாங்கிச் சேத்திருந்த அத்தனை நகைகளையும் அணிவித்தோம். புதுப் பொண்ணாய்ச் ஜொலித்தாள் ஆண்டாளம்மாள். ஓடும் நதி தேடிப் புறப்பட்டோம். மலையிறங்கிக் கடல் தேடிச் சீறிப்பாயும் மகாநதியின் கரையோரத்தில் வண்டியை நிறுத்தினோம். நதியின் சலசலப்புச் சத்தங்கேட்டதும் துள்ளி எழுந்தாள் ஆண்டாளம்மாள். கால் விலங்குகளும் கை விலங்குகளும் இற்றுப்போய் அறுந்து விழுந்தன. பொங்கிவரும் வெள்ளம் நோக்கிக் குதித்தோடினாள் ஆண்டாளம்மாள். நானும் அண்ணனும் ஆற்றங்கரையில் கட்டிப் பிடித்து முட்டி முட்டி அழுதோம். ஆண்டாளம்மாள் நதியோடும் குதித்தோடும் வெள்ளத்தோடும் ஐக்கியமாகிப் போனாள். நான் மாடு பூட்டி வண்டியில் ஏறினேன். அண்ணன் வண்டிக்குள் உட்கார்ந்திருந்தார். கொஞ்சதூரம்தான் போயிருக்கும். வண்டியை நிறுத்தச் சொல்லிச் சத்தம் போட்டார் அண்ணன். கயிறு சுண்டி வண்டியை நிறுத்தினேன். கணநேரம் தாமதம் செய், கடைசியாக ஒரு தடவை என் கண்ணால் ஆண்டாளம்மாளைத் தரிசித்துவிட்டு வருகிறேன் என்று அண்ணன் இறங்கிப் போனார். ஒருநாள் முழுக்கக் காத்திருந்தேன். நதியின் ஓரமெல்லாம் தேடினேன். கடலில் கலக்கும் இடத்திலும் போய்ப் பார்த்தேன். அண்ணனையும் காணவில்லை. ஆண்டாளம்மாளையும் காணவில்லை. வண்டி மாட்டோடு ஊர் திரும்பினேன். ஊர் பழித்தது. ஒத்தப் பிள்ளை வம்சத்தில் ஒத்தப் பிள்ளையாய் இருக்கிறேன்.'

'இத்தன வருஷமாகியும் எந்தத் தகவலும் கெடைக்கலியா சாமி.'

'ஆண்டாளம்மாள் மட்டும் திரும்பி வந்துவிட்டாள்.'

'சாமி...'

'ஆற்றங்கரையில் இறக்கிவிட்டு வந்த மூன்றாம்நாள், ஊர் மந்தையில் ஆண்டாள் படுத்துக்கிடந்தாள். ஊர்கூடி வேடிக்கை பார்த்தது. நானும் ஓடிப்போய்ப் பார்த்தேன். அப்படியே தங்கச் சிலையாய் நிறை அம்மணத்துடன் பிறந்தமேனியாய்; நாங்கள் அணிவித்த நகைகள் அனைத்தும் அப்படியே கழுத்தில் கிடக்க, நீண்ட கருங்கூந்தல் அவிழ்ந்து முகம் மறைத்திருக்க, மல்லாக்கப் படுத்தபடி செத்துக் கிடந்தாள். ஈரம் உலராத நனைந்த கூந்தலிலிருந்து சொட்டுச் சொட்டாய்த் தண்ணீர் விழ மடியில் கிடத்தினேன். அவள் மேலெல்லாம் முத்து முத்தாய் ஒட்டியிருந்தன நீர்த்திவலைகள். அப்போதுதான் தண்ணீருக்குள்ளேயிருந்து குதித்து வெளியே வந்து

படுத்துக் கிடப்பவளைப்போல் கிடந்தாள்.'

'சாமி எங்ஙன அடக்கம் பண்ணியிருக்கீக!'

'ஊரார் எல்லாரும் கோயில் கட்டச் சொன்னார்கள். இன்னும் சிலர் சமாதிகட்டி கல்லறையாக்கச் சொன்னார்கள். அவள் செத்துக் கிடந்த அதே இடத்தில் குழி தோண்டினோம். மண்வெட்டியால் நாலு இடத்தில் தோண்டினோம். நாலிலும் தண்ணீர் ஊற்று. கடேசியாய் அவள் விரும்பியபடியே நிறைதண்ணீருக்குள்ளேதான் ஜலசமாதியாய் வைத்து மூடினோம்.'

'சாமி... அந்த எடத்த நான் பாக்கலாமா சாமி.'

'இதே இடம்தான். அவள் உடலில் துளி ஆடையின்றி அடங்கிய இடம்தான், இந்தப் பரந்த நந்தவனம். பார்த்தாயா, எத்தனை விதமான தாவரங்கள், மரங்கள், மூலிகைகள் இத்தனையும் தானாக முளைத்தவை, யாரும் நட்டு வளர்க்கவில்லை. யாரும் ஒரு சொட்டுத் தண்ணீர் ஊற்றவில்லை. எங்கே பார்த்தாலும் செடிகள், மரங்கள், கொடிகள், சிறகசைத்துக் கூவித் திரியும் எத்தனை விதமான பறவைகள் பார்த்தாயா. எத்தனை ஜீவராசிகள் மகிழ்ச்சியில் திளைக்கின்றன பார்த்தாயா. இவையெல்லாமே எங்கிருந்து எப்படி வந்தன என்று யாருக்கும் தெரியாது. ஆனால் அத்தனையும் நித்தமும் ஆனந்தித் திருக்கின்றன. ஆடுகின்றன, பாடுகின்றன'

'கடேசில ஒத்தப்புள்ள கெங்கையா நாயக்கர் வம்சம் வேரறுந்து தூர்ந்து போச்சே சாமி.'

'யார் சொன்னது பல்கிப் பெருகியிருக்கிறது. இத்தனை மரஞ்செடி கொடிகளும், மருந்து மூலிகைகளும் யார்? ஆண்டாளம்மாள். அவை எழுப்பும் விதவிதமான சப்தங்கள் வெவ்வேறல்ல. ஆண்டாளம்மாளின் பேச்சு, ஆண்டாளம்மாளின் சிரிப்பு, ஆண்டாளம்மாளின் அழுகை, ஆண்டாளம்மாளின் விளையாட்டு, ஆண்டாளம்மாளின் ஓலம். ஆண்டாளம்மாள் யார்? ஒத்தப்புள்ள கெங்கையா நாயக்கரின் ஒரே மகள் என் தங்கச்சி. அப்படியானால் இவையனைத்தும் கெங்கையா நாயக்கரின் வம்ச விருத்தியின் விதைகளன்றி வேறேது? நான் கோயில் கட்டியிருந்தால் இத்தனை வனங்கள் வளர்ந்திருக்குமா? மனிதக் காலடியின் சுடுமணலும் அனல் மூச்சும் உடல் வெக்கையும் இவையனைத்தையும் சுட்டுப் பொசுக்கியிருக்கும். இத்தனை பறவையினங்கள் இங்கே தங்குமா? மலர் வாசம் சுவாசிக்கும் பறவைகள் மனுச வாசம் சுவாசிக்கக் கூடுமோ? வாடிக் கருகிய நாலைந்து மாலைகள் தொங்கும் கோயிலிலா ஆண்டாளம்மாள் குடியிருப்பாள்.

உலோகம் உருக்கி ஓசையிடும் மணியோசை யாருக்கு வேணும். விலங்குத்தோல் ஒலி வித்தைக்காரனுக்குச் சொந்தம். கிளிகளின், குயில்களின், காகங்களின் மைனாக்களின் சிட்டுக் குருவிகளின், செம்போத்துப் பறவையின், வாலாட்டிக் குருவியின், புறாவின், பருந்தின், அணில்களின் ஆனந்தப் பரவசக் கூச்சலில் சயனித்திருக்கிறாள் ஆண்டாளம்மாள். கனிவர்க்கமாய், மூலிகை மருந்தாய், நிழல் தரும் வனமாய், தாகம் தீர்க்கும் தண்ணீராய், வாசம் தரும் மலராய் நித்தம் பூக்கிறாள், சிரிக்கிறாள் ஆண்டாளம்மாள். நான்கு சுவருக்குள் கதவு போட்டுப் பூட்டிய கட்டிடத்திற்குள் வாழ்வது தெய்வமல்ல. தெய்வ நம்பிக்கை.'

'காடு கரையெல்லாம் நெறய இருந்துச்சே என்ன செஞ்சீக சாமி.'

'ஆண்டாளம்மாள் மறைந்து இந்த இடத்தில் அடங்கிய பிறகு ஊரின் எந்த இடத்தில் தோண்டினாலும் தண்ணீர்தான். குடிக்கத் தண்ணீர் இல்லாமல் இருந்த உப்பத்தூரில் இன்று வற்றாத ஜீவநதிகள் போல் நிறையக் கிணறுகள், தோட்டங்கள், வயல்கள். எங்களுடைய அத்தனை காடுகளும் அப்படியே கிடக்கின்றன. மரங்கள் வளர்ந்து பறவைகள் கூடுகட்டி வாழும் நந்தவனங்களாகப் போகட்டும் என்று விட்டிருக்கிறேன்.'

'ராத்திரியெல்லாம் ஒத்தையில இருக்கப் பயமில்லயா சாமி.'

'நானா! ஒத்தையிலெ இருக்கிறேன்னு யார் சொன்னது. என்னுடன் கூடவே ஓராயிரம் பேர் குடியிருக்கிறார்கள். மூலிகைகள் தேடித் தினமும் இரவில் சித்தர்கள் வருகிறார்கள். மலையில் கிடைக்காத, இரவில் ஒளிரும் மூலிகைகள்கூட இந்த நந்தவனத்தில் கிடைப்பதாகப் பேசிக்கொள்கிறார்கள்.'

திடீரென்று எல்லாப் பறவைகளும் 'காச் பூச்' என்று கத்தும் சத்தங்கேட்டது. கிளைகள் சடசடக்க எல்லாப் பறவைகளும் வேகமாகப் பறந்து விரைந்தன. ஒரே மரத்தைச் சுற்றிப் பறந்து கூப்பாடு போட்டன. அக்கையா நாயக்கர் எழுந்து நடந்தார். சீனியும் தொடர்ந்தான். குமுக்காய்த் தளிர்த்திருந்த மரக்கிளையினுள் கூகை பதுங்கிப் பயந்து உட்கார்ந்திருந்தது. சீனி கையெடுத்துக் கும்பிட்டான். கூகை மரத்திற்கு மரம் ஒளிந்து ஓடியது. எல்லாப் பறவைகளும் விரட்டிச்சென்றன.

'இது என்ன பறவ, ஒரு நாளும் இங்க வந்ததில்லையே...'

'சாமி இது இரவுப் பறவ. கூகைனு பேரு. வனத்துக்கு உண்மையான அதிகாரமும் சொந்தமும் இந்தப் பறவைக்குத்தான் உண்டு.'

பூர்வீகப் பறவை. வேகமாய்ப் பறக்கத் தெரியாது. இடையில் தன் சந்ததியாக வந்த வண்ணப் பறவைகளே இதை வனத்தை விட்டே விரட்டி விட்டன. கூகை முறையிட்டு அழுதது. உனக்குப் பாடத் தெரியவில்லை. கூவத்தெரியவில்லை; உடம்பில் வண்ணம் இல்லை, தோகை விரித்து ஆடத் தெரியவில்லை என்று மற்றப் பறவைகள் வனத்தைவிட்டே விரட்டிவிட்டன. இரவில் மட்டுமே முகங்காட்டி வெளியேறிப் பொந்துகளில் ஒளிந்து வாழ்ந்து வரும் அபூர்வப் பறவையிது. இன்று கூச்சலிட்டு ஆடிப்பாடிக் கூவிக் குலவி பழவர்க்கங்கள் எல்லாவற்றையும் ருசித்து வனத்தைச் சொந்தங் கொண்டாடும் எந்தப் பறவைக்காவது இரவு என்றால் என்னவென்று தெரியுமா? காத்திருத்தல் என்றால் என்னவென்று தெரியுமா? இரவின் அமைதி பெண்மை. பொறுமையின் லட்சணம் பெண்மை. காத்திருத்தலின் மகத்துவம் பெண்மை. பெண்ணின் வாழ்க்கையே முழுமையடையும் இடம் காத்திருத்தலில். கூகை பெண்மை. பிணம் எரியும் வெளிச்சத்தில் பேயோடு பேயாய் நிற்கும் இரவு மனிதன் கூகை. கிடைத்தது போதுமென்று தேடியலையாமல் கிடைத்ததைத் தின்று வாழும் இனம். நட்சத்திரங்கள் ஜொலிக்கும் கும்மிருட்டில் காடுகளில் காவல் காத்து நிற்கும் மனித இனம் கூகை இனம். பகல் புணர்ச்சி விரும்பும் பறவையினம் எந்த இனம். இரவின் அமைதி, புணர்ச்சிக்கென்று புலம்பித் திரிபவன் புணர்ச்சியறியாதவன். பூக்கள் புணரும் நேரம் பறவைகளின் கெச்செட்ட ஒலிகளின் அதிர்வுகள் கூடும் பட்டப்பகலில்.

கூகை நந்தவனத்தை விட்டே பறந்தோடிவிட்டது. கொஞ்ச தூரம் விரட்டிச்சென்ற பறவைகள் நந்தவனத்திற்குத் திரும்பி வந்தன. கூர் அலகு இருந்தும், பறக்க இறக்கைகள் இருந்தும், பருத்த உருவம் இருந்தும், தாக்கும் எதிரியைத் திருப்பித் தாக்கும் குணம் மறந்த கூகை. பொந்துகளில் அடிமையாய் மறைந்தே வாழ்வது பகலில் வெளிச்சத்திற்குக் கண்கூசிப் பார்வை தடுமாறிவெளியே வர அஞ்சி வாழும் கூகை. தன் வனம் விட்டு, தன் இனம் விட்டு, வம்ச விருத்தி குறைந்து அருகிப்போன இனம். சீனி வழிபடும் கூகை இனம் வனத்திற்கு வருவது எப்படி, பார்வை பெற்று பகல் வெளிச்சத்தைத் தரிசிப்பது எப்படி, கூர் நகம் கொண்டு சதை கிழிக்க வேண்டும். அலகு கொண்டு எதிரியைக் கொத்த வேண்டும். இறக்கையடித்து வேகமாய்ப் பறந்து காற்றை முந்தவேண்டும். பதுங்கும் தந்திரம் பழகிப் பகலிலும் வெளிவரவேண்டும்.

சீனி தான் கூகையை வீட்டில் வைத்துச் சாமியாக ஏன் கும்பிட்டேன்

என்ற கதையையும், பின் பிடி மண் எடுத்துப்போய் சித்திரம்பட்டியில் ஒரு சிறு கோயில் கட்டிக் கூகை உருவம் வைத்து வழிபட்டு வருகிறதையும் அக்கையா நாயக்கரிடம் கதையாய்ச் சொன்னான். அக்கையா நாயக்கர் ஆச்சரியமாய்க் கேட்டுக்கொண்டிருந்தார். விருட்டென்று எழுந்துபோன அக்கையா நாயக்கர் குமுக்காய்த் தளிர்த்திருந்த செடியின் அடிமூட்டிலிருந்து ஒரு பெரிய பொட்டலத்தை எடுத்து வந்தார். உள்ளங்கை போன்ற பெரிய அகன்ற இலைகளினால் சுற்றப்பட்டிருந்தது அந்தப் பொட்டலம். சீனி முன்னால் கொண்டு வந்து அதைப் பிரித்தார். அத்தனையும் ஆண்டாளம்மாளுக்கு அணிவிக்கப்பட்ட தங்க நகைகள்.

'இதை எல்லாவற்றையும் எடுத்துக்கொண்டு போ.'

'சாமி, எனக்கு எதுக்கு சாமி நக.'

'உனக்கு இல்லை. இவைகளை இனிமேல் எந்த மனிதரும் கழுத்தில் அணிய முடியாது. ஏனெனில் தெய்வங்கள் அணிந்த அணிகலன்களைத் தெய்வம்தான் அணிய வேண்டும். நீ வழிபடும் கூகைச் சாமியின் கழுத்தில் அணிவித்து வழிபடு.'

'சாமி நகையணிவித்தால் ஆடைகள் அணிவிக்க வேண்டும். கூகைச் சாமியின் நிர்வாணம் தெய்வாம்சம். பறவைகளின் அழகே அந்த நிர்வாணம்தான். பறவைகளின் தூய்மையும் நிர்வாணம்தான். அதுவும் கூகை தன் மேலில் நிறம்கூட விரும்பாத சுத்த நிர்வாணி. முக்கியின் வாசல் நிர்வாணம். இயற்கையிலேயே குறி விகாரம் மறைத்துப் பிறந்த ஜீவராசிகள் அழிவற்ற ஆத்மாவாய் வாழும் தெய்வங்கள்.'

'அப்படியானால் இதை என்ன செய்ய.'

'கெங்கையா நாயக்கர் வம்சத்தில் இன்னொரு பெண் வந்துதான் இவைகளை அணியவேண்டும் சாமி.'

'....'

'என்ன... சாமி சத்தத்தைக் காணும்.'

'ஒத்தப்புள்ள கெங்கையா நாயக்கரின் வம்சம் என்னோடு முடிந்தது. எனக்கு வம்ச விருத்தியில் நாட்டமில்லை.'

'சாமி அப்பிடிச் சொல்லக்கூடாது.'

'நான் சொல்லவில்லை; விதி சொல்கிறது. என் பாட்டனுக்கு முப்பாட்டனின் மகள், ஒருவன் மேல் இச்சைகொண்டு கச்சை அவிழ்த்துவிட்டாள். பச்சைத் துரோகம் என்றார் பாட்டனார். கச்சை அவிழ்த்த கைகளைச் சேர்த்துக் கட்டிவிட்டு ஆடை உருவி

அம்மணமாய்த் தெருவில் விட்டார். ஆனாலும் அந்தக் கன்னி ஆடையின்றி அலைந்து ஊர் பூராவும் சுற்றி வந்து சூளுரைத்தாள். மின்னும் நட்சத்திரங்களாய் ஒளிந்திருந்து ஆயிரம் கண்கள் அவள் குறி பார்க்க அவளுக்கோ குறி மறைக்கத் தோதில்லை. குதியாடும் குத்திட்ட தனங்கள் ஆடை மறைக்காததால் அழிந்தா போகும். கட்டிய கைக்கொண்டு குறி மறைக்கக் குனிந்தால் பிஸ்டங்கள் விகாரம். பந்தாய்ச் சுருண்டு படுத்து மானம் காத்தாள். உன் மானம் பறிப்பேன். உன் வம்சத்தின் மானம் பறிப்பேன். உன் வம்சம் பெருகாமல் அருகிப்போகும். கன்னியைத் தவிக்கவிட்ட நீ கன்னிக்காகத் தவிப்பாய். கன்னியால் தவிப்பாய். உன் வம்சத்தில் பெண்வாசம் அற்றுப் போகும். பெண் வாசத்திற்காக ஏங்கிச் சாவாய். என்றாவது ஒருநாள் உன் வம்சம் செடிகளடர்ந்த வனத்தில் கூகையைப் போல் தனித்து வாழும். அத்தோடு உன் வம்சம் அற்றுப் போகும்.'

இப்படிச் சொல்லிவிட்டு எங்கேயோ காணாமல் போய், கையில் கட்டுடன் நிர்வாணமாய்க் கிணற்றில் விழுந்து செத்தாளாம் அந்தக் கன்னிப் பெண். அவளுடைய வாக்கு இப்போது பலிக்கிறதென்று பேசிக்கொள்கிறார்கள். அப்போது அவள் சாபம் விட்டதைப் போலவே, நான் கூகையைப் போல்தான் வாழ்கிறேன். விதவிதமான மலர்களின், மூலிகைகளின்,மரங்களின் நறுமணம் சுவாசிப்பதால் சித்தனைப்போல் எனக்கு வம்ச விருத்தி ஆசையே அற்றுப் போய்விட்டது. நான் நந்தவனத்தில் ஒரு மரம், ஒரு மூலிகை, ஒரு மலர், ஒரு பறவை, ஒரு வாசம் அவ்வளவுதான்.

●

26
அவஸ்தை

சீனிவாச சாஸ்திரிக்கு ஓய்வு பெற்று நிம்மதியாக இருக்க வேண்டிய வயோதிக காலத்தில் இப்படி ஒரு பிரச்சினை பூதாகரமாகக் கிளம்பி கரையான் அரிப்பதைப் போல் அரித்து மனசைக் கவ்வும் என்று நினைத்திருக்க வாய்ப்பில்லை. இவ்வளவு நாளும் இது எப்படி ஒளிந்திருந்தது, எங்கே போயிருந்தது என்று ஆராய்ந்து பார்த்தவருக்கு, பதிலாகக் காலையிலிருந்து சாயங்காலம்வரை மலைபோல் தன்முன்னால் குவிந்து கிடந்த பைல்கள் பேப்பர்களுடன் மட்டுமே பரிச்சயம் கொண்டிருந்தது காரணமாக இருக்கலாம் என்று மட்டும் மனசை ஆசுவாசப்படுத்திக்கொள்ள முடிந்தது. மனசின் புதிர் மடிப்புக்களின் பல அடுக்குகளில் ஒளிந்திருந்த அந்தச் சம்பவம்தான் ஓய்வு பெற்று வீட்டில் உட்கார்ந்து தனிமையில் சிந்திக்கும் போது எப்படியோ மேலெழும்பி வந்து நெஞ்சில் ஒட்டிக்கொள்கிறது. அவருடைய அகத்தில் வளர்ந்து, கிளை பரப்பியிருந்த அந்த மரம் புறத்தில் வெளியேறி தான் பார்க்கும் திசையெல்லாம் மரமாக, வனமாகவே காட்சியளிக்கிறது. தாகம் தீர்க்க ஜலத்தைக் கையில் எடுத்தால் ஜலம் அடுத்த நொடியிலேயே மரமாக மாறித்தான் தொண்டைக்குள் இறங்குகிறது. மரம் வேறு ஜலம் வேறு இல்லை போலும்.

கடுமையான மன உளைச்சல். கட்டிலில் படுத்து ராமாயணத்தைக் கையிலெடுத்தார், ராமன் கையில் வில் அம்புடன் வனத்தில் நின்றான். மரத்தை நீக்கிவிட்டு ராமனைப் படிப்பது இயலாது என்று சீதையை நினைத்தார். சீதையை நினைத்த உடனேயே மாயமானும் அசோக வனமும் ஜடாயுவும் நெஞ்சை நிறைத்துவிட்டன. மானும் மரமும் வனமும் ஜடாயுவும் கடவுளே... என்றபடி அனுமனை நினைத்தார். அனுமன் மரத்தின் உச்சியில் தன் நீண்ட வால் தொங்க உட்கார்ந்திருந்தான். மரத்தை நீக்கிவிட்டு அனுமனை நினைக்கவே

முடியாதென்பதை உணர்ந்தவராகப் புத்தகத்தை மூடிவிட்டு, மகாபாரதத்தை எடுத்துப் புரட்டினார்.

பீமனும் கீசகனும் மரங்களைப் பிடுங்கி ஆயுதமாக்கி யுத்தம் செய்தார்கள். சலிப்புற்றவராக வேகமாகப் பக்கங்களைப் புரட்டினார். அர்ச்சுனன், வில், அம்பு. மரத்தின் மேல் அமர்ந்திருக்கும் புறாவின் கழுத்து, ஏகலைவன், காட்டுவாசி, குருதட்சனை, கட்டை விரல், மரங்களை மறக்க முயன்று தோற்று கொஞ்சநேரம் கண்களை மூடியபடியே படுத்திருந்தார். வெளியில் ஏதோ ஒரு பறவையின் சப்தம், படபடவென்ற இறக்கையடிப்பு, சாஸ்திரிகளின் மூடிய கண்கள் வழியே பறவை மரமாகி உட்கார்ந்துகொண்டது.

பறவை வேறு, மரம் வேறா? மீண்டும் புத்தகத்தைப் புரட்டினார். கிருஷ்ணன் தூது. கிருஷ்ணன், ராதை, நதி, கோபியர், ஆயர்பாடிகள், ஆயர், ஆடு, மாடு, காடு, மரம். நதியும் நதிக்கரையின் நெடிதுயர்ந்த மரங்களும் நெஞ்சில் புகுந்துகொண்டன. கிருஷ்ண பகவானின் புல்லாங்குழல் மூங்கில் இலைமேலே தூங்கும் பனிநீரே. கம்பன், நீர், நீரின்றி அமையாது உலகு, விசும்பின் துளி, பசும்புல் தலை, வள்ளுவன் நீரே, நீரே மழை, மழையே மரம் கம்பனும் வள்ளுவனும் கூடத்தான். புத்தகத்தை மூடிவைத்துவிட்டுச் சுவரை வெறித்துப் பார்த்தார். சுவரில் முருகக் கடவுள் படம். முருகன், வள்ளி, தெய்வானை, குறப்பெண், திணைப்புலம், காவல், வேடுவன், வனம், மரம். முருகன் கைவேல். அசுரன், யுத்தம், மரம், சேவல். சாஸ்திரிகளுக்கு இருப்புக் கொள்ளவில்லை. மெதுவாக எட்டு வைத்து வாசலுக்கு வந்து அந்த மரங்களையே வைத்த கண் வாங்காமல் உற்றுப் பார்த்தார். வேப்ப மரமும் அரச மரமும் ஒன்றோடொன்று முறுக்கிக்கொண்டு பின்னிப் பிணைந்து நிழல் பரப்பியிருந்த காட்சியும், அந்த மரத்தினடியில் ஒரு நாடோடிக் குடும்பம் தட்டுமுட்டுச் சாமான்கள் சகிதம் உட்கார்ந்திருந்ததையும், மரத்தின் ஒரு கிளையிலிருந்து தொங்கிய ஒரு தொட்டிலையும் கால் நீட்டி உட்கார்ந்து ஒரு நாடோடிப் பெண் தன் குழந்தைக்குப் பாலூட்டிக்கொண்டு லயித்திருந்த காட்சியையும் கண்டார். ஒரு நீண்ட பெருமூச்சுடன் அந்த மரத்தைத் தன் நெஞ்சில் சுமந்தபடியே வீட்டுக்குள் போனார். பெருமூச்சு, காற்று, கிளை, மரம்.

வீட்டுக்குள்ளிருந்து தன்னுடைய பேரன் புத்தகத்துடன் ஓடி வந்தான். ஆசையாய்த் தூக்கி முத்தினார். சற்று நேரந்தான். புத்தகம், பேப்பர், கூழ், மரம். புத்தகத்திற்குள் சிங்கம், புலி, கரடி, யானை,

204 ❈ நீர்ப்பழி

குரங்கு, வனம், மரம். மரத்தையே பார்க்காமல் குருடனால் வாழ முடியும். ஆனால் ஒவ்வொரு கிளையசைப்பும் பறவைகளின் ஒலியும் மரத்தைக் கொண்டுவந்து கண்முன்னே நிறுத்திவிடுகிறது. செவிடனால் சாத்தியமா? மூச்சு காற்றாகி, காற்று, கிளை, மரம். மரமின்றிக் காற்றும், காற்றின்றி மரமும் சாத்தியமில்லை. சீனிவாச சாஸ்திரி மீண்டும் மனம் நொந்தவராய்க் கட்டிலிலேயே வந்து படுத்தார். தூரத்தில் கிளி ஜோஸ்யக்காரனின் குரல். சாஸ்திரிகளின் காதில் விழுந்து தெறிக்கிறது. கிளி, பச்சை, நிறம், வனம், மரம்.

தன் நெஞ்சுக்குள் கொஞ்ச நாட்களாகக் கிளை பரப்பி வளர்ந்து கொண்டிருக்கும் அந்த மரமும் அந்த ஸ்தபதியும் தன் முன்னால் நிழலாய்ப் படர்ந்தார்கள். தன்னுடைய புருவம் உயர்த்தி நெற்றி சுருக்கி ஞாபக அடுக்குகளைப் புரட்டினார். மேற்கு நோக்கிய தன் வீட்டின் முன்னால் தெற்கு வடக்காய்ச் செல்லும் அகன்ற தார் சாலை. தன் வீட்டிற்கு நேர் எதிரே சாலையின் வாகரையில், சதுர வடிவ பெரிய பெரிய பாறாங்கற்களை வண்டியிலிருந்து கீழே இறக்கிக் கொண்டிருந்தனர் சிலர். அவர்களின் மத்தியிலே நின்றுகொண்டு பாறைகளை இறக்க யோசனை சொல்லிக்கொண்டிருந்தான் ஸ்தபதி. சட்டையில்லாத ஒல்லியான தேகம். வரிவரியாய் திருநீற்றுக்கோடு. நெற்றி வழுக்கையில் சந்தனமும் குங்குமமும் திருநீற்றை மறைத்தபடி. நரைத்த நீண்ட வெண்தாடி, எலும்புகள் தெரியும் மெலிந்த தேகத்தில் குறுக்கெலும்பாய் புரளும் பூணூல், கடவுள், விலா எலும்பு, பெண், சிருஷ்டி, உலகம், விஸ்வம், கர்மம்.

மறுநாள் அந்த ஸ்தபதி மட்டுமே தனியே உட்கார்ந்து வேலை செய்கிற அளவுக்குச் சிறு ஓலைப் பந்தல். அந்தப் பந்தல்காலில் தொங்கும் சாமி படம். தினமும் பத்தி, சூடம், பூஜை, வேலை. சிதறித் தெறிக்கும் சிறு சிறு கற்சிதறல். சிற்றுளியின் இடைவிடாத டக்... டக்... டக்... ஓசை. கொஞ்ச நாட்களிலேயே பக்கத்தில் வட்டமாக ஆழக் குழி தோண்டி வேப்பமரக் கன்று ஒன்றையும், அரச மரக்கன்று ஒன்றையும் சேர்த்து நட்டு வளர்க்க ஆரம்பித்தான். அலுவலகம் இல்லாத லீவு நாட்களிலும் ஓய்வு நேரங்களிலும் சீனிவாச சாஸ்திரிகள் பக்கத்தில் உட்கார்ந்து பேசிக்கொண்டிருப்பார். சில நேரங்களில் மதியம் சாப்பிடவும், தண்ணீர் வாங்கிக்கொள்ளவும் அந்த மரக் கன்றுகளுக்கு ஊற்ற தண்ணீர் பிடிக்கவும் சாஸ்திரிகளின் வீட்டிற் குள்ளும் வருவதுண்டு.

அன்றைக்கு சீனிவாச சாஸ்திரிகள் தவிர்த்து வீட்டில் யாரும் இல்லை. ஸ்தபதியும் கல் கொண்டுவர மலைக்குப் போய்விட்ட படியால் வேலைக்கு வரவில்லை. பாதி செதுக்கிய நிலையில் படுக்கை வசமாய்க் கிடந்த சிற்பத்தைப் பார்த்துக்கொண்டிருந்தார் சாஸ்திரிகள். திமு திமுவென வீட்டிற்குள் புகுந்த டிப்டாப் ஆசாமிகள் சாஸ்திரிகளைக் கட்டிப் போட்டுவிட்டு கிடைத்ததைச் சுருட்டிக்கொண்டு போய்விட்டார்கள். மறுநாள் ஸ்தபதி வேலைக்கு வந்தபோது கூடவே போலீசும் சாஸ்திரிகளும்.

ஸ்தபதி சாஸ்திரிகளிடம் கேட்ட ஒரே கேள்வி,

'சாஸ்திரிகளே... நீங்களும் என்னைச் சந்தேகிக்கிறீர்களா?'

'ஆம்' தலையாட்டினார் சாஸ்திரிகள்.

ஸ்தபதி போலீஸ் வேனுக்குள் தூக்கி எறியப்பட்டான்.

பத்து நாட்களாக உளிச் சத்தமில்லை. அந்தப் பந்தல் தூணில் தொங்கும் சாமி படத்திற்குப் பூஜையில்லை. தண்ணீர் ஊற்றாததால் வாடிப் போய் நிற்கும் வேம்பு, அரச மரக்கன்றுகள். வேறொரு திருட்டில் கைதான ஒரு திருட்டுக் கும்பல் சாஸ்திரிகள் வீட்டுத் திருட்டை ஒப்புக்கொண்டதாலும் களவுபோன பொருட்கள் கைப் பற்றப்பட்டதாலும் ஸ்தபதி உடனடியாகக் காவல் நிலையத்திலிருந்து தூக்கி வெளியே வீசப்பட்டான். வழக்கம் போல் சாஸ்திரிகள் வாசலில் நின்றுகொண்டிருந்தார். நொண்டி நொண்டி நடந்துவந்த ஸ்தபதி, இரண்டு வாளிகள் தண்ணீர் கொண்டு வந்து மரக்கன்றுகளுக்கு ஊற்றினான். சாஸ்திரிகள் வெட்கத்துடன் ஸ்தபதியிடம் போனார். முக்கண்ணனாய் நின்றான் ஸ்தபதி. ஸ்தபதியின் பார்வையில் ஏழுமண்டலம் விரதமிருந்து, ஆறு மண்டலங்கள் தனிக்குடிலில் தவமிருந்து, ஐந்து மண்டலங்கள் ஆண்வாடை, பெண்வாடை நீக்கி, நான்கு மண்டலங்கள் தியானித்து, மூன்று மண்டலங்கள் கண்மூடி இருளில் வாழ்ந்து, இரண்டு மண்டலங்கள் தெய்வங்களுடன் மட்டுமே பேசி, கடைசி மண்டலம் முழுவதும் இருந்தும் இல்லாமலாகி கண்டும் காணாத ஆவி நிலை எய்தி, சக்தி திரட்டி, கற்சிலைக்கும் கண்திறந்து சக்தி புகுத்தும் சாகஸக் கலை பயின்ற வித்தை தெரிந்தது. ஸ்தபதியின் பார்வை தாங்காமல் தலை குனிந்தார் சாஸ்திரிகள்.

'சாஸ்திரிகளே... போலீஸ் அடித்த அடிகளோ, பண்ணிய சித்ரவதைகளோ, பேசிய பேச்சுக்களோ என்னை ஒன்றும் செய்யவில்லை. ஆனால் 'என்னைச் சந்தேகிக்கிறீர்களா' என்று நான் கேட்டபோது, நீங்கள் 'ஆம்' என்று தலையாட்டினீர்களே, அந்த

ஒரு வார்த்தைதான், என் நெஞ்சுக்குள் போய் உட்கார்ந்துகொண்டு சம்மட்டியடியாய் என்னை அடிக்கிறது. தயவுசெய்து நீங்கள் போய் விடுங்கள், இங்கே நிற்காதீர்கள், என் முகத்தில் முழிக்காதீர்கள், பேச்சில் மட்டுமே மயங்கும் உலகவாசி நீங்கள்.'

'ஸ்தபதி... நான்...'

'ஸ்தபதி என்ற சொல்லை உச்சரிக்க உங்களுக்கு அருகதையில்லை. இந்த உலக மக்களுக்குத் தேவையான ஐந்து விதமான ஆக்கங்களைச் செய்து கொடுத்து வாழும் விஸ்வ கர்மாக்கள் நாங்கள். ஆக்குதல் தவிர்த்து அழித்தல் என்பதே எங்களிடம் கிடையாது. நம்பிக்கை என்ற ஒன்று மட்டுமே எங்கள் வாழ்வின் ஆதார சுருதி. ஜடமான கற்களையும்கூட சிலையாக்கி சக்தி புகுத்தி கண் திறந்து அருள் பாலிக்கும் தெய்வமாக மாற்றும் வித்தை கற்றவனே ஸ்தபதி. எந்த நம்பிக்கையில் நான் இந்த மரங்களை நட்டேன், எந்த நம்பிக்கையில் நான் இவைகளுக்கு தினமும் தண்ணீர் ஊற்றுகிறேன்.

எந்தப் பிரதியுதவியையும் எதிர்பார்த்தல்ல, ஆக்குதல் என்ற ஒன்றைத்தவிர. அரசு உத்தியோகம் உங்களையும் மனிதர்களையும் எந்திரமாக ஆக்கியிருக்கிறது, இயந்திரங்கள் இயக்கப்படுபவை, இயங்குபவையல்ல.'

ஸ்தபதியின் பேச்சில் சாஸ்திரிகள் நிலைகுலைந்து போனார் என்றுதான் சொல்ல வேண்டும். அவருடைய மௌனத்திலிருந்தே அதன் தாக்கம் தெரிந்தது. தன்னுடைய சர்வீஸ்லேயே இப்படி ஒரு நிலையை அனுபவித்திருக்க மாட்டார். ஆம் என்ற அந்த ஒற்றைச் சொல்லுக்கான பிராயசித்தம் காண வழியின்றி தலைகுனிந்து நின்றார். இலேசாய் முணங்கியபடியே ஏறிட்டுப் பார்த்தார்.

'ஸ்தபதி... தயவு செய்து...'

'நான் காவல் நிலையத்திலிருந்த இந்தப் பத்து நாளும் என்ன நினைத்துக்கொண்டிருந்தேன் தெரியுமா? சத்தியமாக இந்த மரக்கன்றுகளைத்தான் நினைத்துக்கொண்டிருந்தேன். ஏனெனில் அது அழிந்து போய்விடக் கூடாது. அதைவிடப் பெரிய கவலை நீங்கள் தப்பித்தவறி அதற்குத் தண்ணீர் ஊற்றிவிடக் கூடாது. நீங்கள் தண்ணீர் ஊற்றாத காரணத்தால்தான் அவை சாகவில்லை. நீங்கள் தண்ணீர் ஊற்றி இருந்தால் நிச்சயம் அந்த மரக்கன்றுகள் கருகிப் பட்டுப் போயிருக்கும். யாசகமாக எதையும் மரங்கள் ஏற்றுக்கொள்வது இல்லை. தாவரங்கள் அவமானங்களைத் தாங்கும் சக்தியற்றவை. தற்கொலை செய்துகொள்ளும் தன்மையுடையவை. ஏனெனில்

அவமானங்கள் வன்முறைகளின் மூலவேர். எந்தத் தாவரங்களும் வன்முறையை விரும்புபவையல்ல.

இங்கே மனிதர்கள் எதையுமே யாசகமாகவும், பிச்சையாகவுமே கொடுத்துப் பழகிவிட்டார்கள். நம்பிக்கையுடன் செய்யும் உதவி அருகிப் போய்விட்டது. தாவரங்கள் உதவியை மட்டுமே ஏற்றுக் கொள்ளும். ஏனென்றால் நூறு மடங்காய்த் திருப்பி உதவுவதற்காக, அதனால்தான் பறவைகள்கூட நேசிக்கும் ஒரே ஜீவன் மரங்கள், மரங்கள் மரங்கள்.'

ஸ்தபதியின் சம்மட்டியடி பொறுக்காமல் சாஸ்திரிகள் சுக்கு நூறாய் நொறுங்கித்தான் வீடு வந்து சேர்ந்தார். மறுநாளே பந்தலைப் பிரித்துக்கொண்டு, எல்லா பாறைகளையும் ஏற்றிக்கொண்டு எங்கேயோ போய்விட்டான் ஸ்தபதி. ஆனால் தினமும் காலையில் மேலெல்லாம் கோடு கோடாய் வரித்த திருநீறுடன் சந்தனம், குங்குமம் ஜொலிக்க கைகளில் தண்ணீர் வாளியுடன் வந்தான். அவன் தண்ணீர் ஊற்றுகிற காட்சியைக் காணக் கூசிப்போனவராக சாஸ்திரிகள் ஜன்னல் வழியேதான் எட்டிப்பார்ப்பார்.

அந்த மரங்கள் வளரவளர சாஸ்திரிகளின் நெஞ்சிலும் அந்த மரங்களின் ஆணிவேர் பாய்ந்து இதயத்தை ஊடுருவிச் சென்றது போலும். மரம் வளர்ந்து கிளை பரப்பி நிழல் தருகிறது. பறவைகள் அடையவும் கூடுகட்டவும் குஞ்சுகள் பொரிக்கவும் செய்கின்றன. நிழல் குளுமையில் யார் யாரோ நின்று இளைப்பாறிச் செல்கிறார்கள். ஸ்தபதியைக் காணவேயில்லை.

சீனிவாச சாஸ்திரிகளுக்கு அந்த மரத்தின் ஒவ்வொரு அசைவும் தன்னையே உலுக்குவது போலிருந்தது. மரங்களும், மரங்கள் பற்றிய சலனங்களும் சதா நெஞ்சில் நிழலாடின. எப்படியாவது தான் சாகும்முன் அந்த ஸ்தபதியைக் காணத் துடித்தார். நேரம் கிடைத்த போதெல்லாம் தேடியலைந்தார், விசாரித்தறிந்தார். தன் நெஞ்சில் எப்போதும் மரங்களையே சுமந்து திரிந்தார். கடைசியாகக் கிடைத்த தகவல்படி நகரத்தை விட்டு ரொம்ப தூரம் தள்ளியிருக்கும் ஓர் இடத்தில் இருப்பதாகக் கேள்விப்பட்டு அங்கே போனார். அது நகரத்திற்கு மேற்கே புதிதாகப் போடப்பட்ட புறவழிச்சாலை. மத்தியான வெய்யில், சாலையின் ஓரமாகவே போய்க்கொண்டிருந்தார்.

வனங்களில் ஒழுங்கற்று வளர்ந்து கிடந்த மரங்களை நகரத்திற் குள்ளும், வீட்டு முற்றத்திற்கும், சாலையோர எல்லைக்கும், நிழலுக்கும் மனிதப் பயன்பாட்டிற்கும், காட்டு மிருகங்களை

மனிதன் பழக்கியது மாதிரி, ஸ்தபதி போன்ற ஆட்கள்தான் மரங்களைக் கொண்டு வந்திருப்பார்கள் என்று நினைத்துக் கொண்டார். சாலையில் விரையும் அனேக வாகனங்களில் வீட்டுக்கு ஒரு மரம் வளர்ப்போம் என்ற வாசகங்களைப் படித்தபோது எரிச்சலடைந்தார்.

தூரத்தில் சாலையோரத்தில் ஒரு சிறு பந்தல் கண்ணில் பட்டது. சுற்றிலும் கற்பாறைகள். சிதறிக் கிடக்கும் கல் சிதறல்கள். ஒரு அரைகுறைச் சிற்பம். பந்தல் தூணில் தொங்கும் அதே படம். ஸ்தபதியைக் காணவில்லை. பக்கத்தில் முள்வேலியால் அழகாகப் பாதுகாக்கப்பட்ட இரண்டு மரக்கன்றுகள். வேம்பும் அரசும். சாஸ்திரிகள் சுற்றும் முற்றும் பார்த்தார். நீண்டு செல்லும் ரோடு தவிர்த்து ஏக வெட்ட வெளி. பக்கத்தில் கிடந்த வாளியைத் தூக்கிக் கொண்டு வேகமாய் நடந்தார். தூரத்தில் ஸ்தபதி வருவதுபோல் தெரிந்தது அவர் கண்களுக்கு. தண்ணீர் இருக்கும் இடத்தைக் கேட்க வேண்டும் என்று நினைத்துக்கொண்டார்.

●

27

சாபம்

அலுவலகங்களுக்குப் போகும் கணவன்மார்கள், பள்ளி கல்லூரி களுக்குச் செல்லும் மகன்கள், மகள்கள் அனைவரையும் அரக்கப் பரக்க அனுப்பிவிட்டு, தன்னைக் கொஞ்சம் ஆசுவாசப்படுத்திக் கொள்ளும் தாய்மார்களின் இடைநேர ஐநா சபைக் கூட்டம் அந்த இடத்தில் தினமும் நடப்பதுண்டு. பெரும்பாலும் அந்தக் கூட்டத்திற்குத் தலைமையேற்பவராக பேங்க் ஆபீஸர் மனைவி மாலதியே இருப்பார். மற்ற தலையாட்டி உறுப்பினர்களாக சுய உதவிக்குழு மல்லிகாவும், துபாய் மாப்பிள்ளையின் மனைவி காளியம்மாவும், இவர்களோடு இன்னும் சில இல்லத்தரசிகளும் உண்டு. அன்று கூட்டம் நடந்து கொண்டிருந்தது. தங்களை நோக்கி நான்கு பெண்கள் வருவதைக் கவனித்ததும் பேச்சை நிறுத்திவிட்டு வந்த பெண்களையே உற்றுப் பார்த்தனர். ஒருத்தி கையில் வட்டமான பெரிய தாம்பாலத்தை ஏந்திப் பிடித்திருந்தாள். மற்ற மூன்று பெண்கள் நிற்க, தாம்பாலப் பெண் மட்டும் குத்துக்காலிட்டுத் தரையில் உட்கார்ந்து தாம்பாலத்தைத் தரையில் வைக்காமல் மடியில் வைத்துக்கொண்டாள். இப்போது ஐ.நா. பெண்களின் அனைத்துக் கண்களும் தாம்பாலத்தில் குவிந்தன.

தாம்பாலத்தின் நடுவில் அழகான ஒரு தாலி வைக்கப்பட்டிருந்தது. தாம்பாலம் முழுக்க இரண்டு மூன்று ஐம்பது, நூறு ரூபாய் தாள்கள் பரத்தி வைக்கப்பட்டிருந்தன. ரூபாய் நோட்டில் இருந்த காந்தியின் சிரிப்பு நிச்சயமாகத் தாலியைப் பார்த்து அல்ல. சிறு மௌனம் கலைய, தாம்பாலப் பெண் பேசினாள். மற்ற மூன்று பெண்களும் ஜவுளிக் கடைப் பொம்மைகளைப் போல் பேசாமல் நின்றுகொண்டிருந்தனர்.

‘இந்த மூணு பொண்ணுகளும் என்னோட பொண்ணுக இந்தா நிக்காளே இவதான் மூத்தவ... இவளுக்குக் கல்யாணம் கூடியிருக்கு மூணு கொமரிகள வச்சுக்கிட்டு நான் என்ன பண்ண தாயி,

ஒண்ணு ஒண்ணா கரையேத்தணும், இவ கல்யாணம் இப்ப ஒங்க புண்ணியத்தாலதான் நடக்கணும் தாயி, தன்னோட மக நல்ல எடத்துல வாக்கப்பட்டு நல்லா இருக்காங்கிறத பாக்கவும், பேரன், பேத்திய எடுத்துக் கொஞ்சவும் எனக்கும் ஆச இருக்கு தாயி... அத நீங்கதான் நெறவேத்தணும் தாயி!'

இரண்டு சொட்டுக் கண்ணீரைத் துடைத்துக்கொண்டாள் அந்தத் தாய். தன் மகளையும் கரையேத்த வழியில்லாமல் நிற்கும் காளியம்மாவின் கண்களிலும் கண்ணீர் வடிந்தது. காளியம்மாள் ஐ.நா. சபையில் நிரந்தர உறுப்பினர் இல்லாவிட்டாலும்கூட ஏகதேசம் எப்போதாவது கூட்டத்தில் கலந்துகொள்வதுண்டு. பேங்க் ஆபீஸர் மனைவி மாலதி, நின்றுகொண்டிருக்கும் மூன்று பெண்களையும் ஏறிட்டுப் பார்த்தாள். மூன்று பேருமே கைக் கூப்பிக் கும்பிட்டார்கள். மணப்பெண் தலை கவிழ்ந்துகொண்டாள். ஒரு சிறு மௌனம் அவ்விடத்தை ஆக்ரமித்தது.

மருத்துவ விடுப்பில் மாடியில் ஓய்வெடுத்துக்கொண்டிருக்கும் நான், ஜன்னல் வழியே தினமும் இந்த ஐ.நா. சபை கூட்டத்தைக் கவனிப்பதுண்டு. காரணம், இந்தக் கூட்டத்திற்கு என் மனைவி தலைவராக இருப்பதும் கூட இருக்கலாம். இந்தக் கூட்டத்தைக் கலைப்பதாக இருந்தால் என் வீட்டின் முன்னால் படர்ந்து தளிர்த்து வனாந்தரமாய் நிற்கும் வேப்பமரத்தை வெட்ட வேண்டும். வேப்ப மரம் பாவம் என்பதற்காகவே தினமும் சகித்துக்கொண்டு இந்தக் கூட்டத்தைப் பொறுத்துக் கொண்டிருக்கிறேன்.

'என்ன மாலதியக்கா சொல்லு. பேசாம உம்முனு இருந்தா எப்படி? பாதகத்தி மூணு கொமரிய சொமந்துட்டு வந்து நிக்காளே, வகுத்துச் சொமையைக் கூட தாங்கிக்கிறலாம், ஏன்னா அது பத்தே மாசம் தான். இந்தச் சொமையை எப்ப எறக்கி வைக்க, எங்க எறக்கி வைக்க.'

'நான் என்ன சொல்ல, எல்லாருமா பேசி ஒரு முடிவு சொல்லுங்க ஏதாவது உதவி செய்வம், நம்ம தெருவுலயும் கொஞ்சப் பேர்ட்ட வசூல் பண்ணி குடுப்பம். பாவம் நம்ம புண்ணியத்துல ஒரு புள்ள கரையேறட்டும் கன்னி கழியட்டும்.'

இப்போது வீட்டுக்குள் என் மனைவி பீரோவைத் திறப்பது கேட்கிறது. ஏதோ ஒரு கணிசமான தொகை தாம்பாலத்தில் தாலியின் பக்கத்தில் உட்காரப் போகிறது. நான் எதுவுமே பேசவில்லை. ஏனெனில் இந்த ஐநா சபை கூட்டம் ஆரம்பித்த நாளிலிருந்து அது செய்த ஒரே ஒரு நல்ல காரியம் இதுவாகத்தான் இருக்க முடியும்.

வேலைக்காரி வந்து கதவைத் தட்டவும் என் மனைவி எழுந்தவுடன் அன்றைய ஐநா சபை கூட்டம் முடிந்தது. இப்போது என்னை நோக்கி மாடிக்கு ஏறி வரும் காலடிச் சத்தம் கேட்டது.

'என்னடி? இன்னைக்கு என்னென்ன தீர்மானங்கள் நிறைவேறிச்சு.'

'போங்கங்க, ஒங்களுக்கு எப்பவும் கேலிதான், பாவம்ங்க, அந்த அம்மா மூணு கொமரிங்க, நம்மளே இந்தப் பாடுபடும்போது அது என்னங்க செய்யும்.'

மேற்கொண்டு நான் என் மனைவியிடம் எதுவும் கேட்கவில்லை. எப்படியும் குறைந்தது ஐநூறு ரூபாய் என் கணக்கில் குறைந்திருக்கும். ஐநா சபைத் தலைவரை யாரால் தட்டிக் கேட்க முடியும். தவறு என்று சொன்னாலும் கேட்கப் போகிறாரா? ஆகவே நான் சொல்லப் போகும் சில உண்மைகளை நீங்கள் உங்கள் மனசுக்குள்ளேயே வைத்துக் கொள்ள வேண்டும் என்று உங்களை நான் கேட்டுக்கொள்கிறேன்.

வேப்பமரத்து ஐநா சபைக் கூட்டத்தில் திருமண உதவி கேட்டு வந்த நான்கு பெண்களுமே கல்யாணமாகி குழந்தை பெற்றவர்கள். திடுக்கிடுவது தெரிகிறது. திடுக்கிடாதீர்கள். இப்படித் திடுக்கிட்டுத் திடுக்கிட்டுத்தான் இரத்த அழுத்தம் அதிகரித்து மருத்துவ விடுப்பில் இருக்கிறேன். மனசை ஆசுவாசப்படுத்திக்கொள்ளுங்கள். ஐநூறு ரூபாயை இழந்த நானே சாந்தமாக இருக்கும் போது உங்களுக்கென்ன?

தினமும் சாயங்காலம் இவர்கள் தங்கியிருக்கும் ராமசாமி தாஸ் பூங்காவுக்குள் நான் வாக்கிங் செல்வதுண்டு. சிவப்பும், ரோஸும் கலந்த இந்த நான்கு தங்க விக்கிரகங்களைப் பார்ப்பதற்காகவே புதியதாகச் சிலர் வாக்கிங் வந்தார்கள். ஏற்கெனவே வாக்கிங் போய்க் கொண்டிருந்தவர்கள், இவர்கள் தங்கியிருந்த இடத்தோடு வாக்கிங்கை நிறுத்திக்கொண்டார்கள். நான் மட்டும் விதிவிலக்கா என்ன? நானும் வாக்கிங்கை அந்த இடத்தோடு நிறுத்திக்கொண்டேன். நேற்று என்னை பரிசோதித்த டாக்டர் குறைந்து கொண்டு வந்த இரத்த அழுத்தம் அதிகரித்திருப்பது ஏன் என்று கேட்டார். சரியாக வாக்கிங் போகவில்லை என்று பொய் சொன்னேன். இரத்த அழுத்தத்திற்கு உண்மையான காரணம் அந்த நான்கு தங்க விக்கிரகப் பெண்கள்தான் என்பது எனக்கு மட்டுமே தெரிந்த இரகசியம்.

சில நாட்களிலேயே அந்தப் பெண்கள் நால்வருமே ஒரே ஒருவனுக்கு மனைவிகள் என்பதும், நால்வருக்குமே குழந்தைகள் பிறந்திருக்கின்றன என்பதும் நான் தெரிந்துகொண்ட விஷயங்கள். சாயங்காலம் நான்கு பேரும் திரும்பி வரும்போது தவறாமல்

இவனுக்கு பிராந்தி வாங்கி வந்து கொடுப்பதையும் கவனித்தேன். அன்று சரியான போதையில் இருந்தான். குழந்தைகள் விளையாடிக் கொண்டிருந்தன. இரண்டு தொட்டில்கள் தொங்கிக்கொண்டிருந்தன. இந்தப் பெண்கள் வந்து தாலியைக் காட்டி பணம் பெற்றுப் போனதை நான் சொன்னபோது அவன் பயந்து போனான். ஏனெனில் நாங்கள் ஜோஷியம், ஏடு, ரேகை பார்த்து சம்பாதிப்பவர்கள் என்று என்னிடம் சொல்லியிருந்தான். என்னமோ தெரியவில்லை, என்னைப் பார்த்தால் யாருக்குமே பொய்தான் சொல்லத் தோன்றுகிறது. அத்தோடு தன்னுடைய மகள்கள் என்று சொன்ன மூன்று பெண்கள் அவனுடைய மனைவிகள் என்ற விஷயமும் எனக்குத் தெரிந்துவிட்டதால் இப்போது கடும் பதற்றத்திலும் போதையிலும் இருந்த அவன் உளற ஆரம்பித்தான்.

'எங்கள் பூர்வீகம் எதுவென்றோ, எங்கள் குலத் தொழில் எதுவென்றோ எனக்குத் தெரியாது. நூறு இருநூறு வருஷத்துக்கு முன்னால் ஒரு நாள், காட்டுக்குள் இருட்டு. எல்லோரும் ஆழ்ந்து உறங்கிக்கொண்டிருந்தோம். திடீரென்று ஒரு பெண்ணின் அழுகைக்குரல்... பதறி எழுந்து பார்த்தோம். குழந்தை ஒன்றைத் தோளில் சுமந்தபடி தலைவிரி கோலமாக ஒரு பெண் அழுது கொண்டிருந்தாள்.'

'ஐயா இது என்னோட ஒரே கொழந்த ஐயா... சர்ப்பம் தீண்டி செத்துட்டா, இத அடக்கம் பண்ணணும், சுடுகாடு எங்கே இருக்குன தெரியல. எங்க கூட வாங்கய்யா, நீங்க நல்லாயிருப்பீக எனக்கு உதவி பண்ணுங்க ஐயா!'

எங்களுடைய கூட்டத்தைச் சேர்ந்த ஆண்களும், பெண்களும் அந்தப் பெண்ணைச்சுற்றி கூடி விட்டார்கள். அவள் தொடர்ந்து அழுது கொண்டேயிருந்தாள். இறந்த அந்தக் குழந்தை தூங்குவதைப் போல் அவள் தோள்களில் தொங்கியது.

'இந்தக் கொழந்த எப்படிச் செத்தது?'

'சர்ப்பம் தீண்டிருச்சு ஐயா!'

'சரி ஒன்னோட புருஷன் எங்க?'

'......'

'அவ கழுத்துல தாலியவே காணும், பெறகு எப்படி புருஷன சொல்வா.'

'அப்ப, புருஷன் யாருனு தெரியாம பெறந்த கொழுந்தையா?'

'அப்படித்தான் இருக்கும், அதுதான் ராத்திரியோட ராத்திரியா யாருக்கும் தெரியாம அடக்கம் பண்ணிட்டு, விடிஞ்ச ஒடனே கொழந்தையக் காணும்னு சொல்லிரலாம்னு வந்திருக்கா.'

'கொழந்தைய பாம்பு கடிச்சிருக்காது, இவதான் கழுத்தத் திருகி கொன்றுப்பா, கள்ளச் சிரிக்கி.'

இவ்வளவு பேச்சுக்கும், ஏச்சுக்கும் அந்தப் பெண் பேசாமல் நின்றாள். எங்கள் கூட்டத்துப் பெண்கள் எகத்தாளம் பண்ணி சிரித்துக் கேலி பண்ணினார்கள். ஒரு நீண்ட பெருமூச்சுடன் கண்களைச் சுழற்றி எங்கள் பெண்களை ஒரு பார்வை பார்த்தாள், மிக அமைதியாகப் பேசினாள்.

'இந்த நடுச்சாம அர்த்தராத்திரியில இறந்த குழந்தையுடன் ஒரு அபலைப் பெண் உதவி கேட்கும் போது, எந்தப் பெண்ணுமே மனசு இறங்கிவிடுவாள். ஆனால் நீங்கள் எல்லாருமே நல்ல பெண்கள் அல்ல. பெண்ணுரு ராட்சசிகள், ஈவு இரக்கம் தெரியாதவர்கள். உதவி என்று வருவோர்க்கு உதவாமல் அவர்களைச் சிறுமைப்படுத்தும் சோம்பேறிக் கூட்டம் நீங்கள். நான் உங்களைக் கடுமையாகச் சபிக்கிறேன். உதவி என்று கேட்ட எனக்கு உதவ முடிந்தும் உதவாமல் மறுத்து ஏளனம் செய்த உங்கள் பெண்கள் கூட்டம், பிறரிடம் உதவி கேட்டு வாழ்நாள் முழுவதும் கையேந்தி அலைவார்கள். உங்கள் கூட்டத்தில் ஆண் வர்க்கம் அற்றுப் போய், பெண்வர்க்கம் மட்டுமே பெருகும். பெண்கள் ஆண்களுக்காக முதிர்கன்னிகளாகத் தவமிருப்பார்கள். புருஷன் இல்லாமல் குழந்தை பெற்றவள் என்று என்னை ஏளனம் செய்த நீங்கள் புருஷனுக்காகவே ஏங்குவீர்கள், புருஷன் கிடைக்காத உங்களை எல்லாப் புருஷர்களும் காமக்கண் கொண்டு பார்ப்பார்கள். உங்கள் உடல்களில் காம வேட்கை அக்னியாய்த் தகிக்க ஆடவர்களுக்காய் ஏங்குவீர்கள்!'

சாபமிட்ட அந்தப் பெண் ஆக்ரோஷமாய் நடந்து இடுகாட்டை அடைந்தாள். அவள் என்ன செய்கிறாள் என்பதைப் பார்ப்பதற்காக எங்கள் பெண்களும் அவளுக்குத் தெரியாமல் இடுகாட்டிற்குச் சென்று மறைந்துகொண்டார்கள். சுடுகாட்டுக் காவலன் அவளை மறித்தான்.

'யாரது இந்த நட்ட நடு நிசியில் குழந்தையுடன், யாரம்மா நீ'

'அப்பா இது என் குழந்தை சர்ப்பம் தீண்டி மரித்து விட்டது, இதை நல்லடக்கம் செய்ய தாங்கள் உதவ வேண்டும்'

'உன்னுடன் யாரும் வரவில்லையா?'

'எனக்கு யாருமில்லை ஐயா, நான் ஒரு அனாதை'

'உன் கணவன் கூடவா வரவில்லை?'

'கணவன் என்னைப் பிரிந்து சென்றுவிட்டார் ஐயா!'

'பொய் சொல்லாதே பொய் எனக்குப் பிடிக்காது.'

'இந்தக் காரிருள் மீது சத்தியம், நான் சொல்வது உண்மை.'

'சரி அழாதே, எனக்கான கூலியைக் கொடு.'

'அய்யோ என்னிடம் சல்லிக்காசுகூட கெடையாது ஐயா. தயவு செய்த என் குழந்தையை நல்லடக்கம் செய்ய மறுத்துவிடாதீர்கள்.'

'இப்போது நீ சொல்வது அப்பட்டமான பொய். கழுத்திலே விலையுயர்ந்த தாலியை அணிந்துள்ள நீ சல்லிக்காசு இல்லையென்று சத்தியம் தவறிப் பேசுவது நியாயமல்ல, உடனே இந்த இடத்தை விட்டுப்போ.'

'என் கழுத்தில் விலை உயர்ந்த தாலியா? அடக் கடவுளே யார் கண்ணுக்கும் தெரியாமல், என் கணவர் அரிச்சந்திரன் கண்ணுக்கு மட்டுமே தெரியக் கூடிய இந்த தெய்வீகத் தாலி, கேவலம் சுடலைக் காக்கும் தோட்டியின் கண்களுக்குக் கூட தெரியும் பாவியானேனே...'

'அழாதே சந்திரமதி அழாதே.'

'என்ன சந்திரமதியா? என் பெயர் கூடவா உங்களுக்குத் தெரிகிறது!'

'நானே அரிச்சந்திரன்'

'ஸ்வாமி'

இந்தக் காட்சிகளை மறைந்து நின்று பார்த்துக் கொண்டிருந்த எங்கள் பெண்கள் பயந்து போனார்கள். உயர்குலப் பெண்களின் சாபம் நிச்சயம் பலித்துவிடும் என்று பயந்து நடுங்கி அவர்கள் இருவரின் கால்களிலும் விழுந்து அழுது முறையிட்டார்கள்.

'கேளுங்கள் பெண்களே, கொடுத்த வரத்தையும், சாபத்தையும் இறைவனால் கூட திரும்பப் பெற முடியாது. ஆனால் உங்களுக்காக மீண்டும் ஒரு வரம் தருகிறேன். அதன் மூலம் மட்டுமே என் சாபத்திலிருந்து மீள முடியும்.'

'இன்று முதல் உங்கள் குலப் பெண்கள் அனைவரும் கணவன் கண்ணுக்குத் தவிர மற்ற அனைவர் கண்களுக்கும் கன்னிப் பெண்களாகவே தெரிவர், மூன்று குழந்தைகள் பெறுவதுவரை உங்கள் உடல்களில் தாய்மையின் ரேகைகளோ தடங்களோ தோன்றாது. கலவியில் வசீகரத்துடன் கவர்ச்சியாய்த் தோன்றுவீர்கள், மூன்று பெண்

குழந்தைகள் பெற்ற பின்னரே ஆண் பிறக்கும், ஆண் குழந்தை பிறந்து விட்டால் என் சாபத்திலிருந்து விடுதலையடைவீர்கள்.'

'இந்தச் சாபம்தான் எங்களை இந்தப் பாடுபடுத்தியது. வேற வழியில்லாம அந்தச் சாபத் தையே மூலதனமாக்கி ஊர் ஊரா அலஞ்சு பிழைப்பு நடத்துறோம். எங்கள் பெண்கள் இன்னும் கன்னியாகவே வாழ்ந்து, ஒங்க கண்களுக்குக் கன்னியாகவே தெரியிறாங்க.'

மேற்படி நான் தெரிந்துகொண்ட இந்த விவரங்களை என் மனைவியிடம் சொல்லவில்லை. சொல்லாததற்கும் காரணம் இருக்கிறது. என் மனைவி ஐநா சபைத் தலைவி என்பதையும் உதவியையும், ஆரம்பத்திலே சொல்லிவிட்டேன். உண்மை தெரிந்து விட்டால் அந்தப் பெண்களுக்கு ஐநா சபையின் உதவி கிடைக்குமா? அதோடு இன்னொன்றையும் சொல்லிவிட வேண்டும். ஐநா சபையின் உதவிகள் பெரும்பாலும் உண்மையான காரியங்களுக்குப் பயன் படுவது இல்லை. ஏனெனில் ஐநாவின் கண்களுக்கு உண்மைகளை மறைக்கும் நிறைய சாபங்கள் உண்டு. சாபங்கள் அழித்துக்கொண்டே இருக்கும் வல்லமை கொண்டவை.

28
இருந்தது

பெரிய பாட்டியின் படம் இன்று வந்துவிட்டது. போட்டோக்காரன் பேப்பர்களால் சுற்றி பாட்டியின் உருவமே தெரியாமல் போட்டோவின் சட்டத்தைக்கூட மறைத்துக் கட்டியிருந்தான். என் மனைவியும், குழந்தைகளும் சுற்றி நிற்க, நான் ஆவலோடு பேப்பர் தாள்களை மெதுவாகப் பிரித்தேன். என் மனைவியும், பிள்ளைகளும் ஒருவரையொருவர் பார்த்து, இலேசாய் சிரித்துக்கொண்டார்கள். இப்போது பாட்டி என் முன்னால் உட்கார்ந்திருப்பது போன்ற பிரமை எனக்கு ஏற்பட்டது. எத்தனையோ வருடத்திற்கு முன்னால் கூட்டமாக நிற்கும் பல பெண்களுடன் பாட்டியும், தன்னுடைய வெட்கம் கலந்த முகத்தைப் பாம்படம் தொங்கும் காதுகளைக் காட்டிக்கொண்டு நின்ற, செல்லரித்துப்போன உள்ளங்கையளவு படத்திலிருந்துதான் ஸ்டூடியோக்காரன் பாட்டியை உயிர்ப்பித்து என் முன்னால் உட்கார வைத்திருந்தான். நான் வெகு நேரம் பாட்டியையே பார்த்துக்கொண்டு நின்றேன். பக்கத்தில் நிற்கும் என் மனைவியும், மக்களும் இந்தப் பாட்டியிலிருந்துதான் உருவானார்கள் என்பதையோ, இந்தப் பாட்டி இல்லையெனில், நாங்கள் யாருமே உருவாகியிருக்க முடியாது என்பதையோ நினைக்காமல், இன்னும் விளையாட்டாய்ச் சிரித்துக் கொண்டுதான் நின்றார்கள். மறைந்து போய்விட்ட பாட்டியின் நிழல்கள்தான் நாங்களா? என்னுடைய கண்ணீர், அவர்களின் சிரிப்பை மாற்றியது போலும். இப்போது என்னையே உற்றுப் பார்த்துக்கொண்டு மௌனமாய் நின்றார்கள். கையினால் வரைந்த அந்தப் பெரிய போட்டோவை சுவரில் மாட்டி, சந்தன மாலை தொங்கவிட்டு, எப்போதும் எரியும் சிறு விளக்கு மாட்டி, அன்று அலுவலகம் போவதைக்கூட நிறுத்திக்கொண்டேன். இப்போது என்னால் அவர்களுடன் உட்கார்ந்து தொலைக்காட்சி பார்க்க, சிரிக்க, விளையாட, ஜோக்கடிக்க முடியவில்லை. இந்த மாற்றம் நிச்சயம் என் மனைவி, மக்களுக்குப் புரிந்திருக்கும். ஆனால், நான் இந்த

போட்டோ வந்த நாள் முதல், பாட்டியுடன் சிரிப்பதையோ, விளையாடுவதையோ, சண்டை போடுவதையோ அவர்கள் புரிந்திருக்க மாட்டார்கள். பாட்டி என்னுடன் மட்டுமே பேசுவாள், சிரிப்பாள்.

எனக்கு இரண்டு பாட்டிகளும், இரண்டு அம்மாக்களும் இருந்தார்கள். போட்டோவில் இருப்பவள்தான் பெரிய பாட்டி. என்னுடைய பிறப்புக்கு உதவி செய்ய வந்த என் சித்தியைத்தான், என் அய்யா என்னுடைய இரண்டாவது அம்மாவாக ஆக்கிக்கொண்டார் என்று அடிக்கடி பாட்டி என்னிடம் சொல்லியிருக்கிறாள். எனக்கு முன்னால் பிறந்த மூன்று அண்ணன்மார்களின் பிரசவத்தின்போது, யாரும் உதவிக்கு வந்திருக்க மாட்டார்கள் என்பதை நீங்கள் கட்டாயம் நம்பித்தான் ஆக வேண்டும். இதில் ஒரு பெரிய அதிசயம் என்னவென்றால், எங்கள் அம்மாவுக்கு என்னையும் சேர்த்து, நான்கு பேருமே ஆண்கள். சித்திக்கு நான்கும் பெண்கள். அய்யாவை யாரும் குறை சொல்லவில்லை ஆணுக்கு ஒன்று, பெண்ணுக்கு ஒன்று, நாங்கள் எட்டுப் பேரும் அண்ணன் தங்கச்சிகளாய். இதேபோல் எங்கள் அய்யாவின் பிறப்பிற்கு உதவி செய்ய வந்தவள்தான் எங்கள் சின்ன பாட்டியா என்று எனக்குத் தெரியவில்லை. பூர்வீக கோத்திரம் தெரிந்தோ என்னவோ, என்னுடைய நான்கு குழந்தைகளின் பிரசவத்திற்கும் என் மனைவி அரசாங்க ஆஸ்பத்திரி நர்ஸ் பாட்டியை மட்டும் உதவிக்கு வைத்துக்கொண்டாள். பெரிய பாட்டிக்கு என் அய்யா மட்டுமே, சின்னப் பாட்டிக்கு என் அத்தை மட்டுமே.

இவ்வளவு கூட்டத்திற்கு மத்தியிலும், எனக்கும் என்பெரிய பாட்டிக்கும் ஏற்பட்டுப் போன விசேஷ தொந்தம் என்பது, அவளுடைய இரண்டு கண்களும் முற்றாகப் பார்வையிழந்து, பாட்டி ஒன்றுக்கும் உதவாமல் மூலையில் உட்கார்ந்தபோதுதான். பார்வை இழந்தவர்களுக்கென்று சில அரசு வேலைகள்கூட இருக்கும் இக்காலம்போல், அந்தக் காலத்திலும் சில வேலைகள் இருந்திருக்கின்றன. அந்த வகையில், பாட்டிக்கு ஒதுக்கப்பட்ட வேலைக்கு உதவியாளனாக நான் இருக்க வேண்டிய கட்டாயம் இருந்தது என்பதைவிட, அந்த உதவியாள் வேலை எனக்கு விருப்பமானதாகவும் இருந்தது என்பதையும் நான் ஒப்புக்கொண்டாக வேண்டும்.

இதோ என்றைக்கும் போல் என் மனைவியும், மக்களும் தொலைக்காட்சிப் பெட்டியின் முன் உட்கார்ந்து ஆர்வமாய்ப் பார்த்துக் கொண்டிருக்கிறார்கள். ஆப்பிரிக்கக் காடுகளில் சிங்கங்களும், செந்நாய்களும் வரிக்குதிரைகளை விரட்டி, குடல் கிழித்து

இரத்தம் உறிஞ்சும் காட்சி விரிகிறது. பெரிய பாட்டியின் போட்டோவுக்குள்ளிருந்து எனக்கு மட்டுமே தெரியும் கரிசல் காட்டுக் காட்சிகள், அவர்களுக்குத் தெரிய நியாயமில்லை. இப்போது போட்டோவில் பாட்டியுடன் நானும் சேர்ந்து உட்கார்ந்திருக்கிறேன்.

அதிகாலை நேரம், எதிரே உள்ள ஆள்கூட தெரியாதபடி புகை மூட்டம்போல் மஞ்சு. மார்கழி மாதத்திற்கே உரிய கடுங்குளிர். நானும் பாட்டியும் எங்கள் வீட்டைவிட்டு கிளம்புகிறோம். பாட்டியின் தலையில் மண்ணாலான பெரிய தோண்டிக் கலயம். ஒரு கையால் தலைமேல் உள்ள கலயத்தைப் பிடித்திருக்கிறாள். இன்னொரு கையை நான் பிடித்துக்கொண்டு முன்னால் நடக்கிறேன். பாட்டி மெதுவாக எட்டு வைத்து, என் பின்னாலேயே நடந்து வருகிறாள். நான் இல்லாவிட்டாலும், பாட்டியால் தனியே நடந்து எங்கள் காட்டுக்குப் போக முடியும். இந்தப் பாதைக்கும், அவளுக்கும் உள்ள தொந்தம் நாற்பது வருடங்கள், ஒவ்வொரு எட்டும், அவளுக்கு அத்துப்படிதான். ஊரைத் தாண்டிய உடனேயே, காடுகள் ஆரம்பித்துவிடும். அப்புறம் இரு பக்கமும் வெள்ளாமைகள் அடர்ந்து நிற்க, நேர்வகிடாய் கோடு கிழித்துச் செல்லும் ஒற்றையடிப் பாதைதான். பாதையின் இருபக்க வெள்ளாமைகளை வளைத்து முடிச்சுப் போட்டு, பாதையின் குறுக்கே போட்டிருப்பார்கள் விளையாட்டுப் பையன்கள். அடர்ந்து நிற்கும் வெள்ளாமைக்குள் முடிந்துபோட்ட கொடி மறித்துக் கிடப்பது தெரியாமல், கால் தடுக்கிக் குப்புற விழுபவர்களை ஒளிந்திருந்து ரசிப்பது என் போன்ற விடலைகளின் விளையாட்டு. அதனால்தான் பாட்டி என் கையைப் பிடித்துக்கொண்டுவர, நான் முன்னால் நடந்து கூட்டிச் செல்கிறேன்.

கண்ணெட்டும்வரை, ஒரே கறுப்பு நிறமாய் பரந்து கிடக்கும் இந்தக் கரிசல் பூமி, ஒரே மழையில் தன் நிறத்தை அப்படியே பச்சைப் பசேலென்று உருமாற்றிக்கொள்ளும். கால் பாதங்கள் வைக்கக்கூட கறுப்பு தெரியாது. பச்சை... பச்சை... ஒரே பச்சைதான். கம்பு, சோளம். குருதவாலி, திணை, சாமை, கேப்பை, உளுந்து, பாசி, தட்டப் பயறு, கானம், மின்னி, மிதுக்கன், வெள்ளரி, மணத்தக்காளி, பூனைக்கண் பயறு, நிலக்கடலை, துவரை, மொச்சை என்று எத்தனை வகை வெள்ளாமைகள். எல்லாமே ஒரு மழை அல்லது இரண்டு மழையில் விளைந்துவிடக்கூடிய தண்ணீர்த் தேவை குறைந்த கரிசல் பிரதேசத்திற்கே உரிய பரம்பரையான பூர்வீக வெள்ளாமைகள்.

இதோ எங்கள் காடு வந்துவிட்டது. எட்டும் மட்டும் விளைந்து

நிற்கும் கதிர்கள், கருவேல மரத்தடியில் குருவிகளை விரட்டக் கட்டியிருக்கும் பரண் பக்கத்தில் நிற்கிறோம். எங்களுடைய இருவரின் ஆடைகளும், பனி ஒட்டிய பயிர்களின் உரசலால் தொப்புத் தொப்பாய் நனைந்திருக்கின்றன, கால் பாதங்களில் மறைத்து ஒட்டியிருக்கும் நனைந்த கரிசல் மண்ணை பூட்ஸ்களைக் கழட்டுவது போல் உதறி எறிந்துவிட்டு, தோண்டிக் கலயத்தைப் பரண் மேல் வைக்கிறாள் பாட்டி.

'பாட்டி! பரண் மேல மெதுவா பாத்து ஏறு, ஈரக்கால் வழுக்கிறாம'

'நீயும் ஏறுடா, ஒரு பாட்டம் மழ பேஞ்சது மாதிரி பனி விழுந்திருக்கு, இனி மழையே வேண்டாம், இந்தப் பனியிலேயே எல்லா வெள்ளாமையும் முத்தா வெளஞ்சு வீட்டுக்கு வந்திரும். தப்பித் தவறி மழ பேஞ்சிட்டா, சம்சாரி தலையில கை வைக்க வேண்டியதுதான்.'

பாட்டி முனங்கிக்கொண்டே பரண்மேல் ஏறி உட்கார்ந்தாள். கிழக்கே சிவந்து கிடக்கின்ற கோபுரமிட்ட மேகக் கூட்டங்களுக்குள்ளிருந்து மெதுவாய் சூரியன் எட்டிப் பார்க்கிறான். கொஞ்சங் கொஞ்மாய் சூடேற, பனி விலகி இளஞ்சூடும் உடல் கதகதப்பும் வரும் அந்தச் சுகம், அனுபவித்து உணர வேண்டிய சுகம். பாட்டி தகர டப்பாவை எடுத்து என் முன்னால் வைத்துவிட்டு, குச்சிகளை அவள் வைத்துக்கொண்டாள். பறவைகள் வரத் தொடங்கிவிட்டால், எங்கள் இருவருக்கும் ஓய்வே கிடையாது. இந்த மாதிரியான விடிகாலை நேரமும், பொழுது சாயும் சாயங்கால நேரமும்தான், பறவைகள் அதிகமாக வரும் நேரம். எந்நேரமும் சப்தமிட்டபடி தகர டப்பாவை ஓங்கி ஓங்கி அடித்துக்கொண்டே இருப்பாள் பாட்டி. டப்பாவை அடிக்காத நேரங்களில் அடிக்கடி பலமாக அதட்டலுடன் ஒரு சப்தம் கொடுப்பாள்.

'யேல... யே... களவாணிப் பயல, யார்ல அது வெள்ளாமைக்குள்ள...'

'பாட்டி, அங்க யாரும் இல்ல பாட்டி.'

'சும்மாவாச்சும் இப்படிச் சத்தங் குடுத்தாத்தான் ஒரு பயலும் வர மாட்டான்.'

ஒருநாள் மத்தியானம் நடுப்புஞ்சைக்குள்ளிருந்து எங்கள் தாத்தா வந்துகொண்டிருப்பதை நான் பார்த்துவிட்டேன். எங்களை நோக்கித்தான் வந்துகொண்டிருந்தார். பாட்டி வழக்கம் போலவே கத்தினாள்.

'யேல, யே... களவாணிப்பயல, யார்ல அது வெள்ளாமைக்குள்ள?'

'பாட்டி அது தாத்தா பாட்டி.'

‘யேல, யாரச் சொல்றன், களவாணிப்பயல, காது கேக்கலையா?’

‘பாட்டி... அது நம்ம தாத்தா பாட்டி.’

‘பாத எங்க இருக்கு, நடுப்புஞ்சைக்குள்ள ஒனக்கு என்னல சோலி?’

பாட்டி இப்படியே சொல்லிக்கொண்டிருந்தாள். எனக்கு ஒன்றும் புரியவில்லை. தாத்தா வறுத்த நிலக்கடலையும், கருப்பட்டியும் கொடுத்துவிட்டு, பண்ணரிவாளைக் கையில் பிடித்துக்கொண்டு, மாடுகளுக்குப் புல் அறுப்பதற்காகக் கிழக்காம போனார். அன்றைக்கு ராத்திரி வீட்டில் ஒரே சிரிப்பாணியும், கேலியும் கிண்டலும் பாட்டி சொன்னதை அப்படியே தாத்தா நடித்துக் காட்டினார். சின்னப் பாட்டியும், அம்மாவும் அய்யாவும், அண்ணன்மார்களும் விழுந்து விழுந்து சிரித்தார்கள். மறுநாள் காலையில் காட்டுக்குப் போகும்போது, பாட்டி என்னிடம் சொன்னாள்.

‘ஒங்க தாத்தாதான் புஞ்சைக்குள்ள வாரார்னு எனக்குத் தெரியாதாக்கும், வரப்பவிட்டு புஞ்சைக்குள்ள எறங்கும் போதே தாத்தா வாரத நான் தெரிஞ்சுக்கிட்டன். ஒங்க தாத்தாவோட இருமலும், அவரு காறித் துப்புறதும், அவர் போடுற அங்குவிலாஸ் புகையிலை நாத்தமும், அவரு எத்தன மைலுக்கு அங்கிட்டு இருந்தாலும் எனக்குத் தெரியும்.’

‘பெறகு எதுக்குப் பாட்டி தாத்தாவ அப்பிடி சத்தம் போட்ட?’

‘சும்மா ஒரு கேலிக்கும், வெளையாட்டக்கும்தான். வீட்ல சொல்லட்டும், எல்லாரும் சிரிக்கட்டும்னுதான்.’

பாட்டியைப் புரிந்துகொள்ளவே முடியாது. எனக்கு அப்போது புரியாத பல விஷயங்கள் நாட்கள் செல்லச் செல்லத்தான் ஒவ்வொன்றாய்ப் புரிந்தன. ஒருநாள் சாயங்காலம் படைக் குருவிகள் பட்டாளம் பட்டாளமாய் ஏராளமாக வந்துகொண்டேயிருந்தன. வானத்திலிருந்து அப்படியே மேகக் கூட்டம் இறங்கி தரை நோக்கி வருவதுபோல் ஆயிரக்கணக்கான படைக்குருவிகள் பறந்து வரும். காற்றில் பறந்து இறங்கிவரும் அகன்ற சேலையைப் போல், அப்படியே இறங்கி வந்து, சட்டென்று காணாமல் போய்விடும். பார்த்தால் ஒவ்வொரு கதிருக்கும் ஒரு குருவி உட்கார்ந்து தானியத்தைக் கொத்திக் கொண்டிருக்கும். பாட்டி ஓயாமல் சத்தமிட்டும் கத்திக்கொண்டும், தகர டப்பாவைத் தொடர்ந்து பலமாக அடித்தும், சப்தம் எழுப்பி படைக்குருவிகளை விரட்டிக்கொண்டிருப்பாள்.

தூரத்தில் காவக்கார மாமாவின் தலை தெரிந்தது. நான் உற்றுக்

கவனித்தேன். அவரேதான். கொஞ்ச நேரத்திற்கெல்லாம் இந்தப் பக்கம் மூலை வீட்டு தெய்வானை அத்தையின் தலை தெரிந்தது. இருவரும் எதிர் எதிராய் நெருங்கி வந்துகொண்டிருந்தார்கள். பாட்டி டப்பாவை பலமாக ஓங்கி ஓங்கி அடித்துச் சத்தம் போட்டுக்கொண்டிருந்தாள். பார்ப்பதற்கு அருள் வந்து சாமியாடுபவளைப் போலிருந்தது.

'பாட்டி, நம்ம காவக்கார மாமாவும், மூலவீட்டு தெய்வான அத்தையும், நம்ம புஞ்சைக்குள்ள வந்து நிக்காக பாட்டி.'

'அப்படியா, மிதுக்கம் பழம் புடுங்க வந்திருப்பாக, சத்தம் போடாத... புடுங்கிட்டுப் போகட்டும்'

'பாட்டி... இப்ப ரெண்டுபேத்தையும் காணோம் பாட்டி!'

'மிதுக்கம்பழம் கீழ தரையிலதான கெடக்கும். உட்கார்ந்து புடுங்குவாக, சத்தம் போடாதே.'

பாட்டி டப்பாவை அடிப்பதை நிறுத்தியதோடு, சத்தம் போடுவதையும் நிறுத்திவிட்டுப் பேசாமல் உட்கார்ந்திருந்தாள். படைக் குருவிகள் ஏராளமாய் வந்து இறங்கி, கதிர்களில் உட்கார்ந்தன. பாட்டியின் கைகளிலிருந்து குச்சிகளைப் பிடுங்க முயன்றேன், என்னிடம் தர மறுத்துவிட்டதோடு, 'சத்தம் போடாதே' என்றாள்.

'பாட்டி... நெறய்யா படைகுருவிக வந்து, தானியத்த திங்குது பாட்டி'

'பாவம்டா, இன்னிக்கு ஒரு நாளைக்குத் தின்னுட்டுப் போகட்டும், வயிறு நெறஞ்ச உடன இப்ப போயிரும், பேசாம இரு.'

'பாட்டி... இங்க பாரு கொத்திக் கொத்தித் திங்குது.'

'இன்னும் கொஞ்ச நேரந்தான்டா, வயிறு நெறஞ்ச ஒடன போயிரும்.'

'பாட்டி... கம்பந்தட்டைய அப்பிடியே கீழபாக்க வளைக்குது. பாட்டி, தட்ட ஒடிஞ்சிரும் பாட்டி.'

'வளைக்கத்தான்டா செய்யும். தட்டய ஒடிக்காது.'

'இரு ஒன்னய தாத்தாட்ட சொல்லிக் குடுக்கன்.'

'சொல்லு, நாளையிலருந்து ஒன்னய காட்டுக்குக் கூட்டிட்டு வர மாட்டன். ஒங்க அண்ணனக் கூட்டிட்டு வருவன்.'

கொஞ்ச நேரத்தில் காவக்கார மாமாவும், தெய்வானை அத்தையும் ஆளுக்கொரு பக்கமாக வேகமாகப் போனார்கள். தெய்வானை அத்தை அவிழ்ந்து கிடந்த தலைமுடியைத் தட்டித் தட்டி முடிந்துகொண்டே

வேக வேகமாகப் போனாள். பாட்டி பழையபடியும் டப்பாவை அடித்துக் கூச்சல் போட ஆரம்பித்தாள்.

'பாட்டி, இப்ப ஒத்த குருவிகூட இல்ல, பேசாம இரு. தானியத்தப் பூராத்தையும் தின்னுட்டுக் குருவிக பறந்து போயிருச்சு.'

'யேல... ராசு, ஒங்க மாமாவும் அத்தையும் மிதுக்கம் பழம் புடுங்குனாக பாரு, அங்க போயி பாரு, ஒரு சூரிக்கத்தி கெடக்கும் எடுத்திட்டு ஓடியா, ஒனக்கு மலட்டுத்தட்ட வெட்டித் திங்க வச்சிக்கிருவம்.'

பரணை விட்டு வேகமா கீழே இறங்கி, கும்மலாக வளர்ந்து அடர்ந்திருந்த அந்த இடத்திற்குப் போனேன். பாட்டி சொன்னபடியே சூரிக்கத்தி உறை கழற்றாமல் அப்படியே கீழே கிடந்தது. கம்மந் தட்டைகள் ஒடிந்தும், வளைந்தும், சவண்டும் கிடந்தன. சூரிக் கத்தியுடன் வேகமாய் ஓடிவந்து பரண்மேல் ஏறிக் கொண்டேன்.

'ராசு, இந்தக் கத்திய நம்ம இங்கேயே ஒளிச்சி வச்சிக்கிருவம். வீட்டுக்குக் கொண்டு போக வேண்டாம், நீ யார்ட்டயும் சொல்லாத ஒனக்குத் தட்ட வெட்டி சீவித் திங்கிறதுக்கு இருக்கட்டும். தாத்தா கிட்டயோ, ஒங்க அய்யா கிட்டயோ சொன்னா, அம்புட்டுத்தான். கத்திய புடுங்கிக்கிருவாக.'

அந்தச் சூரிக்கத்தியை ரொம்ப நாட்களாகப் பாட்டி பரணிலேயே ஒளித்து வைத்திருந்தாள். ஆனால், ஒவ்வொரு நாளும் காவக்கார மாமன் வந்தால், என்னிடம் சொல் என்று நச்சரித்துக்கொண்டே இருந்தாள். ஏழெட்டு நாள் கழித்து, ஒருநாள் மாமா பாதை வழியே வந்தார். நான் பாட்டியிடம் சொல்லிவிட்டேன். பாட்டியின் முகம் இப்படி மாறிப் போனதை நான் என்றைக்கும் பார்த்ததில்லை. கோபமாக அதட்டி மாமாவைக் கூப்பிட்டாள்.

'யேல... யே... நடுக்கம்புடிச்ச பயல, இங்கவா, காவல்காக்கயாக்கும், தட்டுவானிச் சிரிக்கி பின்னால அலையிறயே ஒனக்கு வெக்கமில்ல, நிய்யி என்னல காவல் காப்ப? ஒணரு கெட்டுப் போயி, சூரிக் கத்திய தொலச்ச எடம் தெரியாம, அலையிற. இரு ஒன்னய, ஓம் பொண்டாட்டி கிட்டச் சொல்லி, வெளக்கு மாத்தால சாத்தச் சொல்றன். வயசுக்கு வந்த கொமரிகள வீட்ல வச்சுக்கிட்டு என்னல எச்சுக்காளத்தனம், களவாணித்தனம்?'

'மாமா... அன்னைக்கு நீங்களும் அத்தையும் மிதுக்கம் பழம் புடுங்குனீகல்ல, அங்ஙனதான் கெடந்துச்சு, நான்தான் எடுத்துக் கொடுத்தன்.'

பாட்டி சூரிக்கத்தியைப் பரண் மேலிருந்தபடியே மாமாவை நோக்கி வீசி எறிந்தாள். மாமா ஒன்றுமே பேசாமல் கத்தியை எடுத்துக் கொண்டு போனார். அதற்குப் பிறகு, மாமா எங்கள் புஞ்சைப் பக்கம் வரவேயில்லை. தொலைக்காட்சி பெட்டியை நிறுத்தியதையோ என் மனைவியும் மக்களும் என்னைச் சுற்றி நிற்பதையோ நான் கவனிக்கவில்லை.

'ஓங்க பாட்டி போட்டோவுல அப்படி என்னதான் இருக்குனு இப்பிடி உக்காந்திருக்கீக.'

'பாட்டி போட்டோவுக்குள்ள நான் இருக்கன். எங்க தாத்தா, சின்னப்பாட்டி, எங்க அம்மா, அய்யா, அத்தைக, அண்ணன்க, எல்லாரும் இருக்காக, ஊரை மறைத்துக்கொண்டு மலை மலையாய் நின்ற படப்புகள், கலப்பை, மாடு, களம், கதிர் அடிப்பு, விதைப்பு, களை எடுப்பு, நடவு, விதவிதமான குருவிகள், பலவகையான கதிர்கள், குலுக்கைகள், தவசங்கள், என்னுடைய பழைய ஊர், என்னுடைய பழைய கரிசக்காடு எல்லாம் அப்படியே பாட்டியிடம் மட்டும்தான் இருக்கிறது.'

'போன மாசம் ஊருக்கும் போய்ட்டு வந்தீகல்ல, அப்படியே ஊரத் தூக்கிட்டு வந்துரக் கூடாதா, ஓயாம பாத்துக்கிட்டே இருக்கலாம்ல்ல.'

போன மாசம் நான் பார்த்த என் ஊரை நினைத்தபோது துக்கம் நெஞ்சை அடைத்தது. என்னைப் போலவே போட்டோவில் இப்போது பாட்டியும் அழுதுகொண்டிருந்தாள். கண்ணெட்டும் தூரம்வரை வனாந்திரமாய் வளர்ந்து புதர் மண்டிக் கிடக்கும் வேலிக் கருவேல மரங்கள். இடையிடையே சில்லெனப் பூத்துச் சிரித்துக்கொண்டிருக்கும் சூரியகாந்திப் பூக்கள், நித்திய கல்யாணி, மக்காச் சோளம், ஒட்டுச் சோளம். கூட்டங் கூட்டமாய்ப் பறந்து திரியும் படை குருவிப் பட்டாளமும், கிளிகளும், காடைகளும், கௌதாரிகளும், மைனாக்களும், காக்கைகளும் தானியங்களைத் தேடி, பூச்சி புழுக்களைத் தேடி எங்கே போய்த் தொலைந்ததோ, என் கண்ணில் படவே இல்லை. பொன்வண்டுகளும், பட்டுப் பூச்சிகளும், தூக்கணாங் குருவிக் கூடுகளும், விதவிதமாய்ப் பறந்தும், ஊர்ந்தும் திரியும் புழுக்கள், பூச்சிகள், வண்டுகள் எதையும் காணவில்லை. விளை நிலங்களைவிட தரிசுநிலங்களே அதிகமாகிப் புதர் மண்டிய முள்மரங்களே நிறைந்து கிடந்தது கரிசல் பூமியில்.

காலத்தைப் புரட்டிப் போட்டு விட்ட நாகரீகமும், பசுமைப் புரட்சியும், நவதானியங்களையும், பயறு - பச்சைகளையும், புழு -

பூச்சிகளையும், குருவிகளையும் காடுகளிலிருந்து விரட்டிவிட்டு, பதிலாக எல்லாக் காடுகளிலும் சூரிக்கத்திகளை விதைத்திருக்கின்றன. காடைகளும், கௌதாரிகளும், படைகுருவிகளும், பறந்துகொண்டே கதிர்களைத் தேடி, இறக்கைகள் ஓய்ந்து தரையிறங்கும்போது, நாகரீகத்திலிருந்து நழுவி விழுந்த சூரிக்கத்திகளைக் கண்டு பயந்தோடுகின்றன. கரிசல் பூமியெங்கும் பூத்துக் குலுங்கிச் சிரிக்கின்றன சூரியகாந்திப் பூக்கள். இன்னும் கொஞ்ச நாளில் படைகுருவிகளும், பறவைகளும் என் வீட்டின் கதவைத் தட்டலாம். ஏனெனில், அழிந்துபோன பழைய கரிசல் பூமியும், நவதானியங்களும் என் பெரிய பாட்டியிடம் மட்டுமே இருப்பதைத் தெரிந்துகொண்டு.

29

நீர்ப்பழி

நடந்த சம்பவம் தற்செயலானதல்ல என்பதும் திட்டமிட்ட தாக்குதல் என்பதும் இப்போது உறுதியாகிவிட்டது. பாலத்தின் மேல் பல கார்கள் போய்க்கொண்டிருக்க தாமிரவருணி அமைதியாய் ஓடிக் கொண்டிருந்தது. ஓடும் நதியிலிருந்து மேலெழும்பி ஒரு மேகத்தைப் போல் பறந்து வந்தது தண்ணீர். காரின் பின்சீட்டில் அமர்ந்து ஜன்னல் வழியே தலைநீட்டிப் பார்த்தார் ஓய்வுபெற்ற மாவட்ட ஆட்சியர் கனகவேல். துவைத்துக் காயப்போட்ட வெண்சேலைதான் பறந்து வருவதாக நினைத்தார். மேகமென்றால் இவ்வளவு தாழ்வாகவா பறந்துவரும்! அப்படியே வட்டமடித்து முன்சென்ற கார்களை எல்லாம் விட்டுவிட்டு ஓய்வு பெற்ற கலெக்டர் கனகவேலின் காரைச் சடாரெனத் தாக்கி காரை நனைத்து ஈராமாக்கிச் சிதறியது. தன் ஆடையெல்லாம் நனைந்து போக ஆச்சரியமாய்ப் பார்த்தார் கனகவேல்.

தண்ணீர் வானத்தில் வட்டமிட்டுக் கீழே இறங்கிய அந்தக் காட்சியைக் கண்ட பல கார்கள் பாலத்தின்மேல் நின்றன. காரை விட்டு இறங்கிய கனகவேல் பயத்தினாலோ அல்லது நனைந்ததனாலோ நடுங்கிக்கொண்டிருந்தார். காரோட்டியின் மீதும், பட்டுச்சேலை சகிதம் பக்கத்தில் உட்கார்ந்திருந்த தன் மனைவி விசாலாட்சி மீதும் ஒரு சொட்டுத் தண்ணீர்கூட படாதது அவரை நிலை குலைய வைத்தது. அவர் அமைதியாக ஓடிக்கொண்டிருக்கும் நதியையே வெறித்துப் பார்த்தார்.

புதிய ஆடை உடுத்தியபின் வந்துகொண்டிருந்த கனகவேலின் காரைக் குறிவைத்து இரண்டாவது முறையாக தண்ணீர் மேகத்தைப் போல் மேலெழும்பி வந்து சலேரென்று காரின்மேல் மோதி சிதறியது. காரின் கதவுகள் மூடியிருந்தபடியால் தண்ணீரில் நனையாமல் தப்பித்தார். ஆனால் பயம் அதிகரிக்க, பேசாமல் காருக்குள்

உட்கார்ந்திருந்தார்.

திருமணச் சடங்குகள் முடிந்து பந்தி நடந்துகொண்டிருந்தது. ஓடும் நதியிலிருந்து தண்ணீர் மேலெழும்பி வந்து தன் ஆடையை நனைத்தபடியால் தாமதமாகிவிட்டது என்று சொன்னால் யார் நம்புவார்கள். பைத்தியக்காரப்பட்டம் கட்டிவிட மாட்டார்களா? அமைதியாக நடந்து பந்தியில் உட்கார்ந்தார். பந்தி பரிமாறுபவன் இலையில் தண்ணீர் தெளிக்கட்டும் எனக் காத்திருந்தான். கனகவேல் தம்ளரில் கைவிட்டு நீரள்ளினார். ஒரு சொட்டு நீர்கூட கையில் ஒட்டவில்லை. இடக்கையால் தம்ளரைக் கையிலெடுத்து வலக்கையை இலையின் மேல் விரித்து வைத்துக்கொண்டு தம்ளரை சாய்த்தார். தண்ணீர் விழவில்லை. தம்ளரைக் குப்புறக் கவிழ்த்தார், அப்போதும் சொட்டுத் தண்ணீர் இலையில் விழவில்லை.

பந்தி பரிமாறுகிற அத்தனை பேரும் தன் முன்னால் நிற்பதைப் பார்த்து வெட்கப்பட்டார். தங்க வளையல் குலுங்க தம்ளரைப் பிடுங்கித் தண்ணீர் தெளித்தாள் விசாலட்சி. தன்னுடைய தம்ளரில் எப்படித் தண்ணீர் காணாமல் போனதென்று பதற்றத்துடன் பார்த்தார்.

திரும்பி பாலத்தின் மீது கார் வந்தபோது தாமிரவருணி அமைதியாக ஓடிக்கொண்டிருந்தது. கனகவேல் சற்று நிம்மதியானார். தான் முதன் முதலில் கழட்டிப் போட்ட நனைந்த கோட்டு சூட்டை மெதுவாகத் தொட்டுப் பார்த்தார். ஈரமே இல்லாமல் மடிப்புக் கலையாமல் இருந்ததைப் பார்த்துப் பிரமித்துப் போனார். ஒரு மணி நேரத்திற்குள் வீட்டுக்குள் நனைத்துப் போட்ட துணி இப்படிச் சுக்காய் உலர்ந்து விடுமா? ‘விசாலாட்சி... விசாலாட்சி... ஏய் விசாலாட்சி’ கழிப்பறைக் குள்ளிருந்து வீடதிரக் கத்திக் கொண்டிருந்தார் கனகவேல். விசாலாட்சி வேகமாக ஓடிவந்தாள்.

‘குழாயில ஒரு சொட்டுத் தண்ணி வரல, டேங்க்ல தண்ணி இருக்கானு பாரு, காலைல மோட்ரு போடலியா?’

‘டேங்க் நெறய்ய தண்ணி இருக்குதுங்க, காலைல டேங்க் நெறஞ்சப் பெறவு தாங்க ஆப் பண்ணுனன்’

‘இங்க குழாயில சொட்டுத் தண்ணி வரல.’

‘ஏதாவது அடப்பு இருக்கும்ங்க. தொட்டியில மோந்து கழுவுங்க.’

‘தொட்டி நெறய்ய தண்ணி இருக்குடி ஆனா ஒரு சொட்டுக்கூட வாளியில வரமாட்டேங்கு.’

‘இன்னைக்கு ஒங்களுக்கு என்ன வந்துச்சு, தொட்டித் தண்ணி

வாளியில வரமாட்டேங்கா, ஆச்சர்யமா இருக்கே, வழி விடுங்க, வாளிய இப்பிடிக் குடுங்க, இந்தாங்க தண்ணி கழுவிட்டு வெளிய வாங்க, ஒங்களுக்கு வரவர புத்தி பேதலிச்சுப் போச்சு.'

நாளை தன் மகளும் பேரன் பேத்திகளும் வரப்போவதை எண்ணி கனகவேல் சந்தோஷப்பட முடியவில்லை. தண்ணீர் காரைத் தாக்கி நனைத்தது. பந்தியில் தம்ளரில் தண்ணீர் காணாமல் போனது, கழிப்பறையில் தொட்டித் தண்ணீர் தன்னிடம் விளையாட்டுக் காட்டியது எல்லாவற்றையும் நினைத்துப் பதறிப்போனார். அவரால் நிம்மதியாக இருக்க முடியவில்லை. சாயங்காலம்வரை தனியே உட்கார்ந்து சிந்தித்துக்கொண்டிருந்தார், பொழுது சாயவும் வழக்கம் போல் செடிகளுக்குத் தண்ணீர் ஊற்றுவதற்காக வீட்டுத் தோட்டத்தில் நின்றார்.

'விசாலாட்சி... அடியே விசாலாட்சி...'

வீட்டுக்குள்ளிருந்து வேகவேகமாய் ஓடி வந்தாள் விசாலாட்சி யம்மாள். தண்ணீர் டியூப்பைக் கையில் பிடித்தபடி பரிதாபமாய் நின்றார் கனகவேல்.

'அந்த குழாயக் கொஞ்சம் தெறந்து விடுடி.'

'குழாய் தெறந்துதாங்க இருக்கு.'

'இங்க பாருடி ஒரு சொட்டுத் தண்ணி வரல.'

'இப்பிடி எங்கிட்டு குடுங்க. இது தண்ணியில்லாம என்னது, ஒங்களுக்கு வரவர பைத்தியம் புடிக்கிதுனு நெனைக்கன்.'

தன் கையில் டியூப் இருக்கும்போது சொட்டுத் தண்ணீர் வராததையும், விசாலம் கையில் மாறியவுடன் டியூப்பில் தண்ணீர் கொட்டியதையும் நினைத்துக்கொண்டே செடிகளுக்குத் தண்ணீர் பாய்ச்சிக் கொண்டிருந்தார். தண்ணீரைக் கண்டவுடன் சில நேரம் தன் உடம்பு நடுங்குவதை அவரால் நினைத்துப் பயப்படாமல் இருக்க முடியவில்லை.

இரவு முழுவதும் ஏதேதோ பிதற்றிக்கொண்டே உறங்கினார். இரண்டு தடவை பலமாக அலறி எழுந்து உட்கார்ந்தார். தன் மகளும் விசாலாட்சியும் தன் பக்கத்தில் கவலையுடன் உட்கார்ந்திருப்பதைப் பார்த்து வெட்கித் தலை குனிந்தார்.

'நடுராத்திரியில எதுக்கு இப்பிடி பேய் மாதிரி அலறுறீரு.'

'விசாலம் ஒரு பயங்கரமான கனவு வந்துச்சு. என்னய யாரோ நாலஞ்சு பேரு சுத்தி நின்னு அடி அடினு அடிச்சு, அப்புறமா காலவும்

கையவும் புடிச்சு தூக்கிக்கொண்டு போயி தண்ணிக்குள்ள போடுறாங்க. நான் அப்பிடியே தண்ணிக்குள்ள முங்கி முங்கி கொஞ்சங் கொஞ்சமா சாவுறன், தண்ணி செவப்பா ரத்தக் கலரா மாறுது, பயத்துல அலறிட்டன்.'

காலையில் தன் பேரனையும் பேத்தியையும் ஆசையாய்த் தானே குளிப்பாட்டி விடுவதாகக் கூறி குளியலறைக்குக் கூட்டிப்போனார். தன் பேத்தியின் மேலெல்லாம் சோப்பு தேய்த்துத் தலையிலும் முகத்திலும் சோப்பு நுரையால் நிறைத்தார். ஷவர் குழாயிலிருந்து தூவானமாய் விழுந்துகொண்டிருந்த தண்ணீர் நின்றுவிட்டது. குழந்தை சோப்பு நுரையின் கண் காந்தலைப் பொறுக்கமாட்டாமல் கதறி அழுதது. அண்ணாந்து குழாயைப் பார்த்தார். நீண்ட சர்ப்ப மெனத் தண்ணீர் தரை நோக்கி தொங்கியது. பதற்றத்துடன் பலமாகக் கத்தினார்.

'விசாலம்... அடியே விசாலம்... எங்கடி...'

ஷவர் குழாயில் தண்ணீர் பாம்பைப் போல் தொங்கிக் கொண்டிருப்பதையே உற்றுப் பார்த்துக்கொண்டிருந்தார். இப்போது பயம் அதிகரித்து நடுங்க ஆரம்பித்தார். குளியலறை வாசலில் விசாலத்தின் காலடி பட்டதுமே தன் பேத்தியின் தலையில் தண்ணீர் விழ, சோப்பு நுரைகள் கரைந்து தரையில் வழிந்தன. விசாலத்தின் கோபப் பார்வையை அவரால் தாங்க முடியவில்லை. சத்தமில்லாமல் வெளியேறி கட்டிலில் சாய்ந்தார்.

தம்ளரில் தண்ணீரைக் கண்டால்கூட பயந்து நடுங்க ஆரம்பித்து விட்டார். இரவும் பகலும் தானாகவே பேசிக்கொள்ளவும், சிரிக்கவும், கத்தவும், பயந்து நடுங்கவும், யாரையும் வெறித்துப் பார்க்கவும் செய்தார். பல டாக்டர்களிடம் சென்றும் எந்த மாற்றமுமில்லை. இரவு நேரங்களில் அவருடைய அலறல் பலரை நிம்மதியிழக்கச் செய்தது.

அது ஆஸ்பத்திரி மாதிரியுமில்லை. வீடு மாதிரியுமில்லை. கோவில் என்றும் சொல்லிவிட முடியாது. காரிலிருந்து இறங்கிய கனகவேலைக் கைத்தாங்கலாய்க் கூட்டிச் சென்று உட்கார வைத்தாள் விசாலாட்சி அம்மாள். சுவரில் தொங்கிய 'டாக்டர் டன்' என்ற பெயர்ப்பலகையை வெறித்துப் பார்த்துக்கொண்டிருந்தார் கனகவேல். வெளிநாட்டு டாக்டராக இருக்கலாமென்று நினைத்து உள்ளே போனவருக்கு ஒரே ஆச்சரியம். நெற்றி நிறைய விபூதி, குங்குமத்துடன் பக்திப் பழமாய் டாக்டர் டன்.

'பெயரைப் பார்த்து வெளிநாட்டு டாக்டர்னு நெனச்சன்'

பக்கத்து ஊரு, திர்ணவேலிதான் நம்ம பூர்வீகம். அப்பா பேரு

பொய்சொல்லா மெய்யபிள்ள. எம் பேரு பொன்மாடன். சுருக்கமா டன் அப்படின்னு வச்சுக்கிட்டன்.

'திர்ணவேலி டவுன விட்டுட்டு இந்தப் பட்டிக்காட்ல வந்து கிளினிக் வச்சு, என்ன டாக்டர்.'

'திர்ணவேலியில தாமிரவருணி இருக்கே சார்.'

'தாமிரவருணி இருந்தா உமக்கென்ன?'

'தண்ணியக் கண்டா குறிப்பா நதியக் கண்டா கோபமாகி என்ன செய்கிறேன் என்று தெரியாம ஏதேதோ செஞ்சு அப்புறமா வருத்தப்படுறேன் சார்.'

'இவருக்கும் அதே கோளாறுதான் டாக்டர்.'

'தண்ணியக் கண்டு பயப்படுறாரா? கோபப்படுறாரா?'

'பயம், பயம், ஒரே பயம், பயந்து நடுங்குறார் டாக்டர்.'

தண்ணீரைக் கண்டவுடன் தான் கோபப்படுவதற்கான காரணம் போலவே, இவர் பயப்படுவதற்கும் ஒரு வலுவான காரணம் இருக்கும் என்பதை டாக்டர் யூகித்தறிந்தார். அனைவரையும் வெளியே அனுப்பி விட்டு கனகவேலிடம் தனியே ரொம்ப நேரம் உரையாடினார்.

'இறந்து போன ஒரு நபருக்கு நீச்சல் தெரியும் அல்லது தெரியாது என்பதை எதை வைத்துக் கண்டறிவது அதற்கு ஏதாவது வழி இருக்கிறதா?'

'இறந்தவருடைய நண்பர்கள், உறவினர்கள் இவர்களிடம் விசாரித்தே முடிவு செய்யவேண்டும், வேற வழியில்ல டாக்டர்.'

'நல்லது, அப்படின்னா ஒரே நேரத்துல ஆத்துல மூழ்கி ஏறந்த பதினேழு பேருக்கும் நீச்சல் தெரியாது, நீர்ல மூழ்கி மூச்சுத் திணறித் தான் செத்தாங்க அப்படின்னு அறிக்க குடுத்தீகளே எப்படி சார்.'

'டாக்டர் நாங்க அறிக்கை மட்டும்தான் கொடுத்தோம், ஆனா டாக்டருங்க மெடிக்கல் ரிப்போர்ட்டே கொடுத்தாங்களே.'

டாக்டர் டன் ஒரு கணம் ஆடிப்போய்விட்டார். பிணவறையில் வைக்கப்பட்டிருந்த பதினேழு சடலங்களையும் போஸ்ட் மார்ட்டம் பண்ணி ரிப்போர்ட் கொடுக்க வேண்டிய மருத்துவர்களில் அவரும் ஒருவர். பதிமூன்றாவது சடலத்தைப் புரட்டிய போது டாக்டர் டன், நிலை குலைந்து போய்விட்டார். ஏர்கண்டிசன் செய்யப்பட்ட பிணவறையில் வேர்த்துக் கொட்டியது. நான்காய் மடித்து இடுப்பில் கட்டிய ஈரவேஷ்டி. நெற்றியிலும், மார்பிலும், தோள்பட்டைகளிலும்

வரிவரியாய் திருநீற்று கோடுகள். மேலெல்லாம் ஒட்டிய ஈரமணல். அப்படியே உறங்குபவரைப் போல் தன் அப்பா பொய் சொல்லா மெய்யபிள்ளை. மூக்கு மட்டும் சப்பளிந்தபடி நீச்சல் தெரியாமல் நீருக்குள் மூழ்கி செத்தவரின் உடலில் திருநீறு எப்படி அழியாமல் இருக்கும் என்று எந்த டாக்டரும் கேட்கவில்லை. அதிகாரம் என்னும் கத்தி தலைமேல் தொங்கிக் கொண்டிருந்தது.

டாக்டர் டன் கண்ணீரை அடக்கிக்கொண்டார். வழக்கம் போல் அன்றும் தாமிரவருணியில் குளித்துவிட்டு வீடு திரும்பியிருக்கிறார். கூட்டத்தில் சிக்கி இறந்து நீச்சல் தெரியாத நபராக மாறியிருக்கிறார். இன்னும் சில நாளில் தியாகிகள் பட்டியலில் சேர்ந்து விடுவார்.

தன் மனசை கல்லாக்கிக்கொண்டு கையெழுத்திட்டார். அந்த நிமிடமே தனது அரசு டாக்டர் உத்தியோகத்தை ராஜினாமா செய்து விட்டு வீடுவந்து சேர்ந்தார். பல நாட்கள் தூங்காமல் விழித்திருந்தார்.

மூன்று தலைமுறையாகத் தாமிரவருணி கரைவாசம். எத்தனை பேருக்கு நீச்சல் கற்றுக் கொடுத்தவர் அப்பா. பாலத்திற்குமேல் வெள்ளம் போனபோது எத்தனை உயிர்களைக் காப்பாற்றியவர் அப்பா. ஒரு நாளாவது தாமிரவருணியில் குளிக்காவிட்டால் மனசே சரியில்லை என்று நாளெல்லாம் புலம்பித் திரியும் அப்பா. கடவுளே என் கைப்படவே என் அப்பாவுக்கு நீச்சல் தெரியாதென்று... டாக்டர் கண்ணீரைத் துடைத்துக்கொண்டார்.

தன் எதிரே உட்கார்ந்திருந்த கனகவேலை மறந்து போனார்.

'ஏன் டாக்டர், திடீர்னு ஒரு மாதிரியாகிட்டீக.'

'எங்கள் அப்பா அடிக்கடி ஒரு விஷயம் சொல்வார், அதை நெனச்சுப் பார்த்தன்சார்.'

'என்ன சொல்வார் டாக்டர்.'

'தண்ணீரை யாராலும் ஜெயிக்க முடியாது, அதே போல் தண்ணீர் மீது யாரும் வீண்பழி சுமத்தினால், என்னைக்கிருந்தாலும் தண்ணீர் பழி வாங்காமல் விடாது என்றும், தண்ணீர் வீண்பழியை ஏற்காது என்றும் சொல்வார்.'

'தண்ணீர் மீது நாம் வீண் பழி போடவில்லை. ஆனால் மேலிடத்து உத்திரவை நாம் நிறைவேற்றித்தானே ஆகவேண்டும் டாக்டர்.'

டாக்டர் டன் நீண்ட நேரம் மௌனமாகவே உட்கார்ந்திருந்தார். தன் அப்பா சொன்ன பல விஷயங்கள் ஞாபகத்தில் வந்து நெஞ்சிலாடின.

'இங்க கேளுப்பா, பொன்மாடா, சும்மா காலக்கையை ஓதையாத

தண்ணி கோபப்படப் போகுது, தண்ணி கோபப்பட்டா கடவுளே வந்தாலும் தாங்க முடியாது. தண்ணிய நட்பாக்கி இறுகத் தழுவிக்கோ, ஒரு ஆம்பள பொம்பளைய ஆசையா தழுவுற மாதிரி, அப்பத்தான் தண்ணி ஓங்கிட்ட வசப்படும்.'

'அப்பா... அப்படின்னா ஆம்பள யாரு, பொம்பள யாரு.'

'ஒரு ஆணும் பெண்ணும் ஆசையா தழுவிக் கெடக்கும்போது ஆம்பள பொம்பள கெடையாதுடா மடையா.'

ஒரு சினேகிதனைப் போல் பழகிய, பேசிய அப்பா. பாலத்தின் மேலிருந்து ரவுண்டு சுத்தி பல்டி அடித்து தண்ணீருக்குள் பாயும் அப்பா. உச்சி மலையிலிருந்து தன் குஞ்சைத் தானே தரை நோக்கி கீழே தள்ளிவிட்டு, பாய்ந்து வந்து தாங்கிப் பிடித்துத் திரும்பவும் கீழே தள்ள மலையுச்சிக்குத் தூக்கிச் சென்று பறக்கச்சொல்லித் தரும் கழுகைப்போல், எத்தனை பேரை ஆற்று வெள்ளத்துக்குள் தூக்கிப் போட்டிருப்பார் எத்தனை பேரைத் தண்ணீருக்குள் தள்ளித் தவிக்கவிட்டு நீச்சல் சொல்லிக் கொடுத்திருப்பார்.

இரவில் கனகவேல் எப்படியெல்லாம் உளறுகிறார், பிதற்றுகிறார், அலறுகிறார் என்பதை உற்றுக்கவனித்து நாளை வந்து என்னிடம் கூறுமாறு கேட்டுக்கொண்டு கனகவேலையும், விசாலாட்சியையும் அனுப்பி வைத்தார் டாக்டர் டன்.

மறுநாள் சாயங்காலம் விசாலாட்சி அம்மையாரிடமிருந்து டாக்டர் டன்னுக்கு போன்வந்தது. ஓய்வுபெற்ற மாவட்ட ஆட்சியர், தன் கணவர் கனகவேல் தண்ணீர் விக்கி நேற்று மதியம் இறந்து போனார். டாக்டர் டன் இலேசாக முணுமுணுத்தார்.

'பதினேழு பேரும் நீச்சல் தெரியாததினாலேயே தண்ணீரில் மூழ்கி மூச்சுத் திணறி இறந்தனர் என்று அறிக்கை கொடுத்த கலெக்டர் தாமிரவருணித்தாயின் மீது வீண்பழி சுமத்தியவர், தண்ணீர் விக்கி காலமானார். எதையும் நம்பமுடியவில்லை.'

●

30

மைதானம்

மரங்களில் பறவைகள் தங்கிப்போனதின் சாட்சியாய்த் தரையில் சிதறிக் கிடக்கும் வெள்ளைநிற எச்சங்களைப்போல், அந்த மைதானம் முழுவதும் பரவிக் கிடந்தன அடுப்பெரித்துக் கருப்பேறிய ‘ஃ’ கற்கள். மனிதர்கள் தங்கியிருந்து சமைத்துச் சாப்பிட்டுவிட்டுப் போனதற்குச் சாட்சியங்களாய். பறவைகள் பெரும்பாலும் அதே இடம் அதே மரம் தேடி அடைய வரலாம். ஆனால் இந்த நாடோடி மனிதர்கள் வரமாட்டார்கள். வேறு ஊர், வேறு மைதானம். ஆனால் புதிய நாடோடிக் கூட்டம் வருவார்கள், போவார்கள். எவ்வித விகர்ப்பமுமின்றி வந்தவர்களையெல்லாம் வரவேற்றுத் தன் மடிமீது அமர வைத்து அழகு பார்த்துக்கொண்டிருந்தது அந்த மைதானம். ஒரு வகையில் பறவைகளும் நாடோடிக் கூட்டத்தாரும் வெவ்வேறல்ல போலும். இந்த மைதானத்தை ஒட்டி எங்கள் தாத்தா, வீடு கட்டியபோது எங்கள் வீடும் இந்த மைதானமும் ஊருக்கு அப்பால் வெகுதூரம் தள்ளியிருந்தது. தாத்தா இறந்தபோது இந்த மைதானத்தையும் எங்கள் வீட்டையும் நகரம் கிட்டத்தில் நெருங்கிவிட்டது. நகரத்தின் வேகத்திற்கு மைதானமும் எங்கள் வீடும் ஓட முடியாததால் நகரம் எங்களைக் கடந்து பல மைல் தூரம் முந்திச் சென்றுவிட, இப்போது எங்கள் வீடும் மைதானமும் நகரின் மத்தியாகிப் போயின. ராமசாமி தாஸ் என்கிற ஒரு புண்ணியவான் இந்தப் பரந்த மைதானத்தை இந்த ஊர் பஞ்சாயத்தின் பேருக்கு உயிர் எழுதி வைத்ததோடு, சில நிபந்தனைகளையும் உயிலில் சேர்த்து எழுதி வைத்துவிட்டு சிவலோகம் போய்விட்டார். அந்த நிபந்தனைகளில் முக்கியமானது எந்தக் காரணத்தை முன்னிட்டும் இந்த மைதானத்திற்குள் எவ்வித கட்டிடங்களும் கட்டக்கூடாது. நாடோடிகள் தங்கிச் செல்வதைத் தடுக்கக் கூடாது. மரங்கள் வளர்க்கலாம். ஆனால் சுற்றுச் சுவர் கட்டி பூட்டுத் திறப்பு போடக் கூடாது. இவைகளை மீறி ஏதாவது செய்தால் உயில் காலாவதியாவதோடு, என்னுடைய வாரிசுகள் உரிமை கோரும் உரிமையைப் பெற்றுவிடுவார்கள். பஞ்சாயத்து வளர்ந்து

நகராட்சியாகும் என்றோ நகராட்சி மாநகராட்சியாகுமென்றோ உயில் எழுதிய ராமசாமிதாஸ் நினைத்திருக்கக்கூடும். பல கோடி ரூபாய் சொத்தை நாடோடிகளிடம் கொடுத்துவிட்டு மாநகராட்சியும் கையைப் பிசைந்துகொண்டு நிற்கிறது. பல்வேறு கட்சிப் பிரமுகர்களால் பெருமூச்சு மட்டுமே விடமுடிகிறது.

மைதானம் ராமசாமிதாஸ் பூங்கா என்ற பேரில் நகரின் மத்தியில் பரந்து விரிந்து கிடப்பதோடு பறவைகளை அழைக்கும் மரத்தைப் போல் நாடோடிகளை வா வா என்று கூவி அழைத்துக் கொண்டிருக்கிறது. எப்போதும் ஏதாவது ஒரு நாடோடிக் கூட்டம், அல்லது பலவிதமான நாடோடிக் கூட்டம், அத்தது, அலஞ்சது, பிஞ்சது, கிழிஞ்சது, பிளாட்பாரம் என்று சண்டையும் சச்சரவுமாய் நிறைந்து காணப்படும் மனிதக் கூட்டங்கள், கூப்பாடுகள்.

நீண்ட நாட்கள் தங்கியிருப்பவர்கள் என்று பார்த்தால் மைதானத்தின் மேலக் கடைசியில் குடிசைகள் போட்டு சில மாசங்களாக வசித்து வருகின்ற ஒரு கூட்டம் பெரும்பாலும் பழைய பேப்பர், இரும்பு, அலுமினியம், அறுந்த செருப்பு, பாலிதீன் பை போன்ற கழிவுகளைப் பொறுக்கி விற்று வயிறு கழுவும் கூட்டம். சாயங்காலம் ஆகிவிட்டால் சண்டைகளும் ஆரம்பித்துவிடும். ஆண்கள், பெண்கள் என்று அனேகமாக எல்லோருமே பாட்டிலும் கையுமாகப் போதையில் மிதப்பார்கள். சிறிது நேரம்தான் பறவைக் கூச்சல்கள் போல் அடங்கி, அப்புறம் அமைதியாகித் தூங்கும் அந்த மைதானம்.

இதோ பொழுது விடிந்துவிட்டது. பறவைகள் விதவிதமான சத்தங்களுடன் இடம்பெயர்ந்து செல்கின்றன. அதேபோல்தான் தங்களுடைய கக்கங்களில் கால்வரை இழுபடும் பெரிய பெரிய பைகளை இழுத்துக் கொண்டு கைகளில் நுனி வளைந்த கம்பி கட்டிய குச்சிகளைப் பிடித்துக்கொண்டு, கைக்குழந்தைகள் தொட்டிலாய் மார்பில் தொங்கப் பெண்கள் போகிறார்கள். அந்த அதிகாலை கருக்கிருட்டில் நடமாடும், ஓடும், சிரிக்கும் பொம்மைகளைப் போல் அவர்கள் மைதானத்தைவிட்டு கிளம்பிச் செல்கிறார்கள்.

இரவின் போதை மயக்கம் இன்னும் தெளியாமல் பாபநாசம் சவமாய் உறங்கிக்கொண்டிருக்கிறான். மரத்தடியில் தன்னுடைய இரட்டைக் குழந்தைகளை வெள்ளரிப்பழத்தைப் போல் இரு கைகளிலும் ஏந்திக்கொண்டு பாபநாசத்தின் பெண்டாட்டியும் மாமியாரும் பஸ் ஸ்டாண்டிற்கு விரைகிறார்கள். சாயங்காலம் திரும்பி

வரும்போது இருவரின் மடிகளிலும் சில்லரைகள் கனத்துத் தொங்கும், கூடவே பிராந்திப் பாட்டில்களும். அப்போது போதை தெளிந்து இவர்களை வரவேற்பான் பாபநாசம்.

இதோ பத்தே வயது நிரம்பிய நாகப்பனின் மூத்த மகன் முனியசாமி கக்கத்தில் பைகள் இழுபட, கூடவே இளைய மகன். இருவரும் எப்போதும் ஜோடிப் புறாக்களைப்போல்தான் நகர வீதிகளில் திரிவார்கள். ஏனென்றால் நாகப்பனின் மூத்த மகன் முனியசாமிக்கு எந்த நேரத்திலும் வலிப்பு வந்து ரோட்டில் விழுந்துவிடுவான். அவனைக் காப்பாற்றிப் பாதுகாப்பாக அழைத்து வரவே அவனை விட்டுப் பிரியாமல் அண்ணன் கூடவே திரியும் தம்பி.

இன்றைக்கும் சண்டை ஆரம்பித்துவிட்டது. என்ன சண்டை, எதற்காகச் சண்டை என்று யாருக்கும் தெரியாது. ஆனால் தினமும் சண்டைகளும் சவால்களும் நிச்சயம் உண்டு. சிறிது நேரத்தில் அடங்கி. அப்புறம் காலையில் திசைக்கொன்றாய் ஓடிவிடும் வழக்கம். இன்று சண்டை பாபநாசத்திற்கும் நாகப்பனுக்கும். இரண்டு பேருமே வேலைக்குப் போகாமல் குடித்துவிட்டு தினமும் தூங்கி எழும் சோம்பேறிகள். பாபநாசத்தின் சத்தம் பலமாய்க் கேட்கிறது.

‘டேய், ரெட்டப் புள்ளடா, ஆளுக்கு நூறுடா, எரநூறுடா எரநூறு, மாமியா நூறு, பொண்டாட்டி நூறு, பஸ் ஸ்டாண்டுல கால் வெச்சா போதும்டா எரநூறு செத்ததுடா, எரநூறுடா. ரெட்டச் சிங்கம்டா ரெட்டச் சிங்கம், ஒரு சிங்கத்துக்கு நூறுடா நூறு.’

‘போடா... பிச்சக்காரப்பயல, ஒம்பெருமைய ஒன்னோட வச்சுக்கோ, இங்க வந்து பீத்தாத, எம்புள்ளைக ரெண்டும் தெரு பூரா நாயா அலஞ்சு எரநூறு கொண்டாருதுடா, எம் பொண்டாட்டி நித்தம் நூறு கொண்டாரா, எனக்கென்னடா ராசாவுக்கு, ஒன்ன மாதிரி பஸ்டாண்டுல பிச்ச எடுக்க விட்டாடா நான் குடிக்கிறேன், ஓழச்ச காசுல குடிக்கன்டா நாயே.’

பஸ் ஸ்டாண்டின் மேல வாசலில் பாபநாசத்தின் பெண்டாட்டி கைக்குழந்தையைத் தரையில் கிடத்தி பக்கத்தில் உட்கார்ந்து யாசித்துக் கொண்டிருப்பாள். துணியால் மூடியிருக்கும் அந்தப் பிஞ்சுக் குழந்தையை அப்போதைக்கப்போது போவோர் வருவோரிடம் திறந்து காட்டுவாள். அப்படி அவள்திறந்து காட்டும்போது அந்தப் பச்சை மண்ணின் மெல்லிய தோல் வெய்யில் பட்டு மினுங்கும். பிஞ்சுப் பாதங்கள் இலேசாய் அசையும். கருவண்டுக் கண்கள் வெய்யில் பட்டவுடன் மூடித் திறக்கும். இதேபோல் இன்னொரு குழந்தையை

பஸ் ஸ்டாண்டின் கீழவாசலில் பாபநாசத்தின் மாமியார் தரையில் படுக்கவைத்து, உட்கார்ந்து கையேந்திக் கொண்டிருப்பாள். வெய்யில் ஏற ஏற மூடிய குழந்தையின் மீது தண்ணீர் தெளிப்பாள். இரட்டைக் குழந்தை பிறந்ததால் பாபநாசத்திற்கு சந்தோஷம் பிடிபடவில்லை. இரட்டை வருமானமாயிற்றே.

நாகப்பனின் பிள்ளைகள் இரண்டும் ஜோடிகளாய் பஜாரில் திரியும் காட்சி, குருடர்களை நினைவுறுத்தும். வலிப்பு வந்துவிட்டால் காப்பாற்றிக் கொண்டுவர வேண்டியது சின்னவனின் பொறுப்பு. பல தடவை வலிப்பு வந்து நடுரோட்டில்கூட விழுந்திருக்கிறான் மூத்தவன். ஆனாலும் இருவரும் சாக்குப் பை நிறைய சுமையுடன் தான் வருவார்கள். நாகப்பனின் போதையில் சிலசமயம் அடி, உதை மிதிகளையும் தாங்கிக்கொள்ள வேண்டும்.

சரியாக ஒரு வாரம்தான் ஆகியிருக்கும். பாபநாசத்தின் இரட்டைக் குழந்தைகளில் ஒன்று இறந்துவிட்டது. வெயிலின் உஷ்ணம் தாங்காமல் மேலெல்லாம் கொப்புளம் கொப்புளமாய் வந்து தோல்கள் உரிந்து செத்துப்போனதாகப் பேசிக்கொண்டார்கள். பாபநாசம் தினமும் ராத்திரியில் குடித்துவிட்டு வந்து கண்டபடி புலம்பித் தீர்த்தான்.

‘லம்பா நூறு ரூபா வருமானம் போச்சே, தெனமும் நூறு ரூபானா மாசம் மூணாயிரம் போச்சே, கடவுள் எனக்குக் குடுத்து வைக்கலையே, சொலையா தெனமும் எரநூறு வந்துருமே, பாதியா கொறஞ்சு போச்சே, கடவுளே ஒனக்கும் கூட புடிக்கலையா நான் நல்லாயிருக்கிறது.’

பாபநாசத்திற்குத் தினமும் நூறு ரூபாய் வருமானம் குறைந்து போனது என்பது மட்டுமே பெரிய கவலை. அவன் புலம்பும்போது அடிக்கடி நூறு ரூபாய் என்ற வார்த்தைகள் சதா வந்துகொண்டிருக்குமே ஒழிய குழந்தையைப் பற்றிய வார்த்தை ஒரு நாளும் வந்ததில்லை. திடீரென்று வருமானம் சரிபாதியாகக் குறைந்துவிட்டால் யாருக்குத் தான் வருத்தம் இருக்காது.

அடுத்த ஒரு வாரம்தான் போயிருக்கும், இன்னொரு குழந்தையும் அதே போல் மேலெல்லாம் சிவந்து கொப்புளம் கொப்புளமாய் வெடித்துத் தோல்கள் உரிந்து இறந்து போனது பாபநாசத்தின் வருத்தமும் கோபமும் நாகப்பனின் மேல் திரும்பியது.

‘இந்த நாகப்பன் பயதான் செய்வினை வச்சு என்னோட கொழந்தைகளைக் கொன்னுட்டான். எனக்குத் தெனமும் எரநூறு ரூபா வருமானம் வர்றது அந்தப் பயலுக்குப் புடிக்கலே, அதுதான்

வயித்தெரிச்சல்ல கொன்னுட்டான். டேய், ஒன்னய என்ன செய்றேனு பார்டா.'

பாபநாசத்தின் பெண்டாட்டி வந்து இழுத்துக்கொண்டுபோய்க் குடிசைக்குள் தள்ளி வாசலில் காவலாக உட்கார்ந்துகொள்வாள். பாபநாசத்தின் இரண்டு கைக்குழந்தைகளும் இறந்து தினமும் இருநூறு ரூபாய் வருமானம் நின்றுபோனதில் நாகப்பனுக்குப் பெரிய சந்தோஷம். போதையில் பாபநாசத்தை வம்புக்கு இழுத்துப் பேசுவதில் ஒரு திருப்தி போலும்.

'ஒழச்சு சாப்பிடணும்டா, ஒழச்ச துட்டுல குடிக்கணும்டா, பிச்ச எடுத்த காசுல குடிச்சிட்டு, பெரும பேசுனா அது நெலைக்காதுடா. பாத்தயா ரெண்டு சிங்கக் குட்டிக ஒழைக்குது, நான் குடிக்கன், என்னய எந்தப் பயலும் அசைக்க முடியாதுடா. ரெண்டு சிங்கக் குட்டிகள்டா, தெனமும் ஆளுக்கு எரநூறு என்னோட சுண்டு வெரலக் கூட மடக்க முடியாதுடா.'

அனேகமாக ஒரு மாசம் ஆகியிருக்கலாம். ராமசாமிதாஸ் பூங்கா அல்லோலகல்லோலப்பட்டது. எல்லோரும் மூப்பன்பட்டி கண்மாயை நோக்கி ஓடிக்கொண்டிருந்தார்கள். அங்கே அவர்கள் கண்ட காட்சி கல்லையும் கரையவைக்கும் காட்சியாகும். நாகப்பனின் மகன்கள் இரண்டு பேரும் ஒருவரையொருவர் கட்டிப் பிடித்தபடி ஊதிப்போய்ப் பிணமாய் மிதந்துகொண்டிருந்தனர். கரையில் நின்று பார்ப்பதற்கு, உபயோகித்துத் தூக்கியெறிந்த இரண்டு பெரிய தலையணைகள் மிதப்பதுபோல் தெரிந்தது. இருவரின் கக்கங்களிலும் சாக்குப் பைகள்தொங்கியபடியே இருந்தன. நாகப்பன் அழுது புலம்பியது தன் மகன்களுக்காக மட்டுமல்ல என்பது தெரிந்தது.

'எரநூறு போச்சே... அடக்கடவுளே எரநூறு போச்சே, எம்புள்ளைக வலிப்பு வந்து தண்ணியில விழல, இந்த பாபநாசம் பயதான் இரண்டு பேத்தையும் அடிச்சு கொன்னு தண்ணியில தூக்கிப் போட்டிருப்பான். டேய்... பாபநாசம் நீய் வெளங்க மாட்டடா, எரநூறு போச்சே... அய்யய்யோ சொளையா தெனமும் எரநூறு போச்சே.'

காலை வெய்யில் ஏறிக்கொண்டிருந்தது. அநேகமாக எல்லோருமே நகரத்திற்குள் போய்விட்டபடியால் மைதானம் வெறிச்சோடிக் கிடந்தது. முழுப் போதையுடன் பாபநாசம் தள்ளாடித் தள்ளாடி மைதானத்திற்குள் வந்துகொண்டிருந்தான். பழைய இரும்புக்கடை முருகேசன் எதிரே சைக்கிளில் வந்துகொண்டிருந்தான்.

'என்ன... பாபநாசம்,தாடிமீசையெல்லாம் பயங்கரமாயிருக்கு,

கோயிலுக்கு வளக்கயா இல்ல சும்மாதானா.'

'சும்மா வளப்பனா சாமி, குலதாம்பரம் கோயிலுக்கு நேந்திருக்கேன், பொண்டாட்டி மாசமாயிருக்கா, போனவாட்டி ரெட்டப்புள்ள பெறக்கணும்னு வேண்டிக்கிட்டன், அதே மாதிரி பெறந்துச்சு. இந்த வாட்டியும் ரெட்டப் புள்ள பெறக்கணும்னு வேண்டியிருக்கன், அப்படி பெறந்திட்டா, ரெட்டக் கெடா வெட்டி பொங்கல் வைக்கேன்னு வேண்டியிருக்கன், ரெண்டு புள்ளனா, ஒரு புள்ளைக்கு நூறுரூவா தெனம் எரநூறு வரும்ல்ல.'

'......'

'என்ன ஒண்ணும் பேசாம கம்முனு நிக்கிரு, ரெட்டக் கெடா புடிக்க அட்வான்ஸ் பணம் நீருதான் குடுக்கனும் ஒம்ம ரூபாய்க்கு ஒண்ணும் பயமில்ல, நிச்சயமா ரெண்டு பெறக்கிறது உறுதி, பெறகென்ன தெனம் எரநூறுனா பத்து நாளையில ஒம்ம ரெண்டாயிரத்த தூர நின்னு வாங்கிட்டுப் போரும்.'

இரும்புக் கடைக்காரர் எதுவும் பேசவில்லை. அவனுடைய வளர்ந்த தலைமுடியையும் தாடியையும் மீசையையும் உற்றுப் பார்த்தபடியே வேகமாகச் சைக்கிளில் ஏறினார்.

மைதானத்தின் மேற்கு மூலையில் மரத்தடியில் நாகப்பன். போதையேறி கண்கள் சிவந்திருக்கின்றன. அவனுடைய இரண்டு வயதுக் குழந்தையும் ஒரு வயதுக் குழந்தையும் மரத்தடி நிழலில் விளையாடிக் கொண்டிருந்தனர். இரண்டு குழந்தைகளின் கக்கங்களிலும் பாலித்தீன் கேரிபேக் பைகளைத் தொங்கவிட்டிருந்தான். இரண்டும் மெதுவாக எட்டு வைத்து அந்தப் பைகளுடன் நடக்கும் போது சந்தோஷமாகச் சிரித்துக்கொள்கிறான். அவனுடைய முகம் மகிழ்ச்சியில் பிரகாசிக்கிறது. இன்னும் சில வருஷங்களில் அந்தப் பிஞ்சுக் குழந்தைகளின் தோள்களில் தொங்கும் ஒவ்வொரு பையும் தினம் நூறு ரூபாய் கொண்டுவரும் பையாக மாறிப்போகும். ஒவ்வொரு பையும் நூறு ரூபாயென்றால் இரண்டு பைகள் தினமும். இருநூறு ரூபாய். நாகப்பனையும் பாபநாசத்தையும் அசைக்க யாரால் முடியும்?

நாகப்பனும் தாடி மீசை முடியை வளர்க்கிறான். என்ன நேர்ச்சை என்று தெரியவில்லை. ஆனால் நாகப்பனின் பெண்டாட்டி முழுகாமல் இருப்பது மட்டும் சத்தியமான உண்மை.

●

31

நிழல் பாவைகள்

அந்த ஒற்றை மாட்டுவண்டி ஊருக்குள் நுழைந்துவிட்டதற்கு அடையாளமாகச் சில மனிதர்களையும், கட்டடங்களையும் கடந்து போனது. கவலையுடன் அமர்ந்திருக்கும் தன் கணவன் லட்சுமண ராவின் முகத்தையே உற்றுப்பார்த்துக் கொண்டிருந்தாள் ரத்னாபாய். வினாடிக்கு வினாடி பல அவதாரமெடுத்து ஜொலிக்கும், அழும், கர்ஜிக்கும், ஆனந்திக்கும், சவால்விடும், ஏமாற்றும் அந்த முகம் குராவிப்போய் வண்டியின் அசைவிற்குத் தக்கபடி ஆடிக் கொண்டிருந்தது. பத்து இருபது வருடங்களுக்கு முன்னர் ரத்னாபாய் பல தடவை இதே ஊருக்குத் தன் கணவருடன் வந்திருக்கிறாள்.

அப்போதெல்லாம் வண்டி ஊருக்குள் நுழைந்த உடனேயே ஊரே திரண்டு நின்று வரவேற்கும். ஊர் நாட்டாண்மையும், முக்கியஸ் தர்களும், வண்டியைச் சுற்றி நிற்க இளவட்டங்கள் ஒவ்வொரு பெட்டியாகப் போட்டி போட்டுக்கொண்டு இறக்கி வைப்பார்கள். அந்தப் பெட்டிகளுக்குள் லட்சுமணராவ் இந்த உலகத்தையே அடக்கிவைத்துக் கொண்டு வந்திருக்கிறார் என்பது அனைவருக்கும் தெரியும். ராமர், சீதை, லட்சுமணன், அனுமன், ராவணன், மாரீசன், ஜடாயு, வாலி அப்புறம் தர்மன், பீமன், அர்ச்சுனன், நகுலன், சகாதேவன், குந்தி, பாஞ்சாலி, துரியோதனன், கர்ணன், ஏகலைவன், கிருஷ்ணர், பீஷ்மர், துரோணாச்சாரியார், அரவான், அரக்கன், கீசகன், தாடகை, சூர்ப்பனகை அனைவரும் பெட்டிக்குள்தான் உறங்கு கிறார்கள். நல்லதங்காளும் அவளுடைய பிள்ளைகளின் உயிர்குடித்த அந்தக் கிணறும்கூடப் பெட்டிக்குள்தான்.

வண்டி மேலக்களத்தில் வந்து நின்றது. சோகத்துடன் மெதுவாக இறங்கும் தன் கணவன் லட்சுமணராவை உற்றுப்பார்த்துக்கொண்டே வண்டிக்குள் தூங்கும் தன் மகன்களையும், மருமகளையும் தட்டி எழுப்பினாள் ரத்னாபாய். மாட்டைக் கொண்டுபோய்க் கட்டுவதற்காக இடம் தேடியலைந்த தன் மகன் கோபால்ராவைப் பார்த்துக்

கொண்டே நின்றார் லட்சுமணராவ். வண்டியின் பக்கத்திற்கு யாருமே வராதது ரத்னாபாய்க்கும் லட்சுமணராவுக்கும் வருத்தமளித்திருக்க வேண்டும். வண்டிக்குள்ளிருந்து இறங்கி தன் மருமகளையும், மகள்களையும் கண்டவுடன் சில இளவட்டங்கள் நெருங்கி வந்து வேடிக்கை பார்த்தனர். கூடார வண்டியின் முதுகில் காளான்களைப் போல் தூங்கிக்கொண்டிருந்த நாலைந்து ஸ்பீக்கர் குழாய்களையும், இளம் பெண்களையும் மட்டுமே இளவட்டங்கள் உற்றுப்பார்த்துக் கொண்டு நின்றனர்.

கூட்டத்தில் மெதுவாய்த் தலைகாட்டிய முத்துவீரன் தாத்தாவை அடையாளங் கண்டுகொண்டதில் லட்சுமணராவுக்குக் கஷ்டம் ஒன்றுமில்லை. நடமாடும், பறக்கும், நீந்தும் அத்தனை ஜீவராசி களையும் தன் கண்கள் வழியே கிரகித்து விரல் வழியே மலரச் செய்யும் சூட்சும கலை கற்ற கலைஞனல்லவா லட்சுமணராவ். அன்றாடம் தான் பார்க்கும் ஆயிரக்கணக்கான பெண்களைக் கவனித்து, சூர்ப்பனகைக்கு ஏற்ற நடையை உள் வாங்கிக்கொண்டு தன் விரலசைவில் சுழலும் நிழலுருவப் பாவைக்கு ஏற்றி திரையில் பரவசப்படுத்தும் நவீன கம்பன் லட்சுமணராவ். பீமன் நடையும், அர்ச்சுனனின் ஆர்ப்பரிப்பும், கிருஷ்ணனின் சாந்தமும், பாஞ்சாலியின் ஆவேசமும், கர்ணனின் கர்ஜனையும், குந்தியின் வருத்தம் கலந்த பதட்டமும் லட்சுமணராவின் விரல்வழியே திரையில் அடையும் ரசனை அற்புதத்திலும் அற்புதம்.

ஊரைச்சுற்றிலும் மலைமலையாய் நிற்கும் படப்புகளையும், மரத்தடியில் கழுத்து மணியோசை எழும்ப அசைபோட்டுக்கொண்டு நிற்கும் மாடுகளையும் காணவில்லை. முத்துவீரன் தாத்தா தொழுவத்தில் எருமைகளுக்காக வைத்திருந்த இரண்டு கட்டு நாற்றுக்கூளத்தை கொண்டுவந்து கொடுத்தார். கூடார வண்டிக்கு அடியிலேயும், மரநிழல்களிலும் ஜாமான்களை இறக்கி வைத்துவிட்டு, தன்னுடைய பேத்திக்காகத் தொட்டில் கட்டிக்கொண்டிருந்தாள் ரத்னாபாய். இன்னும் இரண்டு மூன்று சிறுசுகள் வண்டிப் பக்கத்தில் விளையாடிக்கொண்டிருந்தன.

கால மாற்றங்கள் பற்றியும், ஊர்களின் இன்றைய நிலவரம் பற்றியும், தங்களுடைய நிராதரவான நிலை பற்றியும் பேசிக் கொண்டே குளித்துக்கொண்டிருந்தனர் முத்துவீரன் தாத்தாவும் லட்சுமணராவும். தன் மனதை உறுத்திக்கொண்டிருந்த கேள்வியைச் சமயம் பார்த்துக் கேட்டார் தாத்தா.

'ராவ், இன்னிக்கி என்ன கத நடத்தப் போறீரு.'

‘கதையா? கதையெல்லாம் மலையேறி எத்தனையோ வருஷமாச்சு.’

‘அப்புறம்... ’ ஆச்சரியமாய்க் கேட்டார் தாத்தா.

‘ஆடலும் பாடலும்.’ சிரித்துக்கொண்டே சொன்னார் ராவ்.

‘அப்படின்னா.’

‘சினிமாப்பாட்ட பாடவிட்டு அதுக்கேத்த மாதிரி ஆம்பளையும், பொம்பளையும் சேர்ந்து ஆடுறது.’

துண்டால் தன் முதுகில் அழுக்கு உருட்டிக்கொண்டிருந்த முத்துவீரன் தாத்தாவின் மேலெல்லாம் ஒரே நேரத்தில் ஆயிரம் தேள்கள் கொட்டியதைப்போல் சுரீரென்று தைத்தது ராவ் சொன்ன வார்த்தைகள். தாத்தா ராவ் முகத்தையே உற்றுப்பார்த்தார். ஒரே நேரத்தில் போர் வீரனாக, மானம் காக்கப் போராடும் பெண்ணாக, வஞ்சிக்கப்பட்ட ஏகலைவனாக, தன் குருதி வடிய கவசக் குண்டலம் அறுக்கும் கர்ணனாக, போர் செய்ய உபதேசிக்கும் கிருஷ்ணனாக, பறவையாக, குரங்காக, யானையாக, குதிரையாக, அரக்கனாக, ரதமாக, நளின நடைப்பெண்ணாகப் பல்லுருக் கொள்ளும் லட்சுமணராவின் வார்த்தைகளா இது? முத்துவீரன் தாத்தா ஆச்சரியமாய்ப் பார்த்தபடி பெருமூச்சுவிட்டார்.

சில வருஷங்களுக்கு முன்னால் ரத்னாபாயும், லட்சுமணராவும் தெய்வங்களைப் போல் வலம்வந்த ஊர்களில் இன்று ஏறிட்டுக் கூட பார்க்காமல் எட்ட நின்று வேடிக்கை பார்க்கும் மனிதர்கள்.

இதோ பாவைக் கூத்து வண்டி ஊருக்குள் நுழைகிறது. வண்டியைச் சுற்றிலும் ஊரே கூடி நிற்கிறது. முக்கியஸ்தர்களின் அறிமுகம். இரவு ஊர்க்கூட்டம். என்ன கதை படிக்க வைக்கலாம் என்ற விவாதம். வீட்டுக்கு இவ்வளவு வரிப்பணம் நிர்ணயம். கேலியோ கிண்டலோ செய்தால் தண்டனை ஆயிரம் ரூபாய் அபராதம். எட்டு நாளோ பத்து நாளோ ராமாயணம் என்றால் ராமர் பட்டாபிஷேகம், மகாபாரதம் என்றால் வனவாசம் முடிய அன்று ஊரே திருவிழாக்கோலம். பக்கத்து ஊர்களிலிருந்து வந்து நிறைந்து கிடக்கும் வண்டிகள்.

ஊர்ப்பொதுவில் கொடுக்கும் வரிப்பணம் போக கோடி வேஷ்டி, சேலைகள், தானியங்கள், பயறுவகைகள், வத்தல், மல்லி என்று வண்டி நிறைந்துவிடும். பட்டாபிஷேகம் முடிந்த மறுநாளே தன் விரலுக்குள் ஒளித்துக்கொண்டு வந்திருக்கும் மழையைப் பெய்ய வைப்பார் லட்சுமணராவ். பதினெட்டு நாள் குருசேத்திரப் போரையே தன் விரலுக்குள் ஒளித்துவைத்திருக்கும் ராவால் காற்றையும் மேகத்தையும்

ஒளித்து வைத்திருக்க முடியாதா? மழை கொட்டோ கொட்டென்று கொட்ட, சம்சாரிகள் சந்தோஷத்துடன் கும்பிட்டு வழியனுப்பி வைப்பார்கள்.

கடந்த காலத்தையெல்லாம் ஒன்றுகூட்டி தன் நெஞ்சுக்குள் வைத்துக்கொண்டு தொழுவத்தின் மூலையில் உட்கார்ந்து முகட்டு வளையையே பார்த்துக்கொண்டு உட்கார்ந்திருந்தார் முத்துவீரன் தாத்தா. இந்தப் பாவைக் கூத்தைப் போல் எத்தனை கூத்துக்கள் வந்தன ஊர்தேடி. அவர்களெல்லாம் எங்கே எப்படி ஏன் தொலைந்து போனார்கள். சாமக்கோடாங்கி, ராப்பிச்சை, பச்சை குத்துபவர்கள், காவடிப் பாட்டுக்காரர்கள், கிண்ணட்டிக்காரன், மரக்கால் ஆட்டம், மணியாட்டிக்காரன், பொழிப்பாட்டுக்காரன் அடக்கடவுளே இவர்களையெல்லாம் கால வெள்ளம் எங்கே கொண்டுபோய், எந்தக் கரையில் ஒதுக்கியது. எந்த நாகரிக சூறாவளியில் அடித்துச் செல்லப்பட்டார்கள். கால இழுவைக்குள் மறைந்து தன் சுயமுகம் இழந்து உருத்தெரியாமல் மாறிப்போனார்களா என்ன?

முத்துவீரன் தாத்தா துள்ளும் இளவட்டமாய், பொழிகளம் சுற்றி வரும் இருபது மாடுகள், பொழிப்பாட்டுக்காரன் வந்து களத்தில் நிற்கிறான். முத்துவீரன் தாத்தாவின் அப்பா கும்பிட்டு வரவேற்கிறார்.

தன் இஷ்ட தெய்வங்களை வணங்கிப் பாடிவிட்டு மாடுகளைப் பற்றிப் பாடுகிறான் பொழிப்பாட்டுக்காரன். கூட்டம் திரண்டு கூடி நிற்கிறது. பிணையலடிக்கும் ஒவ்வொரு மாட்டையும் பற்றி அதன் நிறம், சுழி, கள்ளப்பாய்ச்சல், சண்டி, ரத்தக்கண், சுண்டுவாதம், மொட்டைவால், ஒட்டுவால், மூழி, போர், மயிலை, செவலை, கழிச்சான், கடகாபல் ஓட்டை, குறுங்கால் என்று பலவித மாடுகள் -அதன் குணங்கள் சரம்சரமாக ராகம் தாளம் தவறாமல் வந்து கொண்டேயிருக்கிறது. கடேசியில் பாட்டை நிறுத்தியவன் இருபது மாடுகளில் முதன் முதலில் பிணையல் கண்ணியில் பூட்டிய மாடு இந்த மாடுதான் என்று அடையாளம் காட்ட கூட்டம் ஆர்ப்பரிக்கிறது. தப்பாத குறி. மாடுகளின் கால்களுக்குள் என்ன மகசூல் பிணையாக மிதிபடுகிறதோ அதில் மூன்று தரம் தன் இரு கைகளாலும் அள்ளிக் கொள்ளலாம். இதுதான் பாட்டுக்கான கூலி.

இதற்காகவே தைத்துக்கொண்டு வந்திருக்கும் அகன்ற நீண்ட சாக்குப்படுதாவைக் களத்தை ஒட்டி விரிக்கிறான். நீச்சலடிப்பவனைப் போல் பொழியின் மேல் குப்புறப் படுத்துக்கொண்டு தன் நெஞ்சுக்கு முன்னால் தவசங்களை கூட்டி வைத்துக்கொண்டு மலையைத்

தூக்கிக்கொண்டு பறந்து செல்லும் அனுமனைப் போல் பாடிக் கொண்டே, ஆயிரம் கண்கள் பார்த்திருக்க அப்படியே துள்ளிப் போய் அவன் விரித்த சாக்கில் உட்கார்கிறது தானியம். மூன்று தரம் அள்ளி அம்பாரமாய் மூட்டை கட்டியவுடன் அடுத்த களம் போகிறான். மேளக் களத்திலிருந்து மிதந்து வந்த சினிமா பாட்டின் ஒலி முத்துவீரன் தாத்தாவை இந்த உலகத்தில் கொண்டுவந்து நிறுத்தியது. மெதுவாக நடந்து தெருவில் நின்று மேற்காமல் எட்டிப்பார்த்தார். நிறைய டியூப் லைட்டுக்கள் பிரகாசமாய் எரிந்துகொண்டிருந்தன. மேடையைச் சுற்றிலும் ரொம்பத் தூரத்திற்குத் துணியால் கோட்டைச் சுவர் மாதிரி தடுப்பு எழுப்பியிருந்தார்கள். எட்டி நின்று பார்த்தாலும் உள்ளே பார்க்க முடியாதபடி உயரமாய் இருந்தது தடுப்பு. சினிமாப் பாடல்களை ஒலிபரப்பிக்கொண்டே இடையிடையே அறிவிப்பு செய்தான் கோபால்ராவ்.

'அன்பார்ந்த ரஜினி, கமல், விஜயகாந்த், சரத்குமார், தனுஷ் ரசிகர்களே... உங்களின் ரசனைக்கேற்ற பழைய புதிய பாடல்களைக் கொண்டு உங்களைக் கிறங்க வைக்கும் அழகிகளின் ஆட்டம் காணத் தவறாதீர்கள். சரியாக எட்டு மணிக்கு ஆட்டம் ஆரம்பமாகும். முதல்வகுப்பு இருபது ரூபா, இரண்டாம் வகுப்பு 10 ரூபா, மூன்றாம் வகுப்பு ஐந்தே ரூபாதான். இடையழகி, தொடையழகி, இடுப்பழகி, சிரிப்பழகி என்று அத்தனை அழகிகளும் உங்களை மகிழ்விக்கக் காத்திருக்கிறார்கள், இளஞ்சிட்டுக்கள் இன்பமொட்டுக்கள், உங்களை மகிழ்விக்க இன்னும் சற்று நேரத்தில்...'

முத்துவீரன் தாத்தாவும் முண்டியடித்துக்கொண்டு செல்லும் கூட்டத்துடன் நின்றார். லட்சுமணராவும் ரத்னாபாயும் டிக்கெட் கிழித்துக்கொண்டிருந்தார்கள். தாத்தா அவர்கள் இருவரையும் உற்றுப் பார்த்துப் பெருமூச்சு விட்டார்.

திரைக்குப் பின்னால் லட்சுமண ராவ் பக்கத்தில் ரத்னாபாய். மலை போல் குவிந்து கிடக்கும் தோல் பாவைகள். கால்விரல்களிலும் கைவிரல்களிலும் பல முனைகளிலிருந்தும் கயிறுகளால் இணைக்கப் பட்டிருக்கும் பாவைகள், கைகளைச் சுண்டி பாவைப் பொம்மை களைத் திரையில் காட்டிக்கொண்டிருக்கும்போதே வசனம் பேசும் வாய். வாயசைவில் உதிர்ந்து வரும் வசனத்திற்கேற்ப பாவைகளின் உறுப்புகளைச் கண்டியிழுத்து அசையச் செய்யும் ஆடச் செய்யும் கால் விரல்களின் லாவகம். ஒரே நேரத்தில் உடலின் அனைத்து உறுப்புகளும் லயம் தவறாமல் இயங்கி கத்தி, கதறி, ஆடி, பாடி,

பறந்து, மறைந்து அந்த மாயஜால நிழலுருவப் பாவைகளின் குவியல்களில் தங்களை மறந்து ரசித்து, சிரித்து, கைத்தட்டி, ஆரவாரித்து, ஆர்ப்பரித்தது.

குறிப்பிட்ட மணித்துளிக்குள் முடிக்க வேண்டிய இதய அறுவை சிகிச்சையில் அடுத்ததாக மருத்துவரின் கையில் என்ன ஆயுதம் இருக்க வேண்டுமோ அதை யூகித்துணர்ந்து எடுத்துக் கொடுக்கும் நிபுணனைப் போல் ரத்னாபாய், கதையோட்டத்தின் அடுத்த வரிக்கு என்ன பாவை வேண்டுமோ தயாராக ராவின் கைகளில் திணிக்க வேண்டும். வினாடி பிசகினாலும் கதையோட்டம் மாறி, உருவங்கள் பொருந்தாது. கர்ணனுடன் போர் செய்ய அர்ச்சுனன் ஆயத்தமானான் என்றவுடன், அர்ச்சுனனுக்குப் பதில் கிருஷ்ணன் போய்விட்டால், யுத்தம் கிருஷ்ணனுக்கும் கர்ணனுக்கும் நடந்தேறிவிடுகிற அபாயமுண்டு. லட்சுமணராவின் கண்கள் வழியே செல்லும் தேவலோக பாஷைகள்தான், ரத்னாபாயைக் கச்சிதமாகப் பாவை களை எடுத்துக் கொடுக்க உதவுகின்றன போலும்.

கொச்சைத்தனமான இரட்டை அர்த்த காம ரசப் பாடல்களுக்குக் கோபால்ராவும், அவனுடன் பிறந்த சகோதரிகளும் அரைகுறை ஆடைகளுடன் சேர்ந்து ஆடியதைப் பார்க்க சகிக்காதவராய் முத்துவீரன் தாத்தா வெளியே வந்தார். திரையுலக நிழலுருவப் பதுமைகளைத் தன் அந்தரங்க நாயகிகளாக வரித்துக்கொண்டு அமர்ந்திருந்த இளவட்டங்கள் உற்சாக மிகுதியால், ஒவ்வொரு பாடல் முடிந்தவுடன் கைதட்டி, விசிலடித்து, ஆர்ப்பரித்ததோடு மேடையேறி அன்பளிப்பாக ரூபாய் நோட்டுக்களைப் பெண்களின் மேலெல்லாம் குத்தி நிரப்பினர். அன்னிய ஆடவரின் கை ஸ்ப்ரிசம் பழகிப் போய்விட்டதோ என்னவோ, எந்த இடத்தில் தொட்டாலும் முகம் சுளிக்காமல் ரூபாய் நோட்டுக்கள் குத்துவதற்குத் தங்கள் உடலைக் காட்டிக்கொண்டு சிரித்தபடியே நின்று போஸ் கொடுத்தனர் பெண்கள். ஒவ்வொரு பாடலுக்கும் ஆடி முடிந்ததும் வியர்வை வழிய ஓடிவரும் தன் மகள்களுக்கும், மருமகளுக்கும் ஆடைகளை மாற்றிக்கொண்டிருந்தாள் ரத்னாபாய். திடீரென்று இன்னொரு அறிவிப்பை வெளியிட்டான் கோபால்ராவ்.

‘டான்ஸ் ஆடத்தெரிந்த இளவட்டங்கள் மேடைக்கு வரலாமென்றும், ஒரு பாடலுக்கு பெண்களுடன் சேர்ந்து ஆட இருபது ரூபாய் கட்டணமென்றும், அதேபோல் நல்ல சேலைகள் இருந்தால் பெண்கள் கொடுத்து உதவும்படியும் காலையில் திருப்பிக் கொடுத்து விடுவதாகவும்’ வேண்டுகோள் விட்டான். இளைஞர்கள் பணம்

கொடுத்து பெண்களுடன் ஆடுவதற்கு போட்டி போட்டனர். புதுப்புது டிசைனில் சேலைகள் குவிந்துவிட்டன. தன் சேலையைக் கட்டிக்கொண்டு ஆடிய பெண்கள் தனக்குப்பிடித்தவன் தொட்டு ஆடியதைத் தானே ஆடியதாக ரசித்து உட்கார்ந்திருந்தனர் பெண்கள். ஆடத் தெரியாமல் ஆசையில் மட்டும் மேடையேறிய உள்ளூர் இளைஞர்களை, வலுக்கட்டாயமாக பெண்கள் இழுத்து இழுத்து அணைத்து நெருங்கி ஆடியபோது கூட்டம் ஆர்ப்பரித்தது. தொழுவத்தில் வந்து படுத்த முத்துவீரன் தாத்தாவுக்கு உறக்கம் வரவில்லை. தொடர்ந்து கொச்சைத்தனமான பாடல்களும் கூச்சலும் கும்மாளமும், விசில் சத்தங்களும் மிதந்து வந்து அவரை அலைக்கழிக்க எப்போது ஆட்டம் முடிந்தது... எப்போது தூங்கினோம் என்று தெரியாமலேயே தூங்கினார்.

காலையில் அவருக்கு லட்சுமணராவைப் பார்க்கவேண்டும் போலிருந்தது. மெதுவாக வந்து கூடாரத்தை எட்டிப் பார்த்தார். வேஷம் கலைக்காத பவுடர் பூச்சுக்கள்... அலங்கோலத்துடன் பெண்கள் தாறு மாறாகப் படுத்துக்கிடந்தனர். வெளியே பந்தலுக்குள் சத்தங் கேட்கவே உற்றுப்பார்த்தார். லட்சுமணராவ் தன்னுடைய பேரக் குழந்தை களுக்கு கதை சொல்லி விளையாட்டுக் காட்டிக்கொண்டிருந்தார். முத்துவீரன் தாத்தா மறைந்து நின்று கவனமாய் கேட்டார்.

ஒரு ஊரில் ஒரு பாட்டி இருந்தா, அந்தப் பாட்டி மரத்தடியில உட்கார்ந்து வடை வித்துக்கிட்டிருந்தா, ஒரு காக்கா வேகமா வந்து பாட்டியோட வடைய தூக்கிட்டுப் பறந்து போயி மரத்து மேல உட்கார்ந்திருக்கிச்சி. பாட்டி கூப்பாடு போட்டு அழுதா. அப்போ அந்த வழியா ஒரு போலீஸ்காரர் வந்தாரு. பாட்டி அழுதுக்கிட்டே போயி போலீஸ்காரர்கிட்ட சொன்னா. போலீஸ்காரர் வேகமாகப் போயி மரத்தடியில் நின்று காக்காயப் பாத்து, 'ஏய் காக்கா! ஒழுங்கா, மரியாதையா பாட்டியோட வடையைக் குடுத்துரு, இல்ல ஒன்னய இந்தத் துப்பாக்கியால சுட்டுப் பொசுக்கிடுவேன்'னு சொன்னாரு. அப்போ காக்கா சொல்லுச்சு, 'ஓம்ம சோலியப் பாத்துட்டுப் பேசாம போரும், இது எனக்கும் பாட்டிக்கும் உள்ள விவகாரம்' அப்படின்னு சொல்லிட்டு வடையத் திங்கப் பார்த்துச்சு. ஒடனே போலீஸ்காரருக்கு கோபம் வந்து 'ஒழுங்கா குடுக்கப் போறயா இல்ல சுடவா?'னு கேட்கவும், காக்கா சொல்லிச்சு, 'நம்ம ரெண்டு பேரும் ஆளுக்குப் பாதியா பங்கு வச்சிக்கிருவம்' அப்படின்னு சொல்லி பாதி வடைய பிச்சு கீழ போட்டுருச்சு. ஒடனே போலீஸ்காரர் துப்பாக்கிய கீழவச்சுட்டு குனிஞ்சு வடைய எடுக்கப் போனாரு, அப்ப காக்கா விருட்னு பறந்துவந்து

துப்பாக்கிய தூக்கிட்டுப் போயி உச்சி மரத்துல உக்கார்ந்துக்கிருச்சு. ஒடனே போலீஸ்காரர் 'காக்கா... காக்கா நாளைக்கு ஒனக்கு அஞ்சு வட வாங்கித்தாரன், என்னோட துப்பாக்கிய குடுத்திரு காக்கா'ன்னு கெஞ்சினாரு. காக்கா சொல்லிச்சு 'நீ என்ன பெரிய அரிச்சந்திரனா ஒன்னய நம்பமாட்டேன் போ'னு சொல்லிருச்சு. 'சத்தியமா என்னய நம்பு காக்கா'ன்னு போலீஸ் சொன்னாரு. 'சத்தியத்த நான் நம்பவே மாட்டேன். அதெல்லாம் அந்தக் காலம். ஒன்னோட துப்பாக்கி வேணும்னா; அஞ்சுவடைய ஒடனே இப்பவே வாங்கிட்டு வா, இல்லனா நடையக்கட்டு. டயத்த வேஸ்ட் பண்ணாத, எனக்கு நெறய்ய வேல இருக்கு எடத்த காலி பண்ணு' அப்பிடினு சொல்லிட்டு அடுத்த மரத்துல போயி ஜம்னு உக்கார்ந்துக்கிருச்சு.

முத்துவீரன் தாத்தா லட்சுமணராவையே பார்த்துக்கொண்டு நின்றார். மரத்தடியில் வடைவிற்கும் பாட்டியாக பாஞ்சாலியை உட்கார வைத்திருந்தார். கீசகனைக் கொல்வதற்காக பீமன் பிடுங்கிய மரமே இப்போது வடை விற்கும் பாஞ்சாலிக்கு நிழல் தந்துகொண்டிருந்தது. வடையைத் திருடிக்கொண்டு ஓடிய காக்கையாக மரக்கொப்பில் ஜடாயு உட்கார்ந்திருந்தது. துப்பாக்கியைப் பறிகொடுத்த போலீஸ் காரனாக கிருஷ்ண பரமாத்மா. வடைகள் அடுக்கிய கூடையாக ஜடாயுவின் வெட்டுப் பட்டு வீழ்ந்த ஒற்றை இறக்கை.

ஒரு துயரப் பெருமூச்சுடன் முத்துவீரன் தாத்தா லட்சுமணராவைப் பார்க்காமலேயே திரும்பி நடந்தார். தூரத்தில் சீதையைத் தூக்கிச் சென்ற ராவணனின் தேரும், மாய மானும் தரையில் கிடந்தன. மூலைக் கொன்றாய் சிதறிக்கிடக்கும் தோல் பாவைகள் உபயோகமற்று விளையாட்டுப் பொருள்களாக சிதறிக்கிடந்த பாவை ஒன்று அவர் காலில் இடற குனிந்து எடுத்தார். முள்படுக்கையில் பீஷ்மர். திடுக்கிட்டு கண்களில் ஒற்றிக்கொண்டு வணங்கிய முத்துவீரன் தாத்தாவின் விரல்களில் முள்குத்தி ரத்தம் வழிந்துகொண்டிருந்தது. தாத்தா லட்சுமணராவின் விரல்களை நினைத்தபடியே மெதுவாக நடந்தார். அவருக்கு பாஞ்சாலி கதறுவது போலவும், ராவணனின் தேருக்குள்ளிருந்து சீதை கத்துவது போலவும், கட்டைவிரல் இழந்த ஏகலைவன் கதறியழுவது போலவும் பல சத்தங்கள் கேட்டன.

நேற்று இரவு கட்டி ஆடுவதற்காக இரவல் கொடுத்த தங்கள் சேலைகளைக் குமரிப் பெண்கள் வாங்கிக்கொண்டு போனார்கள். முகர்ந்துகொண்டும் மார்போடு அணைத்துக்கொண்டும்.

●

32

சிலையல்ல கண்ணகி

இன்னும் பத்தே நிமிடங்கள்தான். மஸ்கட் செல்லக்கூடிய அந்த ஓமன் நாட்டு விமானம் காற்றிலேறி, தன் பாதையைத் தேர்ந்தெடுத்துக் கொண்டு பிரபஞ்ச வெளியில் தன்னையும் ஒரு புள்ளியாய் மாற்றிக் கொண்டு மறைந்துவிடும். சோதனை முடிந்த பயணிகளை மாறி மாறி இறக்கிவிட்டு மறையும் மினி பஸ்கள். ஐம்பது ரூபாய் டிக்கெட் எடுத்து மாடியில் நின்று சக உறவினர் விமானத்திற்குள் ஏறும்போது கையசைப்பதைப் பார்ப்பதற்காகக் குழுமியிருக்கும் உறவினர்கள். அனைவர் முகங்களிலும் சந்தோஷம் கலந்த துக்கம் அல்லது துக்கம் கலந்த சந்தோஷம், பிரிவின் வெறுமை, அருகிருத்தலை இழக்கும் கடைசி நிமிடங்கள், பெருமூச்சுகள், கண்ணீர்த்துளிகள். சோகம் கலந்த ஆனந்தக் கண்ணீர் அல்லது ஆனந்தம் கலந்த சோகக் கண்ணீர். அதோ என்னுடைய தங்கச்சி மாப்பிள்ளை சூட்கேஸை வைத்துவிட்டு இரண்டு கைகளாலும் சைகை செய்கிறார். அவரேதான். விமானத் திற்குள் ஏறி மறையப்போகும் கடைசி வினாடி, இன்னும் நான்கு வருடத்திற்கான முதல் வினாடியும் அதுதான். என் அருகில் ஒரு சிறுவனின் படபடப்பான பேச்சு. சந்தோஷக் குரல்.

‘பாட்டி... பாட்டி அந்தா நம்ம அம்மா, கையைக் காட்றா பாட்டி, பாரு பாட்டி, அந்தா நிக்கா பாட்டி, ஊதாச்சேல, ஏணியில ஏறுறா பாரு’

பாட்டி கண்களை இடுக்கி உற்றுப்பார்க்கிறாள். இடுப்பில் ரெண்டு வயசிருக்கலாம் ஒரு பெண் குழந்தை.

‘அடக்கடவுளே, எனக்கு ஒண்ணும் தெரியலையே. ஏங்கண்ணும் போச்சு மவளே, போனவாட்டி போகும்போது நல்லா தெரிஞ்ச கண்ணு. இந்த வாட்டி தெரியலையே... மவளே...’

‘பாட்டி, அம்மா உள்ள போய்ட்டா பாட்டி’

‘அந்தப் பையனும் குழந்தையும் எதற்காகவோ கைத்தட்டி குதூகலிக்கிறார்கள். கண்ணாடியின் முன்னால் வரிசையாய் நிற்கும்

கூட்டம் அமைதியாய் நிற்க, விமானம் ஓடு பாதையில் ஓடி, ஒரு சுற்றுச் சுற்றி மேடையின் அருகிலே ஓடி செங்குத்தாய் மேலேறி மேகங்களுக்கிடையில் மறைகிறது. பாட்டியின் சத்தம் பலமாய்க் கேட்கிறது.'

'போய்ட்டாளே, பறந்து போய்ட்டாளே, மாயமா மறைஞ்சிட்டாளே, பாதகத்தி மவளே... என்ட மவளே... இப்பிடி பறந்து போறதுக்கா மவள ஒன்னப் பெத்து வளர்த்தன், வயசான காலத்துல ஓரமிருந்து ஒரு மடக்கு பச்சத்தண்ணிகூட குடுக்க நாதியில்லாம இப்படிப் பறந்து பறந்து போறதுக்கா மவள ஒன்னப் பெத்து வளர்த்தன்'

கிழவியால் அழுகையைக் கட்டுப்படுத்த முடியவில்லை. குழந்தைகள் வெறித்துப் பார்க்க முகத்தை மூடிக்கொண்டு விக்கி விக்கி அழுதாள். இப்போது விமானத்தின் சத்தமும் கேட்கவில்லை. கிழவி திடீரென்று எழுந்து நின்றாள். அழுகையில்லை. இரு கையையும் கூப்பினாள்.

'நல்ல சேதி வரணும் மகளே... ஒங்கிட்டருந்து சந்தோஷமான செய்தி வரணும் மகளே! ஒங்கிட்டருந்து சந்தோஷமான செய்தி வரணும் மகளே.. இதுல பறந்து போற எல்லார்க்கும் நல்லசேதி வரணும் மகளே.. கடவுளே எல்லாத்தையும் காப்பாத்தணும் கடவுளே...' கிழவி ஆவலுடன் குழந்தையைத் தூக்கி இடுப்பில் வைத்துக்கொண்டு சிரிக்க முயன்றாலும் அவளால் அழுகையைக் கட்டுப்படுத்த இயலவில்லை. கூட்டம் திமுதிமுவென்று கீழிறங்கி கொண்டிருந்தது. நான் இப்போது கிழவியை உற்றுப் பார்த்தபடி நின்றவாறே கேட்டேன்.

'எதுக்குப் பாட்டி அழுகுறீங்க? வேலைக்குத்தானே போறாங்க, சந்தோஷப்படுங்க பாட்டி. நல்ல செய்தி கட்டாயம் வரும்...'

'சந்தோஷப்படமுடியலையே ராசா. எப்பிடிக் கூடி சந்தோஷப்பட? அவகிட்டருந்து பணம் வர்ற வரைக்கு இந்த ரெண்டு கொழந்தை களையும் கவனிக்கணும், வட்டிக்காரனுக்கும் பதில் சொல்லணும். வாடகையும் மாசம் மாசம் குடுக்கணும். எப்பிடி ராசா சந்தோஷப்பட'

கூட்டம் படிக்கட்டு வழியே இறங்கி வீதியை அடைந்ததும் வாகனங்கள் உறுமும் சத்தங்களுக்கும் பரஸ்பரம் விடைபெற்றுக் கொள்ளும் சந்தோஷங்களுக்கும், கையசைப்புக்களுக்கும் மத்தியில் கிழவி சிறுவனைக் கையில் பிடித்துக்கொண்டு குழந்தையை இடுப்பில் வைத்தபடியே மெல்ல நடந்துகொண்டிருந்தாள்.

'எந்த ஊருக்குப் போகணும் பாட்டி?'

‘திர்ணவேலி போகணும் ராசா...’

‘திருநெல்வேலிதான?’

‘ராசா, நீங்க எந்த ஊரு போகணும்?’

‘நான் கோயில்பட்டி போகணும் பாட்டி?’

‘அப்ப ராசா, நீங்களும் எங்க கூடத்தான் வருவீக. நல்லது ராசா, பச்சப்புள்ளைகள வச்சிக்கிட்டு ஒத்தையில மலப்பாயிருந்துச்சு...’

பஸ் நிதான வேகம் தாண்டி நகருக்கு வெளியே வந்ததும் முழு வேகத்தில் போய்க்கொண்டிருந்தது. ஓரளவு புரிந்துகொண்டாலும் கேட்கவா வேண்டாமா என்று குழம்பிக்கொண்டிருந்த அந்தக் கேள்வியைக் கேட்டேவிட்டேன். ஆனால், கிழவியை மீண்டும் அழவைக்க வேண்டுமென்று நான் நினைக்கவில்லை.

‘பாட்டி! நீங்க மட்டும் தனியா ஒத்தையில வந்திருக்கீகளே, இவுக அப்பா வரலையா பாட்டி?’

‘ஏங்கத பெரிய கத ராசா. நான் கட்டையில வேகுற வரைக்கும் ஏங்கஷ்டம் தீராது ராசா.’

‘அய்யய்யோ! அழாதீங்க பாட்டி. நான் தெரியாமக் கேட்டுட்டேன்.’

‘தெரியாமக் கேக்கல ராசா. சரியாத்தான் கேட்டீக, ஆனா எனக்கு எப்பிடி சொல்லணு தெரியல...’

‘சும்மா சொல்லுங்க பாட்டி.’

சின்னக் குழந்தை உறங்கிவிட்டபடியால் மடியில் படுக்கவைத்து நிமிர்ந்து உட்கார்ந்துகொண்டாள். பக்கத்து சீட்டில் பெரியவர் ஒருவர் எங்களைத் திரும்பிப் பார்த்துவிட்டுச் சாய்ந்தார்.

‘எனக்கு ரெண்டு ஆம்பள. ஒரு பொண்ணு ராசா. இவதான் கடேசி. தரித்திரியம் புடிச்ச கழுத. சண்டாளி. பொறந்த அஞ்சாவது மாசமே அப்பனத் தூக்கிவிட்டுட்டா. நான் ஒத்தையிலேதான் மூணு பேர்த்தையும் வளர்த்து ஆளாக்கினேன். ரெண்டு ஆம்பள மக்களும் கல்யாணம் முடிஞ்சு அதது பாட்ல இருக்கு. ரெண்டு பயலுகளும் அவுக அவுக பொண்டாட்டிமாருக கிழிச்ச கோட்ட தாண்ட மாட்டான். இவளுக்கும் நல்ல மாப்ளயப் பாத்துதான் முடிச்சு வச்சன். இவ கெரகம், இந்தப் பய பெறந்த உடனேயே அந்தப் பயலுக்கு இவ கசந்துட்டா. இன்னொரு கூத்தாடிக் கழுத இனிச்சிட்டா. பெறகென்ன இவள விட்டுட்டு அவ காமாட்ல போயி கெடக்கான். நான் என்ன செய்ய முடியும்.’

'போலீஸ்ல கம்ப்ளையண்ட் குடுக்க வேண்டியதுதானே பாட்டி.'

'போலீசும் கோர்ட்டும் சேர்த்துவைக்கிற குடும்பம் நல்லாவா இருக்கும்? தானா ஒட்டுறத அடிச்சுப் பிடிச்சு ஒட்டவச்சா நிக்குமா? அதுதான் பேசாம இருந்துட்டோம். கடவுள் விட்டவழி. அவனா என்னைக்குத் திருந்தி பொண்டாட்டி புள்ள வேணும்னு வாரானோ அன்னைக்குப் பாத்துக்குருவோம்ன்னு இருந்தோம். இதுவரைக்கும் அவன் வரவுமில்லை, நாங்களும் போகவுமில்லை'

பையனுக்கும் உறக்கம் வந்து தலை சாய்த்தான். வலது பக்கத்தில் தன் உடம்பின் மீதே அவனைச் சாய்த்துக் கொள்ளும்படி தோதுபடுத்திக் கொண்டாள்.

உடனே நான் கிழவியின் மடியில் உறங்கிக்கொண்டிருக்கும் அந்தச் சின்னப் பெண்குழந்தையையே உற்றுப்பார்த்தேன். கிழவி புரிந்து கொண்டிருக்க வேண்டும். அவளாகவே கேட்டாள்.

'அந்தப் பய பொறந்த ஒடனேயே புருஷன் விட்டுட்டுப் போய்ட்டாம்னு சொல்றாளே அப்ப இது யாரு கொழந்தைன்னு பாக்கீகளா ராசா. இதுவும் எம் பேத்திதான், அவளோட கொழந்ததான்.'

'அப்ப ரெண்டாங் கல்யாணம் பண்ணிக்கிட்டாங்களா?'

'கல்யாணமா காடையேத்தா, விதி யார விட்டுச்சு. நம்மள இப்படிச் சீரழிய வைக்கணுமே'

'பாட்டி அழாதிக பாட்டி. நான் வேணுமினா பின்னால போயிறேன்...'

'ராசா, அழுகாம இருக்க முடியலையே ராசா, நீங்க பின்னால போய்ட்டாப்ள எம்பாடு தீர்ந்து போச்சா, இந்தக் கட்ட வேகுற வரைக்கும் தீராது ராசா தீராது.'

'நீங்களும் அப்படியே கொஞ்சம் நேரம் தூங்குங்க பாட்டி...'

'ராத்திரியிலேயே நிம்மதியா தூங்கி நாலு, வருஷமாச்சு. பட்டப்பகல்ல எங்க தூக்கம் வரும்? தூக்கமும் போச்சு, எல்லாம் போச்சு ராசா.'

மடியில் உறங்கிய குழந்தை புரண்டு படுக்கவும் குழந்தையை இரு கைகளாலும் தூக்கி மார்போடு அணைத்துக்கொண்டு, அதன் தலையைத் தன் தோளில் சாயவைத்து இலேசாக முதுகில் தட்டிய படியே சொன்னாள்.

'அப்பன் யார்னு தெரியாத கொழந்த இந்தக் கொழந்த. அதையும் ஆண்டவன் என் தலையில கெட்டி சோதிக்கான்.'

‘.....’

‘ரெண்டு வருஷத்துக்கு முன்னாடி முப்பதாயிரம் ரூவா கடன் வாங்கி அவள வெளிநாட்டுக்கு அனுப்பி வச்சன். கெட்ன புருஷனும் விட்டுட்டுப் போய்ட்டான்; பீடி சுத்தி எங்க சம்பாத்யம் பண்ணி வயித்தக் கழுவத்தான் சரியாயிருக்கு. ஒத்தப் புள்ளதான நான் பாத்துக்கிறம்னு ஒரு வெறிச்சியில அனுப்பிட்டன். நம்ம கெரகம், கூட்டிட்டுப்போன ஏஜெண்ட் பய, இன்னைக்கு அனுப்பிறன் நாளைக்கு அனுப்பிறன்னு பம்பாய்ல ஒரு மாசம் வச்சிருந்திட்டு வெளிநாட்டுக்கு அனுப்பிட்டான். இவ அங்க போன மறுமாசமே வாந்தியெடுத்திட்டா. மறு பிளேன்லேயே இங்க டிக்கெட் எடுத்துக் குடுத்துப் போடி தேவிடியானு அந்த நாட்டுக்காரன் வெரட்டிட்டான். ‘என்னடி?’ன்னு கேட்டா, இவ ஒன்னு கூப்பாடு போடுறா. முப்பதாயிரம் பணமும் போச்சு. ஊருக்குள்ள தலக்காட்ட முடியல. சொந்தபந்தமெல்லாம் கிட்டவரல. அத்தன கேவலத்தையும் தாங்கிக்கிட்டுத்தான் இந்தப் புள்ளையைப் பெத்தா, வளர்த்தா, எல்லாம் விதி ராசா விதி...’

‘அந்தப் பயல சும்மாவா விட்டிக பாட்டி...’

‘அந்தப் பயல பம்பாய்ல போயி எங்க தேட...? எனக்குத் தெக்க வடக்க தெரியாது. அந்தப் பயலோட மூஞ்சி தெரியுமா, மொகர தெரியுமா? பொம்பளைக நாங்க ரெண்டு பேரும் என்ன பண்ண முடியும்? நல்ல காரியம்னா நாலு பேரக் கூப்டலாம். வருவாக. நாறக் காரியத்துக்கு யார் வருவாக? ஒரு பய போனானோ எத்தனை பயக போனானோ யாரச் சொல்ல? நம்ம விதிய நம்மதான் நொந்துக்கிறனும், அவகிட்ட கேட்டா ஓ..னு அழுகுறா...’

இப்போது பஸ் திருநெல்வேலியின் நுழைவுப் பாதையில் விரைந்து கொண்டிருந்தது வாகனப் பெருக்கங்களும் ஜனக் கூட்டங்களும் நிறைந்த அந்தச் சாலை நிறைந்திருந்தது.

‘இப்ப கூட்டிட்டுப் போற ஏஜெண்டு நல்ல ஏஜெண்டா பாட்டி தெரிஞ்சவரா?’

‘ஆருகண்டா, பார்க்கும்போதும் பழகும்போதும் எல்லாரும் நல்லாத்தான் இருக்கான். போகப் போகத்தான் தெரியுது. எது எப்படியானாலும் பரவாயில்ல, இதுவரைக்குப் படாத கேவலமா இனிமே பட்டுறப் போறம்னு திரும்பவும் ஒராள்ட்ட கடன் வாங்கித்தான் அனுப்பிருக்கன். கடவுள் எப்பிடி விட்டாலும் சரி. எங்கள ஒரு அனாதையா நெனச்சு ஒதுக்கிவச்ச சொந்த பந்தங்க

முன்னால நாங்க தலநிமிந்து நடக்கணும். அதுக்கு மேல ஆண்டவன் விட்ட வழி'

சீராகப் போய்க்கொண்டிருந்த பஸ் திடீரென நிற்கவும், நானும் ஜன்னல் வழியே வெளியே எட்டிப் பார்த்தேன். கண்ணுக்கு எட்டிய மட்டும் வாகனங்கள் வரிசையாய் அணிவகுத்து நிற்பது தெரிந்தது. பலவகையான கோஷங்கள் கேட்டாலும் எதுவுமே தெளிவாய்க் காதில் விழவில்லை. ஒரு பெரிய கூட்டம் ஏகப்பட்ட பேனர்களையும், அட்டைகளையும் கைகளில் பிடித்துக்கொண்டு வேகமாய் எங்களைக் கடந்து போய்க்கொண்டிருந்தது. பாட்டி மெதுவாக என்னிடம் கேட்டாள்.

'என்ன ராசா, பஸ் லாரியெல்லாம் வரிசையா நிக்கிது...'

'கண்ணகி சிலையை அப்புறப்படுத்திட்டாங்களாம் பாட்டி. அதக்கண்டிச்சு ஊர்வலம் போறாங்க பாட்டி...'

'கண்ணகின்னா ஆரு...'

நான் கண்ணகியின் கதையைச் சொல்ல ஆரம்பித்தேன். கண்ணகியை விட்டு கோவலன் பிரிந்து மாதவியுடன் சென்றதையும், கண்ணகி தனித்திருந்ததையும், கோவலன் திரும்பி வந்து, சிலம்பு விற்கப்போய்க் கொலையுண்ட சம்பவங்களையும் நான் சொன்ன போது கவனமாகக் கேட்டுக்கொண்டிருந்தாள் கண்ணகியின் தாய். மதுரையை எரித்தபோது மட்டுமே அவள் கண்களில் நீர் திரையிட்டதை நான் பார்த்தேன்.

இப்போது பஸ் ஒரு பெரிய ஆற்றுப் பாலத்தின்மேல் ஊர்ந்து கொண்டிருந்தது. பஸ்சுக்குள் சிலம்புடன் பாண்டிய மன்னன் முன் நின்ற கண்ணகியைப் போல், அந்த வயோதிகத்தாய் ஒரு குழந்தையை மார்பில் அணைத்துக்கொண்டு, ஒரு குழந்தையைக் கையில் பிடித்துக் கொண்டு எழுந்து நின்றாள். என்னிடம் சொல்லிக்கொண்டு இறங்கியவளை உற்றுப் பார்த்தேன். அந்தத் தாயின் முழுக்கவனமும் குழந்தைகளின் மேலிருந்தது. தோளில் தூங்கிக்கொண்டிருந்த பெண் குழந்தை தன் மேல் வெய்யில்பட்டவுடன் தலையைத் தூக்கி எட்டிப்பார்த்தது.

33

சட்ட வேலிகள்

வண்டியின் வேகத்தைக் குறைத்து அவர்களின் அருகில் போய் நிறுத்தினான் விஜயகுமார். கைக்குழந்தையை அணைத்துப் பிடித்த படி நின்ற ஒருவன் ஒரு பெண்ணை எட்டி உதைத்துத் திட்டிக் கொண்டிருந்தான். ஒவ்வொரு உதை விழும்போதும் அய்யோ... அம்மா... என்று கத்தியபடியே விலகி, விலகி நடந்துகொண்டிருந்தாள் அந்தப் பெண். பக்கத்தில் வந்து வண்டி நிற்பதையும் ஒரு வாட்ட சாட்டமான இளைஞன் தன்னை நோக்கி வேகமாக நெருங்குவதையும் கண்டவன் மிரட்சியுடன் குழந்தையை அணைத்தபடி நின்றான். தினமும் ஜெயிலில் கைதிகளை அடித்து அடித்துப் பழக்கப்பட்ட கை குறுகுறுத்தது விஜயகுமாருக்கு. ஆனாலும் அடக்கிக்கொண்டான்.

'டேய்... ராஸ்கல் எதுக்குடா இப்பிடி நடுரோட்ல கலாட்டா பண்ற'

'சாரே... அது எம் பொண்டாட்டி சாரே...'

'பொண்டாட்டினா நடு ரோட்ல போட்டு அடிப்பியா?'

'இல்ல சாரே... அவுக அம்மா வூட்டுக்குப் போயிட்டு மறுநாளே வந்துறேனு போனா சாரே, ஏழு நாள் கழிச்சு வாரா சாரே...'

'பொண்டாட்டி இல்லாம தொரை இருக்க முடியலையோ'

'இவள ஆரு சாரே தேடுறா. இந்தக் குழந்தையைப் பாக்காம இருக்க முடியல சாரே'

குழந்தை அவன் தோளோடு ஒட்டிக் கிடந்தது. அவனும் குழந்தையை இறுக்கிப் பிடித்திருந்தான். பார்ப்பதற்கே பரிதாபமாய் இருந்த அவன் தோற்றம், ஜெயிலில் அடைபட்டுக் கிடக்கும் கைதிகளின் முகத்தை விஜயகுமாரின் முன்னால் கொண்டு வந்து நிறுத்தியது.

'ஒரு வாரமா எம் மொகத்தப் பாக்காம கொழந்தை ஏங்கிப்போச்சு சாரே, இங்க பாரு கொழந்த மொகத்துல களையே இல்ல சாரே'

கடுப்புடன் பொண்டாட்டியை முறைத்துப் பார்த்தான்.

அவளோ எட்ட நின்றபடியே அழுதுகொண்டிருந்தாள்.

தான் ஜெயில் சூப்பிரண்டெடன்ட் என்றும் இனிமேல் அவளை அடித்தால் போலீசில் சொல்லிக் கம்பி எண்ண வைத்துவிடுவேன் என்றும் மிரட்டி விட்டு வண்டியை உதைத்தான். கொஞ்ச தூரம் போன உடனேயே இடதுகையால் வண்டியை ஓட்டிக்கொண்டே வலது கையை விரித்து உற்றுப்பார்த்தான். நேற்று ஜெயிலில் நடந்த சம்பவங்களை அசை போட்டான். ஜெயிலுக்குக் கைதிகளாக இருக்கும் தங்கள் கணவன்மார்களைப் பார்க்க வரும் மனைவிமார்களிடமிருந்து ஆவலாய்க் குழந்தையை வாங்கிக் கொஞ்சும் கைதிகளையும், நேரம் முடிந்த பின்னரும் குழந்தையைக் கொடுக்க மறுக்கும் கைதிகளையும், தன் அப்பாவோடு பாசத்தோடு ஒட்டிக் கொண்டு பிரிய மனமின்றி அம்மாவுடன் வர மறுக்கும் குழந்தைகளையும், கதறக் கதறப் பிடுங்கிக்கொண்டு அழுகையும் கண்ணீருமாய்ப் பிரியும் பெண்களையும் அவனால் நினைக்காமல் இருக்கமுடியவில்லை. சில கைதிகள் அடம்பிடித்து எதிர்த்து வாதம் செய்யும்போது அடித்து இழுத்துக்கொண்டு போக உத்தரவிடுவதும் விஜயகுமார்தான். நேற்றுக்கூட ஒரு கொலைக் கைதிக்கு சரியான அடி. அந்த வலி இன்னும் கையில் வேதனையைக் கொடுத்துக்கொண்டிருக்கிறது. வராந்தாவில் வண்டியை நிறுத்தியவுடன் ஓடி வரும் குழந்தை பானுவை இன்று காணவில்லை. வீட்டிற்குள்ளும் காணவில்லை. மனைவிதான் வந்து கதவைத் திறந்தாள்.

'பானுவ எங்கடிக் காணும்.'

'காலைல எங்கண்ணன் வந்தாரு தூக்கிட்டுப் போயிருக்காரு இப்ப வந்திருவா'

'ஒனக்குக் கொஞ்சமாவது அறிவு இருக்காடி'

'எதுக்கு வந்ததும் வராததுமா இப்பிடி டென்ஷன் ஆகுறீங்க. ஆசையா கூப்பிட்டாரு. இவளும் போறன்னு அடம் பிடிச்சா. சரின்னு போகச் சொன்னேன். எங்க அண்ணன் கூடத்தானங்க போயிருக்கா'

'அதுக்குச் சொல்லலடி, நான் ராத்திரி வரும்போது தூங்கிக்கிட்டு இருக்கா. காலைல ஆபீசு போற நேரம் அவசரம். இப்பவாவது ஒரு ரெண்டு மணிநேரம் அவகூட வெளையாடலாமன்னுதா'

'ஒரு நாளைக்கு ஒங்களுக்குக் கொழந்த மொகத்த பாக்காம இருக்கமுடியல. பொண்டாட்டி புள்ளையை விட்டுட்டு வருசக் கணக்கா வெளிநாட்டுல போயி இருக்காங்க, மிலிட்டரியில போயி இருக்காங்க அவங்க எல்லாம் என்ன பாடுபடுவாங்க' விஜயகுமாருக்கு மனைவி சொன்னதைக் கேட்டதும் சோறு தொண்டைக்குள்

இறங்கவில்லை. தான் இப்போது வந்தபோது நடந்த சம்பவத்தையும், ஜெயிலுக்குள் தினம் தினம் நடக்கும் மனுப்போட்டுப் பார்த்தல் சம்பவங்களையும் விபரமாகச் சொல்ல அவள் மனைவி ஆவலாய்க் கேட்டுக்கொண்டிருந்தாள்.

'இது பெரிய கொடூரம்ங்க. பத்து வருஷம் இருபது வருஷம் தண்டனை அனுபவிக்கிற ஒரு கைதிய வரையறுக்கப்பட்ட நிமிஷத்துக் குள்ள உறவாட விட்டுட்டு வலுக் கட்டாயமா பிரிக்கிறது அநியாயம்ங்க...'

'அநியாயம்தான். என்ன செய்ய சட்டம் இருக்குதே'

'நீங்க ஜெயிலுக்குள்ள அடச்சு வச்சிருக்கிறது வெறும் சட்டத்தத் தானே ஒழிய அவங்களோட உணர்வுகளையல்ல.'

'அப்படியில்லடி கொஞ்சம் ப்ரியா விட்டுட்டா போச்சு. தப்பிச்சு ஓட திட்டம் போடுவாங்க. இல்ல கலாட்டா பண்ணுவாங்க. சர்க்கஸ்ல மிருகங்கள கூண்டுக்குள் அடச்சு வச்சிருக்கிற மாதிரிதான் கைதி களையும் வச்சிருக்கனும்'

'எந்த ஒரு மனுசனோட உணர்வுகளையும் கூண்டுக்குள் அடச்சு அழிச்சிர முடியாது. உணர்வுகள் அடக்க அடக்க வளரும், சமயம் வரும் போது வெடிச்சு சிதறிடும்.'

'ஏய்... என்னடி இன்னைக்குப் பெரிய தத்துவமெல்லாம் பேசுற.'

தத்துவமில்லீங்க. யதார்த்தமான உண்மை. தண்ணி ஓடுறதுக்குச் சரியான வடிகால் இல்லன்னா என்ன ஆகும், பாத மாறும், இல்லன்னா தானா ஒரு புதுப்பாதைய உருவாக்கிக்கிரும்.'

'தண்ணி ஓடுறதுக்கும் வடிகால் வேணும் சரி, ஜெயில் கைதிங்களுக்கு என்ன வடிகால் கொடுக்க முடியும் புரியலையே'

'உங்களுக்குப் புரியாது. நீங்க ஆயுதத்தையும், அடக்குமுறை யையும், சட்டத்தையும் நம்பறவங்க.'

'பெறகு எதடி நம்பச் சொல்ற.'

'அழுது அடம்புடிக்கிற கொழந்த, பொம்மையைப் பார்த்த ஒடன அமைதியாகிப் போறதில்லையா? அது மாதிரி கைதிகளுக்கும் ஒரு வடிகால் வேணும், நூத்துக்குத் தொன்னூறு கைதிங்க மிருகமானது ஒரு வினாடியிலதான். அந்த ஒரு வினாடி என்பது அவனுடைய அறிவுபூர்வமான வினாடியல்ல. உணர்வுபூர்வமான வினாடி.'

'அடியே... இன்னிக்கு ஒனக்கு என்ன வந்திச்சு, ரொம்ப கொழப்பற...'

'அவனுடைய எதிர்காலத்த நாசமாக்கிய அந்த வினாடிய மறக்க

வைக்கிறதுக்குப் பதிலா நீங்க வருஷக் கணக்கா நினைவூட்றிங்க.'

'பெரிய கிரேன் பேடின்னு நெனைப்போ.'

'கிரேன் பேடி கைதிகளின் கடவுள், நீங்க கைதிகளின் சாத்தான்.'

'ஒனக்கு ஜெயிலப்பத்தி என்னடி தெரியும். அவங்க எவ்வளவு மோசமானவங்க அப்படிங்கிறதுக்கு ஒரு சம்பவம் சொல்றேன் கவனமா கேளு. அப்புறம் பேசு.'

'......'

'ஜெயில்ல ஆறுமுகம்ன்னு ஒரு கைதி இருந்தான். கொல பண்ணிட்டு ஆயுள் தண்டனையில இருந்தவன். ஜெயிலுக்குள்ள ராத்திரி நேரத்துல நெறய்ய பெருச்சாளிக நடமாடும். இவன் வாசல் பக்கமா உட்காந்துக்கிட்டு தெனம் தெனம் ஒரு பெருச்சாளிக்குச் கொஞ்சம் கொஞ்சமா சோறுவச்சு பழக்கி ப்ரெண்ட் ஆக்கிட்டான். கடேசில விரலால சொடக்குப்போட்டு ஒரு சவுண்ட் கொடுத்தா அது எங்க இருந்தாலும் இவங்கிட்ட ஓடி வர்ற அளவுக்கு ரொம்ப நெருக்கமாக்கிட்டான்'

'திடீர்னு ஒரு தலைவரோட பிறந்தநாள்ல இவனுக்குத் தண்டனை ரத்தாகி ரிலீஸ் ஆகி வெளியே போயிட்டான், வெளியே போனப் பெறவு எனக்கு லெட்டர் எழுதி பெருச்சாளிக்குத் தினமும் சோறு வைக்கும்படி வேண்டிக்கிட்டான், வித்தியாசமான ரௌடிங்க, அவங்களை இலேசா எட போட்ற முடியாது. நம்பிறவும் கூடாது' இதைக் கேட்டதும் சபாஷ் என்று சொல்லி எழுந்து துள்ளிக் குதித்தாள் விஜயகுமாரின் மனைவி.

'நான் இதையே தாங்க நெனச்சேன். எனக்கு இப்ப ரொம்ப சந்தோஷமாக இருக்குங்க.'

'பெருச்சாளியவாடி நிய் நெனச்சே, ஏண்டி இப்படி லூஸ் மாதிரி ஆடுற சிரிக்க. ஒனக்கு இன்னிக்கு என்னடி வந்துச்சு'

தன் மனைவியின் முடிவுப்படியே மூன்று கைதிகளைத் தேர்ந்தெடுத்தான் விஜயகுமார், மூன்று பேருமே பயங்கரமான முறையில் கொலைகள் செய்துவிட்டு ஆயுள் தண்டனை அனுபவித்து வருபவர்கள். அடிக்கடி ஜெயிலுக்குள் கலாட்டாவை உண்டுபண்ணு கிறவர்கள். மூன்றுபேருமே தனித்தனி செல்களில் அடைபட்டுக் கிடப்பவர்கள். ஒருவனுக்கு அணில்குட்டி, இன்னொருவனுக்குக் கிளிக்குஞ்சு. மற்றவனுக்கு மைனாக்குஞ்சு. தினமும் அவர்களைக் கண்காணித்ததுடன் அன்றைய விஷயங்களைத் தன் மனைவியிடம்

மறக்காமல் ரிப்போர்ட் செய்து வந்தான். வரவர அந்த மூன்று கைதிகளின் போக்குகளே மாறிக்கொண்டு வந்தன. எப்படி இவர்கள் பெட்டிப் பாம்பாய் அடங்கிப் போனார்கள் என்று நம்பவே முடியவில்லை. கிளிக்கு சலீம் என்று பெயர் வைத்திருந்தான். சலீம் என்பது அவனால் கொல்லப்பட்ட நண்பனுடைய பெயர் என்று நம்பவே முடியவில்லை. அவனால் கொல்லப்பட்ட நண்பனுடைய பெயர் என்று ஆச்சரியப்பட்டுப் போனான். விஜயன், லட்சுமி என்கிற தன்னுடைய இரண்டு குழந்தைகளையும் கொடூரமாகக் கிணற்றில் வீசிக் கொன்றவன்தான், தான் வளர்க்கும் மைனாவுக்கு விஜயலட்சுமி என்ற பெயரைச் சூட்டியிருந்தான்.

பெட்ரோல் ஊற்றி எரித்துக் கொன்ற தன்னுடைய காதலி ராமலட்சுமியின் பெயரை ஞாபகப்படுத்த அணிலுக்கு ராம் என்று பெயர் வைத்திருந்தான். கிளிக்கும் மைனாவுக்கும் பேசக் கற்றுக் கொடுப்பதிலேயே நேரத்தைச் செலவிட்டார்கள். ஒவ்வொரு தடவை பெயரை உச்சரிக்கும் போதும் இவர்களின் முகங்களில் சோகக்களை வெளியேறி சந்தோஷக்களைப் பிரகாசித்தது. விஜயகுமாரும் அவன் மனைவியும் இவர்களைப் பற்றிப் பேசாத நாளில்லை. அவர்களுக்குள் ஏற்பட்டுப் போன பாச உறவு என்பது அவர்களின் அன்றாட வாழ்க்கையிலும் பிரதிபலித்தது. சில நேரம் பெரிய சிரிப்புச் சத்தம் கூட அறையைத் தாண்டி எதிரொலித்தது. அணில் இவனுடைய தலையில் உட்கார்ந்திருக்க சாப்பிட்ட பாத்திரத்தைக் கழுவப் போகும் போது பார்த்துப் பரவசப்படாத கைதிகள் இல்லை. முகத்தில் ஒட்டிக்கொண்டு அணில் முத்தம் கொடுக்கும் காட்சி கண்கொள்ளா காட்சி. கிளி தலையில் பேன் எடுக்கும் காட்சியும், அலுமினியத் தட்டின் தாள லயத்திற்கு மைனா குதித்துக் குதித்து டான்ஸ் ஆடும் காட்சியும் மற்ற கைதிகளுக்கும் மகிழ்ச்சியூட்டும் நேரமாகிப் போயின. ஒருநாள் மத்தியானம் எல்லாக் கைதிகளும் சாப்பிட்டுக் கொண்டிருந்தார்கள். கிளி என்ன நினைத்ததோ தெரியவில்லை. உச்சி மரத்தில் போய் உட்கார்ந்துகொண்டது. கூப்பிட்டவுடன் பறந்து வந்து தன் மடியில் உட்காரும் சலீம் இன்று வர மறுத்தது. மரக்கிளையிலேயே அமர்ந்துகொண்டது. தன்னுடைய பங்கு சாப்பாட்டை அப்படியே வைத்துவிட்டு வார்டனிடம் சொல்லிவிட்டு விறுவிறுவென்று மரத்தில் ஏறினான். அந்த ஒரு வினாடி, உறங்கிய வினாடி, மறக்கப்பட்ட வினாடி, விழித்துக்கொண்டது. வெளி உலகச் சபலம் பற்றிக்கொண்டது. எட்டாண்டுகளாய் அவன் பார்க்காத கோயில் கோபுரம் வா வா என்று அழைத்தது. விரைந்து செல்லும் வாகனங்கள், கலர் கலராய் உடுத்திய

பெண்கள், சீருடை அணிந்த மாணவிகள், நீண்டு செல்லும் தார்ரோடுகள், இந்த ஒரு வினாடியின் ஆர்ப்பரிப்பு. அலைக்கழிப்பு, அறிவை அழித்து விட்டு உணர்ச்சி பீறிட்டுக் கிளம்பும் வினாடி கிளையை மறந்துவிட்டு வெறி வந்தவனைப் போல கத்தியபடியே மரத்திலிருந்து தாவி மதில் சுவரின் மேல் குதித்துத் தப்பி ஓடிவிட்டான். வெளிப் பிரவாகத்தின் சுதந்திர ஓட்டத்தில் அவன் கால்கள் வேகமாகவும் சீராகவும் இயங்கின.

ஜெயிலில் விசில்கள் அலறின. சைரன் ஒலித்தது. போன்கால்கள் பறந்தன. தன் வேலை பறிபோவதை எண்ணியபடி விஜயகுமார் பதற்றத்துடன் செயல்பட்டான். ஒரு வழியாக எல்லாக் கைதிகளையும் அடித்துத் துவைத்து அவரவர் செல்களுக்குள் அடைத்து விட்டு ஸ்தூல வெறுமையுடன் மனைவியுடன் பேசினான்.

'ஒன்னால எனக்கு வேல போச்சு, கிளி வளர்த்தவன் தப்பிச்சு ஓடிட்டான். அவன கிளி வளர்க்கச் சொன்னது நான். அவன் தப்பி போனதுக்கு நான் உடந்தைன்னு கேஸ் போட்டு என்னையும் ஜெயில்ல போட்ருவாங்க'

அழாத குறையாய் உளறினான். பேச முடியாமல் நா வறண்டு நாக்கு மேலண்ணத்தில் ஒட்டிக் கொண்டது. பெருமூச்சு விட்டான். ஆனால் விஜயகுமாரின் மனைவி நிதானமாக கேட்டாள்.

'அந்தக் கிளி இப்ப எங்கங்க இருக்கு'

'கிளி இங்கதான் இருக்கு. இனிமே கிளிய நான் வளர்க்க வேண்டியதுதான்.'

'ஒன்னும் பயப்படாதீங்க, நிச்சயமா அவன் திரும்பி வருவான். ஏன்னா அவன அந்த ஒரு வினாடி சிந்திக்க வைக்கும், சிந்திக்க வைக்கிற பவர் பறவைகளுக்கு உண்டு.'

'நிய் இன்னும் தத்துவம் பேசறத விடல'

கதவு தட்டப்படும் ஓசைகேட்டுக் கதவைத் திறந்தாள் விஜயகுமாரின் மனைவி. வாசலில் அழுதபடியே நின்றுகொண்டிருந்தான் அந்த ஆயுள்தண்டனை கைதி. அவனை உள்ளே அழைத்து வராண்டாவில் உட்கார வைத்துவிட்டு, காப்பி கொடுத்துவிட்டு, கொஞ்சதூரமே இருக்கும் ஜெயிலுக்கு சாவகாசமாய் போன் பண்ணினாள் விஜயகுமாரின் மனைவி. விக்கி விக்கி அழும் சத்தம் அறைமுழுவதும் கேட்டுக் கொண்டிருந்தது. அந்த அழுகைச் சத்தம் மறுமுனையில் விஜயகுமாரின் காதிலும் இலேசாய்க் கேட்டது.

●

34

இறுக்கம்

ஒரே நிமிடத்தில் அனைத்து வீடுகளும் கல்லறைகளைப் போல் மாறி, கண்கள் பயனற்றுப்போய், செவிக் கூர்மையும், நாசியின் உணர்தலும் மேலோங்கிய இருட்டு வாழ்க்கையின் நான்காவது நாள்தான் கலாதேவி இம்மண்ணில் பிறந்து காலுதைத்தாள்.

ஒவ்வொருவருடைய கண்களும் அவரவர் வீட்டின் ஜன்னல் இடுக்குகளையும், சாவித்துவாரங்களையும், மூக்குக் கண்ணாடிகளாக அணிந்துகொண்டுதான் வெளியில் எட்டிப்பார்த்தன. தரையோடு உரசும், 'சர்க்' என்கிற காலடிச் சத்தம்கூட எங்களைப் பிரளயப் பயத்தின் எல்லைக்குக் கொண்டுபோனது. என்னுடைய வீடு பாதுகாப்பானது என்று கூரை வீட்டுக்காரர்கள், ஓட்டு வீட்டுக்காரர்கள், அனைவரும் என் வீட்டில்தான் பதுங்கிக்கிடந்தார்கள். எந்த வீட்டிலுமே லைட் வெளிச்சம் இல்லை. ஒலிச்சத்தங்கள் ஏதுமில்லை. கதவுகள், ஜன்னல்கள் பூட்டப்பட்டிருந்தன. மொத்தத்தில் கல்லறைக்குள் வாழும் உயிருள்ள பிணங்களைப் போல்தான் மக்கள் வாழ வேண்டியதிருந்தது.

வெளியே எப்போதாவது விரைந்து செல்லும் போலீஸ் வண்டியின் டயரோசை சத்தமாக சைரனை அலற விட்டபடி விரையும் தீயணைப்பு வண்டி, தூரத்தில் டமார் என்று விட்டு விட்டுக் கேட்கும் வெடிச்சத்தம், என் வீட்டின் பூட்டப்பட்ட வாசல்களிலும் ஜன்னல்களிலும் கைகளில் மிளகாய்ப்பொடி டப்பாவுடன் ஒளிந்து கிடக்கும் பெண்கள் காவல் காக்கிறார்கள்.

ஆண்கள் எல்லோரும் மொட்டைமாடியில், தலைகள் வெளியே தெரியாதபடி ஆதிமனிதர்களாய்த் தரையில் தவழ்ந்தபடி, தவளை களைப் போல் படுத்துக்கிடக்கிறோம். எங்களைச் சுற்றிலும் ஆயுதங்களும், தேங்காய் கனம் உள்ள வண்டி வண்டியான கற்களும் குவிந்து கிடக்கின்றன. இலேசாகத் தலையைத் தூக்கி எட்டிப்

பார்ப்பது, பின்னர் குப்புறப்படுத்து மறைத்துக்கொள்வது, இரவு ரொம்பவும் பயமுறுத்தியது.

கதவையோ ஜன்னலையோ கலவரக்காரர்கள் உடைக்க முற்பட்டால் அவர்களின் கண்களிலே பெண்கள் மிளகாய்ப்பொடியைத் தூவுவது, அதே சமயம் மொட்டை மாடியிலிருந்து கற்களால் ஆண்கள் தாக்குதல் நடத்துவது, இதுதான் எங்களின் திட்டம். கலவரம் ஆரம்பித்து ஊர் சுடுகாடு போலாகி இன்று மூன்றாவது நாள். எங்களுக்கு இதுவரை எந்த ஆபத்துமில்லை. ஆனாலும் ஒவ்வொரு வினாடியும் பயமும் பீதியும் எங்களைக் கவ்விக்கொண்டேயிருந்தன. எதுவும் நடக்கலாம். ஆனாலும் நாங்கள் தற்காத்துக்கொள்ள நிர்ப்பந்திக்கப்பட்டவர்களாக மாற்றப்பட்டு விட்டோம். ஒவ்வொருவர் முகத்திலும் சவக்களை அப்பியிருந்தது.

இலேசாய்த் தலையைத் தூக்கி வெளியே எட்டிப்பார்க்கிறேன். எப்போதும் இரைச்சலுடன் வெளிச்சத்தை உமிழ்ந்து செல்லும் வாகனங்கள் ஒன்றையும் காணவில்லை. தேசிய நெடுஞ்சாலையுடன் நகரத்தின் முக்கிய சாலையை இணைக்கும் புறவழிச்சாலை இப்படி வெறிச்சோடிக் கிடப்பதை இப்போதுதான் பார்க்கிறேன். தூரத்தில் சிறுசிறு புள்ளிகளாய் வெளிச்சம். உற்றுப் பார்க்கிறேன். அத்தனையும் டீகவட்டிகள், கூட்டமாய் ஜனங்கள். அந்தக் கூட்டம் வடக்கே திரும்பி விட்டால் நாங்கள் செத்தோம். வடக்குச் சாலையின் வரிசையில்தான் என் வீடு. பயமும் பீதியும் அதிகரிக்க அனைவரும் ஏறிட்டுப் பார்க்கிறோம். நல்லவேளை, நாங்கள் இன்று தப்பித்தோம். கும்பல் வடக்கே திரும்பாமல் நேராகச் சென்றுவிட்டது. நேற்று இரவு நடந்த சம்பவத்தை நினைத்துக்கொள்கிறேன்.

நடுச்சாமம் இருக்கலாம். எங்கள் அரைத்தூக்கத்தைக் கலைத்துக் கொண்டு ஒரு பெண்ணின் பயங்கர அலறல் சத்தம்.

'அய்யோ அம்மா... அய்யோ... அம்மா'

எங்களுக்கு ஒன்றுமே புரியாத குழப்பம். கொஞ்ச நேரத்திற் குள்ளாகவே அந்தச் சத்தம் எங்கேயிருந்து வருகிறது என்பதை நான் கண்டுபிடித்துவிட்டேன். ஆனால் நான் ஒன்றும் செய்யமுடியாது. ஏனெனில் அந்த அலறல் சத்தம் வந்த வீடும் என் வீடும் இப்போது சண்டையில் இறங்கியிருக்கும் எதிரெதிர் வீடுகள். நான் போனாலோ அல்லது எங்களில் யார் போனாலும் நிலைமை விபரீதமாகிவிடும். சத்தம் தொடர்ந்து கேட்டுக்கொண்டேயிருந்தது. நான் கீழே இறங்கி முத்தம்மா அத்தையையும், செங்கியம்மாளையும் அங்கே அனுப்பி

வைத்தேன்... கொஞ்ச நேரத்திலேயே முத்தம்மா அத்தையின் ஆக்ரோஷமான வசவு எங்களுக்கும் கேட்டது.

'ஏ... அறிவுக்கெட்ட மனுஷா, கதவத் தொற மனுஷா... கெட்ன பொண்டாட்டி கீழே விழுந்து எந்திரிக்க முடியாம கெடக்கா, கதவப் பூட்டிட்டு வேடிக்க பாக்கியே... நீயெல்லாம் ஒரு ஆம்பிளையாக்கும்... பொண்டாட்டிய சாகவிட்டுட்டு ஓம் உசுற காப்பாத்துறயாக்கும்... அப்படி உசுரு இருந்தா என்ன, போனா என்ன... மானங்கெட்ட உசுரு...'

முத்தம்மாள் அத்தை வந்து சொன்னவுடன் எங்களுக்குச் சிரிப்பை அடக்க முடியவில்லை. ஆனால் சிரிக்கும் சூழ்நிலை இல்லை. பாத்ரூமுக்குப் போனவள் வழுக்கி விழுந்து எழுந்திருக்க முடியாமல் கூப்பாடு போட, கலவரக்காரர்கள்தான் வந்துவிட்டார்கள் எனக் கதவைப் பூட்டிக்கொண்டு வேடிக்கை பார்த்த புருஷன், பிள்ளைகள் தம்முயிர் காக்கும் நிலை, மரணபயம், பீதி, நிச்சயமின்மை, எதிர்பார்ப்பின் அனுமானத்தின் நம்பிக்கை, செயலிழந்த விரக்தி.

விடிந்துவிட்டது. இன்று நான்காவது நாள். நிலைமை சகஜமாகி விட்டது. ஓரளவு ஜனங்களும் வாகனங்களும் சாலைகளில் தென்பட்டன. போக்குவரத்தற்றுக் கிடந்த சாலை இப்போது புதுப் பொலிவுடன் காணப்பட்டது. இந்த மூன்று நாள் கலவரங்களில் அரங்கேறிய சம்பவங்கள் ஒவ்வொன்றாய் வந்துகொண்டிருந்தன. இவற்றில் உண்மை இருக்கிற அளவு வதந்தியும் இருக்கலாம். ஏனெனில் வதந்தியும் கலவரங்களும் ஆயுதங்களும் சகோதர சகோதரிகள்.

மந்தித் தோப்பு, ரோட்டில் ஒரு ஜின்னிங் பாக்டரியைக் கொளுத்தி விட்டார்கள். போலீஸ் சுட்டதில் மூன்று பேர் சாவு. திட்டங்குளம் ரோட்டில் இரண்டு பிணங்கள் வெட்டுக் காயங்களுடன் சுப்பிரமணிய புரத்தில் இருபது வீடுகள் தீ வைத்துக் கொளுத்தப்பட்டன. முத்து நகரில் கலவரத்திற்குப் பயந்து ஓடிவிட்டவர்கள் வீடுகளில் கொள்ளை. வீரவாஞ்சி நகரில் நிறைய தீப்பெட்டிக் கம்பெனிகளும், குடோன்களும் தீக்கிரையாக்கப்பட்டன. இப்படியான செய்திகள் வந்துகொண்டே யிருந்தன.

சாயங்காலம், நிலைமை முழுமையாகச் சீரடைந்து சகஜ நிலை திரும்பிவிட்டது போல் தெரிந்தது. ஆந்தை போல் அடைபட்டுக் கிடந்த ஜனங்கள் வெளியே எட்டிப் பார்த்தார்கள். ஆனால் யாருடைய முகத்திலும் பழைய ரேகைகள் இல்லை. பொழுதடையும் நேரம் நிலைமை மோசமாகிவிட்டது. பைபாஸ் ரோட்டில் ஒரு கும்பல் மூன்று அரசு பஸ்களைத் தீ வைத்துக் கொளுத்தியதோடு, தொடர்ந்து

வரும் வாகனங்களைக் கல்லெறிந்து சேதப்படுத்தியதால் போக்கு வரத்து அடியோடு நிறுத்தப்பட்டது.

நகரத்தின் மையப்பகுதியில் நாட்டு வெடிகுண்டுகளும் வீசப் பட்டன. போலீஸ் துப்பாக்கிச் சூடும் நடந்ததால் நகரம் மீண்டும் சுடுகாடாகியது. எல்லா ஊர்களிலிருந்தும் வந்த வாகனங்கள் பைபாஸ் ரோட்டில் ஆட்களை இறக்கிவிட்டு ஊருக்குள் வராமலேயே டெப்போவுக்குள் ஓடி ஒளிந்தன.

சாலைகளில் மனிதர்கள் ஓடிக்கொண்டிருந்தார்கள். நான் மெதுவாகத் தலையைத்தூக்கி வெளியே எட்டிப் பார்க்கிறேன். ஒரு இளம் பெண் கல்லூரி மாணவியைப்போல் இருந்தாள். கையில் சிறு சூட்கேசுடன் மிரட்சியுடன் நின்று அழுதுகொண்டிருப்பது தெரிகிறது. அவளைக் கடந்து ஏழெட்டுப்பேர் ஓடிக்கொண்டிருக்கிறார்கள். நான் மாடியிலிருந்து இறங்கி வேகமாய் அந்தப் பெண்ணின் முன்னால் போய் நிற்கிறேன். ஒரு பெண்ணின் வித்தியாசமான முகபாவத்தை இப்போது தான் பார்க்கிறேன். கொஞ்சம் தாமதித்தாலும் நான் தாக்கப்படலாம் அல்லது கைது செய்யப்படலாம். அந்தப் பெண் பீதியுடன் என்னைப் பார்த்தாள்.

'இதற்குமேல் கிழக்குத் திசையில் போகவேண்டாம், அங்கே பயங்கரக் கலவரம் நடந்துகொண்டிருக்கிறது, தயவு செய்து என்னுடன் வாருங்கள்.'

'நான் எப்படியும் வீட்டுக்குப் போயாக வேண்டும், நான் வீட்டுக்கு வருகிற விஷயத்தை போன் பண்ணி சொல்லி விட்டபடியால் என்னை எதிர்பார்த்துக்கொண்டிருப்பார்கள், போகவில்லையென்றால் விபரீதமாகிவிடும்'

'அவளுடைய அழுகையை நிறுத்த எனக்கு வழி தெரியவில்லை. அவள் போக வேண்டிய இடமோ வெகு தொலைவு. நானும் இன்னொருவரும் ஆளுக்கொரு பக்கமாக சைக்கிளை உருட்டிக் கொண்டே நடக்க நடுவில் அந்தப் பெண் அழுதுகொண்டே நடந்து வந்தாள். நல்ல சேலை கட்டிவிட்டால் நாயையும் கூட நாலுபேர் பின் தொடரும் காலம், ஆபத்துக்குக்கூட சைக்கிளில் ஒரு பெண்ணை ஏற்றிச் செல்ல பயம். சாலை வெறிச்சோடிக் கிடந்தது. தெருவிளக்குகள் உடைக்கப்பட்டிருந்தன. இருட்டில் பேசாமல் நடந்துபோவது எவ்வளவு பயங்கரம் என்பதை உணர்ந்தேன். எதிரே ஏழெட்டுப்பேர் வருவதும் அவர்களின் கைகளில் ஆயுதங்கள் இருப்பதும் தெரிந்தது. என்ன செய்வது என்று தெரியாததால் அப்படியே நின்றுவிட்டோம்.

அவர்களுடைய பேச்சுச் சத்தம் நெருங்கி வந்தது. எங்களுடன் வந்த பெண் சத்தம் போட்டுக் கத்தினாள்.'

'அப்பா... அப்பா... அப்பா...'

பேச்சரவம் இல்லை, எல்லோரும் எங்களை நோக்கி ஓடி வருவது தெரிந்தது. அப்பாவைக் கண்டதும் அந்தப் பெண் ஓடிப்போய்க் கட்டிப்பிடித்துக்கொண்டு கதறிய கதறல் பேச்சுச் சத்தத்தை வைத்தே அடையாளம் கண்டுகொள்ள வைத்த செவிக் கூர்மை, சூழல், ஒரு நிமிடம் நாங்கள் பரஸ்பரம் விசாரித்துக்கொண்டோம். குறுக்குப் பாதை வழியே வேகமாக சைக்கிளை மிதித்தோம். எரிந்துபோன குடிசைகளையும், அடித்து நொறுக்கப்பட்ட வீடுகளையும் கடந்தபோது சரமாரியாகக் கற்கள் பறந்து வந்தன. உயிர்போய் வந்தது. வீடு சேர்ந்தோம்.

சைக்கிளை மிதித்த களைப்பு, பயம், பீதி, உதடுகள் உலர்ந்து மூச்சு வாங்கியது. ஆளுக்கு இரண்டு செம்புத் தண்ணீர் குடித்து ஆசுவாசப் பட்டோம். வெளியில் நிலவும் சூழ்நிலைகளைச் சொன்ன போது அனைவர் முகத்திலும் பீதியும் பயமும் அதிகரித்தன. சாலையில் யார் யாரோ ஓடுவது நிழலாய்த் தெரிகிறது.

எரியும் ஒரே விளக்குக் கம்பத்தின் கீழ் ஒரு ஆண், ஒரு பெண். பெண் கையில் ஒரு சிறு கூடை. நடக்க முடியாமல் தரையில் உட்கார, ஆணோ அவளைக் கைத்தாங்கலாக கூட்டிச் செல்ல முயற்சிக்கிறான். போலீஸ் ஜீப் ஒன்று சிவப்பு லைட்டைச் சுழல விட்டபடி அவர்களைக் கடந்து விரைகிறது. இப்போது அந்தப் பெண் இரு கைகளையும் தலையில் வைத்தபடி அழ ஆரம்பிக்கிறாள். ஆயுதங்கள் சகிதம் ஓடிவந்த ஒரு கூட்டம் போலீஸ் வண்டியைக் கண்டதும் பதுங்கி எதிரே உள்ள பள்ளிக்கூட காம்பவுண்ட் சுவரில் ஏறிக் குதிக்கிறது.

இரண்டு மூன்று பெண்களைக் கூட்டிக்கொண்டு ரோட்டுக்கு விரைகிறேன். உட்கார்ந்து அழுதுகொண்டிருக்கும் பெண் நிறைமாத கர்ப்பிணிப் பெண். பெண்கள் கைத்தாங்கலாக என் வீட்டுக்குக் கூட்டி வருகிறார்கள். கணவன் மனைவி இருவர் முகத்திலும் மரண பயம். மௌனமாக இருந்த அந்தப் பெண் இலேசாக நெளிய ஆரம்பித்து, முனங்கலுடன் துடித்துக் கதற ஆரம்பித்துவிட்டாள், பெண்கள் புரிந்து கொண்டார்கள். ஏதேதோ பக்குவம் செய்கிறார்கள். அவர்களின் முகங்களிலே இப்போது பயமோ பீதியோ இல்லை. அந்தக் கணவன் தலையில் அடித்துக்கொண்டு அழ ஆரம்பித்துவிட்டார். அழுகையினூடே தெளிவற்று முனங்கினார்.

இறுக்கம் ♦ 263

'இது சிக்கலான பிரசவம், ஆக்ஸிஜன் வசதி, ஆப்பரேஷன் தியேட்டர் வசதி உள்ள ஆஸ்பத்திரியில்தான் சேக்கணும்னு டாக்டர் சொல்லியிருக்காரு... அய்யோ... கடவுளே...'

அவர் சுவரில் முட்டி முட்டியழுவது பரிதாபமாயிருந்தது.

இப்போது எங்கள் அனைவருக்குமே பயம் போய்விட்டது. பதிலாகக் கவலையும், வருத்தமும் அப்பிக்கொண்டன. என்னுடைய சைக்கிளில் உட்காரவைத்து இரண்டு மூன்றுபேர் பிடித்துக் கொண்டேவர, உருட்டிக்கொண்டே போய் ஆஸ்பத்திரியில் சேர்ப்பது; இரண்டு ஆண்கள் மட்டும் பாதுகாப்பாய்க்கூட வருவது; மீதிப்பேர் வீட்டைக் காத்துக்கொள்வது என்று முடிவாயிற்று.

அந்த அர்த்த ராத்திரியில் ஒரு பிளேடும், சோப்பும் வாங்க நான் பட்ட பாடு. வீட்டோடு சேர்ந்திருக்கும் கடைகளையே நான் தட்டினேன். கல்லறையைத் தட்டுபவனுக்குக் கைதானே வலிக்கும். வீட்டுக்கு வெளியே நின்றபடியே நிலைமையை விளக்கியும் சொன்னேன். எந்த வீட்டிலிருந்தும் பதிலே இல்லை. ஆனால் எல்லா வீடுகளிலும் மனிதர்கள் வாழ்கிறார்கள். காது கேட்கும் மனிதர்கள், பேசத்தெரிந்த மனிதர்கள், இது நாடுதானா, ஊர்தானா, இருபத்தி யொன்றாம் நூற்றாண்டில் நாகரீகம் இதுதானா? என்று என்னையே கேட்டுக்கொண்டேன். நான் தேடியலைவது ஒரு பிளேடாக இருக்கலாம். ஆனால் அது அறைக்குள் பூட்டிக்கிடந்து வெளிவரத் துடிக்கும் ஒரு ஜீவனை வெளிக்கொணரும் சாவியல்லவா இப்போது. நீண்ட நேரம் அலைந்து களைத்துக் கை வலிக்கக் கதவுகள் தட்டி, கடைசியில் ஒரு கடவுள் கண் திறந்து ஜன்னல் வழியாய் வீசியெறிந்த சோப்போடும் பிளேடோடும் வந்து சேர்ந்தேன்.

குழந்தையின் முதல் அழுகைச் சத்தம் கேட்டவுடன் இந்தப் பெண்களின் முகத்தில் இவ்வளவு நாளும் குடிகொண்டிருந்த பயமும், பீதியும் வருத்தமும் எங்கே போய் ஒளிந்துகொண்டன. சீனிப்பால் கரைத்து நானே அந்தக் குழந்தைக்குச் சேனை வைத்தேன். இதுவரையிலும் அழாது வன்மம் கொண்டிருந்த என் கண்கள் கலங்கின. கைகள் நடுங்கின. பெண்கள் மௌனமாய் நின்றார்கள். சேனை வைத்த உடனேயே நானே அந்தக் குழந்தைக்குப் பெயர் சூட்டினேன். இதுமாதிரியான கலவரங்களையும், மனித அநாகரிகங்களையும் அடக்கும் தேவியாக நீ வரவேண்டும். ஆகவே கலவரத்தை எப்போதும் ஞாபகப்படுத்தும் கலாதேவி என்ற பெயரைச் சூட்டினேன். ஓடோடி வந்து கலாதேவியின் அப்பா என்னைக் கட்டிப் பிடித்துக்கொண்டார்.

நாளை கலாதேவிக்கு ஆறாவது பிறந்தநாள். ஒவ்வொரு பிறந்த நாளன்றும் கலாதேவி குடும்பத்துடன் மதுரையிலிருந்து எங்கள் கோவில்பட்டிக்கு வருகிறாள். எங்கள் வீட்டில் உள்ள அனைவருக்கும் புத்தாடைகள் எடுத்து வருகிறாள். நாங்கள் அனைவரும் மகிழ்ச்சி யுடன் கலாதேவியின் பிறந்தநாளைக் கொண்டாடி வருகிறோம். தீபாவளி தோறும் நாங்கள் எடுத்துக் கொடுக்கும் புத்தாடைகளையே கலாதேவி அணிந்து மகிழ்கிறாள். கலாதேவிக்கு இந்தக் கதையெல்லாம் புரிய இன்னும் பத்து வருஷம் வேண்டும். அப்போது கலாதேவி மற்றொன்றையும் புரிந்துகொண்டு ஆச்சரியப்படலாம் அல்லது அலட்சியமாகச் சிரிக்கலாம்.

நானும் கலாதேவியும் எதிரெதிர் ஜாதி என்பதையும், எப்போதும் சண்டை போட்டுக்கொண்டு சீரழியும் ஜாதி என்பதையும்...

35

மனம் என்னும் ஊஞ்சலிலே

அன்றாடம் அலுவலக வேலையின் களைப்பையெல்லாம் போக்கும் இந்தக் கணம் மகத்தானது. என் வண்டியின் சத்தம் கேட்ட உடனே வேகமாக ஓடிவந்து என் முதுகில் உப்புமூட்டை ஏறிக்கொள்ளும் இளையவன் விஜி. கூடையைக் கையில் வாங்கிக்கொண்டு என் கையைப் பிடித்தபடியே வீட்டுக்கு நடந்துவரும் மூத்தவன் வினு. கூடைக்குள் பூ, தின்பண்டம், வாசலில் மனைவி, உலர்த்திய கூந்தல், முகத்தில் புன்சிரிப்பு. மூத்தவன் எடுத்துக் கொடுத்த பூவை வாங்கிக் கொண்டாள். முதுகைவிட்டு இறங்க மறுக்கும் இளையவனை அதட்டினாள்.

'விஜி, கீழே எறங்குல. ஒங்க அம்மாவுக்கு ஒரு சந்தோஷமான விஷயம் அப்பா சொல்லப்போறன், நீயும் முன்னால வந்து நில்லு.'

'என்ன பெரிய ஒலகத்துல இல்லாத சந்தோஷம். அரியர்ஸ் பணம் வந்திருக்கும்.'

'ஒனக்கு எப்பவும் சந்தோஷம்னாவே அரியர்ஸ் பணம்தான்'

'பெறவு என்ன பெரிய சந்தோஷம்?'

'ஒங்க அண்ணன் மகளுக்குக் கல்யாணம் பேச்சுவாக்ல சொன்னாரு!'

'எந்தப்பய எப்பிடிப்போனா எனக்கென்ன... ஏங்கிட்ட எதுக்கு இதயெல்லாம் சொல்றீக...'

'அப்ப பத்திரிக்க குடுத்தா நீ கல்யாணத்துக்கு வரமாட்ட?'

'பத்திரிகையா? வருவானோ குடுக்க... எந்த மூஞ்சியோட இங்க வருவான்?'

'அதெல்லாம் தெரியாது. பத்திரிக்க குடுத்தா நீ வருவியா. மாட்டியா?'

'என்னைய எப்படியாவது அழவச்சு வேடிக்க பாக்கணும்?'

'ஒனக்கு ரெடிமேட் கண்ணீர்னு பேர் வச்சது சரியாப்போச்சா? இப்ப நா ஒன்னய என்ன சொல்லிட்டேன்னு அழுகுற?'

'நீங்க ஒண்ணும் சொல்லல. இப்ப மரியாதையா கைய விடுங்க.'

இளையவன் ஜிலேபியை என்மேல் எறிந்தான். மூத்தவன் ஒரு எத்து எத்தி என் வயிற்றைப் பிடித்துப் பின்னால் தள்ளினான்.

'ஒங்க அப்பனைக் கொல்லுங்களே. அப்பத்தான் இப்படி பேசமாட்டாரு.'

'அம்மா பேச்சை கேக்காதீங்கடா..'

'அம்மா பேச்சத்தான் கேப்போம். ஒங்க பேச்சுக் கேக்க மாட்டோம்!'

'யாரையும் கல்யாணத்துக்குப் போகக்கூடாதுனு நா சொல்லலையே? நான் வரமாட்டேன். யாரும் போங்க. யாரும் வாங்க, என்னைய விட்ருங்க'

இரவு. பையன்கள் முன் வராந்தாவில் படித்துக் கொண்டிருந்தார்கள். சாப்பிட்டுக்கொண்டிருந்த என் முன்னால் வந்து உட்கார்ந்தாள் மனைவி.

'கல்யாணம் நிச்சயமாயிக்குன்னு மட்டுந்தான் சொன்னாரா? மாப்ள அந்த மாப்ளதானா? இல்ல வேற மாப்ளயா? கல்யாணம் எப்ப வச்சிருக்காங்களாம்?'

'வேற ஏதாவது இருந்தாப் பேசு'

'எங்க அண்ணன் எப்படியும் போறான். அந்தப்புள்ள அப்ராணிப் புள்ள. யாரையும் வாயலுங்கப் பேசாதபுள்ள. அத்த, அத்தனு கெடப்பா. நா தூக்கி வளத்த புள்ள. மொதல்ல நாம எல்லாரும் போய்ப் பாத்தமில்ல... அந்தப் பையன் நல்ல பையனாம். சொல்லிக்கிட்டாக. அந்தப் புள்ள என்னய என்ன செஞ்சது? அத்தைங்கிற சொல்லுக்கு மறுசொல்லு சொல்லியிருக்கா!'

'அப்ப கல்யாணத்துக்குப் போவோங்க. அப்படித்தானே?'

சாலையில் விரைந்து மறையும் வாகனங்கள், எதிரே சீறிக்கொண்டு வந்து, விருட்டென்று மறையும் அதிவேக வாகனங்கள். பெண்களின் மனசும் இப்படித்தான் போலும். சிவப்புக்காக நிற்பதும், காத்திருப்பதும் பச்சை கண்டவுடன் பாய்ந்து செல்வதும், நினைத்த மாத்திரத்தில் அக்னியாய்க் கொதிப்பதும், அடுத்த நிமிஷமே ஐஸ்கட்டியாய் உருகுவதும், பெண்களின் வசீகரமும், சாதுர்யமும், சவுந்தர்யமும், மவுனமும், கண்ணீரும், சிரிப்பும் எதிலுமே அடைபடாத இயற்கையின்

மர்மம்தான் என்று சிந்தித்தபடியே வண்டியை நிறுத்திவிட்டு ஆபீசுக்குள் நுழைந்தேன். மாப்பிள்ளை யார் என்பதையும் என்றைக்குக் கல்யாணம் என்பதையும் நேற்றே மனைவியிடம் சொல்லி யிருக்கலாம் என்று நினைத்துக்கொண்டேன்.

மத்தியானம் சாப்பிடுகிற நேரத்தில் பியூன் வேகமாய் வந்தான்.

'சார்... ஒங்களுக்கு போன். ஒங்க மிஸஸ் பேசுறாங்க'

அனேகமாக வீட்டிலிருந்து ஆபீசுக்கு எனக்கு வரும் முதல் போன்.

'நாந்தான் பேசுறன். ஞாபகமா அரவிந்த் சார்கிட்டே வெசாரிச்சுட்டு வாங்க. வேற ஒண்ணும் சொல்ல வேண்டாம்.'

வீட்டுக்குள் நுழையும் போதே பிச்சிப்பூ வாசனை நாசியைத் துளைத்தது. எனக்கு மிகவும் பிடித்தபூ. எனக்குப் பிடித்தமான கலரில் சேலை, சிரித்த முகம்.

'அரவிந்த் சார பாத்தீங்களா... என்ன சொன்னாரு. அதே மாப்ளதானா.'

'வெவரம் எதுவுமே தெரியாதாம். கல்யாணம்னு மட்டுந்தான் தெரியும்னு சொன்னாரு.'

முகம் வாடிவிட்டது. வேற எதுவுமே கேட்கவில்லை. எனக்கே பாவமாயிருந்தது.

'இங்க கேளுடி. கல்யாணத்துக்கு வரலங்கிற. அப்புறம் எதுக்கு இதையெல்லாம் வெசாரிக்குற?'

'வரலங்கிறதுக்காக மாப்ள யார்னு தெரிஞ்சுக்கிற கூடாதா?'

'தெரிஞ்சு என்ன செய்யப்போற? ஒன்னயக் கேட்டா ஒங்கண்ணன் சரினு சொல்லியிருக்காரு? பேசாம இரேன்'

'இருக்க முடியலையே. அண்ணன் என்னைய எப்படியும் பேசிட்டுப் போறான். மூணு பொம்பளப்புள்ளைய வச்சிருக்கான் பாவி... மூத்த புள்ளைக்கு நல்ல வாழ்க்கை கெடச்சு, நல்லா இருந்தாத்தானே மத்ததுகளுக்கும் நிம்மதி...?'

'சரி. மொதல்ல சோறு வச்சிட்டு வா. அரவிந்த் சார் சொன்ன எல்லா விஷயத்தையும் வெவரமா செல்றன்.'

சமையலறைக்குள் பாத்திரங்கள் உருளும் சத்தம். சோறுடன் வந்து என் முன்னால் உட்கார்ந்துகொண்டாள்.

'மாப்பிள்ளை அதே பையன்தானாம்... பையனுக்குப் பொண்ணை ரொம்பப் பிடிச்சுப் போச்சாம்... அதனால நகை, ரொக்கம்

இவ்வளவுன்னு கேக்காம கொடுக்கிறத வாங்கிக்கிறோம்ன்னு சொல்லிட்டாங்களாம்... ஒங்க அண்ணன் ரொம்ப சந்தோஷமா இருக்காராம்... கல்யாணத்துக்கு முதல்நாள் ராத்திரி பரிசம். அப்படியே காலைல தாலி கட்டாம். இதுகூட மாப்பிள்ளையோட ஐடியா தானாம். எதுக்கு ரெண்டு செலவு. தேவை இல்லேன்னுட்டாராம், ஆனா...'

'என்ன ஆனா...'

'நமக்கு அழைப்பிதழ் கெடையாதாம்! ஒங்க அண்ணன் ஒம்மூஞ்சில முழிக்கமாட்டாராம்.'

'ஏம் மூஞ்சிலதான் முழிக்கமாட்டான், ஒங்க மூஞ்சில முழிக்கிறதுக்கு என்ன வந்துச்சு? அவ்வளவு வீராப்பா அவனுக்கு... பத்திரிக்க மட்டும் குடுக்காம இருக்கட்டும், அப்புறம் என்ன நடக்குனு பாருங்க.'

'தூக்குப் போட்டுக்கிருவியா?'

'தூக்கு நீங்க போடுங்க, ஒங்க ஆளுகளப் போடச் சொல்லுங்க, நான் என்னத்துக்குத் தூக்குப் போடணும்? ரெண்டு சிங்கக் குட்டிகளைப் பெத்து வெச்சிருக்கன். பொம்பளைப் புள்ளையா இருக்கு எனக்கு. மாமங்காரன் வரலையேன்னு வருத்தப்படதுக்கு.'

'உறுதியா பத்திரிக்க வராது. வராது. வராதுடி!'

'வராட்டாப்போகுது. கல்யாணம் முடிஞ்ச பெறவு மாப்பிள்ளை வீட்ல போய் ஒருநாளைக்குப் பாத்துட்டு வருவன். இங்க கூட்டிட்டு வந்து விருந்தும் வைப்பன். நா தூக்கி வளர்த்தப்புள்ள கழுத்துல தாலியேர்றதை நா பாக்காம இருப்பனா... கல்யாணத்துக்கே போவேன். எங்க அண்ணன் வேணும்னா என்னயக் கழுத்தப் புடிச்சி வெளியே தள்ளட்டும். என்ன ஆனாலும் சரி.'

என் மனைவி எந்த முடிவும் எடுக்க முடியாமல் ஊசலாடிக் கொண்டிருந்தாள். சில நேரம் என்னிடமும் சில நேரம் குழந்தை களிடமும் சீறி விழுந்தாள். அக்கம் பக்கத்திலும் கல்யாணம் பற்றி விசாரித்தது அவளை மேலும் பாதித்திருக்க வேண்டும். முகம் குராவிப்போய் துண்டிக்கப்பட்ட பட்டமாய் அல்லாடிக் கொண்டிருந்தாள்.

'அடியே... ஒங்க அண்ணன் ஆபீசுக்கு வந்தார். கல்யாணப் பத்திரிக்க கொடுத்தார்.'

'ஆபீஸ்ல வந்து ஒங்ககிட்டக் குடுத்தா நீங்க மட்டும் போங்க... வீட்ல வந்து குடுக்க முடியல? நீங்க என்ன சொன்னீக?'

'நா என்ன சொல்ல முடியும். அது ஒம்பாடு. ஒங்க அண்ணன்பாடு.

வீட்ல போயி பத்திரிக்க குடுங்க, ஒங்க தங்கச்சியையும் தாம்பூலம் வச்சு அழைங்க'னு சொல்ல முடியுமா? இல்ல, 'ஒங்க தங்கச்சி வந்தாத்தான் நா வருவன்'னு சொல்ல முடியுமா?

'அப்ப நீங்க மட்டும் போய்ட்டு வாங்க.'

'நானும் புள்ளைகளும் போய்ட்டு வர்றோம்.'

'ஏம் புள்ளைக என்னைய மாதிரி ரோஸக்காராப் புள்ளைகளா இருக்கணும். நீங்க மட்டுந்தான் போகணும்! பத்திரிக்கய எங்க பாப்பம்?'

'அத ஆபீஸ்ல எங்கயோ வச்சன். எடுக்க மறந்துட்டன். நாளைக்கு எடுத்திட்டு வாரன்.'

'பத்திரிக்கைல ஒங்க பேரு போட்ருக்கானா?'

'கவனிக்கலயே. வார புதன்கெழமை கல்யாணம். அதப் பாத்தேன்.'

'ஒங்க பேரு போடலணா நீங்களும் போகக்கூடாது. தங்கச்சி மாப்பிள்ளையோட பேரப் போட்டா கொறஞ்சா போயிருவான். நம்ம இவனைவிட எதுல கொறையா இருக்கோம்.'

'இரவு ஒரு மணி. பீரோவைத் திறக்கும் சத்தங்கேட்டு எனக்கு முழிப்புத் தட்டியது. நான் ஆபீசுக்குக் கொண்டு போகும் பையைத் திறந்து தேடிக்கொண்டிருந்தாள். உறங்குகிற பாவனையாகப் பார்த்துக்கொண்டே படுத்திருந்தேன். பத்திரிகையைக் கண்டுபிடித்து விட்டாள். என்னை ஒருதரம் உற்றுப் பார்த்துக்கொண்டாள். அவசரமாகப் பிரித்தாள். என் பெயரையும் அவளுடைய பெயரையும் அரை வெளிச்சத்தில் பார்த்திருக்க வேண்டும்'

முகத்தில் ஆயிரம் வாட்ஸ் பல்பு மின்னியது. சந்தடியில்லாமல் வைத்துவிட்டு பக்கத்தில் வந்து படுத்துக்கொண்டாள்.

மறுநாள் ஞாயிற்றுக்கிழமை, குழந்தைகளுடன் விளையாடிக் கொண்டிருந்தேன். மெதுவாகக் கேட்டாள்.

'கல்யாணத்துக்கு ரெண்டுநாள்தான் இருக்கு. ஒங்கபாட்ல பேசாம இருக்கீக. என்ன செய்யப் போறீக?'

'நா மட்டுந்தான் போகப்போறேன். நூத்தி ஒண்ணு செஞ்சாப் போதாது?'

'நூத்தியொண்ணா?'

'அப்ப எரநூத்தியொண்ணு செஞ்சிருவம்'

'.....'

'எங்க அண்ணன விடுங்க, அந்தப்புள்ள நா தூக்கி வளத்தபுள்ள, நம்ம பேரு இருக்கும்படியா ஒரு செயின் எடுத்துப் போட்ருவம்.'

'அப்படின்னா எல்லாரும் போகணும்'

'எல்லாரும் எதுக்குப் போகணும்? நீங்க மட்டும் போயி குடுத்துட்டு வாங்க. ஒன் தங்கச்சி எதுக்கு வரலைன்னு கேட்டு, ஓங்க அண்ணன் மூஞ்சில எல்லாரும் காரித்துப்பட்டும்!'

திங்கள்கிழமை அலுவலகம் முடிந்து வந்ததும் வராததுமாய்ப் பத்திரிகையைக் கேட்டாள். எடுத்துக் கொடுத்தேன். இப்போதுதான் பார்ப்பதுபோல் பார்த்தாள். முகத்தில் எந்த சலனமுமில்லை.

'வீட்ல வந்து பத்திரிக்க வைக்க துப்பில்ல... பேரு என்னத்துக்குப் போடணும்?'

நான் காதில் விழாதமாதிரி இருக்கவே... தொடர்ந்தாள்.

'கல்யாணத்துல தெரிஞ்சவங்க எல்லாரும். 'ஓங்க பொண்டாட்டிய எங்கே?'னு கேட்டா என்ன சொல்வீங்க.'

'அவுக அண்ணனுக்கும் அவளுக்கும் சண்ட, அதனால வரலம்பன்.'

'......'

'ஏய்! எதுக்கு அழுகுற எப்படிச் சொல்லணும்னு நீயே சொல்லு.'

'எங்க குடும்பச் சண்டை எங்களோடயே போகட்டும். சந்தி சிரிக்க வேண்டாம். நானும் கல்யாணத்துக்கு வாரேங்க.'

வண்டியை விட்டு நாங்கள் இறங்கிய உடனேயே அவளுடைய அண்ணன் ஓடி வந்து என் இளைய மகனைத் தூக்கிக்கொண்டார். வாங்க மாப்பிள்ளை என்று வரவேற்றார். வாம்மா தங்கச்சி என்றார். என் மனைவியின் முகத்தில் கண்ணீர் கசிந்து வழிந்தது. அவளுடைய அண்ணன் கர்ச்சீப்பால் முகத்தைத் துடைத்துக்கொண்டிருந்தார்.

இரண்டு குழந்தைகளும் என்னுடனே இருந்தன. மனைவியைக் காணவேயில்லை. மணமக்களை அழைத்துவந்து மணமேடையில் உட்கார வைத்தார்கள். மணம்களின் நெற்றிச் சுட்டியைச் சரிப்படுத்தி விட்டு கூட்டத்தை ஏறிட்டுப்பார்த்தாள் என் மனைவி. வீடியோ கேமராவின் பவர்புல் லைட் மங்கலாய் தெரிந்தது. அந்த முகப் பிரகாசத்தின் முன்னால்!

●

36

எனக்கான அரிசி...

நடு இரவு பன்னிரண்டு மணிக்கு வந்து அழைப்பு மணியை அடித்தால் யாருக்குத்தான் எரிச்சலும் பயமும் வராமல் இருக்கும். பயத்துடன் ஓடி வந்து மாடியிலிருந்து கீழே பார்க்கிறேன். போர்டிகோவில் லைட் வெளிச்சத்தில் நைனா நின்றுகொண்டிருக்கிறார். என்னுடைய கோபத்திற்கு அளவே இல்லை. அவருடன்தான் இவ்வளவு நேரமும் பேசிவிட்டு வந்து படுத்தேன். கோபத்துடன்தான் வேக வேகமாகப் படியிறங்கி கீழே வந்தேன்.

'நைனா... இவ்வளவு நேரமும் என்ன சொல்லிட்டு வந்தன், இப்ப எனக்கு ஒண்ணுமே வேணாம். காலையில தாலிக்கட்டுக்குக் கட்டாயம் வந்துடறன்னு படிச்சுப் படிச்சு சொன்னேன்ல, அப்புறம் என்னத்துக்கு நடுராத்திரியில வந்து தூக்கத்தைக் கெடுத்துக்கிட்டு?'

நான் இவ்வளவு கோபமாகப் பேசியும் நைனா பதிலே பேசாமல் நின்றது எனக்கு ஆச்சரியமாய் இருந்தது. முகத்தை உற்றுப் பார்க்கிறேன். லைட் வெளிச்சத்தில் முகம் களையிழந்து கிடக்கிறது. சற்று முன்னர் இருந்த கல்யாண வீட்டுக் குதூகலமும் கலகலப்பும் மறைந்து முகம் இறுகிப்போயிருக்கிறது. இன்னும் கொஞ்ச நேரத்தில் அழுது விடுபவரைப்போல் இருந்தார். விடிந்தால் நைனாவின் மூத்த பையனுக்குக் கல்யாணம். நைனாவின் வீட்டில் நடக்கப்போகும் முதல் சந்தோஷம். கல்யாண வீட்டுக்காரரின் முகமல்ல இது. எனக்கும் கூட கொஞ்சம் பயம் வந்துவிட்டது. சற்று அதட்டலாகவே கேட்டேன்.'

'என்ன நைனா, என்ன நடந்தது, ஏன் இப்படியிருக்கீரு?'

'ஒண்ணும் நடக்கல மேல போயி லுங்கிய மாத்திட்டு வாரும்.'

'என்னன்னு சொல்லும் நைனா?'

'மொதல்ல போயி லுங்கிய மாத்திட்டு வாரும், வெவரமாச் சொல்றேன்.'

இரண்டிரண்டு படியாய்த் தாவி ஏறி ஆடையை மாற்றிக்கொண்டு

வந்து நின்றேன். கொஞ்ச நேரம் இருவரும் ஒன்றும் பேசாமல் நடந்தோம். நைனா சோர்வாக எட்டு வைத்து சோகமாக நடந்துவந்தார். அவருடைய உதடுகள் துடித்தன. வார்த்தைகள் வெளிவரவில்லை.

'என்னன்னு சொல்லுங்க நைனா...?'

'சின்னப் பையன போலீஸ் புடிச்சிட்டுப் போய்ட்டாங்க.'

'யார, சேகரவா!'

'சேகரும், அவனோட படிக்கிற ரெண்டு இஞ்சீனியரிங் காலேஜ் பையங்க மூணு பேர்த்தையும் புடிச்சு ஸ்டேஷனுக்குக் கொண்டு போய் உள்ள அடச்சிட்டாங்க.'

'என்ன விஷயமா?'

'தெரியல, யாருக்கும் தெரியாது. நமக்குத் தெரிஞ்ச லோடுமேன் பாத்திருக்காரு, எங்ககிட்ட மட்டும் வந்து ரகசியமாச் சொல்லிட்டுப் போறாரு, மண்டபத்துல யாருக்குமே இன்னும் விஷயம் தெரியாது, தெரிஞ்சா பெரிய கேவலம், யாருக்குமே தெரியாம வெளிய கூட்டியாரணும், நாலா ஊரு ஜனமும் வந்திருக்கு, தாலி கட்டமுன்ன கூட்டிட்டு வராட்டா பெரிய மானக்கேடாப் போயிரும், அதுலயும் முகூர்த்த மாலை வாங்கப் போன போதுதான் இது நடந்திருக்கு, அது வேற ஒரு தடங்கல் மாதிரி மனசே சரியில்ல.'

எனக்கு என்ன செய்வதென்றே தெரியவில்லை. நைனாவைப் போலவே எனக்கும் போலீஸ் ஸ்டேஷன் என்றால் அதன் வாசல் எந்தப் பக்கம் என்றுகூடத் தெரியாது. எப்படியும் தாலி கட்டும் முன் வெளியே கூட்டி வந்தாகணும். நைனாவைப் பார்க்கவே பரிதாபமாய் இருந்தது. எனக்கு எங்கிருந்துதான் தைரியம் வந்ததோ தெரியவில்லை. நைனாவைத் தூரத்தில் நிற்கும்படி சொல்லிவிட்டு, நான் மட்டும் தனியே போலீஸ் நிலையத்திற்கு விரைந்தேன். வாசலில் இரண்டு போலீஸ்காரர்கள் நின்றுகொண்டிருந்தார்கள். உள்ளே இன்ஸ்பெக்டர் இருந்தார், சப்இன்ஸ்பெக்டர் இடம் காலி. இந்த அர்த்த ராத்திரியில் என்னைக் கண்டதும். அனைவரின் பார்வையும் என்மேல் குவிந்தது. தலையை ஆட்டி என்னுடைய வணக்கத்தை ஏற்றுக்கொண்ட இன்ஸ்பெக்டர், வந்த விஷயம் என்ன என்பவரைப் போல் முறைத்தபடி இருந்தார்.

'கொஞ்ச நேரத்திற்கு முன்னாடி மூணு பையன்களைப் புடிச்சிட்டு வந்தீகளே, அது விஷயமாகப் பேசலாம்னு வந்தேன் சார்.'

'போய்ட்டுக் காலையில் வாரும்.'

எனக்கான அரிசி... ✦ 273

‘காலையில ஆறு மணிக்குக் கல்யாணம் சார்.’

‘கல்யாணமா, யாருக்கு?’

‘இங்க உள்ள இருக்கிற பையனோட அண்ணனுக்கு சார்.’

‘அண்ணனுக்குத்தான் கல்யாணம், போய்ட்டு காலையில வாரும், அப்படிக் காலையிலவர முடியலைன்னா சனி, ஞாயிறு கோர்ட் லீவு. திங்கக் கெழமை கோர்ட்ல வந்து ஜாமீன்ல எடுத்துக்கோங்க.’

‘சார், இது எங்களுக்கு ஒரு தடங்கல் மாதிரி சார், பொண்ணுக்கு முகூர்த்த மாலை வாங்க வந்தவங்களப் புடிச்சி அடச்சிட்டாங்கனா அதுவே ஒரு பெரிய அபசகுணம் மாதிரி சார், தயவு பண்ணுங்க சார்.’

‘புல்லா தண்ணியடிச்சிட்டு ஒரே வண்டியில மூணு பேரு போறான், லைசென்ஸ் கிடையாது, விழுந்து செத்தா அது அபசகுனமில்லையா?’

‘கல்யாணம் நிக்கும் சார், ஆனா அந்தப் பொண்ண வேற யாரும் கல்யாணம் முடிக்கவே மாட்டாங்க, தாலி கட்ட முன்னயே, கல்யாண வீட்ட சாவு வீடா மாத்துன தரித்திரம் புடிச்ச கழுதனு பேசிப் பேசியே அந்தப் பொண்ண சாகடிச்சிருவாங்க சார்.’

‘ஒமக்கு இவங்க என்ன ஒறவு?’

‘ஒரு ஒறவும் இல்ல சார், பழக்கம், பக்கத்து வீடு, நல்ல ஆசாரமான குடும்பம் சார்.’

‘நீரு என்ன வேல பாக்கறீரு’

‘நான் ஒரு எழுத்தாளன் சார்’

‘பத்திரம் எழுதற ஆளா?’

‘இல்ல கத எழுதற எழுத்தாளர் சார்.’

இன்ஸ்பெக்டர் என்னை மேலும் கீழும் பார்த்தார். என்ன நினைத்தாரோ பெரிய மனசு பண்ணி உட்காரும்படி சைகை காட்டினார். யாரையோ நம்பர் சொல்லிக் கூப்பிட்டு டீ கொண்டு வந்து கொடுக்கும்படி உத்தரவிட்டார். அவருடைய மார்பில் குத்தியிருந்த பெயர் இப்போது தெளிவாகத் தெரிந்தது.

‘மொகிதின்ஷா.’

‘சரி, அந்தப் பையன்களோட அப்பாவையும், அந்த வண்டியோட ஓனரையும் கூட்டிட்டு வாங்க. அவங்ககிட்ட கொஞ்சம் பேசணும்.’

‘சார் இந்த விஷயம் இன்னும் அவங்களுக்குத் தெரியாது. தெரிஞ்சா கல்யாண சந்தோஷம் போயிரும். இந்தச் சம்பவத்தக்கூட அந்தப் பெண்ணோட சம்பந்தப்படுத்த அவ வந்த நேரம் சரியில்ல, அதுதான்

போலீஸ் ஸ்டேஷன் போக வேண்டியதாகிப் போச்சு அப்படின்னு பேசுவாங்க, அந்தப் பொண்ணு பாவம் சார்.'

'இப்ப என்ன செய்யணுங்கீரு?'

'எங்களோட இந்து பழக்க வழக்கப்படி ஒரு பொண்ணோட கழுத்துல தாலி ஏறுற வரைக்கி எந்தத் தடங்கலும் இருக்கக்கூடாது. அப்பிடி ஏதாவது நடந்தா பொண்ணு கெரகம் சரியில்லனு பேசுவாங்க, அதனால நாளைக்கி காலையில தாலி கட்டி முடிஞ்சு எல்லாம் முடிச்சிட்டு அவங்க அப்பாவ நான் கூட்டிட்டு வாரன், பையன்கள இப்ப என்னோட அனுப்புங்க, என்னிய நம்புங்க, கல்யாண விஷயம் சார், ஒரு பொண்ணோட வாழ்க்கைப் பிரச்சினை சார்.'

இன்ஸ்பெக்டர் மௌனமாக யோசித்தார். என்னைப் பார்த்து இலேசாகச் சிரித்துக்கொண்டார்.

'சார் இன்னும் கல்யாணத்துக்கு நாலு மணி நேரந்தான் இருக்கு. இவங்கதான் முகூர்த்த மாலைய வாங்கிட்டுப் போணும். எல்லோரும் எதிர்பார்த்திட்டு இருப்பாங்க, ப்ளீஸ். என்னைய நம்புங்க சார்.'

பறிமுதல் செய்து வைத்திருந்த வண்டியின் சாவியை டிராயருக் குள்ளிருந்து எடுத்துக் கொடுத்தார். மூன்று பேரையும் அனுப்பி வைக்கும்படி ஒரு காவலரிடம் சொன்னார். லாக்கப் அறைக்குள்ளிருந்து யாரோ ஒருவன் முனங்குவது கேட்டது. மூன்று பேரையும் அனுப்பிவிட்டு, நன்றி சொல்லிவிட்டுக் கிளம்பலாம் என்று மீண்டும் இன்ஸ்பெக்ட ரிடம் சென்றேன். லாக்கப் அறைக்குள்ளிருந்து இன்னும் முனகல் சத்தம் பலமாய்க் கேட்டது.

'இது என்ன கேஸ் சார்?'

'கற்பழிப்பு கேஸ்.'

'கற்பழிப்பா எப்பிடி சார், எந்த ஊரு சார், பொண்ணு யாரு?'

'எல்லாம் பக்கத்துப் பக்கத்து வீடுதான். இந்த ராஸ்கல் நடுராத்திரியில அவ வீட்டுக்குள்ள புகுந்து முயற்சி பண்ணியிருக்கான், அவ கூப்பாடு போட்டுட்டா, வசமா மாட்டிக்கிட்டான்.'

'அப்படியிருக்காது சார், அப்படியிருக்க வாய்ப்பே இல்லை.'

'அவளும் அவளோட அம்மாவும் வந்து கம்ப்ளையண்ட் குடுத்திருக்காக, அப்படியிருக்க வாய்ப்பே இல்லனா எப்படி?'

'அவளோட புருஷன் இல்லையா சார்?'

'அவன் இருந்திருந்தா கொலையே நடந்திருக்கும். இந்த ராஸ்கல

எனக்கான அரிசி...

கொன்னு போட்ருப்பான், அவன் வெளியூர்ல இருக்கான்.'

'லாக்கப்ல இருக்கிற ஆள நான் பாக்கலாமா சார்?'

'அங்க இருட்டா இருக்கும், இந்தாங்க டார்ச் லைட், பாருங்க'

ஜட்டியுடன் மூலையில் சுருண்டு படுத்துக்கிடந்தவனின் முகத்தில் டார்ச் லைட்டின் வெளிச்சம் பட்டவுடன் பதறி எழுந்து உட்கார்ந்தான். இருபது அல்லது இருபத்தைந்து வயதிருக்கலாம். முகம் வீங்கியிருந்தது. மேலெல்லாம் அடி விழுந்த தடிப்புக்கள். என்னை ஏக்கத்தோடும் பரிதாபத்தோடும் பார்த்தான். அப்புறம் அழ ஆரம்பித்தான்.

'ஓம் பேரென்னப்பா?'

'முத்துச்சாமி'

'அந்தப் பெண்ணை கெடுக்கப் போனது உண்மைதானா?'

'இல்ல சார்'

'அப்ப உண்மையைச் சொல்லு, இல்லனா ஏழு வருஷம் உள்ள போகணும்'

'அவளுக்கும் எனக்கும் மூணு வருஷமா பழக்கமுண்டு சார், அவளோட மாப்பிள்ளை வெளியூர்ல வேலை பாக்காரு. இவ மட்டும் தான் தனியா இங்க இருக்கா, நேத்து ராத்திரி அவளோட மாமியா ஊர்லருந்து வந்து இங்க தங்கிக்கிட்டது எனக்குத் தெரியாது. நான் என்னைக்கும் போல வீட்டுக்குள்ள போய்ட்டன், அவ மாமியா கூப்பாடு போட்டு ஊரைக் கூட்டிட்டா, இவ வேற வழியில்லாம பத்தினியா நடிக்கா, இல்லனா அவ தாலி போயிரும்ங்கிற பயம்.'

சரக்சரக்கென்று நடந்து வரும் பூட்ஸ் சத்தம் கேட்டதும் பயந்து நடுங்கினான். எங்கள் பக்கத்தில் இன்ஸ்பெக்டர் மொகிதின்ஷா நின்று கொண்டிருந்தார்.

'இந்த விஷயத்தையெல்லாம் மொதல்லேயே சொல்லியிருக் கலாம்லவே. இப்ப இவர்ட்ட சொன்னதெல்லாம் நிஜந்தானா?'

'சத்தியமா நெஜந்தான் சார், என்னைய பேசவே விடல சார், சுத்தி நின்னு அடிச்சு உள்ள போட்டுப் பூட்டிட்டாங்க சார்.'

அவன் மீண்டும் அழ ஆரம்பித்தான்.

இன்ஸ்பெக்டரும் நானும் இருட்டுக்குள்ளிருந்து வெளிச்சத்திற்கு வந்தோம். என் முகத்தைப் பார்த்ததும் இன்ஸ்பெக்டர் சிரித்துக் கொண்டார். இருவரும் எதிர் எதிரே உட்கார்ந்தோம்.

'இன்ஸ்பெக்டர் சார், இப்போ நீங்க அந்தப் பெண்ணோட

கற்பையும் காப்பாத்தணும், இவனையவும் காப்பாத்தணும், சட்டத்தையும் காப்பாத்தணும் என்ன செய்யப் போறீங்க? எனக்கு, கற்பை விற்றவளோட கற்பை நீங்க காப்பாத்தறது முக்கியமில்லைன்னு படுது.'

இன்ஸ்பெக்டர் தொலைபேசியின் எண்களை அழுத்தினார். எதிர்முனையில் சப்இன்ஸ்பெக்டர் பேசியிருக்க வேண்டும். சில உத்தரவுகளைப் பிறப்பித்தார்.

'அந்த ரேப் கேஸ நியூசென்ஸ் கேஸா மாத்தி, கோர்ட்ல ஆஜர்படுத்தி ஒத்துக்கிறச் சொல்லி பைன் கட்ட வச்சு அனுப்பிருங்க, கம்ப்ளையிண்ட் பார்ட்டிய நாளைக்கு எங்கிட்ட அனுப்பு.'

ஃபோனைக் கீழே வைத்ததும் என்னைப் பார்த்துச் சிரித்துக் கொண்டார். சற்று நேர மௌனம். விடைபெற்றுக் கொள்ளலாம் என்று நினைத்து எழுந்தேன்.

'நாளைக்கு ஸ்டேஷன்ல பூராவும் என்ன பேசுவாங்க தெரியுமா? ரேப் கேஸ்ல இன்ஸ்பெக்டர் பத்தாயிரம் வாங்கிட்டாருன்னு பேசுவாங்க, எங்க ஆட்களே மேல மொட்ட மனு எழுதுவான், இந்தத் தொந்தரவுக்குப் பயந்துதான் மனசாட்சிய அடகு வச்சிட்டுப் பேசாமலிருக்க வேண்டியதிருக்கு. இவனுக்கும் அவளுக்கும் தொடர்பு இருக்கும்னு மொதல்லயே கண்டுபிடிச்சிட்டன், இந்த டிபார்ட்மெண்டைப் பொறுத்தவரை மனசாட்சி, ஈவு, இரக்கம் எதுக்குமே இடமில்ல.'

'சரி சார். ரொம்ப ரொம்ப நன்றி சார்; கடைசியா ஒரு வேண்டுகோள். காலையில கல்யாணத்துக்கு நீங்களும் வாங்க, எங்கள் கல்யாணச் சாப்பாட்டையும் சாப்பிட்டுப் பாருங்கள்.'

'அதுக்கெல்லாம் எங்களுக்கு நேரமேது, அடுத்த நிமிஷம் நான் எங்கே இருப்பேன்கறத தீர்மானிக்கிறது நான் இல்ல, அது நீங்கள்.'

'ஒங்களையும் மீறி எங்களையும் மீறி இன்னொன்னு இருக்கு. அதுதான் எல்லாத்தையும் தீர்மானிக்குது. நாளைக் காலை மணப் பெண்ணின் கழுத்தை அலங்கரிக்கும் பூ நிச்சயிக்கப்பட்டது எப்போது? அதே போல நாளைக் காலைல நீங்க சாப்பிட வேண்டிய ஆகாரத்திற்கான அரிசியை ஆந்திராவிலோ, கர்நாடகாவிலோ அல்லது பஞ்சாபிலோ, தஞ்சாவூரிலோ நெல் நாற்றை நட்டபோதே அல்லா தீர்மானித்துவிட்டார். அந்த அரிசி கல்யாணத்திற்கு நாங்கள் வாங்கியிருக்கும் மூட்டைக்குள் இருக்கிறது என்பது எனக்குத் தெரியும். அதை நீங்கள் நாளைக் காலையில் உண்ணவேண்டும்

என்பதற்காகவே அல்லா அந்த மூன்று பேரையும் கைதுபண்ண வைத்திருக்கிறார், அநியாயமாகக் கற்பழிப்பு வழக்கிலே ஒருவன் சீரழிந்து போய்விடக் கூடாது என்பதற்காகவே அந்த அல்லா என்னை உங்களிடம் அனுப்பியிருக்கிறார். இல்லையென்றால் சற்று முன்னர் வரை நீங்கள் யாரோ நான் யாரோ என்றிருந்தவர்களைச் சந்திக்க வைத்திருப்பாரா அந்த அல்லா?'

வணக்கம் சொல்லிவிட்டு அவருடைய பதிலுக்குக் காத்திராமல் வந்துவிட்டேன். எனக்குத் தெரியும் இன்று இரவு அவர் நிம்மதியாகத் தூங்கமாட்டார் என்று. தாலிகட்டும் நேரம் நெருங்கிக் கொண்டிருந்தது. மண்டபத்தின் அருகிலேயே உள்ள கிருஷ்ணன் கோவில், கூட்டத்தால் நிரம்பியிருக்க, நைனா ஓடோடி வந்தார். பழையபடியும் அவர் முகம் களையிழந்து அழுது வடிந்தது. இன்ஸ்பெக்டர் மொகிதின்ஷா கூட்டத்தோடு கூட்டமாய்க் கம்பீரமாக நின்றுகொண்டிருந்தார். நைனா வையும் திருமண வீட்டின் முக்கியஸ்தர்களையும் அவருக்கு அறிமுகப்படுத்தினேன். வணங்கியதோடு அனைவரிடமும் கை குலுக்கினார்.

கல்யாணத்திற்கு வந்திருந்த தெரிந்த முக்கியஸ்தர்களிடம் சந்தோஷ மாகப் பேசிக்கொண்டிருந்தார். மண்டபத்திற்கு வந்து ரசித்துச் சாப்பிட்டார். மணமக்களிடம் அன்பளிப்பு கவர் கொடுத்து போட்டோ வுக்கும் போஸ் கொடுத்தார். அனைவரிடமும் கும்பிட்டு விடை பெற்றார். அதற்குப் பிறகு எங்கேயாவது பார்த்தால் பரஸ்பரம் வணக்கம் சொல்லிக்கொள்வதுடன் சரி. இரண்டு மாதம் கழித்து ஒரு போலீஸ்காரர் வந்து ஒரு தூக்குவாளியைக் கொடுத்துவிட்டுப் போனார். 'ஐயா உங்கள் வீட்டில் கொடுக்கச் சொன்னதாகச்' சொல்லிப் போனார். எனக்கு ஒன்றும் புரியவில்லை. தூக்குவாளியைத் திறக்காமலேயே தொலைபேசியில் தொடர்பு கொண்டேன். என் குரல் கேட்டவுடனேயே சொன்னார்,

'எழுத்தாளரே... நோன்புக் கஞ்சி குடிச்சீரா? இன்று இரவு நீங்கள் சாப்பிட வேண்டிய அரிசியைக் கிருஷ்ணபரமாத்மா, ஆந்திராவிலோ, கர்நாடகாவிலோ நாற்று நடும்போதே...' அவர் சொல்லச் சொல்ல எனக்கு ஆச்சரியம் தாங்கவில்லை. நான் நோன்புக் கஞ்சி குடித்தேன். ஏனெனில் அது என்னுடைய இன்றைய உணவுக்காக என்றைக்கோ, எங்கேயோ கிருஷ்ணபரமாத்மாவால் ஒதுக்கி உறுதிசெய்யப்பட்ட நாற்றில் விளைந்த அரிசி கொண்டு தயாரித்த நோன்புக் கஞ்சி.

37

சிதறல்கள்

கடிதத்தைப் படித்து முடித்த கனகம்மாள் நீண்ட பெருமூச்சு வெளிப்பட தலை நிமிர்ந்தாள். கடிதத்தின் வாசகங்களை, மீண்டும் ஒருமுறை மனசுக்குள் அசைபோட்டாள். உங்கள் மனுவின் மீது மேல்நடவடிக்கை எடுக்க வேண்டியதிருப்பதால் இக்கடிதம் கண்டவுடன் அலுவலகத்திற்கு நேரில் வரவும். இதுதான் கடிதத்தில் குறித்திருந்த எழுத்துக்களின் சாரம்.

எட்டுக்கால் பூச்சியை ஒட்டி வைத்தது மாதிரி பச்சை மையினால் கிறுக்கப்பட்டிருந்த கையெழுத்தை, கடிதத்தை விரித்து மீண்டும் ஒருமுறை உற்றுப்பார்த்தாள். கடந்த ஆறு மாதமாக நெஞ்சுக் கூட்டுக்குள் புதைந்து கிடந்த சோகம் அப்பிக்கொண்டது. கண்களில் நீர் திரையிட சுவரை வெறித்தாள். நெற்றியில் சந்தனப் பொட்டுடன் மாலையால் அலங்கரிக்கப்பட்டுச் சிரித்தபடி போட்டோவில் தொங்கும் தன் கணவன் முத்துசாமியின் உருவத்தையே வைத்த கண் வாங்காமல் பார்த்துக்கொண்டிருந்தாள்.

பொங்கி வந்த அழுகையை அவளால் அடக்க முடியவில்லை. வாசலில் நின்றபடி தன் அம்மாவையே உற்றுப் பார்த்தபடி நின்ற தன் பிள்ளை லட்சுமியை வாரி எடுத்தாள். கரை உடைந்தது. மடை வெள்ளமாய் சீறிப் பாய்ந்தது அழுகை. அவள் ஓ... வென்று சத்தம் போட்டு அழ ஆரம்பித்தாள். முற்றத்தில் பெண்கள் கூடிவிட்டார்கள்.

'இங்க பாரு கனகம்மா, அழுதாப்ல ஒம் புருசன் எந்திருச்சி ஓடி வந்திருவானா? ஆராருக்கு ஆண்டவன் எப்படி எழுதியிருக்கானோ அந்தப்படி தான் நடக்கும். அன்னைக்கு எழுதுன எழுத்த அழிச்சு எழுத முடியுமா? நடந்தத மறந்திட்டு நமக்கு விதிச்ச விதி அவ்வளவு தாம்னு நெனக்சிக்கிட்டு, ஒரு வேலை வெட்டியப் பார்த்துத் தாயோட புள்ளையோட சேர்ந்து தல நிமிந்து நடக்கிறத விட்டுப்புட்டு, வயித்துப் புள்ளக்காரி இப்பிடி அழுகலாமா?'

கனகம்மாளின் இடுப்பில் இருந்த குழந்தையைப் பிடுங்கியபடியே ஒருத்தி சொன்னாள்.

'ஏம், புருசன் சாகும்போது சின்னதும் சிறியதுமா நாலு புள்ளைக எனக்கு. நான் என்ன செத்தா போய்ட்டேன். நமக்குக் குடுத்து வச்சது அவ்வளவுதாம்னு நெனைச்சிகிட்டு இருக்கவா, அழுதா எப்படி'

வாடாமல்லி கலர் சேலை கட்டிய கிழவி சத்தம் போட்டு சொன்னாள்.

'பெரிய பத்து வரைக்குப் படிச்சபுள்ள கொஞ்சமாவது தைரியம் வேண்டாமா.' ஆளாளுக்குத் தேற்றிக்கொண்டிருந்தார்கள்.

ஆறு மாதத்திற்கு முன்னால் கிணற்றுக்குள் வெடித்த வெடி கரும் பாறைகளை மட்டும் சிதறடிக்கவில்லை. கூடவே முத்துச்சாமியையும் சிதறடித்துச் சின்னா பின்னமாக்கியது. இரத்தமும், சதையுமாய்க் கூட்டி ஓலைப்பாயில் கட்டிவந்து இதுதான் ஒன்புருஷன் முத்துச்சாமி என்றபோது கனகம்மாளும், அந்த நொடியில் வெடித்துச் சிதறித்தான் போனாள். கையில் ஒரு குழந்தையையும், வயிற்றில் ஒரு குழந்தை யையும் கொடுத்துவிட்டு தன் புருசன் இப்படி சாவான் என்றோ, தன் வாழ்க்கை இப்படி ஆகும் என்றோ கனவிலும் நினைத்திருக்க மாட்டாள்.

கையெழுத்துக்கூடப் போடத் தெரியாத தனக்குப் பெரிய பத்து வரை படித்தவள் பொண்டாட்டியாய் வாய்த்திருக்கிறாள் என்று முத்துச்சாமி எவ்வளவு சந்தோஷப்பட்டான். படித்த பிள்ளை காடுகரைகளில் வேலை செய்யாது என்று தன் கல்யாணத்திற்கு முன்பு பேசிய ஊராரின் பேச்சையெல்லாம் மீறி தன்னைக் கைப் பிடித்த முத்துச்சாமியின் தைரியம், அதே போல், தான் சாகும்வரை வெய்யில் படாமல் தன்னை வீட்டில் வைத்துச்சோறு போட்டு அழகு பார்த்த அந்த வைராக்கியம், எல்லாமே நொறுங்கி ஒரே நொடியில் தவிடுபொடியாகிப் போனபோது கனகம்மாளும் செத்துத்தான் பிழைத்தாள்.

'என்னலே... முத்துச்சாமி, ஒம் பொண்டாட்டிய இப்பிடியே வருசம் பூராவும் வேல வெட்டிக்கி அனுப்பாம வீட்டுக்குள்ளேயே நெழல் வாட்டத்துலேயே வச்சு அழகுபாக்கணும்னு முடிவு பண்ணிட்டியா?'

'ஆரு... சம்முவம் மாமாவா, மாமா என்பொண்டாட்டிய காலேசுக்கு அனுப்பப் போறேன் மாமா'

'ஒம் மூஞ்சிக்கு இந்தப் படிப்புக் காணாதாக்கும். காலேசு படிச்ச பொண்டாட்டி கேக்குதோ'

மாமன் மச்சினமார்களின் கேலிப் பேச்சுக்களைத் தினமும் முகம் சிவக்க ரசிப்பாள் கனகம்மாள்.

கனகம்மாவின் நெஞ்சில் ஒவ்வொரு நிகழ்ச்சியாய் வந்து குத்தியது. இரண்டு மூன்று மாதங்கள் அலைந்து திரிந்து ஒரு வழியாய் ஆஸ்பத்திரியில் பிணம் பரிசோதனை அறிக்கையும், காவல் நிலையத்தில் விபத்து பற்றிய முதல் குற்றப்பத்திரிகை அறிக்கையும் வாங்கி நிவாரண உதவி கேட்டு மனுச் செய்திருந்தாள். அனுப்பி மூன்று மாதமாகி கிணற்றுக்குள் போட்ட கல்லாய்க் கிடந்த மனுவுக்குத்தான் இன்று பதில் தபால் வந்திருக்கிறது.

முதலில் தன் கணவன் இறந்த உடனேயே தன்னுடைய ஊரான உருளைகுடிக்குப் போய் அப்பா அம்மாவுடன் சேர்ந்துகொள்ளத்தான் நினைத்திருந்தாள். ஆனால் கல்யாணத்திற்குத் தயாராய் இருக்கும் தன்னுடைய தங்கச்சிகள் அவர்களோடு அல்லாடும் தாய், தகப்பன். தானும் போய்ச் சேர்ந்துகொண்டால் தங்கச்சிகளின் கல்யாணம் தடைபடுமோ என்ற அச்சத்தில்தான் வைராக்கியத்தோடு தன் புருசன் வீட்டிலேயே தனியாளாய்த் தங்கிவிட்டாள். அக்காள் புருசன் அற்ப ஆயுசில் போனது மாதிரி தங்கச்சி புருசனும் போயிருவான் என்று கதைகட்ட கிராமத்தில் ரொம்ப நேரம் ஆகாது.

முகம் பார்க்கும் கண்ணாடியைக் கையில் எடுத்தாள். தலைவாரி சடை பின்னினாள். ஆட்காட்டி விரல் நீட்டி குங்குமம் தொட்டுப் பொட்டு வைத்தாள். போன தீபாவளிக்கு எடுத்த நல்ல சேலையை உடுத்திக்கொண்டாள். தபாலை மடித்துப் பத்திரமாய் ஜாக்கெட்டினுள் சொருகிக்கொண்டாள். டவுன் பஸ் ஏறி கோவில்பட்டி பஸ் ஸ்டாண்டில் இறங்கியதும் பிச்சிப்பூவும், கனகாம்பரமும் வாங்கிச் சடையில் தொங்கும்படி வைத்துக்கொண்டாள். கழுத்தில் தொங்கிய ஒற்றைச் சங்கிலியைத் தொட்டுத் தூக்கிச் சரிப்படுத்திக்கொண்டாள். தான் மூன்று மாதமாக அலைந்து திரிந்த அலுவலகத்திற்கு வேகமாக எட்டு வைத்தாள். அந்த அலுவலகத்தில் கூட்டம் அலைமோதியது. நீளத்துண்டுகளையும், பல கலர்களில் உள்ள கரைபோட்ட வேஷ்டியும் கட்டிய பெரிய பெரிய மனிதர்கள் குழுமியிருந்தார்கள். முதலில் மனுவை வாங்கியவர்களிடம் போய்த் தபாலை நீட்டினாள். அவர் கை காட்டிய திசையில் ஏறிட்டுப் பார்த்தாள். தன்னந்தனியே ஒருவர் உட்கார்ந்து ஏதோ படித்துக்கொண்டிருந்தார். அவர் முன்னால் நாலைந்து சேர்கள் கிடந்தன. நீண்ட அகன்ற அந்த மேசையின் மேல் இரண்டு மூன்று தொலைபேசிகளும் அடுக்கடுக்காய்ப் பைல்களும்

நிறைந்திருந்தன. அவள் வந்து முன்னால் நிற்பதைக்கூட கவனிக்காமல் புத்தகத்தில் மூழ்கியிருந்தார் அந்த அதிகாரி. கொஞ்ச நேரம் அசையாமல் நின்றவள் மெதுவாகக் குரல்கொடுத்தாள். தலையை மட்டும் மெதுவாய் ஆட்டியவர் ஏறிட்டுப் பார்க்காமலேயே மீண்டும் புத்தகத்தில் மூழ்கினார். எங்கிருந்தோ குதித்த தேவதூதனைப் போல் பியூன் வேகமாக ஓடி வந்தான்.

'எம்மா என்ன வேணும் ஒனக்கு, யாரப் பாக்கணும்?'

கையில் வைத்திருந்த தபாலை அமைதியாய் பியூனிடம் நீட்டினாள். படித்துப் பார்த்துவிட்டு மேஜையின் மேல் வைத்துக் கோழிமுட்டை உருண்டை வடிவப் பீங்கானை வைத்தான். அதிகாரி புத்தகத்தை மேஜையின் மேல் கவுத்தி வைத்துவிட்டுத் தலை நிமிர்ந்தார். அந்தப் புத்தகத்தின் அட்டையில் அரைகுறை ஆடையணிந்த நடிகை ஒருத்தியை ஒரு நடிகர் உப்புமூட்டை சுமந்தபடியிருந்தார். கனகம்மாளை ஏற இறங்கப் பார்த்தார். பியூன் நீட்டிய பைலை விரித்து வைத்தார். கனகம்மாளின் போட்டோ ஒட்டிய விண்ணப்பப் பாரமும் இன்னும் சில தாள்களும் அதில் இருந்தன.

'கனகம்மாங்கிறது யாரு?'

'நான்தான் சார்'

'எறந்துபோன முத்துச்சாமி?'

'எம்புருசன் சார்'

'இந்தப் போட்டோவுல இருக்கிறது?'

'நான்தான் சார்'

'ஒன்னயப் பாத்தா புருசன சாகக்குடுத்தவ மாதிரி தெரியலையே'

'சா...ர்...'

'இந்தப் போட்டோக்களையெல்லாம் பார். வெள்ளச் சேல உடுத்தி, காதுல, கழுத்துல எதுவுமே இல்லாம, பூவு பொட்டு வைக்காம எப்பிடிப் பரிதாபமாக இருக்காங்க. நீ என்னடானா பூ வச்சு, பொட்டு வச்சு, சங்கிலி போட்டு, காதுல கம்மல் போட்டு, பூப்போட்ட கலர்சேல உடுத்தி சினிமா நடிகை மாதிரி இருக்கியே. ஒனக்கு எப்பிடி பணம் தர முடியும்.'

'புருசன் செத்துட்டா பூ வைக்கக்கூடாது, பொட்டு வைக்கக் கூடாது, கலர்ச்சேல உடுத்தக் கூடாதுனு எந்தச் சட்டத்துல இருக்கு'

'இங்க வந்து சட்டம் கிட்டம்னெல்லாம் பேசக் கூடாது'

282 ❋ நீர்ப்பழி

'வெள்ளச்சேல உடுத்தி விதவையா மூளியா வந்தாத்தான் பணம்னு சட்டத்துல இருக்கா?'

'அப்படியில்ல'

'அப்புறம் எதுக்கு அனாவசியமாக் கேள்வி கேக்கீரு'

'வேற கல்யாணம் பண்ணிக்கிட்டியா?'

'இல்ல'

'செத்துப்போன எம்புருசனோட வாரிசு'

'அதப்பத்தி ஒங்களுக்குக் கவல எதுக்கு சார். விதவையாயிட்டா வேற கல்யாணம் பண்ணக்கூடாது. கொழந்த பெறக்கக் கூடாதுனு சட்டமா இருக்கு'

'எதுக்கெடுத்தாலும் சட்டம் சட்டம்னு பேசக்கூடாது. ஒனக்குப் பணம் தர முடியாது. ஒன்னால என்ன செய்ய முடியுமோ செய்யி'

'பணம் தர முடியாதுன்னு சொல்றதுக்கு ஒங்களுக்கு எந்த உரிமையும் கெடையாது. நான் கொடுத்திருக்கிற போஸ்ட் மார்ட்டம் சர்ட்டிபிகேட், காவல்துறையின் எப்.ஐ.ஆர். காப்பி இவைகள் சரியா? தப்பா? உண்மையானதா? போலியானதா? அப்பிடினு சரிபாக்கறது மட்டும்தான் ஒங்க வேல'

'வளவளன்னு பேசாத நீ போகலாம்.'

'இப்பப் போறேன், ஆனால் நாளைக்கே திரும்பி வருவேன். அப்ப நான் மட்டும் தனியா வரமாட்டேன். நானூறு ஐநூறு பொம்பளைங் களோட வருவேன். எனக்குப் பதில் சொல்லியே ஆகணும்.'

அவள் போட்ட சத்தத்தில் அலுவலகம் முழுவதும் தன்னையே கவனித்துக் கொண்டிருப்பதைப் பார்த்த கனகம்மாள் நாலெட்டு வைத்து, அலுவலகத்தின் மத்தியில் நின்றுகொண்டு வலது கையில் வைத்திருந்த தபாலை உயர்த்தியபடி சத்தமாகக் கேட்டாள். புருசன் செத்துட்டா ஒரு பொம்பள பூ வைக்கக்கூடாது, பொட்டு வைக்கக் கூடாது, காதுல, கழுத்தில எதுவும் போடக்கூடாது, கலர்ச்சேல கட்டக்கூடாது. அதே மாதிரி பொண்டாட்டி செத்துட்டா ஒரு ஆம்பளை மட்டும் எப்படியும் இருக்கலாம். ஆம்பளைக்கு ஒரு சட்டம், பொம்பளைக்கு ஒரு சட்டமா?'

அலுவலகத்தில் இருந்த அத்தனை பேரும் மௌனமாகத் தலை குனிந்தார்கள்.

●

38

வனகுமாரன்

வரையறுக்கப்பட்ட எல்லைக்குள் உதைபட்ட பந்தொன்று ஒரே உதையில் எல்லைகள் தாண்டி வனத்திற்குள் போய் விழுந்தது மாதிரிதான் நான் வனத்தினுள் வந்துவிழுந்தேன். திசை தெரியாது. வழி தெரியாது. வாசல்களற்ற வனத்தினுள் வந்த வழி, போன வழி என்று ஏதுமில்லை. வானத்தில் பறவைகளுக்கும் கடலில் மீன்களுக்கும் வாசல் எது, வழி எது, எல்லா திசையுமே வாசலாய், எல்லாமே வழியாய். வனத்தின் கம்பீரமும் சத்தங்களும் நிசப்தங்களும் என்னைப் பயமுறுத்த நடுவனத்திற்குள் நான் அமைதியாய் உட்கார்ந்திருந்தேன். ஒரு காலத்தில் பழக்கப்பட்டவனாக இருந்த நான், பின்னர் மறக்கப்பட்டவனாக இருந்தேன். இப்போது தேடப்படுபவனாக மாறி இருக்கிறேன். பயத்துடனும் பீதியுடனும் விரக்தியுடனும் மெதுவாய் நடந்து ஒரு மரத்தின் தூரில் சாய்ந்துகொள்ள எத்தனித்தேன். எங்கிருந்தோ ஒரு குரல் கேட்டது. ஒலிவழித்தொலைவை நிதானிக்க இயலவில்லை. ஏனெனில் அக்குரல் எல்லாத் திசைகளிலும் ஒரே மாதிரி பல தடவை எதிரொலித்து ஓய்ந்தது. அந்தக் குரலொலி உருவான இடமோ, திசையோ, தொலைவோ அவதானிக்க இயலாத புதிராகவே இருந்தது. ஆனால் குரலோசையின் எதிரொலி வனமெங்கும் எதிரொலித்துக் கொண்டேயிருந்தது. மிகத் தெளிவாகவும் துல்லியமாகவும் என் செவிகளில் பட்டு அலறி கடந்து சென்றது.

'புலி வேட்டைக்காக, நீ நூறு முறை வனத்திற்குள் வந்திருக்கலாம். ஒரு முறைகூட நீ புலியைப் பார்க்காமல் ஏமாந்திருக்கலாம். ஆனால் நூறு முறையும் புலி உன்னைப் பார்த்திருக்கும். உன் மேனியின் வாசனையை நுகர்ந்திருக்கும்.'

இக்குரலின் முழு தாத்பரியம் புரிந்தபோது என்னுள் பல நூற்றாண்டுகளாய் அடங்கிக் கிடந்த மூதாயின் மரபணு விழித்துக் கொண்டது. அடுத்த வினாடியே கைகளைக் கால்களாக்கி நடந்து

பார்த்தேன். செவிக்கூர்மையும் நாசியின் நுண்ணுணர்வும் கண்களில் ஒளித்திறனும் சற்றே கூடியிருப்பதை உணர்ந்தேன். பொய்மையும், மெய்மையும் பிணைந்து கிடக்கும் இரகஸ்யப் புதிர்களைப் பிரித்துப் பார்த்தறியும் அசைவின்வழி புரிதல் வித்தையைக் கற்றுக்கொண்டேன். என்னுள் அழுந்திப் படிந்திருந்த நிறமிகள் சூரிய ஒளிச்சக்தி யில்லாமையால் செயலிழந்து பல நிறமிகளாய் உருக்கொண்டன. வனத்தின் முழுப்புதிருமே நிறத்தில்தான் அடங்கியிருக்கிறது. ஒவ்வொரு இடத்திலும் ஒவ்வொரு நிறம். இலைகளையும் பூச்சிகளையும் பிரிப்பது நிறமல்ல, அவற்றின் அசைவுகளும் நிழல்களுமே. வனமெங்கும் புலன்களைக் குழப்பும் மாயைகளும் பொய்மைகளும்.

மர உச்சியில் விடிய விடிய உட்கார்ந்துகொண்டே தூங்கும் கலையை நான் கற்றுக்கொண்டு பல மாதங்கள் ஆயிற்று. எனக்கும் சில பறவைகளுக்கும் மட்டுமே இரவு என்பது இரவாக இருக்கிறது. மற்ற ஜீவராசிகளுக்கு இரவென்பது பகல். எப்படியும் இரவை விடியும் பகலாக மாற்றிக்கொள்ள வேண்டும். இல்லையெனில், உச்சிமரமும் உட்கார்ந்த தூங்கலுமே நிரந்தரம். மர உச்சியிலிருந்து தரையைப் பார்க்கிறேன். வானத்தில் ஒளிர்ந்துகொண்டிருக்கும் நட்சத்திரங்கள் அனைத்தும் தரையிறங்கி ஜோடி ஜோடியாய் வனத்தினுள் திரியும் காட்சி.

பசி வேட்கையில் தீக்கங்குகளாய் மின்னும் மிருக வெறிக் கண்கள், திசையெங்கும் பட்டாம் பூச்சிகளாய் அலையும் கண்களின் தகதகப்பு. சடசடக்கும், ஓடும், அலறும், குதறும் சப்தங்கள் சதா என்னைப் பயமுறுத்துகின்றன. தீப்பிழம்பாய் அலையும் பல கண்களை உற்று உற்றுப் பார்த்ததன் பிரதிபலிப்போ என்னவோ என் கண்களுக்குள்ளும் இரவில் மின்னும் ஒளித்திரட்சி புகுந்துகொண்டது. மெல்ல மெல்ல எனக்கும் பகலாகிறது. பகலில் பதுங்கியும் இரவில் இரை தேடியும் அலையும் இன்னொரு மிருகமாகின்றேன் நான். திசைகள் மறந்து போகின்றன. திசையறியும் நுணுக்கங்களைப் பறவைகளிடம் கற்க வேண்டும். ரம்மியமான காட்டுப் பூக்களின் சுகந்த நறுமணத்திலிருந்து புகையிலைப் புகை வாசனையைப் பிரித்தறியும் நுண்ணுணர்வு நாசிக்குள் புகுந்துகொண்டது. வன ஜீவராசிகளின் பாரம்பரிய ஒலிகளிலிருந்து மனிதக் காலடிகளையும் மனுஷ வாசனையையும் பிரித்துணரும் கலையைக் காதுகளும் நாசியும் கற்றுக்கொள்கின்றன.

இதோ காற்றில் கலந்த மனுஷ வாசனையும் புகையிலைப்

பழக்கத்தின் பாசிபடர்ந்த மூச்சுக்களின் நாற்றமும் கலந்து வருகின்றன. என் மூக்கு விடைத்துக்கொள்கிறது. கண்கள் காலடிச் சத்தம் வரும் திக்கை உற்று நோக்குகின்றன. வனத்தைப் போலவே மர்மங்களும் புதிர்களும் ஆசைகளும் நிராசைகளும் பேரங்களும் பழிகளும் அபழிகளும் நிறைந்த என் மௌனத்தை நிரந்தர மௌனமாக்கும் முதல் குண்டை அவர்கள் சுமந்து வருகிறார்கள். நொடிப் பொழுதில் உருமாற்றிக்கொள்ளும் மிருகத்தைப்போல் தாவி புதருக்குள் பதுங்கிக் கொண்டு உற்று நோக்குகிறேன். என் உயிரை உரசிக்கொண்டு செல்கிறார்கள். மனுஷ வாசனையை உணரும் சக்தியற்றவர்கள். கண்களையும் கைகளையும் கால்களையும் மட்டுமே நம்பி வாழ்ந்து வனத்தை வெற்றிகொள்ள முடியாது என்பதை அறியாதவர்கள். என் எதிரே உள்ள மரத்தின் தடித்த வேர் பாம்பாக உருமாறி அசைந்து நெளிகிறது. எலிப்பொந்துக்குள் வாய்பிளந்து பதுங்கிக்கொண்டு வாலால் இரையை விரட்டி வாய்க்குள் விழச் செய்யும் வேட்டைக் கலையின் நுட்பத்தை நான் கற்றுக்கொள்கிறேன். விஷப் பழத்தைப் பிரித்தறியும் பகுத்தறிவைப் பறவைகள் எனக்குக் கற்றுக் கொடுக்கின்றன. என்னைக் கொல்வதற்காகத் தண்ணீரில் கலக்கப்பட்ட நஞ்சில் பல உயிர்கள் பலியாகிக் கிடக்கின்றன. எனக்கு உயிர்ப் பிச்சை அளிப்பதற்காகவே அவை உயிர்த்தியாகம் செய்திருக் கின்றன. சில சமயங்களில் எனக்கே என் சாவின் மீது மோகம் வருகிறது. அடுத்த நிமிடமே ஆக்ரோஷத்தோடு சாவை வெறுக்கிறேன். உலகத்தில் பல கோடிப் பேரின் கண்களில் புகுத்தப்பட்ட காதுகளில் விதைக்கப்பட்ட பொய்மைகள் என் மரணத்தின் பின் சத்தியமான உண்மைகளாகிவிடக் கூடாது என்று அஞ்சுகிறேன். உண்மைகளும் பொய்களும் சத்தியங்களும் புதிர்களும் ஒரு உயிரோடு சேர்ந்து மரிக்கும்போது உயிரின் விலை மலிவாகி எல்லாவற்றுக்கும் சாட்சியாய்த் துப்பாக்கிக் குண்டுகளே என்றாகிவிடும்.

அடர்ந்த வனத்தினுள் நித்தம் யுத்தங்களும் சண்டைகளும் கொலைகளும் காதல்களும் கற்பழிப்புகளும் நடக்கின்றன. எங்கிருந்தோ வந்து பிணங்கள் விழுகின்றன. துப்பாக்கியின் வெடியோசைகள் தினம் கேட்கிறது. அத்தனை பலிகளுக்கும் ஒரேயொரு வனவாசியைப் பொறுப்பாக்கும் கொடூரம். அவரவர்களின் தனிமனித விருப்பு வெறுப்புக்கள்கூட என்மீது பழிபோட்டே நிறைவேற்றப்படுகின்றன. நான் தேடப்படும் பந்தாக நடு வனத்தினுள் வந்து விழுந்த போது நிராயுதபாணியாகவே விழுந்தேன். ஒருசில மாதங்கள் நிராயுதபாணியாகவே வாழ்ந்தேன். பிறப்பிலேயே

ஆயுதபாணிகளாகவே பிறக்கும் மிருகங்களுக்கு மத்தியில் நிராயுதபாணியாக வாழ்வதென்பது எவ்வளவு கடினம் என்பதை நான் உணர்ந்தேன். பதுங்கும் கலையைக் கற்றுக்கொண்ட நான் பாயும் கலையைக் கற்கவில்லை. இப்போது என் கைகளில் தவழும் நவீன ஆயுதங்களை இறந்துபோன ஒரு புலிவால் பெற்றுத் தந்தது என்றால், நீங்கள் வியப்படைய வேண்டாம். உண்மையிலேயே வனத்தில் நடந்த ஒரு சம்பவத்தை நான் இப்போது உங்களுக்கு விவரிக்கிறேன். இதுபோல் ஏராளமான சம்பவங்களும் இங்கு உண்டு.

யானை, புலி, கரடி, சிங்கம் போன்ற கொடூர மிருகங்களின் மலத்தையும், அவை சிறுநீர் கழித்த மண்ணையும் என் முதுகில் சுமந்து திரிகிறேன். இக்கணத்தில் இத்தனை மிருகங்களின் கலவைதானே நான். மனுஷ வாசனையைப் பிரித்தறியும் மிருகங்களின் நாசி நுண்ணுணர்வு என்னால் குழப்பப்படுகிறது. என் மேனியிலிருந்து அனைத்து மிருகங்களின் வாசனையும் ஒரே நேரத்தில் வெளியேறி காற்றில் கலக்கிறது. சில மாதங்களிலேயே சுயமாக என் மேனியிலிருந்தே அந்தந்த நேரத்திற்கான அந்தந்த வாசனைகள் வெளியேறும் அற்புத சக்தியை வளர்த்துக்கொண்டேன். ஒவ்வொரு மிருகத்திட மிருந்தும் புணர்ச்சியின்போது மட்டுமே வெளிப்படும் விசித்திர வாசனைகளும் முனகல்களும்கூட என்னிடமிருந்து வெளியேறும். இதன் மூலம் நான் மிருகங்களை, புணர்ச்சிக்கு அழைக்கமுடியும். ஆனால் புணர முடியாது. இன்னும் சில வருட வனவாசத்தில் நானும் மிருகங்களும் ஒன்றோடொன்றாகப் புணர்ந்து கலக்கவும் கூடும். அதன்மூலம் பிறக்கும் வனவாசி நான்கு கால்களாலும் ஆயுதங்களைக் கையாளும்.

அப்படித்தான் ஒருநாள் இரு யானைகள் இன்பக்களிப்பில் லயித்துப் புணர்ந்து புளங்காகிதமடைந்திருந்தன. திடீரென அங்கே தோன்றிய சிறுத்தைப்புலி ஒன்று யானையைத் தாக்கியது. தேவ இன்பத்தை இழந்த யானைகள் ஆக்ரோஷத்துடன் சிறுத்தையுடன் சண்டையிட்டன. ஒரே நேரத்தில் மர உச்சியில் மேலிருந்து யானைப் புணர்ச்சியையும் சிறுத்தைச் சண்டையையும் கண்ணுற்றேன். மலையின் மீது தாவியேறி பிடிகிடைக்காமல் வழுக்கித் தரையில் விழுபவனைப் போல் சிறுத்தை யானை மீதேறித் தாவித் தவறி விழுந்தது. அடுத்த வினாடியே சிறுத்தை ஈயச் சட்டியைப் போல் தரையில் நசுக்கப்பட்டது. புணர்ச்சியைத் தொடராது யானைகள் சென்றுவிட்டன. மரத்திலிருந்து கீழிறங்கிய நான் செத்துக்கிடக்கும் சிறுத்தையையே உற்றுப் பார்த்தபடி நின்றேன். சேதப்படுத்தப்படாத அதன் தோலும் வாலும் என்னைக் கவர்ந்தன.

அதன் நீண்ட வாலை மட்டும் துண்டித்து வட்டமாகச் சுற்றி என் பைக்குள் பதுக்கிக்கொண்டேன். இந்த யானைச் சண்டையை வனம் பறைசாற்றி இருக்கும் என்பது எனக்குத் தெரியும். வனத்தினுள் எழும் சிறு ஓசையைக்கூட பெரிதாக்கி வனம் வெளியே சொல்லிவிடும்.

கணப்பொழுதில் என் மூக்கு வியர்த்தது. கும்மென்ற சிகரெட் வாசனை. சரக் சரக் என்று மனுஷ காலடியோசை. சூரிய ஒளிக்கதிர் உள்புகாத புதர். புதரை ஒட்டியே காலடி ஓசை. நான் நிராயுதபாணியாய். நவீன ஆயுதங்களுடன் இருவர். சடக்கென புதருக்குள் பதுங்கிக் கொண்டு மூச்சுக்கூட விடாமல் கிடந்தேன். காலடிச்சத்தம் கிட்டத்தில் நெருங்கி வரவும் பைக்குள் சுருட்டி வைத்திருந்த சிறுத்தைப் புலியின் நீண்ட வாலை கையிலெடுத்து ஆட்டினேன். காலடியில் புலியின் வாலைக் கண்ணுற்ற இருவரும் ஆயுதங்களைப் போட்டுவிட்டு ஓடினார்கள். இரண்டு ஆயுதங்களையும் கைப்பற்றிய நான் அவர்களை விரட்டிச் சென்றேன். திரும்பிப் பார்த்து நான்தான் வனவாசி என்பதையும் என் கையிலிருந்த புலிவாலைப் பார்த்து இது வனவாசியின் தந்திரம் என்பதையும் தெரிந்துகொண்டார்கள்.

எனக்கு அப்போது ஆயுதங்களைக் கையாளத் தெரிந்திருக்க வில்லை. நான் கற்றுக்கொண்டதெல்லாம் பறவைகளிடமிருந்தும் மிருகங்களிடமிருந்தும்தான். பறவைகளுக்கும் மிருகங்களுக்கும்கூடத் தெரியாது. தெரிந்திருந்தால் நானும் கற்றுக்கொண்டிருப்பேன். ஆயுதத்தால்தான் என் பலம் கூடியது.

மற்றொரு நாள் வேங்கைப்புலி ஒன்று மேய்ந்துகொண்டிருந்த மான்குட்டி ஒன்றை வேட்டையாட குறிவைத்துப் புதருக்குள் பதுங்கியிருந்தது. யதேச்சையாய் அங்கே வந்த நான் புலியின் வாசனையை உணர்ந்து, பக்கத்துப் புதரில் பதுங்கிக்கொண்டு நான் தப்பிப்பதற்காக புலிவாசனையைக் காற்றில் பரவவிட்டேன். திடீரென்று மனுஷக் காலடி ஓசைகள், சுற்றிலும் புகையிலை நாற்றம். புதருக்குள் புலியின் வாலைக் கண்டவர்கள் இது வனவாசியின் தந்திரமென்றும் வனவாசியை உயிருடன் பிடிக்க வேண்டும் என்று திட்டமிட்டுப் புலி மறைந்திருந்த புதரை முற்றுகையிட்டார்கள். வேங்கைப்புலி ஆக்ரோஷ வெறியுடன் அவர்கள் மேல் பாய்ந்தபோது, நானும் அதே நேரத்தில் பக்கத்துப் புதருக்குள்ளிருந்து வெறியுடன் சுட்டேன். இப்போது நான் குறி தவறாமல் சுடுவதற்குப் பழகி யிருந்தேன். இருவரைப் புலி கொன்றது. பயந்து ஓடிய நான்கு பேரை நான் சுட்டுக் கொன்றேன். ஓரிருவர் தப்பியோடி மறைந்துவிட்டார்கள்.

மறுநாளே உலகமெல்லாம் நம்பிவிட்டது. வனவாசியுடன், வனவாசிகளும் இருக்கிறார்கள் என்று. அன்றிலிருந்து பல வனவாசிகள் கொல்லப்பட்டார்கள். ஆனாலும் வனவாசிகள் மாய ஆவிகளைப் போல் உருவாகி வனத்திற்குள் நடமாடிக் கொண்டே இருக்கிறார்கள்.

வனங்களெங்கும் சிதறிக்கிடக்கும் காலியான மதுப்புட்டிகளும் வெற்று சிகரெட் பெட்டிகளும் பீடித் துண்டுகளும் கட்டைச் சிகரெட்டுகளும் வெற்றுத் தீப்பெட்டிகளும் சிறுவாணித் தண்ணீர் காலியாகிய பாட்டில்களும், பிரியாணிப் பொட்டலங்களும் வெற்றுக் காகிதங்களும் வனவாசப் பெண்களைப் புணர்ந்த ஆணுறைகளும் உங்கள் மூச்சுக்காற்றிலிருந்து வெளியேறி காற்றில் கலக்கும் சிகரெட் புகை, புகையிலை, மது, சூயிங்கம், போதைப்பாக்கு இவற்றின் வாசனைதான் வனவாசியின் பாதைகளையும் இயங்குதலையும் தீர்மானிக்கின்றன என்பது உங்களுக்குத் தெரியாது. வனத்தின் விசித்திரம் என் பாதங்கள் பட்ட இடங்களே பாதைகளாக மாறுகின்றன. இந்தப் பத்தாண்டு கால வனவாசத்தின் படிப்பினைகளையும் பழிகளையும் அபழிகளையும் உண்மைகளையும் பொய்மைகளையும் வதந்திகளையும் சுமந்து திரிகிறேன். என் சகாப்தம் என்னுள்ளேயே புதைந்து அழிந்துபோய்விடக் கூடாதென்றுதான் நான் தப்பித்து மறைந்து பதுங்கி வாழ்கிறேனே ஒழிய, உயிருக்குப் பயந்தல்ல.

ஆறறிவுடன் பறவைகளிடமிருந்தும் மிருகங்களிடமிருந்தும் வனஜீவன்களிடமிருந்தும், வனத்திலிருந்தும், செடி, கொடி, மரங்களிலிருந்தும், பூச்சிகளிலிருந்தும் கற்றுக்கொண்ட அபூர்வ ஏழாவது அறிவுடன் பதுங்கி வாழ்கிறேன். துப்பாக்கி விசையில் ஆட்காட்டி விரல் பதித்து அலையும் கூட்டம் ஒரு வனவாசியின் சகாப்தத்தை முடிக்கலாம்.

நான் உதைபந்தாய் மாறுவதற்கு முன்னால் சராசரி சிறுவனாய் ஓடியாடித் திரிந்த காலம். என் பக்கத்து வீட்டில் பச்சான் தாத்தா என்ற ஒருவர் குடியிருந்தார். சிறுவர்களாகிய நாங்கள் பச்சான் என்றே அழைப்போம். மற்றவர்களோ, அவரை பச்சான் படையாச்சி என்றோ அல்லது வெறுமனே படையாச்சி என்றோதான் அழைப்பார்கள். அவருடைய வீட்டில் கோழிகளும் காடைகளும் கௌதாரிகளும் நிறைய இருக்கும். அவற்றைப் பார்க்கவும், அவற்றைச் சீண்டவும் எப்போதும் ஒரு சிறுவர் கூட்டம் அவர் பின்னாலேயே சுற்றும். அந்தத் தாத்தாவுக்கு என்னை ரொம்பப் பிடிக்கும். அவரிடமிருந்து

எங்களுக்குப் பல அபூர்வமான கதைகள் கிடைக்கும். காட்டுக்குள் காடை, கௌதாரி வேட்டைக்குப் போகும்போது என்னைத் தவறாமல் அவருடன் கூட்டிச் செல்வார். காடை, கௌதாரி இவற்றைச் சிறு குஞ்சுகளிலிருந்து பழக்கித் தனித்தனியே கூண்டுகளில் அடைத்து வைத்திருப்பார். அவற்றை கைக்காடை என்றும் கைக்கௌதாரி என்றும் சொல்வார். நானும் பச்சான் தாத்தாவும் காட்டுக்குள் சென்று ஒருமரக்கிளையில் கைக்கௌதாரிக் கூண்டைக் கட்டி தொங்கவிட்ட பின்பு புதருக்குள் மறைந்துகொள்வோம். கூண்டு தொங்குகின்ற அந்த மரத்தைச் சுற்றி கண்ணிகளைப் பதித்து வைத்திருப்போம். புதருக்குள் இருந்தபடியே தாத்தாவிடமிருந்து ஒருவகையான சீட்டி ஒலி மிதந்து வரும். அதே ஒலியைக் கூண்டுக்குள் இருக்கும் கௌதாரி காடு முழுவதும் எதிரொலிக்கும் படியாகக் கத்தி ஆர்ப்பரிக்கும். கைக்கௌதாரியாகப் பெண் இருந்தால் ஆண் கௌதாரிகள் எல்லாம் மரத்தை அண்ணாந்து பார்த்தபடியே ஓடிவந்து காலடியில் பதித்திருக்கும் கண்ணியில் சிக்கிக்கொள்ளும். அதே போல் கைக் கௌதாரியாக ஆண் இருந்து சன்னம் கொடுத்தால் பெண் கௌதாரிகள் எல்லாம் ஓடி வந்து கண்ணியில் மாட்டிக்கொள்ளும். இந்த வேட்டையின் ரகஸ்யம் ரொம்ப நாள் கழித்தே எனக்குப் புரிந்தது.

எந்த ஒரு பறவையைப் பார்த்தாலும் இது ஆண், இது பெண் என்று பிரித்தறியும் விசேஷ திறனைப் பெற்றிருந்தார் பச்சான் தாத்தா. இந்த அபூர்வ அறிவின் அடுத்த பரிமாணமாக முட்டையிலும் இது ஆண்முட்டை, பெண்முட்டை என்று பிரித்தறியும் கலையையும் கற்றுக்கொண்டார். பச்சான் தாத்தாவின் வீட்டில் கோழிகள் முட்டையிட்ட உடனேயே இது ஆண்முட்டை, பெண்முட்டை என்று பிரித்து ஆண்முட்டை அனைத்தையும் உடனே பொரித்தோ அல்லது அவித்தோ தின்றுவிடுவார். பெண்முட்டைகளை மட்டுமே அடையேற்றி குஞ்சுகள் பொரிக்க வைப்பார். ஊரில் இது பிற அனைவருக்கும் வித்தியாசமாகவும் பொறாமையாகவும்கூட இருக்கும்.

மற்ற வீட்டாருக்கு இந்த இரகஸ்யத்தைச் சொல்லவே மாட்டார். ஒரு சிலரிடம் மந்திரம் என்று சொல்லி தப்பித்துவிடுவார். நான் இதுபோன்ற பல புதிர் விஷயங்களை அவரிடமிருந்து கற்றுக் கொள்ள அவர் பின்னாலேயே சுற்றி, அவருடைய உத்தரவுகளை யெல்லாம் நிறைவேற்றி, வசவுகள், அடிகள், எங்கள் வீட்டிலும் உதைகள் வாங்கி கற்றுக்கொண்டது போக, கற்றுக்கொள்ள வேண்டியவை ஏராளமாக இருக்கும்போதே திடீரென்று ஒருநாள் காட்டுக்குப்

போனவர் காட்டிலேயே செத்துக்கிடந்தார். கூண்டுக்குள் அடைத்து வைத்திருந்த கைக்கௌதாரி இரையின்றி, தண்ணீரின்றி கத்திக் கத்தியே செத்துக்கிடந்தது. பச்சான் தாத்தாவையும் அவருடன் சேர்ந்து செத்துப்போன கைக்கௌதாரியையும் ஒன்றாகவே சேர்த்து மண் போட்டு மூடியபோது நான் விக்கி விக்கி அழுதேன்.

ஒருநாள் நடுவனத்தில் வித்தியாசமான ஒரு வாசனையை நுகர்ந்தேன். என் நுகர் உணர் நரம்புகளால் அந்த வாசனையைத் துல்லியமாக உணர வெகுநேரம் பிடித்தது. கடைசியாக, அது மல்லிகைப்பூவின் மணம் என்பதை உணர்ந்தேன். வனப்பூக்களின் சௌந்தர்ய வாசனையிலிருந்து வேறுபட்டு, காமத்துகள் பரப்பும் காட்டுப் பூ மல்லிகைதான் அது என்பதை உணர்ந்த மாத்திரத்திலேயே ஆழமாக மூச்சிழுத்து லயித்தபோது, அதனுடன் பெண் வாசனையும் கலந்து வந்ததை நான் பிரித்தறிந்தேன். துப்பாக்கியை எடுத்துக் கொண்டு மணம் வந்த திசை நோக்கி தேடியலைந்தேன். எங்கே தேடியும் காணவில்லை. ஆனால் காற்று மீண்டும் மீண்டும் சொல்லியபடி இருந்தது.

காற்றை முகர்ந்தபடியே மல்லிகை மணம் வந்த திசையறிந்து வேகமாக ஓடினேன். என் சுயத்தை இழந்தேன். வனம் என்பதை மறந்தேன். என்னுள் ஆழப் புதைந்திருந்த காமவேட்கை குதித்தெழுந்து நர்த்தனக் கூத்தாடியது. அக்கணம் காமமே என்னை வழிநடத்தியது. வேறெந்த வாசனையையும் என் நாசி நுகர்ந்து பிரித்தறியவில்லை. நான் கிறங்கிப் போனேன். பெருமூச்சுவிட்டபடி நின்றேன், பல மைல்கள் தினம் ஓடியும் நடந்தும்கூட நான் என்றைக்கும் பெருமூச்சுவிட்டதில்லை. இப்போது மல்லிகை பூத்திருக்கும் இடத்தைத் துல்லியமாகக் கண்டுகொண்டேன். அது வனமல்லாத பரந்த வெட்டவெளி, வனத்தின் ஓரம் அல்லது வனத்தின் ஆரம்பம் அல்லது வனத்தின் முடிவு. எல்லைகளற்ற வனம்.

பசியுடன் ஆட்டுக்குட்டியை நோக்கிப் பாயும் சிறுத்தையைப் போல் மல்லிகை மணத்தை நுகர்ந்தபடியே விரைந்து ஓடினேன். அந்தப் பெண்ணை நெருங்கியவுடன் என் நாசி வேறு வாசனைகளையும் நுகர்ந்துணர்வதை அறிந்தேன். சுற்றிலுமிருந்து காற்றில் மிதந்து வரும் பிராந்தி, புகையிலை போன்ற போதை வஸ்துக்கள், சோப்பு, பவுடர், சென்ட் போன்ற அலங்கார வாசனைகள். நான் வாரிக்குழியில் மாட்டிக்கொண்டேன். வினாடி நேரம் தாமதித்தாலும் வாரிக்குழி என்னை விழுங்கி ஏப்பமிட்டுவிடும். ஓரே பாய்ச்சலில்

அப் பெண்ணைப் புலி கவ்வுவதைப் போல் பாய்ந்து தூக்கினேன்.

இடது தோளில் பெண். வலது கையில் துப்பாக்கி. அவளுடைய முதுகில் துப்பாக்கியை வைத்து அழுத்தியதால் திமிராமல் சவம் போல் கிடந்ததால் என்னால் ஓட முடிந்தது. வாரிக்குழியைச் சுற்றி மறைந்திருந்த வனக்காவலர்கள், வாரிக்குழியையே தூக்கிக்கொண்டு போவேன் என்று நினைத்திருக்க மாட்டார்கள். திகைப்பிலிருந்து வனக் காவலர்கள் துப்பாக்கியுடன் ஓடிவந்தனர். நான் புதருக்குள் மறைந்து தப்பிக்கும்முன் அவளை என் தோளிலிருந்து இறக்கித் தரையில் வீசினேன். இதுவரையில் சுடாமல் என்னை விரட்டிய வனக்காவலர்கள் அவளைக் கீழே இறக்கியவுடன் சுடத் தொடங்கினார்கள். திரும்பிப் பார்க்கக்கூட நேரமின்றி புதர் மறைவில் மறைந்து ஓடினேன். ஒரு பெண்ணின் மரண ஓலத்தை வனம் எதிரொலிப்பதை உணர்ந்தேன். பாதுகாப்பான இடத்திற்கு வந்ததும் சற்று ஆசுவாசப்படுத்திக் கொண்டேன்.

நான் அந்த வாரிக்குழியைத் தோளில் சுமந்து ஓடி வருகையில் அவளது திரண்ட முலைகளின் மென்மையான ஸ்பரிசத்திலும் கோர்த்துப்பிடித்திருந்த என் கைகளில் அவளின் பிட்டங்களின் மெதுமெதுப்பும் எனக்குள் ஊடறுத்து, என்னுள்ளேயே கெட்டியாகி உறைந்திருந்த விந்தணுவை வெளியேற்றியிருக்க வேண்டும். மல்லிகையின் மணமும், என் தோளில் சுட்ட அவளின் அனல் மூச்சும் என் உடலெங்கும் பாய்ந்து நரம்புகளைத் தீண்டி இளக்கியிருக்க வேண்டும். உடனடியாக நீர்நிலை தேடியலைந்தேன். வனத்தில் வாரிக்குழிகளைக் கண்டறிந்து தப்புவது மறுஜென்மம். நான் அன்று புதிதாய்ப் பிறந்தேன். எல்லாவித வாரிக்குழிகளையும் ஒன்றிணைத்துச் சுருக்கும் கயிறாய் இருப்பது காமவலையே. காமத்தை வென்றவன் அனைத்தையும் வென்றவன், வனத்தையும்தான்.

●

39

நடப்பு

ஸ்ரீமான் சின்னத் தம்பியா பிள்ளையின் சீமந்தப்புத்திரன் மகாகணம் மாடசாமியா பிள்ளையின் வாழ்க்கைச் சரித்திரத்தை முழுவதும் எழுதுவது என்பது இயலாத காரியமென்றாலும், கடல் தண்ணீரில் கையளவு தண்ணீரை அள்ளுவதுபோல், அவற்றில் ஒரு பகுதியை யாவது எழுதிவிட நினைத்தாலும் எதை எழுத, எதை ஒதுக்க என்ற குழப்பநிலை இருக்கிறபடியாலும், ஏதோ சிலவற்றை மட்டும் எழுதி ஒரு கடகோடி காட்டிவிட்டுப் போகிற காரியமாகத்தான் இது இருக்கும் என்றாலும், அவர் வாழ்ந்த சரித்திரங்களைத் திரித்தோ அல்லது மறைத்தோ யாரேனும் காவியம் செய்துவிடக்கூடாதே என்ற நல்லெண்ண ஆதங்கத்தின் பேரிலுமே இதை எழுத யாம் முயன்றது. மேற்படி மாடசாமியா பிள்ளையின் பூர்வீகம் பற்றியோ அவருடைய மூதாதையர் பற்றியோ நம்பத் தகுந்த ஆதாரங்களோ, குறிப்பாகக் கல்வெட்டுகளோ, ஓலைச்சுவடிகளோ, பழம்பாடல்களோ, கிடைக்காத காரணங்களினால் அவைகளை முற்றாக ஒதுக்கிவிட்டு மேற்படியாருடைய பிறப்பு வளர்ப்பை மட்டும் ஆரம்பிக்கலாம் என்றாலும் அதிலும் பல்வேறு சிக்கல்கள்.

முதன்முதலாக ரிக்கார்டு பூர்வமாக மாடசாமியா பிள்ளைபற்றி அறியப்படுவது கயத்தார் கட்ராம்பட்டி மணிகண்டன் டிரான்ஸ்போர்ட் பஸ் கண்டக்டராகத்தான். இவருடைய பேச்சு நடை உடை பாவனைகளில் அதிகத் தடவை வார்த்தைக்கு வார்த்தை 'வில்லங்கம்' என்ற சொல்லைப் பயன்படுத்தியதால் பஸ்ஸில் பிரயாணம் செய்வோரும் அவரை நன்கு அறிந்தோரும் தெரிந்தோரும் அவருக்குக் கொடுத்த அடைமொழிப் பட்டப்பெயர் தான் வில்லங்கம் மாடசாமியா பிள்ளை.

'ஏம்பா ஒன்னரரூவா டிக்கெட்டுக்குப் பத்து ரூபாய நீட்டுறீரே'

'சில்லர ஏங்கிட்ட வல்லிசாக் கெடையாது'

'சுத்த வில்லங்கம் புடிச்ச ஆளா இருக்கீரே'

'அத அப்பவே சொல்லித் தொலைச்சா என்ன? வில்லங்கம் பண்ணனும்னே வீட்டிலிருந்து வந்தீரா?'

'இதுக்கு என்னையா லக்கேஜ், ஒத்தக் கையில புடிச்சிக்கிறலாம்'

'எப்படியும் என்னைய வில்லங்கத்துல மாட்டீரனும்ங்கிற முடிவோட வந்திருக்கீறா'

அன்றைக்கும் அப்படித்தான் பஸ்ஸில் கூட்டமான கூட்டம். டிக்கெட்டைக் கிழித்துக் கொடுத்துக்கொண்டே நகர்ந்தவர் சீட்டில் சுகமாய்ப் படுத்துக் குறட்டைவிடும் ஜிப்பாக்காரரையும், பக்கத்தில் பெரிய சாராயக் கேனையும் கண்டார். சாராய வாடை குமட்டியது.

'இந்த வில்லங்கம் எப்படி வந்துச்சு'

இரண்டு மூன்று தடவை இலேசாய்த் தட்டி உசுப்பிப் பார்த்தார். தலைதான் அங்கிட்டும் இங்கிட்டும் ஆடியதே ஒழிய கண் திறப்பதா யில்லை. மூச்சு இருக்கிறதா என்று நாசியில் கை வைத்துப் பார்த்தார். கொதிக்கும் அனல் மூச்சுக் கையைச் சுட்டது. இது மாதிரி விஷயங்கள் அன்றாடம் நடப்பதும், அவற்றைக் கண்டுகொள்ளக் கூடாது என்ற பஸ் முதலாளி, மற்றும் போலீசாரின் வாய்மொழி உத்தரவுகளினாலும் இவற்றைக் கண்டுகொள்வது கிடையாது. அந்த அடிப்படையில்தான் ஒரு டிக்கெட்டைக் கிழித்து ஜிப்பாப் பாக்கெட்டுக்குள் திணித்துவிட்டு நகர்ந்துகொண்டார். மற்ற பிரயாணிகள் எல்லோரும் இவரையே உற்றுப்பார்த்துக் கொண்டிருந்தார்கள். அநேகமாக டிக்கெட் போட்டு முடித்துவிட்டார். பஸ் உருளைகுடி ஸ்டாப்பில் நின்றவுடன் தூங்கிக் கொண்டிருந்தவர் படக்கென எழுந்து வேகமாக இறங்கப்போவது போல் வேகமாக வந்து கண்டக்டரை முறைத்துக்கொண்டு நின்றார்.

'இந்த டிக்கெட்ட எம்பைக்குள் வச்சது யாரு?'

'நாந்தான்'

'பைக்குள்ள முன்னூறு ரூவா இருந்துச்சு காணும். மரியாதையா குடுத்துரு இல்ல... நடக்கிறது வேற'

அவர் பல்லைக் கடித்த பாவனையிலும், மீசை துடித்த விதத்திலும் மாடசாமியா பிள்ளை பயந்துதான் போனார். பேமுழி முழிச்சதோடு சரி.

'யோவ்... நான் என்ன பிக்பாக்கெட் அடிக்கிற பயன்னு பார்த்தீரா? டிக்கெட்ட மட்டும் தான்யா பைக்குள்ள வச்சன்'

'அது எனக்குத் தெரியாது. பைக்குள்ள கையை விட்டடல்ல எடு ரூவாய'

மாடசாமியாபிள்ளை எல்லோரையும் சாட்சிக்கு அழைத்துப் பார்த்தார். யாருமே தனக்கு ஒன்றுமே தெரியாததுபோலவும், சம்பவம் எங்கேயோ நடந்தது போலவும் ஒதுங்கிக்கொண்டார்கள். வேறு வழியின்றி தன்னுடைய ஒருமாச சம்பளமான முன்னூறு ரூவாயை எண்ணிக் கொடுத்தார்.

'இன்னிக்கி வில்லங்கத்த நானே வெலைக்கு வாங்கிட்டேன்'

அன்றைக்கோடு அவர் கண்டக்டர் வேலையை ராஜினாமா செய்தார். அவர் தோல்பையைக் கழட்டி முதலாளியிடம் ஒப்படைக்கும் போது சொன்னார்.

'இந்தியா உருப்பட இனியும் ரெண்டாயிரம் வருசம் காணாது' அவ்வளவு பிரயாணிகளின் கண்முன்னால் தான் பணம் எடுக்கவில்லை என்று தெரிந்தும்கூட ஒருவர் கூட தனக்குச் சாதகமாக ஒரு வார்த்தை கூடப் பேசவில்லையே என்ற வருத்தம் அவர் நெஞ்சை அரித்திருக்க வேண்டும்.

அப்புறம் மெட்ரோ ஹோட்டலில் மாசம் இருநூறு ரூபாய் சம்பளத்தில் சர்வராக நாலு மாசம் வேலை பார்த்தார். ஒரு நாள், கணவன் மனைவி போலும் இல்லை. காதலர்கள் போலும் இல்லை. காலேஜ் ஸ்டூடண்ட் மாதிரியும் இல்லை. ஒரு ஜோடி தனியறையில் சாப்பிட உட்கார்ந்தது. மாடசாமியா பிள்ளை பவ்யமாக அவர்களின் முன்னால் நின்றார்.

'என்ன சாப்பிடுறீங்க'

'என்ன இருக்கு'

'எது வேணுமோ எல்லாம் இருக்கு'

'ரெண்டு தோச சொல்லுங்க'

'சாதாவா, ஸ்பெஷலா, இல்ல ரவாவா, மசாலாவா'

'ஸ்பெஷல்'

'வேற வடை ஏதும்?'

'ரெண்டு வட கொண்டாங்க'

'ஆமவடையா, உளுந்து வடையா, மெதுவடையா, போண்டாவா?'

'போண்டா கொண்டாங்க'

மாடசாமியா பிள்ளையின் அதிகப்படியான பேச்சும் உச்சரிப்பும் குழைவும் அவர் வேலைக்கே உலை வைக்கும் என்று நினைத்துக் கூடப் பார்க்கவில்லை. இரண்டு தோசைக்கும் இரண்டு வடைக்கும்

இவர் பில் போட்டு வாங்கிக் கையில் கொடுத்தார். கல்லாவில் உட்கார்ந்திருந்த பெரிய முதலாளியிடம் போய் ஆறுதோசைகளும், நாலு வடைகளும் சாப்பிட்டதாகவும் இந்தப் பில் கணக்குத் தப்பு என்றும், அந்த ஜோடி வில்லங்கத்தில் மாட்டிவிட்டதோடல்லாமல் அதிகப்படியான பணமும் கொடுத்துவிட்டுப் போனபின்னர் எந்த முதலாளி இவரை வேலையில் வைத்திருப்பார். கழுத்தைப் பிடித்து வெளியே தள்ளிவிட்டார் ஹோட்டல் முதலாளி.

'நாட்டுலே நல்லதுக்கே காலம் இல்லை. எல்லாமே வில்லங்கம்'

அப்புறமாக இரண்டு மாச காலமாக மாடசாமியா பிள்ளை ரிக்கார்டு பூர்வமாக வேலை ஏதும் பார்க்காவிட்டாலும்கூட சும்மா இருக்கவில்லை. மேற்கு காவல்நிலைய ரைட்டர் மேன்மைமிகு மேலவாசகம் ஏட்டையாவின் (மூன்று கோடு) நம்பிக்கைக்குப் பாத்திரமாயிருந்தபடியால், சின்னச் சின்னப் பெட்டிக் கேஸ்களில் சிக்கும் பெரிய மனிதர்களின் பேரில் ஆள்மாறாட்டம்பண்ணி கோர்ட்டில் பைன் கட்டுவதற்காகப் பல பேர்களில் கோர்ட்டில் ஆஜராகி வந்தார். அன்றைக்கும் அப்படித்தான் குற்றவாளிக் கூண்டில் நின்றார். ராமசாமி, வி.கி. வயது 59. என்பவர் ஒருவழிப்பாதையை இருவழிப்பாதையாக நினைத்து கார் ஓட்டிவிட்ட குற்றம். வயது வித்தியாசத்தையும், இது கார் ஓட்டுகிற மூஞ்சியில்லை என்றும் தன்னுடைய ஞானக்கண் மூலம் கண்டுகொண்ட நீதிபதி அபராதம் விதிக்காமல் ஒரு மாசம் ஜெயில் தண்டனை விதித்து, கம்பி எண்ண வைத்து மாடசாமியா பிள்ளையை வில்லங்கத்தில் மாட்டிவிட்டார்.

அப்போதுதான் ஸ்ரீமான் நடராஜபிள்ளை, பிஏபிஎல், அட்வகேட் அவர்கள் மனமிரங்கி ஆயிரம் குற்றவாளிகள் தண்டிக்கப்படா விட்டாலும் பரவாயில்லை. ஒரு நிரபராதி தண்டிக்கப்படக் கூடாதே என்ற தன்னுடைய நீதித்தன்மையை நிலைநாட்டவும், நீதி தேவதையின் செங்கோல் வளைந்துவிடக்கூடாதே என்ற நல்லெண்ணத்தின் அடிப்படையிலும் மாடசாமியா பிள்ளையை ஜாமீனில் வெளியே எடுத்துத் தண்டனையை அபராதமாகக் குறைத்து, தன்னுடைய பழைய கிழிந்த கறுப்புக் கோட்டு ஒன்றையும் மாட்டி குமாஸ்தா என்ற ரூபத்தில் தன்னுடைய உதவியாளராக்கிக்கொண்டார். மாடசாமியா பிள்ளையிடம் பிறப்பிலேயே ஒரு தேர்ந்த வக்கீல் குமாஸ்தாவின் மூளை இருப்பதையும், அவருக்குள்ள கோர்ட் அனுபவங்களையும் உணர்ந்து கொண்டபடியால் இந்த அரும்பெரும் செயலைச் செய்தார்.

அட்வகேட் நடராஜபிள்ளை பிஏபிஎல்-ன் சகதர்மினியும் முன்னாள்

பிரபல கிரிமினல் லாயர் பொய் சொல்லா மெய்ய பிள்ளையின் சீமந்த புத்திரியுமாகிய கோமதியம்மாளுக்கு மாடசாமியா பிள்ளையை ரொம்பவும் பிடித்துப் போயிற்று. அந்த அம்மாளுக்கு இதுவரை புத்திர பாக்கியம் இல்லாததும்கூட ஒரு காரணமாக இருக்கலாம். நடராஜபிள்ளை பிஏபிஎல், கேஸ் விஷயமாக வெளியூர் போகும் சமயங்களில் தன்னுடைய வீட்டிலேயே தங்கிக் கொள்ள வேண்டும் என்று சொன்னபோது அதை மறுக்க முடியாமல் மாசத்தில் பாதி நாட்கள் நடராஜ பிள்ளையின் வீட்டிலேயே இரவும் பகலும் தங்கி சேவகம் செய்ய வேண்டியதாயிற்று. கேஸ் விஷயமாகச் சென்னை போகிறேன் என்று பக்கத்து ஊரில் பார்வதியின் வீட்டில் நடராஜ பிள்ளை கேஸ் நடத்துகிற விஷயம் மாடசாமியாபிள்ளைக்குத் தெரியவந்தபோதுதான் இனிமேல் இந்த வில்லங்கம் புடிச்ச வேலை நமக்கு லாயக்கில்லை என்று முடிவுசெய்து, தன் வீட்டுக்கு வந்து மூன்று நாட்களாக வீட்டிலேயே முடங்கிக்கொண்டார். அப்படி வருகின்றபோது நடராஜபிள்ளை கொடுத்திருந்த கிழிந்த கறுப்புக் கோட்டை மறக்காமல் அவர் வீட்டுச் சுவரின் ஆணியில் தொங்க விட்டுத்தான் வந்தார்.

நாலாவது நாள் காலையில்தான் ஒண்டியாய்க் குடியிருக்கும் ஓட்டிச் சாய்ப்பு வீட்டின் முன்னால் அம்பாஸிடர் வந்து நிற்பதையும், அதிலிருந்து நடராஜபிள்ளை பிஏபிஎல்லின் மனைவி சௌபாக்கியவதி கோமதியம்மாள் இறங்கி வருவதையும் பார்த்த மாடசாமியாபிள்ளை திடுக்கிட்டுப் போனார். அந்த அம்மாள் இந்த மூன்று நாட்களாக அழுத அழுகையால் கண்கள் சிவந்து, ஒரு சுற்று மெலிந்து முகம் வாடி, கன்னங்கள் ஒட்டி மாடசாமியா பிள்ளையின் மனசு இரக்கப் பட்டாலும்கூட இனிமேல் இப்படியான வில்லங்கங்களில் மாட்டிக் கொள்ளக் கூடாது என்ற திடமான முடிவில் இருந்தபடியால் ஒரேயடியாய் இனிமேல் வரமுடியாது என்று மறுத்துரைத்துக் கோமதியம்மாளின் மனசை நோகடித்தார். வருமானம் ஏதுமின்றி வாடகை கொடுக்கவும் வழியின்றி, சாப்பாட்டிற்கே தகிடுதத்தம் போடவேண்டிய நிலை. வாடகை சரிவரக் கொடுக்காததாலும், வீட்டிலேயே தங்காமல் நினைத்தால் வரப்போக என்று மடத்தைப் போல் வீட்டை மாற்றி விட்டபடியாலும் வீட்டின் சொந்தக்காரரும் ஒரு காலத்தில் நாதஸ்வர வித்வானுமாய் இருந்தவருமான முருகநாதப் புலவர் வீட்டைக் காலிபண்ணி விடும்படி நச்சரிக்க ஆரம்பித்தார். மாடசாமியாபிள்ளை வாடகையும் கொடுக்காததோடு முருகநாதப் புலவரின் வார்த்தைகளைக் கொஞ்சம் கூட சட்டை செய்யாமலும்

ஊர்சுற்றி வந்ததை எண்ணி மனம் வருந்தி உருகி முகட்டில் தொங்கிக் கொண்டிருந்த நாதஸ்வரத்தை எடுத்துத் தூசிதட்டி முகாரி வாசித்துக் கொண்டிருந்த நேரம் மாடசாமியாபிள்ளை வீடு வந்து எட்டிப் பார்த்தார்.

நகரின் சினிமா தியேட்டர்களில் இன்று முதல் இன்ன படம் என்று பெரிய பெரிய போஸ்டர்களை ஒட்டித் தள்ளிக்கொண்டு போகிற கூம்பு வடிவ வண்டிகளின் முன்னால் தான் நாதஸ்வரம் வாசித்த அனுபவங்களை முருக நாதப்புலவர் மெய்யுருகச் சொல்லிக்கொண்டு வந்தபோது மாடசாமியாபிள்ளை பல இடங்களில் உருகிப்போனார். மகா கலைஞனின் வீட்டில் குடியிருப்பது தனக்குக் கிடைத்த பெரும் பாக்கியம் என்று கூறி புளகாங்கிதமடைந்தார். அவருடைய குமாஸ்தா மூளை வேலை செய்ய ஆரம்பித்தது.

எண்ணியபடியே இரண்டு மாதங்களில் வீட்டுக்காரர் முருகநாதப் புலவருக்கு வயோதிக நாதஸ்வரக் கலைஞருக்கான உதவித் தொகையும், கலைமாமணி விருதும் வீடு தேடி வந்தபோதுதான், இனிமேல் ஆண்டாண்டுக்காலம் ஆயுள் முழுக்க மாடசாமியா பிள்ளையை வாடகை ஏதும் கொடுக்க வேண்டாம் என்று பணிவோடு கேட்டுக் கொண்டார். அப்போதுதான் மாடசாமியா பிள்ளையும் தன் பேனாவுக்கு இருக்கிற வலிமையையும், மௌசையும், தன் மூளை பலத்தையும் தானே உணர்ந்துகொண்டு, இனிமேல் எக்காரணத்தைக் கொண்டும் யாரிடமும் போய் அடிமையாய் சம்பளத்திற்கு வேலை செய்யக்கூடாது என்ற முடிவோடு சத்தியப் பிரமாணம் செய்வதற் காகச் சாமிபடத்தைத் தேடியபோது, சுவரின் உயரத்தில் தொங்கிய ராமர்சீதை அவர்களின் காலைத் தொட்டபடி கீழே அனுமன் இருக்கும் காலண்டர் படம் கண்ணில்பட்டது. ராமர் சீதையின் படம் தனக்குக் கொஞ்சம் கூட எட்டாத உயரத்தில் இருந்தபடியால் கீழே உள்ள அனுமானை மட்டும் தொட்டுக்கொண்டார். காலையில் அந்த அனுமன் ரூபத்திலேயே அவருக்கு அதிர்ஷ்டம் வரப்போவது தெரியாது.

சுமார் ஒரு மாத காலமாக மாடசாமியா பிள்ளை குடியிருந்து வரும் பிரதேசத்தில் எப்படியோ தப்பி வந்த குரங்கு ஒன்று அட்டகாசம் செய்து வந்ததையும் அதை எப்படியாவது பிடித்துச் சென்று அப்புறப்படுத்துங்கள் என்று மாடசாமியா பிள்ளை கலெக்டர், காவல் துறை என்று எழுதிய பதினேழு மனுக்களுக்கும் பதில் வராததும் அந்த ஏரியா ஜனங்கள் எல்லோரும் அறிந்த உண்மை. அரசின் எவ்வித நடவடிக்கையும் இல்லாத காரணத்தால் குரங்கின் அட்டகாசமும்

நாளுக்கு நாள் அதிகரித்துக்கொண்டே வந்தது. அப்படிப்பட்ட ஒரு நாளில் தான் வாழைப்பழங்களைச் சீப்புச் சீப்பாய்க் கூடையில் சுமந்து தெருத்தெருவாய்க் கூவி விற்கும் மங்களத்தாள் பாட்டி தெரு வழியே வாழப் பழம்... வாழப்பழம் என்று சத்தமாயக் கூவிக்கொண்டு போனபோது குரங்கு கூடையில் உட்கார்ந்து கொண்டு சாவகாசமாய்ப் பழம் சாப்பிட்டுக் கொண்டிருக்க, தெருச்சனம் பூராவும் கூடையையே உற்றுப் பார்த்தபோதுதான் மங்களத்தாள் பாட்டி நடந்துகொண்டிருக்கிற விபரீதத்தை உணர்ந்து கூடையைத் தரையில் தூக்கியெறிய, டீக்கடைப் பெஞ்சில் உட்கார்ந்து 'தீக்கதிர்' படித்துக் கொண்டிருந்த அந்த ஏரியா சி.பி.ஐ.எம். தோழரும் நகர செயலாளரின் சகலப்பாடியுமான தோழர் ராமசுப்பு மேல் குரங்கு விழுந்து பல இடங்களில் கடித்தும் பிராண்டியும் காயப்படுத்தியது. அவர் சிவப்புத் துண்டும் சிவப்புச் சட்டையும் அணிந்திருந்த காரணத்தால் அவருக்கு ஏற்பட்ட இரத்தப் பெருக்கை மக்கள் சரியாய்ப் பார்க்க முடியவில்லை. மறுநாளே காவல்துறையின் மெத்தனப் போக்கைக் கண்டித்து தர்ணாவும், ஆர்ப்பாட்டமும், கண்டனப் பொதுக்கூட்டமும் நடைபெறும் என்று நகரமெங்கும் தட்டிப் போர்டுகள் வைக்கப்படவும் காவல்துறை விழித்துக்கொண்டது. அதிகாலையிலேயே உண்மையான முதல் பெட்டிசனர் மாடசாமியா பிள்ளையின் வீட்டின் வாசலில் வந்து இரண்டு போலீஸ்காரர்கள் துப்பாக்கியுடன் வந்து நின்று மாடசாமியா பிள்ளை யார் என்று விசாரித்த போது கொஞ்சம் பதறித்தான் போனார்.

அப்புறம் அது கோமதி விவகாரமில்லை குரங்கு விவகாரம் எனக் கண்டறிந்து அது இருக்கும் இடம் தேடி நாயாய் இருவரும் அலைந்து ஒரு வழியாக மரத்தின் உச்சியில் அது உட்கார்ந்துகொண்டிருப்பதைக் கண்டுபிடிப்பதற்குள் இரண்டு போலீஸ்காரர்களுக்கும் இவருக்கும் போதும் போதுமென்றாகிவிட்டது. குரங்கைக் கண்டுபிடித்த பின்னரும் இருவரும் துப்பாக்கியைத் தூக்கி குறிவைத்து சுடாமல் இருப்பதைப் பார்த்த மாடசாமியாபிள்ளை என்ன என்று கேட்டபோது தான் விசயம் புரிந்தது. அது குரங்கல்ல அனுமார் சாமியென்றும், ராமபிரானின் நம்பிக்கைக்குப் பாத்திரமான உற்ற நண்பன் என்றும் அதைக் கொல்வது என்பது பாவதோசம் தெய்வ குற்றம் என்றும், ஆகவே நாங்கள் போய் ஒரு நரிக்குறவனைக் கூட்டி வருவதாகவும் நாங்கள் இருவரும் வரும்வரை குரங்கு எங்கே போகிறது என்று கண்காணித்துக் கொள்வது உம்முடைய வேலை என்றும் கூறி விடை பெற்று அவ்விடம் விட்டு அகன்றனர்.

மாடசாமியாபிள்ளை தவம் இருப்பவரைப் போல் மரத்தையே

அண்ணாந்து பார்த்தபடி நிற்க, குரங்கு மெதுவாகக் கிளை விட்டுக் கிளை தாவி கூரையில் குதித்து ஓடியது. இவரும் அண்ணாந்து மேலே பார்த்தபடியே குரங்கைப் பின் தொடர்ந்து ஓட எதிரே வந்த தயிர்க்காரி தாயம்மாளை இடித்துத் தள்ளியதில் அவளும் தயிர்பானையும் கீழே விழ, அவளின் மேல் மாடசாமியாபிள்ளை விழுந்ததுமில்லாமல், யேய் குரங்கு குரங்கு என்று கூப்பாடு போட கூட்டங்கூடி மாடசாமியா பிள்ளைக்குத் தர்ம அடிவிழுந்துகொண்டிருந்தபோதுதான் இரண்டு போலீஸ்காரர்களும் ஒரு நரிக்குறவனும் துப்பாக்கிகள் சகிதம் அவ்விடம் வந்து சேர்ந்தனர். அதற்குள் குரங்கு எங்கேயோ ஓடி ஒளிந்து கொண்டது. எடுத்துக்கூட்டி பல இடங்கள் தேடியதில் கடைசியாய் மேலவீட்டு தென்னைமரத்தின் உச்சியில் உட்கார்ந்திருப்பது தெரியவந்தது.

என்ன சொல்லியும் கேட்காமல் நரிக் குறவனும், குரங்கைச் சுட மறுக்கவே, வேறு வழியின்றி மாடசாமியாபிள்ளையே ஒரு சூப்பர் ஐடியாவைத் தரவேண்டியிருந்தது. குரங்கைக் குறிபார்த்துச் சுட வேண்டாமென்றும், பக்கத்தில் சுட்டு பயமுறுத்தி விரட்டி விட்டால் இந்த ஏரியா போலீஸ் எல்லையைக் கடந்து ஓடிவிட்டால் நமக்குக் கவலை இல்லையென்றும் சொன்னபோது போலீஸ்காரர்கள் இருவருமே அகமகிழ்ந்து போனார்கள். அந்தப்படியே நரிக்குறவனும் போலீஸ்காரர்களிடமிருந்து நூறு ரூபாயை (லஞ்சம்) கூலியாகப் பெற்றுக்கொண்டு வானத்தை நோக்கி 'டமீர்' என்று சுட்டான். பயங்கரச் சத்தத்திலும், தீப்பிழம்பிலும் பயந்து நிலை தடுமாறிய குரங்கு தூரத்தில் இருக்கும் தென்னையை நோக்கித் தாவ, அது முடியாமல் போய் கீழே நின்று வேடிக்கை பார்த்துக் கொண்டிருந்த மாடசாமியா பிள்ளையின் காலடியில் பொத்தென்று விழுந்து உயிரை மாய்த்துக்கொண்டது.

இந்தக் கொலை பாவத்தில் சிக்காமல் தப்பித்துக்கொண்ட சந்தோஷத்தில் இரு போலீஸ்காரர்களும், நரிக்குறவனும் போய்விட மாடசாமியாபிள்ளை ஒற்றை ஆளாய் செய்வதறியாது திகைத்து நின்றார். இந்தப் பாவச் செயலுக்குத் தான் கொடுத்த ஐடியாதான் காரணம் என்ற குற்ற உணர்வு நெஞ்சை இறுக்க அதற்குப் பரிகாரமாக சகல சாத்திரங்களுடனும் அதை அடக்கம் செய்ய நினைத்து, மேளதாளத்துடன் தடபுடலாய் ஊர்வலமும் நடத்தி மாலைகள் நிறைய, அதைத் தகனம் செய்ய தேர்ந்தெடுத்த இடம் மங்கம்மாள் சாலையும், ஜங்ஷன் ரோடும் சந்திக்குமிடத்திற்குப் பக்கத்தில் சுற்றிலும் பெரிய பெரிய வீடுகள் உள்ள நடுவில் மட்டும் காலி இடமாய் கிடந்த பத்து சென்ட் இடத்தில், குழிவெட்டிப் பாலூற்றி அடக்கம் செய்தார்.

வழிநெடுக ஊர்வலமாய் வந்தபோது விழுந்த ரோசாப்பூ மாலைகள் எல்லாவற்றையும் ஒன்றுசேர்த்து குழிமேல் போட்டு அடையாளத் திற்கு ஒரு குத்துக்கல்லையும் நட்டு நிமிர்ந்த போதுதான், அவ்விடத்தை ஆண்டாண்டுக் காலமாய் அனுபவித்து பரிபாலனம் பண்ணி வரும் நிலத்தின் ஏகபோக உரிமையாளர் சித்தையா நாயக்கர் வெறி கொண்டவரைப் போல் ஓடிவந்து நட்டிருந்த குத்துக்கல்லைப் பிடுங்கித் தூரயெறிந்து மாலைகள் எல்லாவற்றையும் எடுத்துத் தூர வீசிவிட்டு நேராக மேற்குப் போலீஸ் ஸ்டேஷன் போய் புகார் மனு ஒன்றையும் தாக்கல் செய்தார்.

மேற்படி புகார் மனுவின் மீது உடனடி நடவடிக்கை மேற்கொண்ட காவல்நிலைய ரைட்டர் மேலவாசகத்திற்கும் மாடசாமியா பிள்ளைக்கும் இருந்த ஆத்மார்த்தமான பழைய பிரண்ட்சிப் இதன் மூலம் புதுப்பித்துக்கொண்டதை உணர்ந்த சித்தையா நாயக்கர் நேரிடையாக மேலதிகாரியான இன்ஸ்பெக்டர் பெருமாள்சாமியிடம் மேல் முறையீட்டு மனுவைத் தாக்கல் செய்துவிட்டு விசாரணை நியாயமாக நடைபெறும் என்ற நம்பிக்கையில் வீடு வந்து சேர்ந்த போதுதான் தன்னுடைய இடத்தில் இரண்டு லோடு கல் மணல் கொட்டப் பட்டிருக்கும் விஷயம் அறிந்து பதறிப்போனார். ஓட்டமும் பெரு நடையுமாய் மேல்மூச்சு கீழ்மூச்சு வாங்க திரும்பவும் போலீஸ் ஸ்டேஷன் ஓடியபோது மாடசாமியா பிள்ளை கால்மேல் கால் போட்டுக்கொண்டு இன்ஸ்பெக்டரின் முன்னால் உட்கார்ந்து பேசிக் கொண்டிருந்ததைப் பார்த்துக் கொஞ்சம் பதறித்தான் போனார். இன்ஸ்பெக்டர் பேசினார்.

‘யோவ், சித்தையா நாயக்கரே... நாஞ்சொல்றதக் கொஞ்சம் வெவரமா கேளும். இதுவந்து, சிவில் விவகாரம். எங்களுக்கு வெசாரிக்க பவர் கெடையாது. நீரு கோர்ட்டுக்குப் போகலாம். கேஸ் முடிய எப்படியும் பத்து வருஷம் ஆகும். அத்தோடு இது மாடசாமியா பிள்ளையோட தனிப்பட்ட வெவகாரம் இல்லை. ஒரு கமிட்டி வெவகாரம், அதுல ஊர்ல உள்ள பெரிய பெரிய ஆளுங்களெல்லாம் மெம்பராகியிருக்காங்க. ஒங்ககூடப் பெறந்த தம்பிமாருக கூட ரெண்டு பேரு கமிட்டியில மெம்பராச் சேர்ந்திருக்காங்க, நெலத்த ஆஞ்சநேயர் கோயில் கட்ட தாராளமா தர்ரோம்னு எழுதிவேற குடுத்திட்டாங்க, அப்புறம் ஒங்க பாடு மாடசாமியா பிள்ளை பாடு’

‘துரோகிப் பயலுக’

‘யோவ் யாரையா வையிறிரு’

‘தம்பிப் பயகளத்தான், பங்கு கேட்டாங்க, இல்லைன்னு சொன்ன உடனே கட்சி மாறிட்டானுங்க’

ஆபீஸ் முன் போய் நாயாய்க் காத்துக்கிடந்து அவரைச் சந்தித்தார் சித்தையா நாயக்கர். எல்லா விவரங்களையும் மிகக் கவனமாகக் கேட்ட டிஎஸ்பி உடனடியாக உத்திரவு போட்டார். கோயிலை வேறு யாரும் கட்டுவதற்கு ஆரம்பித்துவிடக் கூடாதவாறு இரண்டு கான்ஸ்டபிள் களைக் காவலுக்கு அனுப்பி இருபத்திநாலு மணி நேரப் பாராவுக்கு உத்தரவிட்டார். மாடசாமியா பிள்ளையைத் தன் முன்னால் ஆஜர்படுத்தும்படியும் மிகக் கடுமையான ஆர்டரைப் பிறப்பித்தார். சித்தபிரமை பிடித்தவரைப்போல் அலைந்துகொண்டிருந்த சித்தையா நாயக்கர் பித்தம் தெளிந்தவரைப் போல் சந்தோஷமாய் வீடு திரும்பினார்.

டிஎஸ்பி அனுமந்தராவ் ஐபிஎஸ் வடநாட்டுக்காரர்தான் என்றாலும் தொடர்ந்து தமிழகத்திலேயே பணியாற்றிக்கொண்டிருக்கிற படியால் தமிழும் பிடித்துப்போயிற்று. தமிழ்நாடும் பிடித்துப் போயிற்று. விரைவில் எஸ்பி ப்ரமோசனுக்காகக் காத்திருப்பவர். மிகவும் நேர்மையான அதிகாரி என்று பெயரெடுத்தவர். பார்வைக்கு அவர் முகம் கொஞ்சம் நீண்டு அனுமன் சாயல் இருந்தாலும் அவர் அனுமனில்லை என்பதை அவர் போட்டிருக்கும் காக்கிச் சட்டை யூனிப்பார்ம் நிராகரித்துக்கொண்டிருந்தது. ஆனால் தீவிர ஆஞ்சநேயர் பக்தர். அவர் ஆஞ்சநேயர் பக்தர் ஆனதுகூடப் பெரிய கதை.

மாவட்டம் பூராவும் மதக்கலவரம் தலைவிரித்தாடிய நேரம். இந்துக்களும் முஸ்லிம்களும் ஒருவரையொருவர் தாக்கிக்கொண்டு எந்த நேரம் என்ன நடக்குமோ என்று மக்கள் பீதியில் பயந்து நடுங்கிக் கொண்டிருந்த நேரம். மிகவும் கஷ்டப்பட்டுக் கலவரத்தை ஒரு கட்டுக்குள் கொண்டு வந்திருந்தார் டிஎஸ்பி அனுமந்தராவ். அப்போதுதான் கலவரப்பகுதிகளைச் சுற்றிப்பார்க்க மந்திரியும், காவல்துறை தலைவரும் (டிஜிபி) தென்காசிக்கு விஜயம் செய்தனர். அனுமந்தராவ் பாதுகாப்பு ஏற்பாடுகளை மேற்பார்வையிட்டபடி கம்பீரமாய் நின்றுகொண்டிருந்தார். மத்தியானச் சாப்பாட்டை முடித்துவிட்டு சிறு ஓய்வுக்குப்பின் மந்திரியும் காவல்துறைத் தலைவரும் புறப்பட்டு வந்துகொண்டிருக்கிறார்கள் என்ற வயர்லெஸ் மைக் செய்தி கரகரத்தது. தன்னைக் கடந்து கார் போகும் போது விறைப்பாக நின்று சல்யூட் அடிக்க ஒத்திகை பார்த்துக்கொண்டே விறைப்பாக நின்றவர் தலையைத் தடவிப் பார்த்து திடுக்கிட்டுப்

போனார். தன் தொப்பியைக் காணாததால் அண்ணாந்து மரத்தைப் பார்த்தபோதுதான் மரத்தின் உச்சியில் இரண்டு குரங்குகள் தன் தொப்பியை வைத்துக்கொண்டு ஒன்று மாற்றி ஒன்று தலையில் வைத்து அழகு பார்த்துக்கொண்டிருப்பதைக் கவனித்தார்.

சப்த நாடியும் ஒடுங்கிப்போனவராய் இப்போது என்ன செய்வது என்று யோசித்து ஒரு திடமான முடிவுக்கு வரும்முன் மந்திரியும் காவல்துறைத் தலைவரும் வரும் கார் தூரத்தில் தெரிந்தது. டி.எஸ்.பியின் தர்ம சங்கடத்தைப் பார்த்துப் புரிந்துகொண்ட சக போலீஸ்காரர் ஒருவர் தற்காலிகமாகத் தன் தொப்பியையாவது வைத்துக்கொள்ளட்டும் என்று எண்ணி தன் தொப்பியைக் கழற்றி கையில் பிடித்தபடி ஓடோடி வந்து கொண்டிருந்தார். அதற்குள்ளாக இரண்டு பேருடைய கார்களும் வெகு சமீபத்தில் வந்துவிட்டதையும் மந்திரியும் காவல்துறைத் தலைவரும் ஏற்பட்ட சேதாரங்களை மிகத் துல்லியமாக மதிப்பிடும் பொருட்டு தங்கள் தங்கள் தலைகளைக் காருக்கு வெளியே நீட்டிப்பார்த்தபடியே வருவதையும் அவதானித்துவிட்ட அனுமந்தராவ் தொப்பி இல்லாமலேயே சல்யூட் அடிக்க கையை ஓங்கியபோதுதான் 'ஜக்' என்று தன் தலையில் தொப்பி வந்து உட்கார்ந்து வழுக்கையை மறைத்தது. இவர் தொப்பி யுடன் சல்யூட் அடிக்கவும் கார்கள் கடந்து போகவும் சரியாய் இருந்தது.

ஏகக் கலக்கத்துடன் தவித்துக்கொண்டிருந்த அனுமந்தராவ் ஐபிஎஸ் அண்ணாந்து பார்த்தார். இவரையே உற்றுநோக்கியபடி பல்லிளித்துக் கொண்டிருந்த இரண்டு குரங்குகளையும் பார்த்து அப்படியே மேலெல்லாம் புல்லரிக்க அருள்வந்தவரைப்போல் ஆடிக் கொண்டே அவைகளுக்கும் ஒரு சல்யூட் அடித்து அப்போதைக்கு நமஸ்காரம் பண்ணிவிட்டு நேராக ஆபீஸ் வந்து சேர்ந்தார். அன்று முதல் தீவிர ஆஞ்சநேயர் பக்தராக மாறியதோடு தன்னுடைய வீட்டில் இரண்டு குரங்குகளை வைத்து வளர்த்து வருவதும், அதற்கெனத் தனியே ஒரு போலீஸ்காரரை நியமித்திருப்பதும் மிகவும் பிரசித்தி பெற்ற விஷயங்கள். சமீபகாலமாக அவருடைய நடைஉடை பாவனையில் கூட அனுமனின் சாயல் படிந்திருப்பதாக சக காவலர்கள் பேசிக் கொள்வதுண்டு. ஆபீசில் சில நேரம் குதிப்பதும் தவழ்வதும் அவரையறியாமலே நடக்கும் செயல்கள்.

மாடசாமியா பிள்ளையைக் கண்டதும் அனுமந்தராவ் தாவிப் போய் கட்டிப் பிராண்டி வரவேற்றார். சந்தோஷத்தில் அங்கேயும் இங்கேயும் தாவிக் கடைசியில் களைத்துப்போய் தன் இருக்கை தேடியமர்ந்தார். தான் கையில் வைத்திருக்கும் மரக்கோலையும், கோடு போடுகிற

உருண்டை மர ஸ்கேலையும் அடிக்கடி இறுகப்பற்றி இறுகப்பற்றி விளையாடினார்.

‘யோவ் மாடசாமியாபிள்ளை இத்தன வருடங்களாக என் மனத்தில் எரிந்துகொண்டிருந்த லட்சியத் தாகத்திற்குத் தண்ணீர் ஊற்றிய தர்மவான் நீர் ஒருவர்தான்யா. ஆஞ்சநேயர் கோயிலக் கட்டி முடிப்பது என் பொறுப்பு. நீரு ஒன்னும் கவலப்படாதீரும். நாளைக்கே வேலய ஆரம்பியும். ஊர்ல உள்ள அத்தன மொதலாளிகளையும் ஒமக்கு ஒதவி செய்யச் சொல்றது என் பொறுப்பு. பணத்தைப்பத்திக் கவலையே படாதீரும். கோயில் பிரமாதமா இருக்கணும்.’

இதற்குள்ளாக அனுமந்தராவ் அஞ்சாறு ஆப்பிள் பழங்களைக் கடித்துக் கடித்துத் துப்பியதையும், அவர் துப்பிய தோல்களையும், எச்சில்களையும் இரண்டு காவலர்கள் பொறுக்கிக் கூடையில் போட்டதையும், குப்பைக்கூடை நிறைந்துவிட்டதையும் பார்த்த மாடசாமியா பிள்ளை, ஒரு உண்மையான ஆஞ்சநேய பக்தன் எப்படி யிருக்க வேண்டுமோ, அதற்கு மிகச்சரியான உதாரணம் இவர்தான் என்று நினைத்துக்கொண்டார். இவர்கள் இருவரும் குஷியாய் பேசிக் குலவிக் கொண்டிருக்கும் போதே சித்தையா நாயக்கர் பவ்யமாக உள்ளே வந்தார். அவர் கையில் ஒரு நீண்ட பெரிய கவர் இருந்தது. அவர் தலைகுனிந்து வணங்கினார்.

‘ஐயா, மன்னிக்கணும், இந்த நாலு நாளும் மனுசனுக்குத் தூக்கமே இல்ல. ராத்திரி பூராவும் வீடெல்லாம் ஏதோ ஒன்று திடுப்புடுன்னு ஓடுறது மாதிரியும், மேலெல்லாம் விழுந்து பிராண்டுகிறது மாதிரியும், மரக்கொம்புகள் சடசடவென்று குலுங்குவது மாதிரியும் ஒரே கனவு. பயம். என்னால இப்ப ஒரே எடத்துல நின்னு பேசக்கூட முடியல. எப்பவும் கையும் காலும் துருதுருன்னு இருக்கு, என்னமாச்சும் செய்யணும் போலயும், எங்கேயாவது ஓடணும் போலயும் இருக்கு. அந்த எடம் எல்லாத்தையும் ஆஞ்சநேயர் கோயில் கட்ட அப்படியே நன்கொடையா எழுதி பத்திரத்த இந்தா கொண்டாந்திருக்கன்’ என்று கூறிக்கொண்டே தரையோடு குனிந்து ஊர்ந்துபோய் அனுமந்தரா விடம் கவரைக் கொடுத்தார். தான் கொரித்துக்கொண்டிருந்த பாதி ஆப்பிள் பழத்தைத் தூர வீசி எறிந்துவிட்டு தாவிப்போய் சித்தையா நாயக்கரைக் கட்டிப்பிடித்து இவர் உச்சி முகர, பதிலுக்கு அவரை இவர் உச்சி முகர கொஞ்ச நேரம் இருவரும் கட்டிப் பிராண்டிவிட்டு உட்கார்ந்தார்கள்.

கோயில் கட்டும் வேலை முழுவீச்சில் ரொம்பவும் மும்முரமாய்

நடந்துகொண்டிருந்தது. மாடசாமியா பிள்ளை ஊரில் மிகப்பெரிய மனிதராகிப் போனார். மெயின் ரோட்டுப் பாதையாகையால் லாரிகளும் பஸ்களும் போகும் போதெல்லாம் அவர்கள் வீசி எறியும் காசுகள் தானாக வந்து விழுந்துகொண்டிருந்தன. விழுகிற சில்லறைகள் எல்லாவற்றையும் தவழ்ந்து தவழ்ந்து பொறுக்கிக்கொண்டிருந்தார்.

'கோவில் இடம் உபயம்: திரு. சித்தையா நாயக்கர்' என்ற போர்டு முன்னால் தொங்க கோயில் கும்பாபிஷேகம் அதிவிமரிசையாய் நடைபெற்றது. உயர் அதிகாரிகள் அரசியல் பெரும் புள்ளிகள், எல்லோரும் விஜயம் செய்திருந்தார்கள். மாடசாமியா பிள்ளைக்கு அருள் வந்து ஆட்டம் போட்டார். அந்த ஆட்டமானது மற்ற சாமியாட்டங்களிலிருந்து முற்றிலும் வேறுபட்டிருந்தது. குதித்து குதித்துத் தாவி, தவழ்ந்து ஓடிக்கொண்டே தவளையைப் போல் தத்தித் தத்தி, இரு கைகளையும் கீழே ஊன்றிப் பல்டி அடித்து, சில சமயம் கோயில் விட்டத்தில் தலைகீழாய் தொங்கி அச்சாக ஆஞ்சநேயரைப் போல் இருந்தது. இரண்டு கன்னங்களையும் பலூனைப்போல் உப்பி முகத்தைச் சுளித்துப் பார்த்து அவர் ஆடியது ஆச்சரியமாகக்கூட இருந்தது. பார்த்துக்கொண்டிருந்த பக்தர் கூட்டம் புல்லரித்துப் போனது.

வேறு எவருமே இந்த மாதிரியான ஆட்டம் ஆட முடியாது என்றபடியினால் இதுவரையிலும் மாடசாமியா பிள்ளை ஒருவர் மட்டுமே, நிரந்தரச் சாமியாடுபவராகவும், நிரந்தர தர்மகர்த்தாவாகவும் செயல்பட ஏகோபித்த ஆதரவுடன் அனுமதிக்கப்பட்டிருக்கிறார். அவரும் வேறு யாரேனும் போட்டிக்கு ஆடிவிடக்கூடாது என்பதில் மிகக் கவனமாக இருக்கிறபடியால் அடிக்கடி ஆட்டத்தில் சாயல்களை மாற்றி பக்தர்களை மெய்சிலிர்க்க வைத்து வியப்பில் ஆழ்த்துகிறார். அவர் ஒரு சர்க்கஸ்காரனாகவே மாறிப் போய்விட்டார். இவ்வித ஆட்டங்களையெல்லாம் தனக்குச் சொல்லித் தரும் சர்க்கஸ் பயில்வான் தாதா ஈஸ்வரமூர்த்திக்கு மாதச் சம்பளம் கொடுப்பது இங்கே யாருக்குத் தெரியப்போகிறது.

சொற்ப காலத்திற்குள்ளாகவே ஆஞ்சநேயர் கோயிலின் அபரிமிதமான வளர்ச்சி பலருடைய கண்களை உறுத்தியதில் வியப்பில்லை. போதாக் குறைக்கு மெயின் ரோட்டின் கரையில் பீடம் அமைத்து அரைப்பனை உயரத்திற்கு அனுமனின் முழு உருவச்சிலை ஒன்றையும் அமைத்து அனுமன் சஞ்சீவி மலையை ஒற்றைக் கையில் ஏந்திக் கொண்டு பறப்பது போன்ற வடிவம். ரோட்டில் போகும் வாகனங்கள் எல்லாம் நின்று கும்பிட்டு காணிக்கை செலுத்திவிட்டுப்

போகும் வண்ணம் ஒரு பீதியை உண்டுபண்ணியிருந்தார். ஆங்காங்கே வைக்கப்பட்டிருந்த உண்டியல்களில், காணிக்கை செலுத்துவது கட்டாயமல்ல, பக்தர்களின் விருப்பப்படி என்ற வாசகங்களை எழுதி தொங்கவிட்டிருந்த காரணத்தால் இந்து அறநிலையத்துறை ஏதும் செய்யமுடியாமல், கோயிலுக்கு ஏகோபித்த உரிமையாளரும் அறங்காவலரும், தர்மகர்த்தாவும், சாமியாடியும் அவரே ஆகி சகல பரிபாலனங்களையும் செய்து வந்தார். கோயில் கட்டிய இடம் போக கோயிலுக்கு வலதுபக்கத்தில் ஏற்கனவே திட்டமிட்டு ஒதுக்கியபடி போடப்பட்டிருந்த மீதி இடத்தில் அவர் தங்குவதற்கான ஒரு சிறு குடிசையை (குடில்) மட்டும் கட்டி அதிலேயே பிரமச்சாரியாய் ஜீவிதம் பண்ணிக்கொண்டிருந்தார்.

ஆனாலும் அவர் மனசில் ரொம்ப நாட்களாக உறுத்திக்கொண்டிருந்த ஒரு விவகாரம், மாடசாமியா பிள்ளை என்ற பேரைக் கேட்டதும், சின்னச் சின்ன விஷயங்களுக்கெல்லாம் கொஞ்சம்கூடப் பயமின்றி தன்னுடன் சண்டைக்கு வரும் சில நபர்களை எப்படி அடிபணிய வைப்பது என்பதுதான். பல மாதங்களாகத் தீவிரமாக யோசித்த பின்னர் தன்னுடைய மாடசாமியா பிள்ளை என்கிற பெயரை வெறுமனே மாடசாமி என்று மட்டும் சுருக்கி மாற்றி கெஜட்டில் வெளியிடும்படி செய்தார். தற்போது உள்ள சூழ்நிலையில் மாடசாமி, கருப்பசாமி, குருசாமி, மாடன், கருப்பன், சுப்பன், முனியாண்டி போன்ற ஒற்றை அர்த்தப் பெயர்களுக்கு சமூகத்தில் இருக்கும் மரியாதை, அந்தஸ்து, பயம், ஆள்செருக்கு, பரஸ்பரம் உதவி, பெயரைக் கேட்ட மாத்திரத்தில் மற்றவர்களுக்கு ஏற்படும் இனம் புரியாத பயம் கலந்த பீதி இவற்றையெல்லாம் கணக்கில் கொண்டு தான் அந்தப்படியே முடிவு செய்து வெறும் 'மாடசாமி' என்று மட்டும் ஒற்றையாய் மாற்றிக்கொண்டார். பிள்ளைவாள், ஐயர்வாள் என்றால் பார்க்கிறவர்கள் தன்னை ஒரு தூசியைப் போல் பார்ப்பதையும், ஏளனமாகச் சிரிப்பதையும் பெயர் மாற்றிக்கொண்டதால் ஈடுசெய்து கொண்டார்.

வடஇந்தியாவிலிருந்தும் தென்னிந்தியாவிலிருந்தும் பெரிய பெரிய துறவிகள், சன்னியாசிகள் சிலரை அழைத்து வந்து கோயிலின் பெயரை இந்தியா முழுக்க விஸ்தீரனப்படுத்தியதாலும், ரகசியமாக சில மந்திரிகளின் உறவினர்கள், நெருங்கிய சகாக்கள், பினாமிகள் ஆகியோரின் விஜயமும் நடந்தேறியதால் ஆஞ்சநேயர் கோவிலின் மகிமையை ஆல் இந்திய ரேடியோவும், தூர்தர்ஷனும் மாற்றி மாற்றி ஒலி ஒளிபரப்பி உலகறியச் செய்தன. மாதத்தில் சில குறிப்பிட்ட

நாட்களில் தனியே ஸ்பெஷல் பஸ்கள் விடுகிற அளவுக்குக் கூட்டம் அலைமோதியது. மாடசாமியின் சாமியாட்டம் போலும், முகத்தை முற்றாக அஷ்டா பஷ்டாவாக மாற்றி கண்களைப் பெரிசாகக் காட்டி, கன்னங்கள் ரெண்டையும் உப்பவைத்து, குறைந்தது பதினாறு அடிதூரம் தாவி, ஐந்தடி உயரம் குதித்து, சில சமயங்களில் தலை கீழாகத் தொங்கியும், அந்தர்பல்டி அடித்தும் இதுவரை யாருக்குமே சாமியாட முடியாத காரணத்தால் அவரே ஆண்டாண்டுகாலமாய் சாமியாடி எவ்விதப் போட்டியுமின்றி மாடசாமி என்ற பெயரிலேயே தனிப் பரிபாலனம் செய்து வந்தார். எப்படித்தான் பிரமச்சாரி முத்திரை குத்திக்கொண்டு வாழ்ந்தாலும் மாடசாமிக்கு இருக்கிற இரண்டு மூன்று சின்ன வீடுகளின் விவகாரமும், அதில் மூத்த பெண் குழந்தைக்கு மேலெல்லாம் பொசுபொசுவென்று உரோமங்கள் அடர்ந்து வளர்ந்திருப்பதும், கைகால்களின் விரல்கள் ஒல்லியாகக் குச்சிகளைப் போல் நீண்டு இருப்பதும் அரசல் புரசலாய் பக்தர்கள் பேசிக்கொண்ட விஷயங்கள். கம்பீரமாக அவர் வீட்டின் முன் தொங்குகின்ற பெயர்ப்போர்டின் வாசகங்களைப் பார்த்து யாரும் பிரமிக்காமல் இருக்க முடியாது. அந்தக் கெட்டப்பிலும் மாடசாமி மட்டும் இருக்கிற அடைமொழி இல்லாத மொட்டைப் பெயரிலும், அந்தப் பெயருக்கு இருக்கும் பயபீதியிலும் எவ்விதப் பயமுமின்றி சின்ன வீட்டிற்கு அடிக்கடி போய் வந்தார். அப்படியான ஒரு நட்ட நடுராத்திரியில்தான் அது நடந்தது. மாடசாமி தன்னுடைய முதல் செட்டப் வீட்டிற்கு விஜயம் செய்திருந்தார். வீட்டின் முன் நிற்கும் வேப்பமரத்தின் அடியில் ஈஸிசேரில் சாவகாசமாக உட்கார்ந்து பேசிக் கொண்டிருந்தார். முதல் செட்டப் அவருடைய கால்கள் இரண்டையும் அமுக்கி பிடித்துவிட்டபடி அருகில் உட்கார்ந்து பேசிக் கொண்டிருந்தது. முதல் நாள் ஆடிய ஆட்டத்தில் அளவுக்கு அதிகமாகக் குதித்ததாலும், தாவியதாலும், பல்டி அடித்ததாலும் அலுத்துப் போயிருந்த மாட சாமிக்கு ஆறுதலாக இருந்ததால் அப்படியே கண்ணயர்ந்தார்.

பக்கத்து குடிசைக்குள்ளிருந்து ஒரு மெல்லிய ஈனஸ்வரமான முனகல் கேட்கவும் மெல்லப் போய் எட்டிப் பார்த்தார். யாருமே இல்லாத அனாதையான ஒண்டிக்கட்டையான கிழவி ராக்கம்மாள் மெல்ல மெல்லச் செத்துக்கொண்டிருந்தாள். தன்னுடைய ஜிப்பாப் பையிலிருந்து நூறுரூபாய் தாளையெடுத்து தன் செட்டப்பின் மூத்தமகனிடம் கொடுத்து நாலு நாளைக்குச் சரியான சாப்பாடு வாங்கிக் கொடுக்கும்படி உத்தரவிட்டார். அப்பாவின் திடீர் கருணை ஒன்றும் விளங்காமல் பையன் முழித்தான்.

சரியாக ஐந்தாவது நாள் ஆட்டோவில் ஏழெட்டுப்பேர் வந்து மாடசாமியின் உத்தரவின் பேரில் ராக்கம்மாளைத் தூக்கிக்கொண்டு போன விவகாரம் மட்டும் அந்தத் தெரு ஜனங்களுக்குத் தெரியும். பொதுத் தேர்தலுக்கான வேட்புமனுத்தாக்கல் தேதி அறிவிக்கப்பட்டு விட்டபடியால் தொகுதியில் யார் நிற்கப் போகிறார்கள் என்று ஜனங்கள் ஆவலாக எதிர்பார்த்துக்கொண்டிருந்தபோதுதான் ராக்கம்மாள் (வயது 97) அந்தத் தொகுதிக்கான சுயேட்சை வேட்பாளராக நிற்கும் விஷயம் பத்திரிகைகளில் வெளியாகியிருந்தது. ஏற்கனவே இரண்டுமுறை வெற்றி பெற்று பத்தாண்டுகளாக எம்எல்ஏசிவாக இருந்த பிரபல தொழில் அதிபர் இந்த ஆண்டும் ஆளுங்கட்சி சார்பாக வேட்பாளராக அறிவிக்கப்பட்டிருந்தார். சென்ற தேர்தலில் குறைந்த ஓட்டு வித்தியாசத்தில் வெற்றி வாய்ப்பை இழந்த பஸ் அதிபர் எதிர்கட்சி வேட்பாளராக அறிவிக்கப்பட்டிருந்தார். போட்டி மிகக் கடுமையாக இருந்தது.

இரண்டு தரப்பிலும் பிரச்சாரம் சூடுபிடித்தது. தினம் பொதுக் கூட்டங்கள் நடந்தன. நகரமே திருவிழாக் கோலம் பூண்டிருந்தது. பணம் தண்ணீராய் செலவழிக்கப்பட்டது. ஆளுங்கட்சிக்காரருக்கே மூன்றாவது தடவையும் வெற்றி வாய்ப்பு என்ற கணிப்பு பெருகி வந்த சமயத்தில்தான் ஒரு செய்தி எல்லோரையும் திடுக்கிட வைத்துவிட்டது. சுயேட்சை வேட்பாளர் கவலைக்கிடம், உருளைக்குடித் தொகுதி தேர்தல் ரத்தாகுமா? எல்லா வேட்பாளர்களும் நிலைகுலைந்து போனார்கள். தேர்தல் நாள் வேறு நெருங்கிக்கொண்டே வர, செய்திகளும் பீதிகளைக் கிளப்பிய வண்ணம் வந்துகொண்டேயிருந்தது.

மாடசாமி இரண்டாவது செட்டப் இருளாயி அம்மாளின் வீட்டில் சயனத்தில் இருந்தார். அஞ்சாறு அம்பாசிடர்களும் பெரிய பெரிய தலைவர்களும் வந்து வீட்டின் முன்னால் இறங்கவும் ஒரே தாவாக வாசற்படிக்குத்தாவி, வந்தவர்களை வரவேற்றார். அத்தனை பேரும் ஆளுங்கட்சியின் முக்கியஸ்தர்கள். முன்னால் எம்எல்ஏ மாடசாமியின் கைகளை இறுகப் பற்றிக்கொண்டு கெஞ்சிக் கூத்தாடினார்.

'என்னுடைய வெற்றியே ஒம்மோட கையிலதான் இருக்கு. ராக்கம்மா உயிர தேர்தல் முடியறவரைக்கும் காப்பாத்தறது ஒம்ம பொறுப்பு, மருத்துவச் செலவுக்கு எத்தன லட்சம் ஆனாலும் பரவால்ல, ஜெயிச்ச உடனே தலைவருகிட்டச் சொல்லி எம்.எல்.ஏ. ஆக்கி சென்னைக்குக் கூட்டிட்டுப் போறது எம் பொறுப்பு. இது தலைவர் மேல் சத்தியம், இந்தாரும் சூட்கேஸ். இதுல ஒரு லட்சம்

ரூபா இருக்கு. இன்னும் வேணும்னா தாக்கல் சொல்லியனுப்பும் பணம் தாரன்'

'தேர்தல் முடியும் வரை ராக்கம்மாளின் உயிரைக் காப்பாற்றி வைப்பது என் பொறுப்பு' என்று மாடசாமி சத்தியம் செய்து மரக் கொப்பை குரங்கு இறுக்கிப் பிடிப்பதைப் போல் தலைவரின் கைகளை இறுக்கிப் பிடித்தவுடன் எல்லோரும் சந்தோஷமாய் விடைபெற்று போனார்கள். இரண்டாவது செட்அப் இருளாயி வாயெல்லாம் பல்லாக சூட்கேசை ஒற்றைக் கையில் தூக்கிக்கொண்டே மாடசாமியைக் கட்டிப்பிடித்தாள். மாடசாமியும் அப்படியே மரத்தைக் கட்டி இறுக்குவதுபோல் குரங்குப் பிடியாய் பிடித்து இறுக்கினார்.

நடுச்சாமம் மாடசாமி தன்னுடைய மூன்றாவது செட்டப் முனியம்மாளின் மகளும் கரகாட்டக்காரியுமான முனீஸ்வரியின் வீட்டில் ஆழ்ந்த நித்திரையில் இருந்தபோதுதான் அது நடந்தது. பத்துப் பதினைந்து கார்கள் புடைசூழ எதிர்கட்சி வேட்பாளர், பஸ் அதிபர் வந்து நின்றார். சற்றும் எதிர்பாராத சமயத்தில் 'டமீர்' என்று மாடசாமியின் காலில் விழுந்து ஆசீர்வாதம் பெற்றுக்கொண்டவர் பவ்யமாக நின்றார். கூட வந்திருந்த கொடுக்கரிவாள் மீசைக்காரன்தான் பேசினான்.

'இங்க கேளும் தலைவரே மாடசாமி! நீரு என்ன செய்வீரோ எது செய்வீரோ எங்களுக்குத் தெரியாது. தொகுதியில எலக்ஷன் நின்னாகணும். ராக்கம்மா செத்தாகணும். தேர்தல் ரத்துன்னு காலைல பேப்பர்ல செய்தி வரணும், இந்தாரும் சூட்கேஸ், பணம் ஒண்ணரை லட்சம் இருக்கு. எப்படியோ காரியத்த முடியும், பேசினபடி இன்னும் ஐம்பதாயிரம் காரியத்த முடிச்ச ஒடன நான் வாங்கித்தாரன்'

மாடசாமி திகைத்துக்கொண்டு நிற்கவும், ஓடிப்போய் முனீஸ்வரி சூட்கேஸப் பிடுங்கிக்கொண்டு அவர்களை போகும்படி கண் சிமிட்டினாள். அரசியின் ஆட்காட்டி விரலுக்குக் கட்டுப்படுபவர் களைப் போல் வந்தவர்கள் எல்லாம் திரும்பிப் போய்விட்டனர். முனியம்மாளும் முனீஸ்வரியும் கட்டுக்கட்டாய் இருந்த ஐநூறு ரூபாய் கட்டுக்களைப் பார்த்து மலைத்துப் போய் நின்றார்கள். கொஞ்சம் முகவாட்டத்துடன் நின்றுகொண்டு கதவைச் சுரண்டிக் கொண்டிருந்த மாடசாமியை இருவருமே அலாக்காகத் தூக்கிக் கொண்டுபோய் கட்டிலில் படுக்க வைத்து கதவைச் சாத்தினார்கள்.

மறுநாள் எல்லா செய்தித்தாள்களிலும் வெளியாகியிருந்த செய்தி, 'சுயேட்சை வேட்பாளர் ராக்கம்மாள் மரணம் என்பதும், இரண்டாம்

பக்கத்தில் தலைமை தேர்தல் ஆணையாளர் சேஷன் புது உத்திரவு, சுயேட்சைகள் இறந்தால் தேர்தல் ரத்தாகாது என்பதும்தான்.'

இப்போதெல்லாம் எம்எல்ஏ மாடசாமி எப்போதாவது ஊருக்கு வருவதோடு சரி, யாரோ ஒரு சினிமா நடிகையை மணந்துகொண்டு சென்னையிலேயே தங்கிக் கொண்டு சில படங்களையும் சொந்தத்தில் தயாரிக்கும் அளவுக்கு பெரிய ஆளாகி செட்டிலாகிவிட்டார். ஆஞ்சநேயர் கோவில் அறங்காவலருக்கு அவருடைய மூன்று செட்டப்புகளின் வாரிசுகளும் சண்டைப்போட்டு விவகாரம் சுப்ரீம் கோர்ட் வரை போய்க்கொண்டிருப்பதால், கோயில் பாழடைந்து கம்பீரமான அனுமன் சிலை களையிழந்து வால் ஒடிந்து பார்க்கவே பரிதாபமாய் இருக்கிறது. ஆனால் அவ்வழியே போகும் வாகனங்கள் கொஞ்சம் நின்று கையெடுத்துக் கும்பிட்டு விட்டுத்தான் போகின்றன. இன்னும் கூட சில பெரிசுகள் பேசிக்கொள்வதுண்டு.

'மாடசாமியப் போல சாமியாட இனி ஒரு பய பெறக்கவே இல்ல' சாமியாட்டத்தில் மட்டும்தானா? அவருடைய எல்லா ஆட்டங்களும்தான் என்பது பலருக்குத் தெரிய வாய்ப்பில்லை.

40

விட்டு விலகி

நிறைய விஷயங்கள் இப்படித்தான் போலும். ஆரம்பத்தில் விளையாட்டாய், பொழுதுபோக்காய், விரும்பத்தக்கதாய், கவனிப்புக் குள்ளான செயல்களாய் ஆரம்பித்து, பின் அதுவே கொஞ்ச நாளில் வெறுக்கத்தக்கதாய், கவனிப்புக்குள்ளாகி, உறுத்தலாய், எரிச்சலாய் மாறி மனசை அலைக்கழிக்கின்றன. எத்தனை நாட்கள் நான் அவைகளின் விளையாட்டை ரசித்திருக்கிறேன், எவ்வளவு நேரம் கை, கால்களை அசைக்காமல் கடைக்கண்ணால் பார்த்தபடி செத்த சவமாய்க் கிடந்து சிரித்து ரசித்திருக்கிறேன். இலேசாக என் கால்களோ இல்லை கைகளோ அசைந்தால் போதும். அவைகளின் சந்தோஷம் முடிந்துவிடும். எப்படி இரண்டு நட்சத்திரங்கள் வானிலிருந்து உதிர்ந்து விடுகின்றனவோ அது போல்தான் அவற்றின் வருகையும். அதே போல் சூறாவளிக் காற்றில் பறந்தோடும் சருகுகளைப் போல் விருட்டென்று ஜன்னல்வழி ஓடிப் பறந்துவிடும்.

கழுத்தில் இலேசான கறுப்பு வளையம் இருக்கிற குருவிதான் ஆண் குருவியாக இருக்க வேண்டும். எப்படித்தான் இந்த விளையாட்டைக் கண்டுபிடித்தனவோ தெரியவில்லை. இரண்டுமே ஒரே நேரத்தில் விருட்டென ஜன்னல் வழியே என் அறைக்குள் வரும். அவைகள் உட்காருவதற்காகவே மாட்டப்பட்டது மாதிரி இருக்கும் நிலைக் கண்ணாடியின் ஸ்டாண்ட். இரண்டும் ஆசைதீர குதித்துக் குதித்துக் கண்ணாடியில் தெரியும் தன் உருவங்களைக் கொத்தி மகிழும். அப்புறம் விருட்டெனப் பறந்துபோய் மரத்தில் உட்கார்ந்துகொள்ளும். ஒரு மணி அல்லது அரைமணி நேரம்தான் மீண்டும் வந்து தங்களுடைய விளையாட்டை ஆரம்பித்துவிடும். தன் முகத்தைத் தானே பார்த்து மகிழும் அற்ப சந்தோஷ நிலையாமையின் மாயவலைக்குள் மனிதனோடு இவைகளும் சேர்ந்துகொண்டது எப்படி?

காலையில் தினமும் நான் பள்ளிக்கூடத்திற்குப் புறப்பட்டுப்

போகும் போது இவைகளுக்காகவே ஜன்னலின் ஒரு கதவைத் திறந்து வைத்துவிட்டுப் போவது வழக்கம். அப்புறம் அவைகளை முற்றாக மறந்துவிடுவேன். இந்த அவசர யுகத்தில் சிட்டுக்குருவிகளையா நினைத்துக்கொண்டிருக்க முடியும்? ஆனால் பள்ளி முடிந்து சாயங்காலம் வீடு திரும்புகையில் வீட்டை நெருங்க நெருங்க அவைகள் பற்றிய நினைப்பு வந்து நெஞ்சை வருட இலேசாய்ச் சிரித்துக் கொண்டே வாசற்படி மிதிப்பேன். சொல்லி வைத்தாற் போல இரண்டும் விருட்டெனப் பறந்து வெளியேறி மரத்தில் உட்கார்ந்து கொள்ளும். கண்ணாடியின் முன்நின்று எவ்வளவு நேரந்தான் விளையாடுமோ தெரியாது, ஸ்டாண்டில் புள்ளி புள்ளியாய் தெறித்து அசிங்கமாய் கிடக்கும் எச்சங்களைப் பார்க்கும்போது சில சமயம் எரிச்சலும் கோபமும் வரும்.

அன்று வெள்ளிக்கிழமை, சாயங்காலம் பள்ளிக்கூடம் முடிந்ததும் அப்படியே ஊருக்குப் போய்விட்டேன். சனி, ஞாயிறு முடிந்து திங்கள் கிழமை பள்ளி முடிந்து நான் வீட்டுக்கு வந்தபோது நான்கு நாட்களும் சேர்ந்த எச்சங்களைப் பார்த்தபோது கோபம் தலைக்கேறிவிட்டது. மறுநாள் காலை போகும்போதே இவைகளுக்கு ஒரு வழி பண்ண வேண்டும் என்று கறுவிக்கொண்டே பள்ளிக்குப் போனேன். என்றைக்குமே பள்ளியில் அவைகளைப் பற்றி நினைக்காத நான் இன்று பல முறை அவைகளைப் பற்றியே சிந்தித்தேன். என் மனதில் வன்மம் புகுந்துகொண்டது. சாயங்காலம் அவற்றை நினைத்தபடியேதான் வீடு திரும்பினேன். திட்டமிட்டபடியே ஜன்னலுக்குக் கீழே மறைந்து கொண்டு வெளிப்பக்கம் திறந்திருந்த ஒற்றைக் கதவைப் பூட்டி விட்டேன். இரண்டும் வெளியேற வழியின்றி என் அறைக்குள் வசமாக மாட்டிக்கொண்டன. கோபம் தலைக்கேற எச்சரிக்கையுடன் சாவியை நுழைத்து நான் மட்டும் உள்ளே நுழைகிற அளவிற்குக் கதவுத் திறந்து ஒரு காலை உள்ளே வைக்கும் முன்னரே ஆண் குருவி விருட்டெனப் பறந்து வெளியேறித் தப்பிக்க பெண் குருவி அறைக்குள் மாட்டிக் கொண்டது.

கொலை வெறியுடன் கையில் விளக்குமாற்றுடன் நின்ற என்னைத் தன் பொட்டுக் கண்களால் மிரட்சியுடன் பார்த்தபடி சுவரில் மாட்டப்பட்டிருந்த ஒரு போட்டோவின் சட்டத்தில் உட்கார்ந்திருந்தது. அறை முழுக்க பறந்து என் அடிக்குத் தப்பித்தது. நான் மூச்சிரைக்க விரட்டி விரட்டி அடிக்க என் கோபவெறி இன்னும் தலைக்கேறியது. நானும் சோர்ந்துவிட்டேன். அதுவும் சோர்ந்துவிட்டது. முதன் முதலாக வரையறுக்கப்பட்ட எல்லைக்குள் பறப்பது அதற்கு சிரமமாய்

இருந்தது போலும். ஆனாலும் எனக்கு மனசு இரங்கவில்லை. அதுபோட்ட கூப்பாட்டுச் சத்தம்கூட எனக்கு வெறியை ஏற்றியது. உடனே ஒரு தந்திரம் செய்தேன். காற்றாடியைச் சுழலவிட்டேன். மீண்டும் முழுப்பலத்தையும் பிரயோகித்துக் களத்தில் இறங்கினேன். கடைசியில் என் விளக்குமாற்றின் வீச்சுக்குத் தப்பித்துக் காற்றாடியின் சுழலும் இறக்கையில் அடிபட்டுச் சுவரில் மோதி சொத்தென்று தரையில் விழுந்தது. மீண்டும் என் கோபம் தீர அடிஅடியென்று அடித்து ஜன்னல் வழியே வெளியே தூக்கி எறிந்தேன். கொண்டையில் சூடி வாடி வதங்கி கசங்கி தூக்கி வீசிய பூச்சரம் போல் தரையில் போய் விழுந்தது.

ஒரு பெரிய நிம்மதிப் பெருமூச்சுடன் கண்ணாடி ஸ்டாண்டைத் துடைத்துச் சுத்தம் செய்தேன். அந்தரத்தில் தொங்கிக்கொண்டிருந்த சில சாமி போட்டோக்களை சரியாக மாட்டி ஒழுங்குபடுத்தினேன். அறை முழுவதையும் சுத்தம் செய்து இரவில் லைட் போட்டுவிட்டு காற்றுக்காக அந்த ஜன்னலைத் திறந்தேன். வீக் வீக் என்று கத்தியபடி ஆண் குருவி மட்டும் மரக்கிளையில் சோகமாகத் தனியே உட்கார்ந்திருந்தது. முதன்முதலாக ஒற்றைக் குருவியை மட்டும் பார்த்த எனக்கு மனசு இலேசாய் அதிர்ந்தது. அன்று இரவு வெகுநேரம் அதன் மெல்லிய கூப்பாடு வீக் வீக் என்று கேட்டுக்கொண்டேயிருந்தது. எனக்குத் தூக்கமே வரவில்லை. எப்படி அந்த ஒரு நிமிடத்தில் கொலைகாரனாக மாறினேன். இவ்வளவு வன்மம் ஒரே நொடியில் எனக்குள் புகுந்துகொண்டது எப்படி? பள்ளிக்குப் போகும்போது எல்லா ஜன்னல்களையும் பூட்டிவிட்டுப் போயிருக்கலாம். அப்படியே வீட்டுக்குள் வந்தாலும் ஆள் இருக்கும் போது விரட்டியிருக்கலாம் அல்லது மிரட்டிவிட்டுக் கதவைத் திறந்து விரட்டியிருக்கலாம். குற்றவாளிகள் திருந்துவதற்கு ஒரு சந்தர்ப்பம்கூட கொடுக்காமல் கொலை செய்வது மிருகத்தனமின்றி வேறெது? நான் மிருகமா? காலையில் வழக்கத்திற்கு மாறாக மிகச் சோர்வுடன்தான் பள்ளிக்குக் கிளம்பினேன். நெஞ்சில் குறுகுறுப்பு இன்னும் ஓயவில்லை. மூன்றாம் வகுப்பு மாலதி டீச்சர் என்னைப் பார்த்த உடனேயே கேட்டாள்.

‘என்ன... பொன்மாடன் சார், சொகமில்லையா இல்ல ராத்திரி தூக்கமில்லையா, இல்ல வீட்டுச்சாப்பாடு நெனப்பு வந்துருச்சா ஒரே டல்லா இருக்கீக என்ன விஷயம்?’

ஏதேதோ சொல்லி சமாளித்தேன். ஒவ்வொரு நாளும் ஆண் குருவி எழுப்புகின்ற வீக் வீக் சத்தம் சம்மட்டியடியாய் என் நெஞ்சில் இறங்கி

நித்தம் வதைத்தது.

நல்ல வேளையாக ஒரு கடிதம் எனக்கு சந்தோஷ செய்தி ஒன்றைச் சுமந்து தக்க நேரத்தில் வந்தது. பாவனாசத்தில் மூன்று நாட்கள் நடைபெற இருக்கிற சைவசித்தாந்த சமயநெறிப் பயிற்சியில் கலந்து கொள்ளும்படியான அழைப்புதான் அது. ஏற்கனவே மனம் சஞ்சலப்பட்டுக்கொண்டிருந்த எனக்கு வரப்பிரசாதம் போல் அமைந்தது அக்கடிதம். உடனடியாகப் பள்ளிக்கு விடுமுறை வேண்டி எழுதியனுப்பிவிட்டு பாவனாசம் போய் சேர்ந்தேன். கேரளாவிலிருந்து அங்கே வந்திருந்த இளந்துறவி உத்வானந்தாவின் நட்பு எனக்கு கிட்டியது. ஹோமங்கள் செய்வதில் பிரசித்திப் பெற்றவரான அவரிடம், என்னுடைய ரெண்டு பெண்பிள்ளைகளுக்கும் நல்ல வரன் அமையவேண்டியும், மூத்த பையனுக்கு விரைவில் ஒரு நல்ல உத்யோகம் கிடைக்க வேண்டியும் என் வீட்டிற்கு வந்து ஒரு ஹோமம் செய்ய வேண்டும் என்றும் வேண்டிக்கொண்டேன். சுவாமிஜியும் உடனே சம்மதம் தந்துவிட்டார். அங்கிருந்தபடியே ஊருக்குத் தகவல் சொல்லி என் மனைவி மக்கள் உறவினர்கள் அனைவரையும் என் அறைக்கு வரும்படி கேட்டுக்கொண்டு சுவாமிஜியையும் உடன் அழைத்துக்கொண்டு புறப்பட்டேன். எல்லா ஆயத்தங்களும் செய்தபின் மூன்று நாட்கள் ஹோமம் செய்வதென முடிவு செய்யப்பட்டு ஒரு நல்ல நாளில் சுவாமிஜி ஹோமத்தை ஆரம்பித்தார். முதல் இரண்டு நாட்களும் சுவாமிஜி அளவில்லாத களைப்படைந்தார். அவரால் மந்திர உச்சாடனங்களைக் கூடத் தெளிவாக உச்சரிக்க முடியாத அளவுக்கு கஷ்டப்பட்டார்.

மூன்றாம் நாள் சுவாமிஜியின் முகம் மிகப் பிரகாசமாயிருந்தது. சுவாமிஜி உச்சரித்த வலிமைமிக்க மந்திர உச்சாடனங்களின் அற்புத ஒலியின் சக்தியே நிச்சயம் அவ்வறையில் எதிரொலித்தது. சூழ்ந்துள்ள கெட்ட ஆவிகள், பாவதோஷங்கள் அனைத்தையும் நீக்கிவிடும் என நம்பினேன். அவ்வளவு அற்புதமாக முழு ஈடுபாட்டுடன் வேள்வி யாற்றினார் சுவாமிஜி. ஹோமம் நல்லபடியாக முடிந்து சுவாமிஜியை வண்டியேற்றி வழியனுப்பி வைப்பதற்காக அவருடன் நான் மட்டும் ரெயில் நிலையம் சென்றிருந்தேன். ஹோமத்தைப் பற்றியோ வேறு எதைப் பற்றியும் எதுவும் பேசாத சுவாமிஜி, என்னிடம் அது பற்றி பேசினார்.

'பொன்மாடன் சார்... ஒங்க ரூம்ல பட்சி தோஷம் இருந்தது. முதல் இரண்டு நாளும் கடுமையான இடைஞ்சலுக்கு மத்தியில்தான்

வேள்வித் தீ எரிந்தது. எல்லாப் பக்கமிருந்தும் பறவையின் இறக்கை யடிப்பு. மூன்றாம் நாள்தான் நெலம சரியாச்சு. வேள்வித்தீக்குள்ளிருந்து ஒரு குருவி பறந்துபோச்சு, அதுக்குப் பெறவு எந்த இடைஞ்சலும் இல்ல, ஹோமம் நல்லபடியா முடிஞ்சது, உங்களோட வேண்டுதல்கள் எல்லாமே கூடிய விரைவில் நிறைவேறும்'

சுவாமிஜி சொல்லி முடித்தவுடன் எனக்கு மயக்கமே வந்துவிடும் போல் தலை சுற்றியது. ஏனெனில் சிட்டுக்குருவியைக் கொன்ற விஷயத்தை நான் இதுவரை யாரிடமும் சொன்னதில்லை. சதா என் மனசை உறுத்திக்கொண்டிருந்த விஷயம் சுவாமிஜிக்கு எப்படித் தெரிந்தது என்று எனக்குப் புரியவில்லை.

உறவினர்கள் அனைவரையும் ஊருக்கு அனுப்பிவிட்டு விடுமுறை முடிந்து பள்ளிக்குச் செல்வதற்காகப் புறப்பட்டுக்கொண்டிருந்தேன். என் கண்களையே என்னால் நம்ப முடியவில்லை. அந்த ஆண் குருவியுடன் ஒரு பெண் குருவியும் ஜோடி சேர்ந்துவிருட்டென என் அறைக்குள் வந்து கண்ணாடி ஸ்டாண்டில் அமர்ந்து பழைய விளையாட்டை ஆரம்பித்தது. எனக்கு அளவில்லாத சந்தோஷம். கதவைப் பூட்டிவிட்டு ஜன்னலின் நான்கு கதவுகளையும் திறந்து வைத்துவிட்டுப் பள்ளிக்குப் போனேன். என்னைப் பார்த்த உடனேயே மாலதி டீச்சர் கேட்டாள்.

'பொன்மாடன் சார், இன்னைக்கு என்ன விசேஷம், மொகம் ரொம்ப பிரகாசமாயிருக்கு, லீவுல வீட்டுச் சாப்பாடு ஓவராயிருச்சா, மொகத்துல மெர்குரி லைட் மின்னுது சார்'

சாயங்காலம் பள்ளிக்கூடம் முடிய ஒரு மணி நேரம் இருக்கும் போது என் வகுப்பு பையன் ஒருவனிடம் பணம் கொடுத்து இரண்டு கிலோ கம்மம்புல் வாங்கி வரும்படி அனுப்பினேன். சிறிது நேரத்தில் அந்தப் பையனுடன் அவனுடைய அம்மாவும் வந்தாள்.

'வாத்தியரய்யா, ரூவா கொடுத்து கம்மம்புல்லு வாங்கியாரச் சொன்னீகளாம்ல்ல, கொத்தித் திங்கிற கோழிக்கும் குருவிக்கும் வாங்குற கம்மம்புல்லுக்கு ரூபா எதுக்கு, நீங்க என்ன வாங்கிட்டுப் போயி யாவாரமா பாக்கப் போறீக, இல்ல நாங்க ரூவா கொடுத்து வெலைக்கா வாங்கியிருக்கோம், எங்க காட்ல வெளஞ்ச தானியம், குருவியும், கோழியும் தின்னா கொறஞ்சா போயிரும், இந்தாங்க கம்மம்புல், போதுமா இன்னும் வேணுமா, இந்தாங்க நீங்க குடுத்து விட்ட ரூவா'

கிராமங்களில் இன்னும் ஈவு இரக்கம் செத்துவிடவில்லை. மனிதம்

எந்தெந்த ரூபத்திலோ வாழ்ந்துகொண்டுதான் இருக்கிறது. கம்மம்புல் கொட்டி ஸ்டாண்டில் வைப்பதற்காக இரண்டு சிறிய பிளாஸ்டிக் கிண்ணங்களை வாங்கிக்கொண்டு சந்தோஷமாக வீட்டிற்குப் போனேன். என் காலடிச் சத்தம் கேட்ட உடனேயே அந்தப் புதுமணத் தம்பதிகள் விருட்டெனப் பறந்து மரக்கிளையில் உட்கார்ந்து கொண்டன. கண்ணாடியைப் பார்த்தேன். அலகு கொத்திய புள்ளி புள்ளியான தடங்களும், எச்சங்களும். நான் சந்தோஷமாய்த் துடைத்து சுத்தம் செய்துவிட்டு இரண்டு கிண்ணங்களிலும் தானியத்தை நிரப்பி ஸ்டாண்டில் வைத்துவிட்டு குளியலறைக்குள் போய்க் கதவைப் பூட்டினேன். வீக் வீக் என்ற சத்தத்தைத் தொடர்ந்து டக்டக்கென்று தங்கள் பொட்டு அலகுகளால் கண்ணாடியைக் கொத்தும் சத்தம், அப்புறம் இடையிடையே தானியக் கிண்ணத்திலும் ஒரு கொத்து, கதவை இலேசாய் நீக்கி எட்டிப் பார்த்தேன். அடடா அந்தக் காட்சியைக் காண ஒருகோடி கண் வேண்டும், எத்தனை லட்சம் எத்தனை கோடி கொடுத்தாலும் கிடைக்காத அபூர்வ காட்சியல்லவா? முதன்முறை யாகக் கண்ணாடிக்குள் குருவிகளைப் பார்த்தேன். குளிக்க மனமின்றி நின்றுகொண்டிருந்தேன். குருவிகள் குதித்துக்கொண்டிருந்தன.

●

41

நாசி

என்றைக்காவது ஒருநாள் திருட்டு என்றால் சரி, தினமும் திருட்டு, தெருவெல்லாம் திருட்டென்றால் யாருக்குத்தான் பயமும் பீதியும் வராது. அந்த நகரமே அல்லோகலப்பட்டது. வீட்டைப் பூட்டிவிட்டு யாருமே வெளியூர் செல்ல பயந்தார்கள். இதில் ஒரு பெரிய அதிசயம் என்னவென்றால் எந்த வீட்டிலேயும் நகைகள், ரொக்கம் தவிர வேறெந்தப் பொருட்களும் திருடப்படவில்லையென்பதுதான். ஒருவேளை திருடனுக்கு விசிஆர், டிவி, மிக்ஸி இவையெல்லாம் தேவையில்லையோ என்னவோ! ஒரு வேளை திருடன் இதை ஒரு கொள்கையாகக்கூட வைத்திருக்கலாம்

ஐந்து மாதமாகத் தனிப்போலீஸ் படை தலையைப் பிய்த்துக் கொண்டதுதான் மிச்சம். ஒரு துப்பும் கிடைக்கவில்லை. ஊரே பீதியில் உறைந்து போயிற்று என்றுதான் சொல்ல வேண்டும். தடய அறிவியல் அறிஞர்கள் எந்தத் தடயத்தையும் கண்டுபிடிக்க முடியவில்லை. கைரேகை நிபுணர்கள் தடவித் தடவிப் பார்த்துத் தங்களுடைய கைரேகைகளை அழித்துக்கொண்டதுதான் மிச்சம். மோப்ப நாய்கள் ஊரைச் சுற்றி தினமும் ஓடின. ஒரே ஒரு நாய் மட்டும்தான் ஒருவனைக் கவ்விப் பிடித்தது. விசாரணையில் அவர் பிராய்லர் கோழிக்கடைக்காரர் என்பதும், நாய் கவ்விப்பிடித்த சமயம் கடையைப் பூட்டிவிட்டு கோழிக்கறிக் கழிவுகளை சாக்குப் பையில் பொட்டலமாகக் கட்டி தலைச்சுமையாய்க் கொண்டு போய்க்கொண்டிருந்தார் என்பதும் விசாரணையில் தெரியவந்தது. போலீஸ் அதிகாரிகள் மாற்றப்பட்டும், புதிய போலீஸ் அதிகாரிகள் பதவியேற்றும் திருட்டைக் கண்டுபிடிக்க முடியவில்லை. திருட்டு குறையவுமில்லை. அரசியல் கட்சிகள் அனைத்தும் தட்டிப் போர்டுகள் வைத்து தங்கள் கண்டனங்களைத் தெரிவித்துக்கொண்டன. இடதுசாரி கட்சிகள் தாங்கள் வருடம் முழுவதும் நடத்தும் ரேஷன் அரிசி போராட்டம், இலவச வேஷ்டி

சேலை போராட்டம், சுடுகாட்டுப் பாதை போராட்டம் இவைகளை இரண்டு நாட்கள் மட்டும் ஒத்தி வைத்துவிட்டு இந்தத் திருட்டு பற்றி ஆர்ப்பாட்டம் நடத்தின, தடுக்காவிட்டால் உண்ணாவிரதம் நடைபெறும் என்றும் காவல்துறையை எச்சரித்தன. சென்னை யிலிருந்து பெரிய பெரிய துப்பறியும் நிபுணர்கள் நகரத்தில் முகாமிட்டதுதான் மிச்சம். தினமும் திருட்டு நடந்தது. திருடன் ஆவியாக வந்து திருடிவிட்டு ஆவியாகவே மறைந்துவிடுகிறான் என்ற புரளி ஒரு பக்கம் மக்கள் வயிற்றைக் கலக்கியது. சிலர் பேய் என்றார்கள், இன்னும் சிலர் பிசாசு என்றார்கள். ஒரு பெரிய மந்திரவாதியின் ஏவல் என்றார்கள் இன்னும் சிலர். ஆனாலும் தினமும் திருட்டு குறைவில்லாமல் நடந்தது. காட்டிலிருந்து தப்பி மாயாவி வீரப்பன் இங்கே வந்துவிட்டான் என்றும், வீரப்பனைப் பிடிப்பதென்பது இயலாத காரியம் என்றும் பேசப்பட்டது. காவல் துறை வீரப்பனைத் தேடாமல் இருந்திருந்தால் காட்டுக்குள்ளேயே இருந்திருப்பான் என்ற கருத்து ஆங்காங்கே வலுவாக விவாதிக்கப் பட்டது. இந்த ஆறுமாதமாகத் திருட்டில் பெரிய அதிசயம் யாரும் ஒருதுளி ரத்தம்கூட சிந்தவில்லை என்பதுதான். பைபாஸ் ரோட்டில் ரோந்து சென்றபோது போலீஸ் ஜீப் கவிழ்ந்து இரண்டு போலீசாருக்கு உள்ளங்கையில் சிராய்ப்பு ஏற்பட்டதுதான் பெரிய அசம்பாவிதம். இதுகூட திருடனின் சதியாகவே பேசப்பட்டது. நகரத்தில் இருந்த அத்தனை போலீஸ்காரர்களையும் அதிகாரிகளையும் கூண்டோடு மாற்றிவிட்டு திறமையான புதியவர்களை நியமித்தது அரசு. மணிக்கைதண்டி மீசையைச் சுமந்துகொண்டு திரிந்த காவல்துறை ஆணையாளரைப் பார்த்து ஊர்மக்கள் பயந்தார்கள், போலீஸ்காரர்கள் பயந்தார்கள். திருடன் பயப்படவில்லை. தினமும் இரவில் பல வீடுகளில் கொள்ளை நடந்துகொண்டுதான் இருந்தது.

காவல்துறைக்குப் பெரும் சவாலாக இருந்த விஷயம் திருடுபவனின் மின்னல்வேக தகவல் பரிமாற்றம்தான். குடும்பத்தோடு வீட்டைப் பூட்டிவிட்டு வெளியூர் போகிறவர்களின் வீடுகளை எப்படி இவ்வளவு துல்லியமாகக் கண்டுபிடிக்கிறான் என்பதுதான் போலீசை குழப்பிய விஷயம். தன்னுடைய குடும்பத்துடன் இரவு எட்டு மணிக்கு சென்னை செல்வதற்காக ரெயில்வே நிலையம் போன யூசுப் பாய், ரெயில் நான்கு மணி நேரம் தாமதமாக வருகிறது என்ற தகவலை யொட்டி உடனடியாக வீடு திரும்பினார். எட்டு மணியிலிருந்து பத்து மணிக்குள் அந்த இரவு இரண்டு மணிநேர இடைவெளியே போதுமானதாக இருந்தது திருடனுக்கு. ஆள் இல்லாத வீடுகளை

318 ❋ நீர்ப்பழி

அடையாளம் காட்டிக் காசு வாங்கும் ஒற்றர்கள் ஊரெங்கும் இருக்கிறார்கள் என்று கருதி பெரிய மீசைக்கார ஆணையாளர் அதிரடி உத்திரவுகளைப் பிறப்பித்தார். அதன்படி தெருத்தெருவாய் அலையும் பல பேர் கைதுசெய்யப்பட்டார்கள் அல்லது அப்புறப்படுத்தப் பட்டார்கள். ஐஸ்வண்டிக்காரர்கள், லாண்டரி வண்டிக்காரார்கள், பாப்கார்ன், கோன் ஐஸ் வியாபாரிகள், கிளி ஜோஸ்யம் பார்ப்பவர்கள், பழைய இரும்பு, ஈயம் பித்தளை பேரீச்சம்பழ வியாபாரிகள் அனைவரும் துப்புச் சொல்லும் ஒற்றர்கள் என முத்திரை குத்தப்பட்டு விரட்டப்பட்டனர். இப்போது நகரம் ஆள் நடமாட்டம் குறைந்து சுத்தமாக இருந்தது, திருடனுக்கு ரொம்பவும் வசதியாகப் போய் விட்டது போலும். ஒரே இரவில் ஆள் இல்லாத ஐந்து வீடுகளில் திருட்டு வெவ்வேறு இடங்களில்.

இனிமேலும் காவல்துறையை நம்பி பயனில்லை என்று தெருவுக்குத் தெரு மக்களே இளைஞர்களும், இளைஞர்கள் என்று நினைத்துக் கொண்டிருப்பவர்களும் சேர்ந்து ஆங்காங்கே ஊர்க் காவல் படையை அமைத்து இரவில் காவல் காத்தார்கள். குடும்பத்தோடு வெளியூர் போகிறவர்கள் ஊர்க்காவல் படையிடம் வீட்டை ஒப்படைத்துவிட்டு நிம்மதியாகப் போய் வந்தார்கள். இந்தச் செயல் காவல்துறைக்குக் கொஞ்சம் அவமானத்தை உண்டாக்கியிருக்க வேண்டும். வீட்டைச் சுற்றி ஊர்க்காவல்படையினர் காவலிருக்க இரண்டு மூன்று வீடுகளில் திருட்டுப்போனபோது ஊர்க்காவல் படையினரையே சந்தேகப்பட வேண்டியதாயிற்று. இதுதான் சமயம் என்று காத்திருந்த காவல்துறை ஊர்க்காவல் படையினரை அள்ளிப் போட்டுக்கொண்டு போய் விசாரிக்கத் தொடங்கியது. அப்படித் திருட்டு நடந்த வீட்டை காவல் காத்த ஊர்க்காவல் ஒருமித்த குரலில் சொன்ன விஷயம்தான் போலீசை கொஞ்சம் சிந்திக்க தூண்டியது. திருட்டு நடந்த வீட்டை நாங்கள் சுற்றி வருகையில் வீட்டின் வாசலில் ஒரு நாய் நின்றுகொண்டிருந்தது. அது எங்களையே வீட்டின் அருகில்கூட நெருங்கவிடாமல் குரைத்து விரட்டியது என்பதுதான் அது. திருட்டுப்போன வீட்டின் உரிமையாளர் களோ நாங்கள் நாயே வளர்ப்பதில்லை என்றும், நாயே வளர்க்காத வீட்டில் நாய் எப்படிக் காவல் காத்தது என்று வினவ காவல்துறை குழம்பியது. பக்கத்து வீடுகளிலும் நாய் வளர்ப்பவர்கள் இல்லை என்பதைத் தீர விசாரித்து உறுதி செய்தது காவல்துறை.

நடைபெறுகின்ற தொடர் திருட்டுக்களில் நாய் சம்பந்தப் பட்டிருக்கலாம் என்ற கோணத்தில் போலீஸ் தன்னுடைய விசாரணையை முடுக்கியது. திருட்டு நடந்த வீட்டைச் சுற்றிப் படிந்திருந்த கால்

ரேகைகளும், மூத்திரமும் நாயினுடையவைதான் என்பது ஊர்ஜிதப் படுத்தப்பட்டது. உடனடியாகக் காவல்துறை அதிரடி உத்திரவு ஒன்றைப் பிறப்பித்தது. உடனடியாக நகரத்தில் நாய் வளர்ப்போர் அனைவரும் அவரவர் நாய்களை வீட்டுக்குள்ளேயே அடைத்து வைத்துக்கொள்ள வேண்டும். வீட்டு வராந்தாவிலோ காம்பவுண்டுக் குள்ளேயோ அல்லது தெருவிலேயோ தென்படும் நாய்கள் உடனே சுட்டுக் கொல்லப்படுவதுடன் உரிமையாளரின் மீது வழக்குத் தொடரப்படும் என்று தெருத்தெருவாக மைக் மூலம் அறிவிப்புச் செய்தனர். (மா)நகராட்சியும் இதையே சாக்காக வைத்து நாய்களைக் கொஞ்சம் குறைத்துக் கொள்ளலாம் என்ற நல்லெண்ணத்தில் நிறுத்தி வைத்திருந்த நாய் வேட்டையை மீண்டும் துரிதப்படுத்தி தெருத் தெருவாய் தண்டோரா போட உத்திரவிட்டது. ரெயில்வே ஸ்டேஷனில் நாயுடன் திரிந்த ஒருவரின் நாயைப்பிடிக்க முயன்ற நகரசுத்தி தொழிலாளிகள் நால்வரை நார் நாராய் கிழித்துக் கடித்துக் குதறிவிட்டு தப்பிக்க முயல்கையில் காவல்துறையில் அதிரடிப்படை ஏ.கே. 47 சகிதம் சுற்றி வளைத்து நாயையும் நாயின் உரிமையாளரையும் கைது செய்ய முயற்சிக்கையில், நாயின் உரிமையாளர் எவ்விதம் இரு கைகளையும் தூக்கி சரணடைந்தாரோ அதே போல் முன்னத்தியங்கால்கள் இரண்டையும் தூக்கி பின்னத்தியங்கால்களில் நின்றுகொண்டு ஒரு வீர வணக்க 'சல்யூட்' அடித்தபடி சரணடைந்தது நாய். தீவிர விசாரணையில் அந்த நாய்க்காரர் கொடுத்த வாக்குமூலம்.

'என் பெயர் பொன்மாடன். நான் காவல்துறையில் இருபது ஆண்டுகள் பணியாற்றிய போலீஸ்காரன். விசாரணைக்காகக் கைதியைக் கோர்ட்டுக்குக் கொண்டு போனபோது அந்தக் கைதி தப்பியோடிவிட்டபடியால் சஸ்பெண்ட் செய்யப்பட்டு, பின்னர் டிஸ்மிஸ் செய்யப்பட்டவன். அந்தக் கைதி தப்பியோடும்போது மூன்றுமுறை துப்பாக்கியால் சுட்டேன். ஆனால் ஒருமுறை கூட துப்பாக்கியிலிருந்து குண்டு வெளியேறவில்லை, நீதிமன்றமும் ஏற்றுக் கொள்ளவில்லை. நான் நிரந்தரமாக டிஸ்மிஸ் செய்யப்பட்டேன். கைதி தப்பிப் போனதற்கு நான் காரணமல்ல, நீங்கள் கொடுத்த துப்பாக்கி தான் காரணம் என்ற உண்மையை யாருமே ஏற்றுக்கொள்ளாததால் காவல் துறையை எப்படியாவது பழிவாங்க வேண்டும் என்று துடித்தேன். கல்யாண வயதில் நான்கு பெண்கள், படித்து முடித்த இரண்டு பையன்கள். ஒரே நாளில் என் குடும்பம் நடுத்தெருவில் நிர்க்கதியாய் நின்ற அவலம். தப்பியோடி தலைமறைவாகிப் போன கைதி, என்னுடைய வேலைநீக்க விஷயம் கேள்விப்பட்டு ஐந்தாயிரம்

ரூபாயும் ஒரு அனுதாபக் கடிதமும் அனுப்பியிருந்தான். அவனுக்கு இருந்த அந்த ஈவு இரக்கம்கூட இருபது ஆண்டுகள் நாயாய் உழைத்த எனக்குக் காவல் துறையில் இல்லை.'

அந்தச் சமயத்தில்தான் காவல்துறையில் துப்பறியும் துறையில் பணியாற்றி ஓய்வு பெற்ற இந்த நாயை ஏலம் விடுகிற விஷயம் அறிந்து. நானே ஏலத்தில் வாங்கினேன். மூன்றே மாதத்தில் நான் பயிற்சி கொடுத்துப் பழக்கிவிட்டேன். அதாவது பஸ் ஸ்டாண்ட், ரெயில்வே ஸ்டேஷன் போன்ற இடங்களுக்கு இந்த நாயுடன் வாக்கிங் போவேன். குடும்பசகிதம் புறப்பட்டு வண்டியேற காத்திருக்கும் மக்களை மோப்பம் பிடித்து, அந்த மோப்பத்தின் மூலம் அவர்களுடைய வீடுகளை எனக்கு அடையாளம் காட்டும். அடையாளம் காட்டிவிட்டு அதே வீட்டின் வாசலில் காவல் காக்கும். நான் வீட்டுக்குள் போய் பயமின்றி திருடுவேன். யாரும் வீட்டுக்குள் வரமுடியாது. தெருவில் போவோர் வருவோரும் சந்தேகிக்க மாட்டார்கள். காக்கிச் சட்டையின் வாசம் அதற்கு அத்துப்படி. இதுவரையிலும் எனக்கோ அல்லது என் நாய்க்கோ அல்லது திருடப்பட்ட வீட்டுக்காரர்களுக்கோ ஒரு சிறு சிராய்ப்பு காயம்கூட ஏற்படவில்லை.

அந்த நாயையும் பொன்மாடனையும் பலத்த போலீஸ் காவலுடன் ஆஜர்படுத்தியது போலீஸ். பதினைந்து நாள் ரிமாண்ட் செய்ய உத்தரவிட்டார் மாஜிஸ்திரேட். அப்போது நாயின் மூக்கிற்குள் மாஜிஸ்திரேட்டின் வீடு தெரிந்தது. காலையில் காவல்துறைத் தலைவர் (டிஜிபி) அவர்களின் உத்திரவு ஒன்று எல்லா செய்தித் தாள்களிலும், மற்ற ஊடகங்களிலும் வெளியானது.

'இனிமேல் காவல்துறையில் பணியாற்றி ஓய்வு பெறும் நாய்களை ஏலம்விடுவது தடை செய்யப்படுகிறது. ஓய்வு பெற்றபின் அவை களைப் பராமரிக்க தனி அதிகாரிகள் நியமிக்கப்படுகிறார்கள். அவற்றின் பராமரிப்பு செலவுக்காக பென்ஷன் வழங்கவும் நடவடிக்கை எடுக்கப்பட்டுள்ளது. இறந்தால் காவல்துறையின் முழுமரியாதையோடு நல்லடக்கம் செய்யவும் உத்தரவிடப்படுகிறது. இதுவரை போலீஸ் நாய்களை ஏலத்தில் எடுத்து வைத்திருப்பவர்கள் உடனடியாக அருகிலுள்ள காவல் நிலையத்தில் ஒப்படைக்க வேண்டும், மீறுவோர் மீது குற்ற நடவடிக்கை எடுக்கப்படும்.'

42

தற்காத்து...

மலைச்சரிவில் உள்ள அந்தத் தோட்டத்தின் வாசலில் நிர்மலா காரை நிறுத்தினாள். பறவைகளின் ஒழுங்கற்ற சத்தங்கள் தவிர்த்து வேறெந்த அரவமும் இல்லாத அமைதி. சிறிது நேரம் மௌனமாய் நின்றவள். தோட்டத்தின் கடேசியில் தெரிந்த குடிசையை நோக்கி குரல் கொடுத்தாள். அடர்ந்த செடிகளுக்கிடையே இருந்து ஒருவர் எழுந்து தம்மை நோக்கி நடந்து வருவது தெரிந்தது. கிட்டத்தில் வந்ததும் உற்றுப்பார்த்தாள். மேல்சட்டையற்ற உடம்பு, மெலிந்த தேகம், நீண்டதாடி, கழுத்தில் துண்டு, தார்ப்பாச்சல் கட்டிய வேஷ்டி, செருப்பில்லாத வெற்றுக்கால்கள்.

‘இங்க ராமன் நாயர்னு யாராவது இருக்காங்களா’

‘தயவுசெய்து உள்ளே வாருங்கள், நான்தான் ராமன் நாயர்.’

நிர்மலாவால் நம்ப முடியவில்லை, என்ன பேசுவதென்றும் தெரியவில்லை. அவரையே மேலும் கீழும் பார்த்தாள். ‘வனத்தின் குரல்’ ‘மலை வாழ்க்கை’ ‘ஆதிவாசிகளுடன் ஆறு ஆண்டுகள்’ ‘தென்னிந்திய தற்காப்புக் கலைகள்’ போன்ற அபூர்வமான புகழ்பெற்ற நூல்களை எழுதிய ராமன் நாயரா இவர்? ஏழெட்டுப் பேர் சூழ்ந்து கொண்டாலும் நொடிப்பொழுதில் தன்னை விடுவித்துக்கொள்ளும் சாகசத்தை அற்புதமாக எழுதியிருக்கும் ராமன் நாயர் எங்கே! ஒரு தள்ளு தள்ளினால் பஞ்சாய் பறந்து போய் விழுந்துவிடும் இந்த நோஞ்சான் ராமன் நாயர் எங்கே! நிர்மலா குழம்பிப் போயிருந்தாள்.

ஏதோ ஒரு வகையான புல்லினால் வேயப்பட்டிருந்த சின்னக் குடிசை. இரண்டு பிரம்பு நாற்காலிகளைத் தூக்கிவந்து முற்றத்தில் போட்டுவிட்டு உட்காரும்படி வேண்டிக்கொண்டார். அந்தக் குடிசை யையும், பல வகையான செடிகொடிகளையும் மயான அமைதியையும் ரசித்துக்கொண்டிருந்தாளே ஒழிய எதுவும் பேச வேண்டும் என்று தோன்றவில்லை நிர்மலாவுக்கு. ராமன் நாயரே பேச்சை ஆரம்பிக்க

வேண்டியதாயிற்று.

'எங்கேயிருந்து வருகிறீர்கள்? உங்கள் பெயரென்ன? என்னைப் பார்க்க வந்ததன் நோக்கம் இவைகளை நான் தெரிந்துகொள்ளலாமா?'

'என் பெயர் நிர்மலா. சென்னையிலிருந்து வருகிறேன். விலங்கியலில் முதுகலைப்பட்டம் முடித்த மாணவி, நீங்கள் எழுதிய சில புத்தகங் களை ஒரு பேராசிரியர் அறிமுகப்படுத்தினார், அவற்றைப் படித்ததி லிருந்து உங்களை சந்திக்க வேண்டுமென்ற ஆசை, ஆகவே வந்தேன்.'

'நான் உங்களுக்கு ஏதாவது உதவிகள்செய்ய வேண்டுமா? சந்தேகங்கள் இருந்தால் கேளுங்கள், என்னாலியன்ற உதவிகளைச் செய்வதோடு எனக்குத் தெரிந்த நானறிந்த விஷயங்களைச் சொல்கிறேன்.'

'நீங்கள் எழுதியுள்ள, 'ஆதிவாசிகளுடன் ஆறு ஆண்டுகள்' 'தென்னிந்திய தற்காப்புக் கலைகள்' இந்த இரு நூல்களையும் நான் ஆங்கிலத்தில் மொழிபெயர்க்க விரும்புகிறேன், உங்கள் அனுமதி, உதவி தேவை.' பலமாகச் சிரித்த ராமன் நாயர் வேகமாகக் குடிசைக்குள் சென்றார். தடித்த இரண்டு புத்தகங்களைக் கொண்டுவந்து நிர்மலா விடம் கொடுத்தார். இரண்டுமே மிகப் பிரமாதமாகத் தயாரிக்கப்பட்ட ஜெர்மன் மொழியில் எழுதப்பட்ட நூல்கள். நிர்மலாவுக்கு ஆச்சரியம் தாங்கவில்லை. புத்தகங்களையே பார்த்துக்கொண்டிருந்தாள்.

'நீங்கள் குறிப்பிட்ட இரண்டு புத்தகங்களின் ஜெர்மன் மொழி பெயர்ப்புதான் இவை. வெளிவந்து இரண்டு ஆண்டுகள் ஆகிவிட்டன. மூன்றாம் பதிப்பு இப்போது தயாராகிக்கொண்டிருக்கிறது. ஆங்கில மொழிபெயர்ப்பும் நடந்துகொண்டிருப்பதாக டென்னிஸ் சொன்னான்.'

'யாரந்த டென்னிஸ்'

'டென்னிஸ் ஹேன்ஸன். ஜெர்மன் நாட்டுக்காரன். என்னுடைய உயிர் நண்பன். ஐந்தாண்டுகள் என்னுடன் தங்கியிருந்தவன். பல மொழிகளில் தேர்ச்சியும் புலமையும் பெற்றவன். அவன் ஒரு ஜுனோமி—மிருகங்களின் வாழ்க்கை, அதன் சூழ்நிலை, அவற்றின் வாழ்க்கைத் திட்டங்கள் ஆகியவற்றை ஆராய்வதற்காக இங்கே வந்தவன், பல நாடுகள் சுற்றுபவன். நானும் அவனும் சந்தித்துக் கொண்டது தற்செயலானது'

குடிசைக்குள் எழுந்து சென்ற ராமன் நாயர் சிறிது நேரத்தில் இரண்டு மண்குவளைகளில் ஏதோ பானம் கொண்டு வந்தார். நிர்மலாவுக்கு அது என்னவென்று தெரியவில்லை. சுவையாயிருந்தது.

'வித்தியாசமாயிருக்கிறது, இது என்ன பானம் சார்'

‘வெறும் பச்சத்தண்ணீர், தேவையான அளவு தேன், அத்தோடு நிழலில் உலர்த்தப்பட்டுப் பொடியாக இடிக்கப்பட்ட ஆவாரம் பூ மொட்டுக்களின் தூள்’

‘உங்கள் நண்பர் டென்னிஸ் ஹேன்ஸன் இப்போது எங்கே.’

‘அவன் ஜெர்மன் போய் இரண்டு ஆண்டுகள் ஆகிவிட்டன. அநேகமாக அடுத்த ஆண்டு இங்கே வருவான். தினமும் தொலை பேசியில் என்னுடன் மணிக்கணக்கில் பேசுவான், அவன் என்னுடன் பேசுவதற்காகவே அவனால் வற்புறுத்தி இங்கே வைக்கப்பட்டதுதான் இந்தத் தொலைபேசி. மாதம் தவறாமல் பணமும் அனுப்பி வைக்கிறான். என்னுடைய தென்னிந்திய தற்காப்புக் கலைகளைக் கற்பிக்கும் பள்ளிக்கூடம் ஒன்றையும் ஜெர்மனியில் நடத்துகிறான், அமோக வரவேற்பு என்றும் நூற்றுக்கணக்கில் மாணவர்கள் பயில்வதாகவும் சொல்கிறான், என்னையும் அங்கே கூட்டிப்போக முயற்சிக்கிறான்.’

‘நான் சில அபூர்வ வகை சிலந்திகளை ஆராயும் பொருட்டு ஏற்கனவே காட்டுக்குள் அலைந்தேன். அவனோ மிருகங்களை ஆராயும் பொருட்டு காட்டுக்குள் வந்தான். இருவரும் சந்தித்துக் கொண்டோம். வருடம் முழுவதும் மலை உச்சியில் வாழும் ஆதிவாசி களுடன் சுற்றித் திரிந்தோம். நான் சிலந்தி பற்றி ஆராய்வதையும், அவன் மிருகங்கள் பற்றி ஆராய்வதையும் விட்டு விட்டு ஆதிவாசி களை ஆராய்ந்தோம்.’

‘அந்த ஆதிவாசிகளைச் சந்திக்க முடியுமா?’

‘உங்களால் முடியாது. அதற்கு சில தியாகங்கள் தேவைப்படும். அடர்ந்த மலைகளின் உச்சியில் வாழும் அபூர்வ இன பழங்குடிகள். அவர்களுக்கு டென்னிஸ் ஹேன்ஸன் வைத்த பெயர் ஜுலு. இவர்கள் தான் தென்னாப்பிரிக்காவின் மிகப் புராதனக் குடிமக்களாம். இன்னும் ஆடைகளின் உபயோகம் தெரியவில்லை. பறவைகள், மிருகங்களை வேட்டையாடி தீயில் சுட்டு சாப்பிடுகிறார்கள். குழுப் புணர்ச்சியில் ஈடுபடுகிறார்கள். அவர்களுடைய ஒவ்வொரு அசைவும் ஏதாவது ஒரு பறவையின் அல்லது மிருகத்தின் அசைவை ஒத்திருப்பது அதிசயம். சொல்லப்போனால் இன்னும் மிருகங்களாகவே வாழ்கிறார்கள். அவர்களை மையப்படுத்தித்தான் என்னுடைய ‘தென்னிந்திய தற்காப்புக் கலைகள்’ நூலை எழுதினேன். நம்முடைய பாரம்பரிய வீர விளையாட்டுக்களான சிலம்பம், களரி, வர்மம் இவற்றை ஜுலு இனத்தவரின் மிகப் பழமையான சண்டை

விளையாட்டோடு இணைத்திருக்கிறேன்.'

'நீங்கள் அதில் எழுதியிருக்கும் அத்தனை விஷயங்களும் உண்மையிலேயே சாத்தியமான நம்பகத்தன்மைதானா சார்!'

'அத்தனையும் நிருபிக்கப்பட்ட உண்மைகள். நான் அனுபவப் பூர்வமாக உணர்ந்தவன். என்னைவிட டென்னிஸ் ஹேன்ஸன் இக்கலையில் நிபுணன். ஆனாலும் என்னைத்தான் குரு என்பான். அவன் நடத்துகின்ற அந்தப் பள்ளியில் நூற்றுக்கணக்கான பெண்கள் படிப்பதோடு அந்த நாட்டு அரசாங்கம் நிதியுதவியும் அளித்து வருகிறதாம்.'

'அதில் ஒரு சிலவற்றை செய்து காண்பிக்க முடியுமா சார்'

ராமன் நாயர் குடிசைக்குள் போனவர் சற்று நேரங்கழித்துத் திரும்பி வந்தார். அவருடைய கைகளில் இலைகளால் கோர்த்துப் பின்னப்பட்ட இரண்டு தட்டுக்கள் இருந்தன. இரண்டிலும் பலாச்சுளைகள், மாம்பழத் துண்டங்கள், அன்னாசிப்பழ கீற்றுக்கள், மாதுளை முத்துக்கள் இருந்தன.

'இதுதான் என்னுடைய மூன்று வேளைக்குமான உணவு, தயவு செய்து சாப்பிடுங்கள், உங்களைச் சரியாக உபசரிக்க இயலாமைக்கு வருந்துகிறேன்'

'நான் பெரிய பணக்கார வீட்டுப்பெண். எங்கள் அப்பா கோடீஸ்வரர். நீங்கள் என்னுடன் வந்தால் எல்லா உதவிகளையும் நான் செய்கிறேன். ஒரு பெரிய பள்ளிக்கூடத்தையே நிறுவுகிறேன். நீங்கள் தாராளமாக உங்களுடைய தென்னிந்திய தற்காப்புக் கலைகளைக் கற்றுக் கொடுக்கலாம். மக்களுக்குக் குறிப்பாகப் பெண்களுக்கு பிரயோஜனமாக இருக்கும்.'

'இது மிகவும் அபாயகரமான கலை. சுயநலத்திற்காக இக்கலையைப் பயன்படுத்தமாட்டோம் என்ற சத்தியம் வாங்காமல் இதை யாருக்கும் கற்றுக் கொடுக்கமாட்டேன். ஏனெனில் என்னுடைய எந்த விரல் நுனியும், எதிரியின் மேலில் எந்த இடத்தில் பட்டாலும் போதும், எதிரி செயலிழப்பான், நான் ஜெயித்துவிடுவேன், ரௌடிகளும், சமூக விரோதிகளும், காமுகர்களும் கற்றுக்கொண்டுவிட்டால் இக்கலையின் நோக்கம் திசைமாறிவிடும்'

'எனக்கு இக்கலையைக் கற்றுக் கொடுப்பீர்களா'

'தற்காப்புக்கு மட்டுமே பயன்படுத்துவேன், எந்தச் சூழ்நிலையிலும் சுயநலத்திற்கோ, லாப நோக்கத்திற்கோ பயன்படுத்த மாட்டேன் என்று

குரு முன்னால் சத்திய பிரமாணம் எடுக்க வேண்டும். பொறுமையை எப்படிப் கடைப்பிடிப்பது, அவமானத்தை எப்படிச் சகித்துக் கொள்வது என்பது பற்றி முதலில் மனப்பயிற்சியும், அதிலே வெற்றியும் பெற்ற பின்னரே உடல் வலிமையேற்றும் கயிற்றின் மூலம் மரம் ஏறுதல் போன்ற பயிற்சியும் கற்றுக் கொடுக்கப்படும்'

'சத்தியத்தை மீறினால்'

'நிச்சயம் தோற்றுப் போவாய். குருவை ஏமாற்றிவிடலாம். ஆனால் உன் மனசாட்சியை ஏமாற்ற முடியாது. மனக்குழப்பத்தில் நரம்புகள் கூடும் மையப்புள்ளியைத் தாக்க உன் கை இடறும். ஒரு கடுகு அளவு இடம் மாறினாலும் எதிரி முந்திக்கொள்வான். உன் மனதின் சிறு சலனம் கூட உன்னைத் தோல்வியில் தள்ளிவிடும்.'

'எவ்வளவு நாளில் இதை முழுவதுமாகக் கற்றுக்கொள்ளலாம்'

'முழுமை என்பதே எதிலும் கிடையாது. ஆயுள் முழுக்க கற்றுக் கொண்டேயிருக்கலாம். நம்முடைய மனித நரம்பு மண்டலத்தைத் தொண்ணூற்று ஆறு பிரிவுகளாகப் பிரித்து அந்தத் தொண்ணூற்று ஆறு பிரிவுகளிலும், ஒவ்வொரு பிரிவிற்கும் அறுபது உட்பிரிவுகள் வைத்துப் பிரித்திருக்கிறேன். என்னுடைய அனுபவ அறிவுக்கு உட்பட்ட பறவைகள், மிருகங்கள், பாம்புகள் இவற்றின் தற்காப்பு முறைகளையும், தாக்குதல் முறைகளையும் அறிந்து எந்தெந்த மிருகங்களின் தாக்குதல்கள், எந்தெந்த நரம்பு மண்டலத்துடன் தொடர்புடையது என்று கண்டறிந்து எழுதியிருக்கிறேன். அந்த ஆதிவாசிகளில் ஆண், பெண், குழந்தைகள் அனைவருமே இந்தக் கலையில் வல்லவராயிருக்கிறார்கள்'

'கேட்கவே பயமாகவும் பிரமிப்பாகவும் இருக்கு சார்'

'பயப்படுவதற்கோ, பிரமிப்படைவதற்கோ தேவையில்லை. மிஸ். நிர்மலா நான் இப்போது உங்களைத் தொட அனுமதிக்கிறீர்களா?'

'ஓ... தாராளமாக'

கண் இமைக்கும் நேரத்தில் தன்னுடைய இரு கைகளையும் நல்ல பாம்பு படமெடுப்பதுபோல் வைத்துக்கொண்டு நிர்மலாவின் கழுத்தும் தோள்பட்டையும் சந்திக்கின்ற இடத்தில் ஒரு கொத்துக் கொத்தினார். நிர்மலாவின் கண்களில் ஒரு மின்வெட்டு. அடுத்த வினாடி அவளுடைய இரு கைகளும் செயலிழந்து தொங்கின. ராமன் நாயர் சிரித்துக்கொண்டு நின்றார்.

'இப்போது உங்களுடைய இரு கைகளையும் அசைக்கக்கூட

முடியாது. இரு கைகளுமே வெறும் தோள்முனைத் தொங்கல்களாக மாற்றப்பட்டுவிட்டன. இப்படியே நீங்கள் ஆயுள் முழுக்க வாழலாம். உயிருக்கு எந்த ஆபத்தும் கிடையாது. ஆனால் கார் ஓட்ட முடியாது. மருத்துவத்திலும் குணமாக்க முடியாது. அடுத்து நான் இப்போது உங்களை என்ன வேண்டுமானாலும் செய்யலாம். ஆனால் செய்ய மாட்டேன். நான் என்னுடைய குருவிடம் சத்தியம் செய்திருக்கிறேன், உங்களுடைய தங்க செயின் தப்பித்தது.'

ராமன் நாயரின் சிரிப்பில் நிர்மலாவும் கலந்துகொண்டாள். அடுத்த நிமிடமே அதே போல் கைகளை வைத்துக்கொண்டு ஒரு கொத்துக் கொத்தினார். நிர்மலா சாஷ்டாங்கமாக நாயரின் காலில் விழுந்தாள்.

நிர்மலாவுக்கு இது நான்காவது மாதம். மனப்பயிற்சி முடிந்து, பொறுமை, சகிப்பு ஆகியவற்றிலும் தேர்ச்சி பெற்று கற்றுக் கொண்டிருக்கிறாள். விளையாட்டின் தீவிரமும், ஆச்சர்யமும் பிடிபடத் தொடங்குகின்றன. ஒவ்வொரு முடிச்சாய் ராமன் நாயர் போடுகிறார். அவிழ்க்க இன்னும் சொல்லித்தரவில்லை. இப்போது நிர்மலாவால் எதிரியைச் செயலிழக்கச் செய்ய முடியுமே ஒழிய செயல்பட வைக்கும் கலையை முடிக்கவில்லை. நாளையிலிருந்து உடல்வலு ஏற்றும் பயிற்சி. உச்சிமரத்திலிருந்து தொங்கும் கயிற்றில் ஏறி இறங்க வேண்டும்.

புதிதாக வாங்கிய நீண்ட கயிற்றுச் சுருளுடன் வேகமாக வந்து கொண்டிருந்தது நிர்மலாவின் கார். கொஞ்சம் பழங்கள் வாங்குவதற்காய் சாலையோரம் ஓரங்கட்டிவிட்டு இறங்கினாள். வாட்டசாட்டமான இரண்டு வாலிபர்களின் சில்மிஷம் எல்லை மீறிப்போனது. ரோட்டில் அனைவரும் கூடிநின்று வேடிக்கை பார்த்தார்கள். மஞ்சள் பனியனும், கறுப்பு பேன்ட்டும் அணிந்திருந்த அந்த டிப்டாப்பான இளைஞனின் பின் மண்டையின் கழுத்துப் பகுதியில் நிர்மலாவின் வலது முழங்கை இடியென இறங்கியது. கண்களில் மின்னலின் வெட்டு. கைகால்கள் செயலிழக்க, செத்த சவத்தைப் போல் தரையில் விழுந்தான். இன்னொருவன் போன இடம் தெரியவில்லை. குண்டடிப்பட்டுத் தரையில் விழுந்து கிடக்கும் பறவையைப்போல் பரிதாபமாக முழித்துக்கொண்டு கிடந்தான் இளைஞன். கைகளும் கால்களும் விறைத்துக் கிடந்தன. நிர்மலாவுக்கு அவனை எழுப்பிக்கும் கலை தெரியாது. செல்போனில் ராமன் நாயரிடம் பதறிப் பதறி விபரம் சொன்னாள். ராமன் நாயரின் சிரிப்பு போனில் கேட்டது.

'குழந்தாய் பயப்படாதே. அவன் இப்படியே ஆயுள் முழுக்கக்கூட இருக்கலாம், உயிர் பிரியாது. ஆனால் கை கால்கள் விறகுக்கட்டைகளைப்

போல் விறைத்தபடிதான் இருக்கும். அவற்றை மடக்கினால் ஆபத்து. ஒடிந்துவிடும். காருக்குள் மடக்கி உட்காரவைக்க முயற்சிக்க வேண்டாம். உன் காரின் மேல் மல்லாக்க படுக்கவைத்து, கயிற்றால் இறுகக்கட்டி இங்கே கொண்டு வா, பதட்டப்படாதே, சாலையில் மட்டும் கவனம் செலுத்து. காரை நிதானமாக ஓட்டு.'

சாலையில் போவோர், வருவோர், பஸ்சுக்குள் இருப்போர் அத்தனை பேரும் ஆச்சரியமாய்ப் பார்க்க நிர்மலாவின் கார் அந்தச் சாலையில் நிதானமாய்ப் பறந்தது. டிப்டாப் இளைஞன் முழித்தபடி கிடந்தான் காரின் மேல்.

43

கொடிகளின் நிறம்

தெற்கு பஜார் என்றும் நகைக்கடை பஜார் என்றும் அழைக்கப் படுகின்ற ஜனசந்தடி மிகுந்த ரோடும், மாதாக்கோவில் ரோடும் மெயின் ரோட்டோடு சேரும் முச்சந்திதான் செண்பகவல்லியம்மன் கோவில் படியேறுகிற சந்திப்பு. படிகளில் பட்டுச் சேலைகள் சரசரக்க கொலுசுகள் சிலுக் சிலுக் சப்தமிட பெண்கள் கூட்டம் எப்போதும் நிரம்பி வழியும். வெள்ளி, செவ்வாய் மற்றும் விசேஷ தினங்கள் என்றால் ஊர்வலம்தான். கடைசி படியின் கீழ்முற்றம்தான் மருத முத்துவின் வாசஸ்தலமும், தொழிற்கூடமும். முச்சந்தியில் இந்த நாலைந்து ஆண்டுகளாக மருதமுத்துவைத் தெரியாதவர்கள் இருக்கலாம், ஆனால் தரையில் தினமும் விதவிதமாய் அவன் வரைந்திருக்கும் ஓவியங்களைத் தெரியாதவர்கள் இருக்க முடியாது.

விடிந்தும் விடியாத கருக்கிருட்டு. தானே அமர்ந்து தானே நகர்த்திக் கொண்டு வரும் தள்ளுவண்டி. முச்சந்தியின் முதல் டீக்கடை. சலீம்பாய் கடை. மருதமுத்து வண்டியை ஓரங்கட்டி தாவி தரையில் அமர்கிறான். பாய்லருக்குள் கரியை அள்ளிப்போட்டுக் கொண்டிருக்கும் சலீம்பாய் புன்னகைக்கிறார். டீக்கடை வேலையோடு சலீம்பாய் தினம் செய்யும் வேலை ஒன்று உண்டு. ஒரு வாளியில் தண்ணீரும் விளக்குமாறும் கொண்டுபோய் அவனருகில் வைக்கிறார். சில பால்காரர்களின் வண்டிகள் மணியோசை எழுப்பிக் கடந்து போகின்றன. தன்னுடைய சூம்பிப்போன கால்கள் தரையில் இழுபட உட்கார்ந்துகொண்டே தரையில் ஒரு தூசி இல்லாமல் துடைத்தெடுத்து, பின்னர் தண்ணீர் தெளித்து உலரவிட்டபடியே அன்றைய படத்திற்கான வசம் பார்ப்பான். அதற்குள்ளாக சலீம்பாய் கடை தாழ்வாரத்திலிருந்து ஒரு சாக்குப் பொட்டலத்தை வைத்துவிட்டுப் போவார். மூட்டையை அவிழ்த்து எலுமிச்சங்காய் அளவுள்ள சிறுசிறு கற்களை எடுத்து நாலு பக்கமும் மால் கட்டி முடிக்கும் போதே சலீம்பாய் முதல் டீயைக்

கொண்டுவந்து வண்டி மீது வைத்துவிட்டுப் போவார். டீ குடித்து முடித்த உடனேயே ஈரம் உணர்ந்து பதமாகியிருக்கும். வேக வேகமாக இன்னுமொரு சாக்குப் பொட்டலத்தை வைத்துவிட்டு பாய் வெற்றுத் தம்ளரை எடுப்பார்.

'என்னடே மருது, இன்னிக்கி எந்தச்சாமி படியளக்கப் போறாரு'

கட்டைப்பீடியைச் சுண்டியபடியே மருதமுத்து சிரிப்பான்.

'இன்னைக்குப் பிள்ளையார் பாய்'

சாக்குப் பொட்டலத்திற்குள்ளிருந்து கலர்கலரான சாக்பீஸ்களும், சிறுசிறு டப்பாக்களும், வண்ண வண்ணப்பொடி வைக்கும் டப்பாக்களும் வந்துகொண்டேயிருக்கும். இனிமேல் மருதமுத்துவிடம் யாரும் பேச முடியாது. முகம் மாறி ஒரு தவ நிலையில் செயல் படுவான். அப்படியே பேசினாலும் பதில் வராது, குனிந்த தலை நிமிராது. பீடி மட்டும் உதட்டில் தொங்கிக்கொண்டேயிருக்கும். வலது கையின் ஆட்காட்டி விரலும், கட்டை விரலும் சாக்பீஸ்களைச் சுண்டிக்கொண்டும், எடுத்துக்கொண்டும், தரையில் இழுத்துக் கொண்டும் இருக்கும். தவளைப் பாய்ச்சலாய் அங்கேயும் இங்கேயும் தாவிக்கொள்வதும், அப்படியே உட்கார்ந்து தலையைச் சாய்த்து சாய்த்து வசம் பார்ப்பதும் தவிர்த்து ஏறிட்டுக்கூட பார்க்க மாட்டான்.

மருதமுத்துவின் வலது கை ஆட்காட்டி விரலுக்குள்ளேயும் கட்டை விரலுக்குள்ளேயும் இருந்துதான் எல்லாத் தெய்வங்களும் குதித்தோடி வந்து தரையில் படிகின்றன. அடுத்த நிமிஷமே அந்த விரல்கள் தூரிகையாய் மாறி நிறங்களைப் பொழியும் வானவில்லாய் மாறிப் போகின்றன. சகல விக்ரகங்களும் அடங்கிய மூலஸ்தானம் தான் மருதமுத்து போலும். ஐந்து தலை நாகம் சுற்றியிருக்க கடலில் சயனித்துக் கிடக்கும் திருமால், கொஞ்சம் உற்றுப்பார்த்தால் கடல் அலைகள் நெளியும் நீலநிற ஒளியசைவு, கறுப்புநூல் முறுக்கிய பாம்பின் நாக்கு, கண்முழிகளின் திரட்சி, யாரையும் சற்றே நிறுத்தி சுண்டியிழுக்கும் ஈர்ப்பு மருத முத்துவின் கைவண்ணம்.

இதோ பிள்ளையார், காலடியில் மூஞ்சூறு, யானை, துதிக்கை, தந்தம், வெண்மை, பானைவயிறு, பார்ப்போருக்குப் பிரமிப்பு. மறுநாள் முருகன், கையில் வேல், அருகில் மயில், மயிலிறகின் மினுமினுப்பு. இவையெல்லாம் அந்த இரு விரல்களுக்குள்ளிருந்து தான் வெளியேறுகின்றன. இதோ அனுமன் தன்மார்பைப் பிளந்தபடி நிற்கிறார். காலை வெய்யிலின் இலேசான தகதகப்பு சலீம்பாயின் கடைக்குள் மருதமுத்து இட்லி சாப்பிட்டுக்கொண்டிருக்கிறான்.

பாயின் கடைக்குள்ளிலிருந்து ஸ்பீக்கர் சத்தம் பலமாய் ஒலிக்கிறது. அல்லாவை நாம் மறவோம், அழகென்ற சொல்லுக்கு முருகா, வினாயகனே வினை தீர்ப்பவனே'

கோயில் படிக்கட்டுகள் களைகட்டுகிறது. பூக்கூடைகள் வரிசையாய் முளைத்திருக்கின்றன. தேங்காய், பழம் கூடை கூடையாய்ப் பரம்பியிருக்கின்றன. பட்டுச் சேலைகள் சரசரக்கின்றன. நுனி முடிந்த கூந்தல் முதுகில் ஈரம் சொட்ட பெண்கள் அலைஅலையாய் நிற்கிறார்கள். அனுமனின் மேலெல்லாம் காசுகள் ஒட்டிக்கொண்டு மினுமினுக்கின்றன. சுண்டிவிடும் காசுகள்கூட அனுமனின் திரண்ட புஜத்திலோ அல்லது கன்னத்திலோ போய் ஒட்டிக்கொள்கின்றன. அனுமனின் இருதயம் இரத்தச் சிவப்பாய்ப் பயமுறுத்துகிறது.

இதோ இயேசு சிலுவையில் தொங்குகிறார். அவருடைய விலா எலும்புகள் வரிசையிட்டுக் காட்டப்பட்டுள்ளன. வேஷ்டி விலகி தொங்குகிறது. விரித்த உள்ளங்கைகளிலும் பாதத்திலும் மருதமுத்து எப்படித்தான் ஆணி அடித்தானோ? விலாவிலிருந்து காயத்தின் வழியே சொட்டுச் சொட்டாய் உதிரும் இரத்தம், ஒரு வேளை தன் விரலை வெட்டித்தான் அந்த இரத்தப் புள்ளிகளோடு தெளித்தானோ என்னவோ.

நேற்று பிறைநிலவும் குர்ரானும், பைபிளும், பகவத்கீதையும். இன்று கிருஷ்ண பரமாத்மா. நாளை இராமர் லஷ்மணர். ஒவ்வொரு நாளும் படங்களில் சில்லறை நிறைய நிறைய மனசு குளிரும். சலீம்பாய் கேலி பண்ணிக் கொண்டேயிருப்பார். மருதமுத்துவைச் சீண்டிப் பார்த்து ரசிப்பவர்.

'டேய், மருதமுத்து இன்னைக்கு யேவாரம் இல்லடே ஒரு நூறு ரூவா கடன் குடு.'

'....'

'டேய், மருது எதுக்குடே இப்பிடிக் கெடந்து கஷ்டப்படுறே. ஒரு பொண்ணு இருக்கு முடிச்சிருவமாடே.'

விடாத அடைமழைக்காலங்களில்தான் மருதமுத்துவின் பாடு திண்டாட்டம். சில நேரங்களில் பத்து நாள் பதினைந்து நாள்கூட ஈரம் போகாது தூறல் விழுந்துகொண்டே இருக்கும். அப்போதெல்லாம் சலீம்பாய்தான் மருதமுத்துக்குப் படியளக்குற தெய்வம். பாய் எரிச்சல்படாது சோறு போடுவார். வர்ணபகவான் மனமிரங்கி சூரியபகவான் கண்திறந்தால் மருதமுத்துக்கு எந்தப் பகவானாவது படியளப்பார்.

இதோ இன்றைக்கு கிருஷ்ணர் ஜொலித்துக்கொண்டிருக்கிறார். இரு தடவை சில்லரைகளைப் பொறுக்கி பொட்டலம் கட்டியாயிற்று. கிருஷ்ணபரமாத்மாவின் கணிசமான படியளப்பில் மருதமுத்துப் பூரித்துப்போனான். கழுத்துமாலையும், மார்பில் ஆபரணங்களும், முதுகில் அம்புகள் நிறைந்த அம்பராவும், வசீகரப் புன்னகையும் காசு மழையாய்ப் பொழிந்துகொண்டிருக்கிறது. மெயின் ரோட்டில் தூரத்தில் ஏதோ ஊர்வலம் வருவது போல் தெரிகிறது. கிட்டத்தில் நெருங்கி வரவர உற்றுப் பார்க்கிறான் மருதமுத்து. முன்னால் இரண்டு பேர் நீண்ட பதாகைகளைப் பிடித்துக்கொண்டு வருகிறார்கள். அதில் 'மதநல்லிணக்கப் பேரணி' என்று பெரிய எழுத்தில் எழுதப் பட்டுள்ளது. அதைத் தொடர்ந்து நடுவில் காவியுடை அணிந்த இந்து மதசாமியார் ஒருவர், இடப்பக்கம் கிறிஸ்தவ சாமியார் ஒருவர், வலப்பக்கம் தொப்பியணிந்த இஸ்லாமிய மதகுரு ஒருவர் நடந்துவர அவர்களுக்குப் பின்னால் கூட்டம் வர கோஷங்கள் கேட்கின்றன.

ஒவ்வொருவரும் அவரவர் கைகளில் பல்வேறு வாசகங்கள் அடங்கிய அட்டைகளைத் தூக்கிப்பிடித்துக் கொண்டு வருகிறார்கள். 'டிசம்பர் 6, 1992, பாபர் மசூதி இடிக்கப்பட்டநாள், சிறுபான்மையோர் உரிமையைப் பறிக்காதே' மோடி அரசே ராஜினாமா செய், எம்மதமும் சம்மதமே, யாதும் ஊரே யாவரும் கேளிர், இந்தியாவைக் காவிமய மாக்கதே, பாரதத்தின் இறையாண்மை காப்போம், இன்னும் பல வாசகங்களை ஏந்தி அணிவகுத்துச் செல்லும் கூட்டம். மருதமுத்து கிருஷ்ணரின் பக்கத்தில் உட்கார்ந்தபடியே ஆச்சரியமாய்ப் பார்த்துக் கொண்டிருக்கிறான். கூட்டத்திலிருந்து விலகி இரண்டு மூன்று பேர் சலீம்பாய் கடைக்குள் நுழைகிறார்கள். கடைக்குள் அமர்ந்தவர்கள் டீ ஆர்டர் பண்ணுகிறார்கள். பேப்பரை விலக்கி ஏறிட்டுப் பார்த்தவர் புன்னகைக்கிறார்.

'டேய், ரமேஷ் என்னடா இங்க இருக்க'

'சும்மா அப்படியே பேப்பர் பாக்கலாம்னு வந்தன்'

'நீ என்னடா, திடீர்னு இந்தப் பக்கம் ஆபீசுக்குப் போகலியா?'

'இன்னிக்கு 'மதநல்லிணக்கப் பேரணிடா' மடையா'

'விடமாட்டீகளே மதத்த, ஊர்ல ஒலகத்துல எல்லாரும் மறந்துட்டாலும், நீங்க மறக்க மாட்டீகளே, டிசம்பர் ஆறு பாபர் மசூதி, இதவச்சு இன்னும் எத்தன வருஷத்துக்குடா காலத்த ஓட்டப் போறீக, இந்த ஊர்வலத்துல யாராவது பாமர மக்கள் போறாங்களானு பாரு, ஏன்னா அவங்க மதத்தப்பத்தி கவலையே படல, ஒங்கள மாதிரி படிச்சவங்க,

ஆபீஸ்ல வேல பாக்கிறவங்கதான் மதத்த அரசியலாக்கி ஆதாயம் தேடி நாலு ஓட்டாவது கிடைக்குமானு நாயா அலையறீங்க, அடித்தள ஒழைக்கும் மக்களுக்கு மதம் ஒரு பிரச்சினையே இல்லடா மச்சி'

'ஒன்ன மாதிரி மதவெறியங்க இப்பிடித்தாண்டா பேசுவீங்க'

'மதவெறியனாக் கூட இருக்கலாம்டா, ஆனா ஒங்கள மாதிரி மதத்த வச்சு பொழப்பு நடத்துறவங்களா இருக்கக்கூடாதுடா. தமிழ்நாட்டுல எங்கடா மதக்கலவரம் நடக்கு, இங்க எந்தக் கோயில யார்ரா இடிச்சா, ஒங்களுக்குப் பொழப்பு நடக்கணும், அப்பாவி மக்கள ரத்தம் சிந்த வச்சு வேடிக்க பாக்கணும், அதுக்குப் பேரு மத நல்லிணக்கம் இல்லடா, நீங்க செய்றது தான்டா உண்மையான மதக்கலவரம், ஏன்னா இல்லாத ஒன்ன பேசிப்பேசியே உருவாக்கிறதுதானடா ஒங்க வேல'

ரமேஷின் முகத்தில் சூடான டீயை ஒருவன் வீசியடித்தான். ரமேஷ் சோடாபாட்டிலை எடுத்து ஒருவனின் தலையில் ஓங்கியடித்தான். கூட்டத்திலும் சோடாபாட்டில்கள் விழுந்து வெடிக்கின்றன. கூட்டம் சின்னாபின்னமாகி ஓட போலீசின் விசில் சத்தங்களும், தடதடக்கும் பூட்ஸ் சத்தங்களும், அய்யோ அம்மா என்ற அலறல்களும் ஒரே நிமிஷத்தில் மெயின்ரோடும் முச்சந்தியும் சுடுகாடாகிப்போனது.

வெறிச்சோடிய ரோட்டில் மருதமுத்து மல்லாந்து செத்துக் கிடக்கிறான். அருகே வண்ணப்பொடிகள் அடங்கிய டப்பாக்கள் சிதறிக் கிடக்கின்றன. சாலையில் ஒரு ஈக்குஞ்சியைக்கூட காணவில்லை. பக்கத்திலிருந்த குப்பைத் தொட்டியிலிருந்து வந்த நாயொன்று குனிந்து மருதமுத்துவின் மூக்கிலிருந்து வடிந்து உறைந்த இரத்தத்தை முகர்ந்து பார்க்கிறது. மருதமுத்துவின் வடிவத்தில் ம(னி)த நாகரீகம் நாய் நுகர நடுரோட்டில் செத்துக் கிடந்தது.

•

44

பார்த்துக்கொண்டிருக்கும் பிரபஞ்சம்

ஏழாயிரம் பண்ணை ஜமீனைச் சேர்ந்த மன்னன் ஜடில வர்ம ஸ்ரீ வல்லபன் என்ற அபிராம பராக்கிரமனின் சக தர்மனியாகிய இளவரசி ஜமீன்தாரினி உத்திரகோச மங்கை நாச்சியாருக்குச் சந்தோஷம் பிடிபடவில்லை. காரணம் ரொம்ப நாட்களாகத் தள்ளிப்போய்க் கொண்டிருந்த தன்னுடைய ஒரே வாரிசு சின்ன ஜமீன் கோனேரி மெய் கொண்டான் குலசேகர தர்மப் பெருமாளுக்கு, பக்கத்து நாட்டு மன்னன் குலசேகர பராக்ரம அழகன் சொக்கன் தன்னுடைய ஒரே மகள் இளவரசி நற்கூந்தற் கருஞ்சடைச்சியை மணம் செய்விக்க ஒப்புக் கொண்ட தகவல் கிடைத்ததுதான். அரண்மனை முழுவதும் விஷயம் பரவி மந்திரி பிரதானிகள், படைத்தளபதிகள், ஒற்றர்கள், சேவகர்கள், சேடியர்கள் அனைவரும் மகிழ்ச்சி ஆரவாரமிட்டனர். தன்னுடைய ஜமீனுக்குட்பட்ட அத்தனை கிராமங்களிலும் தெருத் தெருவாய் இந்த விஷயத்தை தண்டோரா மூலம் தெரிவிக்கும்படி மன்னர் உத்தர விட்டார். ஏழாயிரம் பண்ணை ஜமீனே விழாக்கோலம் பூண்டது. ஒரே வாரிசான தங்களுடைய சின்ன ஜமீனுக்கு விவாகம் நடக்கப் போகிறது, அதுவும் வருகிற இளவரசி கருஞ்சடைச்சி என்றறிந்தவுடன் மக்கள் இரட்டிப்பு மகிழ்ச்சியுடன் ஆனந்தக் கூத்தாடினார்கள்.

ஊரெல்லாம் ஆடிப்பாடிக் களித்து ஆனந்தித்து இருக்கையில்தான் ஒற்றன் உருமாறிச் சேகரன் தயங்கித் தயங்கி அரண்மனைக் கோட்டைக்குள் நுழைந்தான். நேராக ஜமீன்தாரினி நாச்சியாரின் முன்னால் சென்று வணங்கினான். நித்திரைக்குத் தயாராகிக் கொண்டிருந்த நாச்சியார் திடுக்கிட்டு எழுந்து வந்தாள். இளவரசர் தர்மப் பெருமாளைத் தனியே கண்காணிக்க நாச்சியாரால் இரகசியமாக நியமிக்கப்பட்ட ஒற்றன்தான் உருமாறிச் சேகரன் என்பது மன்னருக்கே தெரியாத இரகசியம். ஒற்றன் சுற்றும் முற்றும் ஒரு பார்வை பார்த்துவிட்டு நாச்சியாரிடம் காதோடு காது வைத்தது மாதிரி ஏதேதோ

கிசுகிசுத்தான். அவன் சொல்வதைக் கேட்க கேட்க அரசி உத்திரகோச மங்கை நாச்சியாருக்கு முகம் இறுகிப் போயிற்று. கண்களை அகல விரித்து ஆச்சரியத்தைக் காட்டினாள். இடையிடையே பெருமூச்சு விட்டபடி தலையை ஆட்டி ஆமோதித்தாள்.

'உடனடியாக ஒற்றர்படைத் தளபதியை இங்கே வரச்சொல், எந்த விஷயமும் ஜமீன் காதுக்கோ, சின்னவரின் காதுக்கோ எட்டிவிடக் கூடாது ஜாக்கிரதை.'

'ஆகட்டும் மகாராணி.'

அரசி உத்திரகோச மங்கை நாச்சியாருக்கு உறக்கம் வர மறுத்தது. வெளியே, மொட்டை மாடியில் கொஞ்ச நேரம் உலாவினாள். அப்படியே உலவுகிற சாக்கில் தன் மகன் இளவரசனின் அறையையும் நோட்டம் விடத் தவறவில்லை. காவல்காத்து நிற்கும் காவலாளிகளின் தலை சாய்ந்த வணக்கங்களைத் தலையாட்டி ஏற்றுக்கொண்டே நடந்தவள் மீண்டும் தூக்கமின்றிப் புரண்டாள். ஒற்றன் சொன்ன சேதியை நினைத்தபோது மேலும் பயம் அதிகமாகியது. ஏழாயிரம் பண்ணை ஜமீனின் மானம் போய்விடக் கூடாதே என்பதில் பெரிதும் கவலைப்பட்டாள். மன்னரின் காதுக்கும் மகனின் காதுக்கும் எட்டாமல் எப்படியாவது காரியத்தை முடித்து ஜமீனின் மானம் காக்க வேண்டுமே என்று எண்ணியவள் மேலும் கலவரமடைந்தாள். தூரத்தில் ஒற்றர் படைத்தளபதியின் உருவத்தைப் பார்த்ததும் கடுப்பானாள். இருவரும் இரகசியமாக ரொம்ப நேரம் பேசிக் கொண்டிருந்தார்கள். அந்த ஏழாயிரம் பண்ணை ஜமீனின் அரண்மனை நிசப்தமாய் உறங்கிக்கொண்டிருந்தது.

'விஷயம் உண்மைதான் என்பது நிச்சயம்தானா தளபதியே.'
'சத்தியமான உண்மை தாயே, இரண்டு நாட்களாக இளவரசரைத் தீவிர கண்காணிப்பு வளையத்திற்குள் வைத்திருந்தோம். காட்டுக்குள் அவர் எங்கே போகிறார் என்பது மர்மமாகவே இருந்தது, இளவரசரின் குதிரைத் தடத்தையும், அந்தக் குதிரையின் சாணத்தையும் வைத்துத் தான் அந்த இடத்தைக் கண்டுபிடித்தோம். நேற்று மாலை நானும் உருமாறிச் சேகரனும் ஆதிவாசி வேட்டைக்காரர்களைப்போல் மாறுவேடமிட்டுப் புதருக்குள் மறைந்திருந்தோம், நாங்கள் கண்ட காட்சியையும் கேட்ட பேச்சுக்களையும் எப்படி மகாராணி சொல்வது.'

'தயக்கம் வேண்டாம் தளபதியே.'

'தயக்கமில்லை தாயே, நிலைமை நம்மை மீறிப் போய்க் கொண்டிருக்கிறது, இன்னும் தாமதித்தால் விபரீதம்.'

ஜமீன்தாரிணி உத்திரகோசமங்கை நாச்சியாரின் முகம் பேயறைந்தாற் போல் மாறிப் போயிற்று. சுற்றும் முற்றும் பார்த்தாள். இரகசிய குரலில் ஒற்றர்படைத் தளபதிக்கு சில உத்திரவுகளைப் பிறப்பித்தாள். தலையாட்டிக்கொண்டே நின்ற தளபதி கடைசியாகத் தண்ணீர் இறைக்க குனியும் தெலா மரத்தைப் போல் பாதி உடம்பைத் தரை நோக்கி தாழ்த்தி வணங்கிவிட்டு விடைபெற்றான். சிறிது நேரத்தில் குதிரை கொட்டடியிலிருந்து ஏழெட்டுக் குதிரைகள் புறப்பட்டுச் செல்லும் தெளிவற்ற குளம்படிச் சத்தம் கேட்ட பின்பே நாச்சியார் நிம்மதியாகத் தூங்கினாள்.

ஏழாண்டுகளுக்கு முன்னால் நடந்த, தனக்கும் ஒற்றர் படைத் தளபதிக்கும் மட்டுமே தெரிந்த விஷயம் இப்போது அடிக்கடி வந்து மனசைக் கவ்வுகிறது. மருமகள் கருஞ்சடைச்சியைப் பார்க்கும் போதெல்லாம் வயிறு பற்றி எரிகிறது. ஏழாயிரம் பண்ணை ஜமீனுக்கு எங்கே வாரிசு இல்லாமல் போய்விடுமோ என்ற கவலை ஜமீனையும், ஜமீன்தாரிணியையும் தினம் வதைக்கிறது. பக்கத்து நாட்டு ஜமீன் களுக்கோ அல்லது அரசர்களுக்கோ பதில் சொல்ல வெட்கப்பட்டு மருகும்போது வெட்கம் பிடுங்கித் தின்கிறது. நமது ஜமீன் பரம்பரையோ ஒரு தாலிக்கு மறுதாலி கட்டாத, ஒரே முறை திருமண வழிவம்சத்தைச் சேர்ந்தது, இல்லையென்றால் உடனடியாக வேறு ஒரு திருமணத்தை முடித்துவிடலாம். நாச்சியாரும், ஜமீன் பராக்கிரமனும் போகாத கோயில் இல்லை, வேண்டாத தெய்வமில்லை. எந்தத் தெய்வமும் இந்த ஏழாண்டுகளாக கண்திறந்து பார்க்கவில்லை. நாட்டில் உள்ள அத்தனை வைத்தியர்களும் வந்து சிகிச்சையளித்தும் பலனில்லை. ஏழாயிரம் பண்ணை ஜமீனுக்கு வாரிசு என்பது இன்னும் கேள்விக்குறியாகவே இருக்கிறது. நாடெங்கிலும் இருந்து ஜோஸ்யர்கள், வேத விற்பன்னர்கள் அத்தனை பேரும் வந்து பார்த்தும் பலனில்லை.

தசாபுத்தி, புத்திரபாவம், களத்திரபாவம், ஆயுர்பாவம், ரிணம், ரோகம், சந்துரு, மாரகதசை, ஜன்ம லக்கனம் எல்லாவற்றையும் அலசி பரிகாரம் பண்ணியாயிற்று. கிரகங்களுக்கு ஸ்புடம் செய்து அவைகளை தசவர்க்கச் சக்கரங்களில் அடைத்துக் கட்டிப் பார்த்தாயிற்று. பல்வேறு தெய்வங்களுக்கு குருபூஜையும், அன்னதானமும் கொடுத்தும் பலனில்லை. ஏழாண்டுகள் ஓடிய பின்னும் எந்தவொரு நிவர்த்தியும் கிடைக்காததால் பெரிதும் வருத்தப்பட்டவள் உத்திரகோச மங்கை நாச்சியாரே.

மருமகள் கருஞ்சடைச்சி தன் கண்ணில் படும்போதெல்லாம்

நாச்சியார் தலை குனிந்தாள். பட்டுச் சேலைக்குள் பதுங்கிப்போகும் அவளின் சிவந்த பாதங்களைப் போல் இரண்டு பிஞ்சுப் பாதங்கள் என் மார்பில் ஏறி விளையாடாதா என்று ஏங்கினாள். ஐந்தாகப் பிளந்த பழுத்த மாதுளை போல் விரித்த சிவந்த சிறுகை என் கன்னத்தை எப்போது கிள்ளும் என்று ஆதங்கப்பட்டாள். தன் பேரனின், பேத்தியின் சிறுநீர்பட்டு நனைந்து சில்லிடும் தேக சுகத்தைத் தான் அனுபவிக்க முடியாமல் போய்விடுமோ என்று வருந்தினாள். தங்கத் தட்டில் சோறு வைத்து நிலாகாட்டி ஏமாற்றி சோறூட்டும் போது அந்தப் பிஞ்சுக்கரங்கள் சோற்றை அள்ளி தன் கன்னத்தில் இழுகிவிடும் அந்தச் சுகம் நமக்கில்லையா? நாச்சியார் மனசுக்குள் அழுதாள். நாச்சியாரின் உத்திரவுப்படிதான் தளபதி நாரைக்கால் சித்தனை அழைத்து வரப் புறப்பட்டான். அடர்ந்த காட்டுக்குள் மரக் குடிசைக்குள் வாசம் செய்யும் நாரைக்கால் சித்தனின் முன்னால் தளபதி வந்து நின்றான்.

'தாங்கள் உடனே அரண்மனைக்கு வரவேண்டும், இது ஜமீன் உத்திரவு.'

'அதிகாரங்களுக்கும், ஆணவங்களுக்கும் தலை வணங்காதவனே சித்தன். அவசியமென்றால் இங்கே வரச் சொல்.'

'ஜமீன் உத்திரவை மீறினால் என்ன நடக்குமென்று தெரியுமா?'

'நன்றாகத் தெரியும். புயல் காற்றுக்குப் புழுதி பயப்படுவதில்லை. காட்டாற்று வெள்ளம் கரையிலிருக்கும் நாணலை பிடுங்கிவிட முடியாது. கண்டங்கோடாரி கதலித்தோளிடம் மழுங்கித்தான் ஆக வேண்டும். உண்மையான சித்தன் எதையோ தேடுவான், எதையும் தேடமாட்டான்.'

மறுநாள் காலை உத்திரகோச மங்கை நாச்சியார் நாரைக்கால் சித்தனைச் சந்தித்தாள். தான் அழைத்து வரக் கட்டளையிட்டதற்காக மன்னிப்புக் கேட்டுக்கொண்டாள். உடன் வந்த ஒற்றனையும், வண்டி யோட்டியையும் தனியே போகும்படி சித்தன் கட்டளையிட்டான்.

'இப்போது சொல்லுங்கள் தாயே, உங்கள் கண்ணுக்குள் விழுந்த துரும்பாய் உறுத்தும் அந்தப் பாவத்தை நானறிவேன், பயப்படாமல் சொல்லுங்கள்.'

'இந்த ஏழாயிரம் பண்ணை ஜமீனுக்கு, எங்கே வாரிசு இல்லாமல் போய்விடுமோ என்று பயப்படுகிறேன் ஸ்வாமி.'

'உன்னுடைய உண்மையான வாரிசு வளர்ந்து ஓடியாடி விளையாடிக் கொண்டிருப்பதை இந்தச் சித்தன் அறிவான் தாயே.'

‘ஸ்வாமி தாங்கள் என்ன சொல்லுகிறீர்கள்.’

‘நான் சொல்லவில்லை. இந்தப் பிரபஞ்சம் சொல்கிறது. கன்னிகா தோஷமும், சிசுப்பாவமும் உன்னைப் பீடித்து ஏழாண்டுகள் ஆகி விட்டன. அனைவருக்கும் தெரியும். உன் மகனின் வாரிசை, வயிற்றில் சுமந்த அந்தப் பெண்ணை உன் உத்திரவுப்படியே உன்னுடைய வீரர்கள் நாடு கடத்தியதை இந்தப் பிரபஞ்சம் அறியும். கோடானு கோடி நட்சத்திரங்கள் அறியும், நதிகள் அறியும், மரங்கள் அறியும், பறவைகள் அறியும். அந்தக் கன்னியும், அவளுடைய தாயும், தகப்பனும் கதறிய அந்த அகால வேளையில், இப் பிரபஞ்சம் முழுவதும் பட்டு எதிரொலித்தது. மனிதர்கள் அறிந்தென்ன, அறியாவிட்டால் என்ன, பிரபஞ்சப் பார்வையிலிருந்து, பிரபஞ்ச தண்டனையிலிருந்து யாரும் தப்ப முடியாது. நாரைக்குத் தெரியாத கடலின் இரகசியம் உண்டோ! அதுபோல் நாரைக்கால் சித்தனின் நாவு பொய் பேசாது தாயே.’

உத்திரகோச மங்கை நாச்சியார் சித்தனின் காலில் விழுந்து கதறியழுதாள். சித்தன் சிரித்துக்கொண்டிருந்தான்.

‘எழுந்திருங்கள் தாயே! ஒரு செடியை வேரோடு பிடுங்கி வேறிடத்தில் நடலாம். மரத்தைப் பிடுங்கி நட முடியாது. நீங்களோ பூத்துக் குலுங்கி காய்த்த மரத்தையே பிடுங்கி நட்டுவிட்டு, வேறு மரத்தில் கனி பறிக்க ஆசைப்படுகிறீர்கள். பட்ட மரத்தின் பாவம், பச்சை மரத்தில் கனி வளரத் தடுக்கிறது. நீங்கள் பாவ தோஷம் செய்ய வேண்டும் தாயே!’

‘உத்திரவிடுங்கள் ஸ்வாமி உடனே நிறைவேற்றுகிறேன்.’

சித்தன் கண்களை மூடி தியானத்தில் ஆழ்ந்தான். என்ன சொல்லப் போகிறாரோ என்று ஆச்சரியமும் ஆவலும் நிறைந்தவளாய் அமர்ந்திருந்தாள் ஜமீன்தாரினி நாச்சியார். சித்தனின் உதடுகள் அசைந்தன. கண்கள் திறந்தன.

‘உன் ம்கன் கன்னியைக் களவாடியது முதல் குற்றம். அந்தக் கன்னியின் வயிற்றில் கரு வளர்வது தெரிந்தும் அவளை நாடு கடத்தியது நீ செய்த குற்றம். ஒரு பூ - தான் கனி என்பதையோ, அந்தக் கனிதான் மரமென்பதையோ, அந்த மரம்தான் வனம் என்பதையோ மறந்துவிட்டாய். நீ கடத்திய கரு உன் இரத்தம், நாளைய மன்னர். ஆக நீ கடத்தியது கருவையல்ல, நாடாள வேண்டிய மன்னரை, உன் உதிரத்தை, பாவம் அந்தக் கரு இப்பொழுது, எங்கே, எப்படிச் சீரழிகிறதோ! உன் வம்சம் சீரழிவது உனக்குப் பாவமில்லையா தாயே!’

338 ❋ நீர்ப்பழி

'பாவம் ஸ்வாமி, மகாபாவம், பரிகாரம் சொல்லுங்கள் ஸ்வாமி.'

'ஒரு கன்னியைக் கதற வைத்து, கருவை நாடு கடத்திய நீ கன்னிமை இழந்த கன்னிகளால் அவமானப்படவேண்டும் தாயே! முளைவிட்ட விதையைக் கிள்ளி எறிவது பாவத்திலும் பாவம்.'

'புரியவில்லை ஸ்வாமி, கொஞ்சம் விளக்கமாகச் சொல்லுங்கள்.'

'கன்னிமை இழந்த கன்னிகைகள், அதாவது விதவைகள், சமூகத்தால் ஒதுக்கப்பட்டு வாழும் விதவைகளைத்தேடி அழைத்து வந்து அந்த விதவையின் பாதங்களை நீயே கழுவி பாத பூஜை செய்து, அரண்மனைக்கு அழைத்துச் சென்று, அரியாசனத்திலமர்த்தி அறுசுவை உணவு படைக்கவேண்டும். சமையலும் நீயே செய்யவேண்டும், உன் கரங்களாலேயே பரிமாற வேண்டும். அவள் உண்டு முடித்த எச்சில் பாத்திரத்தில் நீ உணவு உண்ண வேண்டும். பாத்திரங்களைக் கழுவி சுத்தப்படுத்துவதும் நீயே, ஒவ்வொரு வாரமும் வெள்ளிக் கிழமை ஒரு விதவை வீதம் நாற்பத்தியெட்டு வெள்ளிக்கிழமைகளில் நாற்பத்தியெட்டு விதவைகளுக்கு நீ பரிகாரம் செய்தே ஆகவேண்டும், நீ படுகிற அந்த நாற்பத்தியெட்டு அவமானங்களில், கன்னிகா தோஷம், கரு பாவம் நீங்க உன் மகன் புத்திரபாக்கியமடைவான். ஜமீனுக்கு வாரிசு தப்பாமல் பிறக்கும், இது நாரைக்கால் சித்தனின் வாக்கு.'

'ஸ்வாமி இப்போது என் மனசை வாட்டிய ரண வேதனை நீங்கி இலேசாக இருக்கிறது. ஸ்வாமி, நிச்சயம் நிறைவேற்றுகிறேன்.'

'இரணத்தை மூடி மறைத்தால் உள்ளே புரையோடி ஆழப்படுமே ஒழிய ஆறாது தாயே.'

'ஸ்வாமி தாங்கள் மறுக்காமல் இந்த பழவர்க்கங்களையும், காணிக்கையையும் ஏற்றுக்கொள்ள வேண்டும்.'

'பாவப்பட்ட கைகளினால் பிச்சை வாங்க மாட்டான் சித்தன், அதேபோல் அடுத்த வேளை உணவுக்குக் கவலையும் படமாட்டான் சித்தன், ஆகவே தயவு செய்து எதுவும் வேண்டாம் தாயே.'

நாரைக்கால் சித்தனின் வாக்குப்படியே ஜமீன்தாரினி உத்திரகோச மங்கை நாச்சியார், முதல் வெள்ளிக்கிழமை முதல் விதவைக்கு உணவு பரிமாறிக் கொண்டிருந்தாள். எங்கிருந்தோ அழைத்து வரப்பட்ட கன்னிமை இழந்த கன்னிகை ஒருத்தி கூனிக் குறுகி முகங்குராவி சாப்பிட அமர்ந்திருந்தாள். பதார்த்தங்களைக் கைகளில் ஏந்திய இரு சேவகர்கள் ஆச்சரியமாய்ப் பார்த்துக்கொண்டு பக்கத்தில் நின்றார்கள்.

●

45
வம்சம்

கண்ணுக்கு எட்டும் மட்டும் கற்றாழையும், ஆதாளையும், ஆவரஞ் செடிகளும், குரண்டியும், வேலிக் கருவையும் மண்டிக்கொண்டு தரிசாய்க் கிடந்த கரிசல் பூமி ராம் அனுமன் நகராய் மாறி, இன்று தனியே பஸ் விடுகிற அளவுக்கு நகரமயமானதற்குக் காரணம் அதன் பக்கத்திலேயே பஸ் ஸ்டாண்ட் வந்தது மட்டுமல்ல. அந்த இடத்தை வாங்கி பிளாட்டுகளாகப் பிரித்து விற்பனை செய்ய ஆரம்பிக்கும் முன்னேயே அரைப்பனை உயரத்திற்கு அனுமன் சிலையை உருவாக்கி 'ஆஞ்சநேயர்' ஆலயம் என்று பெயரிட்டு ஒரு பூசாரியையும் நியமித்ததும் ஒரு காரணம் எனலாம். இன்று கூட்டம் அலை மோதுகிறது. விசேஷ தினங்களில் அரசே ஸ்பெஷல் பஸ் இயக்குகிற அளவுக்குக் கூட்டம் முண்டியடிக்கிறது.

இன்று ராம நவமி. கூட்டத்திற்குக் கேட்கவா வேண்டும். திருவிழாக் கோலம்தான். அந்தக் கோவில்பட்டி நகரமே திரண்டு நிற்கிறது. பகலெல்லாம் தீப்பெட்டி ஆபிஸ் கருமருந்தில் வெந்து சாகும் நடுத்தரப் பெண்கள், கணவன் அலுவலகம், பிள்ளைகள் பள்ளிக்கூடம் என்று போனபின் தொலைக்காட்சியே தஞ்சம் என்று சலித்துக் கிடக்கும் கொஞ்சம் வசதிவாய்ப்புள்ள பெண்கள் என்று கூட்டம் நிரம்பி வழிகிறது. சிலருக்குப் பொழுதுபோக்கும் இடமாகவும் இன்னும் சிலருக்குக் கோயிலைச் சாக்காக வைத்து வாக்கிங் போகும் இடமாகவும் ஆஞ்சநேயர் ஆலயம் மாறியிருக்கிறது. சிறுவர் சிறுமியர்களுக்கு ஆஞ்சநேயரைத் தரிசிப்பதைவிட ஆஞ்சநேயர் கோவிலைச் சுற்றிச் சுற்றிவரும் அந்த இரண்டு குரங்குகளின் சேட்டைகளை ரசிப்பதில்தான் ஆர்வம்.

சிவகாமி தன் மகன் சீனிவாசனை அழைத்துக்கொண்டு கோயிலுக்கு வந்து சேர்ந்த போதே கூட்டம் அலைமோதிக்கொண்டுதானிருந்தது. தேங்காய் பழம் வாங்கி சாமி கும்பிட்டுவிட்டு வெளியே வரும்முன்

போதும் போதும் என்றாகிவிட்டது. சற்றே உட்கார்ந்து ஆசுவாசப் படுத்திக்கொண்டு பஸ் வரவும் போய்விடலாமென்று கோயிலுக்கு அருகில் உள்ள புல்தரையில் உட்கார்ந்தாள். பையன் குரங்குச் சேட்டையை ரசித்துக்கொண்டிருந்தான். வியர்வை நசநசப்பு. கூட்ட நெரிசலில் சிக்கி கசங்கிய ஆடை முகத்தில் இளகிவிட்டிருந்த பவுடர் பூச்சு. சுற்றும் முற்றும் பார்த்தவள் தன் மகனை அதட்டிக் கூப்பிட்டாள். குரங்குச் சேட்டையை ரசித்துக்கொண்டிருந்த சிறுவன் சீனிவாசன் வருத்தத்துடன் தன் தாயிடம் ஓடிவந்தான். தேங்காய் பழக் கூடையை எடுத்தாள்.

'இந்தா பாரு சீனி இத கையில வச்சிக்கிட்டு இங்கேயே நிக்கனும், அம்மா போயி பைப்புல மொகத்தைக் கழுவிட்டு வாரன்.'

தேங்காய் கூடையைப் பையனிடம் கை மாற்றிவிட்டு நாலெட்டுத் தான் நடந்திருப்பாள். பையனின் அலறலைக் கேட்டுத் திரும்பிப் பார்த்தாள். இரண்டு குரங்குகளில் ஒன்று மட்டும் தாவி வந்து பையனிடமிருந்த தேங்காய் தட்டில் வாழைப்பழத்தைப் பிடுங்கிக் கொண்டு ஓடியது. பையன் போட்ட கூப்பாட்டில் ஒரு கூட்டமே கூடிவிட்டது. சிவகாமி ஓடி வந்தாள். பையன் அலறியபடியே ஓடிப் போய் தன் தாயைக் கட்டிப்பிடித்துக்கொண்டான். பையன் பயந்து போய் சாமி வந்தவனைப் போல் நடுங்கிக் கொண்டிருந்தான். நல்ல வேளையாகப் பையனின் மேல எந்தச் சிராய்ப்போ பிறாண்டலோ இல்லை.

வீடு வந்துசேர்ந்த பின்னும்கூட பையனிடம் பயம் போகவில்லை. அப்பா வந்து ஆறுதல் சொல்லியும் கூட பையனைத் தேற்றித் தூங்க வைக்க வெகுநேரம் ஆகி விட்டது.

இரவின் அமைதி. நிசப்தமான மௌனம். மின்விசிறிச் சுழற்சியின் சத்தம் தவிர்த்து வேறெந்த சத்தமும் இல்லாத ஆழ்ந்த நிசப்தம். தூரத்தில் எங்கோ ஒரு நாய் குரைக்கும் சத்தம் மெல்லக் காதில் விழுகிறது. யார் வீட்டிலோ சின்னக் குழந்தை அழும் சத்தம் தெளிவற்றுக் கேட்கிறது. சற்று நேரத்திற்கெல்லாம் தூரத்தில் கனத்த சத்தத்தை ஊதிக்கொண்டு சுமையேற்றிச் செல்லும் கூட்ஸ் வண்டி தடதடத்துச் செல்கிறது. பக்கத்து வீட்டு மரத்தில் உயிரே போவது போல் கத்தி ஓய்கிறது ஆந்தை. சீனிவாசன் தூங்காமல் புரண்டு கொண்டிருந்தவன் எப்போது தூங்கிப் போனானோ தெரியவில்லை. ஆழ்ந்த நித்திரையில் லயித்துக் கிடக்கிறான். இரவு விளக்கின் மெல்லிய வெளிச்சத்தில் குழந்தை முகம் போன்றும் முழு நிலவு போன்றும் அவன் முகம் அமைதியாய் களையுடன் வசீகரிக்க உதடு இலேசாய் அசைகிறது.

முகம் சுருங்கி விரிகிறது. அழுகை வருவது போல் முகம் கோணலாய் இழுத்துக் கொண்டுபோக உதடுகள் துடிக்கின்றன. திடீரென முகம் மலர்கிறது. இலேசாய் சிரிக்கிறான். பக்கத்து அறையிலிருந்து வரும் குறட்டை அம்மாவுடையதா அப்பாவுடையதா என்று தெரியவில்லை. திடீரெனப் புரண்டு படுக்கிறான். அவனுக்குள் ஒரு நிஜ உலகம் போல் கனவுலகம் விரிகிறது.

அது ஓர் அடர்ந்த காடு. காட்டின் வழியே தன்னந்தனியே நடந்து வருகிறான். பள்ளிக்கூட புத்தகங்கள் அடங்கிய பையைத் தன் முதுகில் வைத்திருக்கிறான். வெற்றுச் சோற்று டப்பாவைக் கூடையில் வைத்து கையில் பிடித்துக்கொண்டு வேகமாய் வருகிறான். அவன் நடந்து வரும் பாதை இப்போது செங்குத்தாய் உயரே ஏறுகிறது. இவனோ சந்தோஷத்தில் குதித்து மேலே ஏறுகிறான். திடீரென பாதை ஒரு சமதளமான காட்டைப் போல் முடிவடைகிறது. சுற்றிலும் மரஞ்செடி கொடிகள். அடர்ந்த காடு போல. சுற்றும் முற்றும் பார்த்துத் திகைத்து நிற்கிறான். ஏனென்றால் தூரத்தில் அவனுடைய அம்மா சிவகாமி கையில் பிரசாதத் தட்டுடன், தேங்காய், வாழைப்பழம், ஆப்பிள் பழங்களடங்கிய சிறு கூடையைப் பிடித்தபடி வேகமாக வந்து கொண்டிருக்கிறாள். பையன் ஓடிப்போய் தட்டை வாங்கிக்கொண்டு அந்த இடத்திலேயே உட்காருகிறான். தட்டைக் கையில் கொடுத்த அம்மா அதற்குள் எங்கே போனாள்.

தட்டைக் கையில் கொடுத்த அம்மா ஏன் இப்படி பாப்பா மாதிரி தவழ்ந்து வருகிறாள். உற்றுப் பார்க்கிறான். ஒரே நொடியில் அம்மா ஒரு பெரிய குரங்காக மாறி குதித்தோடுகிறாள். கத்த வேண்டும் போலிருக்கிறது. முடியவில்லை. ஒரே ஓட்டமாய் ஓடிவிட எத்தனிக்கிறான், கை, கால்களை அசைக்க முடியவில்லை. தூரத்தில் அவனுடைய அப்பா வருவதைப் பார்த்ததும் பயம் ஓடிவிட்டது. பேண்ட், சட்டை, பூட்ஸ் மிடுக்காக நடந்துவருகிறார். ஓடிப்போய் அவரைக் கட்டிப் பிடித்துக்கொள்ள நினைத்து எழுந்து நிற்க முயன்றால் உட்கார்ந்த இடத்தை விட்டு அசைய முடியவில்லை. அட, ராமா... அப்பாவையும் காணவில்லை. அப்பாவும் குரங்காய் மாறி, அம்மா குரங்கின் பின்னாலேயே ஓடுகிறார். சீனிவாசனுக்கு ஆச்சரியம், ஆனால் என்ன செய்வது என்றுதான் தெரியவில்லை. அதோ தூரத்தில் கம்பை ஊன்றிக்கொண்டு வருவது நம்முடைய தாத்தாவேதான். இனி பயமில்லை. கையில் பெரிய கம்பு வைத்திருக்கிறார். ஒருவேளை என்னைத்தான் தேடி வருவார். வரட்டும் ஒரே ஓட்டமாய் இங்கிருந்து ஓடிவிட வேண்டும். அடக் கடவுளே... தடிக்கம்பு மட்டும் கிடக்கிறது,

தாத்தாவை எங்கே! கிழட்டுக் குரங்காய் மாறி மர உச்சியில் ஏறுகிறார்.

அதோ தூரத்தில் செண்பகவல்லியக்கா வயிற்றைத் தள்ளிக்கொண்டு மெதுவாய் வருவது தெரிகிறது. பாவம், வீட்டுக்குப் போய் யாரும் இல்லையென்று தெரிந்துகொண்டு நடந்துவருகிறாள். அவள் வயிற்றுக்குள் இருப்பது பாப்பா என்று அம்மா சொன்னதை நினைத்துப்பார்க்கிறான். இதோ பக்கத்தில் வந்துவிட்டாள். தன் முன்னால் உள்ள பழத் தட்டிலிருந்து ஒரு வாழைப் பழத்தை எடுத்து, தோலை உரித்து நீட்டுகிறான். முகம் சந்தோஷமாய் இருக்கிறது. கை நீட்டி வாங்கும் போதே செண்பகவல்லியக்காவின் கை குரங்குக் கையாய் மாறிவிடுகிறது. எதிரே செண்பகவல்லி அக்காள் குரங்காக மாறி சினைக் குரங்காய் வயிற்றைத் தள்ளிக்கொண்டு நிற்கிறாள்.

சீனிவாசன் சுற்றும் முற்றும் பார்க்கிறான். தன்னைச் சுற்றிலும் நூற்றுக்கணக்கான குரங்குகள் சூழ்ந்து நிற்பதைப் பார்த்ததும் பயம் பற்றிக்கொள்கிறது. எப்படியும் தப்பித்தாக வேண்டும். அம்மாக் குரங்கு, அப்பாக் குரங்கு, தாத்தாக் குரங்கு, குட்டிக் குரங்கு, குழந்தைக் குரங்கு, கர்ப்பிணிக் குரங்கு எல்லாம் ஒன்று கூடி வட்டமாய் நின்று தன்னை நெருங்கி வருகின்றன.

சீனிவாசனின் பயங்கர அலறல் சத்தம் கேட்டு பக்கத்து அறையில் படுத்திருந்த அவனுடைய அப்பாவும், அம்மாவும் பயத்துடன் ஓடி வந்தார்கள். படுக்கை, விரிப்பு எல்லாம் சிறுநீர் கழித்ததால் தொப்புத் தொப்பாய் நனைந்திருக்க மலங்க மலங்க விழித்தபடி உட்கார்ந் திருந்தான் சீனிவாசன். அவன் தெளிவில்லாமல் உளறியது பிதற்றுவது போலிருந்தது.

‘தாத்தா கொரங்கு, அப்பா கொரங்கு, அம்மா கொரங்கு, பானு கொரங்கு, அக்கா கொரங்கு, மிஸ் கொரங்கு, மிஸ்ஸோட அங்கிள் கொரங்கு, எல்லாரும் கொரங்கு, அய்ய்யோ நானும் கொரங்கு, நானும் கொரங்கு, நம்ம எல்லாரும் கொரங்கு.’

சீனிவாசன் அப்பா ஆதரவாய் மடியில் அமர்த்தி தலையைத் தடவினார். தலை அனலாய் கொதித்துக்கொண்டிருந்தது. பனியனைக் கழற்றி முதுகில் கை வைத்தார். மேலெல்லாம் தீயாய்ப் பொசுக்கியது. கண்கள் இரத்தக் கங்குகளாய்க் கொதிக்க அப்பாவையும், அம்மாவையும் வெறித்துப் பார்த்தபடி முனங்கிக் கொண்டிருந்தான். சீனிவாசன் அம்மா நேற்று ஆஞ்சநேயர் கோவிலில் நடந்த சம்பவங்களை மெதுவாகப் பயந்து பயந்து சொல்லிக்கொண்டிருந்தாள். அந்தப் பயத்தில் கனவு

கண்டிருப்பான் என்று சொன்னவள் ஓடிப்போய் ஆஞ்சநேயர் கோவில் விபூதியை எடுத்துவந்து நெற்றியில் பூசினாள்.

சீனிவாசனின் அப்பா படுக்கையில் இருந்த செல்போனைத் தேடி எடுத்து தன்னுடைய நண்பரும், பிரபல குழந்தை மருத்துவருமான டாக்டர் வேல்சாமியுடன் பேசிக்கொண்டிருந்தார். டாக்டர் வேல்சாமியின் கரகரத்த தூக்கக் கலக்கக் குரலுக்குத் தலையாட்டிக் கொண்டிருந்தார் சீனிவாசனின் அப்பா.

46
வார்த்தைகள்

நேரம் செல்லச் செல்ல பெண்மையின் அகந்தையும், வீறாப்பும், அகங்காரமும் கொஞ்சம் கொஞ்சமாய்ச் செத்துக்கொண்டிருந்தது கவிதாவுக்குள். இவ்வளவு நேரமாகியும்கூட இன்னும் மனசு சாந்தமாகவில்லை. அடிக்கடி வரும் பெரும் மூச்சையும் அழுகையையும் அடக்க முடியவில்லை. குழந்தை பானு குதூகலமின்றி விளையாடிக் கொண்டிருந்தாள். பாவம் குழந்தை, கண்டுகொள்ளப்படாததின், அரவணைப்பின், கொஞ்சலின் இழப்பு அவளையும் பாதித்திருக்கும். பானுவின் முகத்தில் இன்று குழந்தை சந்தோஷ குதூகலிப்பு இல்லை. காலையில் அப்பாவுக்கும் அம்மாவுக்கும் நடந்த சண்டையைப் பொம்மையைப் போல் நின்று வேடிக்கை பார்க்கத்தான் முடிந்தது. வேறென்ன செய்ய முடியும் அவளால்?

கோபம் குறைந்த பின் நடந்ததை மறந்துவிட்டு ஆனந்த் எப்படியும் தொலைபேசியில் பேசுவார் என்று தொலைபேசியின் அருகிலேயே உட்கார்ந்திருந்தாள். எதிர்பார்ப்பின், காத்திருத்தலின் ஏமாற்றம், மீண்டும் அவளைச் சலிப்படையச் செய்தது. எப்படியும் மதியம் சாப்பிட வருவதற்கு முன்னால் தினமும் போன் பண்ணிவிட்டுத் தானே வருவார். ஒரு வேளை இன்று சாப்பிட வராமலே இருந்து விடுவாரோ! காலையிலும் சாப்பிடவில்லை, எடுத்துச் செல்லவுமில்லை. குற்ற உணர்வு அழுத்தியது.

நொடிப்பொழுதில் 'தான்' என்னும் அகங்காரம் தலைக்கேறி சரி போருக்கு நிற்கிறது. அப்புறம் உச்சம் தணிந்த அயர்ச்சி போல் மனசு இலேசாகி ஒவ்வொன்றாய் ஆராய்ந்து அசைபோட்டு, நினைத்து, தான் பேசியது தவறுதான், கொஞ்சம் பணிந்து போயிருக்கலாம் என்று சமன்பட்டு அடுத்த நொடியிலேயே ஏன், அவர் ஒரு வார்த்தைக்குத் தாழ்ந்து போயிருக்கலாமே, அப்படி என்ன தப்பு நடந்துவிட்டது, எதற்காக இவ்வளவு ஆக்ரோஷப்பட்டு அமர்க்களப் படுத்த வேண்டும்,

தான் சம்பாதித்துப் போடுகிறோம் என்ற மமதை தவிர்த்து வேறென்ன, மீண்டும் மனசு எகிறி யார்மீது தப்பிருந்தால் என்ன, பெண்தான் பணிந்து போக வேண்டும் என்ற ஓட்டை ரிக்கார்ட் தத்துவத்தை வலிய துணைக்கழைத்துக் கொண்டு கைநடுங்க தொலைபேசியை எடுத்து நம்பரை டயல் செய்தாள். அதற்குள் அடங்கிக் கிடந்த வீம்பு மேலேறிக் கொண்டு படமெடுத்தது. தோல்வியை ஒப்புக்கொள்ள மனசு மறுக்க டப்பென்று ரிசீவரை வைத்துவிட்டு வேகமாய் வந்து சோபாவில் அமர்ந்தாள்.

பானு சின்ன கைக்குழந்தையாய் இருக்கும் போது அவளை நடுவில் வைத்து இருபக்கமும் தாங்கள் இருக்கிற அந்தக் குடும்ப போட்டோவையே ரொம்ப நேரம் வெறித்துப் பார்த்தாள். என்றைக்கும் போல்தான் இன்றைக்கும் விடிந்தது. ஆனால் ஒரே நொடியில் இன்றைக்கான காலை இப்படி மாறிப் போகுமென்று கவிதா நினைக்கவேயில்லை. ஆனந்த்தும்கூட நினைத்திருக்கமாட்டார். அனைத்துமே அந்த ஒரு நொடிக்குள்தான், ஒரே ஒரு வார்த்தைக்குள் தான். அந்த ஒரு வார்த்தைதான் வழமையான காலையைப் பறித்துக்கொண்டு, வழக்கமாக அலுவலகம் புறப்படும் போது பானுவுக்குக் கிடைக்கும் முத்தத்தையும், கவிதாவுக்குக் கிடைக்கும் டாட்டாவையும் பறித்துக்கொண்டதோடு, குடும்பத்தையே பட்டினி யாகப் போட்டு வேடிக்கை பார்க்கிறது. சாவைப் பற்றியும்கூட சிந்திக்க வைக்கிறது.

இப்படி எத்தனையோ நாட்கள் நடந்திருந்தாலும் இருவரும் அதிகபட்சம் ஒரு மணி நேரம்கூட பேசாமல் இருந்ததில்லை. அலுவலகம் போய் சேர்ந்த உடனேயே போனில் கொஞ்சுவார் அல்லது மன்னிப்புக் கேட்பார், கவிதாவும் அப்படியே. வறட்டுக் கௌரவத்தை விட்டுவிட்டு சாஷ்டாங்கமாக மன்னிப்புக் கேட்டுவிட்டு அழுபவள் தானே. இன்றைக்குத் தொலைபேசி மணி அடிக்க மறுக்கிறது. கவிதாவின் விரல்களோ எண்களைச் சுற்ற தயங்குகிறது. இருவருக்கும் இடையில் ஒரு பெரிய மௌனச்சுவர் பூதாகரமாக எழும்பிக் கொண்டிருப்பதைப் போல், நிர்க்கதியற்ற வெறுமை சூழ அப்படியே அமர்ந்திருந்தாள் கவிதா.

காலை டிபனை அப்படியே தூக்கி எறிந்துவிட்டு மதியச் சாப்பாட்டைத் தயாரிக்க ஆரம்பித்தாள். காலையில் எதுவுமே சாப்பிடாததால் பசிக்கிறக்கம் தலையைச் சுற்றியது. இடையிடையே போன் மணி அடிக்கிறதா என்றும் பார்த்துக்கொண்டாள். ஒரு வேளை

கோபத்தில் ரிசீவரை சரியாக வைக்க மறந்திருப்போமோ என்று நினைத்தவள் கையிலெடுத்துக் காதில் வைத்து டயல் டோன் கேட்பதை உறுதி செய்துகொண்டு ரிசீவரை மெதுவாக வைத்தாள். வராந்தாவில் சுரத்தே இல்லாமல் கரடிப் பொம்மையுடன் விளையாடிக் கொண்டிருந்த பானுவைப் பார்த்துச் சிரித்தாள். பதிலுக்குப் பானுவும் சிரிக்க கொஞ்சம் ஆசுவாசப்பட்டாள்.

கரை உடைந்த காட்டாற்று வெள்ளம் சொடிந்தவுடன் அலைக் கழிக்கப்பட்ட செடி கொடிகள் மெதுவாகத் தலை நிமிர்ந்து தன் நிலை வருவது போல ஆனந்த்தின் மனசில் ஆக்ரோஷம் குறைந்து அமைதி திரும்பி ஈரம் கசியத் தொடங்கியது. அலுவலக மேஜையில் நிர்க்கதியாய் உட்கார்ந்திருந்தான். ஒரு கிளைச் சிறையின் கண்காணிப் பாளருக்குரிய மிடுக்கு இன்று எங்கேயோ போய் ஒளிந்துகொண்டது. வீறாப்பில் தான் பிரயோகித்த அம்பு ஏற்படுத்திய காயத்திலிருந்து வழியும் இரத்தம் தன்னுடைய எதிரியின் உதிரமல்ல மாறாக அது தன்னுடைய உதிரமே என்று உணர்ந்த போது பெருமூச்சு விட்டு மனசை ஆற்றிக்கொண்டான். காலையில் சாப்பிடாததால் பசி வயிற்றை உசுப்பியது. கவிதாவின் தொலைபேசி பேச்சுக்காவே காத்திருந்தான். சாப்பிடாமல் தன்னையே தண்டித்துக் கொண்டதில் ஆறுதல் அடைந்தான். சொல்லி வைத்தாற் போல் தொலைபேசி மணி ஒலிக்கவும் சந்தோஷமாய் ரிசீவரைக் கையில் எடுத்தான். எதிர் முனையில் ஜெயில் வார்டனின் கரகரத்த முரட்டுக் குரல் கேட்டதும் எரிச்சலுடன் போனைத் துண்டித்தான். அடுத்த வினாடியே தன்னுடைய வீட்டின் எண்களைச் சுற்றினான். அதற்குள்ளாகப் பழைய வீறாப்பு ஏறிக்கொண்டது. பட்டென்று ரிசீவரை வைத்துவிட்டான். தோல்வியையே ஏற்காத ஆணாதிக்க அகந்தை அரியாசனமிட்டுக் கொண்டது. காலையில் நடந்த சம்பவங்களை மீண்டும் மீண்டும் நினைவு கூர்ந்தான்.

‘எவ்வளவு பெரிய வார்த்தையை எவ்வளவு அனாயசமாக விட்டெறிந்தாள். இந்த மூன்று ஆண்டுகளில் கவிதா ஒரு நாளாவது இவ்வளவு சினம்கொண்டு பேசியதில்லையே. கொஞ்சம் விட்டுக் கொடுத்துப் போயிருந்தால் இவ்வளவு அமர்க்களம் ஏற்பட்டிருக்குமா? கிடக்கட்டும். அப்போதுதான் கொஞ்சமாவது பயமிருக்கும். அவள் பேசாமல் நாம் பேசவே கூடாது. காலையிலும் சாப்பிடவில்லை, மதியமும் சாப்பிடப் போகவில்லை, போன்பண்ணி கூப்பிட்டிருக்க லாமே, ஒரு பொண்ணுக்கு இவ்வளவு வைராக்கியம் இருக்கலாமா? ஆரம்பத்திலேயே கட்டுப்படுத்தி வைக்காவிட்டால் அப்புறம் ஒன்றுமே

செய்ய முடியாது.'

இன்றைக்குக் காலையிலிருந்து இது எத்தனாவது டீ, சிகரெட் என்று கணக்குப் போட்டான். இரண்டு வேளை சாப்பிடாததால் தலை சுற்றுவது போல் தெரிந்தது. கவிதா சாப்பிட்டிருப்பாளா சமைத்திருப்பாளா? குழந்தை பானு என்ன செய்கிறாளோ! சமைத்திருந்தால் சாப்பிட வரவில்லையென்றதும் போனில் கூப்பிட்டிருப்பாளே. சமைத்திருக்க மாட்டாள், என்னை எதிர்பார்த்திருக்கவும் மாட்டாள். மீண்டும் காலையில் நடந்ததை நினைவுகூர்ந்தான்.

அவசர அவசரமாக அலுவலகத்திற்குப் புறப்பட்டுக் கொண்டிருந்தான் ஆனந்த். அடுக்களைக்குள்ளிருந்து அழுதுகொண்டே ஓடிவந்தாள் பானு. ஓடி வந்தவள் அப்பாவின் காலைக் கட்டிக் கொண்டு ஓ... என்று அழுது அடம்பிடித்தாள்.

'ஏ...ய், கவி, கொழந்தைய என்னடி செஞ்ச.'

'கொழந்தைய ஒன்னும் செய்யல, மொதல்ல அவள கீழ எறக்கி விட்டுட்டு ஆபிசுக்கு கௌம்புங்க, டிபன் வச்சாச்சு, எல்லாம் நீங்க குடுக்கிற செல்லம்தான் அவ என்னய பாடா படுத்துறா.'

'அவள பார்த்துக்கிறத விட வேற என்னடி வேல ஒனக்கு, நிய் என்ன தெனமும் வெட்டியா முறிக்குற.'

'நீங்கதான் வெட்டி முறிக்கிங்க. நீங்க வெட்டி முறிக்கிறதுனால தான் நாங்க தெண்டச் சோறு திங்கோம், போதுமா!'

'சரி, இங்கன பேனா இருந்துச்சே எங்கடி'

'எனக்குத் தெரியாது.'

'ஒனக்குத் தெரியாதுனா அப்ப யார்ட்டடி கேக்க.'

'யாருட்டயும் போயி கேளுங்க, எனக்குத் தெரியாதுனா பேச்ச விடுங்க.'

'யாருகிட்டயும் போயி கேளுனா, அப்ப இங்க பேனா எடுக்க பல பேரு வர்ராங்களா?'

'இங்க ஒன்னும் பல பேரு வரல, நீங்கதான் எவ வீட்லயாவது விட்டுட்டு வந்திருப்பீக, எவ வீட்ல விட்டுட்டு வந்தோம்னு யோசிச்சுப் பாருங்க.'

'என்னடி சொன்ன...'

'ஆமா, இங்க பல பேர் வரும்போது, நீங்க பல வீடு போக வேண்டியதுதான்.'

'ஒனக்குத் திமிரு ஜாஸ்தியாருச்சுடி, பேசு, நல்லா பேசு, இன்னைக்குச் சாயங்காலம் நான் ஆபிஸ்லருந்து வரும் முன்ன மரியாதையா ஒங்க அப்பன் வீட்டுக்குப் போயிரு. இல்ல இங்கேயே செத்துரு, நான் வரும்போது இங்க இருந்த நானே ஒன்னைய சுட்டுப் பொசுக்கி கொன்னு பொதைச்சிருவன்.'

ஒரே உதையில் சீறிய சுசுகியில் பறந்தான் ஆனந்த். ஓடி வந்து சோபாவில் விழுந்து கேவிக் கேவி அழுதாள் கவிதா. அப்பா, அம்மா, அண்ணன், தம்பி, சொந்தப் பந்தங்களையெல்லாம் உதறிவிட்டு ஓடி வந்தது எவ்வளவு தூரம் தவறு என்று முதல் முறையாக உணரத் தொடங்கினாள். வேண்டும், எனக்கு இதுவும் வேண்டும் இதற்கு மேலும் வேண்டும் என்று தன்னையே கறுவிக்கொண்டாள். மனம் நொந்த நிலையில் தன்னுடைய ஒரே ஆதரவான பானுவை வாரி எடுத்து உச்சி முகர்ந்தாள்.

ஒவ்வொரு தடவை தொலைபேசி ஒலிக்கும் போதும் இது கவிதாவின் பேச்சாக இருக்க வேண்டும் என்று நினைத்துக்கொண்டு தான் ரிசீவரை கையில் எடுத்தான் ஆனந்த். மாலை மணி நான்கு. ஆனந்த்தை இப்போது கொஞ்சம் பயமும் பற்றிக்கொண்டது. தான் சொல்லிவிட்டு வந்தது மாதிரியே செத்திருப்பாளோ! சே, அப்படி யெல்லாம் செய்யமாட்டாள், அவ்வளவு கோழையல்ல கவிதா, துணிச்சல்காரியாக இல்லாவிட்டால் சுவரேறிக் குதித்து ஓடிவந்து எனக்குக் கழுத்தை நீட்டியிருப்பாளா? எம்.எஸ்.ஸி. தடய அறிவியல் முடித்த ஒரு பெண் அவ்வளவு முட்டாளாகவா இருப்பாள்.

ஆனந்த் நடுக்கத்துடனும் வெறுமையுடனும் வீட்டுக்கு டயல் செய்தான். முதல் மணி ஒலிப்பதற்குள்ளாகவே ஆவலுடன் போனைக் கையிலெடுத்தாள் கவிதா.

'ஹலோ யார் பேசுறது'

'நான்தாண்டி ஒம் புருஷன் ஆனந்த்'

'இப்ப ஒங்களுக்கு என்ன வேணும்'

'காலையிலயும் சாப்பிடல, மதியமும் சாப்பிடல வயிறு பசிக்குதடி'

'இங்கேயும் யாரும் சாப்பிடல, ஆனால் சமையல் ரெடி.'

'இன்னும் ஒரு மணி நேரத்துல வீட்டுக்கு வந்திருவண்டி'

'நீங்க எப்பவும் வாங்க எனக்குக் கவலையில்ல, ஆனா நீங்க இங்க வரும் போது கவிதா இருக்க மாட்டா, ஒங்கள நம்பி கழுத்த நீட்டுனன் பாருங்க அதுக்கு எனக்கு இதுவும் வேணும், இதுக்கு மேலேயும்

வேணும், நீங்க காலையில சொன்னபடியே செத்த கவிதா தான் வீட்ல இருப்பா, ஏன்னா, நீங்க வரும்போது நான் இருந்தா என்னையச் சுட்டுப் பொசுக்கிருவீக, அந்த வேல ஒங்களுக்கு வேண்டாம், அந்த வேலைய நானே செஞ்சு ஒங்க ஆசைய நிறைவேத்தியிறன்.'

படபடவென்று பொரிந்து ஆத்திரத்தைக் கொட்டிய கவிதாவால் பொங்கி வந்த அழுகையை அடக்க முடியவில்லை. ஓ வென்று அழுதபடியே போனை வைத்தாள். அழுகை பீறிட்டது. ஆனால் வழிந்ததோ ஆனந்தக் கண்ணீர், வேக வேகமாய் சென்று பீரோவைத் திறந்து ரிவால்வரைத் தேடி கையில் எடுத்தாள். ஜாக்கிரதையாகத் திறந்து ரவைகளை அகற்றினாள். கூந்தலைப் பரத்தி சோபாவில் அமர்ந்துகொண்டு சிவப்பு நிற நகப் பாலீசை இடப்பக்க நெற்றியில் தடவி காதோரம் வழிய விட்டாள். கம்ப்யூட்டர் சாம்பிராணி வில்லையைப் பொருத்தி ரிவால்வரின் குழாய்க்குள் போட்டதால் புகை வெளியேறிக் கொண்டிருந்தது. கரடிப் பொம்மையுடன் விளையாடிக் கொண்டிருந்த குழந்தை பானுவைக் கூப்பிட்டு துப்பாக்கியைக் கொடுத்தாள். நிஜத் துப்பாக்கியின் கனம் தாங்காமல் குழந்தை இரு கைகளாலும் பிடித்துக்கொண்டு எதிரே நின்றது. கண் முழி நிலை குத்தி நிற்க நெற்றிப் பொட்டில் சுடப்பட்டுச் செத்தவளாய், வலது கையை மடக்கி மடிமேல் வைத்துக் கொண்டு சோபாவில் சாய்ந்துகொண்டாள். வெளியே தன் அன்பான கணவர் ஆனந்தின் சுசுகி வண்டியின் சத்தம் எப்போது கேட்கும் என்று ஏங்கிக் கொண்டிருந்தது பொய்ப் பிணமான கவிதாவின் மனசு. காலடியில் உட்கார்ந்திருந்த கரடிப் பொம்மையும் கூட வழிமேல் விழிவைத்துக் காத்திருப்பது போல் முழித்துக் கொண்டிருந்தது. வெளியே ஆனந்தின் வண்டிச் சத்தம் கேட்பது போலிருக்க, ஒரு சிறு அசைவுகூட இல்லாமல், இமைக்காமல் உட்கார்ந்திருந்தாள் கவிதா.

●

47

விசாரம்

வீரபத்ர பிள்ளையின் முப்பதாண்டு கால அரசு ஊழியர் வாழ்க்கை என்பது, பல்வேறு சோதனைகளையும் வேதனைகளையும் உள்ளடக்கியதுதான் என்றாலும், இப்போது வந்திருக்கின்ற ஒரு சோதனை மாதிரி வேறெப்போதும் வந்ததில்லை. முதலாவது சோதனை தன் ரூபத்திலும், இரண்டாவது வந்திருக்கிற கடுஞ் சோதனை தன் ஒரே மகன் பொன்மாடன் ரூபத்தில் வந்திருப்பது தான் கஷ்டமாக இருந்தது. முதலாவது சோதனையின் மிச்சம் சொச்சத்தை இன்னும் தாங்கிக்கொண்டிருந்தாலும்கூட, மனுஷ ஜென்மத்தில் யாருக்குமே மூலநோய் வரக்கூடாது என்று இன்னும் பல தெய்வங்களைப் பிரார்த்தித்துக்கொண்டிருக்கிறார். மூல நோய்க்கு முதலில் மருந்து சொன்னவர் சக செக்ஷன் கிளார்க் தோழர் பாண்டியன் தான் என்றாலும், அவர் சொன்னது நோய்க்கு மருந்தாக இல்லை என்பதையும், நோய் உருவாவதற்கான மூலக்காரணம்தான் என்பதையும் வீரபத்ர பிள்ளை அறியாமல் இல்லை.

'காலைல கரெக்டா பத்து மணிக்கு வார்ரீரு, ராத்திரி எட்டு மணி வரைக்கு இப்படிக் குத்துக்கல் மாதிரி சீட்லயே... உட்கார்ந்திருந்தா மூலம் வராம என்ன செய்யும், இப்படி அக்கறையா வேல பார்த்தாப்ல நமக்குத் தூக்கியா குடுத்துறப் போகுது கவர்மெண்ட்.'

சித்த வைத்தியத்துக்கு அவர் மாறியது திடீரென விரும்பி மாறியதுதான் என்பதை விட அலோபதி வைத்தியத்தில் அறுவை சிகிச்சை செய்தே ஆகவேண்டும் என்று வற்புறுத்தியதும் ஒரு காரணம். பிரபல சித்த வைத்தியர் சுந்தர கணபதி இதற்கு முன்னால் உள்ளூர் நகராட்சியில் துப்புரவு பிரிவில் சூப்பர்வைசியராக இருந்தவர் என்பதும், சித்த வைத்திய சேவைக்காகவே விருப்ப ஒய்வில் வேலையை விட்டுவந்தவர் என்பதும் வைத்தியப் பழக்கத்தில் பிள்ளை தெரிந்துகொண்ட விஷயங்கள். சிலர் குப்பை மேஸ்திரி

என்றும் வைத்தியரை அழைப்பதுண்டு. நகராட்சியில் ஒட்டு மொத்த குப்பைகளை இரண்டாகத் தரம் பிரித்து மக்கும் குப்பை, மக்காத குப்பை என்று மாற்றிய போது வைத்தியர் மக்காத குப்பைகளுக்கு சூப்பர்வைசராகப் பணியாற்றியவர் என்பதும் கட்டாயம் தெரிந்து கொள்ளவேண்டிய முக்கிய விஷயங்கள்.

சித்த வைத்தியர் சுந்தர கணபதியின் பரிந்துரையின் பேரில் வீரபத்ர பிள்ளை தின்ற இலை தழைகளை வரிசைப்படுத்தினால் கணக்கில் அடங்காது. நோயின் தீவிரம் குறைந்தாலும் நோய் முற்றாகக் குணமாகாதது கவலையளிப்பதாகத்தான் இருந்தது. லேகிய உருண்டைகளும், பலவகை இலை தழைகளும் நாக்கின் ருசி உணர்வை மாற்றும் வீர்யம் கொண்டவை போலும். வீட்டில் ஒரு நாள் பாவைக்காய் பொரியல் சாப்பிட்டபோது பாவக்காய் இனிப்பதையும், சாம்பார் கசப்பதையும் உணர்ந்தார். அதிலிருந்து சித்த வைத்தியத்தைத் தலை முழுகிவிட்டாலும், நோய் குணமாக வேண்டுமே.

ரிக்கார்டு கிளார்க் நீலமணி தன்னைப்போல் மூல நோயினால் ரொம்ப நாள் அவதிப்பட்டவர் என்பதை அறிந்ததும் உடனடியாக அவரைத் தொடர்புகொண்டார். நீலமணி கவிதைகள் எழுதுவதில் வல்லவர் என்றும், நீலமணி என்பது புனைப்பெயர் என்பதும், அவருடைய உண்மையான பெயர் பாலசுப்பிரமணியன் என்பதும் கேள்விப்பட்ட விஷயங்கள். ரிக்கார்டு கிளார்க்கும் கவிஞருமான நீலமணி சொன்ன விஷயங்கள் தனக்கு ஒத்து வருமா என்பதில் வீரபத்ர பிள்ளை குழம்பித்தான் போனார்.

'அதாவது சார், இந்த மூல நோயைப் பொறுத்தமட்டுல ஒங்கள விட, நூறு மடங்கு அவஸ்தப்பட்டவன் நான், ஆனா இன்னைக்கி தொந்தரவே இல்லாம நிம்மதியா இருக்கிறேன்னா காரணம் கழுகு மலை சுப்பிரமணியன்தான்.'

'அவரோட அட்ரசக் குடுங்க, அதோட ஒரு லெட்டரும் எழுதிக் கொடுங்க, இல்ல நம்ம ரெண்டு பேருமே ஒரு நாளைக்குப் போய்ட்டு வந்துருவம்.'

'சார்... நான் சொல்ற சுப்பிரமணியன் வைத்தியர் இல்ல ஆனா வைத்தியர்தான்.'

'எனக்கு நீங்க சொல்றது ஒன்றும் புரியல சார்.'

'எனக்கு மூல நோயக் குணமாக்குனது வைத்தியர் இல்ல சார், கழுகுமலை முருகன்.'

‘என்ன நேத்தியக் கடன் போட்டீரு, அக்னி சட்டி எடுத்தீரா இல்ல பூக்குழி எறங்கி காவடி எடுத்தீரா.’

‘அதெல்லாம் ஒன்னும் செய்யல. ஏற்கனவே நான் ஒரு கவிஞர். உங்களுக்குத் தெரியுமோ தெரியாதோ, அந்த கவிதைதான் என்னோட மூலத்த குணமாக்கிச்சுனு சொன்னா நெறய்யப் பேர் நம்பவே மாட்டேங்காங்க, அதாவது இந்த நோய் கம்ளீட்டா குணமாகிட்டா கழுகுமலை முருகன் மேல நூறு பாடல்கள் இயற்றி மூலஸ்தானத்துல வச்சு வழிபட்டு, அத அப்படியே புத்தகமா அடிச்சு, ஆயிரம் பிரதி இலவசமா கொடுத்திரேன்னு வேண்டிக்கிட்டன், அதே மாதிரி சொகமாகிப் போச்சு, ஆயிரம் பிரதி அடிச்சு இலவசமா கொடுத்தாச்சு, மூலம் போன எடம் தெரியல.’

கவிஞர் நீலமணி டிராய்ரைத் திறந்து கவிதைப் புத்தகம் ஒன்றை எடுத்து வீரபத்ர பிள்ளையிடம் கொடுத்தார். மூலத்தை விரட்டிய அந்த அற்புத மருந்தைப் பவ்யமாக வாங்கி சில பக்கங்களைப் புரட்டினார். அவருக்கும் அரிப்பு குறைந்தது போன்ற ஒரு பிரமை ஏற்பட்டது. ஆனாலும் பணம் எவ்வளவு செலவாகும், அடுத்தவருடைய மூலத்திற்கு இன்னொருவருடைய கவிதை பலனளிக்குமா என்று குழம்பியபடியே மௌனிந்திருந்தார்.

‘சரி சார், ஒங்க வியாதிக்கு நீங்க வேண்டிக்கிட்டீக, குணமாகிப் போச்சு, என்னோட வியாதிக்கு நீங்க கவிதை எழுதுனா குணமாகுமா சார்.’

‘யார் எழுதுனா என்ன, யாருக்கு எழுதுனா என்ன முருகனப் பத்தி கவிதை எழுதனும், மூல நோய் குணமாகனும், மூல நோய்ங்கிறது எல்லார்க்கும் ஒரே மாதிரிதான சார் வருது.’

‘சரி, செலவு எவ்வளவு சார் ஆகும்.’

‘அந்த வெவரம் எனக்குத் தெரியல, ஏம்னா அது என்னோட செலவு கெடையாது. நகைக்கடை மொதலாளி தானாப் பானா மூனாதான் முழுச் செலவையும் ஏத்துக்கிட்டாரு, அவரோட வீட்ல என்ன விசேஷம் நடந்தாலும் அங்க நம்ம தலைமையில கவிதை அரங்கேற்றம் கட்டாயம் இருக்கும், அதுக்குப் பிரதி உபகாரமா செஞ்சு குடுத்தாரு, என்ன ஒரு பத்து பதினஞ்சுக்குள்ள வரும்.’

வீரபத்ர பிள்ளை மேலும் குழம்பித்தான் போனார். ஏனெனில் பதினைந்தாயிரம் ரூபாய் என்பது அவரைப் பொறுத்தவரையில் சாதாரண தொகையல்ல. மேலும் அவருக்கு யாரும் ஸ்பான்சர் செய்யவும் ஆள் கிடையாது. இவைகள் போக இன்னுமொரு

முக்கியமான விஷயம் தன்னுடைய குல தெய்வம் சுடலை மாடன். முருகன் மீது கவிபாடி புத்தகம் போட்டுவிட்டு சுடலை மாடனைப் பகைத்துக்கொள்ள இயலாது. அது பெரிய விபரீதம். மூல நோயுடன் உயிர் வாழலாம். சுடலை மாடனைப் பகைத்துக்கொண்டவன் உயிர் வாழ்வது கஷ்டம். குழப்பத்துடன் முகட்டு வளையைப் பார்த்தபடி உட்கார்ந்திருந்தார் பிள்ளை. அப்போதைக்கு யோசித்துச் சொல்லுகிறேன் என்று சொல்வதைத் தவிர வேறு வழியில்லை. பத்து நாளாக எந்த முடிவும் எடுக்க முடியாமல் குழம்பிய பிள்ளையிடம் கவிஞரே நேரில் வந்தார். பிள்ளை மெதுவாகச் சுடலை விவகாரத்தை ஆரம்பித்தார்.

'சார்... இங்க கேளுங்க உங்க பயம் நியாயமான பயம்தான். முருகன் மேல பாடுனாத்தான ஒங்க சுடலைக்குக் கோபம் வரும். வள்ளி, தெய்வான மேல பாடிட்டுப் போறது. வள்ளி தெய்வான மேல நிச்சயமா சுடலைக்குக் கோபம் வராது, பெறகென்னத்துக்கு யோசிக்கீரு, நாளைக்கு ஆரம்பிச்சிரலாமா சார்.'

கவிஞரிடமிருந்து வீரபத்ர பிள்ளை தப்பிப்பதற்குப் பெரும்பாடு பட வேண்டியதாயிற்று. மூல நோயின் தொந்தரவைவிட கவிஞரின் தொந்தரவு அதிகமாகிப் போயிற்று. கொஞ்ச நாட்கள் கவிஞரிடமிருந்து தப்பிப்பதற்காகத் தலை மறைவு வாழ்க்கைகூட வாழ வேண்டியதாகப் போயிற்று.

இரண்டாவது சோதனை என்பது தன் மனைவியின் ரூபத்தில் வந்தது. கர்ப்பப் பையில் கோளாறு வருவதும், கர்ப்பப்பையை முற்றாக அகற்றிவிடுவது என்பதும் பெண்களுக்கு இயல்பாக வரும் கோளாறுதான் என்றாலும், டாக்டர் அதற்கான காரணத்தைச் சொன்னதுதான் வீரபத்ர பிள்ளையை வருத்தமடையச் செய்தது. சூசகுமாரி, எம்.பி.பி. எஸ்.டி.ஜி.ஓ. சொன்ன விஷயத்தைக் கேட்டதும் பிள்ளை அதிர்ந்தே போனார்.

'படிக்காத பட்டிக்காட்டு ஆட்களுக்கு அட்வைஸ் பண்ணலாம். நீங்க படிச்சவங்க, ஒரு கவர்மெண்ட் எம்ப்ளாயி கொஞ்சமாவது யோசன வேணும் சார், ஒங்க வொய்ப்புக்கு கர்ப்பப்பைய அப்புறப் படுத்துறதுக்கு நீங்கதான் சார் காரணம்.'

'எனக்கு ஒன்னும் புரியலையே மேடம்.'

'ஒங்களுக்கு எப்படி சார் புரியும், ஆறு வருஷமா வேதனைய அனுபவிக்கிறது அவங்கதான்.'

'புரியும் படியா சொல்லுங்க மேடம்.'

'ஆறு வருஷமா நீங்க சாப்பிட்ட சித்தா மெடிசன், ஒங்க உடல்ல கலந்து வீர்யமா மாறிப் போச்சு, அதனுடைய விளைவு ஒங்க மனைவியோட கர்ப்பப்பையையே அகற்ற வேண்டியதாயிற்று.'

வீரபத்ர பிள்ளைக்கு ஒன்றும் புரியவில்லை. மேலும் குழம்பித்தான் போனார். ஆஸ்பத்திரிப் படுக்கையில் தனித்துப் படுத்திருந்த தன் மனைவியிடம் ஆறுதலாய் நாலு வார்த்தைகள் சொல்லலாம் என்று பக்கத்தில் உட்கார்ந்து டாக்டர் சொன்ன சித்தா மருந்து விவகாரத்தை ஆரம்பித்தார்.

'இங்க கேளுங்க, தொழில் போட்டியில இப்படியெல்லாம் சொல்றது சகஜம்தான், இதுக்காக நீங்க மனசக் குழப்ப வேண்டாம். இங்கிலீஷ் மருந்துக்காரன் நாட்டு மருந்துக்காரன கொற சொல்வான், அவன் இவனக் கொறச் சொல்வான், என்னையக் கேட்டா நீங்க சித்தா மருந்து சாப்பிடுறத நிறுத்துனதுனாலதான் எனக்குப் பிரச்சினைனு நினைக்கன், நாளையிலருந்து நீங்க திரும்பவும் மூலத்துக்கு சித்தா மருந்து சாப்பிடுங்க.'

'டாக்டரம்மா வீர்யம் அது இதுன்னு...'

'அதப்பத்தி கவலப்பட வேண்டியவ நான், டாக்டரம்மா கெடையாது, கர்ப்பப்பையவே அப்புறப்படுத்தியாச்சு இனி எந்த வீர்யம் வந்து என்னைய என்ன பண்ணிறப் போகுது.'

மீண்டும் சித்த வைத்தியர் மக்காத குப்பை மேஸ்திரி சுந்தர கணபதியைப் பார்ப்பதென்று முடிவு செய்து குறுக்கு வழியாகப் போய் விடலாம் என்று ஸ்டாலின் காலனி வழியாக நடந்து கொண்டிருந்தார் வீரபத்ரபிள்ளை. ஸ்டாலின் காலனி என்பது நிறையக் குடிசைகளை உடையதும் குடிசைகளை விட பல மடங்கு பன்றிகளை உடையது என்பதையும் அன்றுதான் தெரிந்துகொண்டார். தன்னுடைய அலுவலகத்தில் பியூனாக வேலை பார்க்கும் முனியாண்டியைச் சந்திப்போம் என்று பிள்ளை சற்றும் எதிர்பார்க்கவில்லை.

'சார்... வணக்கம், என்ன இப்படி திடு திப்னு எங்க தெருப்பக்கம்.'

பிள்ளை அலுவலகத்தில் படும் அவஸ்தையை அறியாதவனில்லை முனியாண்டி. பல தடவை மூலத்திற்கு மருந்து சொல்லியும் பிள்ளை அதை சட்டை செய்யாமல் அலட்சியப்படுத்தினார். இப்போதும் அதையே வலியுறுத்தினான் முனியாண்டி.

'இங்க கேளுங்க சார், நீங்க எத்தன வைத்தியம் பார்த்தாலும், ஆயிரம் ஆயிரமா செலவழிச்சாலும், மூலநோயப் பொறுத்தமட்ல

நான் சொல்ற மருந்து மாதிரி சொலபமாவும் சூட்டாவும் கொணமாக்குற மருந்து வேற எதுவுமே கெடையாது, செலவும் இல்ல, வாரத்துக்கு ஒரு தரம் கால் கிலோ கறிதான் செலவு. அருவமில்லாம நம்ம வீட்டுக்கு வந்துரும், அதையும் ஒரு மருந்தா நெனச்சு கண்ண மூடிட்டு விழுங்கிற வேண்டியதான, கசக்கவா போகுது, அத சாப்பிடுறவன் எல்லாம் செத்தா போய்ட்டான்.'

முனியாண்டியின் பேச்சு வீரபத்ரபிள்ளையைச் சம்மதிக்க வைக்கவில்லை, அவர் படும் வேதனையும், வலியுமே அவரைச் சம்மதிக்க வைத்து மறுநாள் பியூன் முனியாண்டியின் வீட்டுக்கு இழுத்துச் சென்றது. குமட்டலையும், வாந்தியையும், ஓங்கரிப்பையும் அடக்கிக்கொண்டுதான் கால் கிலோ கறியையும் பிள்ளை விழுங்கி வைத்தார். விழுங்கி முடிந்தவுடன் வாந்தி வராமலிருப்பதற்காக முனியாண்டி கொடுத்த திரவம்தான் பட்டைச் சாராயம் என்பதும், அதற்கு வாந்தியை நிறுத்தும் வீர்யம் இருப்பது உண்மை என்பதையும் பிள்ளை உடனடியாக அனுபவபூர்வமாக உணர்ந்துகொண்டார்.

மறுநாள் அலுவலகத்திற்குப் போன போது முனியாண்டி தன்னை ஏளனமாகப் பார்ப்பது மாதிரியும், மற்ற அனைவரும் தன்னை ஒரு அறுவெறுக்கத்தக்க மிருகத்தைப் பார்ப்பது போலவும் உணர்ந்தார். ஆனாலும் பியூன் முனியாண்டியின் சத்தியத்தின் மீது முழு நம்பிக்கை வைத்தவராய் வேலையைத் தொடங்கினார். பக்கத்து சீட் ஹெட் கிளார்க் ஓயாமல் இறுமுவது தன்னை நோக்கி உறுமுவது போலிருக்கவும் கொஞ்சம் பயந்தார். ஒவ்வொரு தடவையும் அவர் 'உர்ர்ர்ர்ரும்' என்று காரித்துப்புவது தன்னைக் கேலி பண்ணுவது போல் ஒரு பிரமையில் நெளிந்தார் பிள்ளை. சில நேரம் தன் வயிற்றுக்குள்ளேயே உறுமல் சத்தம் போல் கேட்டதும் பிரமைதான் என்பதை உணர்ந்து உறுதி செய்து நிம்மதிப் பெருமூச்சு விட்டார்.

பிள்ளையவாளின் மனைவிக்கு ஆச்சரியம் தாங்கவில்லை. இப்போதெல்லாம் வீரபத்ரபிள்ளையால் பாயில் தனியே படுத்து உறங்க முடிகிறது. அதுவும் மல்லாக்கப் படுத்து. அவருடைய மனைவிக்கோ ரொம்ப நாள் சுமந்துகொண்டிருந்த ஒரு பெரிய சுமையை இறக்கி வைத்த நிம்மதி. அவருடைய உடைகளில் இரத்த திட்டுக்கள் படுவது நின்று பல மாதங்கள் ஆயிற்று.

பழையபடியும் வேஷ்டியைத் துறந்துவிட்டு பேண்ட், சர்ட்டுக்கு மாறி விட்டார். புதுசாக ஒரு சைக்கிள் வேறு வாங்கிக்கொண்டார். மருந்தே சாப்பிடுறது இல்ல, அப்புறம் எப்படி நோய் குணமாச்சு என்ற

மனைவி கேட்கும்போதெல்லாம் பிள்ளைவாள் சந்தோஷமாகச் சொன்னார்.

'இது ஒரு மாதிரியான மருந்து. வைத்தியர் கண்முன்னாலதான் சாப்பிடனும், அளவு கூடியிறவும் கூடாது, குறைஞ்சிறவும் கூடாது. இந்த லேகியத்தோட பேரு 'நரசிம்மா லேகியம்' ஒரு சில வைத்தியர்கள் கிட்ட மட்டும்தான் கெடைக்கும் ரொம்பவும் பவர்ப்புல்லான லேகியம்.'

இப்போது வீரபத்ர பிள்ளை சாப்பிடுகிற மருந்தின் அளவு என்பது வாரத்திற்கு கால்கிலோ, அரைக்கிலோவாகி, அப்புறம் முக்காலாகி நோய் கொஞ்சம் குணமாகிய பின்னும் ஒரு கிலோ அளவில் நிற்கிறது என்பது முனியாண்டிக்கும் அவனுடைய மனைவிக்கும் மட்டுமே தெரிந்த விஷயங்கள்.

கடைசி சோதனை தன் மகன் பொன்மாடன் ரூபத்தில் வந்து தாக்கிய போதுதான் பிள்ளை நிலைகுலைந்து திக்கு முக்காடிப் போனார். தன் தாயின் வயிற்றில் தனக்குத் தவிர வேறு எவருக்குமே இடமில்லை என்று நிரூபித்துவிட்ட ஒரே மகன். எஸ்எஸ்எல்சி முடித்துவிட்டு விட்டேத்தியாய் மூன்று வருஷமாக ஊர் சுற்றும் ஒரே செல்லப் பிள்ளை.

வீரபத்ரபிள்ளை தன் மகன் பொன்மாடனின் சூட்கேசைத் திறந்து பார்த்தது தற்செயலாகத்தான். அதிர்ந்தே போய்விட்டார் என்றுதான் சொல்லவேண்டும். தடித்தடியான கனத்த புத்தகங்கள் அதுவும் ஒரே சிவப்புக் கலரில், அத்தனை புத்தகங்களிலும் அடர்ந்த தாடியும் விதவிதமான மீசையும், ஒரு வேளை அனைவருமே பிரம்மசாரிகள் தானோ என்றுகூட நினைத்தார். அப்புறம்தான் தெரிந்துகொண்டார், அனேகமாகப் பதினெட்டில் ஆரம்பித்து முப்பது வயது வரை இளைஞர்களைத் தாக்கும் ஒருவித நோய் பற்றிய புத்தகங்கள் என்று, இந்நோய் மூலநோயைவிட கொடிய நோயாயிற்றே என்று வருத்தப் பட்ட போதுதான் தெரிந்தது, பையனுக்கு நோய் முற்றியிருப்பது.

வீட்டுச் சாப்பாட்டை வெறுத்து தினம் ஒரு ஓட்டலில் யார் செலவிலாவது சாப்பிடுவது, இந்நோயின் முக்கிய அறிகுறி. இரண்டாவது அறிகுறி யாரைக் கண்டாலும் உபதேசிப்பது, செயற்கையாகச் சத்தமாகச் சிரிப்பது. அடுத்த அறிகுறி ஊரில் யார் யார் என்ன வேலை செய்கிறார்கள், யார், யாருடன் உறவு வைத்திருக் கிறார்கள் என்ற புள்ளிவிபரங்களைத் தெரிந்துகொண்டு, கடைசியில் அந்தப் புள்ளிவிபரங்களையே தன்னுடைய 'மூலதனமாக' மாற்றிக்

கொள்வது. இவை எல்லாமே பொன்மாடனிடம் தென்பட்டன.

வீரபத்ர பிள்ளையின் தீர்க்க முடியாத பெரிய கவலைக்கு மருந்து போல் வந்து சேர்ந்தது அலுவலகத்திற்கு வந்த உத்தரவு ஒன்று. அதன்படியே தன்னுடைய மூன்று வருட சர்வீஸை விட்டுக் கொடுத்து, வாரிசான தன் ஒரே மகன் பொன்மாடனுக்குத் தன்னுடைய வேலையை வாங்கிக்கொண்டார்.

பொன்மாடன் ஒரு நாள் ஒரு மாத மெடிக்கல் லீவுடன் வீட்டுக்கு வந்தான். பல வருடங்களுக்குப் பின் தகப்பனும் மகனும் பேசிக் கொண்டனர்.

'மூல நோய் வேதன தாங்க முடியலப்பா. ஒரே எடத்துல உட்காரவே முடியல. நெறய்யப் பிரச்சனைகளுக்கு முடிவு கட்ட வேண்டியதிருக்கு, ஏதாவது வைத்தியம் பண்ணியாகனும், ஒங்களுக்கும் இதே மாதிரி மூல நோய் தொந்தரவு இருந்ததா ஆபிஸ்ல சொன்னாங்க, அம்மாவும் சொன்னா, அம்மா சொல்லித்தான் எனக்கே தெரியும். சொல்லுங்கப்பா யார்ட்ட வைத்தியம் பண்ணலாம்.'

'எனக்கு வந்த மூலம் ஆபிஸ் சீட்ல அல்லும் பகலும் உட்காந்து வேல பார்த்ததால வந்தது, ஒனக்கு வந்திருக்கிற மூலம் ஓயாம உண்ணாவிரதப் பந்தல்ல உட்கார்ந்ததால வந்தது. அதனால அது வேற, இது வேற, நல்ல டாக்டராப் பார்த்து ஆபரேஷன் பண்ணிக்கோ.'

பிள்ளை சொல்லிவிட்டு படக்கென்று எழுந்து போய்விட்டார்.

'ஆயின்மென்ட்டால் பயனில்லை, ஆபரேஷன் தேவை, எனக்கு மட்டுமல்ல. இந்த ஆபிசுக்கு ஆபரேஷன் தேவை, இந்த நாட்டுக்கு ஆபரேஷன் தேவை, ஏன்... இந்த உலகத்துக்கே...'

பொன்மாடனின் வில்லன் சிரிப்பை வீரபத்ரபிள்ளையும், அவர் மனைவியும் பார்த்துக்கொண்டே நின்றார்கள். கை முஷ்டியை உயர்த்திக்கொண்டு ஆக்ரோஷத்துடன் நடந்துபோனான் பொன் மாடன். அவன் நடந்து போன இடத்தில் சில ரத்தத் துளிகள் பட்டிருப்பதையும், பேண்ட்டின் பின்புறம் இரத்தத்தால் நனைந் திருப்பதையும் அவர்கள் பார்த்தார்கள்.

வீரபத்ர பிள்ளை ரொம்பவும் வருத்தப்பட்டார், தான் விட்டுக் கொடுத்துவிட்டு வந்த மூன்று வருட சர்வீஸை நினைத்து.

●

48

வதை

சத்தம் வந்த திசையில் சுற்றும் முற்றும் பார்த்தேன். ஆள் யாரையும் காணவில்லை. ஆனால் கூப்பிட்ட சத்தம் மிகவும் தெளிவாகக் கேட்டது. குழம்பிப்போய் நின்றேன். இதுவரை என்ன இப்படி யாரும் கூப்பிட்டதில்லை, ஆகையால் யாரென்று பார்த்துவிடவும் ஆவல் மேலோங்கியது. யோவ்... நிருபரே என்று கூப்பிட்டிருக்கிறார்கள், ஏலேய்... பொன்மாடா என்று கூப்பிட்டிருக்கிறார்கள். ஆனால் இதுவரை யாரும் கூப்பிடாத வகையில் 'யோவ் பேப்பர்காரரே' என்று கூப்பிடுவது இதுதான் முதல்முறை. யாரையும் காணாததால் குழப்பத்துடன் வண்டியை ஸ்டார்ட் செய்ய காலைத் தூக்கினேன். மீண்டும் அதே குரல்.

'யோ...வ், பேப்பர்காரரே, இங்க வாருமய்யா, ரொம்ப ரொம்ப கெராக்கிதான் போலருக்கு'

குரல்வந்த திசையிலோ அல்லது பக்கத்திலோ ஆளரவம் தென்படவில்லை. ஒருவேளை வேப்பமரத்தின் தூருக்குப் பின்னால் ஒளிந்துகொண்டு யாரும் விளையாட்டுக் காட்டுகிறார்களோ என்று வண்டியை நிறுத்திவிட்டு வேப்பமரத்தின் அடியில் வந்து நின்றேன். வேப்பமரத்தின் தடித்த தூரை ஒரு தரம் சுற்றி வந்தேன். திடீரென்று கெக்கெக்கே என்று ஒரு பெண் சிரிப்பது துல்லியமாகக் கேட்டது. எனக்குப் பயம் பற்றிக்கொண்டது. ஓடிவிடலாமா என்று கூட நினைத்தேன்.

'பேப்பர்காரரே... என்னத்துக்கு இப்படிப் பயப்படுறீரு, நான்தான்ய்யா வேம்பி பேசுறன்.'

'வேம்பியா, அப்படின்னா யாரு, எதுக்கு ஒளிஞ்சுக்கிட்டு பேசணும்'

'நான் ஒண்ணும் ஒளியல, ஒம்ம முன்னால நின்னுதான் பேசுறன், நல்லா கண்ண தொறந்து உத்துப்பாரும்.'

‘வேம்பினு யாரும் எனக்குத் தெரிய இல்ல, பேசுதா இருந்தா எம் முன்னால வந்து பேசு’

‘அப்படியா ஓம்ம முன்னாடி வந்து பேசுறதுக்கு நீரென்ன பெரிய ஜர்னலிஸ்ட்டா’

‘.......’

‘பேப்பர்காரரே நான்தான் பேசுறன், ஓம்ம சேக்காளிதான். என்பேரு ஒங்க பாஷையில வேப்பமரம், எங்க பாஷையில வேம்பி.’

பொன்மாடனுக்கு இப்போது தெளிவாகப் புரிந்துவிட்டது. பேசுவது வேப்பமரம்தான் என்பது. நிச்சயமாக உறுதி செய்து கொண்டான். சந்தேகமே இல்லை, கண்ணெட்டும் தூரம்வரை வேறு ஆட்களும் கிடையாது.

‘தெருவுல எடைக்குப் பழைய பேப்பர் வாங்குறவன கூப்பிடுறது மாதிரி பேப்பர்காரரே அப்படின்னா கூப்பிடுவாங்க.’

‘பெறகு எப்படிக் கூப்பிடணும்’

‘யோவ்! நிருபரேனு கூப்பிடறது’

‘நீரென்ன ஜர்னலிசமா படிச்சிருக்கீரு, நிருபரேனு கூப்பிட’

‘ஜர்னலிசம் படிச்சாத்தான் நிருபரா இருக்கணுமா’

‘படிக்காமயும் இருக்கலாம், ஓம்ம மாதிரி தெனம் சப் கலெக்டர் ஆபீஸ், கோர்ட், போலீஸ் ஸ்டேஷன், தாலுகா ஆபீஸ், டி.எஸ்.பி. ஆபீஸ், கவர்மெண்ட் ஆஸ்பத்திரி, முனிசிபல் ஆபீஸ் இங்கேயெல்லாம் ஒரு விசிட். அங்கங்க என்ன சொல்றாங்களோ அத அப்படியே பேப்பர்ல கொட்டியிற வேண்டியது, பெறகு மறுநாளும் அதே மாதிரி செக்குமாடு கெணக்கா ஒரு ரவுண்டு, ஒங்களுக்குப் பேரு ‘நிருபர்’ வண்டியில பெருசா ‘பிரஸ்’னு எழுதி வச்சுக்கிட்டு என்னமோ பெரிய தொரைக மாதிரி பறக்கிறது’

‘பெறகு என்னதான் செய்யணும்ங்கிற’

‘அவங்க ஒங்கிட்ட குடுக்கிற நியூஸ்ல எது உண்மை, எது பொய்யுனு, பார்க்க வேண்டாமா, கட்டாயம் பார்க்கணும், அவங்க குடுக்கிற நியூஸ வாங்கி வச்சிக்கிட்டு, அதுல புதுசா நீரென்ன கண்டுபிடிச்சீரோ அதையும் சேர்த்து எழுதணும் அவங்களுக்குப் பேருதான் நிருபர்’

‘பரவாயில்ல வேம்பி நான் ஒன்னய ஒரு மரக்கட்டன்னு நெனச்சன்’

‘இங்க ஒவ்வொருத்தனும், நம்மதான் பெரிய அறிவாளினு

நெனச்சுக்கிட்டு அலையப்போய்த்தான், இந்தியா இன்னும் உருப்படாமலேயே போய்க்கிட்டிருக்கு, வெள்ளக்காரன் காலத்திலிருந்து தொன்னூறு வருஷமா இந்த எடத்துல இருக்கன், எனக்குத் தெரியாத விஷயமா ஒங்களுக்குத் தெரிஞ்சிரப் போவுது, இந்த கோர்ட் ஒரு நிமிஷமாவது என்னோட கண்ணுலருந்து தப்பியிற முடியுமா.'

'அப்புறம் இவ்வளவு நாளா எங்ககிட்ட ஒரு நாள்கூட நீ பேசலியே, இது ஒனக்கே நல்லாருக்கா'

'பேசுறதுக்கு ஒங்கிட்ட என்ன இருக்கு, அவங்க சொல்ற விஷயத்த நிய்யி அப்படியே பேப்பர்ல போடப் போற, இந்தக் கெழட்டு சிரிக்கி வேம்பி சொல்றத நிய் கேப்பியா, பேப்பர்ல போடுவியா, போலீஸ் ஸ்டேஷன் முன்னாடி நிக்காளே வாகா அவ ஒங்கிட்ட ஒரு நாளாவது பேசுனாளா'

'தெனம் அங்கயும்தான் போறன், அவளும் ஒரு நாள்கூட பேசல'

'அவ பெரிய பவுசுக்காரி, எனக்குச் சக்களத்தியா மொறதான் வேணும், நம்ம லயன் வேற, அவ லயன் வேற, அவ நல்லா துட்டுப் பெறள்ற எடத்துல வாக்கப்பட்டுகிட்டா, யாரையும் மதிக்கிறது கெடையாது, ஊருக்குள்ள திருட்டுப்பெரட்டு சோலி அவளுக்குத் தெரியாம நடக்காது'

'என்ன பேர் சொன்ன, வாகாவா'

'ஆமா, ஒங்க பாஷையில வாகமரம்னு சொல்லுவீக.'

'சப் கலெக்டர் ஆபீசுக்கு முன்னால நிக்கிறது'

'அவளா அவ என்னோட ஓடம்பெறந்த மகதான், புங்கானு பேரு, பெரிய சிமிட்டி, கேட்டா நீங்க எல்லாரும் எனக்குக் கீழதான், அம்புட்டு நிர்வாகமும் எங்கிட்டத்தாம்பா, அவ வாய் அசைஞ்சா போதும் இந்தத் தாலுகாவே கிடுகிடுனு நடுங்கும், அவ அதிகாரம் அப்பிடி அதிகாரம்'

'முனிசிபாலிடி ஆபீசுக்கு முன்னாடி நிக்கிறவ'

'அவளா, அவ பெரிய பலபட்ற, சாக்கடைக்குச் சண்ட இழுத்திட்டு வந்து நிப்பா, எங்க அம்மா கூட பெறந்த சித்தி பையனுக்குத்தான் வாக்கப்பட்டா, கழுத அஞ்சு வருஷத்துக்கு ஒராட்ட ஆள மாத்திருவா, ஆனா எவன் வந்தாலும் துட்டுக்குப் பஞ்சமில்ல'

'சரி, வேம்பி பாட்டி, இனிமேப்பட நிய்யி என்ன சொல்றயோ அத அப்பிடியே பேப்பர்ல போடறன், நீ எனக்குக் கொஞ்சம் சப்போர்ட்

பண்ணனும்'

'நான் சொல்றத அப்பிடியே போட்டா அம்புட்டுத்தான், நாளைக்கே நிய்யி கம்பி எண்ண போக வேண்டியதுதான்.'

'எதுக்கு'

'நீதிமன்ற அவமதிப்புனு சொல்லி உள்ள தள்ளிருவான், என்னய ஒரு பயலாலயும் அசைக்க முடியாது, ஏம்னா சட்டத்துல எனக்கு அவ்வளவு பாதுகாப்பு இருக்கு, அனாவசியமா என்னை யாரும் தொட்ர முடியாது, ஏம்னா நான் கவர்மெண்ட் ஆளு, போன வாரம் இதே எடத்துல ஒரு பயல மண்டயப் பிளந்தன் பாத்தியா பேப்பர்ல கூட போட்டான்களே'

'வெவரமா சொல்லு வேம்பி பாட்டி, எனக்குச் சரியா ஞாபகத்துக்கு வரல'

'வேப்பமரக் கிளை ஒடிந்து வாலிபர் சாவு' அப்படின்னு போட்டீகள்ல'

'ஆமா, ஆமா, அது ஒன்னோட வேலதானா?'

'ரொம்ப நாளா அந்தப் பயல எப்பிடிடா தீட்றதுன்னு பாத்துக்கிட்ட இருந்தன், வசமா அன்னைக்கு வந்து மாட்னான், ஒரு உலுப்பி உலுப்பி ஒரு கொப்ப ஒடிச்சு விட்டன் பாரு, பய மூள செதறி செத்தான்.'

'எதுக்கு வேம்பி அப்பிடி செஞ்ச, அவன் ஒன்னய என்ன பண்ணுனான்'

'என்னையப் பண்ணவா, நான்தான் கவர்மெண்ட் ஆளாச்சே என்னய தொட முடியுமா, அந்தப் பய அஞ்சு வருஷமா இங்கதான் சுத்திட்டு அலையிறான், நூறு ரூபா குடுத்து யாரு கூப்பிட்டாலும் கூசாம பொய்சாட்சி சொல்லுவான், உண்மைய பொய்யாக்குவான், பொய்ய உண்மையாக்குவான், ஏகப்பட்ட பொம்பளைக இந்தப் பயலால தாலியறுத்திட்டு நிக்கா, போன வாரம் ஒரு பட்டாளத்துக் காரன் பொண்டாட்டியும் புள்ளைகளும் மண்ணவாரி தூத்திட்டுப் போச்சு, அவ லாட்ஜ்க்குப் போறத இந்தப் பய பாத்தானாம், குடும்பம் ஏழு வருஷமா சீரழியுது, இனிமேப்பட இவன விட்டுவைக்கக் கூடாதுனுதான் அவன ஒரேடியா தீத்துக்கட்னன்'

'சரி, வேம்பி நிய்யி எனக்கு ஒரு உதவி செய்யணும், செய்வியா?'

'என்னன்னு சொல்லு, முடியுமா முடியாதானு சொல்றன். நீ பாட்ல பொய் சாட்சி சொல்ல வா வேம்பினா நான் வரமுடியுமா?'

'அதெல்லாம் கெடையாது, ஆபீஸ்களுக்கு வேலைக்குப் போற

பொம்பளைகளுக்கு என்னென்ன கஷ்டம்னு ஒரு கட்டுரை எழுதனும். ஒன்னோட உறவுக்காரங்கதான ஒவ்வொரு ஆபீஸ் முன்னாடியும் நிக்காங்க. கொஞ்சம் வெசாரிச்சு சப்போர்ட் பண்ணுனா நாளைக்கே எழுதிருவன்'

'ப்பூ... இம்புட்டுத்தானா, நாளைக்கு மத்தியானம் 1 மணிக்கு பாரதிநகர் மேட்டுத் தெருப்பக்கம் போ, ஒரு பொம்பள பச்சக் கலர்ல சேலையும் அதே கலர்ல ரவிக்கையும் போட்டு நடந்து வருவா, அவ பேரச் சொல்றன் குறிச்சுக்கோ 'வசந்தா' கையில ஒரு பை வைச்சிருப்பா, நடந்துதான் வருவா, இந்தக் கோர்ட்ல வேல செய்யிற பொம்பளதான், எம் பேரச் சொல்லி பழக்கம் புடிச்சுக்கோ, அவ ஒனக்கு வேண்டிய மட்டும் தகவல் குடுப்பா, ஏடாகூடமா ஏதாவது பேசுனா செருப்பக் கழட்டி அடிச்சிருவா, ஜாக்கிரதை, ஆளு அடையாளம் சொல்லட்டுமா, ஒனக்கு இப்பிடி சொன்னாத்தான் புரியும், 'சிம்ரன்' கெணக்கா இருப்பா, மேட்டுத் தெருவுக்குப் போகும் போது போக்குவரத்து அலுவலர் ஆபீஸ், அதுதான் ஆர்.டி.ஓ. ஆபீஸ் இருக்குப்பாரு அந்த வழியாப் போ, அங்க புளியா நிப்பா, புளியா வேற யாருமில்ல என்னோட தங்கச்சி மகதான், கூடப் பொறந்த தங்கச்சி இல்ல, எங்க ரெண்டு பேருக்கும் அப்பா ஒரே அப்பா, அம்மா வேற வேற, எங்க அப்பா கடேசிக் காலத்துல புளியாவோட அம்மா கூட கொஞ்ச நாள் குடும்பம் நடத்துனாரு, அப்ப வழிச்சு ஊத்தி பொறந்தவதான் இவ, எனக்கும் மக ஒறவுதான், பெரிய பணக்காரி ரோட்ல போறவன் வாரவன் எல்லாம் அவகிட்ட பணத்த அள்ளி வீசிட்டுப் போறான். பங்களா மட்டும் பத்து லட்சத்துக்குக் கெட்டியிருக்கா, இது போக ஏழெட்டுத் தோப்பு வேற இருக்கு, வாடக மட்டும் ஆயிரக்கணக்குல வருது, ரெண்டு பஸ் வேற ஓடுது, ரோடே அவ ரோடுதான், ஒனக்கு வேற ஏதும் உதவி வேணும்னா கேளு, ஒங்க பெரியம்மா வேம்பி சொன்னானு சொல்லு, என்ன உதவி கேட்டாலும் செய்வா'

மறுநாள் உச்சி மத்தியானம் வேம்பி சொன்ன அடையாளங்களை வைத்து அந்தப் பெண்ணைத் தேடி தெருத்தெருவா அலைந்து கொண்டிருந்தேன். யாருமே பட்டப் பகலில்கூட போகப் பயப்படும் மேட்டுத் தெருவுக்குள்ளிருந்து ஒரு சிம்ரன் வந்துகொண்டிருந்தாள். வேம்பி சொன்ன அத்தனை அடையாளங்களும் இருந்ததால் அவள்தான் என்று நிச்சயம் செய்துகொண்டு, ஒரு மரநிழலில் சிம்ரனுக்காகக் காத்திருந்தேன். பாவம் சிம்ரன் வேர்வை வழிய வெய்யிலோடு வந்து மர நிழலில் ஒதுங்கினாள்.

'வணக்கம் மேடம்'

'......'

'மேடம் ஒங்களத்தான் வணக்கம்.'

'வணக்கம் வாங்க.'

'ஒங்க பாட்டி வேம்பி சொல்லி விட்டுச்சு, ஒங்களப் பார்க்கச் சொல்லி அதுதான் வந்தன்.'

'என்ன விஷயமா பாக்கச் சொன்னா, கெழடி வாய வச்சுக்கிட்டு சும்மா கெடக்க மாட்டா, என்னமோ இவதான் இந்த நாட்டையே திருத்தப் போறவ மாதிரி, போறவுக வாரவுககிட்டயெல்லாம் அது சொத்தை, இது சொத்தைன்னு பொலம்பிக்கிட்டேயிருப்பா, பொலம்பி ஆகப்போறது, நம்ம தலையில என்ன எழுதியிருகோ அந்தப்படிதான் நடக்கும், இல்லன்னா நான் இப்பிடிக் கெடந்து சீரழிவனா'

'மேடம் நீங்க கோர்ட்ல வேல பாக்கிறதாக வேம்பி பாட்டி சொன்னாள்'

'கோர்ட்லதான் வேல பாக்கன் யாரு இல்லனா'

'அப்புறம் என்ன கஷ்டம்'

'இங்க கேளு பேப்பரு, நான் வந்து அநீதிக்குத் தல வணங்காத பதி. எம் புருஷன் கோர்ட்லதான் வேல பாத்தாரு, என்னயப் புடிச்ச கெட்டகாலம், நெஞ்சுவலின்னு படுத்தாரு. அப்புறம் எந்திரிக்கவே இல்ல, பதிலுக்கு எனக்கு எம்படிப்புக்குத் தக்க கோர்ட்ல வேல போட்டுக் குடுத்தான், கோர்ட்லதான் வேல பாத்தன், நீ அநீதிக்குத் தல வணங்காத பதின்னு இந்த வேலைக்கு அனுப்பிட்டான் ஒரு நீதிமான், நீதிக்குத் தல வணங்கச் சொன்னா வணங்கலாம். அநீதிக்கு படுனா எப்படிப் படுக்க, ரெண்டு வருஷமா இப்படிச் சீரழியிறன், பத்து இருபது ஆம்பளைக இருக்கும்போது நீதான் இந்த டூட்டிய பாக்கனும்னு நீதி கட்டாயப்படுத்தும்போது நான் என்ன செய்ய'

'இது என்ன டூட்டி மேடம் என்ன செய்யணும்'

'ஒவ்வொரு நாளும் இந்த ஊர்ல, அப்புறம் இந்த ஊரச் சுத்தியிருக்கிற ஏரியாவுல உள்ள அத்தன ஊர்களுக்கும் கட்டாயம் போகணும், போயி அங்கங்க இருக்கிற மொள்ளமாரி, முடிச்சுமாரி, சாராயம் வித்தவன், காய்ச்சினவன், குடிச்சவன், களவாண்டவன், கழுத்தறுத்தவன், ஊரான் நெலத்த பட்டா போட்டவன், பொண்டாட்டியக் கொன்னவன், பொண்டாட்டியாக்கிட்டு ஓடுனவன், கொள்ளைக்காரன், கொடுமைக் காரன் இத்தன பேரு மூஞ்சியிலயும் நான் முழிக்கணும், இத்தனாம்

தேதி கோர்ட்டுக்கு வாங்கயானு 'சம்மன்' குடுத்து அழைக்கணும், ஒரு சிலர் சம்மன் தபால வாங்க முடியாதும்பான், வீட்ல ஆள் இல்லேனு சொல்லிருனு மிரட்டுவான், இன்னும் ஒருசிலர் வாங்கிட்டுக் கையெழுத்து போட முடியாதும்பான், வாங்க மறுக்கிறவங்களுக்கு அவங்க வீட்டு கதவுல ஒட்டனும், கதவுல ஒட்னா கையை வெட்டு வம்பான், கதவுல ஒட்டிட்டு, ஒட்டுனதுக்கு சாட்சியா பக்கத்து வீட்டுக்காரங்ககிட்ட கையெழுத்து வாங்கணும், ஒருத்தனும் கையெழுத்து போட மாட்டான், மொள்ளமாறிப் பயலுகக்குச் சொந்தவீடா இருக்கும், மூணு நாளைக்கொரு தரம் வீட்ட மாத்திருவான். எப்படியும் தேடிக் கண்டுபிடிக்கணும், சம்மன் கொடுக்கலைன்னா வாய்தாவுக்கு வரமாட்டான், கேட்டா எனக்கு சம்மன் தரலம்பான், அப்ப நீதி என்னைய சுட்டுப் பொசுக்கும், என்ன செய்ய மூணு பொம்பளப் புள்ள இருக்கு, இங்குதான் படிக்க வைக்கன், நம்ம தலவிதிய நம்ம நொந்துக்கிற வேண்டியதுதான். சரி வரட்டுமா பேப்பரு, என்னையப் போல எந்தப் பொம்பளையும் பெறக்கவும் கூடாது, இப்படிச் சீரழியவும் கூடாது இன்னும் நாலு கொலகாரப்பயலையும், ரெண்டு களவாணிப் பயகலையும் பாக்கணும், அதுல ஒரு பய பெத்த புள்ளைகளையும் பொண்டாட்டியையும் பெட்ரோல் ஊத்தி கொளுத்துன பய, தெனம் அந்த வேம்பி பாட்டிக்கிட்டத்தான் என்னோட கஷ்டத்டதை எல்லாம் சொல்லி ஒரு பாட்டம் அழுது பொலம்பிட்டுப் போவன், அவ என்னசெய்வா பாவம், ஏங்கூட சேர்ந்து அழுவா, வேணும்னா நீதிய கொன்றட்டுமா அப்படிங்கா, அந்தப் பாவம் நமக்கெதுக்கு, நீதி சாகக் கூடாது, சரி பேப்பரு நான் வரட்டுமா'

'இதப்பத்தி பேப்பர்ல எழுதட்டுமா'

'மறுநாளே என்னைய தூக்கி தண்ணி இல்லாத காட்ல போட்டுட்டு, நீதிய அவமதிச்சதாகவும், நீதிமன்ற ரகசியங்கள வெளியில சொன்ன தாகவும் சொல்லி ஒம்மேலயும் எம்மேலயும் நீதிமன்ற அவமதிப்பு வழக்குப் போடுவான். எம்புள்ளைக படிப்பு வம்பாப் போகும். ஆனா ஒண்ணு பேப்பரு எந்த நீதி வந்தாலும், நிச்சயமா நீதிக்குத் தல வணங்குற பதியா மட்டும் இருப்பனே தவிர, அநீதிக்குப் படுக்கிற பதியா இருக்க மாட்டன், அது மட்டும் உறுதி'

'ஒரு சைக்கிள் வாங்கிக்கிற வேண்டியதான'

'இனிமேப்பட சாகப்போற காலத்துல நான் சைக்கிள் ஓட்டிட்டு அலஞ்சா, நாலு பேரு மதிப்பானா, பழக்கம் வேற இல்ல, ஆருகண்டா

நம்ம இப்பிடி நாயா அலைவம்னு, வயசுக்கு வந்த புள்ளைய வீட்ல வச்சிக்கிட்டு நமக்கு எதுக்கு பேப்பரு. இதுக்கு மேல பேசுனா மரியாத கெட்டுப்போகும், வேம்பி பாட்டி சொல்லிவிடப் போய்த்தான் ஒங்கிட்ட நாலு வார்த்தையாவது பேசுறன், எம் புருஷன் இப்படி எடவழியில் சாவாம்னும், நான் இப்படிச் சீரழிவேன்னும் நெனைச்சுக் கூடப் பாக்கல, ஆனா நடந்து போச்சு, அது மாதிரி எனக்கு இந்த வேல போச்சுன்னா இருக்கவே இருக்கு தீப்பெட்டி கம்பெனி, லட்சோப லட்சம் பொம்பளைக நித்தம் கருமருந்த தின்னு ஒழச்சு புள்ளகுட்டி காப்பாத்தலயா அதுமாதிரி நானும் இருந்துட்டுப் போறன், எல்லாரும் கவர்மெண்ட் வேல பார்த்தா காலந்தள்றாக, இல்லியே, அதுக்காக மானத்த எழந்துட்டு இந்த வேல பார்க்கமாட்டன், மனுஷர் உயிர் வாழ்றதே மானத்துக்காகத்தான் பேப்பரு, போய்ட்டு வர்றியா, நான் போயி எந்தப்பய கதவையாவது தட்டனும், அவன் மப்புல இருக்கானோ, மயக்கத்துல இருக்கானோ, ஒறங்கிக்கிட்டு இருக்கானோ இல்ல ஒட்டிக்கிட்டு இருக்கானோ'

அவள் வேகமாக நடந்து போவதையே பார்த்துக்கொண்டு நின்றேன். கம்பீரமான நடை தினம் பல கிலோமீட்டர் நடக்கும் அந்த உறுதியான பாதங்களை அப்படியே தொட்டுக் கண்களில் ஒற்றிக் கொள்ள வேண்டும் போலிருந்தது. உடனடியாக வேம்பி பாட்டியைப் பார்ப்பதற்காக வண்டியில் ஏறினேன்.

நான் வந்திருக்கிற விஷயத்தை அறிந்ததும் இலேசாக தன் உடலை ஒரு சிலுப்பு சிலுப்பி, சிலிர்த்துக்கொண்டாள்.

'என்ன பேப்பரு, நான் சொன்ன பொம்பள தட்டுப்பட்டாளா, பாத்தியா, நீ சொன்ன விஷயத்த எழுதுறதுக்குப் போதுமா இன்னும் ரெண்டு பொம்பள வேணுமா'

'நான் இதுவரைக்குக் கேள்வியே படாத வேல, கஷ்டமான வேல அவ பாக்கிற வேல, ஆனா படு சமர்த்து, ரொம்ப வைராக்கியமான பொம்பள பாட்டி.'

'இதென்ன பெரிய வைராக்கியம் இன்னைக்கு ராத்திரி பத்து மணிக்கு அப்படியே இங்கிட்டு வா, இன்னொரு பொம்பளைய காட்றன், அதுக்குப்பெறவு எழுது'

'ஏன் பாட்டி இப்படி நடக்கிற அநியாயத்த இந்த வக்கீல்க கேட்க மாட்டாங்க'

'அது அந்தக்காலம், இப்ப நீதிய எதுத்து ஒரு வார்த்த பேசிட்டா அம்புட்டுத்தான், அந்த வக்கீல் தொலைஞ்சான், வெள்ளக்காரன்

காலத்துல நான் பார்த்த ஒரு சம்பவத்த இப்ப சொல்றன் கேளு, 'ஹெல்கா அண்டோன் வில்லியம்ஸ்'னு ஒரு நீதிபதி இருந்தாரு, அப்ப நான் வெடலப்புள்ள, வயசுக்குவராத பருவம், எந்த ஜன்னலைக் கண்டாலும் எட்டிப் பார்க்கத் துடிக்கிற வயசு துறுதுறுப்பு. கோர்ட்ல விசாரணை நடக்கு, வக்கீல்க சுத்தி உட்கார்ந்திருக்காக, நானும் ஜன்னல் வழியா எட்டிப்பாத்திட்டு நிக்கன், இப்ப இந்த கோர்ட்ல வக்கீலா இருக்காரே நடராஜய்யரு, அவரோட தாத்தா கிருஷ்ணய்யர்னு பேரு, இதே கோர்ட்லதான் வக்கீலா இருந்தாரு, அவரு அந்த வெள்ளைக்கார நீதிபதி முன்னால நின்னு தஸ்புஸ்னு இங்கிலீஸ்ல வெளுத்து வாங்குறாரு, அந்தக் காலத்துல நீதிபதிக கையில ஒரு பென்சில் வச்சிருப்பாக, அந்தப் பென்சில் பாதி சிவப்புக் கலராவும் மறுபாதி புளூ கலராகவும் இருக்கும், கிருஷ்ணய்யர் சொல்ல சொல்ல அந்த வெள்ளைக்கார நீதிபதி செவப்பு கோடுபோட்டு தாள்ல குறிச்சிக்கிட்டே வந்தாரு, அய்யர் என்ன சொன்னாரோ தெரியல, செவப்பு பென்சில அவருக்கு நேரா நீட்டிக் காண்பிச்சு கோபமா சொன்னாரு'

'என்ன சொன்னாரு'

'பேப்பரு ஒனக்கு இங்கிலீஷ் தெரியாதில்ல, அதனால தமிழ்ல சொல்றன்'

நீதிபதி 'இந்தப் பென்சிலின் நுனியில் ஒரு முட்டாளைப் பார்க்கிறேன்'

அய்யர் 'நானும் ஒரு பென்சிலின் நுனியைப் பார்க்கிறேன்'

நீதிபதி 'நான் சொல்வது சிவப்பு பென்சிலின் நுனியை'

அய்யர் 'நான் புளூ பென்சில்ன்னு நெனச்சன்'

'அய்யர் இப்பிடி சொன்ன ஒடன அந்த வெள்ளக்கார நீதிபதி கெக்கெக்கேனு பலமா சிரிச்சுட்டான், அவரு சிரிக்கவும் வக்கீல்க எல்லாரும் சிரிச்சிட்டாங்க. நானும் பலமா சிரிச்சுட்டன், படக்னு எல்லாரும் திரும்பி ஜன்னலைப் பார்க்கவும், வெடுக்குனு தலய எடுத்திட்டு ஜன்னலருந்து குதிச்சு ஒரே ஓட்டமா ஓடிட்டன், அப்ப நான் வெடலப்புள்ள பாத்தியா, ஒரு பய என்னோட ஓட்டத்த பிடிக்க முடியாது, அப்படியே புயலா சீறிட்டு வருவன், இப்ப ஒரு வக்கீல் நீதிபதியைப் பார்த்துப் பதிலுக்கு முட்டாள்னு சொல்லிட்டு மறுநாள் கோர்ட்டுக்கு வர முடியுமா, நீதிய அவமதித்ததாக சொல்லி வக்கீலோட கறுப்புக் கோட்டை கழட்டிடுவாங்க, சரி பேப்பரு போய்ட்டுப் பத்துமணிக்கு வா, பெறகு கட்டுரை எழுது'

இரவு பத்துமணியிருக்கும். வேம்பி பாட்டி எனக்காக முழித்துக் கொண்டிருக்கிறாளோ என்னவோ என்று யோசித்தபடியே வண்டியை ஓரங்கட்டினேன். மயான அமைதி. மரங்களடர்ந்த அந்தப் பெரிய மைதானம் ஆளரவமற்ற தனிமையில் நீண்டு கிடந்தது. தூரத்தில் போலீஸ் ஸ்டேஷன் முன்னால் மட்டும் ஒரே ஒரு லைட் மங்கலாக எரிந்துகொண்டிருந்தது. என் நிழல் பட்டதுமே வேம்பி விழித்துக் கொண்டாள்.

'வாரும் பேப்பரே வாரும் கரெக்டா சொன்ன டயத்துக்கு டான்னு வந்துட்டீரே, இப்பத்தான் கீழ மில் பத்துமணி ஊத்தம் ஊதுனான், என்னடா இன்னும் ஆளக் காணுமேனு பார்த்தன்'

'சொன்னா சொன்னபடி கரெக்டா இருப்பன், யாரையும் ஏமாத்த மாட்டன்'

'சரி, அப்பிடியே கோர்ட் வராந்தாவுக்குப் போ, ரம்பா படுத்திருப்பா போயி என்னனு கேளு'

'யேய், வேம்பி வெளையாடுறயா, அங்க ஒரே கெச இருட்டா இருக்கு, ரம்பா வேற இருக்கானு சொல்ற, நான் வெளியில லாந்துறது புடிக்கலையா'

'பேப்பரு, நீ பயப்படாம போ, எல்லா விஷயத்தையும் அவகிட்ட சொல்லியிருக்கன், அவ பேரு சரஸ்வதி, ரம்பானு பட்டப்பேரு. அழகுல ரம்பா மாதிரி'

'நான் ஒங்கிட்ட என்ன சொன்னேன், அலுவலகம் போற பெண்களோட கஷ்டத்தை எழுதணும்னு சொன்னேன், நீ என்னடான்னா...'

'பேப்பரு பயப்படாத, அவளும் அலுவலகம் போற பொம்பள தான்'

வெள்ளைக்காரன் கட்டிய அந்த கோர்ட் கட்டிட வராந்தா கும்மிருட்டில் நீண்டு வளைந்து கிடந்தது. ஒவ்வொரு தூணையும் உற்று நோக்கியபடியே இருட்டுக்குள் மெதுவாக நடந்தேன். கோர்ட்டின் மெயின் வாசலோரம் இருந்த தூண் மறைவில் ஒரு பெண் படுத்திருப்பது தெரிந்தது. நான் பக்கத்தில் நெருங்கி விட்டேன்.

'யாரது?'

'நான் தான் நிருபரு'

'பேப்பரா, வாரும் வாரும், இப்பிடி உட்காரும், வேம்பி சொன்னா'

'உங்க பேரு என்ன மேடம்'

'சரஸ்வதி, ரம்பானும் சில பேரு கூப்பிடுவாங்க'

'எந்த ஆபீஸ்ல வேல பாக்கீக'

'இந்த கோர்ட்லதான்'

'என்ன வேல பாக்கீக'

'இப்ப டூட்டியிலதான் இருக்கன், நைட் வாட்ச் வுமன்'

'என்னது, நைட் வாட்ச் வுமனா, கேள்விப்பட்டதில்லையே மேடம்'

'இந்தா பாக்கீயில்ல பெறகு என்ன'

'கொஞ்சம் வெவரமா சொல்லுங்க மேடம்'

'இதே கோர்ட்லதான் வேல பாக்கன், அநீதிக்குத் தல வணங்காத பதி நான், அதனாலதான் எனக்கு இந்த டூட்டி, ரெண்டு வருஷமா நான் தான் வாட்ச்வுமன், அநீதிக்கு படுக்கல, நீதிமன்ற வராந்தாவுல படுக்கன், என்ன செய்ய என் தல விதி, ரெண்டு புள்ளைகள காப்பாத்தணும், புருஷனும் இல்ல, இப்படிக் கெடந்து சீரழியிறன், வாய் தொறந்தா நீதிமன்ற அவமதிப்புனு ஒன்னு இருக்கு பாவம் நீதி இந்தப்பாடு படுது.'

'இருட்ல பயமாயில்லையா மேடம்'

'பழகிப் போச்சு பேப்பரு, எனக்குப் பேச்சுத்தொன ஒரே ஆள் வேம்பிதான் வேற யார்ட்ட சொல்ல முடியும், வைராக்கியத்தையும் விடமுடியல, மானம் மரியாதைய காப்பாத்தனும்னா இப்படிக் கஷ்டமெல்லாம் பட்டுத்தான் ஆகணும். இல்லனா இந்த வேலைய விட்டுட்டுப் போயிறனும், நான் ஒத்தையிலதான் காவல் காக்கனும் திடீர் திடீர்னு செக்கப் வேற நடக்கும், எப்படியாவது கேவலப்படுத்தி வேலைய விட்டுட்டு ஓட வைக்கத்தான்'

'எனக்கே இங்க இருக்க பயமாயிருக்கு, எப்படித்தான் ஒத்தையில இருக்கீகளோ மேடம்'

'ரெட்டையில இருக்க எனக்கு விருப்பமில்லை, அதுதான் ஒத்தையில இருக்கன், ராத்திரியில என்னையப் பார்க்க அண்ணன் தம்பிகூட இங்க வந்திரக் கூடாது காலைல நீதியோட செங்கோல் நிமிர்ந்திரும்'

'வளைஞ்சிரும்னு சொல்லுங்க'

'என்னைக்கு நிமிர்ந்துச்சு இன்னைக்கு வளையறதுக்கு, அது எப்பவுமே வளைஞ்சுதான் கெடக்கு, காலைல நோட்டீஸ் வந்திரும், அப்புறமா வந்தது யாருனு பதில் எழுதிக் கொடுக்கணும்'

வதை ❋ 369

‘அடப்பாவமே, அது வேறயா’

‘அது மட்டுமா, என் கதைய கேட்டா நீயே அழுதுருவே’

‘அழாதீங்க மேடம், சொல்லுங்க கேட்கறன்’

‘ஒரு நாள் ராத்திரி 1 மணி. இலேசா மழ தூறிக்கிட்டே இருக்கு; இந்தா இருக்கே இந்தத் தூணோரம் படுத்திருக்கன், ஒரு நாயி, பாவம் மழையில நனைஞ்சு போயி கிடுகிடுனு நடுங்கிக்கிட்டே வந்து, இப்பிடி ஓரத்துல நின்னுச்சு, சரி பாவம்னு நானும் அத வெரட்டல, அப்படியே சுருட்டி மடக்கி படுத்துருச்சு, விடிஞ்சப் பெறவு எந்திரிச்சு போயிருச்சு, நானும் டூட்டி முடிஞ்சு காலைல வீட்டுக்குப் போய்ட்டன், பத்து மணிக்கு நீதியிட்டருந்து ஓல வந்துருச்சு, போய் பார்த்தா கோர்ட்ல அத்தனபேரும் என்னய ஒரு புழுப் பூச்சிய பாக்கிற மாதிரி பாக்காங்க, எனக்கு என்ன ஏதுன்னு ஒன்னும் புரியல, சஸ்பென்ட் ஆர்டரை கையில குடுத்திட்டான்’

‘சஸ்பெண்டா எதுக்கு மேடம்’

‘அந்த நாயி படுத்துக் கெடந்துச்சு பாரு. அந்த எடத்துல மூக்கு சளி மாதிரி ‘முடை’ வடிஞ்சு கெடந்துச்சு, அது பொட்ட நாயா இருக்கும் போலருக்கு, நான் எவ்வளவோ சொல்லிப்பார்த்தன், அழுதன் கெஞ்சுனன், அவமானத்த தாங்க முடியாம கதறுனன், தேவிடியானு முத்திர குத்திக் கேவலப்படுத்தி வீட்டுக்கு அனுப்பிட்டான். இந்த லெவின்ஸி பில் கிளிண்டன் வெவகாரம் தெரியுமில்ல அதேதான், ரெண்டு சொட்டு பொட்ட நாயோட ‘முடை’ என்னைய தேவிடியாளாக்கி வெளியில தலகாட்டாம ஆக்கிருச்சு, கடேசில எங்கேயோ சோதனைக்கு அனுப்புனதுல அது கிளிண்டன் லெவின்ஸ்கி விவாகரமில்ல பொட்ட நாயோட விவகாரம்தான்னு ரிப்போர்ட் வந்திருச்சு, அதுக்குப் பெறகு வேலைக்கு எடுத்துக்கிட்டான், அந்த நாலுமாச சம்பளத்த வாங்க நாயா அலையிறன், எழுதி அனுப்பமாடடேங்கு நீதி, என்ன செய்ய பேப்பரு எம் பொழப்பு இப்பிடி சீரழியுது’

‘மேடம் அழாதீங்க மேடம்; அழுதாப்ல ஒங்க கஷ்டம் தீர்த்திருமா’

‘பொம்பள உசுரோட இருக்கவே கூடாது, இந்த சித்ரவதபடனுமா, நாக்கப் பிடுங்கிட்டு செத்திறலாமானு இருக்கு, வேம்பி மட்டும் இல்லனா என்னைக்கோ செத்திருப்பன், புள்ளைகள பிச்சை எடுக்க விட்றப்படாதில்ல’

‘வேற ஒரு கல்யாணம் பண்ணிக்கிறலாமே மேடம்’

‘பண்ணக்கூடாதுனு நீதி சொல்லுது, இந்த வேல போயிரும்,

அப்படியே நம்ம அரிப்புக்காகப் பண்ணிக்கிட்டாலும் பல பிரச்சினை இருக்கு, குழந்தைகளுக்குப் பாதுகாப்பு இல்லாம போயிரும், எந்தப் புருஷனும் தனக்குப் புள்ள பெறக்கனும்னுதான் நெனப்பான், அடுத்தவனுக்குப் பொறந்த புள்ளைய தன் புள்ளையா நெனச்சு கொஞ்சி வளர்க்கிற ஆம்பள ஒலகத்துல உண்டா பேப்பரு, அதனால அந்த நெனப்பையே அப்பிடியே உள்ள வச்சுப் பொசுக்கிட்டன்'

'சரி, வர்ரன் மேடம், மனச விட்ராதிக, தைரியம்தான் முக்கியம்'

'வேம்பிட்ட சொல்லிட்டுப்போ, அழுதானு சொல்லாத, எங்கூட சண்ட போடுவா, வருத்தப்படுவா, அவளுக்கு யாரு அழுதாலும் பிடிக்காது'

வேம்பி பாட்டியிடம் சொல்லலாம் என்று எட்டு வைத்தேன், வாட்ச்வுமன் சொன்ன கடைசி வார்த்தைகள் நெஞ்சை தைத்தது. ஒரு நீண்ட பெருமூச்சுடன் திரும்பிப் பார்த்தேன்.

'பொம்பளையா பொறக்கிறதே தப்பு பேப்பரு, அப்படியே பொறாந்தாலும் கொஞ்சம் அழகா இருக்கக்கூடாது, கழுத்த நீட்னப் பெறவு, கெட்னவன் சாகக்கூடாது, அப்படி செத்துட்டா நம்மளும் கூடவே செத்துறனும், இந்தச் சித்ரவத எந்தப் பொம்பளைக்கும் வரவே கூடாது, நான் சாகாம உயிரோட இருக்கிறதே இந்த ரெண்டு புள்ளைகளுக்காகத்தான்'

வேம்பி சந்தோஷமாய் வரவேற்றாள். 'நீ பொம்பளைக படுற கஷ்டத்தைப் பத்தி கட்டுரை எழுத இது போதுமா இன்னும் வேணுமா, வேணும்னா நாளைக்குக் காலைல பத்துமணிக்கு வா, ஒரு டைப்படிக்கிற பொம்பள ஒத்தக்கால் நொண்டி வருவா, அவ படுற கஷ்டத்தையும், படுற அவமானத்தையும் சினிமாவே எடுக்கலாம், என்ன பேசாம நிக்க பேப்பரு வர்றியா...'

நான் வேம்பியை விட்டு வெகுதூரம் வந்துவிட்டேன். ஏனெனில் வேம்பி யார் அழுதாலும் கோபப்படுவாள், அவளுக்கு அழுபவர் களைக் கண்டால் கோபம் வரும்.

●

49

தண்ணீரும் பண்பாடும்

பேராசிரியர் பணிபுரிவது டெல்லி ஜவஹர்லால் நேரு யுனிவர்சிட்டி என்றாலும் அவர் பிறந்து வளர்ந்தது எல்லாமே இந்த கிராமம்தான். பேராசிரியர் வந்திருக்கிறார் என்றால் எங்கள் கிராமம் புதிய புதிய மனிதர்களை வரவேற்க தயாராகிவிடும். அவர் தாவரவியல் துறை பேராசிரியர்தான் என்றாலும் பண்டைக்கால நீர் மேலாண்மை, பாரம்பரிய விவசாய முறைகள், இயற்கைக்கும் மனிதனுக்கும் ஏற்பட்டுள்ள இடைவெளி, குறிப்பாகத் தண்ணீர் பஞ்சத்திற்கான காரணங்கள் போன்ற முக்கியமான வாழ்வியல் பிரச்சினைகளில் நிபுணத்துவம் பெற்றிருந்தார். இவை பற்றி அவர் எழுதிய நூல்கள் உலகம் முழுவதும் நல்ல வரவேற்பைப் பெற்றிருந்ததோடு பெரிய விவாதத்திற்கு வித்திட்டிருந்தன.

பேராசிரியர் இந்த கிராமத்திற்கு வருவதிலோ பல நாட்கள் தங்குவதிலோ, யார் யாரோ வந்து அவரை சந்திப்பதிலோ, யாருக்கு லாபமோ நஷ்டமோ தெரியாது. ஆனால் எனக்குப் பெரிய லாபம். தினமும் விதவிதமான இடங்களுக்கு அவருடன் என்னையும் கூட்டிக் கொண்டுபோவார். ஓசியிலேயே பல இடங்களைச் சுற்றிப்பார்க்கும் வாய்ப்பை யார்தான் நழுவவிடுவார். ஒவ்வொரு தடவையும் தூரம் தொலவட்டுக்கெல்லாம் கூட்டிப்போய் விதவிதமான மனிதர்களை அறிமுகப்படுத்தியவர் இந்தத் தடவை, எங்கள் கிராமத்திற்கு அருகிலேயே இருக்கும் உருளைகுடி என்னும் கிராமத்திற்குப் போக வேண்டும் என்றும் அந்த ஊரில் கெங்கையா என்னும் பெரியவரை சந்திக்கவேண்டும் என்று சொன்னபோது, என்னுடைய ஆசையும், கனவுகளும் சப்பென்று ஆகிவிட்டது.

வேலிக்கருவேல மரங்கள் மண்டியிருக்கும் உருளைகுடியில் வெய்யில் தவிர வேறு எதுவும் கிடையாது என்பதும், படிப்பறிவில்லாத ஒரு சம்சாரிதான் கெங்கையா என்பதையும் நான் விசாரித்து அறிந்து

கொண்டபோது, பேராசிரியருடன் போகவா வேண்டாமா என்ற குழப்பம் என்னை சூழ்ந்துகொண்டது. பல தடவை என்னை மலைகளுக்கும், தூரம் தொலவட்டுக்கும் கூட்டிப் போனவர், இந்தத் தடவை என் எதிர்பார்ப்பில் இப்படி மண்ணைப் போடுவார் என்று நினைக்கவேயில்லை.

எங்களுடைய வாகனத்தை ஊருக்கு வெளியிலேயே நிறுத்திவிட்டு, ஒற்றையடிப் பாதையில் நடந்து சென்றோம். எங்களுக்கு இருபுறங்களிலும் வனாந்திரமாய் வளர்ந்து நின்றன வேலிக் கருவேல மரங்கள். கண்ணெட்டும் தூரம்வரை சீவுகள் வளர்ந்து தரிசாய் தகிக்கும் கரிசல் பூமி. ஆங்காங்கே கூட்டங் கூட்டமாய் திரியும் வெள்ளாட்டுக் கூட்டம். ஆடுகளின் பின்னால் நிழலுருவங்களைப் போல் தெரியும் சில சிறுவர்களின் உருவங்கள். ஊரை நெருங்கிவிட்டதற்கு அடையாளமாக சில மனிதர்கள் தென்பட, எங்கள் இருவரையும் ஆச்சரியமாய் பார்த்துக்கொண்டு நின்றார்கள் சில பெண்கள்.

எதிர்ப்பட்டவரிடம் கெங்கையா வீடு என்று கேட்ட உடனேயே எதிர்க்கேள்வி வந்தது. எந்தக் கெங்கையா வீடு என்று. அந்த ஊரில் கெங்கையா என்ற பெயரில் நிறைய பேர் இருக்கிற விசயம் பின்னர் தெரிந்தது. பேராசிரியர் சற்றே திகைப்புடன் கேட்டார். '

'இந்த விஞ்ஞானி கெங்கையானு'

'அவர் வீடா, இப்படியே நேரா போங்க, கூரைவீடு ஒன்னு தெரியும், அதுதான் நீங்க கேக்கிற கெங்கையா வீடு'

நாங்கள் இருவரும் கொஞ்ச தூரம் சென்றவுடன், எங்களுக்குப் பாதை காட்டிய இருவர் பேசிக்கொள்வது தெளிவாய் கேட்டது.

'இதென்ன மாமா, அநியாயமா இருக்கு, இவரு மூஞ்சிய போட்டா புடிச்சிட்டுப் போயி என்ன பண்ணப் போறாகளாம். போன மாசம் ஒரு வெள்ளக்காரப் பொம்பளையும், ஆம்பளையும் வந்தாக, போட்டோ புடிச்சாங்க, பேப்பர்ல போடப் போறதாக சொன்னாங்க.'

கூரை வேய்ந்த அழகான தாழ்வாரம். நான்கு பக்கமும் வாசல்கள் இல்லாத திறந்தவெளி, மணல் பரப்பிய தரையில் கோரைப்பாய்கள் விரித்தபடியே கிடந்தன. எங்களைக் கண்டவுடன் வீட்டுக்குள்ளிருந்து தாழ்வாரத்திற்கு வந்தார் ஒரு வயோதிகப் பெரியவர். இரு கை கூப்பி கும்பிட்டு, பாயில் உட்காரும்படி வேண்டிக்கொண்டதோடு தானும் பாயில் உட்கார்ந்துகொண்டார். நான் அவரையே உற்றுப்பார்த்தேன். வயது 70. தோற்றம் ஐம்பது. இன்னும் பற்கள் விழுந்ததற்கான தடயங்கள் ஏதுமில்லை. சட்டை போடாத திடகாத்திரமான

வெற்றுடம்பு. இடுப்பில் நாலு முழ கதர் வேஷ்டி, மேலில் காவி துண்டு இதுதான் கெங்கையா.

ஒரு பெரிய தோண்டிக் கலயத்தையும் ஒரு சின்ன மண் கலயத்தையும் கொண்டுவந்து வைத்துவிட்டு எங்களுக்கு ஒரு கும்பிடும் போட்டு விட்டுப் போனது ஒரு பாட்டி. ஒரு வேளை அது மிஸஸ் கெங்கையாவாக இருக்கக்கூடும். மண்கலயம் நிறைய்ய தயிர் இருந்தது. கெங்கையா தாத்தா அதை மோர்தான் என்று சத்தியம் செய்தார். அப்படியானால் தயிர் எப்படியிருக்குமோ!

நாங்கள் வந்திருக்கிற விஷயம் பற்றிக் கேள்விப்பட்டவுடன், அமைதியாக ஒரு புன்னகையை உதிர்த்துவிட்டு வீட்டுக்குள் போனார். திரும்பியவரின் கையில் ஒரு போட்டோ ஆல்பமும், ஆங்கில தினசரி ஒன்றும் இருந்தது. அந்த தினசரியில் வெளிநாட்டுப் பெண்ணுடன் கெங்கையா தாத்தா ஜோடியாகச் சிரித்துக்கொண்டிருக்கும் பல போட்டோக்கள் இருந்தன. அதே ஆங்கில தினசரியை பேராசிரியர் எடுத்துக்காட்டியதோடு இதைப் படித்து விட்டுத்தான், தான் உங்களைப் பற்றி அறிந்துகொண்டதாகவும், எனக்குப் பக்கத்து ஊர்தான் என்றும் பேராசிரியர் சொன்னபோது கெங்கையா ஆச்சரியப்பட்டார். நாம் நம்மைப் பற்றி தெரிந்துகொள்ளக்கூட, வெளிநாட்டுக்காரன் சொல்லித்தான் தெரிய வேண்டியதிருக்கிறது, என்ன, அவலம் பாருங்கள் என்று சொல்லி தன்னுடைய வெண்தாடி குலுங்க சிரித்தார் கெங்கையா. பேராசிரியரும் கெங்கையாவும் பலப் பல பேச்சுக்களைப் பேசிக் கொண்டிருந்தார்கள். நான் அமைதியாய் கேட்டுக்கொண்டிருந்தேன். குறிப்பாக 'தண்ணீர் பிரச்சினை' பற்றியே அதிகம் பேசினார்கள்.

'பொதுவா தண்ணீர் அப்படிங்கிறது வெறும் தண்ணிமட்டுமில்ல. நாம அப்பிடியே பாத்துப்பழகிட்டோம். தண்ணீர்ங்கிறது எந்த விஞ்ஞானத்தாலயும், மனுஷனாலயும் உருவாக்க முடியாத, சேமிக்க மட்டுமே கூடிய ஒரு அபூர்வ சக்தி. இயற்கை நமக்குப் போடக்கூடிய பிச்சை. அது எப்ப பிச்சை போடுமோ, எவ்வளவு போட்டாலும் அப்படியே கையேந்தி வாங்கி கும்பிட்டு பத்திரப்படுத்தணும். ஒரு சின்ன அயிர மீனுக்காக மணிக்கணக்கா தவமிருக்கிற கொக்கு மாதிரி, ஒரு சொட்டு மழைத் துளிக்காக நாம காத்திருந்து அத அப்பிடியே சேமிக்கணும்; ஏம்னா, உற்பத்தி செய்யமுடியாத, விலைக்குக் கிடைக்காத எதையுமே, கிடைக்கும் போது சேமிக்கிறதுதான் புத்திசாலித்தனம்.'

'இங்கே கேளுங்க, பேராசிரியரே, வெறும் சட்டத்தால மட்டும்

தண்ணீர் பிரச்சினையைத் தீர்க்க முடியாது. மக்களோட பண்பாட்டாலயும், பழக்கவழக்கத்தாலயும் மட்டும்தான் தண்ணீர் பிரச்சினையைத் தீர்க்க முடியும், அதுவும் உடனடியா முடியாது.'

'பெரியவரே, எப்படின்னு கொஞ்சம் விளக்கமா சொல்லுங்க'

'நம்ம நட்டோட, நம்ம மண்ணோட, நம்ம மக்களோட பூர்வீக பயிர்கள், உணவுகள் எல்லாத்தையும் இழந்துட்டோம். குறிப்பா உணவு முறைகள் முற்றாக மாறிப்போச்சு, விவசாய முறைகளும் மாறிப் போச்சு. கால்நடைகள் இல்லாமல் போச்சு, ஆக எல்லாமே போச்சு. மழையும் போச்சு, தண்ணியும் போச்சு, நவதானியங்களும் போச்சு, எல்லாமே நாசமாப் போச்சு.'

'பெரியவரே மழை பெய்யாறதுக்கும், தண்ணிப் பஞ்சத்துக்கும் இதெல்லாமா காரணம்.'

'கம்பு, சோளம், கேழ்வரகு, குருதவாலி, தினை, சாமை, வரகு, காடைக் கண்ணி இவை எல்லாமே நம்மளோட பாரம்பரியமான, பூர்வீக தானிய வகைகள். ரெண்டே ரெண்டு மழ போதும் முத்தா வெளஞ்சு வீட்டுக்கு வந்திரும். ஏம்னா இது நம்ம மண்ணோட, நம்ம நிலத்தோட வறட்சியத் தாங்கி நின்னு வெளையக் கூடிய பரம்பரை யான நவ தானியங்கள். இத எல்லாத்தையும் கருவறுத்திட்டு எல்லாரும் அரிசிய சாப்பிட்டுப் பழகியாச்சு. நெல்லுப் பயிறு வெளையிர வரைக்கி தண்ணிக்குள்ளயே நிக்கனும். நம்ம தானியங்களுக்கு ஒரு மடங்கு தண்ணினா, நெல்லுக்குப் பத்து மடங்கு தண்ணிவேணும். நம்ம தானிய உணவுகள் சாப்பிட்டா, நாள் முழுக்க தண்ணியே தவிக்காது. அவ்வளவு குளிர்ச்சியும் நீர்ச்சத்தும் உண்டு. அரிசி உணவு சாப்பிட்டா ஒரு நாளைக்குப் பத்துத் தடவ தண்ணி குடிக்கணும், அப்ப தண்ணிக்கு எங்கு போக.'

கெங்கையா பேசிக்கொண்டேயிருந்தார். நானும் பேராசிரியரும் கவனமாகக் கேட்டுக் கொண்டிருந்தோம். கூரை வீட்டின் குளிர்ச்சியும் திறந்தவெளிக் காற்றும் இதமாயிருந்தது.

'மழை பேஞ்சு ஆத்து வழியா வெள்ளம் வரும்போது, அந்த ஆத்தோட வந்து பல ஓடைகள் சேரும். பல ஓடைகள் பிரியும். ஒவ்வொரு ஊருக்கும் கண்மாய், ஊருணி உண்டு. அதே மாதிரி எல்லா ஊர் கண்மாய்களையும் இணைக்கிறதுக்கு ஏற்கனவே ஓடைகள் இருக்கு. இந்த ஆறும், கண்மாயும், ஊருணியும், ஓடையும் எப்படி இருக்கணும்னா, வெளக்கிவச்ச வெண்கலக் கும்பா மாதிரி இருக்கணும். தண்ணி தலைகீழா ஓடியாறணும் ஒருதரம் சாப்பிட்ட

பாத்திரத்த எப்பிடிக் கழுவி வைக்கிறமோ அது மாதிரி வருஷம் தவறாம தூர்வாரி, கரைகளப் பலப்படுத்தனும்'

நாங்கள் பேசிக்கொண்டிருக்கும் போதே வீட்டுக்குள்ளிருந்து வந்த அந்த வயோதிகப் பெண்மணி பருகுவதற்கு ஏதோ பாணம் கொண்டு வந்து கொடுத்தாள். மிகவும் சுவையாக இருந்தது. 'என்ன பானம்' என்று கேட்டேன்.

'ஐயா, பேராசிரியர, தண்ணிய கொதிக்க வச்சு, கருப்பட்டியவும் ஆவாரம் பூ தூளையும் கலந்துட்டா அருமையான பானம் தயார். இன்னக்கி முழுக்க ஒங்களுக்குத் தண்ணியே தவிக்காது. அவ்வளவு குளிர்ச்சி. இத விட்டுட்டு சீனியும் தேயிலையும் காபியும் குடிச்சுப் பழகிட்டோம். இந்த ஆவாரஞ்செடிக்கும், கருப்பட்டி தர்ற பனைக்கும் மழையே வேணாம், தண்ணியே தேவையில்ல. எத்தன வருஷம் மழை இல்லன்னாலும் காஞ்சு போகாது. ஆனா சீனி தர்ற கரும்பு அப்பிடியில்ல. தண்ணிக்குள்ளேயே நிக்கணும். தேயிலைச் செடிக்கு மழையும் பனியும் குளிரும் கொட்டனும். நாங்க இதத்தான் குடிப்போம்னா மழை வேணும்ல்ல. தண்ணி வேணும்ல்ல. பனையும், ஆவாரஞ்செடியும் நம்மளோட பூர்வீகத் தாவரங்கள். இன்னக்கி அழிஞ்சுக்கிட்டு இருக்கு. தண்ணியில்லாம கரும்பும் சீரழியுது, கிராமங்களும் சீரழியுது, அப்பிடின்னா என்ன காரணம்'

'சொல்லுங்க பெரியவரே என்ன காரணம்'

'அதாவது பேராசிரியரே, கிணறுகளுக்கு ஆதாரம் குளங்கள். குளங்களுக்கு ஆதாரம் கண்மாய்கள். கண்மாய்களுக்கு ஆதாரம் நீர்த்தேக்கங்கள், அனைக்கட்டுக்கள். அணைக்கட்டுக்களுக்கு ஆதாரம் ஆறுகள், நதிகள். நதிகளுக்கு ஆதாரம் மலைகளும், அருவிகளும், நீர்வீழ்ச்சிகளும். மலைகளுக்கு ஆதாரம் வானத்துலருந்து பெய்யிற மழை. இதுதான் இயற்கையோட விதி. சங்கிலித் தொடர்ச்சி. இந்த சங்கிலியில ஏதாவது ஒரு கண்ணி அறுந்தாலும் இயற்கை நம்மை பழிவாங்கியே தீரும். இயற்கையை வஞ்சித்தால் நாம் தப்பவே முடியாது. கிராமங்கள் எல்லாத்துலயும் கிணறுகள் இருக்கும்போது ஆழ்குழாய் கிணறுகள் தேவையா? ஆக எல்லாக் கிணறுகளும் பயன்பாடில்லாம தூர்ந்து இடிஞ்சுபோச்சு. கண்மாய்களும், குளங்களும், ஊருணிகளும் மேடேறி தந்தரையாய்ப் போச்சு. ஓடைகளும், ஆறுகளும் முள்மரங்களாலயும், தேவையில்லாத செடி கொடிகளாலயும் மோதிப் போய் தண்ணி திசைமாறி நிக்காம ஓடிப்போகுது. பாதையே இல்ல. பெறகு எப்படி சேமிக்க முடியும்.'

‘அப்படின்னா பெரியவரே இந்த மண்ணுக்கேத்த பயிர்வெச்சா தண்ணீர் பிரச்சினையில்ல அப்படித்தான’

‘கண்டிப்பா தண்ணி மிச்சப்படும். மழை போதும் இனி வேண்டாம்னு மழையை வழியனுப்பி நிறுத்துற சடங்கு சாத்திர மெல்லாம் இன்னும் எங்கள் கிராமங்கள்ல உண்டு. அந்தக் காலத்துல வேலிக் கருவேலமரம், மஞ்சணத்தி, காட்டாமணக்கு இதெல்லாம் கெடையாது. இப்ப பெய்யிற மழையில பாதி தண்ணிய இந்த மரங்க உறிஞ்சி வீணாக்குது. இதுகளை கருவோட அழிக்கணும். இயற்கை உரம், எரு, இலை, தழைகள், சாணம் இவைகள உரமாப் போட்டால் அதிகம் தண்ணி தேவையில்ல, ரசாயன உரங்களப் போடுறதால மூணு மடங்கு தண்ணி அதிகமா தேவைப்படுது. மண்ணும் சாணமும் சேரும்போது, மண்ணு நெகிழ்ந்து ஈரப்பதம் அப்பிடியே இருபது நாள் கூட இருக்கும். ரசாயன உரம் நிலத்தையே நாசமாக்கி நீர்ச்சத்த வல்லிசா உறிஞ்சி, உலர்த்தி மண்ணவே தின்றுச்சு. அதனால தண்ணி தண்ணினு அழுகுறதுனாலயோ, மழமழன்னு கூப்பாடு போடுறதுனாலயோ, சட்டங்கள் போடுறதுனாலயோ, கோடி கோடியா திட்டங்கள் போடுறதுனாலயோ, தண்ணீர் பிரச்சினையை உடனடியா தீர்க்க முடியாது. மக்களோட பண்பாடும், வாழ்வு முறைகளும், விவசாய முறைகளும் நம்ம கலாச்சாரத்துக்கு ஏத்த மாதிரி மாறும் போதுதான் தண்ணீர் பிரச்சினை தீரும். அதுக்குப் பல வருடங்கள் கூட ஆகலாம், கடுமையான உழைப்பு வேணும்.’

பேராசிரியர் மௌனமாக உட்கார்ந்திருந்தார். பெரியவர் வீட்டுக்குள் போய் டிரங்க் பெட்டியைத் திறந்து எதையோ எடுத்துக் கொண்டு வந்தார். அது ஒரு தினசரி பேப்பர். பக்கங்களைப் புரட்டி குறிப்பிட்ட பக்கத்தை எடுத்து பேராசிரியரிடம் கொடுத்துப் படிக்கும்படி சொன்னார். பேப்பரை கையில் வாங்கிய பேராசிரியர் செய்தியை மௌனமாகப் படிக்க ஆரம்பித்தார். அது ஒரு வெளிநாடு சம்பந்தப்பட்ட செய்தி. ஆனால் விவசாயம் பற்றியதுதான்.

‘சென்ற வருடம் அமெரிக்காவில் விளைச்சல் திடீரென பாதியாகக் குறைந்துவிட்டது. கதிர்களில் மணி கட்டாததால் எதிர்பார்த்த விளைச்சல் இல்லை. தானியமணிகள் கட்டாமல் வெறும் கதிர்களாகிப் போனதற்கான காரணங்களை விவசாய நிபுணர்களால் கண்டறிய முடியவில்லை. விஞ்ஞானபூர்வமான காரணங்கள் எதையும் கண்டு பிடிக்க இயலவில்லை. மூன்று நான்கு மாதங்கள் நடைபெற்ற தீவிர ஆராய்ச்சியில் நிபுணர்கள் கண்டுபிடித்து சொன்ன விஷயம்,

அனைவரையும் ஆச்சர்யத்தில் ஆழ்த்தியது.'

அந்த பேப்பர் செய்தியை இத்துடன் கிழித்து வைத்திருந்தார் பெரியவர் கெங்கையா. எதற்காகத் தானியமணிகள் விளையவில்லை என்ற காரணத்தை அறிய எனக்கும் பேராசிரியருக்கும் பேராவல். பெரியவரையே உற்றுப் பார்த்துக் கொண்டிருந்தேன். ஆவலை அடக்க முடியாமல் பேராசிரியர் கேட்டார்.

'சொல்லுங்க, பெரியவரே என்ன நடந்தது, எதுக்காக விளைச்சல் பாதியா கொறஞ்சு போச்சு, காரணத்த கண்டுபுடிச்சாங்களா?'

தாடிக்குள்ளிருந்து ஒரு மெல்லிய புன் சிரிப்பை உதிர்த்த பெரியவர் தலையை இலேசாக மேலும் கீழும் ஆட்டிக்கொண்டார்.

'பூச்சிகள், பூச்சிகள், பூச்சிகள்'

'ஐயா, தயவு செய்து கொஞ்சம் வெவரமா சொல்லுங்களேன்'

'நாலஞ்சு மாசமா நாடு பூராவும் விடிய விடிய ஆராய்ச்சிப் பண்ணி கடேசில, நம்ம பூச்சிகள் எல்லாத்தையும் அழிச்சிட்டோம், குறிப்பா தேனீக்கள அழிச்சதுனால அயல் மகரந்தச் சேர்க்கை நடைபெறாத காரணத்தால தானியக் கதிர்ல தானியமணி உற்பத்தியாகலனு கண்டுபிடிச்சு, பத்து டிரில்லியன் தேனீக்கள ஸ்வீடன், நார்வே போன்ற நாடுகள்லருந்து இறக்குமதி பண்ணியிருக்கான், இயற்கையோட சக்தி இப்ப என்னனு புரியுதா அய்யா'

எனக்கும் பேராசிரியருக்கும் ஆச்சரியம் தாங்கவில்லை. பெரியவர் கெங்கையா சாதாரணமானவர் இல்லை. அவர் பேசுவதையே கேட்டுக் கொண்டிருந்தோம்.

'என்ன, பேராசிரியர, கம்முனு இப்பிடி ஒக்காந்துட்டீக, ஆக ஒரு பூச்சி அப்பிடிங்கிறது பூச்சியில்ல, ஒவ்வொரு பூச்சியும் பல தானியக்கதிரை உருவாக்கும் இயற்கை விஞ்ஞானி, ரசாயன மருந்தால பூச்சிய எல்லாம் கொன்னுட்டா தானியக் கதிர்ல மணி எப்பிடி கட்டும், வெறும் கதிர்தான் இருக்கும், தானியம் இருக்காது. நவீன விவசாயம், நவீன விஞ்ஞானம்ங்கிற பேர்ல எந்த ஒரு பூச்சியையோ புழுவையோ, பறவையையோ இயற்கைக்கு மாறா வாழவிடாம, நிலத்தவிட்டே விரட்டுறதுக்கும் அல்லது கொன்னு அழிக்கிறதுக்கும், நமக்கு என்னய்யா உரிம இருக்கு. யார் அந்த உரிமையை நமக்குக் குடுத்தது. நம்மல மாதிரியே அதுகளுக்கும் உயிர் வாழுற உரிமை இருக்கா இல்லையா? அதப் பறிக்க நம்ம என்ன கடவுளா?'

பெரியவர் கெங்கையா உணர்ச்சிவசப்பட்டார். இயற்கையின்

மீதும், நீர் நிலைகளின் மீதும், பூச்சி, புழுக்கள், பறவைகளின் மீதும் அவருக்கிருக்கும் பிரியம் என்னை வியப்பில் ஆழ்த்தியது. சற்றே மௌனித்தவர் தொடர்ந்தார்.

'இதத்தான, நம்ம வினோபா சொன்னாரு, யாராவது கேட்டமா, டிராக்டர் வரப் போகுதுனு சொன்ன ஒடன வினோபாஜி ஒரே ஒரு கேள்விதான் கேட்டாரு, 'டிராக்டர் சாணம் போடுமா' அப்படின்னாரு, எல்லாரும் சிரிச்சோம், இன்னைக்கி இயற்கை நம்மளப் பார்த்து சிரிக்கிறது, காந்தியவாதி குமரப்பா ஓயாம சொன்னார, 'இயற்கையை நீ வஞ்சித்தால், பதிலுக்கு இயற்கை எந்த ரூபத்திலாவது உன்னை பழிவாங்காமல் விடாது'

'இயற்கையை நீ ஜன்னல் வழியே தூக்கி வெளியே எறிந்தால், அது உன் தலை வாசலில் வந்து கதவைத் தட்டும்'

நேரம் போனதே தெரியவில்லை. நானும் பேராசிரியரும் இன்று ஒரு மகாமனிதரைச் சந்தித்தோம் என்ற மனநிறைவுடன் புறப்பட்டோம். சாப்பிடாமல் போனால்தான் ரொம்ப வருத்தப்படுவேன் என்று சொல்லி சாப்பிட வைத்தார். நான் குழம்பு மணத்தையும் வாசனை யையும்தான் நுகர்ந்திருக்கிறேன். ஆனால் பெரியவர் கெங்கையா வீட்டுச் சாப்பாட்டில், சோறு மணத்தது, மோர் மணத்தது, அவர்களுடைய உபசரிப்பு மணத்தது. இரண்டு நாட்களுக்கு என் கையும் மணத்தது.

•

50

ரேகைகள் அழிவதில்லை

தாத்தா இல்லாத வீடு வெறுமையாயிருந்தது. இம்மாதிரியான ஒரு வெறுமையை நான் இதுவரை அனுபவித்ததே இல்லை. வீட்டின் முற்றத்தில் தளிர்த்து நிழல் பரப்பியிருந்த வேம்பும், அதனடியில் எப்போதும் படுத்துறங்கும், தாத்தா பயன்படுத்தும் பனை நாரினால் பின்னிய கட்டிலும் முற்றத்தின் வெறுமையைப் பறைசாற்றின. சோகத்துடன் படுத்து உறங்கிய தாத்தாவின் தோழன் செவலை நாய் தலை தூக்கி என்னைப் பார்த்துவிட்டு, மீண்டும் படுத்துக்கொண்டது.

தாத்தாவின் மறைவிற்குப்பின் அவருடைய உடைமைகளைப் பாதுகாப்பதற்காக அய்யா ஒரு அலமாரியைத் தனியே ஒதுக்கியிருந்தார். அந்த அலமாரிக்கு நேர் மேலே தாத்தாவின் பிரேம் செய்த போட்டோவை மாட்டியிருந்தார். நரைத்த பெரிய மீசை, கண் கண்ணாடி, தலப்பாகை, இடுங்கிய கண்களுடன், தன்னுடைய ஒல்லியான தேகத்திற்குரிய தலையுடன் சிந்தனை வயப்பட்ட முகபாவத்துடன் தாத்தா இருந்தார்.

என்னுடைய அய்யாவும் அம்மாவும் சோகமாக நின்று கொண்டிருந்தார்கள். நான் தாத்தாவின் மரணம் பற்றி விசாரிக்கலாமா வேண்டாமா என்ற சிந்தனையுடன் தயங்கியபடியே நின்று கொண்டிருந்தேன். என்னையும் மீறி என் கண்களில் அழுகை முட்டியதை அடக்கிக்கொண்டேன்.

'சொகமில்லாம படுத்திருந்தாரா அய்யா'

'அவர் எந்தக் காலத்திலயும் ஒரு நாள்கூட மண்டையடி தலையடினு படுத்தது கெடையாது, என்னைக்கும் போல ராத்திரி ரொம்ப நேரம் பேசிட்டு இருந்துட்டுப் படுத்தவர்தான், காலையில வெள்ளனத்துலயே எந்திருச்சிருவாரே, ஒரு நாளும் விடியிற வரைக்கு ஒறங்க மாட்டாரே அப்பிடினு போய்பாத்தா, அப்பிடியே படுத்த படுக்கையில எறந்து கெடக்காரு, தலமாட்ல மகாபாரதம் புஸ்தகம் இப்பிடி கவுத்தி

வச்சமானைக்கு இருக்கு'

தாத்தா மரணத்தைப் பற்றியும், நிலையாமை பற்றியும், பாவ, பரிகார, தோஷங்கள் பற்றியும் நிறைய பேசுவார்.

'டேய், அட்டூழியம், அகம்பாவம் பண்ணாதீங்கடா, கடவுளுக்குப் பொதுவா நடங்க, யாருமே நெலச்சு இந்தப் பூமிய ஆளப் போறது கெடையாது, இன்னக்கி இருப்பாரு நாளைக்கு இல்ல, தூங்கும்போது வாங்குற மூச்சு ஒரு சுழி மாறிப் போனாலும் போச்சு, படுத்துக் காலையில எந்திரிக்கிறது நம்ம கையில இல்ல, பகவானோட கையில. அதனால ஆட்டம் போடாம மனச்சாட்சிக்கு பயந்து நடங்கடா'

தாத்தாவின் இந்த உபதேசத்தை அடிக்கடி கேட்கலாம். இன்னும் ஒன்னு அடிக்கடி சொல்வார்.

'மனுஷனுக்கு நல்ல சாவு கெடைக்கணும்டா, பட்டு அழுந்தி, சீரழிஞ்சு, நாத்தமெடுத்து, நாறிட்டுக் கெடந்து, வீட்ல எல்லாருடைய, நிம்மதியவும் கெடுத்திட்டு, இழுத்துக்கிட்டுக் கெடக்கக்கூடாது. அப்படியே மூடுன கண்ண தொறக்காமலயே போயிரனும். ராத்திரியில படுக்கணும், விடியக் கருக்கல்ல எந்திரிக்கவே கூடாது, ஒறக்கத்திலேயே உசிரு பிரிஞ்சிரணும்.'

தாத்தாவின் மரணம் அனேகமாக அவர் விரும்பியபடிதான் நடந்திருக்கிறது. பெரும்பாலும் நல்ல மனிதர்களுக்கு நல்ல சாவு கடவுள் கொடுப்பார் என்பது தாத்தாவை தெரிந்தவர்களுக்குத் தெரியும்.

என்னுடைய அய்யாவைப் பெற்ற சொந்த தாத்தா இல்லா விட்டாலும், என்னுடைய அய்யாவைப் பெற்ற தாத்தாவின் மூத்த சகோதரர், எப்படி எங்கள் வீட்டில் வந்து ஒட்டிக்கொண்டார் என்றோ, ஏன் கடைசிக் காலம் வரை கல்யாணம் செய்துகொள்ளவில்லை என்றோ, அவருடைய பங்கு நிலத்தையெல்லாம் என்னுடைய அய்யா பெயருக்கு ஏன் எழுதி வைத்தார் என்றோ எனக்குத் தெரியாது.

அலமாரியை முழுவதும் நன்றாகத் திறந்து, தாத்தா உபயோகித்த பொருட்களை ஒவ்வொன்றாகத் தொட்டுப் பார்த்தேன். தாத்தாவைத் தொடுவது போலவே உணர்ந்தேன். வருடம் தவறாமல் அவர் வாங்கி வைத்திருந்த பஞ்சாங்கங்களை வருட வரிசைப்படி அடுக்கியிருந்தார். அப்புறம் வருடம் தவறாமல் அவர் எழுதி வந்த டைரிகள் அடுக்கி வைக்கப்பட்டிருந்தன. இரண்டு மூக்கு கண்ணாடிகள், அவர் உபயோகித்த தடித்த பேனாகூட அலமாரியில் இருந்தது. அடுக்கியிருந்த டைரிகளில் ஒன்றை உருவி எடுத்துப் பக்கங்களைப் புரட்டினேன்.

இன்று ஆடி மாசம் பதினெட்டாம் தேதி, மாரியப்பனுடைய நாற்றுப் படப்பில் கூனன் தீ வைத்துவிட்டான். மனுஷப் பகையை வாயில்லா ஜீவன்களின் தீவனத்தில் போய் காட்டலாமா. ஆடி மாச மே காத்து தீ மள மளவென்று பரவி தீயை அணைக்க முடியாமல், கடைசியில் எல்லா படப்புக்களும் எரிந்து சாம்பலாகிப் போயின. பாவம் சம்சாரிகள், மாடுகளுக்குத் தீவனத்திற்கு எங்கே போவார்கள். பணமா கடன் வாங்கிக்கொள்வதற்கு, நிறை கண்மாயை வெட்டி கரையை உடைத்து வெள்ளாமையை வீணடிப்பவன், வாய் பேச தெரியாத பச்சிளங் குழந்தைகளின் அணிகலன்களை களவாடுபவன், படப்புக்களில் தீ வைத்துக் கால்நடைகளைப் பட்டினி போடுபவன் இவர்களின் வம்சத்தில் பிறக்கும் குழந்தைகள் ஊமையாக, நொண்டியாக, முடமாக பிறக்கும் என்பது கூனனுக்குத் தெரியாது போலும்.'

தாத்தாவின் குண்டு குண்டான கையெழுத்து டைரி முழுக்க பரவிக் கிடந்தது.

அடுத்து ஒரு டைரியை எடுத்து சில பக்கங்களைப் புரட்டினேன். டைரியில் ஒரு ஓரத்தில் தேள் படம் ஒன்றை வரைந்திருந்தார் தாத்தா. அந்தப் பக்கத்தை வாசிக்கத் தொடங்கினேன்.

'இன்று சித்திரை மாசம் பதிமூன்றாம் தேதி பிச்சாண்டியின் பொண்டாட்டி சீனியம்மாள் பிரசவ வேதனையால் துடித்துக் கொண்டிருக்கிறாள். இரவு முழுவதும் ஊரே விழித்திருந்தது. வைத்தியச்சி என்னென்னமோ கைப்பக்குவம் செய்தாள். குழந்தை பிறக்க வழியில்லை. மறுநாள் இரவு வரை சீனியம்மாளின் அழுகையும் முனங்காலும் தெரு முழுக்க கேட்டுக்கொண்டேயிருந்தது. கூடியிருந்தவர்கள் எல்லோராலும் அழுகத்தான் முடிந்தது. நடுச்சாமம் ஒரு வழியாக குழந்தை வெளியேறியது. ஆனால் குழந்தை வயிற்றுக்குள்ளேயே இறந்தே பிறந்தது. பெரிய உசுரு பிழைத்தால் போதும் என்று பேசிக்கொண்டார்கள். கொஞ்ச நேரத்திலேயே சீனியம்மாள் உதிரப் போக்கு அதிகமாக வெட்டு ஜன்னி வந்து, கண்கள் நிலைகுத்தி நிற்க இறந்து போனாள். பிரசவித்தவுடன் தேள்தான் இறந்து விடும் என்று பெரியவர்கள் சொல்லியிருக்கிறார்கள், நானும் கேள்விப்பட்டிருக்கிறேன். ஆனால் சீனியம்மாள் பிரசவித்த வுடன் இறந்துவிட்டாளே... அப்படியானால் சீனியம்மாள் மனுஷி யில்லையா? தேளா?

எல்லா டைரிகளையும் பத்திரப்படுத்தி வைக்கும்படி அய்யாவிடம் சொன்னேன்.

'என்னத்தையாவது சப்புச் சவர எழுதிக்கிட்டே இருப்பாரு. அதப் போயி எதுக்கு இனிமே பத்திரப்படுத்தச் சொல்ற.'

'அய்யா இதுக சாதாரண டைரிக இல்லைய்யா, இந்த ஊரோட சரித்திரமே இதுல இருக்கு, இன்னும் கொஞ்சம் நாள்ல இத தேடி நெறய்யப் பேரு வருவாங்க, அதே மாதிரி அந்தப் பழைய பஞ்சாங்கங்கள், ராமாயண, மகாபாரத புத்தகங்கள் அனைத்தையும் பாதுகாத்து வைக்கும்படி அய்யாவிடம் சொன்னேன். அய்யா வேண்டா வெறுப்பாகத் தலையாட்டினார்.

அன்று இரவு எனக்குத் தூக்கமே வரவில்லை. இன்னும் பத்தே நாட்கள்தான். அப்புறம் விடுமுறை முடிந்து நகரத்தின் இரைச்சலில் நானும் ஒரு இரைச்சலாகக் கலந்துவிடுவேன். வெளியே முற்றத்து வேப்பமரத்தில் ஏதோ ஒரு பறவையின் சிறகடிப்பு கேட்டது. இந்த வேப்பமரத்தை தாத்தாதான் நட்டு வளர்த்தார். கண்மாய் கரையில் கலுங்கலோரம் இந்த வேப்பங்கன்று முளைத்திருந்ததாகவும், ஒரு மாசமாகத் தான் அதை கவனித்து பாதுகாத்து வந்ததாகவும் சொன்னார். ஆழமாகக் குழிதோண்டி கரம்பை மண்ணும் எருவும் கலந்து, குழியை மூடி கன்றை நட்டு குழியில் மத்தியில் ஒரு குச்சியை நட்டு. அக்குச்சியில் வேப்பங்கன்றை சேர்த்து வைத்துக்கட்டி, தினமும் தண்ணீர் ஊற்ற ஆரம்பித்தார். இதே போல் ஊரைச் சுற்றியுள்ள அனேக மரங்கள் தாத்தாவால் நட்டு வளர்க்கப்பட்டவைகளாகத்தானிருக்கும். எப்போது தூங்கினேன் என்று தெரியவில்லை. ஆனால் தாத்தா என்னுடன் கனவில் வந்தார்.

அதிகாலை நேரம், எங்களுடைய தோட்டத்தின் மேற்குக் கரையில் தாத்தா நிற்கிறார். பக்கத்தில் நான் நிற்கிறேன். கரை நெடுக வரிசையாய் நிற்கும் பனைமரங்களில் நிறைய தூக்கணாங்குருவிக் கூடுகள் தொங்குகின்றன. தாத்தா ஒவ்வொரு பனையைச் சுற்றியும் அண்ணாந்து பார்த்தபடி தூக்கணாங்குருவிக் கூடுகளை எண்ணிக் கொண்டே இருக்கிறார். நான் அவர் பின்னால் நின்று வேடிக்கை பார்த்துக்கொண்டிருக்கிறேன். வளர்ந்து நிற்கும் சோளப் பயிர்களின் தோகைகளைக் கிழித்து வாயில் கவ்வியபடி காற்றை எதிர்த்துப் பட்டம் விட்டாற் போல் பனையை நோக்கி பறந்து வரும் தூக்கணாங் குருவிகள் கூட்டம். சோளக் கதிர்களின் மேல் உட்கார்ந்துகொண்டு காற்றுக்கு ஏற்றாற்போல் ஊஞ்சாலாடும் தூக்கணாங் குருவிகள் கூட்டம். திடீரென்று கூட்டமாய் மேலெழும்பி உயரத்தில் வட்டமடித்துப் பனைகளின் மேல் வந்து உட்காரும் அழகே அழகு.

தோட்டத்தின் வடக்குப் பொழியோரம் முத்துவீரன் மாமாவும், காளியப்பன் மாமாவும் வந்து தாத்தாவின் பக்கத்தில் நிற்கிறார்கள். தாத்தா இவர்கள் வந்ததை கவனித்தாரோ இல்லையோ தெரிய வில்லை. தொடர்ந்து ஒவ்வொரு பனையாய் நடந்து அண்ணாந்து பார்த்தபடி தூக்கணாங்குருவிக் கூடுகளை எண்ணி முடிக்கிறார். காளியப்பன் மாமாவும், முத்துவீரன் மாமாவும், தாத்தாவின் அருகில் வந்து நிற்கிறார்கள். காளியப்பன் மாமா இடுப்போடு சேர்த்து ஒரு ஜாதிச் சேவலை வைத்திருக்கிறார்.

'வாங்கடா, சேவல் சண்ட சண்டியர்களா? எங்கடா வந்தீக'

'ஓடைக்குள்ள கரையான் புத்து இருந்தா, அப்படியே கொஞ்சம் கௌறி பெறக்க விடலாம்னு வந்தோம். ஒங்க தல தெரிஞ்சதா நேரா இங்கிட்டு திரும்பி வந்துட்டோம்.'

'நீங்க ரெண்டு பேரும் சண்ட போடுங்கல, நாங்க எல்லாரும் ரசிச்சு பாக்கோம், அத விட்டுட்டு இந்த வாயில்லா ஜீவன்கள சண்ட போடவிட்டு, ரத்தக்களறியாக்கி வேடிக்க பாக்கிறது பாவமில்லையாடா?'

'ஒரு பொழுது போக்குக்குத்தான சேவல் சண்ட விடுறது அதப் போயி தப்புனு சொன்னா எப்பிடி?'

'நீங்க ரெண்டு பேரும் மல்லுக்கட்டுங்க, ஒருத்தன் மாத்தி ஒருத்தன் அடிங்க, மிதிங்க, கடிங்க, ரத்தம் வடியட்டும், அப்ப ஒங்களுக்கு வலிக்கா வலிக்களயானு பார்ப்பம்.'

'வலிக்கத்தான் செய்யும். வலிக்காமயா இருக்கும்.'

'அது மாதிரிதான சேவல்களுக்கும் வலிக்கும், நம்மள மாதிரி மத்த உசுப்பிராணிகளையும் மதிக்கனும்டா, வாயில்லா ஜீவன்க பாவமில்லையா, வாய் பேசுனா நம்மகிட்ட சொல்லும், வலிக்குதுனு அழுகும், கடவுள் பேசுற சக்திய அதுகளுக்குக் குடுக்கலியே, அதனால் நம்மதான் உணர்ந்து நடந்துக்கிறனும்.'

இரண்டு பேரும் தாத்தா சொல்வதைக் கவனமாகக் கேட்டுக்கொண்டு நின்றார்கள். அவர் சொல்வதில் உள்ள நியாயம் அவர்களை பதில் பேசவிடாமல் தடுத்தது போலும். தாத்தா மீசையை முறுக்கியபடியே இலேசாக சிரித்தார். காற்றின் வீச்சுக்கு ஊஞ்சலாய் ஆடிக்கொண்டிருந்த தூக்கணாங்குருவி கூடுகளையே அண்ணாந்து உற்றுப் பார்த்தபடியே நின்றார் தாத்தா.

'சரி, இந்த வருஷம் மழ எப்பிடி, பஞ்சாங்கம் என்ன சொல்லுது அதச் சொல்லும்'

‘இந்த வருஷம் வடக்கத்தி மழதான் ஜாஸ்தி, பட்சி ஜோஸ்யம் அப்பிடித்தான் சொல்லுது’

‘எத வச்சு வடக்கத்தி மழ ஜாஸ்தினு சொல்றீரு, எந்தப் பட்சி ஒம்மகிட்ட வந்து சொல்லுச்சு’

‘அட கோட்டிக்காரப் பயகளா, பட்சி வந்து சொல்லாதுடா, நம்ம தான் கண்டுபிடிக்கனும், இந்தா பனைகள்ல தொங்குதுள்ல தூக்கணாங்குருவி கூடுக. அதுகள்ல நெறைய்யக் கூடுகள் வாசல் தெக்க திரும்பியிருந்தா, அந்த வருஷம் வடக்கத்தி மழ ஜாஸ்தி, வடக்குப் பக்கமா நெறய்யக் கூடுகள்ல வாசல் இருந்தா அந்த வருஷம் தெக்கத்தி மழ ஜாஸ்தி. இதுதாண்டா பட்சி ஜோஸ்யம், மழ பெய்யும் போது வாசல் வழியா மழத்தண்ணி வராதபடி எதுப்பக்கமா வாசல் வச்சுக் கூடு பின்னும், கரெக்டா இருக்கும்.’

‘அப்ப என்னைக்கோ பெய்யப் போற மழைக்குத் தக்கன வாசல் கட்டுதாக்கும் குருவி, பெரிய அதிசயமால்ல இருக்கு.’

‘அது மட்டுமில்லடா, பனையில் ஆண் பனை எது, பெண் பனை எதுனு யாராலயும் கண்டுபுடிக்க முடியாது. பனங்காய்கள் தொங்குறதப் பார்த்துத்தான் இது பொட்டப்பனைனு கண்டுபுடிக்க முடியும். காய் காய்க்கிறதுக்கு முன்னாடியே தூக்கணாங்குருவிக கண்டு புடிச்சு, பொட்டப்பனைகளில் கூடு கட்டாது, ஆண் பனைகள்ள மட்டும் தான் கூடு கட்டும்.’

‘எதுக்கு மாமா அப்பிடி, எல்லாம் பனதான, பொட்ட பனையில் ஓல இல்லையா கூடு கட்ட.’

‘ஓல இருக்கிடே, பொட்டப் பனையில கூடு கட்டுனா தொந்தரவு தாங்க முடியாது, நிம்மதியா குடும்பம் நடத்த முடியாது, பதனீர் இறக்க பனையில ஏறுவாங்க, ஆண் பனைனா இந்த வம்பு தும்பெல்லாம் கெடையாது, நிம்மதியா இருக்கலாம்னு அதுகளுக்குத் தெரியுது.’

கண்மாயைப் பற்றி பேச்சு வந்தது. தாத்தாதான் நேற்று கண்மாய்க்குப் போய் வந்ததையும், யாரோ ஒரு மடையன் கண்மாய் கரையில் சங்கஞ் செடிப் புதரில் தீ வைத்து தேன் தட்டு எடுத்திருப்பதை பார்த்ததாக சொன்னார்.

‘தீ வைக்காம எப்பிடி சங்கஞ் செடிப் புதர்ல தேன் தட்டு எடுக்க முடியும் சொல்லும்.’

‘அட முட்டாப் பயகலா, சங்கச் செடிப் புதர் தான்டா கண்மாய்க் கரைக்கு பலம், கரைக்கு மேல தண்ணி போனாலும் கரைய ஒடைய

ரேகைகள் அழிவதில்லை ❋ 385

விடாது சங்கச் செடி வேரு, சும்மாவா நம்ம பாட்டன், தாத்தன் எல்லாம் கம்மாக் கரையில சங்கஞ்செடி, இண்டஞ் செடி வச்சு வளர்த்தாங்க, அதுகள தீ வச்சு அழிக்கிறது, நம்மகள, நம்ம கண்மாய அழிக்கிறது மாதிரி.'

'தாத்தா எது சொன்னாலும் புதுசு புதுசா இருக்கு.'

'புதுசு இல்லடா, பழசுடா பழசு. பழச அழிச்சிட்டா அம்புட்டுத்தான், எல்லாமே நாசமாய் போயிரும்.'

'சரி, கண்மா இந்த வருஷம் நெற பெருக்கா, கொற பெருக்கா அர வயிற்றுச் சோறா இல்ல நெறவயிற்றுச் சோறா, ஜோஸ்யம் என்ன சொல்லுது.'

'ஜோஸ்யம் இல்லடா முட்டாள்களா, நம்ம தலையெழுத்தே அது தான், கண்மாய்க்குள்ள இருக்கிற அத்தன மரங்கள்லயும் குருவிக கூடு இந்த வருசம் உச்சியில கட்டியிருக்கு, அப்பிடினா என்ன அர்த்தம் கண்மா கெத்கெத்துனு நெற பெருக்குப் பெருகப் போகுதுனு அர்த்தம். தாடிக் கொப்புல கைக்கு எட்டுனாப்ல கூடு கட்டுனா, கண்மா நெறயாது, கொறப் பெருக்குதான்னு அர்த்தம். தப்பாதுடா குருவிங்க ஜோஸ்யம்.'

பெரும்பாலும் இது மாதிரி தாத்தா சொல்கின்ற அனுமானங்கள் மிகத் துல்லியமாகவே இருக்கும். ஏனெனில் அவை வெறும் அனுமானங்கள் மட்டுமல்ல. ஆயிரமாயிரம் ஆண்டுகளாய் வந்து கொண்டிருக்கும் அனுபவங்கள். இப்போதெல்லாம் இம்மாதிரியான வாழ்வனுபவங்களை எடுத்துச்சொல்ல தாத்தாக்கள் இல்லை. அப்படியே சொன்னாலும் காது கொடுத்துக் கேட்க பேரப்பிள்ளைகள் தயாரில்லை. ததும்பி வழியும் வாழ்வனுபவங்கள் தாத்தாக் களுடனேயே தன் ஆயுளை முடித்துக் கொள்கின்றன.

என் விடுமுறை முடிந்து கிராமத்தை விட்டுப் புறப்பட வேண்டிய நாள். தாத்தாவின் போட்டோவைத் தொட்டுக் கும்பிட்டுவிட்டுப் புறப்பட்டேன். தாத்தா இறந்துவிட்டதாக சொல்லிக்கொண்டாலும், அவர் உண்மையில் இறக்கவில்லை. அவர் பாதுகாத்து வைத்து விட்டுப் போயிருக்கும் பஞ்சாங்கங்கள், ஊரின் வரலாறுகள், ஊரைச் சுற்றி அவர் வளர்த்த மரங்கள் அனைத்திலும் தாத்தா இன்னும் வாழ்ந்துகொண்டிருக்கிறார்.

●

51

சங்கிலி

தெய்வானை என்ற நிஜப்பெயர் மறைந்து அத்தைக்கு ஊமச்சி என்ற பெயரே வழக்கமாகிவிட்டது. ஊரில் அத்தையை ஊமச்சி என்றும், ஊமச்சியக்கா என்றும், ஊமச்சி சின்னம்மா என்றும் சுட்டுவதே நிலைபெற்று விட்டது. ஆனால் தெய்வானை அத்தை ஊமையல்ல, நன்றாகப் பேசக் கூடியவள் வளவளவென்று பேசாமல் பேச்சை சுருக்கிக்கொண்டதால் அந்தப் பட்டப்பெயர் ஒட்டிக்கொண்டது. அத்தை சிரித்து நான் பார்த்ததே இல்லை. அனேகமாக யாரும் பார்த்திருக்க முடியாது. மற்ற பெண்கள் எல்லாம் உருண்டு உருண்டு சிரித்தாலும், அக்கூட்டத்தில் உள்ள அத்தையின் உதடுகள் மட்டுமே இலேசாய் அசையும்.

அத்தைக்குக் குழந்தைகள் கிடையாது. பக்கத்து ஊருக்குத்தான் வாழ்க்கைப்பட்டுப் போனாள். வாழ்க்கை பிடிக்கவில்லை என்று அடிக்கடி கோபித்துக்கொண்டு வந்தவள் அப்புறம் திரும்பி கணவன் வீட்டுக்குப் போகாமலேயே எங்கள் வீட்டில் தங்கிக்கொண்டாள். என்னுடைய அய்யாவுடன் பிறந்த ஒன்றுவிட்ட தங்கச்சிதான் தெய்வானை அத்தை. எங்களை வளர்த்து ஆளாக்கியதில் தெய்வானை அத்தையின் பங்குதான் அதிகம். அம்மா பெற்றுப் போட்டதோடு சரி.

காட்டு வேலைக்குத் தோதான ஆள்வேண்டும் என்பதற்காகவே அத்தையை கணவன் வீட்டுக்கு அனுப்பாமல் தங்கச்சியை அரவணைக்கிறேன் என்ற சாக்கில் அய்யா தன் வீட்டிலேயே வைத்துக்கொண்டார் என்ற பேச்சும் அரசல்புரசலாக ஊரில் உண்டு. அப்பேச்சு உண்மை என்பது போல்தான் இருக்கும் அத்தையின் வேலைகள். ஊரில் அவளைப் பார்ப்பதே அபூர்வம். ஊரில் கரிசல் காடுகளில் அவள் கால் தடம் படாத இடமே இருக்காது. எங்கள் காடுகளுக்கு வேலைக்கு ஆட்களை கூட்டிக்கொண்டு போனாலும் சரி, மற்றவர்களின் காடுகளுக்கு வேலைக்குப் போனாலும்சரி அத்தையுடன் வேலை

செய்பவர்கள் திணறிப் போவார்கள். எங்கள் காட்டுக்கு வேலைக்கு வரவே பெண்கள் பயப்படுவார்கள்.

'ஊமச்சிகூட நின்னு வேல செய்யனும்னா ஒரு பான சோத்த ஒத்தையில தின்னு ஒடம்ப வளத்து வச்சிருக்கனும்.'

பாதகத்தி குனிஞ்ச தல நிமிர்ராலா செத்த நேரம் இடுப்பாத்த முடியுதா சண்டாளி, இப்பிடி பரப்பெடுத்து அலையிறாளே எந்தப் புள்ளக்குட்டிக்கு வேணும்னு, இப்படி நாயா ஓடுறா.

'எல்லா வேலையிலயும் இப்படித்தான பம்பரமா நிக்கா, 'அந்த' வேலையிலயும் இப்பிடித்தானோ என்னமோ, அதுதான் புருஷக்காரன் வெரட்டிவிட்டிருப்பாம் போலருக்கு இல்லனா இவளுக்கு என்ன கொற வேண்டாம்னு சொல்ல.'

'புருஷக்காரன் வேண்டாம்னு சொல்லல. புரியாமப் பேசாத இவதான் புருசக்காரன வேண்டாம்னுட்டு வந்துட்டா.'

அத்தையைப் பற்றிய பொரணிப் பேச்சுக்கள் நாலுபொம்பளைகள் சேர்ந்துவிட்டால் சாதாரணம். எதைப் பற்றியும் கவலைப்பட மாட்டாள் அத்தை. இதையெல்லாம்விட என்னுடைய அம்மாவுக்கும் அத்தைக்கும் இதுவரை ஒரு நாள்கூட சிறு சச்சரவுகூட வந்தது கிடையாது. அய்யாகூட சில சமயம் எரிந்து விழுவார். அவர் என்ன பேசினாலும் அதை தன்னுடைய நீள்மௌனத்தால் தான் அத்தை எதிர்கொள்வாள். அத்தை இல்லாத சமயம் என்னுடைய அய்யாவுக்கும் அம்மாவுக்கு மான உரையாடலை நான் கேட்ட துண்டு.

'நேத்து மாட்டுத் தொழுவத்துல வச்சு ஓந்தங்கச்சிய அந்தப் பேச்சு பேசுறியே, கொஞ்சமாவது ஒனக்கு அறிவு இருக்கா மனுசா'

'பெறகென்ன சாணிய அள்ளி குப்பையில போயி போடாம, மூலையில கூட்டி வச்சிருக்கா, தொழுவு அசிங்கமா இருக்கில்ல'

'இங்க கேளு, புள்ளகொல்லி இல்லாறவ சின்ன வயசுலயே புருசன் சொகத்த விட்டுட்டு, நம்மளே தஞ்சம்னு கெடக்கிறவ, அவமனசு நசிஞ்சா பாவம். நமக்குத்தான், நாற வேல செய்யிறா, யாருக்கு சம்பாத்யம்பண்ண, நமக்குத்தான ஒழைக்கா, ஒருவாய் சோறு பெருசா, கல்லுலயும் சோறு, கத்தாழையிலயும் சோறு, தொண்டைக்கு கீழபோனா நரகலு, அவளால தனியா சோறு பொங்கி திங்க முடியாதா ஒரு மூலையில ஒல வச்சுப் பொங்க எவ்வளவு நேரமாகும், இல்ல கை, காலு நொண்டியா அவளுக்கு.'

ஊருணிக்குக் குளிக்கப் போனால் ஒரு நொடியில் திரும்பிவிடுகிற

அத்தை ஒரு மணி நேரமாகியும் வீடு வந்து சேரவில்லை. அய்யா தான் தேடிப்போய் கூட்டிவந்தார். அத்தை வீட்டுக்கு வந்தவள் வழக்கம் போல் மௌனமாகிப் போனாள். ஆனால் அத்தையைப் போலவே அய்யாவும் மௌனமாகிப் போனதுதான் அம்மாவை வியப்படைய வைத்தது. இருவரும் ஒருவர் முகத்தை ஒருவர் மௌனமாகப் பார்த்துக்கொண்டனர். அம்மாவிடம் தனியாக ஏதோ சொல்வதற்கு அய்யா முயற்சிப்பது தெரிந்தது. அத்தை வீட்டில் இல்லை அய்யா அம்மாவிடம் பேசிக்கொண்டிருந்தார்.

'குளிக்கப் போனவளத் தேடி ஊருணிக்குப் போனம்ல, அப்ப இவ என்ன செஞ்சுக்கிட்டு இருந்தா தெரியுமா'

'என்ன செஞ்சுக்கிட்டிருந்தா'

'யாரும் இல்லாத எடத்துல ஒதுக்குப் புறமா இடுப்பளவு தண்ணிக்குள்ள நெற அம்மணமா நின்னுக்கிட்டு, தோப்புக்கரணம் போட்டது மாதிரி தண்ணிக்குள்ள முங்கி முங்கி எந்திரிக்கா'

'அதுக்கென்ன நல்லா முங்கிக்குளிச்சிருப்பா'

'ஓம் முஞ்சி, யாராவது பொது எடத்துல, கையளவு துணிகூட ஒடம்புல இல்லாம ஒரு மணிநேரமாவா தண்ணிக்குள்ள முங்குவாக.'

'நிய்யி சொல்றதப் பாத்தா எனக்கு பயமால்ல இருக்கு, சரி நாளையிலருந்து நம்ம தொழுவத்துத் தொட்டியில குளிக்கச் சொல்லிருவம்'

அத்தையின் நடவடிக்கைகளில் சில மாற்றங்கள் ஏற்படத் தொடங்கியிருந்தன. ஆச்சரியப்படும்படியாக அத்தை இப்போது சிரிக்கப் பழகியிருந்தாள். சில நேரம் தனியே இருக்கும்போது பேசவும் செய்தாள். ஊருணியில் அத்தை நிர்வாணமாய் தண்ணீருக்குள் முங்கி முங்கி எழுந்ததை யாரென்று உறுதிப்படுத்திக் கொள்வதற்காக அய்யா சற்று நேரம் உற்றுப் பார்த்திருக்கிறார். கொல்லன் பட்டறையில் பழுக்கக் காய்ச்சிய இரும்பை தண்ணீருக்குள் பற்றுக்கொறட்டால் பிடித்துக்கொண்டு முக்கி முக்கி எடுப்பதைப் போல் அத்தையின் சிவந்த உடம்பு தண்ணீருக்குள் முங்கி முங்கி எழுந்தது. தண்ணீருக்குள் இரும்பு முக்கப்படும் போதெல்லாம் உஷ் என்று சத்தமும், புகையும் மேலெழும்புவது மாதிரியே, அத்தை தண்ணீருக்குள் முங்கி எழும்போது உஷ், உஷ் என்று சத்தமெழுப்பியிருக்கிறாள்.

தொழுவத்திற்குள் குளிக்கப்போன அத்தை நிறை தொட்டி தண்ணீரையும் காலி பண்ணியதோடு, மூன்று குடம் தண்ணீரையும்

காலி பண்ணிவிட்டு நிறை அம்மணமாய் நின்றிருக்கிறாள். தேடிப் போன அம்மா பதறிப் போனாள். முதன் முறையாக ரவிக்கை அணிய மறுத்து அம்மாவை முறைத்தாள். அம்மா பதறிப்போய் சத்தமாகப் பேசி அதட்ட, கூடவே சில பெண்களும் கூடிவிட்டார்கள். பருத்துக் கருத்த ஸ்தனங்கள் குதியாளமிட பெண்கள் வலுக்கட்டாயமாக ரவிக்கையை மாட்டிவிட்டார்கள்.

இப்போது அத்தையைத் தனியே விடமுடியவில்லை. சேலையையும் ரவிக்கையையும் கழட்டி தூர எறிந்துவிட்டு நிர்வாணமாக இருப்பதையே விரும்பினாள். இப்போது அத்தை பெண்களின் உலகத்திற்குள் மட்டுமே வாழும் ஜீவனாக தன்னை மாற்றிக் கொண்டாள். அய்யாகூட அத்தையைப் பார்க்க இயலவில்லை. பெண்கள் காவலிருக்க தனிமையில் பாதுகாக்கப்பட்டாள். அத்தை இப்படியெல்லாம் வாய்பேசுவாள் என்று யாரும் நினைத்துக்கூடப் பார்த்திருக்கமாட்டார்கள். சேலையைக் கழற்றும் போது தன்னை அடிக்க வந்த பேச்சியம்மாள் மீது முதல் அணுகுண்டை அத்தை பிரயோகித்தாள்.

'என்னைய அடிப்பியோ நிய்யி தேவடியா முண்ட, நிய்யும் முண்டானி மாடப்பனும் புங்கமரத்து சில்லோடைக்குள்ள நித்தம் படுத்து எந்திரிக்கிறது ஊருக்கெல்லாம் தெரியும்டி அவிசாரி. ஏழு புள்ளப் பெத்த கழுதைக்கு வப்பாளன் கேக்குதாக்கும்.'

கூடியிருந்த பொம்பிளைகள் சிரியாய் சிரிக்க அத்தை வீசிய அணுகுண்டில் பேச்சியம்மாள் பஸ்பமாகிப் போனாள். தலை கவிழ கூட்டத்தை விட்டு ஒதுங்கிப்போய் உட்கார்ந்தாள். கையில் சோளத் தட்டையை ஓங்கியபடி மூக்கி என்ற மூக்கம்மாள் அத்தையை அதட்டினாள். மூக்கம்மாள் அத்தைக்கு சின்னம்மா உறவுமுறை.

'ஏ... போடி அவிசாரி நீ அடையாளப்புள்ள பெத்து வச்சிருக்கிறது ஊருக்கே தெரியும்டி அடிக்க வந்துட்டா அடிக்க, சொல்லுடி முண்ட எங்க சித்தப்பனுக்காடி புள்ளப்பெத்த, மூனுபுள்ளையும் காவக்காரச் சுப்பையனுக்குத் தானடி பெத்த, சுப்பையனோட ஜாட அப்பிடியே உரிச்சு வச்சிருக்கேடி, நீயெல்லாம் உசுரு வச்சு அலையனுமாக்கும்.'

அத்தை யார்மீது என்ன குண்டு வீசுவாளோ என்ற பயம் ஊர் முழுக்கப் பற்றிக்கொண்டது. எதிரில் நிற்பதற்குப் பெண்கள் பயந்து ஒளிந்துகொண்டார்கள். அத்தை வீசிய குண்டுகள் எல்லாமே பழுதாகாமல் வெடித்துச் சிதறியதோடு சேதாரத்தை ஏற்படுத்த தவறவில்லை. ஏனெனில் அத்தையிடம் போலி வெடிகுண்டுகள்

இல்லை. அய்யாவும் அம்மாவும் நடைபிணமாகிப் போனதோடு, அவர்கள் இருவர் மட்டுமே அத்தையிடம் தொடர்புகொள்ள முடிந்தது. எவ்வளவு காவல் இருந்தும் அம்மாவால், அத்தை நிர்வாணமாவதை தடுக்க இயலவில்லை. மற்ற பெண்களும் உதவிக்கு வராமல் ஓடி ஒளிந்தார்கள். அய்யாவோ வேறு ஆண்களோ அண்டுவதற்கு வெட்கப்பட்டார்கள்.

'ஊருக்குள்ள நடக்கிறது, ஊமைக்குத் தெரியும்ங்கிறது சரியாப் போச்சே, தாயோளி, ஒவ்வொருத்தியோட வண்டவாளத்தையும் அப்பிடியே புட்டுப் புட்டு வைக்காளே ஊமச்சி.'

வேறு வழியில்லாமல் அய்யா கதறியழுதபடிதான் அதற்கு சம்மதித்தார். அத்தையின் இரு கைகளையும் பின்புறமாக முதுகுப் பக்கம் வைத்து இறுகக்கட்டி, வண்டியில் ஏற்றி, அந்த இடத்திற்குக் கொண்டுபோனோம். உயர்ந்த கோபுரம் உள்ள வேதக்கோயில். அருகிலேயே பெரிய கிணறு ஒன்று. வேதக் கோயிலுக்கு முன்னால் ஏராளமான பைத்தியங்கள். கை, கால் விலங்குடன் இல்லை யென்றால் கையில் மட்டும் காலில் மட்டும் விலங்குடன், படுத்துக் கொண்டு நடந்துகொண்டு சிரித்துக்கொண்டு, கால் விலங்குகள் எழுப்பும் சிலுக் சிலுக் சத்தம் கேட்டுக்கொண்டேயிருந்தது.

முற்றிய பைத்தியங்களை கால்களிலும், கைகளிலும் விலங்குமாட்டி, இடுப்பளவு உயரமுள்ள கல்தூணில் கழுவேற்றுவது போல் சொருகி யிருந்தார்கள். கால்நீட்டி உட்காரமட்டுமே முடியும், கவுட்டுக் குள்ளும், கைகளுக்குள்ளும் கல்தூண் இருக்க, தலையைக் கல்தூணில் முட்டிக்கொண்டு இரத்தம் வழிய சில பைத்தியங்கள் கத்திக் கொண்டிருந்தன. கிணற்றை எட்டிப்பார்த்தேன், உள்ளே ஏராளமான துருப்பிடித்த விலங்குகள் கிடந்தன. இவையெல்லாம் சுகமாகிப் போனவர்கள், கழட்டிவீசிவிட்டுப் போன விலங்குகள் என்றார்கள். அத்தையின் விலங்கும் கிணற்றுக்குள் வீசி எறியப்படவேண்டும் என நினைத்துக்கொண்டேன்.

தற்காலிகமாக அத்தையை கயிற்றால் கட்டி கல்தூணுக்குள் சொருகி விட்டு அம்மாவை காவல் இருக்க வைத்துவிட்டு விலங்கு வாங்கச் சென்றோம். கோவிலில் உள்ளவர்கள் சொன்ன அடையாளத்தை வைத்து அந்த இடத்தைக் கண்டுபிடித்தோம். அது ஒரு தீப்பெட்டிக் கம்பெனி. எங்களைக் கண்ட உடனே தாடி வைத்த திருநீறு பூசி குங்குமம் வைத்த பெரியவர் ஒருவர் எங்களிடம் வந்தார். அய்யா கையெடுத்துக் கும்பிட்டார்.

‘எந்த ஊருய்யா’

‘உருளகுடி’

‘ஆம்பளயா பொம்பளயா’

‘பொம்பளய்யா’

‘வெயசு என்ன இருக்கும்’

‘வெயசு நாப்பது நாப்பத்தஞ்சு இருக்கும்’

‘கைக்கும் காலுக்குமா இல்ல ஏதாவது ஒன்னு போதுமா’

‘ரெண்டும் குடுங்கய்யா’

கம்பெனிக்குள்ளேயிருந்து இரண்டு விலங்குகளை எடுத்து வருவார் என்று பார்த்துக்கொண்டிருந்தோம். ஆனால் அவர் நீண்ட நான்கு இரும்புக் கம்பிகளுடன் வந்தார். அய்யா பரக்கப்பரக்க முழித்தபடி வாங்கிக்கொண்டார்.

‘இந்தாங்க இதக்கொண்டு போயி சம்முகனாசாரிட்ட குடுங்க ஒரு வீச்சுல அடிச்சுக் குடுத்துடுவாரு.’

‘ரூவா எம்புட்டுய்யா வேணும்’

‘ரூவாயா சல்லிக்காசு வாங்கிறது இல்ல, எங்க தாத்தா காலத்திலிருந்து இது நடக்குது. பாவம் யாரு பெத்த புள்ளையோ, பகவான் சோதிக்கான், கூடிய சீக்கிரமே வாசியாகி நல்லபடியா போகணும், போய்ட்டுவாங்க.’

கம்பியை வாங்கிய சம்முகம் ஆசாரி உலையில் காய்ச்சி ஒரு நொடியில் விலங்குகள் அடித்துக் கும்பிட்டு அய்யா கையில் கொடுத்ததோடு சல்லிக்காசு வாங்க மறுத்துவிட்டார். கம்பி கொடுத்த தாடிக்காரர் சொன்னதையே ஆசாரியும் சொன்னார் அய்யா கண்ணீர் மல்க விலங்கைகொண்டு வந்தார். நாட்டில் இன்னும் புண்ணியவான்கள் இருக்கிறார்கள் என்று புலம்பிக்கொண்டே வந்தார்.

கால்களிலும் கைகளிலும் கட்டியிருந்த கயிறுகளை அகற்றிவிட்டு விலங்குகளை மாட்டினோம். கச்சிதமாகப் பொருந்திக்கொண்டன விலங்குகள். அனைவருடைய கைகள், கால்களின் அளவுகளை சண்முகனாசாரியிடம் கடவுள் குறித்துக் கொடுத்திருப்பார் போலும். பழுதடைந்துவிட்டபடியால் வண்டியை ஊருக்கு அனுப்பி விட்டு நாங்கள் கோவில் வளாகத்தினுள் தங்கிக்கொண்டோம். அத்தையின் தொடையிடுக்கும் கைகளின் இடுக்கும் கல் தூணுக்குள் சொருவப் பட்டிருந்ததால் பயமின்றி உறங்கி எழுந்தோம்.

தலை கவிழ கோபுர உச்சியில் அரைகுறை ஆடையுடன்

சிலுவையில் தொங்கும் ஏசுவின் உருவம் மஞ்சள் வெய்யில் பட்டு பிரகாசித்தது. அய்யா வேகவேகமாய் ஓடிஸ்வந்து பைக்கூட்டுக் குள்ளிருந்து நாங்கள் கொண்டு வந்திருந்த அத்தையின் சேலை ஒன்றை எடுத்துக்கொண்டு ஓடினார். கூடியிருந்த நாலைந்து பேரை விலக்கிக் கொண்டு முழு நிர்வாணமாக கிடந்த அத்தையின் மேல் போர்த்தி மூடினார். கை விலங்குகளும், கால் விலங்குகளும் அப்படியே இருக்க அத்தையின் ரவிக்கையும், சேலையும் முற்றாக கழட்டப்பட்டிருந்ததோடு பக்கத்தில் எங்கே தேடியும் கிடைக்கவில்லை. அதிசயம் என்றார்கள். பில்லி சூன்யம் என்றார்கள். பேய் பிசாசின் வேலை என்றார்கள்.

கஷ்டப்பட்டு விலங்குகளைக் கழற்றி அத்தையை அமுக்கிப் பிடித்துக் கொண்டு வேறு ரவிக்கை சேலையை பெண்கள் மாற்றி கட்டி விட மீண்டும் விலங்குகள் மாட்டப்பட்டு கல் தூணுக்குள் சொருகி உட்கார வைக்கப்பட்டாள் அத்தை. ஆகாரம் எதுவும் சாப்பிடாததால் அத்தை சோர்வாகவும், அமைதியாவும் காணப்பட்டாள். தன் முகத்துக்கு நேராய் கல்தூண் நிற்க கால்கள் நீட்டி கைகள் நீட்டி கல் தூணை உட்கார்ந்தபடியே வட்டமடித்துக் கொண்டிருக்கும் பைத்தியங் களுக்கு மத்தியில் அத்தை அமைதியாக உட்கார்ந்திருந்தாள். அய்யா அழுதுகொண்டும் தானாகவே பேசிக்கொண்டும் திரிந்தார்.

இருட்டத் தொடங்கியதால் வெளியாட்களை விரட்டி காம்பவுண்ட் சுற்றுச் சுவர் வாசலைப் பூட்டிய வாட்ச்மேன் சிகரெட் புகையை ஊதியபடி காவல் காத்துக்கொண்டிருந்தார்.

அய்யாவின் கூப்பாட்டுச் சத்தத்தில்தான் பொழுது விடிந்தது. கூட்டம் கூடிவிட்டது. வெற்றுக் கல்தூண் மட்டும் நிற்க அத்தையைக் காணவில்லை. வாட்சுமேன் பதற்றத்துடன் காம்பவுண்ட் கோட்டைச் சுவரை சுற்றி சுற்றி வந்தார். மெயின் கேட் பூட்டியபடியே இருந்தது. கிணற்றில் இதற்கு முன் ஒரு பைத்தியம் விழுந்து இறந்துவிட்ட படியால் கம்பி வலையடித்து மூடியிருந்தார்கள். வலைகள் பாதுகாப்பாக அப்படியே இருந்தன அதிசயித்து நின்றார்கள் ஜனங்கள். அத்தையை யாரும் தூக்கிச் சென்றிருக்கவோ அல்லது அத்தை பறந்து போயிருக்கவோ வாய்ப்பில்லை. எடு வைக்கக்கூட முடியாது. சின்ன எட்டாய் வைத்து நகரத்தான் முடியும். ஆளுயுர கோட்டைச் சுவரை யாரால் தாண்டிக் குதிக்க முடியும்.

அய்யாவும் எங்கள் ஊர் ஆட்களும் கிணறுகள் தோறும் தேடியலைந்தோம். ஒரு துப்பும் கிடைக்கவில்லை. வெகு தூரம் தள்ளி இருக்கும் தேசிய நெடுஞ்சாலையில் ஒரு விபத்து நடந்திருக்கும் தகவல்

கேட்டு அய்யா ஓட்டமாய் ஓடினார். கூட்டம் கூடியிருந்தது. கூட்டத்தை விலக்கிக்கொண்டு அய்யா பாய்ந்தார். கூட்டத்தின் மத்தியில் தன் சிவந்த மேனியுடனும் பருத்த ஸ்தனங்களுடனும் அத்தை தூங்குபவளைப் போல் ஒருக்களித்து நிர்வாணமாக செத்துக் கிடந்தாள். தன் மேல் சட்டையைக் கழற்றி அத்தையின் மேல் போர்த்தினார். துண்டால் இடுப்பைப் போர்த்தி மறைத்தார் கைகளிலும் கால்களிலும் விலங்குகள் அப்படியே இருந்தன.

அத்தையை மோதிக்கொன்ற அரசு பஸ் அலுங்காமல் நின்று கொண்டிருந்தது. அரசு பஸ்ஸின் பின்னால் மோதி உருக்குலைந்த விலையுயர்ந்த காருக்குள்ளிருந்து ஒரு பெண்ணின் இருகால்கள் தங்கக் கொலுசுகள் மின்ன நீட்டிக்கொண்டிருந்தன. டிரைவர் ஸ்டியரிங்கில் நசுங்கியபடி செத்துக் கிடந்தார். பச்சைக் குழந்தை ஒன்று முகம் சிதைந்து செத்துக் கிடந்தது. கூட்டத்தில் பெரியவர் ஒருவர் சத்தமாகப் பேசிக்கொண்டிருந்தார்.

'கோடீஸ்வரப் பிரபுவோட உசுரு, அவரோட பொண்டாட்டி புள்ளையோட உசுரு எல்லாத்தையும் கடவுள் அந்தக் கோட்டிக்காரக் கழுத உசுரோட சேர்த்துப் படைச்சதோட இல்லாம, அவ செத்த அடுத்த செக்கண்டு நீங்களும் சாகணும்னு எழுதிட்டார். அன்னைக்கு எழுதினதை அழிச்சு எழுத ஆரால முடியும் அதுதான் விதிங்கிறது.'

காவல்துறை அதிகாரிகளிடம் அய்யாவும் அரசு பஸ் டிரைவரும் வாக்குமூலம் கொடுத்துக் கொண்டிருந்தார்கள். அய்யா அழுதபடியே அத்தையின் கதையைச் சொல்லிக்கொண்டிருந்தார்.

52

வாதை

மேற்காமல் நீண்டு கிடந்தன பனை மரக்கூட்டங்களின் ஒற்றை நிழல்கள். நுரை ததும்பி பொங்கி வழியும் கள் பானைகளில் மஞ்சள் வெய்யில் பட்டுச் சிதறியது. பரந்து கிடக்கும் மணல் வெளியில் போதையேற்றும் கசப்புவாடை நிறைந்திருந்தது. முழுப்போதையில் உறங்குவோரும், அரைப்போதையில் உளறுவோரும் கலந்த அந்த இடத்திலிருந்து சவால்களும், சவடால்களும் காற்றில் பறந்து கொண்டிருந்தன. வெய்யில் கவிந்த சாயங்காலம் தள்ளாடிக் கொண்டிருந்தது. போதையின் உளறல் சவால்களுடன் சவடால் களுடன் சில ரகசியங்களையும் வெளியேற்றிவிடுகிறது. அப்படித்தான் வந்து வெளியே விழுந்தது அரண்மனை ரகசியம் போதை நங்கிரியின் வாயிலிருந்து.

மாடு மேய்த்தாலும் அல்லது மாட்டுச் சாணம் அள்ளினாலும் அரண்மனைச் சேவகம் என்றால் அந்தஸ்துதானே: அரண்மனை மாடுகளை மேய்க்கும் நங்கிரியானுக்குத் தான் அரண்மனையின் ஆள் என்ற மிதப்பு எப்போதும் உண்டு. எக்குத் தப்பாய் பேசுவதிலும் கித்தாப்பாய் நடப்பதிலும் அவ்வப்போது அது வெளிப்படும். கள்ளுக்கடையின் மணல்வெளியில் போதையின் உச்சத்தில் மிதந்து கொண்டிருந்தான் நங்கரியான். அரைப் போதையில் தொத்தல் அவனுடன் வாயாடிக் கொண்டிருந்தான்.

நாலைந்து மாதங்களாக அரண்மனைக்கே சவாலாக இருந்த அந்த ரகசியத்தை போதை வெளியே தள்ளியது, நங்கிரியானின் வாயின் வழியாக அந்த ரகசியம் வெளியேறி காற்றில் கலந்தது. காற்று நாலா திசைகளுக்கும் சுமந்து சென்றது. அரண்மனை ஒற்றர்களின் காதிலும் விழுந்து மந்திரியிடமும், மன்னரிடமும் போய் சேர்ந்தது. மன்னர் கொதித்துப் போனார். அடுத்த நொடியே அரண்மனையின் அதிகாரம் மன்னரின் ஆணையாய் கோபமாய் வெளிப்பட்டது.

'வாயில்லா ஜீவன்களைக் கொன்று தின்ற கொலையாளிகளை உடனே கொண்டு வந்து என்முன் நிறுத்தங்கள். வதைசெய்து துள்ளத் துடிக்க பசுக்களைக் கொன்றவன் தண்டனையை அனுபவித்தே தீர வேண்டும். வேலியே பயிரை மேய்ந்த கதையாகப் பசுக்களை பராமரிப்பவனே கொலை செய்வது கூடுதல் குற்றம், நாளைக் காலைக்குள் அவன் என் முன் நிறுத்தப்பட வேண்டும்'

புறங்கை கட்டப்பட்டுத் தனியறையில் அடைப்பட்டுக் கிடந்தான் நங்கிரியான். விடிந்தால் மரணம் நிச்சயம். மன்னரின் அவசர அழைப்பை ஏற்று வேகமாய்ப் போய்க்கொண்டிருந்தார் மந்திரியார். மன்னரைக் கண்டதும் திகைத்து நின்றார் மந்திரியார். இதுவரை மன்னரின் முகத்தில் இப்படியொரு கோபத்தைப் பார்த்ததே இல்லை. சிவந்த முகம் மேலும் சிவந்து பழுக்கக்காய்ச்சிய இரும்பைப் போல் காய்ந்து தெரிந்தது. மந்திரியின் வணக்கத்தை சிறிய தலையாட்டலின் மூலமும் பெரிய உறுமலின் மூலமும் ஏற்றுக்கொண்டார். நடந்து கொண்டே பேசிய மன்னரிடம் நின்று கொண்டும் நடந்து கொண்டும் பேசினார் மந்திரியார்.

'என்ன... பிள்ளைவாள் சாமி தரிசனம் முடிந்துவிட்டதா?'

'எல்லாம் முடிந்தது மன்னா, நேற்று இரவே அரண்மனை திரும்பி விட்டேன் அரசே'

'விஷயம் கேள்விப்பட்டிருப்பீரே'

'தளபதி சொன்னார் மன்னா'

'அந்த நீசனுக்கு என்ன தண்டனை கொடுக்கலாம் நீரே சொல்லும்'

மந்திரியாரின் பதிலைக் கேட்ட மன்னர் கோபம் கொப்புளிக்க மந்திரியை முறைத்துப் பார்த்தார். இருகண்களும் கொவ்வைப் பழமாய் சிவந்திருந்தன. மன்னர் கோபத்தில் தன் நிலை மறந்திருந்தார்.

'பசுக்களைப் பாதுகாக்க வேண்டியவனே, அவைகளை வதை செய்து கொலை செய்து சாப்பிட்டது குற்றமில்லையா?'

'குற்றமில்லை மன்னா'

'மந்திரியாரே, என்ன செல்ல வருகிறீர், தெளிவாகச் சொல்லி விடும், நான் கோபத்தில் கொதித்துக் கொண்டிருக்கிறேன்'

'கோபம் வேண்டாம் மன்னா, மிதமிஞ்சிய கோபம் நம்மை தவறாக வழி நடத்தி பாவக் குழியில் தள்ளிவிடும்'

'அப்படியென்றால் அந்த நீசப்பயல் செய்தது பாவமில்லையா?'

'பாவம் மன்னா, பெரும்பாவம்'

'அப்புறமென்ன, தண்டனை கொடுப்பதில் தயக்கம்'

சிம்மாசனத்தில் கோபத்துடன் அமர்ந்த மன்னரின் முன்னால் கம்பீரமாக நின்றார் மந்திரியார், மந்திரியின் வார்த்தைகளுக்காக காத்திருந்தது மன்னரின் மௌனம்.

'மன்னா நம்மால் குற்றம் செய்தவர்களை மட்டும்தான் தண்டிக்க முடியுமே தவிர, பாவம் செய்தவர்களை தண்டிக்க நமக்கு அதிகாரம் இல்லை.'

'அப்படியென்றால் குற்றமும், பாவமும் வெவ்வேறா'

'குற்றம் வேறு, பாவம் வேறு மன்னா, குற்றம் மனிதர்களால் இயற்றப்பட்ட சட்ட ஒழுங்கு விதிகளை மீறுவது, பாவம் தெய்வங்களாலும், மத நம்பிக்கைகளாலும், ஞானிகளாலும், ஆச்சார ரிஷிகளாலும் போதிக்கப்பட்ட நெறிகளை மீறுவது, ஆகவே பாவம் செய்தவர்களை தெய்வங்கள்தான் தண்டிக்க வேண்டும் அரசே.'

'தண்டனை, யார் கொடுத்தால் என்ன, தெய்வம் கொடுத்தாலும் தண்டனைதான், மன்னர் கொடுத்தாலும் தண்டனைதானே.'

'இரண்டுக்கும் வித்தியாசம் உண்டு மன்னா, நாம் கொடுக்கும் தண்டனை குற்றவாளியின் உடலை வருத்தும், உயிரைப் பறிக்கும், குற்றம் செய்தவனோடேயே முடிந்தும் போகும், பொதுப் பார்வைக்குத் தெரியும், மக்கள் அவனை வெறுப்பார்கள். ஆனால் தெய்வங்கள் கொடுக்கும் தண்டனை பாவம் செய்தவனின் உடலை வருத்தாது, உயிரை எடுக்காது, பாவம் செய்தவனையும், அவனுடைய பரம்பரையையும் பாதிக்கும், பொதுப் பார்வைக்குத் தண்டனை என்று தெரியாது. மக்கள் அவனை வெறுக்க மாட்டார்கள் மாறாக அவன் மீது அனுதாபம் காட்டி இரக்கப்படுவார்கள், அவனுடைய சந்ததியே அழியும்.'

மந்திரியாரின் நிதானமான பேச்சு மன்னரை சிந்திக்க வைத்திருக்க வேண்டும். எதுவுமே பேசாமல் அமைதியாக உட்கார்ந்திருந்தார்.

'அப்படியென்றால் அவனை நாம் இப்போது என்ன செய்வது.'

'விஷயம் யாருக்கும் தெரிய வேண்டாம், இந்த மட்டோடு நிற்கட்டும். அவனை நாம் தண்டிப்பதன் மூலம் பாவத்தை பகிரங்கப்படுத்தும் குற்றத்திற்கு நாம் ஆளாக வேண்டாம், குற்றம் மட்டுமே பகிரங்கப்படுத்தப்பட வேண்டும், பாவத்தை தெய்வங்கள் ஏதோவொரு ரூபத்தில் பகிரங்கப்படுத்தும், கால இடைவெளி

இருக்கலாம். அரசு அன்று கொல்லும் தெய்வம் நின்று கொல்லும் என்பது தாங்கள் அறியாததல்ல.'

அடுத்த நொடியே அரண்மனையில் பசுக்களை மேய்த்துப் பராமரிக்கும் வேலை செய்த நங்கரியான் கட்டப்பட்ட புறங்கைகள் அகற்றப்பட்டு விடுதலை செய்யப்பட்டான். தண்டனை ஏதுமில்லை. அரண்மனை வேலை மட்டும் மறுக்கப்பட்டுவிட்டது.

பசுக்களைக் கொன்றான் என்ற விபரத்தை அரண்மனை வைத்தியர் மன்னரிடம் விளக்கிச் சொல்லிக்கொண்டிருந்தார். சில நேரம் மன்னர் தன் கண்களை துடைத்துக்கொண்டார். மாமிசம் சாப்பிடும் ஆசை வந்த போதெல்லாம், குறிப்பிட்ட கொழுத்த பசுக்களை எப்படிக் கொன்றேன், என்று நங்கிரியான் சொன்னவற்றை மன்னரிடம் விபரமாகச் சொல்லிக்கொண்டிருந்தார். அரண்மனை வைத்தியர்.

'இதோ பாருங்கள் மன்னா, சிறு கத்தியை இப்படி உள்ளங்கைகுள் மறைத்து வைத்துக்கொண்டு, பசுவின் ஆசனவாய்க்குள் அல்லது கருவாய்க்குள் கையை நுழைத்து, வயிற்றுக்குள் இருக்கும் குடல், கருப்பை போன்ற உள் உறுப்புகளை சிதைத்துவிடுவது. இரண்டு மூன்று நாட்களில் பசு இறந்துவிடும். இறந்த காரணத்தை யாரும் இலேசில் கண்டுபிடிக்க முடியாது. வழக்கம் போல் நாம் இறந்தகால் நடைகளை யாரிடம் ஒப்படைத்து வந்தோமோ அவர்கள் அதையும் கொண்டு போய் சாப்பிட்டுவிடுவார்கள். இந்த வருடத்தில் மட்டும் இது ஏழாவது சாவு மன்னா.'

'காரணமே இல்லாமல் அரண்மனை வேலை பறிபோகுமா என்ன?' ஜனங்கள், சொந்தங்கள், பந்தங்கள் அனைவரும் நங்கிரியானை கேள்வியால் துளைத்து எடுத்தார்கள். பதில் சொல்ல முடியாத பாவியாய் பரிதவித்தான். தினமும் பார்த்தவர்கள் எல்லோரும் கேட்கும் கேள்விகள் நங்கிரியானை சவுக்கடியாக வந்து தாக்கியது. வேலை போனதற்கான காரணத்தை வெளியே சொல்ல முடியாமலும், வேறு சரியான காரணம் சொல்ல முடியாமலும் தவித்தான், செய்த குற்றம் உறுத்தியது. மன்னர் தண்டனை கொடுத்திருந்தாலும், அன்றைக்கோடு போயிருக்கும் ஆனால் இந்த மௌன தண்டனை அவனை தினமும் வதைத்தது.

உலைமூடியை வைத்து ஊர்வாயை மூட முடியுமா? பலரும் பலவிதமாக பேசிக்கொண்டார்கள். ஒவ்வொருவருடைய பேச்சும் நங்கிரியான் காதில் விழும் போதெல்லாம் அவன் செத்து செத்து பிழைத்தான்.

‘இந்த நங்கிரியான் பய அரண்மனையில களவாண்டு கையும் களவுமா பிடிபட்டுட்டானாம், வேலையவிட்டு ராஜா நிப்பாட்டிட்டாரு. களவாணிப்பய மன்னருக்கு துரோகம் பண்ணலாமா?’

‘மாடு மேய்க்க போகும்போது ரெண்டு மாடு தப்பி போயிருச்சாம், அதுதான் வேலைக்கு வேண்டாம்னு சொல்லிட்டாங்களாம்.’

‘அரண்மனை மாடுகள தெரியாம கள்ளத்தனமாக வித்திட்டு தப்பிப்போயிருச்சுனு பொய்சொல்லி, வசமா மாட்டிக்கிட்டான்.’

ஒவ்வொரு பேச்சும் காதில் விழும் போதும் நங்கிரியான் நடமாடும் பிணமானான். பிடிபட்ட அன்றைக்கே மன்னரின் கையால் செத்திருக்கலாம் என்று நினைத்தான். நங்கரியானின் பொண்டாட்டி கன்னுமாரி, வேலை போனதற்குக் காரணம் கேட்டு தினமும் சண்டை போட்டாள். தான் செய்த பாவம் தன்னை அரிப்பதை உணர்ந்து தினமும் வருந்தினான்.

ஒரே வருடம்தான் நங்கிரியானின் நடுமுதுகில், தண்டுவடம் முடியும் கீழ் இறக்கத்தில் சிலந்திக் கட்டி வேதனையுடன் முளைத்து, இரத்தமும், சதையும் காரையும் வழிய நிமிரமுடியாமல் குனிந்து கொண்டே நடந்து திரிந்தான் நங்கிரியான். முதுகுக்கட்டி ஆறி தழும்பாகிவிட்ட போதிலும், அந்தக் கட்டி தண்டுவடத்தைப் பாதித்து விட்ட படியால் நங்கிரியான், கைகள் இரண்டையும் முதுகின்மேல் கோர்த்து வைத்துக்கொண்டு முகம் தரையைப் பார்த்து இருக்க ஆடு மாடுகளைப் போல் குனிந்து நடந்து திரிந்தான். தான் செய்த பாவம் தன்னை இப்படி வதைப்பதை எண்ணி தினமும் அழுதான். சில மாதங்களிலேயே அவனுடைய மூத்த மகனுக்கும் நடுமுதுகில் சிலந்திக் கட்டி வந்தது.

அதோ தெரு வழியே தாய்ப்பசுவும், கன்றுக்குட்டியும் போல் அருகருகே குனிந்து ஊர்ந்து போவது யாரென்று தெரிகிறதா? நங்கிரியானும் அவனுடைய மூத்தமகனும்தான். தன்னோடு போகாமல் தான் செய்த பாவம் தன்னுடைய சந்ததியையும் பாதிப்பதை எண்ணி தினமும் தண்டனையை அனுபவித்துக் கொண்டிருந்தான்.

●

53

வடிகால்

எங்களை ஏற்றிச்சென்ற காவல் துறை வாகனம் வேகமெடுத்து ஓடத் தொடங்கியது. எங்களுடைய முகங்களில் மெதுவாக பயம் படரத் தொடங்கியது. விஷயம் இவ்வளவு விபரிதமாகப் போய்விடும் என்று எங்களில் யாரும் நினைத்திருக்கவில்லை. தொழிற்சாலையில் இதுமாதிரி பல முறை வேலை நிறுத்தங்கள் நடைபெற்றிருக்கின்றன. ஆனால் நீதிமன்றம், ரிமாண்ட் என்று பிரச்சினைகள் பூதாகரமாக மாறி எங்கள் கைகளையும் மீறிப் போய்விட்டது.

மத்திய சிறைச்சாலை என்று எழுதப்பட்ட பெரிய பெயர்ப் பலகையைக் கடந்து எங்களை ஏற்றி வந்த வாகனம் உள்ளே நுழைந்தது. இறங்கிச் சென்ற காவலர் ஒருவர் எங்கள் இருபது பேரின் ரிமாண்ட் உத்தரவை காட்டுவதற்காக சிறைச்சாலை அதிகாரிகளிடம் போனார். ஆங்காங்கே காக்கிச் சீருடையுடன் துப்பாக்கி சகிதம் நிற்கும் போலீஸ்காரர்களையும், போலீஸ் அதிகாரிகளையும் கண்டவுடன் எங்களில் பலருக்கு மெல்ல பயத்தின் நிழல்கள் படரத் தொடங்கியது. நாங்கள் இருபது பேரும் ஒவ்வொருவர் முகத்தை ஒவ்வொருவர் பார்த்தபடியே பீதியுடன் வாகனத்திற்குள் அமர்ந்திருந்தோம். ஒவ்வொருவராய் கீழிறக்கி எங்கள் பெயர்களும், விலாசங்களும் சரிபார்க்கப்பட்டு எங்கள் உடம்பில் உள்ள மச்சங்கள், தழும்புகள், போன்றவை குறித்துக் கொள்ளப்பட்ட பின்னர் வரிசையாக நடத்திக் கொண்டு செல்லப்பட்டு தனியே இருந்த ஒரு அறையில் உட்கார வைக்கப்பட்டோம்.

எங்களை ஏற்றி வந்த காவல் துறை வாகனம் சென்று மறைந்தது. இப்போது நாங்கள் ஒரு நிர்மல்யமான பேரமைதியில் உறைந்து போய் அமர்ந்திருந்தோம். தினமும் கம்பெனியில் காதுகளை செவிடாக்கும் எந்திரத்தின் இரைச்சலுக்குப் பழகிப்போன எங்கள் காதுகள், எங்கள் மூச்சு சத்தத்தைக்கூட உணரும் அளவுக்குத் துல்லியமாய் தனித்திருந்தன. மாலை மறைந்து மெதுவாக இருள்பரவத் தொடங்கியது. சுவரில்

சாய்ந்து குத்துக்காலிட்டு உறங்க எத்தனித்தோம். அறியாத இடமும் இனமறியாத பீதியும் உறக்கத்தை எங்களிடம் வரவிடாமல் தடுத்து நின்றன. நெசவுப் பிரிவைச் சேர்ந்த ஆழ்வார்சாமியும், ஸ்பின்னிங் பிரிவு மாடசாமியும் தேம்பித் தேம்பி அழத்தொடங்கிவிட்டனர். இரவு முழுவதும் எப்போது விடியும் என்று உறங்காமல் விழித்திருந்தோம். எங்கள் இருபது பேர்களின் உடல்கள் மட்டுமே இந்த அறையில் அடைபட்டிருந்தன.

காலையில் என் பெயரைக் குறிப்பிட்டு ஒரு காவலர் வந்து என்னை கூட்டிக்கொண்டு போனார். நானும் அந்தக் காவலரும் நின்ற அறையை ஏறிட்டுப் பார்த்தேன். விஜயகுமார், 'ஜெயில் கண்காணிப்பாளர்' என்ற போர்டு என் கண்ணில்பட்டது. இனம் புரியாத பயம் என்னைக் கவ்வியது. பயத்துடனேயே அவர்முன் நின்று வணங்கினேன். அவர் கையில் ஒரு கற்றை பேப்பர் வைத்திருந்தார். அந்த பேப்பர்களில் பதிந்திருந்த நீதிமன்ற முத்திரைகளை என் கண்கள் உற்று நோக்கிய படியே நின்றுகொண்டிருந்தேன்.

'உங்களுடைய பெயர்தான் விஸ்வநாதனா?'

'ஆமா சார்'

'நீங்கதான் யூனியன் செயலாளரா?'

'ஆமா சார்'

'பதினைந்து நாளைக்கு கோர்ட் ஒங்க இருபது பேரையும் ரிமாண்ட்ல வைக்கச் சொல்லி உத்தரவு போட்டுருக்கு, ஜெயில்ல இருக்கிகளா?'

'இருந்துதான சார் ஆகனும்'

'அப்படியில்ல இருக்கனும்னா இருக்கலாம் போகனும்னா போகலாம்'

'அது எப்படி சார் முடியும்'

'நீதிபதி ஒங்க மேல எரக்கப்பட்டு ஒரு சலுகை காட்டி ரிமாண்டுக்கு அனுப்பியிருக்காரு'

'எப்படி சார்'

'அதாவது நாங்க இனிமே ஸ்டிரைக் பண்ணமாட்டோம், வேலைக்குப் போற தொழிலாளிகள மறிக்க மாட்டோம்னு எழுதிக் குடுத்திட்டா நீங்க ஒடனே வெளிய போயிரலாம்.'

'...'

‘என்ன பேசாம மௌனமா நிக்கீங்க நீங்கதான செயலாளரு முடிவு பண்ணி சொல்லுங்க, எப்ப வேணும்னாலும் தாராளமா நீங்க வந்து என்னயப் பார்க்கலாம் பேசலாம்’

அறைக்கு வந்து விஷயத்தைச் சொன்னவுடன் தொழிலாளர்களின் முகத்தில் ஒரு மகிழ்ச்சி தெரிந்தது. உடனடியாக எட்டுப் பேர், வேலை நிறுத்தம் செய்யமாட்டோம் வேலைக்குச் செல்பவர்களை மறிக்க மாட்டோம் என்று எழுதி கையெழுத்துப் போட்டு என்னிடம் கொடுத்துவிட்டனர். நான் எதுவும் பேசாமல் பேப்பர்களை வாங்கிக் கொண்டேன். அதற்குள்ளாக எங்களைப் பார்ப்பதற்காகவும் ஜாமீன் மனு தாக்கல் செய்வது சம்பந்தமாக பேசுவதற்காகவும் ஜெயிலுக்குமுன் ஏராளமான பேர் கூடிவிட்டனர். அவர்கள் எங்களுக்காக வாங்கிக் கொண்டு வந்திருந்த பழங்கள், பிஸ்கட்டுகள், தின்பண்டங்கள் ஏராளமாய் சேர்ந்துவிட்டன. மாடசாமியின் அம்மாவின் ஒப்பாரி பலமாய் கேட்டது.

‘அய்யய்யோ எம்மகனே... எம்மகனே... ஒன்னைய இந்தக் கோலத்தில் பார்க்கலாமா?’

‘ஜெயிலு சிறைச்சாலல நம்ம கால் தடம் பதியலாமா?’

இந்த ஒப்பாரி சத்தத்தைக் கேட்டு அந்தட; துயரத்திலும் எங்களால் சிரிப்பை அடக்க முடியவில்லை. மெல்ல இரவு கவ்வத் தொடங்கியது. எட்டுப்பேர் போக மீதி பனிரெண்டு பேர் தாறுமாறாக படுத்திருந்தோம். தூக்கம் வரவே இல்லை. கொட்டக் கொட்ட முழித்திருந்த நான் மெதுவாக எழுந்து வந்து பூட்டிய கதவின் பின்னால் வந்துநின்றேன். திடமான பருத்த இரும்புக் கம்பியைப் பிடித்தபடி கம்பிகளின் இடுக்கின் வழியே ஜெயிலை முழுமையாக உற்றுநோக்கினேன். மயான அமைதியில் ஆழ்ந்திருந்த அந்தப் பரந்த வெளியில் இரவுக் காவலர்களின் பூட்ஸ் ஒலிகள் தவிர்த்து வேறெந்த சத்தத்தையும் கேட்க முடியவில்லை. கம்பி இடுக்கின் வழியே அண்ணாந்து பார்த்தேன். நட்சத்திரங்கள் சிதறிப் பூத்திருந்தன. நிலவு மேகத்தினுள் நுழைந்து வெளியேறிக்கொண்டிருந்தது.

தனித்தனியே பரவிக் கிடந்த கட்டிடங்களில் பயங்கர மிருகங் களைப் போல மனிதர்கள் அடைபட்டுக் கிடந்தார்கள். கொலைகளும், களவுகளும், துரோகங்களும், பொய்களும், ஏமாற்றங்களும், வஞ்சனைகளும், பழிகளும், பாவங்களும் அந்த பகுதி முழுமைக்கும் வியாபித்துக் கிடந்தன. அறிவுபூர்வ சிந்தனை மறந்து உணர்ச்சிபூர்வ சிந்தனை வலையில் சிக்கி குற்றவாளிகள் என முத்திரை குத்திய மனிதர்கள் மட்டுமே வாழும் இந்த இடம் எப்போதும்

நிசப்தத்துடனேயே பரவிக் கிடந்தது. எப்போதும் அழுகைகளும், ஏக்கங்களும், காத்திருப்புகளும், வருத்தங்களும் நிரந்தரமாகிப் போன இவ்விடத்தில் மகிழ்ச்சிக்கும் சிரிப்புக்கும் இடம் எங்கே? தினமும் ஏக்கப் பெருமூச்சுக்களே காற்றாய் வீசும் இடம். உஷ்ணப் பெரு மூச்சுகளே வெய்யிலாய் சுடும் இடம்.

இந்தப் பத்து நாட்களில் நானும் என்னுடன் எஞ்சிய நான்கு பேரும் ஓரளவு ஜெயில் வாழ்க்கைக்குப் பழகியிருந்தோம். இரண்டாவது முறையாக என் மனைவியும், என் மகன்களும் என்னை அழுத கண்களுடன் பார்க்க வந்தபோது நானும் கூட வெளியே போய் விடாலாமா என்று நினைத்ததுண்டு. சங்கத்தின் செயலாளர் என்ற பதவி என் அகந்தையில் ஒட்டிக்கொண்டதால் இன்னும் ஜெயிலில் இருக்கிறேன். மனைவியும் மகன்களும் அழுது விடை பெறும்போது என் நெஞ்சில் பல கேள்விகள் நிழலாடின.

இந்தப் பத்து நாள் ஜெயில் வாழ்க்கைக்கே இத்தனை அழுகை அழும் என் மனைவி மகள்களை மாதிரி எத்தனை எத்தனை தாய்கள் தன் மகன்களைப் பிரிந்து, எத்தனை மனைவிகள் தன் கணவனைப் பிரிந்து, எத்தனை அண்ணன்கள் தன் தம்பிகளைப் பிரிந்து பல வருடங்களாய் சில நேரம் ஆயுள் முழுக்கவும் ஜெயிலில் கழிப்பதை எண்ணிய போது என் மனசு இறுகியது. அரிவாளை சுழற்றிய அந்த ஒரு வினாடி சூறாவளியாய் மாறி உன் குடும்பத்தை உன் சுற்றத்தை ஆயுள் முழுக்க சிதறடிக்கும் கோர தாண்டவத்தை நீ அறியவில்லையா இன்னும்.

முதல் பதினைந்து நாள் ரிமாண்ட் முடிந்து இரண்டாவது ரிமாண்டில் நானும் ஜெயில் கண்காணிப்பாளரும் ஒருவரையொருவர் நன்கு புரிந்துகொண்டவர்களாய் ஆகிவிட்டிருந்தோம். கண்காணிப்பாளர் அறையை ஒட்டி எங்கள் அறை இருந்ததும்கூட காரணமாக இருக்கலாம். மற்ற கைதிகளைப் போல் இல்லாமல் எங்களைக் கொஞ்சம் சுதந்திரமாக இருக்க அனுமதித்திருந்தார். எங்களுக்கு வருகின்ற அன்பளிப்பு பண்டங்களைக் கண்காணிப்பாளரின் அனுமதி யுடன் ஒரு பங்கை சில கைதிகளுக்குக் கொண்டுபோய் கொடுக்க அனுமதித்திருந்தார். அப்போது தான் இருளாண்டியைப் பார்க்கவும் சிறிது நேரம் பேசவும் நேரம் கிடைத்தது.

வாழ்க்கையில் ஏதோ ஒரு சந்தர்ப்பத்தில் பத்து நிமிடம் மிருகமாய் மாறிவிட்டதையும், அந்தப் பத்து நிமிட மிருக சபலம் தன்னை ஏழு ஆண்டுகள் தனிமைச் சிறையில் தள்ளி தன் குடும்பத்தையே நிர்மூலமாக்கிவிட்டதையும் சொல்லிச் சொல்லி என்னிடம் கதறினான்.

வடிகால் ✦ 403

தான் செய்த அந்த ஈனச் செயலுக்காகத் தன்னை எல்லோரும் வெறுத்து விட்டதையும், தான் ஒரு அருவெறுக்கத்தக்க மனிதனாய் இங்கே வாழ்ந்து வருவதாகவும் சொல்லி அழுதான். இது மாதிரி தினமும் பலரைச் சந்திக்கவும் சிறிது நேரம் அவர்களுடன் பேசவும் கிடைத்த நேரத்தை நான் வீணடிக்கவில்லை.

ஒரு நாள் மதியம் இரண்டு மணி இருக்கலாம். காவலர் என்னை கண்காணிப்பாளர் அழைப்பதாக சொன்னார். பதற்றத்துடன் அவர் அறையை நோக்கிப் போனேன். எனக்காகக் காத்திருந்தவர் போல் வரவேற்றார்.

'வாங்க தலைவரே வாங்க. இந்தாங்க இந்தக் கடிதத்தை சாவகாசமா படிச்சிட்டு வாங்க பெறகு பேசலாம்.'

அவர் என்னிடம் நீட்டிய கடிதத்தை வாங்கி முகவரியை பார்த்தேன். கண்காணிப்பாளரின் முகவரி எழுதப்பட்டிருந்தது. அவரை ஏறிட்டுப் பார்த்தேன்.

'தலைவரே அது எனக்கு வந்த கடிதம்தான். நீங்க அவசியம் படிக்கணும் அதுக்காகத்தான் கொடுத்தன்'

சிரித்தபடியே வெளியே போக, நான் என் அறைக்கு வந்தேன். படபடப்புடன் பிரித்த நான் ஆவலுடன் படிக்கத் தொடங்கினேன்.

'மதிப்பிற்கும் மரியாதைக்கும் உரிய சூப்பிரடெண்ட் ஐயா அவர்களுக்கு ஏழாம் நம்பர் தனி செல்லில் அடைக்கப்பட்டிருந்த ஆயுள் தண்டனை கைதி உருளைக்குடி சோலையப்பன் எழுதுவது, தயவுசெய்து இக்கடிதத்தைப் பொறுமையாகவும் முழுமையாகவும் படிக்கும்படி மிகத்தாழ்மையுடன் கேட்டுக்கொள்கிறேன்.'

நான் இரட்டைக் கொலை செய்த குற்றத்திற்காக ஆயுள் தண்டனை பெற்று ஜெயிலுக்குள்ளேயும் அடிதடி பண்ணுகிறேன் என்று சொல்லி தனியாக செல்லில் அடைத்து வைத்திருந்தீர்கள். ஒன்பது வருடங்கள் என் வாழ்க்கை ஜெயிலுக்குள் கழிந்து, என் குடும்பம் சின்னா பின்னமாகிப்போன நிலையில், ஒரு பெரிய தலைவரின் நினைவு நாளையொட்டியும், என் சிறுவயதை கணக்கில் எடுத்தும் என் தண்டனை காலத்தை ரத்து செய்த அரசு என்னை இரண்டு வருடங் களுக்கு முன்னர் விடுதலை செய்தது.

இன்று நான் என் மனைவி மக்களுடன் சந்தோஷமாக இருக்கிறேன். சொந்த தொழிலாகக் கரி மூட்டம் தொழில் செய்கிறேன். தினமும் பத்துப் பேருக்கு வேலை கொடுக்கும் அளவுக்கு முன்னேறியிருக்கிறேன். என்னை ஊரே ஆச்சரியமாய் பார்த்து வியப்படைகிறது. ஜெயிலுக்கு

போய்விட்டு வந்தவன் பழையபடியும் ஜெயிலுக்கே போவான் என்பதைப் பொய்யாக்கிவிட்டு திருந்தி ஒழுக்கமாக வேலை செய்து வருகிறேன்.

இதற்கெல்லாம் காரணம் ஒரு பெருச்சாளி என்றால் நீங்கள் நம்ப மாட்டீர்கள். ஆம் சத்தியமாக ஒரு பெருச்சாளியேதான். ஜெயிலுக்குள் நான் அடைப்பட்டுக் கிடந்த ஏழாம் நம்பர் தனிசெல் வழியாக நள்ளிரவில் சமையல் கட்டுப் பக்கமாக தினமும் ஓடும். இரவில் தூங்காமல் கண்விழித்தபடி பார்த்துக்கொண்டிருந்த நான் ஒரு நாள் சிறிது சோற்றுப் பருக்கைகளை அதனை நோக்கி வீசினேன். பின்னங்கால்களில் உட்கார்ந்தபடி அந்தப் பருக்கைகளை திங்க தொடங்கியது. என்னுடைய இச்செயல் தினமும் தொடர்ந்தது. நாளடைவில் நான் விசிலடித்துக் கூப்பிட்டால் என்னிடம் ஓடி வருகிற அளவுக்கு நானும்அந்தப் பெருச்சாளியும் நண்பர்களாகிவிட்டோம். ஆம் என்னுடைய மனத்துயரங்களைக் கொட்டி அழ ஒரு துணை கிடைத்துவிட்டது. தினமும் என் துயரங்களை இரவு முழுவதும் பெருச்சாளியிடம் சொல்லி அழுது அழுது என் கனத்த கொலை வெறிப்பிடித்த மனசு இலேசாகிவிட்டது. அதுமுதல் நான் ஜெயிலுக்குள் கலாட்டா பண்ணுவதையே விட்டுவிட்டேன். நான் இனிமேல் அந்தப் பெருச்சாளியைப் பார்க்க இயலாது. அது இருக்கலாம். அல்லது இறந்து போயிருக்கலாம் அல்லது இன்னொரு கொடூரக் கைதியுடன் நட்பு பாராட்டிக் கொண்டிருக்கலாம். அதை விடுங்கள் சார். என் அன்பான வேண்டுகோள் தயவு செய்து தாங்கள் ஆவண செய்யுங்கள்.

ஜெயிலில் இருக்கும் கொடூரமான குற்றவாளிகளை தனிசெல்லில் அடைக்காதீர்கள். அப்படி அடைக்கத்தான் வேண்டும் என்று சட்டம் சொன்னால் சட்டப்படி அடையுங்கள் ஆனால் ஒவ்வொரு கைதியுடனும் ஒரு அணில் குஞ்சு, ஒரு கிளிக்குஞ்சு, ஒரு மைனாக்குஞ்சு போன்ற சிறிய உயிர்களை வளர்க்க கொடுங்கள். எத்தனை கொலை செய்த கொடூரக் குற்றவாளியாக இருந்தாலும் சரி, கிளி, மைனா, அணில் அவனை மனிதனாக்கிவிடும் இதற்கு நல்ல உதாரணம் நானே.

குறிப்பு: பின்வரும் செல்போன் எண்ணில் என்னை தொடர்பு கொண்டால் உங்களுக்குத் தேவையான கிளி, மைனா, அணில் குஞ்சுகளை நான் உடனே கொண்டுவந்து தர தயாராகயிருக்கிறேன்.

இப்படிக்கு,
சோலையப்பன், 9843611267.

●

54

மையல் இப்பி

எப்போதுமே முன்முடிவுடன் செயல்படுவது நம்மைத் தவறான பாதைக்கு இட்டுச் சென்றுவிடும் என்பதை அன்று நான் நன்றாக உணர்ந்துகொண்டேன். அதிலும் விளிம்பு நிலை மனிதர்கள், ஏழை, எளியோர் மீது நாம் கொள்ளும் முன்முடிவு என்பது எப்போதுமே ஒரு தலைப்பட்சமாகத்தான் முடிந்து விடுகின்றன. எங்கள் தெருவில் சின்ன திருட்டு நடந்திருப்பது சத்தியமான உண்மை. வீடுகளில் துவைத்துக் காயப் போட்டிருந்த பழைய துணிகள் மட்டுமே களவு போயிருந்தன.

தெருவில் பல பேர் குற்றம் சாட்டியது மைதானத்தில் தங்கியிருக்கும் ஆதிவாசிகளைத்தான். அந்த மைதானம் தெருவின் அருகில் இருப்பதாலும் கூட இருக்கலாம். ஆனால் அவர்கள் பல வருடங் களாக இதே மைதானத்தில் தங்கியிருந்தும் இதுவரை இப்படியான சில்லரைத் திருட்டு நடந்ததில்லை. என் மனைவியின் விடாத நச்சரிப்பு என்னை மைதானத்திற்கு விரட்டியது. நானும் எனது ஐந்து வயது மகனும் துப்பறியும் சி.ஐ.டிக்களைப் போல் நோட்டம் விட்டபடியே நடந்துகொண்டிருந்தோம். ஆதிவாசிகளின் சத்தங்களுக்கிடையே களவுபோன எங்கள் வீட்டுத் துணிமணிகளோ அல்லது பக்கத்து வீட்டுப் பார்வதி மாமியின் துணிமணிகளோ தட்டுப்படுகிறதா என்று கவனித்துக்கொண்டிருந்தோம். என் பையன் கைநீட்டிய திசையில் ஆவலோடு பார்த்தேன். களவுபோன துணிகள் காணவில்லை, மாறாக கண்களைப் போல் மினுங்கியபடி ஒரு கட்டு மயிலிறகு கிடந்தது. சாயங்கால மஞ்சள் வெய்யிலில் மினுங்கிக்கொண்டிருந்தது மயில் இறகு.

நானும் என் மகனும் எதிரில் வந்து நிற்பதைக்கூட கவனிக்காமல் துப்பாக்கியைச் சுத்தப்படுத்திக் கொண்டிருந்தான் ஒரு ஆதிவாசி. என் பையனின் முழுக் கவனமும் மினுங்கும் மயில் இறக்கைகள் மீதுதான். இப்போதுதான் மெல்லத் தலை தூக்கி எங்களைப் பார்த்தான்.

'என்னா... சாரே... என்ன வேணும்'

'என் பையனுக்கு ஒரு மயில் இறக்கை வேணும்'

'மயில் இறக்கைய வச்சு என்ன செய்யப் போகுது'

'வெளையாடப் போறம்னு கேக்கான்'

'நிய், பேசாம இரு சாரே, புள்ளையாண்டன் சொல்லட்டும், சொல்லுடா தம்பி, ஒனக்கு மயில் இறக்கை எதுக்கு.'

'புஸ்த்தகத்துக்குள்ள வச்சு குட்டி போட வைக்க.'

'அப்பிடிச் சொல்லு ராசா, எனக்கு ஒரு குட்டி கொண்டாந்து தருவியா'

என் பையன் என்ன சொல்வதென்று குழம்பியவனாக மௌனமாக நின்றான். ஆனாலும் அவன் விடவில்லை சந்தோஷத்தோடும் சிரித்த முகத்தோடும் என் பையனுடன் தொடர்ந்து பேசினான். ஏறத்தாழ அவனும் ஒரு குழந்தையாக மாறிப்போயிருந்தான், அவ்வளவு குதூகலம் அவன் பேச்சில் 'குட்டி தாரம்னு சொன்னாத்தான் மயில் தோகை குடுப்பன்.'

குட்டி தருகிறேன் என்று என் மகன் சொன்னவுடன் அவனால் சந்தோஷத்தை அடக்க முடியவில்லை. பலமாகச் சிரித்தபடியே, நீண்ட மயில் தோகை ஒன்றை உருவி என் மகன் கையில் கொடுத்தான். என் மகன் முகத்தில் பரவியிருந்த சந்தோஷத்தை ரசித்தவன், சத்தம் போட்டு தன் மனைவியை அழைத்தான்.

'கல்யாணி... யே... கல்யாணி, நாளைக்கு இந்தப் புள்ளையாண்டன், ஒரு மயில் குட்டி கொண்டாந்து தரும், வாங்கி பத்திரமா இங்க கட்டிப் போடு, அடே... பையா, நான் இல்லாட்டியும் பரவாயில்ல, இந்தா இந்தக் கல்யாணிப் பாட்டிகிட்ட குட்டியக் குடுத்திரு, தாத்தாவ ஏமாத்தியிரக் கூடாது பையா, குட்டினா எனக்கு ரொம்ப ஆசை, ஆனா என்னைய நெறய்யப் பேரு ஏமாத்தியிருக்கு, நிய்யி பொய் சொல்லமாட்டியே.'

இந்த அப்பாவி மனிதர்களைப் போய் திருடர்களாக நினைத்துக் கொண்டு, இங்கு வந்ததை எண்ணி வெட்கப்பட்டேன். சத்தியமாக இவர்கள் திருடியிருக்கமாட்டார்கள் என்று நம்பினேன். உழைப்பாளிகள் எப்போதுமே திருட மாட்டார்கள் என்று நினைத்தபடியே, என் சட்டைப் பையிலிருந்து இரண்டு ரூபாயை எடுத்து நீட்டினேன். ரூபாயைப் பார்த்தபடியே இருந்தான். ஆனால் வாங்கவில்லை.

'என்னாத்துக்கு சாரே ரூவா'

'மயில்த் தோகை குடுத்தயில்ல அதுக்குத்தான்'

'அதுதான் புள்ளையாண்டன் எனக்குக் குட்டி கொண்டாந்து தாரம்னு சொல்லியாச்சில்ல, அப்புறம் எதுக்கு ரூபா'

நான் வற்புறுத்திக் கொடுக்க முயன்றபோது, அவன் முற்றாக வாங்க மறுத்ததோடு, என் கைகளைத் தட்டிவிட்டான். நான் மீண்டும் மீண்டும் வற்புறுத்தினேன்.

'இங்க கேளு சாரே, மயில் தோகை ஒன்னோட கொழந்தைக்குத் தான் குடுத்தன், நீ தனியா வந்து மயில்தோகை கேளு, அப்ப துட்டு வாங்கிக்கிறன், கொழந்தைக்குக் குடுத்ததுக்குத் துட்டு வாங்குறது பாவம் சாரே.'

அவன் சொன்ன பாவம் என்கிற வார்த்தை என் கன்னத்தில் அறை விழுந்தது மாதிரி வந்து விழுந்தது. ஒரு ஆதிவாசி, வேட்டைக்காரன், காடுகளில் வாழ்கிறவன், நாகரிகம் இல்லாதவன், கல்வியறிவு அற்றவன், சமூகத்தைவிட்டு ஒதுங்கி வாழ்பவன், நான் என்னை நினைத்து வெட்கப்பட்டேன். இவர்களைத் திருடர்கள் என்று நினைக்கும் நாகரீக மக்களை எண்ணிக்கொண்டு, அவனிடமிருந்து விடைபெற்றுப் புறப்பட்டபோதுதான் அந்தக் காட்சியைக் கண்டேன். எதிரே இருந்த சிமெண்ட் பெஞ்சில் அவன் உட்கார்ந்திருந்தான். அழுக்கு உடைகள், சடைப் பிடித்த தலைமுடி, நீண்டு வளர்ந்த அடர்ந்த தாடி, பொம்மையைப் போல் ஆடாமல் அசையாமல் உட்கார்ந்திருந்தான்.

'இது யாருப்பா'

'யாருனு தெரியல சாரே, எப்படியோ இங்க வந்து சேர்ந்திட்டான், வாய் பேச மாட்டேங்கான், நம்ம தமிழ் ஆளு மாதிரியும் பெரியல, பாவம் சாரே, கொஞ்ச வயசு எளவட்டம், ஆரு பெத்த புள்ளயோ, நாலஞ்சு நாளா நான்தான் சோறு குடுக்கன் சாரே, பாவமா இருக்கு சாரே, என்னால என்ன செய்ய முடியும் சாரே.'

பெஞ்சின் மேல் அமைதியாக உட்கார்ந்திருந்த அந்தப் பொம்மை இளைஞனிடம் பேசினேன். உற்றுப் பார்த்தான். என்னென்னவோ கேட்டுப் பார்த்தேன். மௌனம் மட்டுமே பதிலாகக் கிடைத்தது. கூடவே இலேசான புன்சிரிப்பு. என்னுடன் வருகிறாயா என்று கேட்ட உடனேயே, பெஞ்சைவிட்டு எழுந்து நின்று புறப்பட்டான். எனக்கு ஆச்சரியமாக இருந்தது. இதுவரை அமைதியாக வேடிக்கை பார்த்துக் கொண்டிருந்த ஆதிவாசி சத்தமாகப் பேசினான்.

'அடேய்... இந்தச் சார விடாத, ஒன்னய டாக்டருகிட்டக் கூட்டிட்டுப் போவாரு, ஒங்க வீட்டக் கண்டுபுடிச்சிருவாரு, அவர விடாத, இங்க

இருந்தா இம்புட்டு சோறுதான் கெடைக்கும், வேற ஒன்னும் கெடைக்காது.'

இந்த ஏரியாவில் ஹாஜியார் டீக்கடை என்றோ அல்லது அத்தர் பாய் டீக்கடை என்றோ சொன்னால் தெரியாதவர்கள் யாரும் இருக்க மாட்டார்கள். இரண்டுமுறை ஹஜ் யாத்திரை போய் வந்தவராகையால் வாசனையுடன் என்றும், எப்போதும் மணக்கும் செண்ட் வாசனை யுடன் இருப்பதால் அத்தர்பாய் என்றும் அவர் பெயர் மாறிப் போயிற்று. யூசுப் பாய் என்று சொன்னால் அனேகம் பேருக்குத் தெரியாது. எனக்கும் அவருக்கும் பத்தாண்டுகளாக இவ்வளவு ஒரு நெருக்கமான நட்பு ஏற்படக் காரணமாயிருந்த அந்த சம்பவத்தை நான் நினைத்துப் பார்த்தேன். என் மனசில் அந்தச் சித்திரம் நிழலாடியது.

என்றைக்கும் போல்தான் அன்றைக்கும் ஹாஜியார் டீக்கடையில் கூட்டத்தோடு கூட்டமாக டீ குடித்துக்கொண்டிருந்தேன். இரண்டு மூன்று திருநங்கைகள் டப் டப் என்று கைகளைத் தட்டியபடியே, வரிசையாகக் கடைகளில் காசு வசூல் பண்ணிக்கொண்டு வந்தார்கள். ஹாஜியார் சிரித்தமுகமாகப் பத்து ரூபாய் தாளை எடுத்து நீட்டினார். வாங்கிக்கொண்ட திருநங்கைகள் அடுத்த கடைக்குப் போனார்கள். நான் ஹாஜியாரிடம் கொஞ்சம் கோபமாகவே கேட்டேன்.

'ஹாஜியாரே... இவர்களுக்கெல்லாம் எதுக்குக் காசு கொடுக்கீக, அவங்களுக்கு என்ன கை, கால், நொண்டியா, ஒடம்பு நல்லாத்தான இருக்கு, சித்தாள் வேலைக்குப் போகலாம்; சமையல் வேலைக்குப் போகலாம், உழைக்க ஒடம்பு வலிக்குது, இப்படி வசூல் பண்ணியே சொகமா வாழப் பழகிட்டாக, இனிமே வந்தா அஞ்சு பைசாகூட குடுக்காதிக ஹாஜியார்.'

என்னுடைய பேச்சை கவனமாகக் கேட்ட ஹாஜியார் என்னையே உற்றுப் பார்த்தார். என் நெற்றியில் பூசியிருந்த திருநீற்றையும் குங்குமத்தையும் உன்னிப்பாகக் கவனித்தார். இலேசாகச் சிரித்துக் கொண்டார். ஹாஜியார் சொல்லப் போவதை நான் கவனித்தேன், சுற்றி நின்று டீ குடித்துக் கொண்டிருந்தவர்களும் கவனித்தார்கள்.

'இங்க கேளுங்க மாமா, இந்த ஒலகத்துல உள்ள அத்தனை ஜீவ ராசிகளும், மரம், செடி, கொடிகளும், ஈ, எறும்பு உள்பட அனைத்துமே அந்த அல்லாவோட படைப்பு. எல்லா ஜீவராசிகளுமே தான் அழியும் போது, தன்னோட வாரிச, இந்தப் பூமியில உருவாக் கிட்டுத்தான் அழியுது. ஆனா தனக்குப் பெறகு ஒரு வாரிச உருவாக்குகிற பாக்கியத்த அல்லா அவங்களுக்குக் கொடுக்கல, தான் பொறந்து வளர்ந்த வீடு,

தன்ன பெத்த அம்மா, அப்பா, தன்கூடப் பொறந்த அண்ணன், தம்பி, அக்கா, தங்கச்சி யாருமே அவங்கள ஏத்துக்கிறல, மகனோ, மகளோ, பேரனோ, பேத்தியோ கெடையாது, பாசத்தக் கொடுக்கவும், வழியில்ல, பாசத்தப் பெறவும் வழியில்ல, செத்தப் பெறவு அவங்க பேர் சொல்ல இந்தப் பூமியில எதுவுமே இல்ல, அப்பிடியான ஒரு பிறவிக்கு உதவி செய்றதுக்கு அல்லா ஒரு சந்தர்ப்பத்த ஓனக்கும் எனக்கும் குடுக்காரு, அந்தச் சந்தர்ப்பத்த நாம சரியாப் பயன் படுத்திக்கிறனும், ஒரு அஞ்சு ரூபா தர்மம் பண்றதால நாம கொறஞ்சு போகப் போறதில்ல மாமா. இதத்தான் நீ பூசியிருக்கிற திருநீறும், நான் தலையில வச்சிருக்கிற குல்லாவும் சொல்லுது, அவங்களுக்கு உதவி செஞ்சா அந்தப் பகவானோட பார்வ நம்ம மேல விழும், ஏம்னா திருநங்கைக எல்லாருமே தெய்வத்தோட கொழந்தைங்க.'

அன்றைய தினத்திலிருந்து ஹாஜியார் கடையில் டீ குடிக்கிற சாக்கில் அவருடன் கால் மணி அரை மணி நேரம் பேசாவிட்டால் எனக்குத் தூக்கம் வராது. இப்போது திருநங்கைகள் மதிக்கப்படக் கூடிய மனிதர்களாக மாறிப் போனார்கள். ஹாஜியார் அவரைப் போலவே என்னையும் உதவும் குணம் உள்ளவனாக மாற்றிவிட்டார். தினமும் நிறையப் பேர் அவர் பேசுவதைக் கேட்டபடியே டீ குடித்துக் கொண்டிருப்பார்கள்.

என்றைக்கும் போல் நான் ஹாஜியாருக்கு சலாம் வைத்தபோது, என்னுடன் இருக்கும் அந்த அழுக்கு உடை இளைஞனையே உற்றுப் பார்த்தார். அவனைப் பற்றிய எல்லா விவரத்தையும் அமைதியாகக் கேட்டுக் கொண்டிருந்தவர் ஒரே ஒரு வார்த்தைதான் சொன்னார்.

'அல்லா உன்னைக் காப்பாற்றுவார்'

அவனை எப்படிக் கூப்பிடுவது என்ற குழப்பம் வந்தபோது நாங்களாகவே அவனுக்கு வைத்த பெயர் தான் அப்பு. தினமும் ஹாஜியார் டீ கடைக்கு வருபவர்கள் அவனை பரிதாபமாகப் பார்த்ததோடு, பரிச்சயமுள்ளவர்களாகவும் மாறிப்போனார்கள். அப்பு இப்போது பழைய அப்பு இல்லை. புது பேண்ட், சட்டையுடன், தாடியில்லாத மொட்டை மண்டையுடன் மறுஅவதாரம் எடுத்திருந்தான். அவனிடமிருந்து இதுநாள்வரை ஒரு சொல்கூட வராதது சங்கடமா இருந்தது. ஆனாலும் சின்னச் சின்ன வேலைகள் செய்யப் பழகிக் கொண்டான். டீ குடித்துவிட்டுக் கடைக்கு முன்னால் வீசி எறியும் பிளாஸ்டிக் கப்புக்களைப் பொறுக்கிக் குப்பைக் கூடையில் போடுவது, நிறைந்த குப்பைக் கூடையைக் கொண்டுபோய் குப்பைத் தொட்டியில்

கொட்டிவிட்டு வருவது, கடையைக் கூட்டிப் பெருக்குவது போன்ற வேலைகளைச் செய்து வந்தவன் சில மாதங்களிலேயே கண்ணாடித் தம்ளர்களைக் கழுவி வைப்பது, பிளாஸ்டிக் குடத்தைக் கொண்டு போய் பொதுக் குழாயில் தண்ணீர் பிடித்துக் கொண்டுவருவது என்று ரொம்பவும் பக்குவப்பட்டுப் போனான்.

டேய், அப்பு இங்கே வா என்றால் வரவும், போ என்றால் போகவும், ஏவுகின்ற சிறு சிறு வேலைகளைச் செய்யவும் பழகிக் கொண்டான். வழக்கமாக டீ குடிக்க வரும் ஒருவர், டீ குடித்த காலி டம்ளரை, குப்பைக் கூடையில் போடாமல், கடைக்கு முன்னால் தரையில் தூக்கி வீசியதைப் பொறுத்துக்கொள்ளாத அப்பு, கோபத்துடன் அவரை முறைத்துப் பார்த்ததோடு, ஏழெட்டு வார்த்தைகள் யாருக்கும் புரியாத வார்த்தைகளை முதன் முறையாகப் பேசிவிட்டான். கல்லாவில் இருந்த ஹாஜியார் அவன் பேசிய வார்த்தைகள் பஞ்சாபி மொழி என்பதைப் புரிந்துகொண்டார்.

என்னைக் கண்டதும் ஹாஜியாருக்கு சந்தோஷம் பிடிபடவில்லை. அப்பு கோபத்தில் திட்டியதைக் கூறினார். ஹாஜியாரின் கடைக்கு மிக அருகிலேயே பெரிய லாரி செட் ஒன்று உண்டு. எல்லா மொழிகளும் தெரிந்த டிரைவர்கள் அங்கே வருவார்கள். பஞ்சாபி மொழி தெரிந்த டிரைவர்கள் வந்தால் ஹாஜியார் டீ கடைக்கு வரும்படி சொல்லி வைத்திருந்தோம்.

அப்பு இப்போது நாலைந்து மாதங்களாக இன்னொரு முக்கியமான வேலையும் செய்கிறான். ஹாஜியாரின் கடைக்கு முன்னால், இரண்டு வேப்பமரக் கன்றுகளை நட்டு வைத்து தவறாமல் தண்ணீர் ஊற்றி வருகிறான். இரண்டுமே நன்றாக வளர்ந்து வருகின்றன. புரியாத பஞ்சாபி மொழியில் நிறைய்ய வார்த்தைகள் பேசுகிறான். இரண்டு மூன்று மாதங்கள் முயற்சிசெய்து துண்டு துண்டாக அப்போதைக்கப் போது அவன்சொன்ன வார்த்தைகளைக் கோர்வையாக்கி ஒன்று சேர்த்து, அவனுடைய முகவரியைக் கண்டுபிடித்துவிட்டோம். அப்புவைப் பற்றிய குறிப்புக்களுடன், அவனுடைய போட்டோவையும் வைத்து நாங்கள் கண்டுபிடித்த முகவரிக்கு கடிதம் எழுதிவிட்டு அல்லாவின் மேல் நம்பிக்கையுடன் காத்திருந்தோம்.

ஒரு சில நாட்களிலேயே ஹாஜியாரின் டீ கடை அழுகையாலும், மகிழ்ச்சியாலும், ஆனந்தக் கண்ணீராலும் அல்லோகலப்பட்டது. டர்பன் தலப்பாகை அணிந்த சிங்குகளும், நாலைந்து பஞ்சாபி பெண்களும் அப்புவை அப்படியே அள்ளிக்கொண்டார்கள். ஒரே நேரத்தில் அவர்கள்

அனைவருமே அழுதார்கள். சிரித்தார்கள், ஆனந்தப்பட்டார்கள். அப்பு என்று நாங்கள் வைத்த பெயர் மாறி இப்போது மான்சிங் ஆகிப்போனான். பஞ்சாப்பிலிருந்து அனைவருமே பறந்துவந்து சேர்ந்திருக்கிறார்கள். பேசுவதற்கு பஞ்சாபி மொழி தெரிந்த டிரைவர் உதவினார். மான்சிங்கின் அப்பா அழுகையுடன் என்னைக் கட்டிப் பிடித்துக்கொண்டார். மான்சிங்கின் தந்தை இந்திய ராணுவத்தில் உயர் பதவி வசித்து ஓய்வுபெற்று, தற்போது வியாபாரம் செய்து வரும் பெரிய பணக்காரர். மான்சிங் அவருக்கு ஒரே மகன் என்பதும், இன்னொரு தங்கை இருப்பதும், பொறியியல் மாணவனான மான்சிங் காதல் தோல்வியால் மனநிலை பாதிக்கப்பட்டு இரண்டு ஆண்டு களாகக் காணாமல் போய்விட்டான். ஐநூறு ரூபாய் கட்டு ஒன்றை எடுத்து ஹாஜியாரிடம் நீட்டினார் மான்சிங்கின் அப்பா.

'இந்தப் பணத்த நாங்க வாங்கிக்கிட்டா, இவ்வளவு நாளும் அவன பாதுகாத்து வச்சிருந்ததுக்கு அர்த்தமே இல்லாமப் போயிரும். அல்லா எங்கள மன்னிக்கவே மாட்டாரு. எங்க கடிதத்த பார்த்து நீங்க வராவிட்டாலும் கூட நாங்க அவன கைவிடமாட்டோம், இங்கயே கல்யாணம் பண்ணி வச்சு, எங்க புள்ளயா வச்சிக்கிருவம்.'

சிரிப்பு அடங்க வெகுநேரமாகியது. இவ்வளவு நாளும் தன்னைப் பெற்ற மகனாகக் கவனித்துக் கொண்ட ஹாஜியாரின் துணைவியார் தௌலத் பீவியின் காலில் விழுந்து ஆசி பெற்றான். ஆனந்தக் கண்ணீர் வழிய அனைவரும் விடைகொடுக்க மான்சிங் புறப்பட்டான். திடீரென்று காரைவிட்டு இறங்கிய மான்சிங், தான் வளர்த்து வந்த இரண்டு வேப்ப மரக் கன்றுகளையும் தொட்டு வணங்கினான்.

நாட்கள் மாதங்களாக மாறி காலங்கள் ஓடிக்கொண்டிருந்தன. மான்சிங் நட்டு வைத்து வளர்த்த வேம்புகள் இரண்டும் நன்றாக வளர்ந்து நிழல் தருகின்றன. இதோ போஸ்ட்மேன் கொடுத்த கடிதத்தைப் பிரித்து ஹாஜியார் படிக்கிறார். மான்சிங்கின் தங்கையின் கல்யாண அழைப்பிதழ். கூடவே பஞ்சாப் போய் வர நான்கு விமான டிக்கெட்டுகள். நானும் என் மனைவியும், ஹாஜியாரும் அவருடைய துணைவியாரும் மான்சிங்கை மட்டுமா பார்க்கப் போகிறோம். புகழ் பெற்ற பொற்கோவிலையும் வழிபடப் போகிறோம். வளர்ந்துவிட்ட அந்த இரண்டு வேப்பமரங்களையும் பெரியதாக போட்டோ எடுத்துக் கொண்டோம் மான்சிங்கிடம் காட்ட அந்த வேம்புகள் தரும் நிழலைப் படம் பிடிக்க முடியாதல்லவா?

55

ராஜ மாதா

சண்முகம் தம்பி வந்திருப்பதாக மனைவி சொன்னாள். சண்முகத்தின் அக்காளைத்தான் நான் மணம் முடித்திருக்கிறேன். அவன் முகம் பார்க்கவே சகிக்காதபடி குராவிப் போயிருந்தது. இது மாதிரியான சோகத்தை நான் அவன் முகத்தில் பார்த்ததே இல்லை. போன வாரம் தான் நானும் என் மனைவியும் அவன் வீட்டுக்குப் போய்விட்டு வந்தோம். என்னைச் சந்திக்க வரவேண்டிய முக்கிய வேலைகள் ஏதுமில்லை. மகளுக்குக் கல்யாண ஏற்பாடுகள் வேறு செய்து கொண்டிருந்தான். மதுரை மாப்பிள்ளை ரொம்பத் திருப்தியென்றும். அதையே பேசி முடித்துவிடலாமென்றும் சொல்லிவிட்டு வந்திருந்தேன். சண்முகம் முகம் பேயறைந்தது மாதிரி இறுகிப் போயிருந்தது.

'என்ன சண்முகம், என்ன விஷயம், எதுக்கு இப்படி டல்லா இருக்க?'

'.....'

'சொல்லுப்பா என்ன தயக்கம், நானும் ஒன்னோட அக்காவும்தான இருக்கோம். எதுனாலும் தாராளமாச் சொல்லு, கல்யாண ஏற்பாடெல்லாம் நடக்குதில்ல?'

'நடக்கு மச்சான், ஆனா அந்த மாப்பிள்ள வேணாமாம், அதுக்குமேல என்னத்தச் சொல்ல, அவகிட்ட ஒரு வார்த்தை கேக்காம நம்ம சரினு சொன்னது தப்பா போச்சு.'

'அவகிட்ட என்ன நம்ம கேக்கிறது, குத்துக்கல்லக் காட்டி, கழுத்த நீட்டுனு சொன்னா நீட்டணும், அப்படித்தானே வளர்த்து வச்சிருக்கோம், சரி, இந்த மாப்பிள்ளை வேணாம், வேற எந்த மாப்பிள்ளை வேணுமாம்.'

'அத நீங்களே வந்து கேளுங்க, மாமாகிட்டயும் அத்தை கிட்டயும் என்ன சொல்றானு பாப்பம்.'

‘உன்கிட்ட என்ன சொன்னா.’

‘என்கிட்ட இந்த மாப்பிள்ளை வேணாம்னு மட்டும்தான் சொல்றா, கல்யாணம் வேண்டாமினு சொல்லல’

நானும் என் மனைவியும் வீட்டுக்குள் நுழைந்தபோது என்றைக்கும் போல் சங்கரம்மாதான் வரவேற்றாள்.

‘வாங்க மாமா, அத்தை வாங்க.’

எதுவுமே நடக்காதது மாதிரி என்றைக்கும்போல் இயல்பாக இருந்தாள் சங்கரம்மாள். சண்முகமும் அவன் பெண்டாட்டியும்தான் தலப்புள்ள சாகக் கொடுத்தவர்கள் மாதிரி முகங்குராவி உட்கார்ந்து இருந்தார்கள்.

சங்கரம்மாவின் அத்தை மாப்பிள்ளை என்ற முறையில் நான் உரிமையுடன் கேலி பண்ணுவேன். அவளும் யதார்த்தமாகவே பதில் சொல்வாள். அனைவருமே ரசித்துச் சிரிப்பார்கள். அப்படியே மெல்ல விஷயத்திற்கு வந்தேன்.

‘என்ன சங்கரி நல்லா இருக்கியா?’

‘இந்தா பாக்கீகளே மாமா, எனக்கு என்ன கொறச்சல், எல்லாமே நல்லாத்தானே இருக்கு.’

‘ஒங்கய்யாவும் அம்மாவும் ரொம்ப வருத்தப்படுறாக.’

‘என்ன ஏதுனு தெரியலையே மாமா?’

‘வர்ர மாப்பிள்ளைக எல்லாத்தையும் வேணாம்னு சொல்றயாமில்ல, பெறகு வருத்தப்படாம என்ன செய்வாக.’

‘மாமா... ஜவுளிக்கடைக்குப்போனா, நமக்குப் பிடிச்ச சேல துணிமணியத்தான் எடுக்கோம், நகைக்கடைக்குப் போனா ஏழு கடை ஏறி இறங்கி நமக்குப் பிடிச்ச நகை டிசைன் பாத்துத்தான் வாங்குறோம், அது மாதிரி எனக்குப் பிடிச்ச மாப்பிள்ள வரட்டும், கல்யாணம் பண்ணிக்கிறேன்.’

‘சொல்றத வெவரமா சொல் சங்கரி.’

‘இதுக்குமேல என்ன வெவரம் மாமா வேணும்.’

‘இப்ப வந்த மதுரை மாப்பிள்ளைக்கு என்னம்மா கொறச்சல், சொந்த வீடு, காரு, கடை கண்ணிகனு நெறய்யா சொத்து வேற இருக்கு, ஒரே பையன், வேற பிச்சுப் பிடுங்கல் ஒண்ணும் கெடையாது, சரினு சொல்ல வேண்டியதான.’

‘எல்லாம் சரி மாமா. மாப்பிள்ள எனக்குப் புடிக்கலையே’

'ஏன் புடிக்கலனு சொல்லு, சும்மா புடிக்கல, புடிக்கலனா என்ன அர்த்தம், காரணம் வேணுமில்ல.'

'.....'

'ஆளு அழகேந்திரன், படிப்பு இருக்கு, அந்தஸ்து இருக்கு, சொத்து சுகம் இருக்கு. இன்னும் என்ன வேணும்.'

'எனக்குப் புடிக்கலையே.'

'அதத்தான கேக்கன், ஏன் புடிக்கலனு சொல்லு.'

அந்த இடத்தில் ஆழ்ந்த மௌனம் நிலவியது. சங்கரம்மாவின் வளர்ப்புக் கிளி ரெண்டுமுறை 'கீ... கீ...' என்று சத்தம் எழுப்பியது. கூண்டை அண்ணாந்து பார்த்தாள். லட்சுமி கூண்டுக்குள் குதியாளம் போட்டது. கொஞ்சம் தண்ணீர் கொண்டு வந்து கூண்டுக்குள் இருந்த கிண்ணத்தில் ஊற்றினாள். கவிழ்ந்து அலகால் முக்கி... முக்கி அண்ணாந்து தண்ணீர் குடித்ததை ரசித்துப் பார்த்துக்கொண்டிருந்தாள். மாமா தண்ணீர்ச் செம்பை உற்றுப் பார்ப்பதைக் கவனித்தாள். வேகமாகப் போய்த் தண்ணீர் கொண்டு வந்து கொடுத்தாள்.

சங்கரம்மா சொன்ன பதிலைக்கேட்டு நானே அதிர்ந்து போனேன். சண்முகம் மாப்பிள்ளை மகளை வெட்ட அரிவாளை எடுக்கத் தாவினார். அவளுடைய அம்மா அழுகையை அடக்கச் சிரமப்பட்டாள். வீட்டில் மயான அமைதி. சண்முகத்தைச் சாந்தப்படுத்தி உட்கார வைத்தேன். இங்கே நடப்பதை எல்லாம் வேடிக்கை பார்த்துக் கொண்டிருக்கும் லட்சுமி கிளி புரிந்துகொண்டதோ என்னமோ 'கீ... கீ...' என்று கத்தியது.

'மாமா, வாக்கப்பட்டா பொன்னுச்சாமிக்குத்தான் வாக்கப்படுவேன், இல்லனா சாவேன்.'

'எந்தப் பொன்னுச்சாமி சங்கரி.'

'நம்ம ஊர்ல ஒத்தப் பொன்னுச்சாமிதான இருக்காரு.'

'சங்கரி ஒனக்கென்ன பைத்தியமா புடிச்சிருக்கு, களவாணிப்பய, வெட்டிப்பய, வேலவெட்டி இல்லாம ஊரச் சுத்திட்டு அலையிற புறம்போக்கு, ரெண்டு தடவ ஜெயிலுக்குப்போன களவாணிப்பய, குடிகாரன்.'

'எல்லாம் தெரியும் மாமா. எம் மனச அவருகிட்ட குடுத்திட்டன். இனிமே வேற ஒருத்தனுக்குக் கழுத்த நீட்ட முடியாது, மனசு எங்க இருக்கோ, அங்கதான் உடம்பும் இருக்கணும், மனசு ஒரு பக்கம், உடம்பு ஒரு பக்கம்னா, சக்கைதான் இருக்கும், சாறு இருக்காது.'

அமைதியாகக் கேட்டுக்கொண்டிருந்த சங்கரியின் அம்மா சொன்னாள்.

'பல பட்ற பேசுற பேச்சப் பாத்தியா, எடுப்பெடுத்த கிறுக்கி மனசக் குடுத்திட்டாலாம்ல மனச, எங்கொணம் தெரியாம அலையிறா, கட்டவெளக்குமாரு பிஞ்சு போகும்.'

உணர்ச்சிகளின்மேல் நின்றுகொண்டு எதைப் பேசினாலும் சரி வராது, ஆகவே அறிவைத் தேடிப் பேசலாம் என்று, எல்லாரையும் அமைதிப்படுத்தினேன். பெண்களின் விசும்பலையும் கேட்க முடிந்தது. கொஞ்சம் இடைவெளி விட்டு ஆசுவாசப்படுத்திக்கொண்டேன். தனியாகப் பேசலாமா என யோசித்தேன்.

'சரி, சங்கரி, இப்படி ஏங்கூட வா, ஓங்கிட்ட கொஞ்சம் தனியா பேசணும்.'

'எதுக்கு மாமா தனியா பேசணும், சும்மா இங்கயே பேசுங்க, நீங்க என்ன கேக்கப் போறீங்கனு தெரியும்.'

'எவ்வளவு நாளா பழக்கம், எப்படிப் பழக்கம், எங்க வச்சு சந்திச்சீக, வயித்துல கொழந்த வளருதா, இதுதான மாமா?'

'.....'

'ஒனக்கு வாயி ரொம்ப நீளம்டி அவிசாரி, எல்லாம் ஓங்கப்பன் குடுத்த செல்லம். நாம்னா இழுத்து வச்சு நாக்க அறுத்திருவன்.'

என்றைக்குமே என் முன்னால் அவள் இப்படிப் பேசுபவள் இல்லை. கேலி கிண்டல் உண்டே ஒழிய, மத்தப்படி சாந்தமான ஒரு சராசரிப் பெண் சங்கரி. எப்படி வந்தது இந்தத் துணிச்சல். வெளியில் ஒண்ணுமே தெரியாத புற்றுக்குள்ளிருந்து சரமாரியாகப் புறப்பட்டு வெளியேறும் ஈசல்களைப் போல் சங்கரியின் வாயிலிருந்து வார்த்தைகள் தடையின்றி வந்துகொண்டிருந்தன.

'இங்க கேளுங்க மாமா, நீங்க நெனைக்கிற மாதிரி எதுவுமே நடந்திரல. அவன்கூடக் குடும்பம் நடத்தல, கூடிக்குலாவல, என்னோட சுண்டு விரல் நகத்தக்கூட அவன் தொட்டதில்ல, அவனோட மேல்லபட்ட காத்துகூட என்மேல பட்டதில்ல.'

'பெறகு எதுக்குப் பிடிசாதன பண்ற?'

'மனசக் குடுத்திட்டனே மாமா. நான் என்ன செய்ய ரெண்டே ரெண்டாட்ட பத்துப் பத்து நிமிஷம்தான் அவன்கூடப் பேசியிருக்கன், எனக்கு அவன் இல்லனா செத்தே போவேன் மாமா.'

'நீ சொல்றதுல ஏதாவது ஞாயம் இருக்கா சங்கரி, ஊரு ஒலகம் ஒப்ப

வேணாமா, என்ன பேசும். நம்ம அந்தஸ்து என்ன, தகுதி என்ன, எங்களையெல்லாம் யாராவது மதிப்பானா?'

சாவு வீட்டில் உட்கார்ந்திருப்பவர்களைப் போல் மூலைக் கொருவராய் இருந்த என் மனைவி, சண்முகம், அவன் மனைவி எல்லாரையும் பார்க்கப் பரிதாபமாய் இருந்தது. முகங்களில் களையில்லை. சிக்கலான விஷயமாகிப் போனது சங்கரம்மாள் விவகாரம். போன வருஷம்தான் என் உறவுக்காரப்பெண் ஒருத்தி காதல் விவகாரத்தில் தற்கொலை பண்ணிச் செத்திருந்தாள். தினமும் பத்திரிகைகளில் தற்கொலைச் செய்திகள் வந்துகொண்டேதான் இருக்கின்றன. சங்கரம்மாளின் முகத்தில் இம்மியளவுகூடக் கவலையோ வருத்தமோ தென்படவில்லை.

மனசின் ஆழங்களில் ஏற்படும் காயங்களை ஆற்றுவது என்பது எளிதல்ல. உடல் காயங்களைப் போல் வெளியில் தெரியாது. ஊது புண்ணாக உள்ளேயே ரணமாகி அழுகி நாற்றமெடுத்து ஆறாத வடுவாய்த் தங்கிக்கொண்டு பாடாய்ப்படுத்தும். இரண்டு நாள்கள் அங்கேயே தங்கிப் பிரச்சினையைச் சீர்படுத்திவிட்டுப் போகலாம் என்று அங்கேயே தங்கிவிட்டேன். சண்முகம் 'புசுக்... புசுக்...' என்று அரிவாளைத் தூக்குபவன் என்று எனக்கு நன்றாகத் தெரியும்.

என்னுடைய திட்டத்திற்கு சண்முகம் மாப்பிள்ளை கோயில்மாடு மாதிரி தலையசைத்துச் சம்மதம் தெரிவித்தார். பொன்னுச்சாமி எங்கே இருப்பான் என்பதை விசாரித்து அறிந்து கொண்டோம். கருப்பசாமி கோயிலின் புளியமர நிழல் இதமாயிருந்தது. பதினெட்டுப் படிக்குமேல் இடது கையில் வல்லயக்கம்பும் வலது கையில் வீச்சரிவாளுமாய் நாக்கைத் துருத்திக்கொண்டு ஆக்ரோஷமாய் நின்றார் கருப்பசாமி. ஏனோ கருப்பசாமியைப் பார்த்தவுடன் சண்முகம் மாப்பிள்ளையின் முகம் ஞாபகத்தில் நிழலாடியது. மாப்பிள்ளை தன் வேஷ்டிக்குள் அரிவாளை மறைத்து மடித்துக் கட்டியிருந்தார். எப்படிப் பார்த்தாலும் வெளியே தெரியவே தெரியாது. அது ஒரு கலை.

சந்தேகமே இல்லை, தூரத்தில் வருவது பொன்னுச்சாமியேதான். மாப்பிள்ளை ஓடிப்போய் புளியமரத்துத் தூரில் ஒளிந்துகொண்டான். நான் கோயிலுக்குப் பின்புறம் சுவரின் மறைவில் பதுங்கினேன். பீடியை இழுத்தபடியே சாதாரணமாக வந்துகொண்டிருந்தான். புளியமர நிழலைத் தொட்டவுடன் சண்முகம் மாப்பிள்ளையும் நானும் ஒரே நேரத்தில் வெளிப்பட்டவுடன் பதறிப்போனான். முகம் பேயறைந்தது மாதிரி சிறுத்துப் போயிற்று. மாப்பிள்ளை

வேஷ்டிக்குள்ளிருந்து அரிவாளை எடுத்தவுடன் இருவரையும் கையெடுத்துக் கும்பிட்டான். நாங்கள் பேசி வைத்திருந்தபடியே மாப்பிள்ளையைக் கட்டிப்பிடித்தேன். அவர் கவுண்டமணி மாதிரி துள்ளி ஆதாளி போட்டார். ஒரு வழியாக அவரைச் சாந்தப்படுத்தி அரிவாளைப் பிடுங்கி என் கையில் வைத்துக்கொண்டேன்.

'யோ... ஏ... புறம்போக்கு நாயே, சங்கரம்மாளுக்கும் ஒனக்கும் என்னல பழக்கம்.'

'ஒரு பழக்கமும் இல்ல, ஊருணிக்குத் துணிமணி தொவைக்க வந்துச்சு, அந்த வழியா நான் வந்தனா ரெண்டு நாளா பேசிக்கிட்டு இருந்தோம்.'

'தனியா இருக்கிற பொம்பளப்புள்ளைகிட்ட என்னடா பேச்சு.'

'நான் போறன் போறனு சொன்னாலும், என்னய விடவேயில்ல, இரு பொன்னு போவம், இரு பொன்னு போவம்னு, ஓயாம பேசிக்கிட்டே இருக்கு.'

'இனிமேப்பட அவகூடப் பேசக் கூடாது'

'சரிங்க அய்யா.'

'நாளைக்கே இந்த ஊரவிட்டுப் போயிறணும், அவளுக்குக் கல்யாணம் முடிஞ்ச பெறவுதான் ஊருக்குள்ள தல காட்டணும், தெரிஞ்சதா.'

'சரிங்க அய்யா.'

'அத மீறி ஊருக்குள்ள தல காட்னா, ஓந்தல இந்தப் புளிய மரத்துலதான் தொங்கும், தெரிஞ்சுக்கோ, இந்தா இதுல கொஞ்சம் பணம் இருக்கு வச்சுக்கோ, திடுதிப்னு ஊர விட்டுப்போற, எங்க போவ, அதுதான் பணம். இந்தாடா.'

'பணம் வேண்டாங்க, காலையில ஊர விட்டுப்போயிறேன். இருந்தா எந்தலைய வெட்டிருங்க.'

என்ன சொல்லியும் பணத்தை மட்டும் வாங்க மறுத்துவிட்டான். வேகவேகமாய் மறைந்து தலைமறைவாய்ப் போய்விட்டான். எங்கள் இருவருக்கும் ரொம்ப சந்தோஷம். இம்மிகூட எதிர்ப்பு இல்லாமல் எதிரி சரணடைந்துவிட்டால் சந்தோஷம் இருக்காதா என்ன. சொன்னபடியே மறுநாள் காலையில் பயலைக் காணோம். நாலைந்து மாசம் ஆறப்போட்ட பின் கல்யாணப் பேச்சை ஆரம்பித்தேன். மாடு வசத்துக்கு வந்துவிட்டது. சங்கரம்மா எந்தவிதமான ஆதங்கத்தையும் காட்டவில்லை.

‘இப்படி ஓடிப்போற காடோடிப்பய, ஓடுகாலிப்பயல நம்பி கல்யாணமே வேணாம்னியே, அந்தப் பய இப்ப ஓடிட்டான்ல்ல.’

‘சரி மாமா, அது இருக்கட்டும், இப்ப நான் என்ன செய்யணும் அத மட்டும் சொல்லுங்க.’

‘இன்னும் சின்னப்புள்ள மாதிரியே பேசாதம்மா, ஒஞ் சோட்டுக் கொமரிகளுக்குக் கல்யாணமாகி புள்ளகுட்டிக இருக்கு. காலா காலாத்துல கல்யாணம்பண்ண வேண்டாமா, பேரன் பேத்திகளப் பாக்குற ஆசை ஒங்க அய்யாவுக்கும் அம்மாவுக்கும் இருக்காதா.’

‘மாமா நீங்க எந்த மாப்பிள்ளைக்குக் கழுத்தநீட்டச் சொல்றீகளோ கழுத்தநீட்ட நான் தயார், போதுமா மாமா. குத்துக்கல்லக் கட்டி வச்சாலும் கட்டிக்கிற நான் தயார். ஆனா ஒண்ணு மாமா, கல்யாணம் கட்டி வைங்க, நீங்க கட்டி வைக்கிற மாப்பிள்ளைக்குப் புள்ளையும் பெத்துத்தாரன், ஏம்னா கல்யாணம் கட்டடன பெறவு புள்ள பெறாம இருக்கக் கூடாதில்ல, எல்லாம் ஒங்க மனசு மாதிரியே நடக்கும், நெற வீட்ல நின்னு சத்தியம் பண்ணிச் சொல்றன், எல்லாரும் நல்லா கேட்டுக்கோங்க, என்னைக்காவது அவன் வந்து எம் முன்னால நின்னு ‘வாடி போவம்’னு சொல்லிக் கூப்பிட்டா, அடுத்த நிமிஷமே கிளம்பிருவன், இது சத்தியம். அப்பப் புள்ளைக இருந்தாலும், அது எம் புள்ளைக இல்ல, என் மூலமா பொறந்த புள்ளைக, அம்புட்டுத்தான். மனசு இன்னொருத்தன் கிட்ட இருக்கும்போது, எவனோ ஒருத்தனுக்கு முந்தி விரிச்சுப் பெத்தா அது எப்பிடி எம்புள்ளையாகும்.’

‘கழுதைக்கு அந்தப் பய மை வச்சிருப்பான்னு நெனைக்கன், பய ஊர விட்டுப்போயி எத்தன மாசமாகுது, இன்னும் மறக்கலையே. என்னமோ ஒண்ணா மண்ணா குடும்பம் நடத்துனவுக மாதிரியில்ல பேசுறா.’

‘ஆத்த மாட்டாம, என்னத்தையாவது பொலம்புவா. கழுதைக்குக் கழுத்துல முடிச்சுப் போட்டாச்சுனா தானா வசத்துக்கு வந்திருவா. அப்புறம் ஒரு புள்ள குட்டியாகிப் போச்சுனா நாய் கெணக்கா புருஷன் கால சுத்திட்டுக் கெடப்பா.’

சங்கரம்மாவின் கல்யாணம் ஏக தடபுடலாக நடந்தது. சந்தோஷமாக மதுரைக்கு வாழ்க்கைப்பட்டுப் போனாள். அடுத்தடுத்து இரண்டு பிள்ளைகள், ஆண் ஒன்று, பெண் ஒன்று. கல்யாணமாகி மூன்றாண்டுகள் ஓடிவிட்டன. இரண்டாம் பிரசவத்திற்கு ஊருக்கு வந்தவள், அதற்குப் பிறகு எட்டு மாசம் கழித்து மீண்டும் ஊருக்கு வந்திருந்தாள். முதல் குழந்தைக்கு மூன்று வயசு. பொன்னுச்சாமி ஊருக்கு வந்திருப்பதாகப்

பேசிக்கொண்டார்கள். ஆனால் அது ஒரு விஷயமாகவே இல்லை.

பொழுது விடிந்தபோது சங்கரம்மாளைக் காணவில்லை. பொன்னுச்சாமியும் ஊரைவிட்டுப் போயிருந்தான். பால்குடி மறக்காத எட்டு மாசப் பெண் குழந்தை அழுதது. மூன்று வயசு பையன் அம்மாவுக்காக ஏங்கினான். ஆனால், ஊர் சொன்னது.

'சமர்த்தி சொன்னது மாதிரியே செஞ்சுட்டாளே. என்னைக்கு அந்தப் பய வந்து வாடி போகலாம்னா, புள்ளைகளையும் போட்டுட்டுக் கௌம்பிருவேன்னு சொன்னாளே.'

சங்கரம்மாவின் கதையை அந்தக் கோயிலுக்கு முன்னால் கூடியிருந்த ஏராளமானவர்களில் ஒருவனாக இருந்த பிச்சையா கிழவன் சொல்லச் சொல்ல கூட்டமாகக் கூடியிருந்தவர்கள் கேட்டுக் கொண்டிருந்தார்கள். தன்னுடைய தொண்ணூறு வயதையும் மீறிக் கிழவன் சந்தோஷமாக இருந்தான்.

'அந்த ரெண்டு புள்ளைகளையும், அவுக அய்யாவும் அம்மாவும் வளர்த்து ஆளாக்கிட்டாக. பொம்பளப் புள்ளைக்கு அஞ்சு புள்ளைக, அந்த அஞ்சும் எங்கெங்கயோ இருக்குக. எனக்கு ஆறு புள்ளைக. இருபத்தாறு பேரன் பேத்திக, இந்தக் கூட்டமெல்லாம் என்னோட பேரன் பேத்திகதான். என் தங்கச்சியோட புள்ளைகளும் இங்க வந்திருக்குக.'

' என்ன தாத்தா சொல்றீரு.'

'சங்கரம்மாளோட மூத்த புள்ள நான்தான்; தாய் முகமே தெரியாம வளர்ந்தவன், தாய்ப்பாலே சரிவரக் குடிக்காம வளர்ந்தவ என் தங்கச்சி, போன வருஷம் தெய்வமாயிட்டா.'

கிழவன் கண்களில் கண்ணீர் உருண்டது. அது மகாபாரதத்தில் கர்ணன் வடித்த கண்ணீர். தன் வாரிசுகளும் தன் தங்கையின் வாரிசுகளும் தன் தாய் சங்கரம்மாளைக் கும்பிட்டுக் கொண்டிருக்கும் காட்சியைக் காணும் ஆனந்தக் கண்ணீராகக்கூட இருக்கலாம். சங்கரம்மாளின் கொடிவழி உறவுகள் சந்தோஷமாகக் கூடியிருந்தார்கள்.

'ஏன் தாத்தா, பெத்த புள்ளைகள தவிக்க விட்டுட்டு ஓடிப்போன பொம்பிளைக்குக் கோயில் தேவையா தாத்தா.'

'அவ விரும்பி எடுத்த முடிவு இல்ல, விதி அப்படித்தான் வேலை செய்யும். விதிய மாத்தா யாராலும் முடியாது. ரெண்டு புள்ளையவும் போட்டுட்டு ஓடிட்டா, ஆனா அவ மனசு என்ன பாடுபட்டிருக்கும். ஒவ்வொரு தடவையும் அவ எந்தக் கொழந்தையப் பாத்தாலும்

ஈரக்கொல கருகி இருக்கும்ல, என்ன அவஸ்தைப் பட்டிருப்பா, அந்த ஏக்கத்தோடதான செத்திருப்பா, அவ மனசு கொதியா கொதிச்சிருக்கும், அந்தக் கொதிப்பு அடங்கனும்னா நம்மதான் அதக் குளிரவைக்கணும், நம்ம அறிவுக்குக் கட்டுப்படாத ஒண்ணக் கும்பிட்டுத்தான் ஆகணும். அவளுக்கும் பொன்னுச்சாமிக்கும் கொழந்தைகூடப் பிறந்திருக்கலாம். அந்தப் புள்ளைக எங்களுக்குக் கோயில் கட்டி எங்கேயாவது கும்பிட்டாலும் கும்பிடலாம்.'

பிச்சையா கிழவனின் கண்களில் ஆனந்தக் கண்ணீர் வழிந்து கொண்டிருந்தது.

●

56

நாராய்... நாராய்

இந்த இருபதாண்டுகளில் அந்தக் குளத்தை அவன் முழுமையாக உள் வாங்கிக்கொண்டான் என்றுதான் சொல்ல வேண்டும். ஒரு நாள் கூட அவனை ஏமாற்றி வெறுங்கையோடு அனுப்பியதில்லை குளம். குளத்தின் சகல பரிமாணங்களும் அவனுக்கு அத்துபடியாய் போயிற்று. குளமும் அதைச் சுற்றிலும் புதைந்து கிடக்கும் ரகசியங்களும் அவனிடம் சேகரமாகத் தொடங்கி பல காலமாயிற்று. குளத்தைச் சுற்றியுள்ள கரையில் எங்கேயாவது ஓரிடத்தில் ஒரு கொக்கைப் போல் உட்கார்ந்து காத்திருப்பான். அவனும்கூட தன்னை ஒரு நீர்வாழ் பறவையைப் போல் தான் உணர்ந்தான்.

வற்றாத அந்தக் குளத்தில் குதூகளித்திருக்கும் எண்ணற்ற பறவைகள் அவனை எப்போதும் சந்தோஷிக்க வைத்துக்கொண்டிருந்தன. கரைகளில் தளிர்த்து செழித்திருக்கும் அடர் மரங்களில் பறவைகளின் கூடுகளும் குஞ்சுகளும் சண்டை சச்சரவுகளும் பலவித பறவைகளின் விதவிதமான விநோதமான ஒலிகளும் கேட்டுக் கொண்டேயிருக்கும்.

இரண்டு நாட்களுக்கு முன்னால் சாயங்காலம் கீழ மடையோரம் உட்கார்ந்து தூண்டில் போட்டுக் காத்திருந்தான். இரு கண்களும் தூண்டிலின் மிதப்பு அசைவின் மீது குறி வைத்திருந்தன. திடீரென்று பக்கத்தில் 'ஸ்ளப்' என்று தண்ணீர் சிதறும் சத்தம் பெரிய மீன்கள் ஏதாவது துள்ளியிருக்கலாம் என்றுதான் நினைத்தான். அந்த இடத்திலிருந்து வட்டவட்டமாய் அலைகள் எழும்பியதைப் பார்த்தவன் திடுக்கிட்டான். கையடக்க உருண்டையான, பந்தைப் போல் ஒரு குருவிக் குஞ்சு மரத்தின் கூட்டிலிருந்து தவறி விழுந்து நீரில், தன் பிஞ்சுக் கால்களையும், பூஞ்சை இறக்கைகளையும் அசைத்தபடி தத்தளித்துக்கொண்டிருந்தது. தூண்டிலை கரையில் வீசிவிட்டு வேக வேகமாக ஓடி நீருக்குள் பூவைத் தூக்குவது போல் தூக்க குனிந்த போது, தன் முகத்திலும் நீர்த் திவலைகள் தெறிக்க

‘சளார்’ என்ற சத்தத்துடன் பெரிய மீன் ஒன்று குருவிக் குஞ்சை நீருக்குள் இழுத்துக் கொண்டு போயிற்று. அவனால் தன் முகத்தில் ஒட்டியிருந்த நீர்த்திவலைகளை துடைத்துக்கொண்டு கரையேற மட்டும்தான் முடிந்தது. பறவைகளுக்கு மீன் இரையாவதைப் போல் மீனுக்கு பறவைக் குஞ்சு இரையாகிப் போனதை எண்ணி வியப்புற்றான். நெஞ்சு கனக்க தூண்டிலைக் கையில் எடுத்தான்.

பல தடவை இது மாதிரி குஞ்சுகளைக் காப்பாற்றி, அதன் கூடுகளைக் கண்டுபிடித்து, கஷ்டப்பட்டு மரத்தில் ஏறி மெதுவாக வைத்துவிட்டு இறங்கியிருக்கிறான். சில நேரம் பறவைகளின் பிராண்டுதல்களையும் எதிர்கொண்டிருக்கிறான். கணப்பொழுதில் தன் கண் முன்னே பறவைக் குஞ்சின் உயிர் பறிபோனதை எண்ணி பல நாட்கள் வருத்தப்பட்டான். திரும்பி வந்த தாய்ப்பறவை தன் குஞ்சைக் காணாததால் பரிதவித்துப் புலம்பியதைப் பார்த்து மிகவும் வருத்த முற்றான். பறவை ஆகாயம். மீன் பாதாளம் இரண்டையும் ஜெயிக்க பிரபஞ்சத்தால் மட்டுமே முடியும்.

அவன் குளத்தின் பாஷையையும் குளத்துடன் பேசிக்கொள்ளும் முறையையும் எப்படிக் கற்றுக்கொண்டானோ, அதேபோல் பறவை களின் பாஷையையும் அவைகளின் பேச்சையும் உணரத் தொடங்கிய போது மிகவும் சந்தோஷமும் ஆச்சரியமும் அடைந்தான். பறவைகளின் களி நடனத்தையும், காதல் பேச்சுக்களையும் இணை சேரும் இன்ப விளையாட்டுக்களையும் அவன் ரசிக்கவும், புரியவும் தொடங்கிய போதுதான், பறவைகளுக்கு உரிய தனிப்பாஷையை அவன் தெரிந்து கொண்டான். அதே போல் மரங்களும், செடிகளும், கொடிகளும் கூட தங்களுக்குள் பேசிக்கொள்ளும் பேச்சு இருக்கலாம் என்று எண்ணிக் கொண்டான். அதை உணர்ந்து அறிய இன்னும் இருபதாண்டுகள் தூண்டில் போட்டு தவமிருக்க வேண்டுமோ என்னமோ.

இப்போது அவனே ஒரு குளக்கரை மரமாகவும், ஒரு நீர் வாழ் பறவையாகவும் அல்லது தானே அந்தக் குளமாகவும் மாறியிருப்பதை அவன் உணர்ந்தான். பொன்மாடன் என்கிற தன்னுடைய பெயர் மறைந்து போய் குளத்தான் என்கிற பெயரே நிலைத்துப் பல வருடங்கள் ஆகிவிட்டிருந்தன. மீன் பிடிக்கிற அத்தனை உத்திகளையும் அவன் பறவைகளிடமிருந்தே கற்றுக்கொண்டான். அதுமட்டுமா, கால் கடுக்க நாள் முழுவதும் சலிக்காமல் காத்திருக்கும் பொறுமையை, கிடைத்த கனநேர நொடியில் குறி தவறாமல் கொத்துவதையும், நழுவிச் செல்லும் போது ஏற்படும் ஏமாற்றத்தைத் தாங்கிக்கொள்ளும் மனப்

பக்குவத்தையும், நிறைய ஏராளமான இரைகள் கிடைக்கும் போது பார்த்துப் புளகாங்கிதமடையாதிருக்கவும் பறவைகளே அவனுக்குக் கற்றுக் கொடுத்தன. இறந்து போன உயிர்களை உண்ணாத நீர் வாழ் பறவைகளின் பழக்கத்தை எண்ணி வியந்தான். இப்போது அவன் பறவைகளின் பேச்சையும், குளத்தின் பேச்சையும் மறுமொழியுடன் பேச முற்றாக கற்றுக்கொண்டான்.

அடர்ந்திருந்த சங்கச் செடிப் புதர் மறைவில் அமர்ந்து தூண்டிலை வீசிவிட்டுக் காத்திருந்தான் குளத்தான். தண்ணீர் திட்டுக்களில் ஏராளமான கொக்குகளும், நாரைகளும், கூளக்கடாக்களும், சிறகை உலர்த்திக் கொண்டிருந்தன. உள்ளான்களும், சிறகிகளும் நீள் கால்கள் தெரிய தண்ணீருக்குள் தவம் இருந்தன. அலையடிப்பில் மிதந்து முங்கி விளையாடின முக்குளிப்பான்கள். இரண்டு நாரைகள் தங்களுக்குள் பேசிக்கெள்ளும் பேச்சுக் குளத்தானின் காதுகளில் அரிச்சலாய் கேட்டது. கண்களை மிதப்பின் மீது வைத்துக்கொண்டு காதுகளை நாரையிடம் நீட்டுவது சங்கடமாயிருந்தது. ஆனாலும் நாரைகளின் உரையாடல் இலேசாக கேட்டபடிதானிருந்தது.

'தூண்டில் போடுறவங்கள ஒரு எழுத்தாளர் தவமிருக்கிறதா எழுதியிருக்காரு'

'சரியாத்தான் எழுதியிருக்காரு, நம்ம ஒத்த மீனுக்கு தவமிருக்கிற மாதிரிதான், தூண்டில்காரனும் தவமிருக்கான்'

'அந்த எழுத்தாளர் பேரு ஒனக்குத் தெரியுமா'

'சொல்லேன்'

'மா. அரங்கநாதன்'

'முத்துக்கறுப்பன்னு சொல்லு'

'அவரேதான்'

இந்த உரையாடல் தன் காதில் விழுந்தவுடன் குளத்தானுக்கு சந்தோஷம் பிடிபடவில்லை. தூண்டிலை நீட்டிக் காட்டியபடியே சத்தமாகச் சொன்னான்.

'ஒங்களப் பத்தியும் ஒரு எழுத்தாளர் எழுதியிருக்கார் தெரியுமா'

'அதுதான் ஊரு ஒலகத்துக்கே தெரியுமே, 'நாராய்..... நாராய்... பாடிய சத்திமுற்றத்துப் புலவன்'

'அது பழைய கத, இப்ப ஒரு போஸ்ட் மாடனிச எழுத்தாளர் எழுதியிருக்நாரு'

'அப்படியா அது யாரு'

'ஜெயமோகன்'

'நித்திய சைதன்ய யதியோட சிஷ்யர்தான'

'அவரேதான் சரியா சொல்லிட்டியே'

'என்னனு எழுதியிருக்காரு'

'ஆத்துல ஒரு பொம்பள குளிக்கா, அவளோட ஆடையெல்லாம் ஆத்தோரம் கெடக்கு, அவ கழட்டிப் போட்ட மார்புக் கச்ச, தரையில செத்துக் கெடக்கிற கொக்கு மாதிரி இருக்குனு எழுதியிருக்காரு'

'பெண்களோட மார்புகள தாங்குகிற கச்சைனா அது எவ்வளவு பெரிய பாக்கியம், யாருக்குக் கெடைக்கும், ஜெமோவுக்கு நன்றி'

'சரி, ஒங்க பேரு என்ன பேரு'

'எம் பேரு சத்தி, என் ஜோடி பேரு முத்து'

'ஆம்பளப் பேரு, பொம்பளப் பேருனு, தனியா இல்லையா'

'பேர வச்சு என்ன ஆம்பள, பொம்பள, உருவத்த வச்சும் உறுப்புக்கள வச்சும்தான் ஆம்பள, பொம்பள, அதுவும் போக இந்தப் பேர்களுக்குப் பின்னால ஒரு பெரிய கதையே இருக்கு'

'அப்படி என்ன கத, பெரிய கத'

'ஒனக்கு சத்தி முற்றத்துப் புலவன் தெரியுமா?

'இந்த நாரைகள பொண்டாட்டிட்ட தூது விட்டான'

'அவனேதான், அவன் தூது விட்டது யாருனு நெனைக்க, எங்க பூட்டனையும், பூட்டியயையும் தான்'

'ஏய்..... முத்து, எனக்கு ரொம்ப நாளா ஒரு சந்தேகம், நூறு பேருகிட்ட கேட்டாச்சு, ஒருத்தனும் பதில் சொல்லல'

'மொதல்ல பேரு சொல்லிக் கூப்பிடுறத விடு, பக்கத்துலதான என் வீட்டுக்காரர் இருக்காரு, நம்மளப் பத்தி என்ன நெனைக்க மாட்டாரு, நீ இங்க தூண்டில்போட வரல, எம் பொண்டாட்டியத்தான் பாக்க வாரனு சொல்லியிருவாரு, கொஞ்சம் சந்தேகப்புத்திக்காரர், மத்தப்படி அப்புராணி, சரி, இப்பக் கேளு, என்ன சந்தேகம்'

'சத்திமுற்றத்தான் ஒங்க பூட்டனையும், பூட்டியையும் தூது விட்டான்ல்ல, அந்தச் சேதி, அவன் பொண்டாட்டிட்டப் போய் சேந்துச்சா, இல்லையா, அந்தப் புலவனோட வறுமை தீந்துச்சா? இல்லையா? மன்னன் பரிசு குடுத்தானா? இல்லையா? பல வருஷமா என் நெஞ்ச அரிச்சுக்கிட்டே இருக்கிற கேள்வி, யாருக்குமே பதில்

தெரியல, சொல்லுங்க முத்... தெரியாம பழையபடியும் பேரச் சொல்லிட்டேன்.'

'பரவாயில்ல, என் வீட்டுக்காரனுக்குக் காது கொஞ்சம் மந்தம், மத்தப்படி தங்கமான கொணம், ஏதுக்கும் இன்னொராட்ட உரிமையோட பேரச் சொல்லாத'

'சரி, அந்த சந்தேகத்த என்னால சொமக்க முடியல'

'பரவாயில்ல, இதப்பத்தி யாரெல்லாம் கவலப்படனுமோ, அவங்க யாருமே கவலப்படல, ஆனா ஒரு தூண்டில்காரன் கவலப்படுறான், தமிழ் நாட்ல இலக்கியம் எந்த அளவுக்கு சீரழிஞ்சு போச்சுனு பாத்தியா தூண்டிலு'

'யாரெல்லாம் கவலப்படனும், இதுக்கும்இலக்கியம் சீரழிஞ்சதுக்கும் என்ன சம்பந்தம்'

'இந்த நாராய்... நாராய்... செங்கால் நாராய் பாட்ட எத்ன பேராசியருங்க உதாரணம் காட்டிப் பேசுறான், எத்தன கவிஞருங்க அப்படியே உருகுறான், அவங்க இதப்பத்தி யோசிச்சானா'

'சரி, அதவிடு, இப்பச்சொல்லு, சத்தி முற்றத்தான் பெண்டாட்டி புள்ளைகளோட பசி நீங்குச்சா? இல்லையா?'

முத்து நாரை சொல்லப் போகும் கதையைக் கேட்கவோ என்னவோ குளம் அமைதியாகிப் போனது. நாரைகளின் கதையென்றால் அது குளத்தின் கதையும் தானே. நாரையின்றி குளமேது? குளமின்றி நாரை ஏது? குளத்தானை நெருங்கி அருகில் வந்தன அந்த ஜோடி நாரைகள். அவைகள் சத்திமுற்றத்துப் புலவனின் சோகக் கதையை சுமந்து திரிபவைகள்.

'தூண்டில மடக்கி கரையில வச்சா, நீ கேட்ட கேள்விக்குப் பதில் சொல்றேன், ஏம்னா, காது என்கிட்டயும், கண்ணு தூண்டில் மிதப் புலயும் இருந்தா ரெண்டு காரியமும் உருப்படாது, செய்ற வேலையில் முழுக்கவனத்தையும் வைக்கணும், குளத்துக்குள்ள நின்னுக்கிட்டு போறவார ஆளப்பாத்தா நான் பட்டினி கெடக்க வேண்டியதுதான். அப்புறம் மீனு என்கிட்ட வந்து பொண்ணு கேக்கும்'

'கோவப்படாத முத்து, இப்பச் சொல்லு தூண்டில மடக்கிட்டன்'

'பேரச் சொல்லாத சொல்லாதனாலும் கேக்க மாட்டேங்க, ஓம் யோகத்துக்கு எம் புருஷன் செவிடாப் போய்ட்டான், இல்லனா இந்நேரம் கதையே வேற'

'சரி, சொல்லு தாயி'

'இது பேச்சு, அதுக்காக ஓயாம தாயி, தாயினு சொல்லாத, எனக்கு ஒன்னும்அவ்வளவு வயசாகிப் போகல'

'சரி, சரி, சொல்லு'

'கவனமா கேளு, தூண்டிலு, கடுமையான குளிர் காலத்துல, நாங்க கூட்டங்கூட்டமா கௌம்பி, வடக்கேயிருந்து தெக்க வந்திருவம், அதுக்கு வலசை போறதுனு பேரு, நீங்க பொளப்ப தேடி வேற எடம் போறீகள்ள அதே மாதிரிதான், அப்பபடியான ஒரு ராத்திரி. நெலா வெளிச்சத்துல எம் பூட்டனும், பூட்டியும் ஏகாந்தமா பறந்து போறாக. ராத்திரியில பறக்குறது எங்களுக்குப் பாதுகாப்பு, அப்புறம் வெய்யில் களைப்பு தெரியாது. திடீர்னு ஒரு சோகமான முனங்கல் சத்தம். நாரைகளே… ஏய் நாரைகளே, செவந்த கால் நாரைகளே, பளபளனு ஒங்க அலகு பவளம் கெனக்கா தகதகனு மின்னுது அப்படின்னு'

'இதக் கேட்டதும் என்னோட பூட்டியும் பூட்டனும் அப்படியே சொக்கிப்போயி நின்னுட்டாங்க, அழகப் புகழ்ந்தா மயங்காதவர் உண்டா தூண்டிலு, என்னனு பாத்தா சத்திரத்து மொட்டை மாடியில ஒராள் சுருண்டு படுத்துக் கெடக்கான், வாயிலருந்து கவிதையா வருது, நீயும் உன் பொண்டாட்டியும் தெக்க போயி, வடக்க திரும்பும் போது சத்திமுற்றம்ங்கிற ஊர்ல ஒரு கொளம் இருக்கும், அங்க தங்கிட்டு அப்படியே ஊருக்குள்ள போனா, எப்படா இடிஞ்சு விழுவோம்னு, நனைஞ்சு போன சுவரோட ஒரு வீடு இருக்கும், கூரை வீடுதான். அந்த வீட்டுக்குள்ள என் மனைவி உட்காந்துக்கிட்டு, பல்லி நல்ல சேதி சொல்லாதானு ஏங்கிக்கிட்டு, பசியோட, மொகட்டு வளையப் பாத்திட்டு ஒக்காந்திருப்பா, அவகிட்ட, ஓம் புருஷன் இன்னும் மன்னனைப் பாத்து பரிசு வாங்கல, குளிர் வாடையில நடுங்கி, வெற்று மேலோட, கையாலயும், காலாலயும் ஒடம்ப பொத்திக்கிட்டு சுருண்டு பாம்பு போல படுத்துக் கெடக்கிறான்ங்கிற செய்திய மறந்திராம சொல்லியிருங்கனு சொல்றான். அவன் சொன்ன வெதத்த வச்சு இவன் ஒரு புலவன்னும் இவன்சொன்னது கவிதையினும், எங்க பூட்டிக்கு புரிஞ்சு போச்சு, புலவனுக்கு ஈவு இரக்கம் காட்டாதவன் நல்ல நாரையா இருக்கமாட்டான், நேரா எங்க பூட்டன இழுத்துக்கிட்டு, சத்திமுற்றத்துப் புலவன் சொன்ன அடையாளத்த வச்சு வீட்டையும் கண்டுபிடிச்சாச்சு, குளிர்ந்த மண் தரையில கந்தைத் துணிய விரிச்சு ஒரு கொழந்த படுத்திருக்கு, தொட்டில்ல இன்னொரு கைக்கொழந்த பசியோட அழுகுது, சத்திமுற்றத்தான் பெண்டாட்டி தொட்டில ஆட்டிக்கிட்டு உக்காந்திருக்கா, சின்னதா ஒரு விளக்கு, வெளிச்சத்துல

பார்த்தா பரிதாபம், பசியில கண்ணு குழி விழுந்து, கன்னம் ஒட்டிப் போயி, எங்க பூட்டிக்கும் பூட்டனுக்கும் விருளி அத்துப்போச்சு, ஈரக் கொல கருகிப்போச்சு, உடனே ரெண்டு பேருமா பேசி ஒரு முடிவு எடுத்தாங்க.'

'என்ன முடிவு எடுத்தாங்க சொல்லு முத்து'

'ஓம் வாயில மீன் முள்ள வச்சுக் குத்துனாலும், நிய்யி என் பேரச் சொல்றத விடமாட்ட, நாங்க என்ன ஒங்கள மாதிரி மானங் கெட்டவங்கனு நெனச்சயா தூண்டிலு'

'கவனமா இருக்கேன், இனிமே சொன்னா இறக்கையால அடி'

'அந்தக் குடிசைய ஒட்டியிருந்த வேப்பமரத்துலயே ராத்தங்கிட்டாங்க, விடிஞ்ச ஒடன கொளத்துக்குப் போயி, நல்ல மீன் பெரிய மீனாப் பிடிச்சு இங்க கொண்டாந்து, பொத்துனு போட்ட ஒடனே, அந்தப் புலவனோட பெண்டாட்டி, எட்டிப்பாத்தா ரெண்டு கெண்டையும் தரையில துள்ளுது, வேப்பமரத்த அண்ணாந்து பாத்தா, அங்க நாங்க ரெண்டு பேரும் உச்சிக் கொப்புல உக்காந்திருக்கோம், கையெடுத்துக் கும்பிட்டுட்டு ரெண்டு கெண்டையவும் வீட்டுக்கு தூக்கிட்டுப் போயிட்டா'

'அப்ப அவ சைவம் கெடையாது அசைவம்தான்'

'இங்க கேளு, தூண்டிலு, புலவருங்க, கவிஞருங்க எல்லாருமே அசைவமாத்தான் இருப்பான், யோக்கியமாவும் இருக்கமாட்டான், ஏம்னா அவன் தொழில் அப்படி, எல்லாமே தன்னால வந்து தானா மேல விழும்போது, அவன் என்ன மரமா? அதுவும்போக பசிவந்தா பத்தும் பறந்திரும்ங்கிறது சொலவட, பெறகென்ன சைவம், அசைவம். மத்தியானம் போல குழந்தைகளோட சிரிப்புச் சத்தம் கேட்டதும், எங்க பூட்டனுக்கும் பூட்டிக்கும் சந்தோஷம். இப்படியே ரெண்டு நாளா மீன் பிடிச்சுப் போட்டுக்கிட்டே இருந்திருக்காக, அன்னைக்கு ராத்திரி பார்த்தா கெக்கக்கேனு பொம்பள சிரிப்பு, பாத்தா வீட்டுக்குள்ள புருஷனும் பெண்டாட்டியும் அப்படியே கொஞ்சிக் கொலாவுறாக, தீப வெளிச்சத்துல புலவனோட பொண்டாட்டி கழுத்துல தங்கமும் வைரமும் மின்னுது, கதைய எல்லாத்தையும் சொல்லியிருப்பா போலருக்கு, விடிஞ்ச ஒடனே மரத்தடியில நின்னு அப்படியே அண்ணாந்து பார்த்து கும்பிட்டான் புலவன் சும்மாவா நாலு நாளா பொண்டாட்டி புள்ளைய காப்பாத்தியிருக்கோம்ல்ல, அப்படியே அதே மரத்துல கூடு கட்டி நாங்களும் கொழந்த பெத்தாச்சு, எங்க பாட்டனும், பாட்டியும், பிறகு எங்க அப்பனும் ஆத்தாளும், இப்ப நானும்

இவனும் இதே மரம்தான், இதே கொளம்தான், இப்ப நான் உண்டாகியிருக்கேன், கூட்ட கொஞ்சம் பிரிச்சுக் கெட்டனும்'

'அதுலருந்து வேற ஊருக்குப் போகவே இல்லையா'

'தேவையான மீன் கெடைக்குது, கூடு கட்ட பெரிய மரம் இருக்கு இது போக புலவனோட பாதுகாப்பு, ஏம்னா அவன் பெண்டாட்டி புள்ளைகளக் காப்பாத்துனது நாங்க தாங்கிறத தெரிஞ்சுக்கிட்டான். அதைவிட முக்கியமான ஒரு விஷயம்; அடுத்ததடவ புலவன் மன்னன்கிட்ட போனபோது, பரிசு எதுவுமே வேண்டாம்னுட்டு ஒரே ஒரு வரம் மட்டும்தான் வேணும்னு கேட்டு வாங்கிட்டு வந்தான்'

'வரமா, அப்படி என்ன வரம் வாங்கியாந்தான்.'

'எத்தன இருந்தாலும் அவன் கவிஞன் இல்லையா, அறத்தோட வாழ்றவனாச்சே, சாதாரண ஆளா, மன்னர்களுக்கே யோசன சொல்றவங்களாச்சே'

'சரி, சரி என்ன வரம்னு சொல்லு'

'காலா காலத்துக்கும் இந்தக் கொளத்துல யாருமே வலை போட்டு மீன் பிடிக்கக் கூடாது. கொளத்தையோ, கொளத்தோட கரையிலிருக்கிற மரங்களையோ சேதப்படுத்துனா அது ராஜ துரோகமா கருதி மரண தண்டனை. ஆனால் தூண்டில் போட்டு யார்னாலும் மீன் பிடிக்கலாம்'

இது புலவன் வாங்கி வந்த வரம். அதனால தான் எக்கச்சக்கமா மீனு கெடக்கு, கரை முழுக்கத் தோப்பா மரங்க வளர்ந்திருக்கு, ஆயிரக் கணக்கான பறவைக அடைஞ்சு கெடக்கு, இந்தக் கொளத்தோட நாலாவது தல மொறையா இருக்கோம், அஞ்சாவது தலமொறைக்கு அஸ்திவாரம் போட்டாச்சு, ஆமா, இவ்வளவு கதை கேட்டியே தூண்டிலு நீ யாருனு தெரியுமா?

'நான் தூண்டில் போட்டு மீன் பிடிக்கிறவன். எம் பேரு பொன்மாடன். இப்ப கொளத்தான்னு சொன்னாத்தான் தெரியும்'

'அட, முட்டா, தூண்டிலே,நிய்யி யாரு தெரியுமா, எங்க பூட்டனும் பூட்டியும் மொத மொத அந்தப் புலவனோட வீட்டக் கண்டுபுடிச்சாக பாத்தியா, அப்ப புலவனோட பொண்டாட்டி பசியோட கொழந்தைய தொட்டில்ல போட்டு ஆட்டிக்கிட்டு இருந்தால்ல, அப்பக் கொழந்த பசியோட அழுதுச்சுனு சொன்னேன்ல்ல, அந்தக் கொழந்ததான் நிய்யி, சத்திமுற்றத்துப் புலவனோட ஒரே நாரைப்பாட்டு மாதிரி, ஒரே வாரிசு நிய்யிதான். இந்தக் கொளமும் ஒன்னோட கொளம்தான். ஏம்னா ஒன்னோட அப்பன் ராசாகிட்ட அந்த வரம் மட்டும் வாங்கிட்டு

வரலன்னா, இந்தக் கொளத்த மூடி இந்நேரம் பிளாட்டுப் போட்டு வித்திருப்பாங்க, இல்ல பஸ் ஸ்டாண்ட் கட்டி வெக்கமில்லாம கொளத்துப் பஸ்டாண்டுனு பேரும் வச்சிருப்பாங்க. வரத்தால தப்பிச்சது கொளம். நிய்யும் இனிமே வாரிசு உரிமை கொண்டாடியிராத நாங்க மொத்தமா சேர்ந்தா நிய்யி கொளத்துக்கிட்ட வரமுடியாது. தூண்டில மறந்து போக வேண்டியதான் தெரிஞ்சுக்கோ'

தான் பொன்மாடன் மட்டுமில்லை. குளத்தான் என்பதும், சத்திமுற்றத்துப் புலவனின் ஒரே வாரிசு என்பதும், எங்கள் அப்பனின் நாரை பற்றிய அந்தக் கவிதைதான் என்னிடம் தூண்டிலாகி வந்திருக்கிறது என்பதையும் புரிந்துகொண்டான் குளத்தான். இது சாதாரண தூண்டில் அல்ல இந்தக் குளத்தையும், அதைச் சுற்றியுள்ள மரங்களையும், ஆயிரமாயிரம் பறவைகளையும், நீர்வாழ் உயிர்களையும் காக்கும் விசித்திர ஆயுதம் என்பதை உணர்ந்து கொண்டான் குளத்தான். அதே கைகளில் தூண்டிலுடன் கம்பீரமாகக் கரைமேல் நடந்து செல்கிறானே குளத்தான். அவன் தூண்டில் போட்டு மீன்பிடிக்க மட்டும் செல்லவில்லை. கண்மாயையும், ஆயிரமாயிரம் உயிர்களைக் காக்கும் காவலாளியாகப் போய்க் கொண்டிருக்கிறான்.

●

57

தழும்பு

தன்னை யாரோ கைதட்டிக் கூப்பிடுகிற சத்தம் கேட்டது. வேல்சாமி திரும்பிப் பார்த்தான். யாரோ இரண்டு பேர் தன்னை நோக்கி கையசைத்தபடி வேகமாய் நடந்துவருவது தெரு விளக்குகளின் மஞ்சள் வெளிச்சத்தில் அரிச்சலாய்த் தெரிந்தது. அவன் முக்குக் கடையின் மின்கம்பத்தினடியில் நின்று தெற்காமல் திரும்பி உற்றுப் பார்த்தான். கிட்டத்தில் வந்தவுடன்தான் இனம் தெரிந்தது. உருளைகுடி சோலையப்பனும் இன்னாசியும் என்று. அவர்கள் கிட்டத்தில் வந்து நின்றவுடனேயே தலையில் வைத்திருந்த உளிகள், ஆப்பு, சுத்தியல் பொட்டலத்தைச் சாக்குப் பை கிழிந்துவிடாமல் தரையில் இறக்கி வைத்துவிட்டுத் தலை நிமிர்ந்தான். தோளில் நீட்டுவசத்தில் வைத்திருந்த கடப்பாரைக் கம்பியை 'சர்க்' என்று தரையில் நட்டு வசத்தில் ஓங்கி ஊன்றி நிறுத்தினான்.

'என்னண்ணே, கூப்டக் கூப்ட காது கேட்காதவன் மாதிரி திரும்பிப் பார்க்காமயே வார.'

'முந்தி மாதிரியில்லேல்ல. மவுசு ஏறிப் போச்சுனா எல்லாரும் அப்படித்தான்.'

'மவுசு என்னல பெரிய மவுசக் கண்டீக, மொதல்ல கூப்பிட்ட வெசயத்த சொல்லுங்கல.'

அவர்கள் மூன்று பேரும் சுவரோரமாகக் கடையின் முன்னால் ஒதுங்கி நின்று பீடி பற்ற வைத்தார்கள். போகிற வருகிற வாகனங் களின் லைட் வெளிச்சத்தில் நட்டுவசத்தில் ஊன்றியிருந்த கடப்பாரைக் கம்பி மின்னியது.

'கூப்ட்ட வெசயம் வேறொன்னுமில்ல. நம்ம ஊரு, பொங்கல் சாட்டியாச்சு, அதுதான் அப்படியே வந்து அண்ணனப் பாத்துட்டுப் போகலாம்னு வந்தோம்.'

‘பொங்கல் சாட்னா நல்லா சாமி கும்புடுங்க, கறி பிரி எடுத்து அவிச்சு நல்லா சாப்பிடுங்க. பெறகென்ன.’

‘சாப்பிடுறது எங்களுக்குத் தெரியாது மயிரு, நீ சொல்லித்தான் நாங்க சாப்பிடணுமாக்கும்.’

‘பெறகு வேற என்ன வேணும்?’

‘ரெண்டு கேனு சரக்கு வேணும்.’

‘சரக்கு வேணுமின்னா வண்ணாக்குடிக்குப் போயி செவனான் கிட்டச் சொல்லி கழுத மோத்திரம் புடிச்சு, ரெண்டென்ன நாலு கேனுகூட வாங்கிக்கிற வேண்டிதான்.’

‘ஏணேய், ரொம்பவும் கெராக்கி பண்ணாத. இந்தா ரூவா பிடி. வெத்துக்கேன் வேணுமின்னா வாங்கிக் குடுத்துட்டுப் போறோம், இல்ல கேன் இருக்னா சரக்க வந்து வாங்கிட்டுப் போறோம்.’

‘யேய்... இந்தச் சாக்குப் பொட்டலம் யாரு பொட்டலம்? அங்கிட்டுத் துரத் தூக்குய்யா, நடு ரோட்டுல போட்டுட்டு கதபேசிக் கிட்டு... லாரி பின்னால வாரது கண்ணு தெரியலையா?’

லாரி கிளீனரின் அதட்டலில், வேல்சாமி ஓடிப்போய் உளி, ஆப்பு, சுத்தியல் கட்டியிருந்த சாக்குப் பொட்டலத்தைத் தூக்கிப் பக்கத்தில் வைத்துக்கொண்டான்.

‘இப்ப என்னண்ணே சொல்ற. பேசாம இருந்தா எப்பிடி?’

‘அடப் போங்கடா பைத்தாரப்பயகளா... ஊறல் போட்டு ஒலையேத்தி அஞ்சு மாசமாச்சு, கல்லொடச்சு மண்ணு வெட்டி கஞ்சி குடிக்கேன். சரக்கு வேணுமாம் சரக்கு. ஏம்ல இப்பிடி அலையிறங்க நாக்கத் தொங்கப் போட்டுக்கிட்டு. அதுதான் முக்குக்கு மூணு கட தொறந்திருக்கான்ல, போயி வாங்கிக் குடிக்க வேண்டியதுதான.’

‘என்னத்த வாங்கிக் குடிச்சாலும் ஓஞ்சரக்கு மாதிரி இல்லண்ணே.’

‘எல்லாப் பயலுகளும் அப்பிடித்தான் சொல்றான். நான்தான் அந்தத் தொழிலே வேண்டாமின்னு தூர ஒதுங்கிட்டன்ல. பேசாம நாயி கெணக்கா போக வேண்டியதுதான.’

‘ஏணேய், சத்தியமா நாங் காச்சலனு ஏந் தலயிலடி.’

‘சத்தியம் என்னல சத்தியம். ஏங் குண்டி வேட்டிய அவுத்து இங்ஙன போட்டு தாண்டுறன். அடுக்குப் பானைகள அலசிக் கவுத்தி அஞ்சு மாசமாச்சு.’

‘சரிப்பா, அப்படியே வச்சுக்கிருவம், நிய் குடிக்கிறதுக்கு என்ன பண்ற.’

‘ஏங் குடிக்காட்டா யாரும் வந்து எதுக்குக் குடிக்கலன்னு அடிக்காகளா? இல்ல அமுக்கிப் புடிச்சு வாயில பொணலு வச்சு ஊத்துறாகளா? இப்பிடி அலையிறீகளே நாக்கச் சப்புக் கொட்டிக்கிட்டு.’

வேல்சாமி குனிந்து சாக்குப் பொட்டலத்தைத் தூக்கித் தலையில் வைத்தான். கடப்பாரையைத் தூக்கவிடாமல் ஒருவன் இறுகப் பிடித்துக்கொண்டான்.

‘சரி, அப்ப ஒண்ணு செய்வோம். என்ன என்ன சரக்கு வேணும்னு எழுதிக் குடுத்திரு. இப்பவே நாங்க வாங்கிட்டுப் போயிர்றோம். பொங்கலுக்குள்ள ஒரு நாளைக்கு வந்து நிய் வடிச்சுக் குடுத்துட்டுப் போ. சம்பளம் எவ்வளவு கேட்டாலும் குடுத்துர்றோம்.’

‘நீங்க லச்ச லச்சமா குமிச்சாலுஞ்சரி, கெழக்க உதிக்ற சூரியன் மேற்க உதிச்சாலும் சரி, இனிமேப்பட அடுப்புக் கூட்டமாட்டன், மாரித்தாயி மேல சத்தியம்.’

அவன் சடக்கெனக் கடப்பாரையை உருவி தோளில் வைத்துக் கொண்டு வேகமாய் நடந்தான். அவன் போவதையே இருவரும் நின்று பார்த்துக்கொண்டிருந்துவிட்டுத் திரும்பி நடந்தார்கள். கனத்த பாரமேற்றிய லாரி ஒன்று புகையைக் கக்கிக்கொண்டு உறுமிக்கொண்டு சென்றது.

அந்த வட்டாரத்திலேயே பாண்டவர்மங்கலம் வேல்சாமி சரக்கென்றால் தனீ மவுசுதான். பொங்கல், திருவிழா போன்ற நல்ல நாட்களில் கூட்டம் அலை மோதும். மெனக்கிட்டு மணிக்கணக்காய்க் காத்துக் கிடந்து வாங்கிப் போவார்கள்.

‘தாயோளி, சரக்னா வேல்ச்சாமி சரக்குதாண்டா சரக்கு. குடிச்சிட்டு ஏப்பம்விட்டாக்கூட கதளிப்பழ மணமும், பேரீச்சம் பழம் வாடையும், வேலம்பட்ட மணமும் அப்பிடியே வாயெல்லாம் கமகமனு மணக்குமே... கொஞ்சம் சாப்பிட்டாக்கூட அப்பிடியே பஞ்சு மெத்தையில படுத்துக்கிட்டு ஆகாயத்துல பறந்து போறாப்ல இருக்குமே. இப்பக் காச்சற பயக பேட்ரி கட்டையையும் ஊமத்த எலையவும் யூரியா உப்பையும் பத்தாக் கொறைக்குக் கொஞ்சம் தூக்க மாத்திரையும் போட்டு மண்ட வெல்லத்த காச்சிக் கலந்து இதுதான் சாராயம்னு குடுக்கான். அதெ குடிச்ச ஓடன தண்ணி, நாவறட்சி எடுத்து, கண்ணு ரெண்டும் மேலவாக்கு சொருகி, காலுபின்னி நடக்க முடியாம அந்தமானக்கி பொத்னு விழுந்து சவங்கெணக்கா பிய்மோத்திரம் போறதுகூடத் தெரியாம நடுரோட்ல நாறிட்டுக் கெடக்கான்.’

போன வருசம் பொங்கலுக்குப் பந்தயங் கெட்டி கோழிக்கொடலு மாதிரி ஒரு டியூப்குள்ள அடச்சு ஓராள் ஓசரத்திலிருந்து தரையில விட்டுட்டான். விடிய விடிய அப்பிடியே ரப்பர் பந்து மாதிரி குதிச்சுக்கிட்டே கெடந்ததே ஒழிய தரையில விழவேயில்லையே, அப்பேர்ப்பட்ட சரக்குல்ல.'

வேல்சாமி ஆறுமுகனாசாரியின் பட்டறையின் முன்னால் போய் நின்றபோது, இருட்டுக்குள் உட்கார்ந்துகொண்டு ஒத்தக்கையால் துருத்தியை ஊதிக்கொண்டு மறுகையால் 'புஸ் புஸ்' என்று சீறி தகதகக்கும் தீயினுள் காயும் உளிகளைப் பற்றுக் கொறட்டால் திருப்பித் திருப்பிக் காய வைத்துக்கொண்டிருந்தார். உதட்டில் ஒட்டிய பீடிக் கங்கு ரத்தப் புள்ளியாய் இருட்டில் மின்னியது. அவர் வேல்சாமியை உற்றுப்பார்த்தார்.

'யாரு...வேல்சாமியா...என்ன இவ்வளவு நேரம்? நல்ல வேள, கொஞ்சம் முந்திட்ட, இல்லன்னா இத்தோட ஒலய அமத்தியிருப்பன்.'

'அதேயேங் கேக்கீக...வழியில ரெண்டு பாடாவதிப் பயக வந்து தொலைச்சிட்டான். கையப் புடிச்சிட்டு விடவே மாட்டேன்னு சரி மல்லு கட்றான்.'

'அவங்க பழைய காலத்த மனசுல நெனச்சிக்கிட்டு சரக்கு சரக்குனு நாயா அலையிறான்.'

'அப்படியே இங்க கூட்டியாற வேண்டியதுதான... நல்லா பழுக்க காச்சி ஒதட்டுல ரெண்டு இழுப்பு இழுத்து விடலாம்ல.'

'இனிமேப்பட அப்பிடி செஞ்சாத்தான் நம்மள ஒரு பயலும் அண்ட மாட்டான், நம்மளும் எஞ்செவனேன்னு வேலையைப் பாக்கலாம்.'

'சனியன வேண்டாம்னு நம்ம விட்டுட்டாலும், சனியன் நம்ம காலச் சுத்திகிட்டு விடமாட்டேங்குன கததான் ஒங் கத.'

'தெனொம் இதே கூத்துதாஞ் சாமி. எங்கிட்டுக் கெடந்தாவது நாலு பயக எப்பிடியும் வந்திர்றானுக. சரி, சட்டுபுட்னு தட்டி வையுங்க. நான் வெருசனாப் போனாத்தான் வண்டிக்காரங்களப் பார்க்க முடியும். இல்லன்னா ஆளக் காணும்னுட்டு பேசாமப் போயிருவான். போய்ட்டா பெறகு அவங்களக் கண்டுபுடிச்சு காசு வாங்கிறது பெரிய தொரட்டு; மொனைய கொஞ்சம் நல்லா நீட்டித் தட்டுங்க. ரெண்டு நாளா பாற கொஞ்சம் கடுவலான பாற.'

வேல்சாமி வேகமாய் எட்டு வைத்துக் குறுக்குப் பாதை வழியாய்ப் போய்த் தெற்கு பஜாரைத் தாண்டி மார்க்கெட் முக்குக்குப் போன

போது வண்டிக்காரர்களும் கொத்து வேலை முடிந்து வந்த சித்தாட்களும் கொத்தனார்களும் காண்ட்ராக்ட்காரர்களும் கூட்டமாய்க் கூடியிருந்தார்கள். அவன் வண்டிக்காரர்களை இனம் பார்த்தான். மனதுக்குள் கணக்குப் போட்டான்.

'பிச்சையாத் தேவர் வண்டி. நாலு நட கல்லு. ரெண்டு நட அரளைக்கல், செண்பக வேளாருக்கு சல்லி மூணு வண்டி, கல்லு ரெண்டு வண்டி, மண்ணும் தூசிச் சல்லியும் ஒரு நட நாலு, நாமூணா பன்னெண்டு, அஞ்சு பண்ணெண்டா அறுபது. அறுபதுகூட ஒரு எட்டு, அறுபத்தெட்டு...'

'இந்தாப்பா வேலு, நாளக்கி கூட நாலு வண்டி கல்லு வேணுமாம். கொத்தனாரு சொல்லிட்டுப் போறாரு. வெள்ளனத்துலயே போயி அடிச்சுப் போடு. வேல லேட்டாகாமப் பாத்துக்கோ, கொஞ்சம் பெரிய சைஸா இருந்தாக்கூடப் பரவால்ல. நாங்க வந்து வண்டிய நிப்பாட்டிப் போட்டுட்டு இருக்க முடியாது. சொல்லிட்டம்பா, பெறகு எம்மேல சடைக்கப்படாது. லேட்டாச்னா முத்துவேல்ட்ட அள்ளிட்டுப் போயிருவன்'

'நீங்க மொதல்ல வண்டியக் கொண்டாங்க ராசா. கல்லு தயாரா இருக்கும். அதுக்குள்ள ஏம் இப்பிடி அவசரப்படுறீக?'

அவன் ரூபாயை எண்ணி சரி பார்த்துக்கொண்டே பட்டறையை நோக்கி எட்டு வைத்தான். வழியில் இருந்த அந்திக் கடையில் தன் மகனுக்கும் பெண்டாட்டிக்கும் தின்பண்டங்கள் வாங்கிக்கொண்டான்.

'என்ன வேல்சாமி, போன மாயம் தெரியல, வந்துட்ட?'

'சோலியென்ன, எந்தச் சாமி புண்ணியமோ, போன ஒடனேயே வண்டிக்காரங்க எல்லாரும் ஒரே எடத்தில இருந்தாங்க. அந்தமானக்கி சடக்குனு ரூவாய வாங்கனதும் குறுக்க கூடி வந்துட்டன்.'

ஆறுமுகனாசாரி பழுக்கக் காய்ச்சிய உளியைச் சுத்தியால் மாறி மாறி அடித்து முனையை நீட்டிக்கொண்டிருந்தார். அடித்து முடித்தபின் சூடு குறைவதற்காக முனை மட்டுமே முங்கக்கூடிய, அளவு கொஞ்சம் தண்ணீர் உள்ள செவ்வக கல் தொட்டியில் உளிகளை நட்டுவசத்தில் நிறுத்தி வைத்திருந்தார். ஒவ்வொரு உளியின் முனையையும் அவர் பற்றுக் கொறட்டால் பிடித்துக்கொண்டு தண்ணீருக்குள் நிறுத்தியபோது 'உஸ் உஸ்' என்ற சத்தத்துடன் புகை மேலேழுப்பியது. அடுத்த உளியை எடுத்து அவர் உலையில் வைத்துவிட்டுத் துருத்தியைப் பிடிக்கப் போனபோது கோவிந்தாசாரி, பட்டறைக்குள் நுழைந்து துருத்தி ஊத உட்கார்ந்தார்.

‘ஆரு. வேல்சாமியா? வாப்பா வா. ஒன்னத்தான் பாக்க முடியல... ம்... கல்லொடப்பு எப்பிடி நடக்கு? நல்ல சௌக்கியந்தானா?’

‘என்னமோ ஒங்க புண்ணியத்துல ஓடியடையுது’

‘நாங்கதான் இந்த வெக்கைக்குள்ள கெடந்து மெழுகா உருகி சீரழியிறோம். நாட்டுல எவனவனோ எப்பிடியெப்பிடியோ சம்பாத்யம் பண்றான். எந்தப் பயலும் எப்பிடியும் போறான். என்னமும் சொல்றாமினுட்டுப் பேசாம பழைய தொழிலப் பாத்து, நாலு காசு சம்பாத்யம் பண்றத விட்டுட்டு இப்பிடி வந்து ராப் பகலா எதுக்கு சீரழியணும்.’

‘மத்த பயகதான் அப்படிச் சொல்றாமின்னா நீங்களும் அப்படிச் சொல்லலாமா சாமி. காவகுறு கஞ்சி குடிச்சாலும் கவுரவமா கஞ்சி குடிக்கன் சாமி.’

‘இந்தக் காலத்துல அதெல்லாம் பாத்தா முடியுமா?’

‘மாமா துருத்திய கொஞ்சம் அமத்தி ஊதுங்க. தூள்க்கரி மொகத்துல அடிக்கி.’

‘அப்பிடியில்ல சாமி. சாராயங் காச்சி விற்கறவமின்னா என்ன வேணாலும் செய்வாம்னு நெனச்சிக்கிட்டு ரொம்ப லேசா எட போடுறாங்க.’

‘அஞ்சு வெரலும் ஒண்ணு போலயா இருக்கு. அது போல நாலாளு கூடுற எடத்துல நாலு பயக நாலு வெதமாகப் பேசத்தான் செய்வான். நமக்கென்ன, கழுதப் பயக பேசிட்டுப் போறான். அவன் பேசுனா நம்மள என்ன ஆளக் கெணக்கா அடிக்கவா செய்யுது. கழுத காத்து வாக்குல போய்ட்டுப் போவுது. இந்தக் காதுல வாங்கிட்டு அந்தக் காதுல விட்டுட்டுப் போயிற வேண்டியதுதான.’

‘சாமியவுக வெசயம் தெரியாமப் பேசுறீக.’

‘வெசயம் என்ன வேலு வெசயம். ராஞ்சனப்பட்டா அந்தத் தொழிலு பாக்க முடியாது. நல்லாவே தெரியும். ஆனா அதுல இருக்ற துட்டு வரும்படி எதுல இருக்கு. பித்துக்கால் ராக்கனப் பாரு, அஞ்சு வெரலுக்கும் மோதிரம்தான், பொண்டாட்டி கழுத்துல ஒரு குத்து சங்கிலி... ராசா மாதிரி அலையிறான்.’

‘அவனுக்கும் அவன் பொண்டாட்டிக்கும் அது லாயக்கு சாமி. நம்மளால அப்படிப் பெழைக்க முடியாது. மானங்கெட்ட பெழப்பு.’

வேல்சாமி தலையில் சுமையுடன் மெதுவாய் நடந்துகொண்டிருந்தான். அன்றைக்கு நடந்ததை மனசு அசை போட்டது.

வேல்சாமி வீட்டின் முற்றத்தில் கட்டிலில் உட்கார்ந்திருக்கிறான். அவன் மகன் முற்றத்தில் பாய் விரித்துக் கீழே உறங்கிக்கொண்டிருக்கிறான். ஆங்காங்கே தெருவிளக்கின் மின்கம்பத்தினடியில் பெண்கள் உட்கார்ந்து தீப்பெட்டி ஒட்டிக்கொண்டிருக்கிறார்கள். வேல்சாமியின் பெண்டாட்டி சின்ன மாடத்தி தெருப் பம்பிலிருந்து தண்ணீர் சுமந்துகொண்டிருக்கிறாள். இரண்டு சைக்கிள்கள் வந்து அவன் வீட்டின் முன்னால் நிற்கின்றன. இரண்டு பேருக்கும் வேல்சாமி எழுந்து கட்டிலில் உட்கார இடம் கொடுக்கிறான். இரண்டு பேருமே அடிக்கடி இங்கே வந்து போகிற உள்ளூர் போலீஸ்காரர்கள். இருவரும் தலைமுட்ட சாராயம் குடிக்கிறார்கள். சிகரெட் பாக்கெட் வாங்கி வரச்சொல்கிறார்கள். பணம் கேட்கிறார்கள். பைக்குள் வைத்துத் திணித்துக்கொள்கிறார்கள்.

'டேய் வேல்சாமி, புதுசா வந்திருக்கிற ஏட்டையா இப்ப வருவார்டா.'

'சரி, வரட்டும்.'

'அவருக்கு சரக்கு வேணுமே.'

'சரக்கு இருக்கு. எவ்வளவு வேணாலும் குடிக்கலாம்.'

'அந்தச் சரக்கு இல்லடா. அவரு குடிக்கமாட்டாரு.'

'பெறகு எந்தச் சரக்கு?'

'அவருக்குத் தேவ பொம்பளச் சரக்கு.'

'...'

'என்னடா பேசாம இருக்க. சீக்கிரம் செட்டப் பண்ணு. இப்ப வந்திருவாரு.'

'என்னைப் பத்தி ஒங்களுக்குத் தெரியுமில்ல.'

'நல்லாத் தெரியும்.'

'பெறகென்ன?'

'பெறகென்னனா நாங்க என்ன செய்ய. ஏட்டையா கேக்கும் போது நாங்க முடியாதுன்னு சொல்லிர முடியுமா?'

'...'

'இங்க கேளு. வேல்சாமி, இவரு புதுசா வந்திருக்காரு. அவரு தயவும் ஒனக்குக் கட்டாயம் வேணும், இல்லன்னா நிய் தொழில் செய்ய முடியாது. இன்னக்கி ஒரு நாளக்கித்தான, எப்பிடியும் போகுதுனு ஓம் பொண்டாட்டிய செட்டப் பண்ணிரு. இன்னோராட்ட

கேட்டாருன்னா நம்ம அதுக்குள்ள வேற ஒரு உருப்படிய செட்டப் பண்ணி வச்சிருவம்.'

வேல்சாமி போட்ட கூப்பாட்டில் இருவரும் சைக்கிளை உருட்டிக் கொண்டு ஓடினார்கள். அவன் பலமாக வைதுகொண்டிருந்தான். சின்ன மாடத்தியும் சேர்ந்துகொண்டு கூப்பாடு போட்டாள்.

'மாசா மாசம் தேதி தவறாம மாமூல் வேற. வந்தாப் போனா இந்தப் பயகளுக்குக் குடிக்க ஓசிச் சாராயம். வாங்கிட்டுப் போனாலும் ஓசி, சிகரெட், பீடி ஓசி. தொரைகளுக்குக் கறி, முட்டை, கேசு கணக்கு வேணும்னு ரெண்டு மாசத்துக்கு ஓராட்ட கோர்ட்ல அபராதம் வேற கட்டணும். இத்தனையும் காணாதுனு, கடைசில, கூத்தியாளும் வேணும். நீங்க அக்கா தங்கச்சிமாரோட பெறந்திருந்தா கேப்பீகளா?'

விடிய விடிய பெண்டாட்டியும் புருசனும் உறங்கவில்லை. மகனை நடுவில் உறங்க வைத்துவிட்டு அவர்கள் என்னன்னவோ பேசினார்கள். விடிந்தபோது மிச்சமிருந்த சாராயத்தைக் கிடங்கில் கொண்டு போய் ஊற்றினான். அடுக்குப்பானைகளைக் கழுவி மச்சின் மேல் கவுத்தினான், கடப்பாரை, மண்வெட்டி, கூடையுடன் கல் கிடங்கிற்கு நடந்தார்கள். ஆப்பு, உளி, சம்மட்டி வாங்கிச் சேர்த்தார்கள்.

வெயில் ஏறிக்கொண்டிருந்தது. முதல்நாள் நுனி தட்டிய ஆப்புக்கள் வேல்சாமியின் சம்மட்டியடியில் பாறைகளைப் பிளந்து கொண்டிருந்தன. சரிந்து விழும் மண்ணையும் அரளை கற்களையும் சல்லிகளையும் வேறு வேறாய்ப் பிரித்து மண்வெட்டியால் இழுத்துக் கொண்டிருந்தாள் சின்ன மாடத்தி. வேல்சாமியின் மகன், குழியடித்து ஈரம் உணருவதற்காகக் கரம்பை மண் கிட்டித்திருந்த ஆழக்குழியில் கம்பியால் கரம்பை மண்ணை சுரண்டிச் சுரண்டி எடுத்துக்கொண்டிருந்தான். இந்த அஞ்சாறு மாசமாய் அவர்கள் தோண்டியிருந்த ஆழக் கிடங்கில் பாரங்களை இழுத்துக்கொண்டு மாடுகள் மேலேறிக் கொண்டிருந்தன. பாரம் அமுக்கி சீனிக்கல் சல்லிகள் கரகரவென்று ஓசை எழுப்ப, வண்டிகள் வருவதும் போவதுமாய் உச்சிவெயில் ஏறிக்கொண்டிருந்தது.

வேல்சாமியின் மேலெல்லாம் விளக்கெண்ணெய் தேய்த்ததுபோல் வியர்வை மின்ன, அவன் 'கேது கேது' என்று இளைத்துக்கொண்டு மேல்மூச்சு கீழ்மூச்சு வாங்க சம்மட்டியறைந்து கொண்டிருந்தான். பலமாய் கேட்ட இரைச்சலில் லாரிதான் வருகிறதோ என்று ஏறிட்டுப் பார்த்தான். கிடங்கிற்குமேல் இவன் தலைக்கு மேலாக போலீஸ்வேன்

வந்து நின்றது. வேல்சாமி முதன் முறையாக போலீசைக் கண்டு பதறினான். நாலைந்து போலீசார் கீழே இறங்கி ஓடி வந்தார்கள்.

‘ஏறுல வண்டில’

‘எதுக்கு வண்டில ஏறணும்.’

‘ஓகோ, ஒங்ககிட்ட எதுக்னு சொல்லணுமோ? இல்லன்னா வண்டியில ஏற மாட்டீகளோ...?’

‘ராஸ்கல், கள்ளச்சாராயம் காச்சுற நாய்க்கு வாயி... மரியாதையா ஏறுல வண்டில.’

இரண்டு பேர் பிடித்துக்கொள்ள இரண்டு பேர் கையைக் கட்டி அடித்து அவனை வண்டிக்குள் தூக்கிப் போட்டார்கள். சின்ன மாடத்தி மண்ணை வாரித் தூற்றிக் கூப்பாடு போட்டாள். வண்டிக்குள்ளிருந்து ஏட்டையா சொன்னார்.

‘யேய் தேவிடியாமுண்ட, பேசாம இருக்கியா, ஓம்... க் கிழிக்கவா?’

மச்சின் மேல் ஏறி, கவுத்தியிருந்த மொடாப் பானைகளை ஒவ்வொன்றாய் மகன் எடுத்துக் கொடுக்க சின்ன மாடத்தி மெதுவாய் வாங்கி வாங்கி கீழே வைத்தாள். எல்லாப் பானைகளையும் இறக்கி வைத்தபின் கடப்பாரைக் கம்பி, ஆப்பு, சுத்தியல், சம்மட்டி ஒவ்வொன்றாய் எடுத்துக் கொடுக்க, சாராயப் பானைகள் கவுத்தியிருந்த அதே இடத்தில் அடுக்கிவிட்டு கீழிறங்கினான். அவன் தலையில் ஒட்டியிருந்த நூலாம்படையை எடுத்துவிட்டாள்.

‘இந்தாடா, கடைச்சிட்ட பத்திரமா பைக்குள்ள வச்சுக்கோ, போற வழியிலேயே கிட்ணன் மாமன் வீட்டுக்கு வெலகி வெசயத்தச் சொல்லி ஒரு தள்ளுவண்டி வாடகைக்கு எடுத்துக்கோங்க. நேரா திருக்கோட்டி நாடாரு கடையில கொண்டு போயி சிட்டயக்குடுங்க. எல்லாச் சரக்கையும் ஏத்திட்டு யாவுகமா தள்ளிட்டு வாங்க. வரும்போது மறந்திராம ரெண்டந்தர் வெறகுக்குக் கடையில சொல்லிட்டு வாங்க. நல்ல காச்சலா ஒட வெறகு வேணும்னு சொல்லுங்க. அவருக்குத் தெரியும் ஒங்க அய்யா பேரச் சொன்னா. நாளைக்குக் காலைல போயி நிய்யும் கிட்ணன் மாமனும் வேலம்பட்ட செதுக்கிட்டு வரணும். இன்னைக்கே ஊறல் போட்டாகணும். வெல்லம் நல்லதாப்பாத்துப் போடச் சொல்லு. கும்பல் வாட வருதான்னு பாத்து வாங்கு. பழத்தார்கள வண்டி மேல வச்சுக்கோங்க. இல்லன்னா நசுங்கிப் போகும்.’

வேல்சாமியின் மகன் தாயிடமிருந்து பழைய கடைச் சிட்டையை

வாங்கிக்கொண்டு வேகமாய் நடந்தான். சின்ன மாடத்தி தூசி படிந்திருந்த பெரிய பெரிய மொடாப் பானைகளைக் கழுவி சுத்தம் செய்வதற்காகக் குனிந்தவள், பானையின் கரி சேலையில் பட்டுவிடக் கூடாது என்பதற்காக முந்திச் சேலையை எடுத்து இடுப்பில் சொருகிக்கொண்டாள்.

58

இரவின் மரணம்

அப்படி ஒரு சம்பவம் நடந்திருக்காவிட்டால் நான் பாலிசை சந்தித்திருக்கவே முடியாது. என் மனைவி தெரு பூராவும் கேட்கும்படி கூப்பாடு போட்டு வைதுகொண்டிருந்தாள். சின்னத் திருட்டுதான் என்றாலும், வீட்டில் திருட்டு நடந்துவிட்டது. முதலில் திருடன் பூட்டப்பட்டிருந்த காம்பவுண்டுக் கதவில் ஏறி உள்ளே குதித்திருக் கிறான். காம்பவுண்டுக்குள் நிறுத்தப்பட்டிருந்த சைக்கிள் அப்படியே நிற்கிறது. பெரிய பித்தளை அண்டாவும், இன்னும் சில எவர்சில்வர் பாத்திரங்களும்கூட அப்படியே அலுங்காமல்தான் இருக்கிறது. கொடியில் காயப் போட்டிருந்த இரண்டு சேலை, நான்கு சட்டை, இரண்டு வேட்டி இவைகளை மட்டும்தான் காணவில்லை.

என்னுடைய இரண்டு பையன்களுடைய பள்ளிக்கூட யூனிஃபார்ம் டவுசரும் சட்டையும் அப்படியே கொடியில் கிடக்கிறது. மத்தியானம் வரையிலும் எந்தவொரு துப்பும் கிடைக்கவில்லை. எல்லோரும் சொன்ன ஒரே விஷயம் இந்தத் தெருவில் இதுவரை இப்படியான சம்பவம் நடந்ததே இல்லை என்பதுதான். கடைசியாக டீக்கடையில் இந்தப் பேச்சு வந்தபோது டீ மாஸ்டர்தான் ஒரு சிறு தகவலைக் கொடுத்தார். நம்பும்படியாகவும் இருந்தது.

'சார், இந்த மாதிரி நெறய்யா ஆவலாதி வந்துக்கிட்டுதான் இருக்கு. நம்ம தெருவுக்கு வேணா இது புதுசா இருக்கலாம். ஆனால் எல்லா எடத்துலயும் சொல்லி வச்சது மாதிரி சேல, துணிமணிதான் களவு போகுது, நிச்சயமா சொல்றேன் இது பரம்பர திருட்டுப் பயக செய்ற செயல் மாதிரி தெரியல. யூனியன் பார்க்குக்குள்ள நரிக் கொறவப் பயக நெறய்யா இருக்கான். அந்தப் பயக மேலதான் எனக்கு

ரொம்ப நாளா சந்தேகம்.'

யூனியன் பார்க்கினுள் நானும் என்னுடைய சின்ன மகனும் நுழைந்தபோது டீ மாஸ்டர் சொன்னபடியே நிறைய நரிக் குறவர்கள் நிறைந்து கிடந்தார்கள். கூட்டங்கூட்டமாய் உட்கார்ந்து பெண்கள் அடுப்பெரித்துக் கொண்டிருந்தார்கள். விறகுக்குப் பதில் பழைய சைக்கிள் டயர்களை எரித்ததால் நிறையப் புகையும், ரப்பரிலிருந்து வெளிவரும் மோசமான நாற்றமும் மூக்கைத் துளைத்தன.

வரிசையாக என் வீட்டுத் துணிகளை யாரும் உடுத்தியிருக் கிறார்களா அல்லது எங்கேயாவது காயப் போட்டிருக்கிறார்களா என்று உற்று நோக்கியபடியே நடந்தேன். என் கையைப் பிடித்தபடியே நடந்துவரும் என் மகனையும், என்னையும் எல்லோரும் ஆச்சரியமாகப் பார்த்தார்கள். யாரிடம் விசாரிப்பது? எப்படிக் கேட்பது? கூட்டமாகச் சேர்ந்து எல்லோரும் சண்டைக்கு வந்து விட்டால் என்ன செய்வது? யோசித்துக்கொண்டிருக்கும் போதுதான் என் பையன் கையைக் காட்டிய திசையில் எட்டிப் பார்த்தேன்.

சம்புக் கோரையினால் வேயப்பட்டிருந்த முக்கோண வடிவ முகட்டுக் கூடாரத்தின் முன்னால் உட்கார்ந்து துப்பாக்கியைச் சுத்தம் செய்துகொண்டிருந்தான் ஒருவன். தலப்பாகையும் கோவணமும் மட்டுமே அணிந்திருந்த அவன் அழுக்குத் துணி ஒன்றைத் துப்பாக்கிக் குழாய்க்குள் திணித்து, வெளியே இழுத்து அழுக்குகளை உதறிவிட்டு, மீண்டும் துணியைக் குழாயினுள் திணிப்பதுமாக இருந்தான்.

பக்கத்தில் சின்னக் குழந்தை ஒன்று தவழ்ந்தபடியே விளையாடிக் கொண்டிருந்தது. குட்டைப் பாவாடையும், கையளவே உள்ள ரவிக்கையும் அணிந்த சிவந்த நிறமுள்ள குண்டுப் பொம்பிளை, அகலமான ஒரு சப்பட்டைக் கல்லில் வைத்து எதையோ அரைத்துக் கொண்டிருந்தாள். நீண்ட கழுத்தும் வளைந்த அலகும் உடைய ஏழெட்டுப் பறவைகள் இரத்தத் திட்டுக்கள் உரோமங்களில் படிந்திருக்க செத்து விறைத்துக் கிடந்தன. அவைகளின் மேலெல்லாம் எறும்புகள் அப்பியிருந்தன. அழகாய் மின்னும் முழு நீள மயிலிறக்கைகள் கட்டாய்க் கட்டி தரையில் கிடந்தன. காற்றிற்கு அவைகள் அசைந்த போது, அதன் உச்சியில் இருக்கும் கண்கள் போன்ற கறுப்புப் புள்ளிகள் மினுமினுத்து அசைந்ததைப் பார்க்க ரொம்பவும் அழகாய் இருந்தது. என் மகன் அதையே உற்றுப்பார்த்துக் கொண்டு நின்றான்.

நாங்கள் இருவரும் அவன் பக்கத்தில் வந்து நிற்பதைக்

கூடக் கவனிக்காமல் துப்பாக்கியைச் சுத்தம் செய்வதிலேயே கண்ணாயிருந்தான். எனக்குக் கண்ணு பூராவும் களவுபோன துணிமணிகள் எங்காவது தட்டுப்படுகிறதா என்பதில், என் மகனுக்கோ கண்ணு பூராவும் மினுமினுக்கும் மயில் இறக்கைகளில்.

நாங்கள் இருவரும் விலகிச் சென்று அவன் முன்னால் போய் நின்றவுடன், ஏறிட்டுப் பார்த்தான். புளிச்சி நார்களைப் போன்ற நரைத்த முடிகள் நிறைந்த முகத்தில் வெற்றிலைக் காவிக் கறைபடிந்த பற்கள் தெரிய ஒரு சிரிப்புச் சிரித்துவிட்டு மீண்டும் துப்பாக்கிக் குழாய்க்குள் துணிகளைத் திணித்தான். தவழ்ந்து திரிந்த குழந்தை மயிலிறக்கைகளைத் தூக்கி வைத்துக்கொண்டு விளையாடியது. மெதுவாகக் கேட்டேன்.

'ரெண்டு மயில் தூவி வேணும்.'

'என்னாத்துக்கு?'

'எம் பையனுக்கு வெளையாட.'

'இத வச்சு எப்படி வெளையாடுறது.'

'நோட்டுப் புஸ்தகத்துக்குள்ள வச்சு குட்டி போட வக்க.'

'குட்டி போட்டா எனக்கொன்னு கொண்டாந்து தருவியா?'

'குடுக்கே... ங்...'

'நிய் என்னா சொல்றது. நிய்யா குட்டி போட வக்கப் போற.'

'இல்ல பையனுக்குத்தான்.'

'அப்படின்னா பையனைச் சொல்லச் சொல்லு.'

'டேய் விஜி, குட்டி தர்ரேன்னு சொல்லுடா.'

'குட்டி தாரன்.'

'யே... ங்... அப்படிச் சொல்லு ராசா. யேய்... கல்யாணி இங்க வா இந்தப் புள்ளாண்டனுக்கு ரெண்டு மயில் தூவி உருவிக்குடு.'

என் மகனுக்கு சந்தோஷம் பிடிபடவில்லை. கல்யாணியின் கையிலிருந்து வாங்கிக்கொண்டு மயில் இறக்கைகளை உற்றுப் பார்த்தபடியே இருந்தான். முகத்தில் சந்தோஷம். சட்டைப் பையிலிருந்து இரண்டு ரூபாயை எடுத்து அவனிடம் நீட்டினேன்.

'என்னாத்துக்கு ரூவா?'

'சும்மா வச்சுக்கோ.'

'என்னாத்துக்குனு சொல்லு சாரே.'

'மயில் தூவிக்கு.'

'அதான் குட்டி கொண்டாந்து தர்ரேன்னு சொல்லிட்டியே அப்புறம் என்னாத்துக்கு ரூபா.'

'இல்லப்பா இத வச்சுக்கோ.'

'சாரே... பேசாமப் போ சாரே... நிய்யா வந்து கேளு. அப்ப துட்டுக் குடு வாங்கிக்கிரன், கொழந்தைக்குத்தான் சாரே...'

சத்தம் போட்டுச் சொல்ல கல்யாணி அடுப்பூதுவதை நிறுத்தி விட்டு அண்ணாந்து பார்த்துச் சிரித்தாள்.

'இங்க பாரு கல்யாணி, நாளைக்கி இவரு குட்டிக் கொண்டாந்து குடுப்பாரு. பத்ரமா வாங்கி வையி, துள்ளுனாக் கட்டிப் போடு.'

இருவரும் என் பையனைப் பார்த்துப் பலமாகச் சிரித்தார்கள். என் பையனுக்கோ அளவற்ற சந்தோஷம் என்பதை அவன் முகம் காட்டியது. அவனுடைய உலகத்தில் முப்பத்தி எட்டாம் பக்கம் அறிவியல் புத்தகத்தில் மயிலிறக்கைக் குட்டி போட்டிருக்கலாம். தலைப் பிரசவமாகையால் கஷ்டப்பட்டிருக்கலாம். ஒருவேளை சிசேரியன் பண்ணிக் குட்டியை வெளியே எடுத்திருக்கலாம். இரட்டைக் குட்டியாகக்கூட இருக்கலாம். அவனுடைய சிநேகிதர்கள் எஸ். கார்த்தியிடமும் வித்யாவிடமும் அந்தக் குட்டியைச் காட்டி இன்னேரம் ஆனந்தமாய் குதூகலிக்கலாம். மயிலிறக்கைகளை மார்போடு அணைத்துக்கொண்டு நடந்தபடியே திரும்பிப் பார்த்தான்.

'தம்பி... நாளைக்கி குட்டியோடதான் வரணும் சொல்லிப்புட்டேன்.' இருவரும் பலமாகச் சிரிப்பது கேட்டது.

மறுநாள் பள்ளிக்கூடம்விட்டு வந்த உடனேயே நச்சரிக்கத் தொடங்கிவிட்டான். அம்மா கொடுத்த டீயோ, பிஸ்கட்டோ அவனை ஈர்க்கவில்லை. எனக்குக்கூட ஆச்சரியமாயிருந்தது.

'யெப்பா பார்க்குக்குப் போவம், யெப்பா பார்க்குக்குப் போவம்ப்பா.'

'பார்க்குக்கு எதுக்கு?'

'...'

'சொல்லுடா பார்க்குக்கு எதுக்கு?'

'இந்தக் குருவிக்காரங்களப் பாக்க'

'அந்தச் செத்துப்போன குருவிக, நரித்தோல், டயர் நாத்தம் இதுகளப் போயி பாக்கப் போறயாக்கும்.'

'அவன்தான் ஓயாமக் கேக்கான்ல அப்படியே போய்ட்டு, நம்ம துணிமணிகளும் தட்டுப்படுதானு பாத்துட்டு வரவேண்டிதான.' சமையல் கட்டிலிருந்து என் மனைவி கத்தினாள்.

'சரி, வா, போகலாம். குட்டிய எடுத்துக்கோ.'

'குட்டியா? எந்தக் குட்டிப்பா?'

'நேத்து ஓங்கிட்ட கேட்டாமில்லடா மயில்குட்டி.'

'இன்னும் ஒன்னுகூட குட்டி போடலப்பா.'

'அப்ப குட்டி ஒன்னும் போடலன்னு சொல்லிருவமா?'

'ம்...'

இன்றைக்கும் கல்யாணி அடுப்பின் முன்னால்தான் உட்கார்ந்திருந்தாள். பாலிசு, முழுமையான ஒரு முயலை தோலுரித்துக் கறி அறுத்துக் கொண்டிருந்தான். சில ஆண்களும் பெண்களும் வட்டமாக உட்கார்ந்து தாயம் விளையாடிக்கொண்டிருந்தார்கள். அடிக்கடி சண்டை போடுபவர்களைப் போல் பலமாகச் சத்தம் போட்டுப் பின் மௌனமாகிப் போனார்கள். எங்களைத் தூரத்தில் வரும்போதே அடையாளம் கண்டுகொண்டான் போலும். கிட்டத்தில் போய் நின்ற உடனேயே கேட்டான்.

'இத்தென்ன குட்டியெங்க காணும்.'

'இன்னும் ஒன்னுகூட குட்டி போடலியாம்.'

'ஏம் போடல.'

'...'

'நிய் மயில்குட்டி கொண்டாருவன்ட்டு எவ்ளோ ஆசையாயிருந்தன்.'

என் பையன் மலங்க மலங்க முழித்துக்கொண்டிருந்தான். கொஞ்ச நேரம் அவனையே உற்றுப் பார்த்துச் சிரித்தான் பாலிஸ்.

'யே... கல்யாணி இந்தப் பையன் நம்மள ஏமாத்திருச்சு பாத்தியா? மயில் குட்டி போடலியாம். பிடிச்சு ஒழிச்சு வச்சிட்டுப் பொய் சொல்லுது.'

'...'

'யே... பைய்யா மயிலிறக்க எந்தக் காலம் குட்டி போட்டுச்சு, அது போடவே போடாது பையா, ஒன்ன மாதிரி ஆயிரம் பேரு என்னைய ஏமாத்திருக்கு, குட்டி கொண்டட்டு வாரண்ட்டு, ஆரும் கொண்டாரல. நடக்கவே முடியாத காரியத்துக்குத்தான் நானும் ஆசப்படுறன், ஒங்க அப்பரும் ஆசப்படுது, நிய்யும் ஆசப்படுத,

இந்த ஒலகமும் ஆசப்படுது, நிய் ஆசப்படுறது தப்பில்ல பைய்யா!'

ஏனத்தில் அறுத்துப் போட்ட கறிகளை அள்ளிக்கொண்டு போய்க் கல்யாணி அடுப்பில் உள்ள சட்டியில் போட்டாள். கைகளைக் கழுவித் துண்டில் துடைத்தபடியே ஒரு பீடியைப் பற்ற வைத்துக்கொண்டு என் அருகில் வந்து உட்கார்ந்தான் பாலிஸ்.

'பாலிசு எனக்கொரு கவட்ட வேணும்.'

'ஒனக்கென்னாத்துக்குக் கவட்ட.'

'சும்மா இல்ல ரூவா வாங்கிக்கோ.'

'ஓம் ரூவா ஆருக்கு வேணும், மொதல்ல கவட்ட என்னாத்துக்னு சொல்லு.'

'குருவி தெறிக்க.'

'குருவியத் தெறிச்சு என்னா பண்ணப் போற.'

'...'

'என்ன சாரே... பேச்சு மூச்சுக்காணும்.'

'ஒரு வேட்டப் பிரியந்தான்.'

'கவட்டடிபட்டுக் குருவி கீழ விழுந்து துள்றதும் துடிக்கிறதும் சாகிறதையும் பாக்க ஒனக்குப் பிரியமா?'

'...'

'ஓம் புள்ளயோ, அக்காளோ, தங்கச்சியோ துள்ளித் துள்ளிச் சாகிறத நிய் பிரியமா ரசிச்சுப் பாப்பியா? பிரியம்னா நிய் அவங்களப் போயி கொல்றதுதான? பாவமில்லையா சாரே...'

'நிய், நித்தம் எத்தன உசுறக் கொல்ற அது பாவமில்லையா?'

'ஆரு சொன்னது பாவமில்லனு. காட்ல சிங்கமிருக்கு, புலி இருக்கு. அது மானக்கொன்னு மாட்டக்கொன்னு சாப்பிடுது, அது பாவம் இல்ல. ஆனா மகாராசாவும் தொரைகளும் ஒன்ன மாதிரி ஆப்பிசரும் போயி சிங்கத்தையோ, புலியையோ கொல்றது பெரிய பாவம். ஏன்னா புலியும் சிங்கமும் வேட்டக்காரங்க. ஆனா நிய்யும் மகாராசாவும் தொரையும் வேட்டக்காருக இல்ல. ஒரு காலத்துல அல்லாருமே வேட்டக்காருகளா அலஞ்சவகதான், அல்லாருமே நரிக்கொறவன்தான், ஆனா மகாராசாவா ஆனப்பெறவு, தொரையா ஆனப் பெறவு, ஒன்ன மாதிரி ஆப்பிசரா ஆனப் பெறவு நீங்க எதுக்கு வேட்டக் காரனாகணும்.'

'அப்ப நிய் கொன்னா பாவமில்லைங்க.'

‘பாவமில்லைன்னு சொல்லல சாரே, நான் கொன்னாலும் பாவம்தான், நிய் கொன்னாலும் பாவம்தான். நிய் பாவம் செய்ய விரும்புனா கொறவனா மாறி வா, ஆபிசரா இருந்துக்கிட்டுப் பாவம் செய்யாத.’

‘சரி, பாலிசு எனக்குக் கவட்ட வேனாம். என்னைக்காவது ஒரு நாளக்கி, என்னய ஒங்கட முயல் வேட்டைக்குக் கூட்டிட்டுப் போ.’

‘நாளக்கே வா, பாதிப் பாவத்த நிய் ஏத்துக்க. ஒங் கண்ணு முன்னால ஒரு உசுரு சாகிறதப் பாக்கிறதுதான் பெரிய பாவம், ஒருத்தன் பாவம் செய்றத ரசிச்சுப் பாத்துக்கிட்டு இருக்கிறது அதவிடப் பெரிய பாவம்.’

‘பாவம் புடிச்சாலும் புடிக்கட்டும். ஒரே ஒரு நாளைக்கி என்னய எப்பிடியாவது கூட்டிட்டுப் போ.’

‘நாளக்கி சாங்காலம் ஆறு மணிக்கு வா சாரே போகலாம்.’

எந்த ஊர் என்று தெரியவில்லை. பஸ்சைவிட்டு இறங்கியதும் பாலிசும் ஜம்புவும் வேகமாய் நடந்தார்கள். நான் பின் தொடர்ந்து வேகமாய் ஓடினேன். பாலிசின் இடது பக்கத் தோளில் துப்பாக்கித் தொங்கியது. வலது பக்கத் தோளில் சார்ஜ் செய்யப்பட்ட பாட்டரியும், ஸ்விட்சுகள் உள்ள போர்டும் தொங்கியது. ஜம்புக் கிழவன் நீண்ட கம்பொன்றைப் பிடித்தபடி வேகமாய்ப் போய்க்கொண்டிருந்தான். கடேசியாய் நான்! என் தோளில் சுருக்குக் கயிறுவாய் உள்ள கோணிப்பை ஒன்று.

எங்கே திரும்பினாலும் இருட்டு, நட்சத்திரங்கள் தவிர்த்து வேறு எந்த வெளிச்சமும் கண்ணுக்குத் தெரியவில்லை. மஞ்சணத்திச் செடிகளும், வேலிக் கருவ மரங்களும் அடர்ந்த ஆற்றின் வாகரையில் குத்துக் காலிட்டு உட்கார்ந்தான் பாலிஸ். பைக்குள்ளிருந்து பல்பை எடுத்து நெற்றியில் மாட்டினான். வட்ட வடிவப் பெல்ட் தலையைச் சுற்றி இறுக்கியது. வயரை எடுத்து பாட்டரியோடு இணைத்து சுவிட்சைப் போட்டான். ‘கிர்ர்’ என்ற ஒரு மெல்லிய சத்தம் கேட்டுக் கொண்டேயிருக்க, நெற்றியிலிருந்து பாய்ந்தோடிய ஒளி வெள்ளம் பிரகாசமாய் மின்ன, எதிரே ரொம்பத் தூரம் துல்லியமாய்த் தெரிந்தது.

துப்பாக்கியின் கம்பியை உருவி தூர வைத்தான். பைக்குள்ளிருந்து ஒரு டப்பாவை எடுத்து அதிலிருந்து கொஞ்சம் கருமருந்துத் தூளை உள்ளங்கையில் தட்டி துப்பாக்கிக் குழாய்க்குள் செலுத்தினான். நீண்ட கம்பியை எடுத்துக் குழாயினுள் ஓட்டி அதன் சுவரில் உரசிவிடாதபடி மெதுவாகக் கவனமாகக் கிட்டித்தான். அஞ்சாறு பழைய லாட்டரி

டிக்கெட்டுக்களை உருண்டையாய் உருட்டி குழாய்க்குள் போட்டுப் பலமாகக் கிட்டித்தான். இன்னொரு டப்பாவிலிருந்து பாசிப்பயறு மாதிரியே உள்ள உருண்டை உருண்டையான ரவைகளைத் தட்டி அதையும் துப்பாக்கிக் குழாயுனுள் செலுத்தி நன்றாய்க் கிட்டித்த பின் கம்பியைத் துப்பாக்கிக் குழாய்க்கு மேலே சொருவி வைத்துக் கொண்டான்.

வெள்ளை நிற பசைபோன்ற குளுகுளுத்த குளோரேட் மருந்துக் கலவையைத் துப்பாக்கிக் குதிரையின்மேல் கொஞ்சம் பிதுக்கி விட்டபின் எழுந்து நடந்தான். அவன் தலையை அசைத்துப் பார்க்கிற பக்கமெல்லாம் வெளிச்சம் தரையில் ஓடியது. வெளிச்சம் பட்டு அநேகப் பூச்சிகள் மினுங்கின. ஒன்றிரண்டு வௌவால்கள் பறந்து போவதும் பின் திரும்பி வருவதும், பல வகையான சத்தங்கள் கேட்டன. சூரியக் கதிர்களைப் போல் அவன் நெற்றியிலிருந்து பாய்ந்து செல்லும் ஒளியில் கண்ணுக்கு எட்டும் மட்டும் தரையில் தெரியும் புல் பூண்டுகள் கூடத் துனிப்பாய் மின்னியது. திடீரென அப்படியே பறக்கப் போகிற பறவை இறக்கைகளை விரிப்பது போல் இரண்டு கைகளையும் பக்கவாட்டில் நீட்டியபடியே நின்றான். பின்னால் சென்ற நாங்கள் இருவரும் அப்படியே நின்றோம்.

குமுக்கெனத் தளிர்த்திருந்த மஞ்சணத்திச் செடியின் தூரோரம் ஒரு முயல் அப்படியே நின்றது. முகத்தில் பாய்ந்துவரும் ஒளியின் கூச்சத்தால் பின்னத்தியங் கால்களால் நின்றுகொண்டு முன்னத்தியங் கால்கள் இரண்டையும் தூக்கிக் கண்களை மறைத்தது. கருஞ்சிவப்பு நிறக் கோலிக் குண்டுகள் இரண்டை ஒட்டி வைத்ததுபோல் அதன் இரு கண்களும் மினுங்கின. நான் ஆவலோடு நன்றாக உற்றுப் பார்த்தேன்.

அதன் இரு பெரிய காதுகளும் தெலாவைப் போல் மேலும் கீழும் வளையவும் நிமிரவும் விறைப்பாய் நிற்கவும் முன்கால்கள் இரண்டையும் தூக்கித் தூக்கிக் கண்களை மறைத்த போது அது எங்களைக் காலில் விழுந்து கும்பிடுவதைப் போலிருந்தது. முகத்தில் முழு வெளிச்சமும் படும்படி நின்றுகொண்டு சுட்டான்.

ஒரு பெரிய தீப்பிழம்பும் அதைத் தொடர்ந்து டமார் என்ற சத்தமும் கேட்டது. முயல் துள்ளித் துள்ளிப் பாய்வது நன்றாகத் தெரிந்தது. பாலிஸ் இரண்டு காதுகளையும் பிடித்துத் தூக்கி வந்து ஜம்புவிடம் கொடுத்தான். அதன் வயிறு பெரிசாய் இருந்தது. ஜம்பு முகத்திற்கு நேராகத் தூக்கி வைத்து உற்றுப் பார்த்தான்.

'பொட்ட மொச, நெற சென.'

பாலிஸ் குத்துக் காலிட்டு உட்கார்ந்து மருந்து கிட்டித்தான். துப்பாக்கியின் நேர் எதிரே உட்கார்ந்திருந்த என்னை சைகை காட்டி இடதுபக்கமாக வந்து உட்காரும்படி கையசைத்தான். அவன் துப்பாக்கியைத் தரையில் படுக்கை வசத்தில் வைத்துவிட்டு, தோல் பையினுள் கையை ஓட்டி டப்பாவைத் தேடிக்கொண்டிருந்தான். நான் துப்பாக்கியைத் தாண்டி அடுத்த பக்கம் எட்டு வைத்தேன்.

'சாரே... ஒனக்கு அறிவிருக்கா துப்பாக்கியத் தாண்டலாமா?'

'தெரியாது பாலிஸ்.'

'என்னா தெரியாது, எத்தையுமே தெரியாதுனு சொல்லாத, தெரியாத விசயம் அம்புட்டும் தெரிஞ்ச விசயமாயிருக்கும், வாழ்க்கையில் எத்தையுமே தாண்டாத, தாண்டுனா உருப்பட மாட்ட, ஒருத்தன ஒருத்தன் தாண்ட நெனைக்கிறதனாலதான் எல்லா வெனையும் வருது!'

'...'

'வருத்தப்படாத சாரே, துப்பாக்கியத் தொட்டுக் கும்புடு, மூணு தரம் தொட்டுக் கும்புடு சாரே.'

மருந்து கிட்டித்து முடித்தவுடன் என் முகத்தில் படும்படியாக லைட்டை அடித்தான். நான் சிரித்துக்கொண்டிருந்தேன். ஜம்புக் கிழவன் முயலின் பின்னத்தியங் கால்களில் ஒன்றை நேராகக் கிழித்து, மற்றொரு காலை பாதியில் ஒடித்து, கிழித்த காலுக்குள் ஒடித்த காலைச் சொருகி நீண்ட கம்புக்குள் முயலைத் தலைகீழாகத் தொங்கவிட்டு எழுந்து நின்றான்.

தோளில் வைத்திருந்த கம்பில் முயல் அவனுடைய முதுகில் தொங்கியது. வாழைப் பூவின் மடல்களைப் போன்ற நீண்ட காதுகள் அதன் சிறிய தலையிலிருந்து தரையைப் பார்க்கத் தொங்கியது. பாலிசு பீடி ஒன்றைப் பற்ற வைத்துக்கொண்டான். என் இடது கையைத் தூக்கி லைட் அடித்து மணி என்னவென்று கேட்டான். மணி 12.40 ஐக்காட்டியது. எழுந்து நடக்க ஆரம்பித்துவிட்டால் மூன்று பேருமே ஊமைகள்தான் எதுவுமே பேச முடியாது, பாலிஸ் பீடி குடிக்கிறவரைதான் உட்கார்ந்திருப்பான்.

'ஏம் பாலிசு முயல் ஓடாதா?'

'ஆரு சொன்னா முயல் ஓடாதுன்னு.'

'இப்ப ஓடலியே.'

'அதுதான் லைட் ஒளி கண்ணுல அடிக்கேன்ல்ல. அந்த ஒளி

கண்ணுல பட்டுட்டாப் போதும், அப்புறம் அதுக்குப் பார்வ வர ஒரு மணி நேரமாவது ஆகும். அப்புறம் எங்கிட்டுக் கூடி ஓடும்.'

கட்டைப் பீடியைச் சுண்டி எறிந்துவிட்டுப் படக்கென எழுந்து நடந்தான். அவனுடைய காலடித் தடத்திலேயே ஜம்புக் கிழவன், கிழவனின் தடத்தின் மேலேயே நான். பாலிஸ் எட்டும் மட்டும் லைட் ஒளியைப் பாய்ச்சியபடி நடந்தான். அவன் தலையைத் தூக்கிப் பக்கவாட்டில் அசைத்து, கவிழ்த்து நடந்த போது, வானத்திலிருந்து பறந்து போகும் பெரிய பறவையின் நிழலைப் போல் தரையில் வெளிச்சம் பாய்ந்தோடியது.

குமுக்காகப் படர்ந்திருந்த இலந்தைச் செடியோரம் இரண்டு குட்டி முயல்கள் வெளிச்சத்தைக் கண்டதும் தரையோடு பதுங்கின. வெளிச்சத்தை மையப்புள்ளியாக நிறுத்தி அவற்றின் கண்களில் குவியப் பாய்ச்சினான். அடிவயிறு தரையில்பட முன்கால்களை நீட்டிப் படுத்துப் பதுங்கின.

இரண்டு முயல்கள் வாயிலும் தளிர்த்த பச்சை அருகம்புற்கள் நீட்டிக்கொண்டிருந்தன. மீசை உரோமங்களை அசைத்து அசைத்துக் காதுகளை மேலும் கீழும் ஆட்டியது. தரையோடு ஒட்டிக் கிடந்ததால் நான்கு காளான்கள் முளைத்து வருவதைப் போல் அதன் காதுகள் மட்டுமே வெளியே நீட்டிக்கொண்டிருந்தன. குறிபார்த்த பாலிசு சுடாமலேயே அவ்விடத்தைவிட்டு நடக்கத் தொடங்கினான். நான் ஜம்புக் கிழவனை முந்திக்கொண்டு வேகமாக எட்டு வைத்து நடந்து பாலிசின் முதுகில் இலேசாய்த் தொட்டேன். சடாரெனத் திரும்பியவுடன் என் முகத்தில் லைட்டின் ஒளி சில்லென்று பட்டது. உடனே தலையைச் சுற்றியிருந்த பெல்ட்டைத் தளர்த்தி லைட்டை நெற்றியிலிருந்து இறக்கி கழுத்தில் தொங்கவிட்டான். லைட்டின் ஒளி அவனுடைய மார்பு, வயிறு முழுவதும் பட்டு, சிதறி எங்கள் பாதங்களில் பட்டு தரையில் தெறித்தது.

நானும் பாலிசும் நேருக்கு நேராகப் பக்கத்தில் நின்றோம். லைட்டின் வெளிச்சத்தில் அவனுடைய மார்பில் குத்தியிருந்த பச்சை துனிப்பாய்த் தெரிந்தது. வேங்கைப் புலி ஒன்று நாலுகால் பாய்ச்சலில் வேகமாக ஓடும் ஒரு மானைத் துரத்துவது போன்று அவன் பச்சை குத்தியிருந்தான். என்னுடைய இரு விரலைக் காட்டி அந்த இரண்டு முயல்களையும் ஏன் சுடவில்லையென்று சைகையால் கேட்டேன். உடனே துப்பாக்கியைக் கக்கத்தில் இடுக்கிக்கொண்டு இடது கையை விரித்து வைத்து அதன் மேல் வலது கையை மூடுவது

போல் காட்டி இரண்டும் சின்னக் குட்டிமுயல்கள் என்று ஜாடை செய்தான். நெற்றியைச் சுற்றிப் பெல்ட்டை இறுக்கியதும் வேகமாகப் புறப்பட்டான்.

ஒரு இடிந்து போன கிணற்றைச் சுற்றிலும் மஞ்சணத்தி மரங்களும் செடிகளும் நிறைந்திருந்தன. லைட்டின் வெளிச்சம் பட்டவுடன் கிணற்றுச் சுவரின் பொந்துக்குள்ளிருந்து இரண்டு ஆந்தைகள் பலமாக அலறிக்கொண்டு பறந்து சென்றன. பாலிசு கிணற்றின் வாகரையிலேயே சுற்றிவந்தான். நாங்கள் இருவரும் சற்று எட்டத்திலேயே நின்றபடி வெளிச்சம் குவியும் புள்ளியையே உற்றுப் பார்த்துக்கொண்டிருந்தோம். அது இறவைக் கிணறாக இருந்திருக்க வேண்டும்.

ஒரு காலத்தில் மாடுகள் பூட்டி கமலை இறைத்ததற்கான அடையாளமாக இரண்டு மிதிகற்கள் படுக்கை வசத்தில் தரையில் கிடந்தன. ஓடையைப் போல் கிடந்த அந்த இரண்டு மிதிகற்களுக்கும் இடையிலிருந்து ஒரு உருவம் எழுந்து உட்கார்ந்தது. அதன்மீது லைட்டின் ஒளியைத் துல்லியமாகப் பாய்ச்சினான்.

அதை உற்றுப் பார்த்த எனக்குக் கை, கால்கள் நடுங்கத் தொடங்கின. நிறை அம்மணமாய் ஆண் உருவம் இரு கைகளாலும் முகத்தை மூடி மறைத்த போது, வலது கையில் அணிந்திருந்த தங்க மோதிரம் பிரகாசித்து மின்னியது. கொஞ்ச நேரம்தான், அதன் பக்கத்திலேயே கூந்தல் விரிந்து அலங்கோலமாய்க் கிடக்க, கறுத்த இரு முலைகள் குத்திட்டு நிற்க, இரு கையேந்தி தண்ணீர் குடிப்பவளைப் போல் தோள் புஜங்களினால் மார்பகங்களை மறைத்துக்கொண்டு கைகளால் முகத்தை மூட முயற்சித்தது ஒரு உருவம். இரண்டு மூக்குத்திகளிலும் ஒளிபட்டு மின்னியது. பாலிசு புரிந்துகொண்டான் போலும். சடாரெனத் திரும்பி வந்தவழியே வேகமாய் நடந்தான். நாங்கள் இருவரும் ஓடிப் பின்தொடர்ந்தோம். கொஞ்ச தூரம் போனவுடன் பாலிஸ் லைட்டை அணைத்துவிட்டு இருளில் உட்கார்ந்தான்.

'அது என்ன பாலிசு?'

'எது?'

'கெனத்து வாகரையில.'

'பிசாசு'

'சுட வேண்டியதான.'

'பிசாசச் சுட்டு என்ன செய்ய, சுட்டா நிய் சொமப்பியா சாரு'

ஐம்புக் கிழவனுக்குச் சிரிப்பாணியை அடக்க முடியவில்லை. விழுந்து விழுந்து சிரித்தான்.

‘பாலிசு நிய் எங்கிட்டப் பொய் சொல்ற.’

‘என்ன பொய் சொன்னன் சொல்லு.’

‘அது பிசாசு இல்ல.’

‘பெறகு என்னாது.’

‘ஆம்பளையும் பொம்பளையும்.’

‘அதுதான் பாத்தையில்ல மோதிரத்தையும் மூக்குத்தியையும் அப்புறம் என்னாக் கேள்வி.’

‘நிய்யி... கூடக் கொஞ்சம் லைட் அடிச்சிருக்கலாம்ல்ல.’

‘நிர்வாணத்தைப் பாக்கவா.’

‘ம்...’

‘அடுத்தவன் நிர்வாணத்தப் பாக்க நிய் எதுக்கு ஆசப்படுற, ஒன் நிர்வாணத்தைப் பாக்க வேண்டியதான சாரே.’

‘...’

‘இந்தா சாரே... லைட்ட மாட்டிக்க நல்லாப் பாத்திட்டு வா.’

‘வேண்டாம் பாலிசு.’

‘பயமாயிருந்தா இந்தா துப்பாக்கி வச்சிக்கோ.’

‘பயமில்ல.’

‘அப்புறம் என்ன?’

‘பாவம்.’

‘பாவம்னு தெரியுதில்ல. அப்புறம் என்னாத்துக்கு லைட்ட நல்லா அடிக்கச் சொல்ற.’

‘...’

‘அவங்க ரெண்டு பேரோட மனசு என்னா பாடுபடும். எவ்வளவு பயந்திருப்பாங்க. இந்த ராத்திரியில ஊர ஏமாத்திட்டு இங்க வர என்ன பாடுபட்டுருப்பாங்க. எத்தன நாள் காத்து இருந்திருப்பாங்க. லைட் பட்ட ஒடன உசுரு போய்ட்டுத்தான வந்திருக்கும். கை, கால் ஆடிப்போயி தண்ணி நாவறட்சி எடுத்து நாக்கு ஒலர்ந்து ஒட்டியிருக்கும்.’

‘பாலிசு ஒனக்கு இது மாதிரி அனுபவம் உண்டா?’

‘இந்த வயசுல எல்லா மனுசருக்கும் உண்டு. அப்படியில்லன்னா

அவன் பொய் சொல்லுறான்னு அர்த்தம்.'

'கொஞ்ச வயசு போலத்தான் தெரிஞ்சது பாலிசு.'

'அம்மணத்துக்கு ஏது சாரே வயசு.'

'...'

'எப்பவுமே நிர்வாணங்கிறது தற்செயலாத்தான் தட்டுப்படணும். திடீர்னுதான் தட்டுப்படும். காத்திருந்து பாக்கிறதும், நம்மளா உண்டாக்கிறதும் நிர்வாணமில்ல அம்மணமுமில்ல, வெறி.'

அவன் நெற்றியில் லைட்டை மாட்ட ஆயத்தமானான். லைட்டை மாட்டி எழுந்துவிட்டால் அப்புறம் பேசவே முடியாது. ஊமையாய் அவன் பின்னால் திரிய வேண்டும். இல்லையெனில் கைஜாடை போட வேண்டும்.

'பாலிசு குட்டி முயல்னா சுட மாட்டியா?'

'பருவமில்லாத எதையும் கொல்றது பாவம். கொல்றதுக்கும்கூட பருவம் வேணும் சாரே...'

'பருவம்னா?'

'பருவம்னா என்னானு தெரியாதா?'

'பொண்ணு பருவமடஞ்சிட்டானு சொல்வாங்க.'

'ஒனக்கு பொண்ணோட பருவம் மட்டும்தான் தெரியும். வேற என்னா தெரியும். பருவம் எல்லா உசுருக்கும் உண்டு. மரத்துக்கும் உண்டு. செடிக்கும் உண்டு, புழுவுக்கும் உண்டு, பூச்சிக்கும் உண்டு.'

'சரி, அதுக ரெண்டும் பெரிய முயலானப் பெறவு ஒனக்கா கெடைக்கும்.'

'எனக்குத்தான் கெடைக்கணும்னு நான் என்னாத்துக்கு ஆசப்படணும். யாருக்கோ ஒரு வேட்டக்காரனுக்கு, இல்லன்னா ஒரு வைரிக் குருவிக்கு, சிங்கம், புலிக்கு அம்புட்டுத்தான. அது இந்தக் காட்ட விட்டுட்டு எங்க போயிரும், வானத்துல பறந்தா போயிரும்.'

'...'

'அல்லாருமே அந்தந்தப் பருவத்துக்குக் காத்திருந்தா ஒலகத்துல எந்தப் பிரச்சனையுமில்ல சாரே... பருவத்த நம்ம உண்டாக்றதால, பருவம் வந்துருச்னு நெனைக்கறதாலதான் அல்லாமே சிக்கலாருக்கு.'

'பாலிசு ஒனக்கு காந்தி, புத்தன், ஏசு தெரியுமா?'

'ஏந் தெரியாது'

'தெரியுமா?'

'தெரியும்.'

'அவங்க எல்லாம் யாரு?'

'அவங்க எல்லாம் பெரிய பெரிய வேட்டக்காரங்க.'

'அவங்க எப்பிடிச் செத்தாங்கனு ஒனக்குத் தெரியுமா பாலிசு.'

'வேட்டக்காரன் எப்பிடிச் சாவான். மிருகங்களால கடிபட்டுத் தான் சாகணும். அப்பத்தான் அவன் சரியான வேட்டக்காரன்.'

'...'

'சாரே ஒனக்கு ஓங்க தாத்தா தெரியுமா?'

'தெரியும்'

'தாத்தாவோட தாத்தா.'

'தெரியாது.'

'அப்பன்னா ஓங்க தாத்தாவோட தாத்தாதான் பொத்தன், காந்தி, யேசு.'

'...'

ஜம்புக் கிழவன் சத்தமின்றி அடிவயிறு குலுங்கச் சிரித்தான். பாலிசு வேகமாய் நடந்தான். அவன் நிழலைப் போல் நானும் ஜம்புவும். கும்மிருட்டில் மரஞ்செடி கொடிகளடர்ந்த பாதையற்ற பாதையில் விலகி விலகி நடந்தான் பாலிஸ். வேலிக் கருவேல முட்களின் குமிகள் வரிசையாய்க் கிடந்தன. ஓரிடத்தில் அம்பாரமாய்க் கிடந்த முட்களின் மேல் லைட்டைத் திருப்பி ஒளியைப் பாய்ச்சினான்.

வெள்ளிக் கம்பியைத் தரையில் போட்டது மாதிரி உடம்பெல்லாம் வெளியே கிடக்க தலையை மட்டும் முள்குமிக்குள் ஓட்டியபடி அசையாமல் படுத்துக்கிடந்தது பெரிய பாம்பு ஒன்று. பாலிஸ் பின்னால் திரும்பி ஜம்புவிடம் கம்பை வாங்கினான். லைட்டை அடித்தபடியே பாம்பின் வாலில் இலேசாய்த் தட்டினான். உடலை முழுவதுமாக உள்ளே இழுத்துக்கொண்ட பாம்பு தலையை மட்டும் மேலே தூக்கி வெளியே நீட்டியபடி படமெடுத்து ஆடியது. அதன் படத்தின் மேல் மட்டும் குவியும்படி லைட்டை அடித்தான். ஒரு சின்னச் சூரியனின் மத்தியான வெய்யில் போல் ஒளிபட்டுப் பிரகாசித்தது.

நான் பயத்தில் ஜம்புக் கிழவனின் தோளை இறுக்கிப் பிடித்துக் கொண்டு நின்றேன். கண்கொள்ளாக் காட்சி. வெள்ளித்தட்டில் சூரிய

ஒளி. பாம்பு தன்னுடைய கரிய சிறிய நூல் போன்ற நாக்குகளை நீட்டி நீட்டி படத்தைப் பக்கவாட்டில் அசைத்தது. அதன் கிட்டத்தில் போய் உற்றுப் பார்த்து லைட்டின் ஒளியை நேருக்கு நேர் அதன் படத்தில் பாய்ச்சினான். தலையின் மேல் பகுதியிலும் படத்தின் உள்பகுதியிலும் கறுப்புநிறச் சக்கரம் போன்ற அடையாளம் மினுமினுத்தது. அப்புறம் ஒரு எட்டு பின்னால் வைத்து நகர்ந்தவன் சடாரென ஓங்கி படத்தில் அறைந்தான். தலையில் அடிபட்ட பாம்பு செத்து விழுந்தது. கம்பாலேயே தூக்கித் தூர வீசினான். முள்குமியின் கிட்டத்தில் போய்க் குனிந்து உற்றுப் பார்த்தான்.

'சாரே... இங்க வா!'

'என்ன பாலிசு.'

'இங்க வந்து குனிஞ்சு பாரு சாரே.'

நானும் அவனைப் போலவே கிட்டத்தில் போய் நின்று குனிந்து உற்றுப் பார்த்தேன். பாம்பின் படம் மினுங்கியதைப் போலவே கறுப்பு முத்துக்களைக் கோர்த்தது போல் ஒளி வெள்ளத்தில் மினுமினுத்தது ஒரு பெரிய தேன்கூடு. பாலிஸ் பாம்பு போலவே விரல்களைக் குவித்து வைத்துக்கொண்டு அப்படியே நான்கு விரல்களால் குளவிகளின் மேல் உரசினான். மேலே இருந்த குளவிகளையெல்லாம் ஒதுக்கி தேன்கூட்டின் கீழ்ப்பகுதிக்குக் கொண்டு வந்தான். குளவிகள் ஒதுங்கிய பின் மேலே இருந்த தேன்குடம் வெள்ளையாய் மின்னியது. தேனடையின் எல்லாக் கண்களும் நன்கு அடைபட்டிருந்தன. அப்படியே சோத்துக் கரண்டியால் சோத்தை அள்ளுவதைப் போல் உள்ளங்கையில் எடுத்து எடுத்து என்னிடம் கொடுத்தான். விரித்து கையேந்திய என் இரு கைகளிலும் தேனடை நிரம்பியது. பக்கத்தில் உட்கார்ந்துகொண்டு மூன்று பேரும் இட்லியைப் பிய்த்துச் சாப்பிடுவதைப் போல தேனடையைச் சாப்பிட்டோம். சுத்தத் தேனின் தித்திப்பில் உதடு ஒட்டியது.

'தேன் தட்டு இருக்கிறத எப்பிடி பாலிசு கண்டுபிடிச்ச?'

'அதுதான் பாம்பு இருந்துச்சில்ல.'

'பாம்பு இருந்தா?'

'பாம்பு எப்பிடிக் கெடந்துச்சு பாத்தியில்ல, படுத்துக்கிட்டுத் தேன் குடிச்சது.'

'பாம்பக் கொளவி கொட்டாதா பாலிசு?'

'இப்ப என்னயக் கொட்டவா செஞ்சது?'

'இல்ல.'

'அத்து மாதிரிதான் பைய்ய கொடத்துல வாய வச்சு வேண்டிய மட்டும் உறிஞ்சிக் குடிச்சிட்டு அலுங்காமக் குலுங்காமப் போயிரும்.'

'பாம்ப எதுக்குக் கொன்ன'

'கொல்லாம எப்பிடிக் கூடி தேன் எடுக்கிறது.'

'தேன் எடுக்காம வந்திருக்கலாம்ல.'

'அல்லாரும் இப்பிடி ஒதுங்கிப் போயி வழிவிட்டுட்டா, ஒலகத்துல எந்தப் பிரச்சனையுமே இல்லே சாரே...'

'பாம்பு ஒன்னய என்ன செஞ்சது?'

'பாம்பு ஒரு வேட்டக்காரன். வேட்டக்காரனுக்கு வேட்டக்காரன் எதிரி, மனுசனுக்கு எதிரி மனுசன்தான அது மாதிரி வச்சுக்கோ சாரே!'

பாலிசு ஒரு பெரிய ஓடையின் உள் வாகரையிலேயே நடந்து போய்க்கொண்டிருந்தான். நானும் ஜம்புக் கிழவனும் இடப்பக்க கரையில் மேலேயே வந்துகொண்டிருந்தோம். மின்னட்டாம் பூச்சிகள் பறந்து திரிந்ததைப் பார்த்தபோது வெயிலில் மழை பெய்வதைப் போலிருந்தது. நொச்சிச் செடிகள் கூட்டங் கூட்டமாய் வனாந்திரமாய் வளர்ந்து கிடந்தன. திருகுக் கள்ளிக் கூட்டம் நிறைந்த ஒரு இடத்தில் வெளிச்சம் பாய்ந்தோடியது. கள்ளிக் கூட்டத்தின் தூரில் வெளிச்சம் மின்னியது. இரண்டு உருண்டையான கரும்பச்சை நிறப் புள்ளிகள் மட்டும் தீக்கங்காய் மின்னியது. இலேசாக லைட்டை பக்கவாட்டில் நகர்த்தி தலையை மேலும் கீழும் அசைத்துப் பார்த்தான். நாங்களிருவரும் கரையின்மேல் அசையாமல் நின்றோம். தொடர்ந்து வேகமாக எட்டு வைத்தான். அந்தப் பெரிய ஓடை ஆற்றில் போய்ச் சேர்ந்துகொண்டது. பரந்துவிரிந்துகிடந்த ஆற்று மணலில் நெறு நெறுவென்று தடம் பதித்து நடந்தோம்.

'ஏம் பாலிசு, ஓடைக்குள்ள கள்ளிச் செடித் தூர்ல பாத்தது குட்டி தானா?'

'இல்ல.'

'அப்புறம் ஏஞ் சுடல?'

'அது மொசல் இல்ல சாரே பூன!'

'இல்ல பாலிசு மொசல்தான். கண்ணு மினுங்கிச்சு.'

'ஒங்கண்ணும்தான் மினுங்குது நிய் மொசலா?'

'கண்ணு மினுங்னத நான் பாத்தன்.'

'பச்சக் கலரா மின்னுனா அது பூன, செங்களிச்சிக்கிட்டு மின்னுனா அது மொசலு, காதும் கண்ணும்தான் அடையாளம்!'

'பூனையைச் சுட மாட்டியா?'

'ஆராவது எளப்புச் சீக்குக்காரன் வந்து கேட்டா சுட்டுத் தருவன், இப்ப ஆரும் கேக்கல, சுட்டாலும் விக்க முடியாது, தேவையில்லாம எந்த உசுரயும் எதுக்குக் கொல்லனும்.'

ஆற்றின் மறுகரையில் ஏறி நடந்தான். ஆவாரஞ் செடிகளும் ஆதாளைச் செடிகளும் நிறைந்து கிடந்தன. எலிப் பொந்துகள் நிறைய உள்ள இடத்தில் வெளிச்சத்தைக் குவித்தான். பஞ்சுத் தலையணையைப் பிய்த்துப் போட்டது போல் வெள்ளை வெளேரென்று பெரிய இறக்கைகளை விரித்து வைத்தபடி மல்லாக்கப் படுத்துக்கிடந்தது ஒரு பறவை. விகாரமான அதன் முகம் மனித முகம் மாதிரியே தெரிந்தது. குட்டையான தடித்த அலகில் பெரிய எலி ஒன்றைக் குறுக்காகக் கவ்வியிருந்தது. எலியின் ஒரு பக்கக் கண்ணும் அந்தப் பறவையின் இரு கண்களும் வெளிச்சத்தில் மின்னின.

'இது என்னது பாலிசு?'

'கூகை.'

'கூகைன்னா?'

'கோட்டான் கேள்விப்படலியா? கோட்டான் அதுதான்.'

'சுடு.'

'சுடவா, அத்து நம்பள என்ன செஞ்சுச்சு, சுட்டா ஒன்னுக்குமே ஆகாது.'

'செத்துப் போனது மாதிரி கெடக்கு.'

'நம்ப வேட்டையத் தேடி அலையிறம், ஆனா வேட்ட அதத் தேடிவந்து மாட்டிக்கிருது. கூக வேட்டைக்குப் போறதே கெடையாது, படுத்துக்கிட்டே வேட்டையாடி முடிச்சிடும்.'

'அது எப்பிடி பாலிசு.'

'இப்பத்தான பாத்த, பறவைகள்ளயே ரொம்ப அப்பிராணி இந்தக் கூகதான். பகல்ல வெளிய வரவே வராது, பகல் வெளிச்சத்துல கண்ணு தெரியாது. எங்கயாவது பொந்து பொடவுக்குள்ள பகல் பூராவும் அடஞ்சு கெடக்கும். ராத்திரியாய்ட்டா வெளிய வரும், எலிப் பொந்து எங்க இருக்குனு பார்த்துப் பக்கத்துல போயிப் படுத்து இறக்கைகளை

விரிச்சிட்டு மல்லாக்கக் கெடக்கும். பொந்துக்குள்ளிருந்து எலி வெளிய வந்து இதப் பஞ்சுனு நெனச்சுக் கொறிக்கும். அப்படியே ஒரு பிடி லபக்குனு, எலி கூக வாய்க்குள்ளார மாட்டிக்கிரும். தப்பித் தவறி பகல்ல வெளிய வந்துட்டா பெராந்து, மைனா, கரிச்சான், காக்கா எல்லாமாச் சேர்ந்து இதக் கொத்தியே கொன்னுபோடும்.'

'எதுக்கு பாலிசு?'

'ஓடுற நாயக் கண்டா முடுக்ற நாய்க்குத் தொக்கு. பதிலுக்குத் திருப்பிக் கொத்தாது. வேகமா பறந்து தப்பிக்கவும் தெரியாது. ஏழ பெண்டாட்டினா எல்லாத்துக்கும் மதினிதான். நம்பளும் கூடச் சொல்றதில்லையா கூக மூஞ்சில முழுச்சிட்டுப் போனா எந்தக் காரியமும் நடக்காதுன்னு.'

பாலிசு சடக்கென்று சலிப்புடன் உட்கார்ந்துகொண்டான். பீடி ஒன்றை எடுத்துப் பற்ற வைத்தான். லைட்டைக் கழட்டி அணைத்துத் தரையில் வைத்தான். பீடிக் கங்கு கும்மிருட்டில் நெற்றிச் செந்தூரமாய் மின்னியது. தூரத்தில் ஆந்தையின் அலறலும் ஒரு பச்சைக் குழந்தையின் அழுகைச் சத்தமும் கேட்டது.

'பாலிசு பக்கத்துல கொழந்த அழுகுது.'

'வயிறு நெறஞ்சிருக்கும் அதான் கூக கூவுது. கொழந்தச் சத்தம் மாதிரியோன் இருக்கும். இந்தச் சத்தம் கேட்டா அதோட தொன எங்க இருந்தாலும் வந்து இணையும்.'

'அச்சா பச்சப்புள்ள கூப்டுற மாதிரியே இருக்கு பாலிசு.'

'சாரே, நிய் வந்த நேரம் மொசல் தட்டுப்படவே மாட்டேங்கு. பாம்பு தட்டுப்படுது, பூனை தட்டுப்படுது, ஆந்த, கூகை எல்லாம் தட்டுப்படுது, என்னோட சர்வீஸ்ல இப்பிடி நடக்கல சார்.'

'அப்ப கூகையைப் பாத்ததே இல்லையா பாலிசு.'

'ஏதாவது ஒன்னு தட்டுப்படும். இன்னக்கி என்னடான்னா அம்புட்டும் அதாத்தான் தெரியுது. அல்லாமே ஆக்கங்கெட்ட உசுப்பிராணிக, வேட்டையாடவே பிரியமில்ல சாரே!'

'மணி ரெண்டுதான ஆகுது பாலிசு, இனியும் நேரமிருக்கில்ல.'

'ஆத்துக்குள்ளார போவமா சாரு.'

'ஆத்துமணல்ல என்ன இருக்கும்.'

'நிய் வா சாரே போகலாம்.'

வறண்ட ஆறு நீண்டு கிடந்தது. லைட் வெளிச்சத்தில் குறுமணல்கள்

மின்னின. 'சரக் சரக்' என்ற காலடிச் சத்தம் பலமாய்க் கேக்கவும் செருப்பைக் கழட்டி, ஜம்புக் கிழவனிடம் கொடுத்தான். என்னையும் செருப்பைக் கழட்டி விடும்படி சைகை காட்டினான். குளிர்ந்த ஆற்று மணல் நடக்கச் சுகமாய் இருந்தது.

ஆற்றின் நடுவில் நடந்தபடியே இக்கரைக்கும் அக்கரைக்கும் வெளிச்சம் படும்படி கழுத்தை இடப்பக்கமாகவும் வலப் பக்கமாகவும் ஆட்டியபடியே நடந்தான். பரந்த ஆற்றுமணலில் ஒளி பாய்ந்தோடி விளையாடியது. திடீரெனப் பறப்பவனைப் போல் கைகளைப் பக்கவாட்டில் நீட்டியபடியே அசையாமல் நின்றான். ஒளிப்புள்ளியில் ஒரு முயல் ஜோடி புணர்ந்தபடியே நின்று கொண்டிருந்தது. தலையை அசைக்காமல் முழு ஒளியையும் அதன் முகத்தில் படியவிட்டபடியே மெதுவாகச் சத்தமின்றி எட்டுவைத்து முன்னேறினான்.

தரையில் நிற்கும் முயலும் அதன் மேல் எக்குப் போட்டபடி நின்ற முயலும் ஏறிட்டுப் பார்த்தன. நான்கு கண்கள் லைட் ஒளியில் தகதகத்தன. ஒரு நொடியில் எக்குப் போட்டிருந்த ஆண்முயல் மணலில் குதித்துப் பெண்முயலின் பக்கத்தில் நின்றுகொண்டது. இருட்டைக் கிழித்த தீப்பிழம்பும், அதைத் தொடர்ந்த துப்பாக்கி வெடித்த டமீர் என்ற சத்தமும் கேட்டன. சடக்கென மணலில் உட்கார்ந்துகொண்ட பாலிஸ் வேகவேகமாகக் குழாயினுள் மருந்தைச் செலுத்தினான்.

விருட்டென்று எழுந்துகொண்டவன், மீண்டும் அதே இடத்தில் லைட்டை அடித்தான். பெண்முயல் கால்களை விறைத்து நீட்டியபடி விழுக் விழுக்கென்று உதறியபடி மணலில் துள்ளிக்கொண்டிருந்தது. ஆண்முயல் அப்படியே அசையாமல் நின்றுகொண்டிருந்தது. பாலிஸ் அதையும் சுட்டு வீழ்த்தினான். நிதானமாக நடந்துபோய் இரண்டையும் காதுகளைப் பிடித்துத் தூக்கி வந்து ஜம்புவிடம் போட்டான்.

எதையோ யோசிப்பவனைப் போல் ஆற்றுமணலில் உட்கார்ந் திருந்தான். பீடி ஒன்றைப் பற்றவைத்து நிதானமாகப் புகையை ஊதினான். மருந்து கிட்டிக்காத வெற்றுத் துப்பாக்கியை ஆற்று மணலில் படுக்கப் போட்டிருந்தான். ஜம்புக் கிழவன் கால்களை ஒடித்துக் கம்புக்குள் சொருகுவதற்காக முயற்சித்துக்கொண்டிருந்தான்.

'என்ன பாலிசு பேசாம ஒக்காந்திட்ட.'

'என்னா செய்யச் சொல்ற?'

இரவின் மரணம் ✦ 459

'மருந்து கிட்டிக்கலியா?'

'...'

'ஏம் வாழ்க்கையிலேயே செஞ்ச பெரிய பாவம் இதான் சாரு. ஆயிரம் மொசல், லட்சம் உசுப் பிராணிய சுட்ருக்கன் இப்பிடியான பாவத்தச் செய்யவே இல்ல.'

'மொத மொசல டமீர்னு சுட்டயில்ல பாலிஸ், அம்புட்டுப் பெரிய சத்தம் கேட்டும் அந்த மொசலு ஓடலியே ஏம் பாலிசு!'

'நாங்கூட ஓடிருக்கும்னுதான் நெனச்சன் சாரே, கண்ணு தெரியாட்டாலும் பக்கத்துல துப்பாக்கிச் சத்தங் கேட்டும் ஓடலியே, குருட்டு மானக்கி பயத்துல ஓடிரும் சாரு.'

'அதுதான் எனக்கும் ஆச்சரியம் பாலிசு'

'சாரே...'

'ம்...'

'ஒங்கண்ணு முன்னால ஒம் பொண்டாட்டிய ஒருத்தன் குத்திக் கொல்றான். நிய் ஓடிருவியா சாரே!'

'ஓட மாட்டேன்.'

'அப்புறம் என்ன பண்ணுவே?'

'அவனோட சண்ட போடுவன். கத்துவன்.'

'நிய்யும் குத்துப்பட்டுச் சாவ.'

'...'

'அதுதான் இப்ப நடந்திருக்கு சாரே, ஆண் மொசல் கையில துப்பாக்கி இருந்தா என்னயச் சுட்ருக்கும், துப்பாக்கி இல்ல, நான் செயிச்சுட்டன்.'

'பாலிசு எனக்குக்கூட மனசு வருத்தமா இருந்தது பாலிசு. ரெண்டாம் முயல நிய் சுடப்போகும்போது வேண்டாம்னு சொல்லனும்னு நெனச்சன்.'

'சாரே, நிய் சொல்லியிருந்தா சத்தியமா நாஞ் சுட்ருக்கமாட்டன் சாரே...'

'ஏம் பாலிசு மொயல் ஆத்துமணல்லதான் காதல் பண்ணுமா?'

'அல்லாச்சனமும் ஆத்துமணலுக்குப் போகத்தான் ஆசப்படுது. அது மாதிரித்தான் மொசலுக்கும் ஆச இருந்திருக்கும். ஓம் பாட்டனும் ஓம் பாட்டனோட முப்பாட்டனும் காதல் செஞ்ச எடம், குடி இருந்த எடம்,

ஏதோ ஒரு ஆறுதான. அந்தப் பழைய ஞாபகம்தான் மனுசன் ஆத்துக்கும் மலைக்கும் போக நாயா அலையிறான். நிய் வேட்டப் பிரியத்துல பாலிசோட இப்பிடி அலையல சாரே… ஒங்க தாத்தா பாத்த வேல, ஒங்க பூட்டன் பாத்த வேலைய இன்னிக்கு நிய் பாக்க அம்புட்டுத்தான்.'

மணல்கள் நிறைந்த வறண்ட வெற்று ஆறு நீண்டுகிடந்தது. நெற்றியிலிருந்து பாய்ந்து வரும் லைட் ஒளி மணலில் பட்டு மின்னியது. மூன்று பேரும் மணலில் வட்டமாய் உட்கார்ந்திருந்தோம். கால்கள் பின்னிய கம்புக்குள் சொருகிய மூன்று முயல்களும் துப்பாக்கியின் பக்கத்தில் கிடந்தன. ஆற்றங்கரை வாகரையில் சரசரவென்ற சத்தமும் அதைத் தொடர்ந்து நிலம் அதிர திடுதிடுவென்று ஏதோ ஓடுவது மாதிரியான சத்தம் கேட்கவும் பாலிஸ் எழுந்து சத்தம் வந்த திசையில் ஏறிட்டுப் பார்த்து லைட்டை அடித்தான். அவன் மட்டும் தனியாக நடந்து போய் ரொம்ப நேரங்கழித்து திரும்பி வந்தான். நாங்கள் இருவரும் மணலில் கால் நீட்டி உட்கார்ந்திருந்தோம். ஒருவர் முகம்கூட ஒருவருக்குத் தெரியவில்லை. கிட்டத்தில் வந்ததும் லைட்டை அணைத்துவிட்டு உட்கார்ந்தான்.

'என்ன பாலிசு, என்ன ஓடுச்சு?'

'பிசாசு.'

'பிசாசா?'

'அப்புறம் ஒன்னயும் காணும்னா பிசாசுன்னு வச்சிக்கிற வேண்டிதான்.'

'எனக்குப் பயமா இருக்கு பாலிசு!'

'பயந்தா என்னாத்துக்கு வேட்டைக்கு வர்ர?'

'பேய், பிசாசுன்னா பயம் வரத்தான செய்யும்.'

'நானும் பேய்தான், நிய்யும் பேய்தான், இந்த ஜம்பும் பேய்தான். ஒலகத்துல அல்லாருமே பேய்தான, அப்புறம் என்னாத்துக்கு பயப்படணும்?'

'…'

'சாரே… நிய் பேய் பிசாசு பாத்துருக்கியா?'

'இல்ல!'

'அப்புறம் என்னாத்துக்குப் பயப்படுற?'

'நிய் பாத்திருக்கியா பாலிசு?'

‘பாத்திருக்கியாவா? பொழச்சது மறு பொழப்பு, இந்தா ஜம்பு கிட்டக் கேளு சொல்வான். தெக்க உருளக்குடி தெரியுமா சாரே, உருளக்குடி. அங்க ஒரு பெரிய கம்மா இருக்குது. கம்மா வாகரையில சுடுகாடு. கம்மாய்க்குள்ள நானும் ஜம்பும் மட்டும். பதினேழு மொசலு அடிச்சாச்சு, இவனால ஒத்தையில சொமக்க முடியல. கரமேல இவன உக்கார வச்சிட்டு, நான் மட்டும் போய்க் கம்மாக்குள்ள நிக்கன். பெரிய பெரிய கருவமரம் கம்மா பூராவும் கிய்ய்னு இருக்கும். இதே துப்பாக்கிதான் புத்தம் புதுசு, ஒரு மொசலு நிக்வே மாட்டேங்கு. நானும் விடாம வெரட்டி பின்னாலயே போறன். கடேசில பாத்தா சுடுகாட்டு ஆலமரத்துப் பக்கத்துல போயி மொசலக் காணும். ஆலமரத் தூர் பூராவும் விழுது மூடிக் கெடக்கு. மரத்தடியில நின்னு சுத்திச் சுத்தி லைட் அடிச்சா ஒன்னயும் காணும். மரத்து மேலருந்து பொத்துனு காலடியில் என்னமோ விழுந்துச்சு. என்னாதுன்னு லைட்ட தரையில அடிச்சுப் பார்த்தா, தோள் பட்டையிலிருந்து அப்பத்தான் இனுங்கிப் போட்ட ஒரு மனுசக் கை. எனக்கு பயம் வந்து போடிச்சு. சரின்னு அண்ணாந்து லைட்ட மேல விட்டன் பாரு...’

‘பாலிஸ் லைட்ட எரிய விடு பாலிஸ், எனக்குப் பயமாயிருக்கு.’

‘அப்படியே ஜடை முடியோட சம்மணம் போட்டு அந்தரத்ல உட்கார்ந்திருக்கு. அதச் சுத்தி மனுசத் தலக, கைக, கால்க, முழு உடல் அம்புட்டும் தொங்குது. கூக எலியக் கவ்வியிருந்தது பாரு அதே மாதிரி, ஒரு பச்சக் கொழந்தய கவ்வியமானக்கி, மொகத்துல லைட்ட அடிச்சனோ இல்லயோ ஒரே ஓட்டம் தெக்காம, ஜம்பு இருக்ற எடத்தப் பாக்க, பின்னால திரும்பிப் பாத்தா ஒரு நாய் என்னைய வெரட்டிட்டே வருது. அந்தானக்கி திரும்பி நின்னுக்கிட்டு சுட்டம் பாரு, சத்தமே கேக்காம வாங்கிக்கிருச்சு சாரே... டிப்னு இந்த கேப் வெடி வெடிக்கும்ல அத்து மாதிரி வெடிக்குது, ஒரே ஓட்டம் ஜம்பு மேலேயே போய் விழுந்தன், மூணு மாசம் துப்பாக்கியவே கையில தொட முடியல. அதே எடத்லதான் ராசாப்பயலும், அருணாச்சலமும் மாட்டிக்கிட்டாங்க. ரெண்டு பேருக்கும் கையும், காலும் வெளங்காமப் போயி அருணாசலம் செத்தே போனான். ராசாப்பய கால இழுத்துக்கிட்டு அலையிறான்.’

‘நாளக்கி என்னோட வா சாரே. நாங் காட்றன். நிய்யே பாரு!’

‘...’

பாலிஸ் துப்பாக்கியை எடுத்து மருந்தைக் கிட்டித்தான். நேரமாகி விட்டபடியால் ஈரக்காற்று உடம்பை வருடிச் சென்றது. ஆற்றுமணலை

விட்டுக் காட்டுக்குள் நடந்தான். பெரிய வண்டிப்பாதை ஒன்று குறுக்கிட்டது. பக்கத்தில் ஏதோ ஒரு ஊர் இருப்பதற்கு அத்தாட்சியாகத் தூரத்தில் போஸ்ட் கம்பங்களில் லைட் வெளிச்சம் மங்கலாய் தெரிந்தது. மூவரும் வண்டிப்பாதை வழியே ரொம்ப தூரம் நடந்து குறுக்காகச் செல்லும் தார் ரோட்டையும் கடந்து காட்டுக்குள் நடந்தோம். பாலிஸ் கொஞ்சம் வேகமாகவே எட்டுவைத்தான். சடக்கென நின்றவன் லைட்டைப் பரவலாகப் பாயவிட்டான்.

வானத்து நட்சத்திரங்கள் அம்புட்டும் தரையிறங்கி வந்து எங்கள் முன்னால் நிற்பதுபோல் ஆயிரக்கணக்கான கண்கள் பச்சை நிறமாய் மின்னின. நான் வானத்தை அண்ணாந்து பார்த்து நட்சத்திரங்கள் இருப்பதை உறுதிசெய்துகொண்டேன். அசை போட்டபடியே அலுங்காமல் படுத்துக் கிடந்தன ஆயிரக்கணக்கான கிடை ஆடுகள்.

பாலிசு அப்படியே நின்றுகொண்டு தலையைப் பக்கவாட்டில் அசைத்தான். மிதுக்கம் பழங்களைப் போல் துருத்திக்கொண்டிருந்த அத்தனை கண்களும் ஒளியை வாங்கி வர்ண ஜாலம் காட்டின. திடீரென எருமைக் கன்றுக்குட்டியைப் போன்ற பெரிய கறுப்பு நாய் ஒன்று பலமாகக் குரைத்துக்கொண்டே ஒளியையே வழியாக்கிக் கொண்டு பாய்ந்து வந்தது. இருவருக்கும் நடுவில் நான் பயந்தபடியே நின்றுகொண்டிருந்தேன்.

நாய் ரொம்பவும் கிட்டத்தில் வந்துவிட்டது. பாலிசு என்னை உரசிக்கொண்டே இரண்டு எட்டு பின்னால் நகர்ந்தான். அது வாயைத் திறந்து குரைப்பது வெளிச்சத்தில் பார்க்கப் பயமாயிருந்தது.

'பாலிசு சீக்கிரம் சுடு.'

'என்னாத்துக்கு?'

'நாயி கடிச்சிரும்.'

'நாயின்னா கடிக்கத்தான் செய்யும்.'

'யே... பாலிசு இப்பவும் ஒனக்கு வெளையாட்டா?'

'அத்தோட வேலைய அது பாக்குது.'

லைட் வெளிச்சத்தில் நாய்க்கு அதற்குமேல் கண் தெரியவில்லை போலும். அப்படியே குரைத்துக்கொண்டு நின்றது. இரண்டு கண்கள் மட்டும் சிவப்புப் புள்ளிகளாய் மின்னிக்கொண்டிருந்தன. பாலிஸ் பலமாகச் சத்தம் போட்டுச் சொன்னான்.

'சாமியோய், நரிக்கொறவன், வேட்டக்காரன் சாமியோய், சாமியோ...வ்'

இரண்டு பேர் நடந்து வருவது வெள்ளையாய்த் தெரிந்தது. அவர்கள் நாயை அதட்டியவுடன் நாய் குரைப்பதை நிறுத்திக்கொண்டு அவர்களை மறுகியது. பாலிஸ் லைட்டை கழுத்துக்கு இறக்கிச் சரி பண்ணிக்கொண்டான்.

'ஏன்டா டேய் கெட கெடக்கிறது தெரியலையா?'

'தெரிஞ்சா எதுக்கு இப்படிக் கூப்பாடு போடுறம்.'

'எத்தனை மொசல்டா கெடச்சது?'

'மூணுதாஞ்சாமி.'

'என்னடா கொறையா இருக்கு. மொசல் தட்டுப்படலியா.'

'நாயச் சுடச் சொன்னிய சாரே... சுட்டா இவ்ரு நம்பளச் சும்மா விட்ருவாரா? கையில பாத்தியா என்ன வச்சிருக்கார்னு'

'...'

'சுட்டா நாயி செத்துப் போகும். ஆடுக பூராவும் கந்து கந்தா காத வழிக்கு ஓடிப்போகும். அப்புறம் எந்த நரிக்கொறவனாவது இந்தப் பக்கம் லாந்த முடியுமா? வேட்டக்காரன எங்ஙன கண்டாலும் அடிப்பாங்க.'

கிடை காவல்காரர்கள் இருவரும் சிரித்துக்கொண்டார்கள். ஒருவர் கையில் டார்ச் லைட்டும், அரிவாளும் இருந்தது. இன்னொருவர் வேல் கம்புடன் கம்பீரமாக நின்றார்.

'நிய் நரிக்கொறவன் பயப்பட மாட்ட, அவரு பயந்திருப்பாரு.'

'பயப்பட்டா எப்பிடி சாமி கஞ்சி குடிக்கிறது. இந்த நட்ட நடு ராத்திரியில விடிய விடிய முள்ளு மொடலுக்குள்ள அலையிறது எப்பிடி?'

'என்ன செய்ய வயிறுனு ஒன்னு இருக்கே...'

கிடை காவல்காரர்கள் இருவரும் ஈயச் சட்டியைக் கல் அடுப்பில் வைத்துத் தீப்பற்ற வைத்துக்கொண்டிருந்தார்கள். டார்ச்லைட், வீச்சரிவாள், வேல் கம்பு இவற்றோடு பக்கத்தில் நாயும் படுத்துக் கிடந்தது. பாலிஸ் நாயின் முதுகைத் தடவியபடியே இருந்தான்.

'செத்த இப்படி உக்காருடா. காப்பி குடிச்சிட்டுப் போகலாம்.'

மூன்று பேரும் உழவுகட்டிக்குள் நன்றாக உட்கார்ந்தோம். ஆட்டின் கொச்சை வாடை மூக்கில் ஏறி வயிற்றைக் கொமட்டியது. நாய் கொஞ்ச நேரத்தில் எழுந்து போய்க் கிடையைச் சுற்றிச் சுற்றி வந்தது.

‘ஏன்டா வெறும் செருப்ப மட்டும் போட்டிருக்கியே, பூச்சிப் பொட்டுத் தட்னா என்ன செய்வ?’

‘பூச்சிக் கடிச்சா சாவன், வேட்டக்காரன் அத்தெல்லாம் பாத்தா எப்பிடி?’

‘மொழங்கால் வரைக்கி கொழாய் மாதிரி பூட்ஸ் போட்டுக் கிறலாம்ல்ல’

‘ஆரு இழுத்து நடக்கிறது?’

‘நெறய்யப் பேரு போட்ருக்கான்ல்லடா?’

‘உசுருக்குப் பயந்த பயக போட்ருப்பான், பாம்பால மட்டும்தானா மனுசனுக்குச் சாவு, வெளியே போற உசுற என்னத்தப் போட்டு மூடி வக்க முடியும். எல்லாத்துக்கும் ஒரு நாள் சாவு. வேட்டக்காரனுக்கு நித்தம் சாவு.’

மௌனமாகிப் போன கிடைகாரர் தன்னுடைய பெரிய மீசையைப் புறங்கையால் ஒதுக்கிக்கொண்டே பீடி ஒன்றைப் பற்றவைத்தார். பாலிசுக்கும் ஒன்றை நீட்டினார். தூக்குவாளி நிறைய ஆட்டுப்பால் பீச்சிக்கொண்டு வந்தவர், சட்டியை இறக்கிக்கொண்டிருந்தார். ஐம்புக்கிழவன் கோயில் சிலையைப் போல் அசையாமல் உட்கார்ந்திருந்தான். கிடைகாரர் என்னையே உற்றுப் பார்த்தார்.

‘இந்தாளு ஆருடா?’

‘உசுரு எப்பிடிச் சாகுதுன்னு பாக்க வந்திருக்காரு.’

‘பாத்தாரா?’

‘நல்லாப் பாத்தாரு, ஏம் பாவத்துல பாதிய வாங்கிக்கிட்டாரு.’

‘என்ன சாரே... பேசாம இருக்க... சொல்லு.’

‘...’

‘சாரு இன்னக்கி உசுரு எப்படி உருவாகுதுங்கிறதையும் பாத்தாரு, என்னா சாரே கெணத்து வாகரையில பாத்தையில்ல உசுரு உருவாச்சில்ல, ஆத்துக்குள்ள பாத்தையில்ல எப்பிடி உசுரு உருவாகுதுங்கிறத ரெண்டும் ஒன்னுதாஞ் சாரு. எல்லா உசுரும் உருவாகிறது கெணத்துக்குள்ளயும், ஆத்துக்குள்ளயும், காட்லயும், மலையிலயும்தாஞ் சாரு. வீட்டுக்குள்ள இல்ல. வீடு என்னா வீடு, லைட்ட அமத்திட்டா அதுவும் காடுதான், காட்ல உருவாகுறதுனால தான் செத்தப் பெறவு காட்டுக்கே கொண்டாந்திரோம்.’

கிடைகாரர் சூடான காப்பியை எல்லாருக்கும் கொடுத்தார்.

கிடைக்கும் என்று நினைத்துக்கூடப் பார்க்காத காப்பி. எதிர்பாராத யோகம், பாலிசுக்குப் பெரிய முயல் கிடைத்ததைப் போல.

'இந்த லைட்டு செய்யணும்னா எவ்வளவுடா ஆகும்?'

'என்னாத்துக்கு லைட், நிய் வேட்டக்காரனா ஆகப்போறியா?'

'லைட் அடிச்சு வலை வச்சு அமுக்கிப் புடிக்காங்கள்ளடா.'

'அம்பத வெரட்டி விட்டுட்டு அஞ்சப் பிடிப்பான்.'

'கெடச்சது லாபம், நம்ம என்ன மொதல் போட்டா தவிச்சுப் போறம்.'

'கேட்டயா சாரே, அல்லாருமே வேட்டக்காரங்கதான்னு நாஞ் சொன்னது சரியாப் போச்சா. நம்ம பாட்டனும் பூட்டனும் மலைகள்ள அலஞ்ச மிச்ச சொச்சம்தான் அந்த ஆச.'

பாலிஸ் தன் வலது காலை நீட்டி முட்டுக்குக் கீழ் இருந்த பெரிய தழும்பில் லைட் அடித்தான். தோல் இழந்து ஒட்டிப் போயிருந்த, அந்த இடம் வெளிச்சத்தில் மினுங்கியது. எச்சிலைத் தொட்டு உரசிக் காண்பித்தான்.

'ஏழு வருசம் ஆச்சு சாரே... கட்டுவிருசம் பாம்பு கடிச்சது. செத்துப் பெழச்சன் சாரே, நேரா மொசல வெரட்டிட்டே போனம் பாரு, காலடில லைட் அடிக்க முடியல, இப்படியே அண்ணாந்துட்டே போனம் பாரு, நடு முதுகுல நலுக்னு மிதிச்சிட்டன் அப்பிடியே மாறி கெண்டக் கால்ல கடிச்சமானக்கி காலோட ஒட்டிக்கிருச்சு. பல் பூராவும் சதைக்குள்ள பூந்துக்கிருச்சு. அப்பிடியே நிக்கன், லைட்ட அடிச்சுப் பாத்தா பாதிப் பாம்பு என்னோட கால் மிதிக்குள்ள, பாதிப் பாம்பு காலோட ஒட்னமானக்கி. நல்ல பாம்புனா அஞ்சாறு கொத்துக் கொத்திருக்கும். விருசம் பாம்பு பாரு இப்பிடிக் கவ்வித்தான் பிடிக்கும். ஒரே பிடிதான். அப்பிடியே நின்னுக்கிட்டுத் தலைய ரவுண்டு சுத்துனன், ரவுண்டு சுத்தி லைட்ட அடிச்சா ஆபத்து ஓடியானு அர்த்தம்.

தூரத்துல இருந்த வேட்டக்காருக அல்லாரும் ஓடியாந்து அப்பிடியே பாம்ப காலோட அமுக்கிப் புடிச்சுக் கொன்னு, மூணு பேட்டரிய ஒன்னா ஜாயிண்டு பண்ணி கரண்ட வச்சு, அப்புறம் கத்தியால சதையக் கிழிச்சு, ரத்தத்தப் பூராத்தையும் பிதுக்கி எடுத்து, முட்டுக்கு மேலே இறுக்கிக் கெட்டுப் போட்டு ரெண்டு பேரு சொமந்து ரோட்ல கொண்டாந்து போட்டாச்சு. அப்புறம் லாரிய நிறுத்தி ஆஸ்பத்திரி போய்ச்சேர்ந்து, அப்பிடியும்கூட எச்சில் துப்புனா ரத்தம்,

ஒன்னுக்கிருந்தா ரத்தம் ஒரு மாசங்கழிச்சு வீடு வந்து சேந்தன். இது மாதிரி எத்தனையோ ஆபத்து. கடலுக்குள்ள போறவனும் காட்டுக்குள்ள போறவனும் கரையேறுறது மறுபெறப்பு.'

நேரம் ஆகிவிட்டபடியால் கிடைகாவல்காரர்கள் ஆடுகள் எல்லாவற்றையும் எழுப்பிப் புஞ்சையின் மறுபக்கத்தில் படுக்க வைப்பதற்காக ஆயத்தமானார்கள்.

'சாரே, வெரண்ட மொசல் மேய வர்ற நேரம் இதுதான் சாரே, வா... போகலாம், சாமியோவ் மொசல் வேணுன்னா ஒன்னு எடுத்துக்கோ சாமி.'

'இன்னிக்கி வேணாம்டா. ஒனக்கு வேட்ட சாயல, இன்னொரு நாளக்கி வரும்போது பாப்பம்.'

''வெரண்ட மொசல்னா என்ன பாலிசு?'

'ஆட்டுக்காரரு சொன்னார்ல்ல, லைட் அடிச்சு வல வச்சு அமுக்கிப் பிடிக்கிறாங்கன்னு, அவங்க இப்ப ஊருக்குப் பத்துப் பேரு இருக்கான். மொசல் பிடிக்கேன், மொசல் பிடிக்கேனு அல்லா மொசலையும் களச்சு வெரள வெச்சுப்புட்டான். பவர் கொறஞ்ச லைட் வெளிச்சம் இருக்கக்கூடாது, நம்மளோட நெழலு அது கண்ணுக்குத் தெரியக் கூடாது. நம்பளோட காலடிச் சத்தம் கேட்டால் போச்சு, எம்புட்டுத் தூரம் இருந்தாலும் காலடிச் சத்தத்த மொசல் காது வாங்கிக்கிரும், அத ஏமாத்தத்தான் இந்த கிர்ர்ங்கிற சத்தம், இத்தனையுமில்லாம எல்லா மொசலையும் வெரட்டி, வெரட்டிச் சீரழிச்சு இப்ப வெளிச்சத்தக் கண்டுட்டாலே பாதி மொசலு நிக்க மாட்டேங்கு. இன்னும் பாதி மொசலு விடியப் போற நேரம்தான் மேச்சலுக்கே வருது. வேட்டக்காரங்க போயிருப்பாங்கன்னு தெரிஞ்சிக்கிருச்சு, எல்லாமே களபட்டுக் கெடக்குது.'

பாலிஸ் சொன்னது மாதிரியே லைட்டு வெளிச்சம் கண்ட உடனேயே ஒரு முயல் குதித்துக் குதித்து ஓடியது. பாலிஸ் விடாமல் விரட்டிக்கொண்டு போனான். நிற்பதும் ஓடுவதும் முயல் ஒரு இடத்திலும் நிற்காததால் ஒளி வட்டப் புள்ளியில் முயலின் முகத்தைச் சிக்கவைக்க முயவில்லை. எங்களால் பின்தொடர்ந்து செல்ல முடியாதபடியால் நானும் ஜம்புக் கிழவனும் பொட்டலில் உட்கார்ந்து கொண்டோம். லைட்டின் வெளிச்சம் ரொம்பத் தூரத்தில் தெரிந்தது. துப்பாக்கி வெடித்த சத்தம் கேட்கவேயில்லை. அந்தச் சத்தத்திற்காக இருவரும் காதைத் தீட்டிக்கொண்டு உட்கார்ந்திருந்தோம்.

எங்கள் தலைக்கு மேலாகப் பறந்து சென்ற குருவி ஒன்று 'வீச்'

என்று ஒற்றைச் சத்தத்தை எறிந்துவிட்டுச் சென்றது. ஜம்புக் கிழவன், ‘ச்சீ... ஆக்கங்கெட்ட கழுத’ என்றவாறே புளிச்சென்று எச்சிலைத் துப்பினான். சேலம் பட்டணம்பொடியை வாய்நிறைய ஒதுக்கி வைத்து நிறைய்யச் சேர்த்து வைத்திருந்த எச்சில், முட்டை உடைந்ததைப் போல் துள்ளிக் கீழே விழுந்தது. என்னுடைய மேலிலும் ஒன்றிரண்டு எச்சில் உமிகள் பட்டன. கைகளால் துடைத்து விட்டுக்கொண்டேன்.

‘இது என்ன குருவி ஜம்பு?’

‘சா குருவி.’

‘சா குருவின்னா?’

‘இது சாமானியமா கூப்புடாது. கூப்புட்டுச்னா அந்த நேரம் எங்கயாவது ஒரு சாவு நடந்திருக்கும். சமயத்துல வீட்டு மேலகூட வந்து உட்காந்து கூப்பிட்டுட்டுப் போகும். மூணாம் பக்கம் அந்த வீட்டுக்குச் சாவு வரும்.’

ஜம்புவும் நானும் எழுந்து நின்றுகொண்டு பாலிஸ் போன திசையையே உற்றுப் பார்த்தபடி இருந்தோம். ஆடாமல் அசையாமல் லைட் மட்டும் எரிந்துகொண்டிருப்பது துல்லியமாய்த் தெரிந்தது. துப்பாக்கி வெடித்த சத்தம் கேட்கவேயில்லை.

‘சாரே... நம்ம அப்படியே மொல்ல மொல்லப் போவம், ஒரு வேளை மொச தப்பிச்சிருக்கும். நம்ம வரட்டும்னு பாலிஸ் அங்ஙனயே நின்னாலும் நிப்பான்.’

‘லைட் சிக்னல் குடுப்பான்ல்ல, இப்பிடியா அசையாமல் நிப்பான்.’

‘எதுக்கும் மெதுவா போவம் சாரே.’

இருவரும் காலடி பார்த்து மெதுவாய் எட்டு வைத்து நடந்தோம் கும்மிருட்டில், பாதையில்லாத காட்டில் நடக்கப் பயமாகவும் சங்கடமாகவும் இருந்தது. என் கையைப் பிடித்துக்கொண்டு நீண்ட கம்பால் பாதையின் முன்னால் அடித்து அடித்து சத்தம் எழுப்பிக் கொண்டே நடந்தான். அவன் காலடியிலேயே நான் எட்டுவைத்தேன். லைட் எந்தவித அசைவும் இல்லாமல் வடக்காமல் ஒளியைப் பாய்ச்சிக் கொண்டிருந்தது. ஒரு வழியாகத் தட்டுத் தடுமாறிப் பக்கத்தில் போய்விட்டோம்.

பாலிஸ் அப்படியே குனிந்தபடி முயலைக் குறி பார்ப்பதைப் போல் துப்பாக்கியைப் பிடித்தபடியே அசைவற்று இருந்தான். இருவரும் அவனுக்குப் பின்னால் நின்றுகொண்டு ஒளிப்புள்ளியை உற்றுப்

பார்த்தோம். ஒளிப்புள்ளி எந்தவொரு இடத்திலும் மையமாகக் குவியாமல், தரையைத் தொடாமலேயே நீண்டு போய்க்கொண்டிருந்தது.

ஜம்புக் கிழவன் மெதுவாய்க் கூப்பிட்டான்.

'பாலிஸ்... பாலிஸ்... பாலிசு... டேய் பாலிஸ்... டேய்... பா... லிஸ்...'

ஜம்புக் கிழவன் இரு முயல்களையும் தூரத்தில் வீசி எறிந்தான்.

'சாரே... குடி கெட்டுப் போச்சு சாரே... அய்யய்யோ... பாலிஸ் கரண்ட் கம்பிள மாட்டிட்டான் சாரே... 'அவன் இரு கைகளாலும் மடார் மடார் என்று தலையில் அடித்துக்கொண்டு கூப்பாடு போட்டான். எனக்கு என்ன செய்வதென்று ஒன்றும் புரியவில்லை.

பாலிசைப் பிடித்து இழுப்பதற்காக வேகமாக ஓடினேன். ஜம்புக் கிழவன் என்னைப் போகவிடாதவாறு கட்டிப் பிடித்து இழுத்து மல்லுக் கட்டினான். இருவரும் அழுதபடியே பயந்து பயந்து மெதுவாகப் போய்க் கிட்டத்தில் உற்றுப் பார்த்தோம்.

பாலிஸ் தோட்டக் கரையின் கம்பி வேலியின் மேல் குப்பறப் படுத்திருந்தான். அவனுடைய அடி வயிற்றில் ஒரு கம்பியும், முதுகில் ஒரு கம்பியும் உரசியபடி இருந்தன. அவன் விரட்டிச் சென்ற முயல் வேலிக்குள் நுழைந்து தோட்டத்திற்குள் சென்றிருக்க வேண்டும். பாலிஸ் வெறும் கம்பி முள்வேலிதான் என்று குனிந்து உள்ளே போக முயற்சித்திருக்கிறான். மின்சாரம் பாய்ச்சப்பட்ட கம்பியில் வசமாய் மாட்டிக்கொண்டான்.

ஜம்புக் கிழவன் கையில் வைத்திருந்த நீளக் கம்பைக்கொண்டு பாலிசைக் குத்தித் தள்ளினான். பாலிஸ் வேலியோரம் மல்லாக்க விழுந்துகிடந்தான். கிட்டத்தில் உற்றுப் பார்த்தேன். சிவந்த மார்பில் அவன் குத்தியிருந்த புலி மானை விரட்டும் பச்சையைக் காணவில்லை. முகத்தில் இருந்து கால்வரை கரிக்கட்டையாய்த் தீய்ந்து போயிருந்தான். மல்லாக்கக் கிடந்தவன் மார்பில் துப்பாக்கிக் கிடந்தது. துப்பாக்கியை அணைத்துப் பிடித்து மல்லாக்கப் படுத்து உறங்குபவனைப் போல் கிடந்தான். நெற்றியிலிருந்து எரிந்து கொண்டிருக்கும் லைட்டின் வெளிச்சம் வானத்தை நோக்கிப் பாய்ந்தோடியபடி இருந்தது.

தரையில் விழுந்து சூரியனைப் போல் அந்த லைட் ஒளி பிரகாசித்துக் கொண்டிருந்தது. அவனுடைய லைட்டின் வெளிச்சத்தில் எத்தனை கண்கள் மின்னி மினுங்கியிருக்கின்றன. எப்போதும் ஏதாவது

இரண்டு கண்களைத்தானே தேடிக்கொண்டிருந்தது அவனுடைய மூன்றாவது நெற்றிக்கண்.

இதோ இப்போது மின்னிக்கொண்டிருக்கும் லட்சக்கணக்கான நட்சத்திரங்கள் உன் லைட்டின் ஒளி பட்டுத்தான் மின்னுகின்றன. நட்சத்திரங்கள் கண்கள் இல்லையா? அப்படியில்லையென்றால் உன்னுடைய லைட் வெளிச்சத்தை உள்வாங்கிக்கொண்டு ஒளிர்வானேன்? எல்லாக் கண்களுமே நட்சத்திரங்கள்தான்.

ஆண்டாண்டுக் காலமாய் நீயும் நானும் கொன்ற அத்தனை உசுப்பிராணிகளின் கண்கள்தான் அவைகள். வானத்தில் போய் ஒட்டிக்கொண்டு உன் லைட்டின் வெளிச்சத்தில் ஒளிர்கின்றன. சுடச்சொல்கின்றன. சுடு, பாலிஸ் சுடு, அந்தக் கண்களில் உன் பாட்டனுடைய கண்ணும் உன்னுடைய முப்பாட்டனுடைய கண்ணும்கூட இருக்கலாம். ஐம்புக் கிழவனும் நானும் விடியும் வரைக் காத்திருந்தோம். போட்டுவிட்டு ஓடிவிட்டால் நாயோ, நரியோ பாலிசைக் கடித்துவிடக்கூடும். பாலிஸ் சொன்னானே அதோட வேலய அது பாக்குது என்று, நாயும், நரியும் அதோட வேலையைத்தான் பார்க்கும்.

'சாரே... பேயடிச்சு செத்தாலும் பாலிசோட இங்ஙனயே செத்துப் போவம். அதுக்காகப் பயந்துபோயி பாலிச விட்டுட்டு நாம போகக் கூடாது சாரே...'

அவனுடைய மேலெல்லாம் தோல்கள் உரிந்து தாடியும், மீசையும் கருகி பார்க்கவே பரிதாபமாய் இருந்தது. கக்கத்தில் தொங்கிய பாட்டரி உள்ள மரப்பெட்டி தரையில் கிடந்தது. நெற்றியிலிருந்து லைட்டைக் கழற்றி எங்களுக்குத் தோதாக எரியவிட்டான் ஐம்புக் கிழவன். விடியும்வரை நாங்கள் இருவரும் பாலிசின் பக்கத்தில் உட்கார்ந்திருந்தோம்.

பாலிசைப் பற்றிய எல்லா விவரங்களையும் சொன்னான் ஐம்பு. முகம் மட்டுமே வெளியே தெரிய வெள்ளைத் துணியால் சுற்றப்பட்ட பாலிசின் உடலை ஆஸ்பத்திரியிலிருந்து வண்டியில் ஏற்றி அடக்கம் செய்து முடிக்கும்வரை கூடவே இருந்தேன். பாலிசின் பெண்டாட்டி கல்யாணியையும், தவழ்கிற அந்தச் சின்னக் குழந்தை யையும் பார்க்கப் பார்க்கப் பரிதாபமாயிருந்தது.

லாரி நின்றவுடன் கசமுசவென்று பேசிக்கொண்டும் காச்மூச் என்று கத்திக்கொண்டும் நரிக்குறவ ஆண்களும், பெண்களும் யூனியன்

பார்க்கினுள் போய்க்கொண்டிருந்தார்கள். கல்யாணியை இரண்டு பெண்கள் கைத் தாங்கலாகக் கூட்டிக்கொண்டு போனார்கள். சிரித்தால் பூச்சிதறும் சிவந்த அந்த வெள்ளந்தி முகம் சிறுத்துப்போய் இறுகிக் கிடந்தது. தலைமுடி அவிழ்ந்து அலங்கோலமாய் முகம் மூடிக் கிடந்தது. எல்லோரிடமும் சொல்லிக்கொண்டு கடேசியாய்க் கல்யாணியிடம் வந்தேன். அவள் குளித்துத் தலைமுழுகி ஈரப் பாவாடையுடன் நின்றாள். எனக்குக் கண்கள் கலங்கி மண்ணைக் கட்டியது.

'கல்யாணி, போய்ட்டுக் காலைல வர்ரேம்மா.'

அவளுடைய உதடுகள் துடித்தன. கன்னங்களில் கண்ணீர் உருண்டது. குடிசையை ஏறிட்டுப் பார்த்தேன். தவழ்ந்துபோன பாலிசின் பையன் அதே துப்பாக்கியைத் தொட்டு விளையாடிக் கொண்டிருந்தான்.

நான் ஒவ்வொன்றாய் வரிசையாகச் சொல்லச் சொல்ல விஷயம் கேள்விப்பட்டு, என்னுடைய வீட்டிலும் ஒரு கூட்டம் கூடிவிட்டது. என் மனைவி சத்தமாக வைதுகொண்டிருந்தாள். அடிக்கடி கண்ணீரையும் துடைத்துக்கொண்டாள். வீட்டுக்குள் வேகமாய் வந்த என்னுடைய சின்னப் பையன் ஓடிவந்து கட்டிக்கொண்டான்.

'எப்பா மயில் குட்டி போட்ருச்சுப்பா. பார்க்குக்குப் போயி குடுத்திட்டு வந்துருவமாப்பா.'

'...'

'நெசமாத்தாம்ப்பா ரெண்டு குட்டிப்பா, அன்னக்கி நரிக்கொறவன் ஏங்கிட்டக் குட்டி கேட்டாம்ல்லப்பா.'

'...'

பாலிஸ் அன்றைக்கு என் மகனிடம் விளையாட்டாகச் சொன்னதை நினைத்துக்கொண்டேன்.

'ஒலகத்துல இல்லாத, நடக்காத ஒன்னுக்குத்தான் நீயும் ஆசப்படுற, ஒங்க அப்பாரும் ஆசப்படுறாரு. நானும் ஆசப்படுறன். இந்த ஊரும் ஒலகமும் ஆசப்படுது.'

என் மகனின் உலகத்தில் மயில் குட்டி போட்டிருப்பது சத்தியமான உண்மை. விஞ்ஞானப் புத்தகத்தின் முப்பத்தி எட்டாம் பக்கத்தில் மயிலிறக்கை இரண்டு குட்டிகளைப் போட்டிருக்கிறது. என் மகனும் மிகவும் சந்தோஷமாயிருக்கிறான். எல்லோரிடமும் பெருமையாய்ச் சொல்லிக்கொண்டு சிரிக்கிறான். நாளை என் மகன் எனக்குத்

தெரியாமல் பாலிசின் கையில் கொண்டுபோய்க் கொடுக்க முயற்சிக்கலாம். அப்போது பாலிசின் மகன் துப்பாக்கிக் குழாய்க்குள் துணியைத் திணித்து சுத்தம் செய்துகொண்டிருக்கலாம்.

59

(அ)ஹிம்சை

அய்யா வீட்டு வாசல்படியை மிதித்த உடனேயே அவர் முகத்தில் குறுஞ்சிரிப்பாணி பொத்துக்கொண்டு வந்தது. இரண்டு உதடு களையும் கடித்து நமட்டிக்கொண்டாலும்கூட முகம் பிரகாசமா யிருந்தது. இப்படி அவர் முகத்தைப் பார்ப்பதே அபூர்வம். இப்படி அவர் முகம் மாறியிருக்கிறதென்றால் அவருக்குப் பிடித்தமான ஏதோ ஒரு சந்தோஷம் இருக்கும் என மூத்தவனுக்குத் தெரியும்.

'என்னய்யா காட்லருந்து வரும் போதே சந்தோஷம் பிச்சுக்கிட்டுப் போகுது.'

'...'

அவன் கேள்வியை அவர் காதில் வாங்கிக்கொண்டதாகவே தெரியவில்லை. காட்டிலிருந்து மேய்ந்துவிட்டு வந்த ஆடுகளுக்குத் தண்ணீர் வைக்க சருவச் சட்டியுடன் முற்றத்திற்கு வந்த அம்மா சொன்னாள்.

'கரிசக் காட்ல எதாவது கெடாரம் கெடச்சிருக்கும். ஒங்கப்பன் தெரட்டிட்டு வந்திருப்பான். போயி வாங்கி ரெங்குப் பெட்டிக்குள்ள வச்சுப் பூட்டு.'

அய்யா செருப்பு இரண்டையும் கழற்றி மூலையில் எறிந்தார். தொரட்டிக் கம்பைப் பனங்கட்டையில் தொங்கப் போட்டார். துண்டில் சுற்றி வைத்திருந்த பொட்டலத்தை மெதுவாய் அவிழ்த்தார். ஆவாரை இலைகளுக்கு மத்தியில் அழகாய் ஒரு கிளிக் குஞ்சி. சரியாய் ரோமம்கூட முளைக்காத பொட்டுக் கண்களுடன் சிவப்பாய் முந்திரிப் பருப்பு அலகுடன் நண்டுக் கால்களுடன் நடுங்கிக்கொண்டு நின்றது. அதன் மேல் ஒட்டியிருந்த ஆவாரை இலைகளையெல்லாம் ஊதிவிட்டார். பார்த்த உடனேயே அம்மா கடுப்பாகிப் போனாள்.

'சனியனே... இத எதுக்குக் கொண்டாந்த மைனா வளர்த்து

ரெண்டாப் போச்சு, இனிக் கிளிய வளர்த்து மூனாப்போக போகுதாக்கும்.'

அவர் எதையும் சட்டை செய்யவில்லை. கிளிக்குஞ்சியை ஊதிவிடவும் சிரிக்கவுமாக இருந்தார்.

அம்மா ஆடுகளுக்குத் தண்ணீர் வைத்துவிட்டுப் புலம்பிக் கொண்டே வீட்டுக்குள் போனாள். மூத்தவன் ஒவ்வொன்றாய்ப் பிடித்து முளைக்குச்சியில் கட்டினான்.

போன வருசமும் இதேபோல்தான் ஒரு நாள் சின்னஞ்சிறிய மைனாக் குஞ்சியுடன் வந்தார். புட்டாணிகூடத் தெறிக்காத அந்தப் பச்சமண்ணு காதுவரை வாயை வைத்துக்கொண்டு வளர்ந்த கால்களை ட'னாவைப் போல் மடக்கி வைத்துக்கொண்டு நடுங்கிக்கொண்டு நின்றது. அன்றைக்கும் அவர் யார் பேச்சையும் சட்டைசெய்யவில்லை. ஒரு கூடு செய்து, அந்தக் கூட்டிற்குள் அது நிற்பதற்காக ஒரு குச்சி செதுக்கிக் குறுக்காய்க் கட்டி, ஒரு சின்ன ஈயக் கிண்ணம் தயார் பண்ணி அதையும் கூட்டிற்குள் வைத்துக் கட்டி உள்ளே அடைத்தார்.

விடிந்தவுடன் அவர் முதலில் பார்ப்பது அந்தக் கூட்டைத்தான். அடுத்துதான் ஆடுகள் கட்டியிருக்கும் பக்கம் எட்டிப் பார்ப்பார். நாளாக நாளாக எல்லோருக்கும் அது பிடித்துப்போயிற்று. மினுமினுவென்று அதன் உடம்பெல்லாம் மின்னும் காப்பி கலர் ரோமமும், கழுத்தில் வட்டமாய்க் கோடு போட்டது மாதிரியான வெள்ளையும் பார்க்க அழகாய் இருந்தது. வாரம் இரண்டு தடவை மெனக்கெட்டு மஞ்சள் தேய்த்துக் குளிப்பாட்டிவிடுவார். ஈரம் எல்லாம் உணரும்வரை வெய்யில் தேடிப் போய் நின்றுகொண்டு மணிக்கணக்காய்க் காவல் இருப்பார். அது உடம்பைக் கால் மாற்றிக் கால்மாற்றிக் கோதிக் கோதி உரோமத்தைச் சிலித்துக்கொண்டு நிற்பதைக் கண் கொட்டாமல் உட்கார்ந்து பார்த்துக்கொண்டிருப்பார். இடது கை ஆட்காட்டி விரலை நீட்டி அதில் உட்கார வைத்து வலது கையால் முதுகைத் தடவிக்கொண்டேயிருப்பார்.

'யேல... ஊர் ஆடு பூராவும் மேயப் போயிருச்சு, ஓங்கப்பனப் பாரு மயினாவுக்கு ஓவினியம் பாத்திட்டு இருக்கிறத.'

'யேல, பெரியவன ஆராச்சும் கோயில்பட்டி போனா மறந்திராம ஒரு பழுத்த கொய்யாப் பழம் வாங்கியாரச் சொல்லிருடா.'

அவிழ்த்துவிட்ட ஆடுகள் பாதையைவிட்டு விலகி ஓட, ஒரு லொக்கோட்டம் ஓடி ஆடுகளை அதட்டி ஒன்றுசேர்ப்பார். சாயங்காலம் வந்தவுடன் ஆடுகளைக்கூடக் கட்ட மாட்டார்.

'யேய்... மணி, அய்யாவுக்கு ஒரு முத்தம் கொடு.'

ரோமத்தை நீக்கி இரைப்பையை ஊதிப்பார்ப்பார். வயிறு குறையாயிருந்தால் அம்மாவை முறைப்பார். இப்போது மணி சாதாரணமாக வெளியில் நடமாடும். கூரையின்மேல், வீட்டு முற்றத்தில் உள்ள வேப்பமரத்தில் என்று அதுபாட்டுக்குச் சுற்றித் திரிந்தது. மற்ற மைனாக்களிலிருந்து வித்தியாசம் காட்டுவது அதன் காலில் கட்டியிருந்த ஒற்றைச் சலங்கைதான். அது பறக்கும் போதும் தாவித் தாவி உட்காரும் போதும் சிலுக் சிலுக் என்ற சத்தம் கேட்டவுடன் வெற்றிலை எச்சில் கடவாயில் ஒழுக அண்ணாந்து கொண்டு சிரிப்பார்.

அன்று சாயங்காலம் அய்யா எப்படியோ மாறிப் போனார். மணி இன்னும் வீடு திரும்பவில்லை. கூரைகளிலும் மரங்களிலும் ஓடி ஓடித் தேடினார். மூத்தவனைக் கூப்பிட்டு அதட்டினார்.

'மைனா செத்துப் போச்சாம், நீயும் போயி செத்துப்போ.'

அம்மாவுக்குச் செம்மையான அடிவிழுந்தது. அவள் கூப்பாடு எட்டு வீட்டுக்குக் கேட்கும். அய்யா பரக்கப் பரக்க ஓடிக்கொண்டிருந்தார். இருட்டியபின் ரொம்ப நேரங் கழித்து வேப்ப மரத்தின் தாடிக் கொப்பில் சில்க் என்ற சத்தம். தொழுவத்தில் உட்காந்து முழித்துக் கொண்டிருந்த அய்யா வேகமாய் ஓடிவந்தார். மணி அவர் தோளில் உட்கார்ந்துகொண்டது. கூட்டுக்குள் அடைத்து விட்டு பானை சட்டியை எல்லாம் உருட்டினார். பழைய சோறு கொண்டு போய்க் கிண்ணத்தில் வைத்துவிட்டு பெட்டியைத் திறந்து கொஞ்சம் சேவு எடுத்துக் கூட்டுக்குள் போட்டுவிட்டுப் படுத்தார்.

விடிந்த போது அய்யா விக்கி விக்கி அழுதுகொண்டிருந்தார். முற்றம் தெளிக்கப் போன அம்மா பதறிப் போய் மூத்தவனை எழுப்பி விட்டாள். மூத்தவன் போய் கூட்டை எட்டிப் பார்த்தான். மணி படுத்த படுக்கையாய் செத்து விறைத்துக் கிடந்தது. அதன் வாயினுள் ஒரு நீள சேவு குத்தியபடி பாதி வெளியே நீட்டிக்கொண்டிருந்தது. ஈரக் கையுடன் நின்ற அம்மாவின் கண்களிலும் கண்ணீர் திரண்டது. சேலை முந்தானையால் துடைத்துக் கொண்டாள். கூட்டுக்குள் கையைவிட்டு வெளியே எடுத்த மூத்தவனின் கைகளில் எறும்புகள் ஊர்ந்தன. அய்யாவை ஏறிட்டுப் பார்த்தான். அவர் குத்துக் காலிட்டு மூலையில் உட்காந்தபடியே பரிதாபமாய் ஏறிட்டுப் பார்த்தார். அவர் கண்கள் சிவந்திருந்தன.

'தூரப் போட்ரட்டாயா?'

(அ)ஹிம்சை ♦ 475

ஒன்றும் பேசாமல் எழுந்துகொண்டவர் சுவரோரம் கிடந்த மண்வெட்டியை எடுத்துக்கொண்டு மைனாவையும் வாங்கிக்கொண்டு ரோட்டில் நடந்தார். அவர் வீட்டுக்கு வரும்போது ஈரவேட்டியுடன் தலை முழுகித் துண்டைக் காயப் போட்டுக்கொண்டு வந்தார். அன்றைக்கு ஆடு மேய்க்க மூத்தவன் போக வேண்டியதாயிற்று. வீடே வெறிச்சென்றிருந்தது. அம்மா வாசல்படியில் உட்கார்ந்து சுளகில் ஏதோ புடைத்துக்கொண்டிருந்தாள். மூலையில் உட்கார்ந்து அய்யா அந்த மைனாக்கூட்டையே வெறித்துப் பார்த்துக்கொண்டிருந்தார்.

'மாரியம்மா... யேய் மாரியம்மா...'

'மாரியம்மாளுக்கு என்ன வச்சிருக்க'

'இந்தத் தை வந்தா நான் போலீஸ் ஸ்டேசன் போய்ட்டு வந்து எட்டு வருசம் ஆகுது.'

அம்மாவின் மடியில் இருந்த சுளகில் கண்ணீர் உருளும்.

அவர் போலீஸ் ஸ்டேசன் போய்விட்டு நடைபிணமாய் வந்ததை நினைத்தால் உடனே அழுகை வரும். இரு கால்களும் நொறுக்கப் பட்டு நகங்கள் பிடுங்கி எறியப்பட்டு, மீசை உரோமத்தையெல்லாம் கையாலயே பிடுங்கி, விதைக் கொட்டைகள் வீங்கி ஒண்ணுக்கிருக்க முடியாமல், ஒரு சொட்டு மூத்திரம் விட அவர் போட்ட கூப்பாடு. அம்மா அழுதுகொண்டே எழுந்து போனாள். அவர் சுகமாகி நடமாடிய போதுதான் அந்த மாற்றம் தெரிந்தது. முந்தி இருந்த அய்யாவே இல்லை.

சிரட்டையில் கங்குகளை நிறைய அள்ளி வைத்துக்கொண்டு ஆடுகளின் தோல்களை ஒட்டிக்கொண்டிருக்கும் உண்ணிகளைப் பிடுங்கிப் பிடுங்கிச் சிரட்டையில் போடுவார். தீக்கங்கில் உப்பி டப்பென்று வெடித்து பிணவாடை வரும். அய்யா பலமாகச் சிரிப்பார். ஆடுகளை விரட்டும் கிடாயைக் காயடிக்கும்போது, இரண்டு குச்சிகளால் தொங்கும் அதன் விறைகளை இடுக்கிப் பிடித்து நசுக்குவார். அது போடுகின்ற கூப்பாடு ஊரே வெடித்துவிடும். அய்யா விழுந்து விழுந்து சிரிப்பார். உடல் குன்னிப்போய் நடக்க மாட்டாமல் நிற்கும் அந்தக் கிடாயின் விறையில் ஓங்கி ஒரு எத்து எத்துவார். 'ம்மே' என்று அது அலறும் போது கைத் தட்டிச் சிரிப்பார். சேவல், கோழி அடிக்கும்போது அதன் இறக்கை உரோமம் ஒன்றைப் பிடுங்கி மண்டையின் நடுப்பகுதியில் குத்திவிட்டுத் தூர வீசியெறிவார். அது குதித்துக் குதித்துத் துள்ளிச் சாவதை ரசித்துப் பார்ப்பார். உயிரோடு கோழியின் ரோமங்களையெல்லாம்

பிடுங்கிவிட்டு ஓடவிடுவார். அது தள்ளாடித் தள்ளாடி ஓடிக் கீழே விழுவதைக் கைத் தட்டி ரசிப்பார். நிறை சினையில் ஆடுகள் ஈனும்போது போடுகின்ற பிரசவ வேதனைக் கூப்பாட்டைப் பெரிதும் ரசிப்பார். கழுதையைப் பிடித்துவந்து அதன் வாலில் காய்ந்த ஓலையைக் கட்டி கொஞ்சங்கூட இரக்கமில்லாமல் தீவைத்துவிட்டு அது ஊரெல்லாம் ஓடுவதையும் கனைப்பதையும் ஓடி ஓடி ரசிப்பார்.

அன்று நடுச்சாமம். வீட்டின் முன் போலீஸ் வேன் நின்றதும், தடதடவென்று வீட்டிற்குள் ஓடிவந்த போலீஸ் எதையோ தேடுவதைப் போல் வீட்டையெல்லாம் சல்லடை போட்டது. ஒன்றும் கிடைக்காமல் அய்யாவை மட்டும் அள்ளிப் போட்டுக்கொண்டு பறந்துபோனது. மறுநாள்தான் தெரிந்தது, அய்யா நேற்று ஆடுமேய்த்துக்கொண்டிருந்த பேங்க் காலனிப் பக்கம் பட்டப் பகலில் பூட்டை உடைத்து முப்பது பவுன் நகையும் ரொக்கமும் களவுபோன விஷயம். மூன்று நாள் கழித்து அய்யா வெளியே வந்தார். இவரோடு சேர்த்து ஐந்து பேர் பட்ட வேதனையைக் கதை கதையாய்ச் சொல்வார்.

'நான் ஆட்டுக்குதானடா காயடிச்சிருக்கன், ஆனா மனுசனுக்குக் காயடிக்கிறத அங்கதான்டா பாத்தன், உசுரோட சாகுறதுன்னா அதுதாண்டா, அந்த அஞ்சு பேரும் போட்ட் கூப்பாட்ட இப்ப நெனச்சாலும் ஈரக்கொல நடுங்குது. இந்தப் பயகளும் அவுக புள்ள குட்டிகளும் ஏழேழு செம்மத்துக்கும் வெளங்கமாட்டாங்க.'

***

இருவரும் குலுங்கிக் குலுங்கி அழுதார்கள். மூத்தவனின் அரவம் கேட்டதும் ஒன்றுமே நடக்காததைப் போல அய்யா சருவச் சட்டியில் தண்ணீரைத் தூக்கிக்கொண்டு ஓடினார். அம்மா சுளகில் இருந்த தானியத்தைச் சுண்டிச் சுண்டி புடைத்தாள்.

அய்யா மச்சின் மேல் ஏறி தூசிபடிந்திருந்த அந்த மைனாக் கூட்டை எடுத்தார். அது ஒட்டடை படிந்து அழுக்கேறிப் போயிருந்தது. அம்மா மறுபடியும் சொன்னாள்.

'எந்த உசுப்பிராணியையாவது கொண்டு வர, அதவளக்க, பெறகு செத்துப் போச்சுனா வீட்டோட ஒக்காந்து ஒப்பாரி வைக்க, ஒன்னோட பெரிய தொரட்டாப் போச்சு.'

அய்யா காதில் விழுந்ததாகத் தெரியவில்லை. அவர் கூட்டைத் தூசி தட்டித் துடைப்பதிலேயே கவனமாயிருந்தார். கொஞ்ச நேரத்திற்கெல்லாம் அந்தக் கிளிக்குஞ்சி கூட்டினுள் போய்

உட்கார்ந்துகொண்டது. அய்யா 'டேய்! தாத்தாவுக்கு ஒரு முத்தம் கொடு.'

'ச்சா பிச்சா ச்சா ச்சா'

வலது கையில் உட்கார்ந்துகொண்டு இரண்டு கன்னங்களிலும் மாறி மாறி முத்தங் கொடுக்கும். அது கண்ணை மூடி மூடித் திறக்கும் போது, நீரில் கல் எறிந்தவுடன் வட்ட வட்டமாய் விரியும் சிறு அலைபோல அதன் கண்களை ஒரு மெல்லிய சவ்வு மூடிமூடித் திறக்கும்.

'டேய்! தாத்தாவுக்குப் பேன் எடுத்துவிடு'

அந்தத் தடித்த மொட்டை அலகை அய்யாவின் நரைத் தலைமுடிக்குள் புதைத்துக்கொண்டு கோதிக் கோதி விடும். அய்யா குனிந்துகொண்டு தலையைத் திருப்பித் திருப்பிக் கொடுப்பார். இரு தோள்களிலும் மாறி மாறி அமரும். விளக்கு மாற்றின் ஈக்கிக் குச்சை எடுத்துக் கொண்டு முற்றத்தில் உட்கார்ந்துகொள்வார்.

'ம்... எடு இந்தச் சீட்ட'

'கி... கீ... கி... கீ... கி'

'ம்... எங்க குதிக்க, இந்தா இந்தச் சீட்டக் கொண்டு போயி மாரியம்மாப் பாட்டிக்கிட்ட குடு, யேய், எங்க போற நேர வாசலுக்குப் போ.'

'ஊர் ஆடு பூராவும் போயி கொள்ள நேரமாச்சு, நிய் இங்க கிளி ஜோஸ்யம் பாத்திட்டு இரு.'

கூட்டுக்குள் அடைத்து வாசலுக்கு நேராக தொங்கப்போட்டுவிட்டு வேகவேகமாய் ஆடுகளை அவிழ்ப்பார்.

'டேய், தாத்தாவுக்கு ஒரு டாட்டா சொல்லு.'

'டாட்டா... ட்டா... ட்டா...'

அய்யா வாயெல்லாம் பல்லாகப் போவார். அம்மாவின் முகத்தில் சிரிப்பாணி வந்துபோகும். அதைத் தாண்டி யாரும் வீட்டுக்குள் போய்விட முடியாது. வேற்றாள் அரவம் கேட்ட உடனேயே சன்னம் கொடுத்துவிடும். கூட்டுக்குள்ளேயே குதியாளம் பொடும்.

'எந்தக் களவ, கையும் களவுமா புடிச்சிட்டமினு இந்தக் குதியாளம் போடுற போசாமக் கெடயேன் நாயி.'

மூஞ்சியை உம்மென்று வைத்துக்கொண்டு உரோமத்தையெல்லாம் சிலிர்த்துக்கொண்டு குர்குர்ரென்று சத்தம் எழுப்பும். தன்

இரண்டு கால்களையும் மாற்றி மாற்றி தூக்கிக் கொத்தும்.

'என்னடா... இந்தக் குந்தானி ஒன்யை வைறாளாக்கும், சீ கழுத போ'

மாரியம்மாளின் தாசாப் பேச்சில் அமைதியாகிப் போகும். குருவாம்மாள் என்ற அந்தக் குண்டு பொம்பிளை மாரியம்மாளிட மிருந்து உலக்கையை வாங்கிக்கொண்டு திரும்பியதும் சொல்லும்.

'குந்தானி... குந்தானி'

மாரியம்மாள் முகத்தில் சிரிப்பாணி பொங்கி வழியும்.

அக்கக்கா, பாப்பா, சோறு கொண்டா என்ற வார்த்தைகளைப் புரியும்படியாய் உச்சரிக்கும். எலுமிச்சங்காய் தண்டி சோற்று உருண்டையை வைத்துக்கொண்டு மாரியம்மாள் கூட்டை நெருங்கும் போதெல்லாம் அதைச் சீண்டிப் பார்ப்பாள்.

'தெனம்தெனம் வெட்டி முறிச்சிட்டு வருது. வேலா வேலக்கி சோறு போட!'

கிண்ணத்தில் வைத்த சோத்து உருண்டை சிதறி விழும்.

அய்யாவுக்கு ஆடு மேய்க்கிற நேரம் போக மீதி நேரமெல்லாம் கிளியோடுதான். இப்போதெல்லாம் அவர் முகத்தில் கவலையே இல்லை. தப்பித் தவறி ஒரு ஈ எறும்பைக்கூடக் கொல்லமாட்டார். அது கூட்டுக்குள் இருக்கும் நேரம் ரொம்பக் குறைவு. அலகால் கொத்திக் கொத்திக் கதவின் மேல் ஏறி நிற்கும். பனங்கட்டையில் ஒற்றைக் காலைப் பற்றிக்கொண்டு தலைகீழாய்த் தொங்கும். துணிகள் தொங்கும் கொடியில் போய் உட்கார்ந்துகொண்டு விளையாட்டுக் காட்டும். ரூபாயை மடித்துக் கொடுத்துவிட்டால் நேராக மாரியம்மாளிடம் கொண்டுபோய்க் கொடுத்துவிடும். இடையில் போய்ப் பிடுங்கினால் பறந்துபோய்ச் சேர்த்துவிடும்.

'என்னம்மா ரூபாய புடுங்க வாரானோ கொத்திப் புடு கொத்தி'

மாரியம்மாள் குழந்தையாகிப் போவாள்.

சாயங்கால நேரம், அய்யா முற்றத்தில் உட்கார்ந்துகொண்டு சீட்டு எடுக்கச் சொல்லிக் கொடுத்துக்கொண்டிருந்தார்.

'கிளி ஜோஸ்யம் பார்க்கலியோ கிளி ஜோஸ்யம்'

'யோவ், ஓம்ம கிளிய இங்க கொண்டாரும்'

இருவரும் எதிரும் புதிருமாய் அமர்ந்தார்கள்.

அவன் கிளியைக் கையில் எடுத்து உற்றுப் பார்த்தான். கழுத்தைச்

சுற்றியிருந்த கறுப்பு வளையத்தைப் பார்த்ததும் கண்களை அகல விரித்தான். வாயைத் திறந்து அதன் நாக்கை உற்றுப் பார்த்தான். கீழே விட்டவுடன் ஓடிப்போய் அய்யாவின் மடியில் நின்றுகொண்டு ஒரு சன்னம் கொடுத்தது. பதிலுக்குக் கூண்டுக்குள் இருந்து சன்னம் வந்தவுடன் இருவரும் சிரித்துக்கொண்டார்கள்.

'நல்ல வம்சம் ஜாதிக்கிளி'

'...'

'என்ன வெலைன்னா குடுக்கீரு?'

'பெத்த புள்ளய எவனாவது வெலைக்கு விப்பானா? அதுமாதிரி அதுவும் ஒரு புள்ளடா, நான் அத கிளியா வளக்கலேடா, அது எம்புள்ளடா, போடா எச்சிக்கல நாயே.'

கிளி ஜோஸ்யக்காரன் வேகமாக ஓடிக்கொண்டிருந்தான். தண்ணீர் குடத்துடன் வந்த அம்மா பதறிப் போனாள்.

'ஜோஸ்யக்காரப்பய நம்ம கிளிய வெலைக்கு கேட்டுட்டான்.'

'பெயமகன சும்மாவா விட்ட செருப்பால அடிக்காம.'

நாலைந்து நாட்களாக அய்யா பரபரப்புடன் காணப்பட்டார். கிளியை யாராவது விலைக்குக் கேட்டுவிட்டால், அதன் உயிருக்கு ஆபத்து என்று ஒரு நம்பிக்கை. கூண்டைக்கூட வெளியில் தொங்கவிட வில்லை.

மத்தியான வெய்யில், வீட்டின் கதவைத் திறந்து வைத்துக்கொண்டு பாயில் படுத்துக்கொண்டே, ஏதோ முணுமுணுத்தபடி கிடந்தார் அய்யா. சாத்தியிருந்த கதவைத் தள்ளிக்கொண்டு குட்டியாடு ஒன்று வீட்டினுள் வரவும் ஓடிப்போய் ஆட்டை விரட்டிவிட்டுக் கதவை ஓங்கி மிதித்து டப்பென்று சாத்தினார். கீச்சென்ற சத்தத்துடன் கிளி கதவின் மேலிருந்து பொத்தென்று கீழே விழுந்து துள்ளியது. அதன் கழுத்து நசுங்கி உரோமங்கள் சிலிர்த்துக்கொண்டிருந்தன. அய்யா ஓடிப்போய் வெண்கல கும்பாவை எடுத்துவந்து அதனுள் போட்டுக் கவுத்தி குச்சியால் தட்டிக்கொண்டேயிருந்தார். மாரியம்மாளும் மூத்தவனும் சுற்றி நின்றார்கள். சிறிது நேரங் கழித்து கும்பாவை எடுத்தார். அது செத்துக் கிடந்தது. இரு கால்களும் நீட்டியிருக்க ஒருக்களித்துக் கிடந்தது. அதன் கழுத்து நசுங்கி ரத்தம் கன்றிப் போய் ரோமம் உதிர்ந்து அந்த இடம் வீங்கியிருந்தது.

'அட, சண்டாளப் பாவி கொல பாதகம் ஏத்துட்டயே'

மாரியம்மாளின் அழுகைச் சத்தம் பலமாய்க் கேட்டது. அய்யா

குலுங்கிக் குலுங்கி அழுதார். மூத்தவன் கண்களில் கண்ணீர் திரள நின்றிருந்தான்.

செம்பு நிறைய ஆட்டுப்பால் பீச்சி மண்வெட்டியை எடுத்துக் கொண்டுபோய்க் குழிதோண்டி பால் ஊற்றிப் புதைத்துவிட்டு வந்தார். இப்போதெல்லாம் அய்யா யாருடனும் பேசுவதில்லை. சரியா ஆடுகூட மேய்க்கப் போவதில்லை. ராத்திரியில் தூங்கும் போது தன்னாலேயே பேசுவதும், அலறி ஓடுவதும், கூப்பாடு போட்டுக் கத்துவதும் அதிகரித்துக்கொண்டே வந்தது. தவளையைக் கல்லெறிந்த சிறுவனை அடியாய் அடித்துவிட்டார். அடிக்கடி சொல்லிக் கொண்டார்.

'இனிமேப்பட எந்த உசுப்பிராணியும் நமக்கு வேண்டாம்.'

கொஞ்ச நாள்தான் ஆகியிருக்கும். சாயங்காலம் ஆடுகளுடன் திரும்பிய போது, அவர் கைகளில் அழகான ஒரு நாய்க்குட்டி. செவலை நிறம், தேங்காய்மண்டை. அதன் முகத்தைப் பார்க்கும் போது வாழைப் பூவிலிருந்து இரண்டு மடல்கள் தொங்கிக் கொண்டிருப்பதைப் போன்ற அகன்ற பெரிய காதுகள்.

'சனியன, வெலைக்கு வாங்கியாந்துட்டயா, மரியாதையா போயி, எங்கயாவது விட்டுட்டு வந்திரு.'

அய்யா காதில் வாங்கிக்கொள்ளவில்லை. அதற்கு சோறு வைப்பதற்குத் தட்டு தேடுவதிலும் கட்டிப்போட சங்கிலி தேடுவதிலும் குறியாக இருந்தார். அம்மா சொன்னாள்,

'குலுக்கையோரம் இருக்கிற பிஞ்ச பெட்டிக்குள்ள சப்புச் சவருகெடக்குப்பாரு. அதுக்குள்ள பழைய சங்கிலி கெடந்துச்சு எடுத்துக் கெட்டிப்போடு.'

அய்யா தேட ஆரம்பித்தார். மாரியம்மாளின் கையில் ஒரு பழைய ஈயத்தட்டு இருந்தது.

(அ)ஹிம்சை ♦ 481

60

நசுக்கம்

கட்டிடங்களை விட்டுத் தூரத்தில் இருந்த சிமெண்ட் களத்தில் எல்லோரும் கூடியிருந்தார்கள். அந்தச் சதுர வடிவ குறைந்த உயரமுள்ள சிமெண்ட் மேடை நிரம்பி வழிந்தது. ஒவ்வொருவர் பக்கத்திலேயும் முதல் நாள் அவர்கள் திரி சொருகி வைத்துவிட்டுப் போன வட்ட வளையங்கள் அடுக்கடுக்காய்க் குமிந்திருந்தன. வட்ட வட்டமாய் இருக்கும் அந்தத் தகர வளையங்களுக்குள் மருந்து அடைத்துத் திரி சொருகி வைத்துவிட்டுப் போன பட்டாசுகள், அவற்றை வளையத்துக்குள்ளிருந்து வெளியே எடுத்துக் களத்தில் காயப்போட வேண்டும். ஃபோர்மேன் சங்கரன் பிள்ளை சுற்றிச் சுற்றிவந்தார்.

'டேய், கீழ தட்டாத, தூர்மண்ணு உதுந்திரும் பிதுக்கி எடு, யேல, பிரக்கா சொல்றது காதுல ஏறுதா ஏறலியா?'

பிரக்கன் பரக்கப் பரக்கப் பார்த்தான்.

'ஏணெய், வேல்ச்சாமிண்ண ஃபோர்மேன் அண்ணாச்சி இன்னக்கி காலாங் காத்தாலயே பிதுக்கச் சொல்றாரு.'

எல்லோரும் சிரித்துக் குலுங்கினார்கள். கருப்பாயி வாயடங்கிப் போனாள்.

'என்னல, களத்துல ஒரே சிரிப்பாணியும் கும்மாளமும், எல்லாத்தையும் உதுத்துக் காயப் போடலன்னா இன்னக்கி வேலைக்கு வளையம் தரமாட்டன், தூக்குச் சட்டிய தூக்கிட்டுப் போயிர வேண்டிதான்.'

சங்கரன் பிள்ளையின் அதட்டலை அவர்கள் சட்டை செய்யவில்லை.

மருந்து கலந்து வெற்றுக் குழாய்களுக்குள் அடைத்துக் கொடுக்கும், ஃபோர்மேன் கொலம்பான் அங்கு வந்தான். கருத்த அவன் உடம்பில் ஒட்டியிருந்த அலுமினியப் பவுடர் வெய்யிலில் மினுமினுத்தது.

'ஆரு... வெள்ளக்காரத் தொரயா? என்ன... தொர... வளையம் குத்த

ரெடியாருக்கா?'

'எப்பவும் நான் ரெடிதான்.'

மேலோரத்தில் டிப்பிங் என்று சொல்லக்கூடிய, திரிகள் செய்யும் வேலை மும்முரமாய் நடந்துகொண்டிருந்தது. நீளமான நூல்களைக் கருமருந்தும் பசையும் கலந்த வாளிக்குள் ஒரு பொடியன் முக்கி முக்கிக் கொடுக்க, அதை இழுத்துக்கொண்டே போய் நீள வசத்தில் கட்டப்பட்டிருக்கும் கம்புகளில் காயப் போட்டான். அவர்களின் முகமெல்லாம்கூட கருமருந்துகளின் கோடுகள், கோமாளி வேஷக்காரனைப் போல.

கம்புகளில் தொங்கும் பசையும் கருமருந்தும் கலந்த நூல்கள் காயக்காய விறைப்பேறித் திரிகளாகும். மெல்லிய வெள்ளைத் தாளுக்குள் வைத்துச் சுருட்டி குரோஸ் போட வேண்டும். வெடியின் சைஸ்களுக்குத் தக்கபடி அளந்து அறுத்து மருந்து தொட்டு வெடிக்குள் சொருக வேண்டும். கழிவு திரிகள் ரொம்ப வந்தால் சம்பளம் கட். விறைப்புக் குறைவாயிருந்தால் மூணு குரோஸ் கணக்கு கட்.

'என்ன... உதுத்தாச்சா எல்லாத்தையும் அள்ளிக் காயப் போடுங்கள ஏய், மிக்கேலு வெத்து வளையங்கள பெறக்கி அங்க போடு, குனிஞ்சு போடு வீசி எறிஞ்ச சாம்பலாகிருவ.'

'ஓசி வேல மயித்துல ஒண்ணும் கொறச்சல் இல்ல.'

மெதுவாய் முணங்கிக்கொண்டு மிக்கேலு குனிந்து வெத்து வளையங்களை எடுத்தாள். அவளுடைய இரு கைகளிலும் தோள்வரை வளையங்கள் நிறைந்தன. அவள் சல் சல்லென்று தட்டி ஆட்டம் போட்டு நடித்துக் காட்டினாள்.

'யேணேய், சம்முயாண்ண! மிக்கேலு தாவணி போட்டப் பெறகு ஆளு ரொம்ப எடுப்புல்ல, சில்லுன்னு செரட்டையைப் பறிக்கா.'

அவள் பொய்க் கோபத்துடன் வெற்று வளையம் ஒன்றை எடுத்து வீசினாள். அவன் சிரித்துக்கொண்டே ஓடிக் குதித்து ஒதுங்கினான்.

'அண்ணாச்சி எல்லாத்தையும் உதுத்துக் காயப்போட்டாச்சு, வெத்து வளையங்களையும் பெறக்கி குமிச்சாச்சு குத்தறதுக்கு வளையம் குடுங்க.'

பச்சையைக் கண்ட வெள்ளாடுகளாய் மேற்காமல் ஓடினார்கள். கருமருந்து கலவை அடைத்த திரி சொருகாத வளையங்கள் அம்பாரமாய்க் குமித்து வைக்கப்பட்டிருந்தன. ஃபோர்மேனின்

நசுக்கம் ✤ 483

அதட்டல் கட்டிடங்களில் ஒலித்தது.

'யேய்... செயிண்ட் ஆறாயிரம், பிசிலி நாலாயிரம், கோவா நாலாயிரம், துக்கடா எட்டாயிரம், ஸாடா ஆயிரம் கணக்குப் பண்ணி எடுக்கணும்.'

ஆளாளுக்கு நூறு எறநூறு என்று எடுத்து அடுக்கினார்கள். இனி ஒவ்வொரு வளையத்தின் மேலும் காவி கலந்த மண்பூசப்பட்டு அது உலர்ந்த பின்னால் இரும்பு ஊசியால் குத்தி அந்த மண்ணை டியூப்புக்குள் இறக்கவேண்டும். இந்த இரும்பு ஊசிபோடுகிற துவாரத்தின் வழியேதான் திரி சொருக வேண்டும். கட்டியான மருந்தில் திரியின் முனையைத் தொட்டு உள் இறக்கவேண்டும்.

அவர்கள் வட்டமாய் உட்கார்ந்து வளையம் குத்திக்கொண்டு இருந்தார்கள். வெய்யில் ஏறிக்கொண்டிருக்க, அவர்களைப் பார்ப்பதற்குத் தரையில் சிதறிய தானியங்களைப் பொறுக்கும் கோழிகளைப் போலிருந்தது. அவர்களின் விரல்கள் பம்பரமாய்ச் சுழன்றன. குனிந்த தலை நிமிரவில்லை.

'யேய், அமுக்கிக் குத்து காவி மண்ணும் அடி வரைக்கி போகணும், ஏல ஊசிய திருக்கி எடுல. மண்ணு புடுங்கி பிசிறடிக்கக்கூடாது.'

'அண்ணாச்சி அவன் புதுப்பையன் சரியா குத்தத் தெரியாது'

'குத்தறதுக்குச் சொல்லிக் குடுக்கணுமாக்கும், ஏய், தங்க மாடத்தி அவனுக்குச் சொல்லிக் குடு, சம்முகவடிவு நிய்யும் கொஞ்சம் கவனிச்சுக்கோ.'

எல்லோரும் அர்த்தபுஷ்டியுடன் சிரித்தார்கள். குத்தி முடித்த வளையங்களைக் களத்தில் போய்க் காய வைத்துவிட்டு வந்து உட்கார்ந்துகொண்டார்கள்.

அந்தக் களத்தில் ஆரத்தித் தட்டுகளாய் வளையங்கள் நிறைந்து கொண்டே வந்தன. இடுப்பாற்றிக் கொள்வதற்காக அவர்கள் மாறிமாறி உட்கார்ந்துகொண்டார்கள். எல்லாம் குத்தி முடித்த பின் அவர்கள் திரி கட்டுகள் வாங்குவதற்காக ஓடினார்கள். நல்ல விறைப்பான கட்டுக்களை எடுப்பதற்காகச் சண்டை போட்டார்கள். திரி சுற்றும் சண்முகையா, நல்ல விறைப்பான கட்டுக்களைத் தனியே கொண்டு வந்து சரோஜாவிடம் காணாமல் நீட்டினான். சிரித்துக்கொண்டே வாங்கிய அவள், அவன் கன்னத்தில் பசையை இழுகிவிட்டு ஓடினாள். சண்முகையாவுக்கு உச்சிக் குளிர்ந்தது.

'செயிண்ட்' என்று சொல்லக்கூடிய சிவப்புக் கலரில் இருக்கும்

பெரிய வெடி, ஸாடா சிவப்புக் கலர் ஊசிவெடி, பிசிலி வரிவரியாய் பல கலரில், 'துக்கடா' சிவப்பாய் இருக்கும் சீனி வெடி இவற்றிற்கான திரி வகைகளைத் தரம் பிரித்தார்கள். இனித் திரி சொருக, உட்கார்ந்து விட்டால் எந்திரிக்கக்கூட மனசு வராது, மத்தியானக் கஞ்சியை முடித்துக்கொள்ள தூக்குவாளிகள் இருக்கும் இடம் தேடிப் போனார்கள். கடனுக்கு வடை விற்கும் வடைக்காரப் பாட்டி பெரிய்ய பெட்டியுடன் தயாராய் உட்கார்ந்திருந்தாள். பூந்தோட்டத்துக் கிணற்றில் கால் கைகழுவப் போன பயல்களைத் தோட்டத்துக்காரர் விரட்டிக் கொண்டிருந்தார்.

'யேய்... சின்ன சிறுக்கிவில்லைகளா, போறீகளா கால ஒடிக்கவா, மேல பூரா ஒண்ர கோட்ட கருமருந்த சொமந்துக்கிட்டுக் கழுவ வந்தீட்டகளாக்கும். நீங்க கை வச்ச எடத்துல ஆடுமாடுகூட தண்ணி குடிக்க மாட்டேங்குது, ஓடுங்கல. ஓங்க தொட்டிக்கு'

கரம்பைக் கட்டியின் எறி பிசகி கீழே விழுந்து சிதறியது.

'ஒரு நாளைக்காவது கருமருந்தக் கலந்து கெணத்துல ஊத்துனாத்தான் இந்தப் பய வசத்துக்கு வருவான்'

பிரக்கனின் வசவோடு அவர்கள் வெளியேறி நடந்தார்கள். கைக் கழுவ தண்ணீர் தொட்டியில் இல்லை.

அடர்ந்த வேப்ப மரத்தின் குளிர்ச்சியில் வட்டமாய் உட்கார்ந்து இருந்தார்கள். மூக்கிலும் முகங்களிலும் கைகளிலும் மின்னும் அலுமினியப் பவுடர் கலந்த கருமருந்து ஒட்டியிருந்ததை யாரும் சட்டை செய்யவில்லை.

'நேத்து என்னல சினிமாவுக்கு வாரமினுட்டு வரல.'

'படம் நல்லாருந்ததா?'

'இந்தால இந்த ஊறுகாய கடி நல்லாருக்கு.'

'கூட்டமான கூட்டம். பெரிய வெக்கக் கேடு. படத்துக்கு வரிசையில நிக்கன், வேர்வ மேலெல்லாம் வடியுது. சுத்தி நிக்கிறவன் அவ்வளவு பேரும் எம்மூஞ்சியவே பார்க்கிறான். கருமருந்து கொச்சவாட, மொச்சு மொச்சுன்னு மூக்க தொளைக்குதுன்னு ஒருத்தன் சொல்லவும் எனக்கு வெக்கமாப் போச்சு, பேசாம அங்னயே நாக்கப் புடுங்கிட்டுச் செத்துரலாம் போலருந்தது.'

'என்ன செய்ய, நம்மள நம்ம ஆத்தா அந்த நேரத்துல பெத்துப் போட்ருக்கா, இத விட்டாலும் வேற பொசகலும் கிடையாது, விடிஞ்சா ஆரு வேலக்கிக் கூப்டுவானு ஒக்காந்திட்லருக்கணும்.'

‘இந்த சனியன் பிடிச்ச வீச்சம் நமக்கு ஒண்ணுமே தெரிய மாட்டேங்குது. யாராவது வேத்தாள்ட்ட மொகங்குடுக்க முடியல, அவன் மொகத்தச் சுளிக்கிறதப் பாத்து வெக்கமாத்தான் இருக்கு.’

அவர்கள் திரிகளைப் பசை கலந்த கட்டி மருந்து கிண்ணத்தில் முக்கி டியூப்களில சொருகிக்கொண்டிருந்தார்கள்.

‘யேலேய்…, திரிய அமுக்கிச் சொருகு, புடுங்கிப் பாப்பன், பொசுக்னு வந்துச்சு, கணக்குல நாலு வளையத்த கொறச்சு எழுதிப்புடுவன்.’

சங்கரன் பிள்ளையின் அதட்டல் இனி ஓயாமல் கேக்கும்.

அந்தச் சின்னச் சின்னக் கட்டிடத்தில் ஒவ்வொன்றிலும் நாலுபக்கமும் வாசல், வாசலுக்குப் பக்கத்திலேயே தண்ணீர் தொட்டிகள், அந்த அறைகள் ஒவ்வொன்றிலும் சிறிசும் பெரிசுமாகத் தீப்பெட்டிக்குள் குச்சிகளாய் நிறைந்து கிடந்தார்கள். புதுப்பையன் கேட்டான்.

‘இந்தச் சின்ன ரூம்புக்கு எதுக்கு நாலு பக்கமும் வாசல்?’

‘அதுவா இன்ஸ்பெக்டரு வாரன்னைக்கிப் பாரு தெரியும்.’

அந்த ரூமே அதிர எல்லாரும் பலமாய்ச் சிரித்தார்கள். அவனுக்குச் சிய்யென்றிருந்தது. எதுக்டா கேட்டோம் என்று பேசாமல் உட்கார்ந்து இருந்தான். முகத்தைச் சுளித்துக்கொண்டு பிரக்கனைப் பரிதாபமாய்ப் பார்த்தான்.

‘இது தெரிஞ்சிருந்தா அவன் ஏழாம் வகுப்புல பெயிலா கிருப்பானா, இங்க வந்து நம்மோளட கருமருந்த திங்க வருவானா?’

‘சீ சும்மா கெட நாயே, ஒனக்கு அனையம் தெரியுமோ, நிய் படிச்சுக் கிழிச்சிறக்கூடாது, என்ன மயித்துக்கு இங்க வந்த.’

பிரக்கனின் அதட்டலில் பச்சை டவுசர் வாயடங்கிப் போனான்.

‘இந்த ஒரு சின்ன ரூமுக்குள்ள நாலு பேருதான் உக்காந்து வேலபாக்கணும், அந்த நாலு பேரும் ஒரே எடத்துல ஒக்காரக்கூடாது. ஒவ்வொரு வாசல் பக்கத்திலேயும் தனித்தனியா இருந்துதான் வேல பார்க்கணும், ஒரு வளையம் சொருகி முடிச்சாச்னா ஒடனே களத்துல கொண்டு போயி வச்சிரனும், திரி சொருகுன வளையம் ரூமுக்குள்ள கண்டிப்பா இருக்கக்கூடாது. களத்துள போயி வளையத்த வச்சிட்டு அல்லது வெளியே போய்ட்டு ரூமுக்குள்ள யாரு வந்தாலும் வாசல் ஓரத்ல இருக்கிற தண்ணித் தொட்டில கால முக்கிக் கழுவிட்டுத்தான் உள்ள வரணும்.’

'இல்லாட்டா?'

'இல்லாட்டா, ஒங்கால்ல ஒட்டியிருக்கிற மண்ணு இந்த சிமெண்டு தரையில உரசி ஒட்டியிருக்கிற கரு மருந்துல தீ புடிச்சு வளையமெல்லாம் வெந்து நீயும் கருகிப் போவ, நானும் கருகிப் போவன், சங்கிலிப் பயல் வெந்து மகிந்து கருகிக் கெடந்தாப்ல.'

புதுப்பையன் மிரள மிரளப் பார்த்தான். எல்லோரும் ஏளனமாய்ச் சிரித்தார்கள். ஒரு வாசல் மட்டும் இலேசாய்த் திறந்திருக்க மூன்று வாசல்களும் பூட்டியிருந்தன. தண்ணீர் தொட்டி வறண்டு அசிங்கங்கள் நிரம்பிக் கிடந்தன. தண்ணீரைக் காணோம். சுவரில் தொங்கிய நான்கு பேர் மட்டும் என்ற போர்டில் கரு மருந்தால் நாலுக்குப் பக்கத்தில் சைபரைப் போட்டு நாப்பது பேர் மட்டும் என்று எவனோ கிறுக்கியிருந்தான்.

திரிச் சொருகிய வளையங்கள் களத்தில் நிறைந்துகொண்டே வந்தன. பார்ப்பதற்குக் கரிசலில் தரையைக் கீறிக்கொண்டு தலை நீட்டும் முளை விதைகளைப் போல் இருந்தது.

'சரோஜாவுக்கு மட்டும் இப்பிடி நல்ல திரி எப்படிக் கெடைக்னே தெரியல.'

'ஏல, வேல்சாமி சரோஜா திரி சாதாரண திரி இல்லடா ரொம்ப ராசியான திரி.'

'ராசியான திரினா?'

'ராசியான திரிதான்.'

'அதுதான் பாத்தான், சரோஜா இவ்வளவு வேகமாச் சொருகுறா.'

'இன்னும் வேகம் இருக்கு, நம்ம எல்லாம் அவகூட சாமானியமா சொருக முடியாது.'

பயல்களின் கேலிக்கும் கிண்டலுக்கும் சரோஜா கோபப்பட வில்லை. பொங்கி வரும் புன்சிரிப்பை உதட்டைக் கடித்து அடக்கிக் கொண்டாள். பயல்களுக்குத் தெரியாத விஷயமில்லை. அவள் வாயைச் சீண்டிப்பார்த்து அவள் வாயிலிருந்து நாலு கெட்ட வார்த்தையைக் கேட்பதில் பிரியம். அவள் வாய் திறந்தால் நல்ல வார்த்தைகள் வரவே வராது. பயல்களை எப்போதும் கிளுகிளுப்பூட்டிப் பேசுவதில் படு சமர்த்தி. அவள் அறை எப்போதும் நிரம்பி வழியும்.

வாசலில் வந்து நின்ற ஒரு சின்னப்பையன் சரோஜாவிடம் ஒரு பொட்டலத்தைக் கொடுத்தான். மடிப்பை நீக்கியதும் அதில் நான்கு சுசியங்களும் வடைகளும் இருந்ததைப் பார்த்தாள்.

'ஆரு குடுத்தா?'

'சம்முயாண்ணங் குடுத்து ஒங்கிட்ட குடுக்க சொல்லுச்சு'

'ஆரு திரி சுத்தற சம்மியாவா?'

பயல் தலையாட்டிவிட்டு வேகமாய் ஓடினான்.

'ஏலேய், வேல்ச்சாமி சரோஜாவுக்கு நல்ல திரி எப்படி வந்ததுன்னு தெரிஞ்சு போச்சா?'

அவள் வெட்கத்துடன் மடியில் வைத்தாள்.

'சரோஜாக்கா! மிக்கேலும் கொலம்பானும் இப்ப பேசிக்கிற மாட்டாகளாமில்ல.'

'ஆச அத்துப் போச்சு.'

'அப்படின்னா'

'அப்படின்னா ஒங்க ஆத்தா, ஒனக்கு எல்லாத்தையும் வெவரமா எழுதணும், மிக்கேல் தங்கச்சி ஒருத்தி இருந்தாள்ள ஒரு செவ்வாளச்சி செம்பட்டமுடி.'

'ஆமா.'

'அவளுக்கு வவுத்துல அஞ்சு மாசம்.'

'அடப்பாவமே ஆரச் சொல்லியிருக்கா?'

'பாக்கெட் மடிக்கிற கோவாலு.'

'அந்தச் சின்னப்பயலவா?'

'அவன் என்ன சொல்றான்.'

'என்ன சொல்வான், எல்லாப் பயகளையும் போல நான் இல்லன்னு சத்தியம் பண்றான், வெஷயம் வெளியானதுலருந்து இன்னும் வேலக்கி வரல.'

'தங்கச்சி அப்படி இருந்தாப்ல அக்காவுமா அப்படி இருப்பா?'

'கொலம்பாங்கிட்ட நிய்தான் சொல்லணும்.'

'நமக்கெதுக்கு அந்தத் தொரட்டு'

'அப்ப சும்மா... மூடிட்டுக் கெட, திரியப்பாத்துச் சொருகு வழவழ வக்கப்படப்பு.'

'யேய், ஒத்த வளையத்துக்கு மேல உள்ள இருக்கக்கூடாது பாத்துட்டன் பெறவு கணக்குல கொறச்சிருவன். எம்மேல சடைக்கப் படாது. சொருகி முடிச்ச வளையமெல்லாம் ஒடனே களத்துக்குப் போயிரணும்.'

சங்கரன் பிள்ளையின் அதட்டலைக் கேட்டதும் வளையங்களைத் தூக்கிக்கொண்டு எல்லா ரூமிலிருந்தும் பையன்கள் களத்திற்கு ஓடினார்கள்.

'அப்பவும் அஞ்சு மாசமா இன்னதுன்னு தெரியாமயா இருந்தா அவுக ஆத்தாக்காரி. புள்ளப்பெத்தவளா, இல்ல கல்லப் பெத்தவளா? மலடிக்குகூடத் தெரியுமே மசக்க'

'ஆத்தாக்காரி என்ன செய்வா, வீட்லயேவா இருக்கா? இவளுக்கு ஓவினியம் பாக்க, ஆஸ்பத்திரிக்குக் கூட்டிட்டுப் போயி காட்டியிருக்கா, டாக்டரு முண்ட வெவரத்த சொல்லாம, ஒங்க மக கம்பெனிக்கு வேலக்குப் போவாளான்னு கேட்டுருக்கா, சரி கழுதக்கி கருமருந்து வாடதான் ஒத்துக்கிறல, அதுதான் வயிறு வீங்கியிருக்னு மெத்தனமா இருந்திட்டா, அது முத்திக்கிருச்சு. மொதல்லயே தெரிஞ்சிருந்தா கலச்சிட்டுப் பேசாம இருந்திருக்கலாம். புதுசாவா நடக்கு. ஊர் ஒலகத்துல இல்லாத வெசயமா? கவருமெண்ட் ஆஸ்பத்திரிக்குப் போகாம, நம்ம கம்பெனி டாக்டர்கிட்ட போயிருக்கலாமில்ல. எபனேசருக்கு ஏழு மாசம் செத்துப் பெறக்கல, செத்தாபோனா? நல்லாத்தான இருக்கா?'

'யெக்கா ரெண்டு வளையம் கெடக்குத் திரி காணல. ஃபோர் மேன்ட்ட கேட்டா கூப்பாடு போடுவாரு கொஞ்சம் திரி குடுக்கா.'

அடுத்த ரூம் தங்கராஜ் வாயெல்லாம் பல்லாக நின்றான்.

'எனக்கு ஒரு வளையம் சொருவிக் குடுத்துட்டுத் திரி வாங்கிட்டுப் போ?'

'யெக்கா குடுக்கா.'

'அப்ப அந்த ரெண்டு வளையத்தையும் எடுத்திக்கிட்டு இங்கவா திரி தாரன்.'

'ஃபோர்மேன் பாத்தா கூப்பாடு போடுவாருக்கா.'

'ஃபோர்மேன்... னான், நிய் சும்மா பயப்படாம வா.'

தங்கராசும் சரோஜாவும் எதுத்து எதுத்து உட்கார்ந்து கொண்டார்கள். தங்கராசு ஒன்பதாவது வகுப்பைப் பாதியில் நிறுத்திவிட்டுத் தன் தம்பியுடன் சேர்ந்து வேலை செய்கிறவன். வயதுக்கு மீறின உயரம், களையான குழந்தை முகம்.

'ஒங்க அக்காள பொண்ணு கேட்டு வந்தாகள என்ன ஆச்சு.'

'அந்தக் கூத்த ஏங் கேக்க, போன மாசம் உருளகுடியிலருந்து

ஒரு மாப்ள வந்தான். பையனும் நல்ல பையன் பெருங்கொண்ட சம்சாரி, வீட்ல ஒரே பையனாம். காட்டு வேல செய்யுமானு கேட்டாக, நாலு ஆளக் கூட்டிட்டு தனது வேலக்காவது போகணும்னு சொன்னாக, அக்கா ஒரேயடியா தலய குலுக்கிட்டா.'

'அவ மேலேயும் குத்தமில்ல. சம்சாரி வீட்டுக்கு வாக்கப்பட்டுப் போனா காட்டு வேல செஞ்சுதான் ஆகணும். வெய்யில்ல நின்னுதான் சாகணும். இந்தத் தீப்பெட்டி ஆபிஸ், வேட்டாவிஸ்ல வேல செஞ்சு சொகங் கண்டுட்டா ஒரு சிறுக்கிகூட வெய்யில்ல நிக்கமாட்டா. இப்ப வேற எங்கயும் போக வேண்டாம். என்னய்ய போயி வெய்யில்ல நில்லுன்னா நிக்க முடியுமா? கறி எளகும்.'

அவள் இடுப்பின் மடிப்பை இழுத்து மூடவும் சுற்றியிருந்தவர்கள் அர்த்த புஷ்டியுடன் பார்த்துக் கண் சிமிட்டிக்கொண்டார்கள். இடுப்பைச் சுற்றிய மடிப்பு சுருண்டு கிடக்கும் சாரைப் பாம்பாய் மின்னியது.

'முந்தா நாளும் ஒரு மாப்ள வந்துச்சு.'

'எந்தூர்லருந்து வந்தாக'

'வரதம்பட்டி, அம்மா வழில கொஞ்சம் சொந்தம். மாப்ள கவுருமெண்ட் வேல பாக்காராம். சூட்டுகீட்டு போட்டு ரொம்ப போடுசா இருந்தாரு.'

'அப்ப எப்பக் கல்யாணம் வச்சிருக்கீக.'

'எப்பக் கல்யாணமா? பொண்ணு புடிச்சுப் போச்சு. எத்தன வரைக்குப் படிச்சிருக்க்னு கேட்டாரு, படிக்கலன்னு சொன்னுதுதான் பச்சத் தண்ணிகூட குடிக்கல. நடையைக் கட்டிட்டாரு.'

'வர்ற பயலுக்குப் பூராவும் பொண்ணு புடிக்கும். டீச்சரம்மா மாதிரி இருக்கா. படிச்ச மாப்ள வந்தா பொண்ணு படிச்சிருக்கானு கேக்கான். பட்டிக்காட்லருந்து சம்சாரி மாப்ள வந்தா காட்டு வேல செய்யுமான்னு கேக்கான், அங்கிட்டுமில்லாம இங்கிட்டுமில்லாம ரெண்டுங் கெட்டான் பொளப்பு, சோடனதான் பெரிய சோடன, ஒவ்வொருத்தியும் சிமிட்டிட்டு அலையிறதப் பாத்தா சினிமா நடிக தோத்துப் போவா.'

சொல்லிவிட்டு சரோஜா சலித்துக்கொண்டாள். சொருகிய வளையங்களைக் காலால் நகட்டிவிட்டு இடுப்பாற்றினாள்.

'இங்கயே எவனாவது கெட்னா வெய்யில் படாம வேல பாக்கலாம். சாகும் மட்டும் ரெண்டு பேரும் கருமருந்த தின்னுட்டு சாக வேண்டிதான், நம்ம மிச்சம் வச்சிட்டுப் போற மருந்த திங்க நம்ம

புள்ளைக வரும், இல்லன்னா மிக்கேல் தங்கச்சிய மாதிரி வயித்துல வாங்கிட்டு நாலு பேரு சிரிக்க அலய வேண்டியதுதான். ஆளாகி ஏழு வருசமாச்சு, அவ அக்காளுக்கே இன்னும் கல்யாணம் முடியல, எந்தப் பய சீந்துறான், கம்பெனில வேல செய்றவன்னா காரித் துப்புறான், பொட்டச்சிக மேயு மேயுன்னு மேயறா. தங்க மாடத்தி புருசனப் போல எல்லாப் பயலும் சம்சாரிக் கோப்ப போட்டுட்டு இங்க வரமுடியுமா? ஊர்ல நல்லாப் பேசுறாக பொண்டாட்டி பின்னால போற பயன்னு?'

வேலையை முடித்தவர்கள் வளையங்களை அடுக்கி வைத்துவிட்டு உப்புச் சோப்பு வாங்க ஓடிப்போய் வரிசையில் நின்றார்கள். தினமும் வேலை முடிந்ததும் துணிகளுக்குப் போடுகின்ற உப்புச் சோப்பு ஒரு துண்டு கிடைக்கும். அதைத் தேய்த்துக் குளித்தால்தான் மேல் பூராவும் ஒட்டியிருக்கின்ற அலுமினிய பவுடர், சல்பர், கருமருந்து வாடை குறையும். அவர்கள் வரிசையில் இடம்பிடிக்க சண்டை போட்டார்கள். சோப்பு வாங்கியவர்கள் தூக்குவாளியைத் தூக்கிக்கொண்டு, சட்டை துணிமணிகளைக் கையில் பிடித்துக் கொண்டும் குறிஞ்சா குளம் கண்மாய்க்கு ஓடினார்கள். போன வருடம் இதே மாதிரிதான் வரிசையில் நின்றான், செல்லையா பயல். துடுக்கான பயல் எடுத்தெரிந்து பேசுவதில் படுகில்லாடி, அவன் முறை வந்ததும் சொன்னான்,

'சோப்பு முழுக்கட்டிக் குடுக்கலாமில்ல, அரைக்கட்டி கைகழுவ மட்டும்தான் சரியாப் போகுது. விடிஞ்சு பாத்தா குளிச்ச ஒடம்பு மினுங்குது. அலுமினியப் பவுடர் போகமாட்டேங்குது.'

சொல்லி வாய் மூடவில்லை. அவன் கன்னத்தில் பெரிய கணக்குப் பிள்ளையின் ஐந்து விரல்களும் தடம் பதித்திருந்தன.

'ஓஞ் சோலியப் பாருடா நாயி, முழுக்கட்டி, அரக்கட்டி - ஒனக்கு சோப்பும் கிடையாது நிய் நாளயிலிருந்து வேலைக்கும் வரவேணாம்.'

'சம்பளத்த கணக்குப்பாத்துக் கையில குடுங்க. இந்த மடம் இல்லாட்டி சந்தமடம்.'

'நாளக்கி ஒங்கப்பனக் கூட்டிட்டு வந்து வாங்கிட்டுப் போ.'

'வேல செஞ்சது நானு. எங்கப்பன்ல்ல.'

செல்லையாப் பயல் இப்போது கம்பி எண்ணுகிறான், தட்டப்பாறை மைனர் ஜெயிலில். கம்பெனியிலிருந்து குளோரேட் மூடையைக் களவாண்டு விற்றதாகக் குற்றம். அவன் தங்கச்சி இப்போது வேறு

கம்பெனிக்கு நடக்கிறாள். அவள் இப்போது மருந்து களவானிச் செல்லையாவின் தங்கச்சியாக மாறிப் போய்விட்டாள்.

பிள்ளைகளை ஏற்றிப் போகும் கம்பெனி பஸ் வாசலில் வந்து நின்றது. அதன் கண்ணாடியில் பட்ட வெய்யில் மஞ்சளாய் மின்னியது. குளித்தும் குளியாமலும் ஓடிவந்த சிறுவர்களும் சிறுமிகளும் இடம் பிடிக்க சண்டை போட்டார்கள். ஆலமரத்தில் அடையும் குருவிகளைப் போல ஒரே சலசலப்பு. ரொம்ப நேரமாகியும் சண்முகையாவும் சரோஜாவும் பஸ்சுக்கு வரவில்லை. கண்மாய்க் கரையின் அந்தப் பக்கம் இருக்கும் பூந்தோட்டத்தின் பிச்சிச்செடியின் மூட்டிற்கு அடியில் இரண்டு தூக்குவாளிகள் இறங்கு வெய்யிலில் பளபளத்தன. பிச்சிப்பூவின் வாடை மனசைக் கிறக்க மாலை மயங்கியது. பஸ்சின் ஹாரன் பலமாய் ஒலித்தது.

புறப்படத் தயாராய் நின்ற பஸ்சை நோக்கி கையைக் காட்டிய படியே ஃபோர்மேன் சங்கரன்பிள்ளை வேகமாய் ஓடிவந்தார். ஜன்னல்களின் வழியே எல்லாப் பிள்ளைகளும் எட்டிப்பார்த்தார்கள். உறுமிய பஸ் அமைதியானது. 'குடோன்லருந்து சின்ன மொதலாளி இப்பத்தான் போன் பண்ணினாரு, பத்தாயிரம் பாக்கெட் அவசரமா வேணுமாம். நாளக்கி காலையிலேயே லோடு ஏத்தியாகணுமாம், எக்ஸ்போர்ட், முடிச்சிட்டுப் போங்க ரொக்கக் காசு.'

ரொக்கக் காசென்றால் வாரக் கடேசியில் வாங்கும் சம்பளக் கணக்கோடு சேராது. வேலை முடிந்ததும் உடனே கைக்கு வந்துவிடும். ஊர் போவதற்காக பஸ் சார்ஜ் கொடுக்கப்படுவதோடு டீ, காபி, பன், சேவு, பக்கடா, மிக்சர் ஓசியில் கிடைக்கும். கொஞ்சம் பேர் இறங்கிக்கொள்ள பஸ் புறப்பட்டுப் போனது. அவர்கள் பாக்கெட் ரூமிற்குள் வட்டமாய் உட்கார்ந்தபோது ஒளித்து வைத்திருந்த பெட்ரோமாக்ஸ் லைட்கள் பொருத்தப்பட்டன. பல கலர்களில் அம்பாரமாய்க் குமித்து வைக்கப்பட்டிருந்த வெடிகளைச் சுற்றிலும் உட்கார்ந்து எண்ணி எண்ணி பாக்கெட் போடத் துவங்கினார்கள்.

'அண்ணாச்சி, மொதலாளிட்டச் சொல்லி ஒரு டியூப் லைட் போடச் சொல்லலாமில்ல, நல்ல வெளிச்சம் தெரியுமில்ல.'

'சும்மா வாய வச்சிக்கிட்டு இருடா. மேனேஜர் ரூமுக்கே கரண்ட் கெடையாது. சாயங்காலம் நாலு மணிக்கு மேல வாட்ச்மேன் தவிர வேற ஆளே இருக்கக்கூடாதுங்கிறாரு இன்ஸ்பெக்டரு.'

'யேய், மிக்கேலு, தங்க மாடத்தி உள்ள தள்ளி உக்காருங்க, கதவப் பூராவும் சாத்திருவம், வெளிச்சம் தெரிஞ்சு வேண்டாத பய எவனாவது

போன் பண்ணிட்டாப் போச்சு, ஜீப்புக்காரன் வந்தா பூட்டி சீல் வச்சுப்புடுவான். அன்னிக்கி வெடி அன்னிக்கே குடோனுக்குப் போயாகணும், இங்க என்னடானா லாரி வாடக குடுக்க வருத்தப்பட்டு பத்து நாள் வெடியும் குமிஞ்சு கெடக்கு. இது ஒரே வாடகையா போவுது. இங்கருந்து குடோனுக்குப் போற வாடக மிச்சம்; புடிச்சிக்கிட்டா அம்புட்டுத்தான்.'

எண்ணி அடைத்துப் பைகளை மடித்து 'பின்' அடித்து மடித்த பைகள் வர வர சங்கரன்பிள்ளை கேஸ் பெட்டிக்குள் எண்ணி எண்ணி அடுக்கிக்கொண்டே இருந்தார். அவர் மனசு சந்தோஷத்தில் கனத்தது.

'அண்ணாச்சி 'பின்னு' தீர்ந்து போச்சு, வேற பாக்கெட் ஒடங்க.'

'எண்ணி மட்டும் வையுங்க, புதுப் பாக்கெட்டு ஒடச்சுகொண்டாரன்.'

போன வேகத்தில் திரும்பி வந்தவரின் கையில் பின்னு பாக்கெட்டைக் காணோம், பதிலுக்கு நாலைந்து மெழுகுவத்திகள் இருந்தன.

'பாக்கெட் தீர்ந்து போச்சு, ஸ்டோர்லயும் வேற ஸ்டாக் இல்ல. இதப் பொருத்தித் தூர வச்சிக்கிட்டு பைய்ய நல்லா மடக்கி ஒரு குலுக்குக் குலுக்கி லேசா வாட்டிட்டா பிளாஸ்டிக் இளகி ஒட்டிக்கிரும், இனி ஆயிரம் பாக்கெட்தான் வேணும், வெடிகள நல்லா குலுக்கிக்கோங்க, திரி வெளில நீட்டிட்டு இருந்தா போச்சு'

கேஸ் பெட்டிகளின் மேல் பெயிண்டால் எழுதுகிறவன் வேகமாய் வந்தான்

டப்பென்ற சத்தத்தைத் தொடர்ந்து டப் டப் டப் என்ற பெரிய சத்தம். புகைமூட்டத்தில் பூட்டிய கதவுகளைத் திறக்க முடியவில்லை. வெடிகள் வெடித்த சத்தத்தில் அலறல்களும், கூப்பாடுகளும் குறைந்து முனங்கல்களாயின. வெந்து கருகி நீத்துப்போன பல உயிர்கள், விடிந்தபோது வெடிகளோடு வெடிகளாய் எட்டுக் குழந்தை வெடிகள், ஆறு பெரிய வெடிகள், மூன்று கிழட்டு வெடிகள் வெடித்துச் சிதைந்து கருகியிருந்தன. ஐந்து பொம்பிளை வெடிகளைப் பிரித்தறிய அடையாளங்கள் ஏதுமில்லை. கருகிய கட்டைகள் அவை.

●

61

மனுஷம்

அது வேலை முடிந்து ஆட்கள் வீடு திரும்புகிற சாயங்கால நேரமுமில்லை. சாப்பிடுவதற்காக வந்துபோகின்ற மத்தியான உச்சி வெய்யிலுமில்லை. மத்தியானத்திற்கு இடைப்பட்ட ஒரு நேரம். உழவு மாடுகள் எல்லாம் கோட்டேர் போட்டபடியே வீடு திரும்பிக் கொண்டிருந்தன. சில வண்டிமாடுகளும் கூட வந்துகொண்டிருந்தன. ஊரில் ஒன்றும் அப்படி இழுத்துக்கிட்டுக் கிடக்கிற கிழடுகள் ஒன்றுமில்லை. ஈர வாலோடு சேர்த்துக் கட்டிய கூனையைத் தலையில் சுமந்தபடி வந்துகொண்டிருந்த சங்கரலிங்கம் எதிர்ப்பட்டான்.

'என்னண்ணே எறவ கொறப்பாச்சலா?'

'என்னடா அப்பிடி கோட்டிக்காரத்தனமா கேக்க நம்ம உருளகுடி குஞ்சி போயிட்டாரமில்ல, ஒனக்குத் தெரியாதா?'

'உருளைக்குடி குஞ்சி செத்தா ஒனக்கு என்ன வந்துச்சு, நீ என்ன போயி கொள்ளி வைக்கப் போறியா.'

'அந்த மனுசனுக்குக் கொள்ளி வச்சாலும் செமிக்குமிடா. ஒங்க அப்பன் கிட்டப் போயி குஞ்சி செத்தா ஒனக்கு என்னனு கேளு, செருப்பக் கழட்டி பல்ல ஒடப்பான். இன்னிக்கி ஊர்ல... ஊர்லன்னா இந்தச் சுத்தலாப்பட்ட பட்டி எல்லாத்துலயும் ஒரு வேல நடக்குமாடா? ஒரு சனம் ஊர்லதான் இருக்குமா? இன்னிக்கி போயி வேல செய்யிற பய மனுசப் பயலே இல்லடா. நம்ம இன்னிக்கு வேல செஞ்சா மொதல்ல நமக்கே மொகச்சியங் கெடையாது. அந்த மனுசன் ஞாபகமா புள்ள பெத்துப் பேர்கூட வக்கலாம்டா, அப்பேர்பட்ட மனுசன் செத்துப் போயிட்டார்னு காத்துல வாங்கிட்டு வேல, மயித்துல வச்ச வேல, ஒரு நாள் வேல செய்யலன்னா செத்தா போவாக.'

மாடுகள் முன்னால் போய்விட்டபடியால் சங்கரலிங்கம் தலையில் கூனையைச் சுமந்தபடியே ஒரு லொக்கோட்டம் ஓடவேண்டியதிருந்தது.

சிறிது நேரத்துக்கெல்லாம் ஆண்களும் பெண்களும் உருளைக்குடி பாதையில் கூட்டம் கூட்டமாய்ப் போய்க்கொண்டிருந்தார்கள். கூட்டத்தோடு கூட்டமாகப் போனவன் நானும் அந்த வேம்பின் நிழலில் போய் உட்கார்ந்தேன். அது ஒரு துட்டி வீடாகப் படவில்லை. ஏதோ ஒரு பெரிய திருவிழா மாதிரியே எனக்குப்பட்டது. மேலும் மேலும் கூட்டம் வந்துகொண்டேயிருந்தது. கீழோர வேப்பங் குட்டிக்கடியில் பழநிக் குடும்பனும், குரூஸ் சாம்பானும் நின்று கொண்டிருந்தார்கள். அவர்களுக்குக் கொஞ்சம் கிழக்கே தள்ளி சண்முகம் பகடை. அநேகமாக எல்லா ஜாதிக்காரர்களும் தட்டுப்பட்டார்கள். தொழுவத்தில் புகை தெரிந்தது. சமையல் வேலைகள் நடக்கும் போலிருந்தது. பெரியவர்கள் நாலைந்துபேர் எல்லோரிடமும் வந்து யாரும் பசியமத்தாம போயிரப்படாது, சாப்பிட்டு விட்டுத்தான் போகணும் என்று சத்தமாய் சொல்லிக் கொண்டே போனார்கள்.

'அப்ப இன்னிக்கு எடுத்திருவாகளோ!'

'எடுக்காம என்ன, அவருக்குத் தூரம் தொலவட்லருந்து வாரதுக்குப் புள்ள கொள்ளியா இருக்கு. வச்சிகிட்டு இருக்கிறதுக்கு'

நகைக்காரியின் பதில் தெளிவாய்க் காதில் விழுந்தது.

பொதுவாக உருளைக்குடியில் முதலாளியென்றும், அன்பாகக் குஞ்சியென்றும் கூப்பிடப்படும் அவரைப் பற்றிக் கேள்விப்பட்ட தோடு சரி. ஆனால் அவருக்குச் சகல ஊர்களிலும் இவ்வளவு செல்வாக்கு இருக்கும் என்று எனக்குத் தெரியாது. மெதுவாய்க் கூட்டத்தோடு கூட்டமாய் நானும் போய் எட்டிப்பார்த்தேன். தார்ப்பாச்சலோடு தலப்பா கட்டியபடி சாத்தி வைக்கப்பட்டிருந்த, மயிரடர்ந்த மார்புடன்கூடிய கரிய கனத்த உருவம். வெளியே வந்தவுடன் எனக்கு எதிரில் தட்டுப்பட்டவன் எங்கள் ஊர் முள்ளிக்கை கொத்தன். அவன்கூட சோகமாக மொகம் கொராவி காணப்பட்டான். பீடி பற்றவைக்க சுவரோரம் ஒதுங்கியவனிடம் மெதுவாய்ப் பேச்சுக் கொடுத்தேன்.

'எதுக்குத் தார்ப்பாச்சலோட சாத்தி வச்சிருக்காக. இது அவுக சாதி வழக்கமா?'

கொத்தன் சுவரோரமாக ஒதுங்கிக்கொண்டு என்னை ஒரு மாதிரியாகப் பார்த்தான். யாரும் எங்களைக் கவனிக்கிறார்களா என்று நான் சுற்றும் முற்றும் பார்த்தேன். நல்ல வேளையாக யாரும் எங்களைக் கவனித்ததாகத் தெரியவில்லை. ஒண்ணுக்குப் போகிற

சாக்கில் நகர்ந்துவிட்ட நாங்கள் இருவரும் மயானப் பாதையில் உள்ள இறவைக் கிணற்றின் மிதிகல்லில் அமர்ந்துகொண்டோம். நாங்கள் உட்கார்ந்திருப்பதை யாரும் இங்கு வந்தால் ஒழிய பார்க்க முடியாது. கிணற்றின் சுவரைச் சுற்றிலும் அடர்ந்து வளர்ந்திருந்த மஞ்சணத்தி செடி, இலேசாய்ச் சிரித்துக்கொண்டான்.

'எம் பேரு ஒனக்குத் தெரியுமா மாப்ள?'

'தெரியும்'

'என்ன பேரு சொல்லு'

'முள்ளிக்கை கொத்தன்'

'ஒங்க அக்காப்...'

'எம் பேரு வீரபத்திரன். சொந்த பேரு மறஞ்சு எவ்வளவோ வருசமாச்சு. இப்ப செத்திருக்கார குஞ்சி நாக்கரு, அவரு காட்ல முக்கால்வாசி வேல நாந்தான் பாப்பன். அதுலருந்து கொத்தமின்னு பேராச்சு. சம்பளாட்களுக்குக் கொத்து அளக்கும் போது சரக்னு மரக்கால தானியத்துக்குள்ள பாய்ச்சி, அப்புறம் நிமிர்த்தி வச்சி அப்புறம் தவசத்த ரெண்டு கைட்டும் அள்ளி ஓரமுக்கு அமுக்கி வரிசையா இருக்கிற பெட்டிகள்ள நெற மரக்காலா தட்டுவாரு. நமக்கு அந்த அளப்பு வராது. முள்ளி முள்ளி அளக்கப் போயி ஒரு நாள் மரக்கால புடுங்கி தூர வீசிட்டு போடா முள்ளிக்கை பயனுட்டு, அவரே அளந்தாரு. அதுலருந்து நேத்து வரைக்கு என்னைய அளக்கவே விடல. பேரும் முள்ளிக்கை கொத்தமினு ஆகிப் போச்சு.'

கொத்தன் மீண்டும் இலேசாய்ச் சிரித்தான். எனக்கு எரிச்சலாய் இருந்தது.

'எதுக்குத் தார்ப்பாச்சலோட சாத்தி வச்சிருக்காகன்னு கேட்டா எதை எதையோ சொல்லிட்டு.'

கொத்தன் மடியிலிருந்து பீடி ஒன்றை எடுத்துப் பற்றவைத்து ஒரு சுண்டுச் சுண்டினான். நிறுத்தி பெருமூச்சாய்ப் புகையை விட்டான்.

'ஒங்க பெரியக்கா வாக்கப்பட்டுப் போற வரைக்கி எங்கையில தான் மாப்ள வேல செஞ்சா, போன வருசம் களயெடுப்பு நேரம். நாப்பது ஆளுங்க புஞ்ச நெறய குஞ்சி நாக்கர் நெலத்துல நிக்கி. பருத்திக்காட்டுக் கள. ஒங்க அக்காளும் வாயாடி கெங்கியம்மாளும் ஒரு நெற, கேக்கவா வேணும், ஒரே சிரிப்பாணியும் கேலியும், குஞ்சிநாக்கரு ஆளோட செத்த நெறயில உக்கார, யாராவது பிந்திக்கிட்டா போயி எடுத்துவிட அங்கிட்டும் இங்கிட்டும் எடுத்துவிட தார்ப்பாச்சலோடு

496 ❋ நீர்ப்பழி

அலையிறாரு. பைய்ய ஈர மண்ணை ஒரு உருண்ட உருட்டி ஒரு எறி, ஓங்கக்காளும் திருப்பிப் பார்த்தா, நாக்கர பாத்து கண்ணச் சிமிட்டிட்டுப் பேசாம இருந்துகிட்டன், நாக்கரு அவக நெறைக்கி வந்து குனிஞ்சாரோ இல்லியோ'

'சாமி, இந்தத் தார்ப்பாச்சல எப்ப அவுப்பீக?'

சனங்க எல்லோரும் ஏக சிரிப்பாணி.

'ஆளுங்களோட போயி குளிச்சால்ல தெரியும். தார்ப்பாச்சல அவுக்காரா இல்லியானு'

இவ்வளவு கேலிப் பேச்சுக்களுக்கும் பேசாமல் திரிவார். பல் தெரியாமல் கன்னம் குழி விழ சிரிப்பதோடு சரி. படக்கென்று ஒரு சின்னப் பையனின் நிறையில் போய் உட்கார்ந்துகொள்வார்.

'போடா போயி யாரு தொட்டிலுலயாவது புள்ள அழுகுதான்னு பாத்திட்டு ஓடியா'

சின்னப் பயல் எழுந்து தொட்டில்களும் தூக்குவாளிகளும் தொங்கும் கருவேல மரத்தைப் பார்த்து ஓட்டம் பிடிப்பான். பயல் வரும்வரை அந்த நிறையில் அவர் களையெடுப்பார். பயல் திரும்பி வந்ததும் பச்ச சேல கட்டின தொட்டில்ல புள்ள அழுகுது என்பான். உடனே நாக்கருக்குக் கோபம் வரும்.

'யாரு... பச்சக்கண்டாங்கி தொட்லுக்காரி, ஓடு, ஓடு, போயி சாவாசமா புள்ளய அமத்திட்டு வா, போ, போ'

என்று அதட்டிவிட்டு அந்த நிறைக்கி மாறிக்கொள்வார் சமயத்தில் அவரே பிள்ளைகளைத் தூக்கிக்கொண்டு வந்து நிறையில் கொண்டு போய்க் கொடுப்பார். அது எந்த ஜாதிக்காரப் பிள்ளையாக இருந்தாலும் சரி.

'புள்ளைக மேல இம்புட்டுப் பிரியம் இருக்கே, பெறகு எதுக்குக் கல்யாணம் முடிக்காம இருக்கனும், ஒன்னுமில்லாததுக எல்லாம் ஏழு கல்யாணம் முடிக்கும்போது' கெங்கியம்மாளின் வாய் பூட்டுப் போட்டாக்கூட சும்மா இருக்காது.

'அப்ப அவரு கடேசி வரைக்கி கல்யாணமே முடிக்கலியா?'

கொத்தன் கட்டைப் பீடியைத் தூர எறிந்துவிட்டு துண்டை அடியில் போட்டு மிதிகல்லின் மேல் உட்கார்ந்துகொண்டான். வெய்யில் உறைத்திருக்கணும்.

'கல்யாணமும் முடிக்கல, தார்ப்பாச்சல் இல்லாம வேட்டிய கால் வரைக்குத் தொங்கவிட்டுக் கெட்னதையும் பாக்கல, எதுக்கு அப்பிடி

தார்ப்பாச்சல் கெட்டிட்டு அலஞ்சார்னு ஆருக்கும் தெரியாது'

கொத்தன் கமலைக் குத்தியை முதுகுக்கு அனுசரணையாய் வைத்துச் சாய்ந்துகொண்டான். கொட்டுச் சத்தம் பலமாய்க் கேட்டுக் கொண்டிருந்தது.

'அவரு பேரே குஞ்சி நாக்கருதான?'

மீண்டும் கொத்தனுக்குச் சிரிப்பை அடக்க முடியவில்லை. அவன் குலுங்கிக் குலுங்கிச் சிரித்தான்.

'அவரு பேரு சத்தியமா எனக்குத் தெரியாதுடா மாப்பள. நானறிய ஊர்ல முக்கால்வாசி ஜனங்க குஞ்சி மொதலாளின்னுதான் சொல்லக் கேட்ருக்கன். எளவட்டங்க, மொறகாருக தார்ப்பாச்ச நாக்கருன்னு கேலி பேசுவாக. அவரோட அய்யா பேரு கெங்கையான்னு தெரியும். ஆம்பிள்ளப் புள்ள நம்ம குஞ்சி ஒருத்தர்தான். மத்ததெல்லாம் பொம்பளைக எல்லாமே நல்ல எடத்துல நல்ல நெலையில இருக்குதுக, இவரு ஒருத்தர்தான் இப்பிடியே நின்னு போய்ட்டாரு. ஆளு பாக்கத்தான் மாப்ள வெள்ளந்தி. வேலயில சமத்தன். உழவு புடிச்சார்னா பத்தேருக்கு சாலடிச்சுக் குடுப்பாரு. அவர் சாலடிச்சிருக்கிறத வேத்தூர் ஆளு ஆரும் அந்தப் பாத போனாக்கூட இன்னார் ஓழவு என்று பேசிக்கொண்டு போவார்கள். அவ்வளவு அத்துபடி, நூல் புடிச்சாக்கூட அந்த நேர்வராது, விதப்பும் அதே மாதிரி, சொல்லி வச்சாப்ல இருக்கும். வெதப்பெட்டி புடிச்சி வெதைக்கும் போது அந்த நடையவும் கை வீச்சவும் பாத்தா பட்டாளத்துக்காரன் தோத்துப் போவான். குப்ப வண்டி பத்திட்டுப் போறவரு பா க்னு வண்டிய நிறுத்தி சக்கிலியக் குடியில போயி தண்ணி குடிச்சிட்டு வண்டில தொத்திக்கிருவாரு. அவரப் பொறுத்த வரை சாதின்னா அணாவுக்கு எத்தனன்னு கேக்கிற ஆளு. காட்டுக்குப் போய்ட்டு வந்தார்னா வரும்போது மெனக்கிட்டு ஒரு கெட்டு மலட்டுத்தட்ட பாத்து வெட்டி கட்டா கட்டி சொமந்துக்கிட்டு வருவாரு. எதுப்பட்ட புள்ளைக எல்லாத்துக்கும் அதுதான் கரும்பு.'

இப்போது கொட்டுச்சத்தம் தூரத்தில் கேட்டது. அநேகமாக இந்நேரம் எல்லாம் முடித்திருப்பார்கள். நானும் கொத்தனும் அமைதியாய் உட்கார்ந்திருந்தோம். கொத்தன் முகத்தை ஏறிட்டுப் பார்த்தேன். அவன் கண்கள் கலங்கியிருந்தன. அவன் அழுது கொண்டிருந்தான். துண்டையெடுத்து முகத்தைத் துடைத்துக்கொண்டு தொண்டையைக் கனைத்துச் செருமிக்கொண்டான். இப்போது அவன் முகமே மாறிப் போயிருந்தது.

‘நல்ல மனுசனுக்குத் தானடா மாப்ள சாவு சீக்கிரம் வருது. நமக்கு வரமாட்டேங்கு’

கொத்தன் குரல்கூட மாறிப்போய்க் கரகரப்பாய்க் கேட்டது.

‘முந்தா நாள்கூட ஊர்ல ஒரு கூட்டமடா மாப்ள. நம்ம சீனிச்சக்கிலிச்சி மவனும், பெருமாள் குடும்பனோட பேரனும் நம்ம ஊர்ல ஊர்க்காலி மாடு மேய்க்காங்கல்ல அவங்க ரெண்டு பேரும் குஞ்சி நாக்கரு புஞ்சையில பருத்தி களவாண்டுட்டாங்கன்னு காவக்காரன் புடிச்சி இழுத்துட்டு வந்துட்டான். ரெண்டு பயலுக்கும் மேலெல்லாம் ஒரே பருத்திமாரு தடிப்பு வரி வரியா ரத்தங் கன்னிப் போயி, ஊர்க்கூட்டத்துல கையக்கட்டிட்டு அவங்க ஆத்தா அய்யா எல்லோரும் நிக்காக, குஞ்சி நாக்கரு வந்து பைய்ய கூட்டத்துல உக்கார்றாரு.’

‘என்னடா இன்னிக்குத் திடீர்னு ஊர்க்கூட்டம்’

காவக்காரனின் சத்தம் ரொம்பவும் அதாட்டியாய்க் கேக்கிறது. ஊர் கவனமாய்க் கேக்கிறது.

‘இந்த ரெண்டு சின்னத் தேவிடியாபுள்ளகளும் நம்ம ஒத்தப் பன புஞ்சையில பருத்திக் களவாண்டுட்டு இருக்கையில கையும் களவுமா புடிச்சி இழுத்தாந்துட்டன் மொதலாளி.’

குஞ்சி மொதலாளி இருவரையும் திரும்பிப் பார்க்கிறார். இருவரும் கோயிலுக்கு முன்னால் நெடுங்சாண் கிடையாகக் குப்புறக் கிடக்கிறார்கள்.

‘அடடே, எந்திருங்கடா எந்திருங்கடா’

இருவரும் எழுந்து கைகட்டி நிற்கிறார்கள். சீனிச் சக்கிலிச்சி, பெருமாள் குடும்பன் உள்பட அவர்கள் எல்லோருமே துண்டுகளை இடுப்பில் கட்டிக்கொண்டு தனியே ஒதுங்கி நின்று நாயக்கரையே பார்த்துக்கொண்டிருக்கிறார்கள். பையன்களின் மேலெல்லாம் பருத்திமாரின் விளாசலை உற்றுப்பார்க்கிறார்.

‘தோட்டத்துல பருத்தி எடுத்தீகளாடா?’

இருவரும் கோயில் மாடாய்த் தலையசைக்கிறார்கள்.

‘இவங்ள இப்பிடியே விட்றப்புடாது மொதலாளி, சிரிக்கி பிள்ளகளுக்கு நூறு எறநூறுன்னு அபராதத்தப் போட்டு அமுக்கிறனும், இல்லன்னா நெஞ்சுல பயமத்துப் போகும்.’

காவல்காரனின் தாட்டீகமான பேச்சுக்கேற்றவாறு மீசையும்

சேர்ந்து துடிக்கிறது. நாயக்கர் மௌனமாய் உட்கார்ந்திருக்கிறார்.

'ஓம் புள்ளகளுக்கு வாங்கித்திங்க பருத்தி குடுப்பியா இல்லையா?'

'எனக்கு மொறப்பருத்தி வருது, அதுல ஒரு கூற குடுத்து வாங்கித் திங்கச் சொல்வன்'

காவல்காரனின் எடுப்பான பதில்.

'சரி ஒனக்கு மொறப்பருத்தி வருது ஓம் புள்ளக வாங்கித் திங்குதுக, மத்தவகளுக்குப் புஞ்ச தோட்டமிருக்கு அதுகளும் வாங்கித் திங்கிதுக. ஒண்ணுமே இல்லாத வீட்ல இருக்கிற புள்ளக வாங்கித் திங்க எங்கடா போவாக, அதுலயும் நம்ம வீட்ல நமக்கு மாடு மேய்க்கிற பயக நம்ம புஞ்சையில எடுத்து வாங்கித் திங்காம வேற எங்கடா போவான். ஒரு கூறு பருத்தியில நமக்கு என்னடா கொறஞ்சு போயிரும், இல்ல அதக்கொண்டு போயி கார வீடு கட்ட வாணம் தோண்டிருவானா? கோட்டிக்காரப்பயல, இதுக்குப் போயி பச்சப்பயகள கையக்கட்டி அடிச்சி இழுத்தாந்திருக்கிய, நம்மள அண்டி ஜீவியம் பண்ணி வகுத்தக் கழுவுற அவுங்களுக்கு நம்மதானடா சகலமும். ஓம்புள்ள வெற, அவுக புள்ள வேறயா. எல்லாம் பத்து மாசம்தான், என்னமோ கூட்டமின்னு வந்தா... போடா போ'

குஞ்சி நாயக்கர் தார்ப்பாச்சலோடு துண்டை உதறி வீசி தோளில் போட்டுக்கொள்கிறார்.

இப்போது கொத்தன் அழுதான். அழுகையை அடக்கி அடக்கிப் பெருமூச்சு விட்டான். எனக்கும்கூட அழுகை வந்துவிடும் போலிருந்தது.

'என்ன மாமா பச்சப்புள்ள கெனக்கா'

'வகுறு எரியுது மாப்ள, மத்த ஊர்கள்ல நம்மள மாதிரி கீழ்ச் சாதிக்காரங்க பொளக்கிர பொளப்ப நெனச்சா, தொட்டாலுங் குத்தம் தும்னாலுங் குத்தம், இந்த மாதிரி மனுஷன் இனிமே பொறக்கவே மாட்டாக.'

இப்போது கொட்டுச் சத்தமும் வேட்டுச் சத்தமும் சேர்ந்து கேட்டது. தேரில் தூக்கி வரும்போது பார்த்தால் தெரியும். முன்னால் விட்டுப் பின்னால் சேர்ந்துகொள்ள வேண்டும். மௌனமாக உட்கார்ந் திருந்தார்கள்.

'சரி மாப்ள நம்ம ரெண்டு பேரும் பொடி நடையா நடந்து மயானம் போயிருவம். கூட்டம் நெறயவரும். எவனாவது செருப்புல மிதிச்சிட்டா போச்சு, சில பயக வேணுமின்னே மிதிப்பான்,

பித்துக்கால்ப் பய சீரழியிறதுல அவுங்களுக்கு ஒரு சந்தோஷம்'

'அப்பத்தாண்டா அவர் வீட்ல நான் வேலக்கி சேர்ந்த புதுசு, அப்பவே என் கையில பத்துப் பதினஞ்சு ஆள் தெனம் வேல செய்றாக. அறுப்பு நேரம் அநேகமா காட்டுலருந்து அம்புட்டும் வீடு வந்து சேர்ந்திருச்சு. கீழக்காட்டு பாதப்புஞ்சையின்னு ஒரே எடத்துல பத்தேக்கரு. அது வருசம் பூராவும் நாத்தடி நாத்துதான். வேற வெள்ளாம போடமாட்டாரு. விடிஞ்சா அறுப்பு. நாந்தான் இத்தன கோட்ட தவசம்னு மதிப்புக்கு புடிச்சி ராவே கொடி நாத்து முடிஞ்சு விடிய விடிய வேல, விடிஞ்சதும் அறுப்புன்னு'

அவர்கள் புங்கமரத்து ஓடைக்கரையில் நின்றார்கள். உதிர்த்துக் கிடந்த புங்க பூக்களைக் குத்தாய்க் கையில் அள்ளி சூரை போட்டான் கொத்தன். கருக்கல்ல காட்டப் போயி சுத்திப் பார்த்துட்டு வந்த மனுசன்.

'அடேய் வீரபத்திரா, இன்னக்கி நம்ம நாத்து அறுக்க வேண்டாம் இன்னியும் பத்து நாளக்கி கெடக்கட்டும் அப்படின்னாரு.'

'என்ன மொதலாளி திடுதிப்னு இப்பிடி சொன்னா எப்படி, ராவே ஆள் கூப்ட்டுக் கொடிகூட முடிஞ்சு வச்சாச்சு, வேற கையில வேல செஞ்ச ஆட்கள மறிச்சு நமக்கு அமத்தி வச்சிருந்தன். இன்னக்கி எப்பிடி வேற வேலைக்குப் போவாக?'

'பத்து நாளக்கி கெடக்கட்டுமின்னா கெடக்கட்டும், நான் சொன்ன பெறகு அறுத்தாப் போதும்.'

'பச்ச வெட்டுங் கெடையாது. காஞ்சு சறுகாப் போயி கெடக்கு, மிதிச்சா நொறுங்கும், சுத்துல வேற அறுக்க வேண்டிய காடுமில்ல மொதல்ல ஆட்டுக்காருக, அழிம்ப தாங்க முடியுமா மொதலாளி'

'அழிஞ்சா அழியட்டுமிடா, அறுக்க வேண்டாமினா ஒரு பேச்சுல விட்டுட்டுப் போயேன்.'

'மறுபேச்சு பேசாமல் நம்ம தெருவில் போய்ச் சொல்லி ஆட்களைத் தாக்காட்டி நிறுத்தியாயிற்று. மறுநாள் விடியக் கருக்கல்ல பேசுனது எத்தன கோட்ட தவசமோ அவ்வளவு தவசத்தையும் வண்டில கொண்டாந்து என் வீட்ல எறக்கிட்டுப் போய்ட்டாரு.'

'நாத்து அறுக்க முன்னயா கொத்து அளந்து குடுத்தாரு?'

'நாளி, மரக்கா இல்ல மாப்ள கோட்டகணக்ல, அன்னக்லருந்து விடியாம பிஞ்சைக்குப் போக, வர, நான் போயி மொதலாளி இன்னக்கி அறுத்திரவான்னு கேக்க, அந்த ஊமச்சிரிப்பாணிய நமட்டிட்டே நாளைக்கும்பாரு, மறுநாளும் இதே கூத்துதான்

இப்பிடியே பத்துப் பதினைந்து நாளாகிப் போச்சு, புஞ்சையும் ஓரக்கால் பூராவும் ஒரு சாலு மொறைக்கி அழிம்பு. அழிம்புனா பாத்தவன் கசிக்க மாட்டா, அப்பிடியும் காரணம் என்னன்னு அவர் வாயிலருந்து வரவே மாட்டங்கு. அப்புறமாகத் திடீர்னு ஒரு நாள் கருக்கல்ல புஞ்சையிலருந்து திரும்பி வந்தவர் மொகத்துல சந்தோஷமான சந்தோஷம், போங்கடா போயி இன்னக்கி அறுங்கடான்னுட்டாரு. நாத்தறுப்பு மும்முரமா நடக்கு, என்ன விசயமினு கேட்ற எனக்கு ஒரே அரிப்பு மனசுக்குள்ள, கொமச்சல் அதிகமாகி மெதுவா பேச்ச ஆரம்பிச்சன்'

'என்ன மொதலாளி இப்பிடி பத்துநாளா ஒரு வெவரமும் சொல்லாம...'

கொத்தன் சுண்டிய கட்டைப் பீடி ஓடைக்குள் போய் விழுந்தது. செருப்பில் ஒட்டிய நெருஞ்சி முள்ளையும் நாயுருவிச் செடியின் உரசலையும் நிதானித்து மெதுவாய் நடந்தான் கொத்தன்.

'இதக் கேட்டதும் அவரு சிரிச்ச சிரிப்பாணி, நேத்துப் பாத்தாப்ல இருக்டா, எங்கையப் புடிச்சி இழுத்துக்கிட்டே நடுப் புஞ்சைக்குப் போனாரு. அங்க பாத்தா ஒரு நாத்துல சிட்டுக்குருவியின் வெத்துக் கூடு, அதுக்கு மறவா இருக்கணுங்கிறதுக்காக நாத்துக்கள இழுத்துப் புடிச்சி கூடாரமா கெட்டி குமுக்கா வெச்சிருந்தாரு'

'நேத்துத்தாண்டா எல்லாக் குஞ்சுகளும் பறந்து போயிருச்சுக, அதுதான் இன்னக்கி அறுப்பு. இல்லன்னா இன்னுங்கூட பத்துநாள் தள்ளித்தான் அறுக்கச் சொல்லிருப்பன், அன்னக்கே அறுத்திருந்தா பிட்டாணி கூட தெறிக்காத அந்த மூணு குஞ்சியும் வம்பாள செத்து மடிஞ்சிருக்கும், தாய் குருவிக மனசு என்ன பாடுபடும்.'

இதை அவர் சொன்னதும் நாத்தறுத்துக் கொண்டிருந்த எல்லோரும் விழுந்து விழுந்து சிரிச்சோம். சாயங்காலம் ஊர் போயி சொன்னதும் ஊரே சிரிச்சது. அறுப்பு முடிஞ்சு மறுபடியும் எல்லாத்துக்கும் தவசம் குடுத்தாரு முந்தி பேசினபடிக்கு. அன்னக்கி வந்த பேருதான் மாப்ள குஞ்சி நாக்கரு.

சே... எப்பேர்பட்ட பூ மனசு, எனக்கும்கூட இலேசாய் மண்ணைக் கட்டியது.

மயானம் பூராவும் ஒரே கூட்டம். வரிசைப்பனையின் கோட்டு நிழல்களிலும் வேலிக் கருவேல மரத்தின் கட்டை நிழல்களிலும் வெய்யிலுக்கு உட்கார இடமின்றி கூட்டம் அதிகமாயிருந்தது. சிலர் கிணறுகளை நோக்கிப் போய்க்கொண்டிருந்தார்கள். மாப்ள

அந்தப் பூஞ்ச மனசு தீ நாக்குல கருகுகிறத நம்ம கண்ணால பாக்கக் கூடாது மாப்ள. அது நமக்குச் சகிக்காது, கொத்தன் உருகி மூக்கு சீந்தினான்.

காளியம்மன் கோவில் புளியமரத்திற்கடியில் அந்த இரண்டு ஜோடி மாடுகளும் அசை போடாமல் காதுகள் விறைக்க நின்று கொண்டிருந்தன. உப்புப் பரிந்த மேலோடு அவிழ்த்து வைத்த நாற்றுக் கட்டுக்களை ஒவ்வொன்றாய் எடுத்து சொளகில் தானியத்தில் கல் பொறுக்குவதைப் போலத் தூரில் உள்ள கரம்பையை நீக்கி ஊட்டிவிட இன்று அவர் இல்லை. ஊட்டிவிட்ட பிறகு தன் உள்ளங்கையினால் மாடுகளின் மேலெல்லாம் தடவித் தடவி கழிவு உரோமம் நீக்கி அழகுபார்க்க இன்று அவர் இல்லை. நிஜமாய் வாழ்ந்த அந்த மகாத்மாவின் மனசையும் தீப்பொசுக்கித் தின்றிருக்கும். அசை போடாமல் காதசைக்காமல் வாலசைக்காமல் நிற்கும் அந்த மாடுகளுக்குக்கூடத் தெரிந்திருக்குமோ?

62

குறளி வித்தைக்காரன்

தீயெனச் சுட்டெரிக்கும் வெயிலுக்குத் தங்களைச் சற்றுநேரம் நிறுத்தி ஆசுவாசப்படுத்திக்கொள்வதற்கும், கேள்விக்குறியெனக் காயா பழமா என்று தங்கள் அடிமனதில் உறுத்திக்கொண்டிருக்கும் பிரச்சினைகளைச் சற்று நின்று அசைபோட்டுச் செல்வதற்கும் நகரத்தின் பல பகுதிகளில் இருந்தும் வருகின்ற உள்ளூர், வெளியூர் ஜனங்கள் நடந்து காலோய்ந்து போனவர்கள் சற்றே நிழலில் நின்று போவதற்கும் அந்தக் கோயில் மேடு ரொம்ப தோதாயிருந்தது. வரிப்புலியின் கோடுகளெனப் பட்டை பட்டையாய் வர்ணம் தீட்டியிருந்த நீண்ட கோட்டைச் சுவர்களும், கோட்டைச் சுவர்களைச் சுற்றிலும் வனாந்திரமாய் வளர்ந்து தளிர்த்துக் குடையென நின்று நிழல் தரும் வாகை மரங்களும் போவோர் வருவோரைக் கொஞ்ச நேரமாவது நின்றுபோ நின்றுபோ என்று சொல்வதைப் போல் எந்நேரமும் கூட்டம் இருந்துகொண்டேயிருக்கும். மரங்களை அடுத்து வெறிச்சோடிக் கிடக்கும் அகன்ற பெரிய மைதானம். அரசியல் கட்சிகளின் கூட்டங்கள் நடக்கும் ராத்திரி நேர நாள்கள் போக மற்ற நாள்களில் தேவையற்ற நிலமெனக் கிடந்தது. மைதானத்தின் விளிம்பில் வரிசையாய் நிற்கும் பல்வேறு கொடிக் கம்பங்கள் அணிவகுத்து நிற்கும் வீரர்களைப்போல் விறைப்பாய் நின்றன.

அந்தக் தாலுகாவிற்குள் அடங்கும் அத்தனை அலுவலகங்களும் ஒட்டுமொத்தமாய் அந்தக் கோயில் மேட்டில்தான் இருந்தன. மூன்று விதமான நீதிமன்றங்கள், மூன்று விதமான காவல் நிலையங்கள், டெலிபோன், தந்தி, தலைமை தபால் நிலையம், சப்-கலெக்டர் அலுவலகம், கருவூலம், கலால்வரி, யூனியன் அலுவலகம், தாலுகா தாசில்தார் அலுவலகம் இவற்றோடு பெண்கள் மேல்நிலைப்பள்ளியும் பெண்களுக்கான தங்கும்விடுதியும்கூட அங்கேதான் இருந்தன. ஒவ்வொரு மனிதனும் ஊடு இழையெனப் பின்னப்பட்டு இத்தனை அலுவலகங்களில் ஏதாவது ஒன்றோடு நெய்யப்பட்டிருந்தான்

போலும். நகரத்திலிருந்து இங்கே வர பல மார்க்கங்கள் இருந்தாலும், மேடேறுவது என்பது ஒரே ஒரு வழிதானிருந்தது. முப்பத்தாறு படியேறி கிழக்காய்த் திரும்பினால், கோவிலின் சுவரையொட்டிய மனிதர்கள் நிறைந்த வாகை மரக் கூட்டங்களைப் பார்க்கலாம். சில நேரங்களில் கைகளில் விலங்கு மாட்டிய கைதிகளைத் தும்பில் பிணைத்த மாடுகளெனத் துப்பாக்கி சகிதம் நடத்திக் கூட்டிவரும் போலீஸ்காரர்களும், கைதிகளும் நின்று புகைபிடித்துச் செல்வதுகூட இந்த வாகை மர நிழல்களின் அடியில்தான்.

திரும்பியவுடன் நிற்கும் முதல் மரத்தடியில் கரும்புச்சாறு பிழிந்து விற்கும் ஊமையன் ஒருவன். அடுத்தாற்போல், உள்ளங்கையின் ஐந்து விரல்களையும் பெரிதாய் வரைந்து போர்டு சாத்தப்பட்டு, அதன் முன்னால் துண்டுவிரித்து உட்கார்ந்து கைரேகை பார்க்கும் இரத்தக் கண்களுடன்கூடிய தடிமனான ஜிப்பாக்காரன், அடுத்து மஞ்சள்நிறச் சேலையும், அதே கலரில் ரவிக்கையும் அணிந்த சடைப் பிடித்துக் கட்டிக் கட்டியாய்த் தொங்கும் கூந்தலுடன் முத்துப் போட்டுக் குறி சொல்லும் பெண். குறுணி மஞ்சளை அப்பிய அவள் முகம் பார்ப்பதற்கு விகாரமாய் இருக்கும். சம்மணமிட்டு அமர்ந்திருக்கும் அவள் முன்னால் படமெடுத்து ஆடுகின்ற நல்ல பாம்பின் வெள்ளிச் சிலையும் வேப்பங்குழையும் எப்போதும் கிடக்கும். அடுத்து மண்டை ஓடும், பாம்புக் கூடைகளும், மகுடியும், கீரிப் பிள்ளையும், குறளிப் பொம்மையும் வைத்து வித்தை காட்டுகிற ஒருவன். அடுத்து கூண்டுக்குள் அடைக்கப்பட்ட கிளிகளை வைத்துக்கொண்டு பட்சி சாஸ்திரம் சொல்கின்ற ஒருவன்.

இவர்களில் யாரிடமாவது நின்று தங்கள் காரியங்களும் லட்சியங்களும் பலிக்குமா பலிக்காதா என்று அன்றாடம் கேட்டு விட்டுத்தான் அத்தனை அலுவலகங்களுக்கும் ஜனங்கள் போய் வந்தார்கள். கைரேகை பார்க்கும் ரத்தக் கண்காரனிடம் போன வாரம் ஒருவன் பலமாய் சண்டையிட்டான். தன்னுடைய வழக்கில் இன்று தீர்ப்பு என்பதால் அவன் குழம்பிப்போய்த்தான் இவனிடம் கை காட்டியிருக்கவேண்டும். இந்த வழக்கில் ஜெயம் உன் பக்கமே என்று கைரேகைக்காரன் சொன்னதும், அவனும் மகிழ்ந்துபோய் ஐம்பது ரூபாய்த் தாளைக் கொடுத்து சன்மானமாக வைத்துக்கொள்ளச் சொல்லிவிட்டுப் போயிருக்கிறான். மாறாக, அவனுக்கு ஆறுமாசம் கடுங்காவல் தண்டனை என்ற தீர்ப்பைக் கேட்டுக் கோபமுற்றவன் கை விலங்குடன் தன்னை இவ்வழியே கூட்டிக்கொண்டுபோன போதே முறைத்துக்கொண்டும் பல்லைக் கடித்துக்கொண்டும்

போயிருக்கிறான். அவன் விடுதலையாகி இன்று இன்னொரு வழக்கில் வாய்தாவுக்குப் போகிறவன்தான் தகராறு செய்தவன். கைரேகைக் காரனோ கொஞ்சம்கூட பதட்டப்படாமல் பேசினான்.

'ஒரு மனிதனின் ஜெயம் என்பது, ஒரு மனிதனின் யோகம் என்பது, ஒரு மனிதனின் விடுதலை என்பது, ஒரு மனிதனின் மரணம் என்பது, ஒரு மனிதனின் விதி என்பது ஒரு விநாடியில் லட்சத்தில் ஒரு பங்கு நேர வித்தியாசத்தில்கூட மாறும் தன்மையுடையது. நீ என்னிடம் கை நீட்டிய போது உன் ஜாதக விதிப்பலன்படி ஜெயம் உன் பக்கம் மிகப் பிரகாசமாயிருந்தது. இங்கிருந்து நீ கோர்ட்டுக்குப் போய்க் குற்றவாளிக் கூண்டில் ஏறிய விநாடி உன் ராசியில் ஏழரை நாட்டான் அடியெடுத்து வைக்கிற நேரம். அந்த ஏழரை நாட்டான் கோர்ட்டாரின் நாக்கிலே ஏறி உட்கார்ந்த பின் ஜெயம் எப்படி ஜெயிக்கும், அன்றைக்கு நீ ஐந்து நிமிடம் முன்கூட்டிப் போய் நின்றிருந்தால் ஜெயம் உன் பக்கமே.'

இவ்வளவு விவரங்களையும் பொறுமையாகக் கேட்டவன் சாந்தமாகி, தன்னுடைய ஜிப்பா பையிலிருந்து பத்து ரூபாய் தாளை எடுத்துக் கொடுத்துவிட்டுக் கிழக்காய் நடந்தான். அப்போதுதான் கவனித்தான் புதிதாய் ஒருவன் கடை விரித்திருப்பதை. வித்தியாசமான கடை வித்தியாசமான ஆள். தன் காலடியில் தரையில் வைக்கப் பட்டிருந்த போர்டைப் படித்தான். 'இங்கு எல்லா சிலைகளும் கிடைக்கும்' ஜிப்பாக்காரன் தான் போகவேண்டிய கோர்ட் வாய்தாவைக்கூட மறந்துவிட்டு கண் இமைக்காமல் பார்த்துக்கொண்டே நின்றான். விதவிதமான சிலைகள். அத்தனையையும் வரிசையாய் நிறுத்தி வைத்திருந்தான்.

ஏழெட்டுச் சிலைகளை ஒரு வரிசையிலும், அப்புறம் கொஞ்சம் தள்ளி அஞ்சாறு சிலைகளை அடுத்த வரிசையிலும், அப்புறம் தனியாக ஒரே ஒரு சிலையையும், கொஞ்சம் பின்னால் தள்ளி கருப்புத் துணியால் மூடிய இரண்டே இரண்டு சிலைகளையும் அவன் நிறுத்தியிருந்தான். முதல் வரிசையில் உள்ள சிலைகளுக்கு 'சவடால்' சிலைகள் என்றும் ஒற்றைச் சிலைக்கு 'இன்குலாப் ஜிந்தாபாத்' சிலையென்றும், தனியே கருப்புத் துணி போட்டு மூடிய இரண்டுக்கும் 'சூப்பர் பவர்' சிலைகள் என்றும் விளக்கம் எழுதி அதனதன் கழுத்தில் மாட்டி தொங்கவிட்டிருந்தான். ஜிப்பாக்காரன் உற்றுப் பார்க்கவும் சிலை விற்பவன் எழுந்து வேகமாய்ப் பக்கத்தில் வந்தான்.

'பாழாய்ப் போகிற மனிதர்களே கேளுங்கள், இந்த கைரேகைகளையும், ஜோஸ்யத்தையும், தெய்வங்களையும், விதியையும் அதிர்ஷ்டத்தையும்

மறந்துவிட்டு என்னிடம் வாருங்கள். உங்களை முன்னேற்ற, உங்களை மேன்மையடையச் செய்ய, உங்களை உன்னத மனிதனாக்க எல்லா உபயங்களையும் உள்ளடக்கிய ஏராளமான சிலைகள் என்னிடம் இருக்கின்றன. விலையோ கொள்ளை மலிவு. ஓடிவாருங்கள் மனிதர்களே.'

சிலை விற்பவன் தொண்டை கிழியக் கத்தியபடி கிட்டத்தில் வந்தான்.

'இவை மனிதனை எப்படி மேன்மையடைச் செய்யும்?'

'முதல் வரிசையில் உள்ள இந்தச் சிலைகளைப் பாருங்கள். இவை அனைத்துமே ஒரு காலத்தில் உன்னதமான சிலைகள்தான். வெள்ளைக்காரனை இந்த மண்ணை விட்டே விரட்டியடித்த சிலைகள் இவைதான். இவை செய்த பெரிய தவறு வெள்ளையனை விரட்டி விட்டு வெள்ளைக்காரனின் பழக்கவழக்கங்கள் அத்தனையையும் கொண்ட கறுப்பர்களை ஆட்சியில் அமர்த்தியது. ஒரு காலத்தில் இவை உண்ணாவிரதம் இருந்தால் இந்தியாவே பட்டினி கிடக்கும். இவர்களின் சுண்டுவிரல் அசைவுக்குக் கோடானகோடி மக்கள் கட்டுப்பட்டுத் தங்கள் உயிரையும் தரத் தயாராகியிருந்தார்கள். இன்று ஒருவரோடு ஒருவர் சண்டையிட்டுத் தங்கள் சக்தியை எல்லாம் இழந்து, சக்தியே இல்லாத வெறும் கற்சிலைகளாகிப் போனார்கள். இவர்களால் உங்களுக்கு எந்தப் பிரயோஜனமும் இல்லை?'

'இவைகளுக்குச் சவடால் சிலைகள் என்று பெயர். வெறும் வாய்ப்பேச்சை மட்டுமே வைத்துக்கொண்டு அரியணை ஏறியவர்கள். இவர்களைப் பேச்சிலே வெல்வதற்கு உலகத்திலேயே யாரும் கிடையாது. கொள்கை, கோட்பாடு பேசாமல் பழம்பெருமை பேசிப் பேசியே சீரழிந்துபோனவர்கள். விலையோ கொள்ளை மலிவு. ஆனாலும் சீந்துவாரில்லை. அழகான அடுக்குமொழிப் பேச்சுக்கள் கேட்க வேண்டுமானால் இவற்றில் ஒன்றை வாங்கிப் போங்கள்.'

'இந்த ஒற்றைச் சிலை?'

'ஓ... இதுவா? இதன் பெயர் இன்குலப் ஜிந்தாபாத் சிலை, இந்தியச் சிலை அல்ல, இறக்குமதிச் சிலை, கழுதை தேய்ந்து கட்டெறும்பான கதை. இதை நீர் வாங்கிப் போனால் உடனடியாக உமக்கு ஒரு ரேசன் கார்டு கிடைக்கும். இது உறுதி. அடுத்து புறம்போக்கு இடங்களை ஆக்ரமித்து, இந்தச் சிலையின் பெயரையே வைத்து ஒரு நகரை உருவாக்கிப் பின்னால் பிளாட் போட்டு விற்றுக்கொள்ளலாம். அதற்கு நான் உத்திரவாதம் தருகிறேன். அரசு நிறுவனங்களிலே வேலை பார்க்கிற மாசம் ஐயாயிரம் ரூபாய்க்குக் குறையாமல் கூலி

வாங்குகின்ற பாட்டாளிகளின் மத்தியில் இந்தச் சிலை ரொம்பப் பாப்புலர். போனஸ், பஞ்சப்படி, இன்கிரிமென்ட் போன்ற விஷயங்களுக்காகவே, தன்னுடைய முழுச் சக்தியையும் இழந்துவிட்ட சிலை. இதிலே ஒரு விஷேசம், இந்தச் சிலையைப் பார்ப்பவர்களின் கண்களுக்கு இது ஒரே சிலை மாதிரிதான் தெரியும். ஆனால், உண்மை அப்படியல்ல. இதன் இடப்பக்கம் வேறு குணம், வலப்பக்கம் வேறு குணம், இடது கைக்கும் வலது கைக்கும் சண்டை, வலது காலுக்கும், இடது காலுக்கும் சண்டை, சவடால் சிலைகளுடன் கூட்டுச் சேர்ந்து தங்களை அடையாளம் காட்டிக்கொண்டிருக்கும் சிலை. இதன் நெஞ்சில் புதைந்துபோன அத்தனை லட்சியங்களையும் மறந்துவிட்டு எங்கேயாவது கற்பழிப்பு நடந்தால், அதைப் பேசியே காலந்தள்ளும் பரிதாப நிலை. ஆனால், ஒரு சலுகை இந்தச் சிலையை வாங்கு கிறவர்களுக்கு ஆயிரம் தட்டிப்போர்டுகளும், அதற்கான ஆயிரம் அச்சடிக்கப்பட்ட வாசகங்களும், ஆயிரம் உண்டியல் டப்பாக்களும் இலவசமாகத் தரப்படும்.'

'அதோ... அந்த இரண்டு சிலைகள்.'

'கையை நீட்டிப் பேசாதீரும், இவையிரண்டும் சூப்பர்பவர் சிலைகள். தங்களுக்குள் சண்டையிடாதவை. எதிரெதிர் குணம் கொண்டவை. இரண்டுமே அபார சக்தியும் துடிப்பும் மிக்கவை. நூறு சதம் உத்தரவாதம் உள்ளவை. ஒரு அணுகுண்டின் சக்தியை உள்ளடக்கியவை. யாருடனும் கூட்டுச் சேராதவை. சண்டையில் விருப்பம் உள்ளவை. இவற்றின் விசேஷ குணம் என்னவென்றால் இவை முழுசாய் இருக்கிற போதும், பாதுகாப்பான இடத்தில் இருக்கிற போதும் ஆபத்தே இல்லாதவை. ஆனால், அந்த இரண்டு சிலைகளிலும் ஒரு சுண்டுவிரல் நகம் சேதமடைந்தாலும் போதும், அவைகளின் சக்தி அனைத்துமே அதன்மூலம் வெளியேறி தமிழகத்தையே சுடுகாடாக்கி விடும். அத்தனை அரசியல் தலைவர்களுமே இவையிரண்டின் காலடியில்தான். இதை வாங்குகிறவர்கள் என்னவாக ஆக விரும்புகிறார்களோ அதுவாக நிச்சயம் ஆகிவிடலாம். இதில் ஏதாவது ஒன்றை வாங்கிப் போனால், உங்கள் மேலுள்ள அத்தனை வழக்குகளும் ஒரே வாரத்தில் தள்ளுபடியாகிவிடும். உங்களுக்கு ஒரு உன்னதமான எதிர்காலம் மிகக் குறுகிய காலத்திலேயே உண்டு. எப்போதுமே சக்தியுடன் இருப்பவை.'

'என்ன விலை?'

'ஒவ்வொன்றும் ஆயிரம் ரூபாய்.'

‘ஐநூறு ரூபாதான் இருக்கு, நாளைக்கு வந்து மீதி ரூபா தரலாமா?’

‘உம்முடைய முகவரியை மட்டும் கொடுத்துவிட்டு, தாராளமாக ஒரு சிலையை நீர் எடுத்துச் செல்லலாம். மீதிப் பணத்தை நாளை வந்து கொடுக்கலாம். கடை இங்கேயேதான் இருக்கும்.’

‘எனக்கு அட்ரசே கெடையாது, என் பேர் மட்டுமே சொன்னால் போதும், என் பேர் சிறைப் பறவை சின்னதுரை’

செத்த பிணத்தைத் தலையில் வைத்து தனியாள் ஒருவன் தூக்கிச் செல்வதைப் போல் முற்றிலும் மூடப்பட்டிருந்த அந்தச் சிலையை அவன் கவனமாகச் சுமந்து சென்றான். ஆள் நடமாட்டம் குறைந்து இருந்தாலும் கூடவருகின்ற சிலர் இவனை ஒரு தினுசாகப் பார்த்துவிட்டு நடந்தார்கள். இருட்டுப் பாதை வழியே போய்விட நினைத்து சாலையைவிட்டு விலகி ஒற்றையடிப் பாதை வழியே நடந்தாலும்கூட போஸ்ட் லைட்களின் வெளிச்சம் இவனை அடையாளம் காட்டிக்கொண்டேயிருந்தது. பாதைகள் பிரியும் இடத்தில் சற்று நின்று திகைத்தவன் சிலையைச் சுமந்தபடியே யோசித்தான். பொண்டாட்டி வீட்டிற்குக் கொண்டுபோவதா? வப்பாட்டி வீட்டிற்குப் போவதா? ஒரு தீர்க்கமான முடிவுக்கு வந்தவனாய் வப்பாட்டி வீட்டுப் பாதையில் எட்டு வைத்தான். இரவில் நடமாடிய தெரு நாய்கள் குரைத்து ஓய்ந்தன.

நிறையக் குடிசைகள் நிறைந்த குறுகலான பல தெருக்களைக் கடந்து ஒரு குடிசையின் முன் வந்து நின்றான். இவனுடைய காலடிச் சத்தத்தில் தூங்கிக்கொண்டிருந்த சிலர் தலை தூக்கிப் பார்த்துவிட்டு முற்றங்களிலேயே தங்கள் தூக்கத்தைத் தொடர்ந்தனர். குடிசைக்கு முன்னால் நின்ற வேப்பமரத்தின் தூரில் சிலையை நட்டு வசத்தில் நிறுத்திச் சாத்தியவன் குனிந்து குடிசைக்குள் போனான். சுமந்துவந்த களைப்புத் தீர ஒரு செம்பு தண்ணீரைக் குடித்தவன், மீதித் தண்ணீரை ஊற்றுவதற்காகச் செம்புடன் வாசலில் எட்டிப் பார்த்தான். சற்று நேரத்திற்குமுன் தான் நிறுத்தி வைத்துவிட்டுப் போன சிலையின் மீது நாய் ஒன்று பின்னங்கால் தூக்கி ஒன்னுக்கிருப்பதைக் கண்டதுமே கோபமடைந்தான். சடக்கெனக் குனிந்து தன் காலடியில் கிடந்த கட்டக் கம்பியை எடுத்து வீசியெறிந்தான். நாய் கத்திக்கொண்டே விரைந்தோடியது. தரையில் சரிந்து விழுந்து சிலை நொறுங்கிக் கிடந்தது.

மறுநாள் தமிழ்நாடே ஸ்தம்பித்து நின்றது; பஸ்கள் ஓடவில்லை. வாகனங்கள் நொறுக்கப்பட்டன; கொளுத்தப்பட்டன. வீடுகள் எரிந்து சாம்பற் காடாகின வெடிகுண்டுகள் வெடிக்கின்ற சத்தம் கேட்டுக்

கொண்டேயிருந்தது. அந்த ஊரே சுடுகாடாக ஆனது. கோயில் மேட்டில் சிலை விற்பவனைத் தவிர்த்து ஒரு சுடுகஞ்சிகூடக் கிடையாது. மைதானமும் ரோடும், வாகை மர நிழல்களும் வெறிச்சோடிக் கிடந்தன. எல்லா சிலைகளும் தன் கைவசமிருப்பதால் தனக்கு எவ்வித பயமுமில்லை என்பவனைப்போல் சிலை விற்பவன் ஒருவன் மட்டுமே அங்கே நின்றுகொண்டிருந்தான். ஆனால் நடக்கின்ற விபரீதங்கள் எல்லாம் எதனால் என்று தெரிந்தவனாக அவன் மிக்க சந்தோஷமாய் இருந்தான். நேற்று சிலை வாங்கிப் போனவன் மீதிப் பணத்தைக் கொண்டுவந்து தரவில்லையே என்று நினைத்தவனாக தொலைக்காட்சிப் பெட்டியின் முன் உட்கார்ந்தான். அவன் கண்களையே அவனால் நம்ப முடியவில்லை. முதலமைச்சரின் முன்னால் கால்மேல் கால் போட்டபடி உட்கார்ந்து ஏதோ சொல்லிக் கொண்டிருந்தான் சிலையைக் கடனுக்கு வாங்கிப் போனவன். முதலமைச்சரும் இன்னும் சில உயர் அதிகாரிகளும் இவன் சொல்வதற்கெல்லாம் பவ்யமாகத் தலையசைத்துக்கொண்டிருந்தனர்.

சரியாக நாலாவது நாள் நகரத்தில் எங்கே பார்த்தாலும், போலீஸ் தலைகள், எரிக்கப்பட்ட வாகனங்களும், நொறுக்கப்பட்ட வீடுகளும், இரத்தம் உறைந்த தார் ரோடுகளும் தவிர்த்து எவ்வித நடமாட்டமும் இல்லை. சிலை விற்பவனின் முன்னால் வந்துநின்ற டாடா சியாராவிலிருந்து இறங்கி கம்பீரமாக நடந்து வந்துகொண்டிருப்பது அவனேதான். மகாத்மா காந்தியின் உருவம் அச்சடித்த பச்சைநிற ஐநூறு ரூபாய் கட்டு ஒன்றை வெளியில் எடுத்துச் சிலை விற்பவனிடம் வீசியெறிந்தான். அந்தக் கால மன்னர்களைப் போன்ற உடைகளும், அலங்காரங்களும், ஆபரணங்களும் அவனைச் சட்டென அடையாளம் கண்டுபிடிக்க முடியாதவனாய் சிலை விற்பவன் திகைத்து நின்றான். எங்கிருந்தோ தோன்றிய திடுமெனப் பாய்ந்துவந்த பத்துப் பதினைந்து பேர் பயங்கர ஆயுதங்களுடன் வந்து இவனுடைய டாடா சியாராவை அடித்து நொறுக்கித் தூள் தூளாக்கி தீ வைத்தனர். இவன் சிலை விற்பவனை ஆச்சரியமாகவும் கோபமாகவும் பார்த்தான். சிலை விற்பவனோ நிதானமாகச் சிரித்துக்கொண்டே சொன்னான்,

'சூப்பர் பவர் சிலையில மீதி இருந்த ஒன்னு நேத்து வித்துப் போச்சு.'

கலவரக் கும்பல் விரட்ட அவன் உயிர் பிழைப்பதற்காக வேகமாய் ஓடி போலீஸ் ஸ்டேஷனுக்குள் அடைக்கலம் புகுந்தான். கும்பலும் போலீஸ் ஸ்டேஷனுக்குள் புகுந்தது.

63

சோகவனம்

கற்பாறைகளின் இடுக்குகளிலும்கூடத் தன் வேர் பதித்து நீருறிஞ்சி மண் நீக்கிக் காற்றைச் சுவாசிக்கும் ஆத்ம வெறியில் தலை நீட்டிச் சுட்டெரிக்கும் அக்னி ஜ்வாலையின் சூரியத் தகிப்பில் உயிர் பெற்றுத் தன் இனம் பெருக்கும் தாவரங்களைப் போலவும், இந்தப் பிரபஞ்சத்தின் அத்தனை ஜீவராசிகளின் இனவிருத்தி என்னும் மாய வலைக்குள் சிக்கிக்கொண்டுதான் அந்த இரண்டு இளம் கிளிகளும் ஆனந்தித்துச் சுகித்திருந்தன. காற்றசைவிலும் வனங்களின் ஏகாந்த மௌனத்திலும் இலைகள் சலசலக்கும் தாலாட்டிலும் நறுமணம் வீசும் காட்டுப் பூக்களின் சௌந்தர்ய வாசனையில் நாசிகளின் மென்னுணர் நரம்புகள் புடைக்கக் கிளைவிட்டுக் கிளைத் தாவி, காற்றில் உதிரும் பூக்களெனப் பறந்து உல்லாசமாய் ஆனந்தக் கூத்தாடிக் களித்திருந்தன, அந்த இளஞ்சோடிக் கிளிகள். உடற்சூட்டின் கதகதப்பில் திரவம் உறைந்து அணுக்கள் இறுகிக் கெட்டியாகி உயிர்பெற்று அசைந்து, மண் நீக்கி முளைவிடும் விதையெனத் தோடுடைத்துச் சூரியனின் இயற்கைச் சூட்டைப் பெறும் வேட்கையிலும், தாயின் மூச்சே காற்றென இருந்த கணம் மாறி உள்காற்றை உந்தித் தள்ளி வெளிக்காற்றில் தலைநீட்டும் முதல் ஸ்பரிசத்திற்காய்க் காலுதைக்கும் குஞ்சுகள் பொரிக்க இடம் தேடிப் புறப்பட்டன ஜோடிக் கிளிகள்.

தம் வம்சத்தின் பாரம்பரிய நியதியை மீற முடியாமல் கிளைகளின் மேல் கூடு கட்டி வாழும் பறவைகளையும், கிளைகளிலிருந்து தொங்கும் கூடு கட்டி வாழும் பறவைகளையும் உதாசீனப்படுத்திவிட்டு மரப்பொந்துகள் தேடி வனங்களின் மூலை முடுக்குகள் எல்லாம் தேடி அலைந்தன. மலைக் குகைகளின் கல் பொந்துகள் மாறித்தான் மரப் பொந்துகள் உண்டாயிற்று போலும். தான் ஜனித்த தாய்வீட்டை நினைத்துக் காற்றில் அடையாளமிட்டிருந்த திசையில் பறந்து இடம் தேடியடைந்தன. தன் தாய்வீட்டை அந்த இடத்தில் காணாமல்

விக்கித்து நின்றன. தன் வீடு இருந்ததற்கான அடையாளத்தையே காணவில்லை. திசைமாறிவிட்டோமோ என்று திகைத்து அடையாளங்கள் தேடினால் அடையாளங்களாக நின்ற மரங்களையும் காணவில்லை.

'ஆகா... எவ்வளவு பெரிய இலவமரம் தன் தாய்வீடாயிருந்தது. எவ்வளவு உயரம், எத்தனை பொந்துகள். பக்கத்திலேயே கூடாரமாய்க் கிளை பரப்பி வெய்யில் முகமே காணாமல் எந்நேரமும் நீருக்குள் இருக்கிற மாதிரியான குளிர்ச்சியில் அசைந்தாடி பறவைகள் எல்லாவற்றையும் 'வா, வா' என்று கையசைத்துக் கூப்பிடும் நிலவாகை மரத்தையும் காணவில்லை. சந்தன வாசனை எங்கே போயிற்று? அடர்ந்த மட்டியும், கோங்கும், பிள்ளை மருதும் இருந்த இடம் எது? ஆயிரம் கைகள் விரித்தாற்போல் நின்ற தேக்கு எங்கே போயிற்று. தன் தாய்வீட்டில் வாசற்படிபோல் பொந்தின் அடியில் இருந்த பெரிய கணுவில் நின்றுகொண்டு இரையூட்டிய தன் தாயின் அலகும் தங்களின் அலகும் எவ்வளவு கச்சிதமாய்ப் பொருந்தி மூடும். இரைகளை அலகு மாற்றிய பிறகு விருட்டெனப் பறந்து காற்றில் கலக்க எவ்வளவு தோதாயிருந்தது, அம்மரத்தின் கணு. முற்றிப் பழுத்து வெடித்த பலாவின் மணத்தை இந்த நாசி உணரவே வழியில்லையே. உயிர்ப்பித்த பூமியா அத்தனை மரங்களையும் உள் வாங்கிக்கொண்டு ஏப்பம்விட்டது? கடுகளவு விதையையும் பெரிய மரமாக்கி வனமாக்கும் மண் நிச்சயமாய் விழுங்கியிருக்காது. மண் விழுங்கும் சருகுகள்கூட உரமாகி உயிர்பெற்று மரமாய்த்தானே வெளிவருகிறது. அப்படியெனில் இந்த மரங்கள் எங்கே போய் ஒளிந்துகொண்டன. பெரு நெருப்பில் கருகியிருந்தால் தடயம் எங்கே. சாம்பலையும்கூட உரமாக்கிச் செடிகளுக்கு அளித்து பூ, பிஞ்சு, காய், பழம், விதையெனச் சக்கரச் சுழற்சியின் விதிக்கு மண்தானே ஆதாரம். அப்படியிருக்க மண் நிச்சயமாய் விழுங்கியிருக்க முடியாது.'

கனிந்து காம்பறுந்து தரையில் விழும் விதை சுமந்த பழங்களைக் கையேந்தி வாங்கிக்கொள்ளும் மண்போல் தன் உடலுக்குள் சூல்கொண்ட பழங்களைப் பத்திரமாய் இறக்கிவைக்க இடம் தேடியலைந்தன கிளிகள். மழை மேகங்களைச் சுமந்துகொண்டு வனமெல்லாம் அலையும் காற்றைப் போல் அலைந்தன கிளிகள். வயசாகிக் கிழடுதட்டி நரை திரண்டு முடியுதிர்ந்து வழுக்கையாகி சுருக்கங்கள் கண்டு பொந்துகளாகிப் போன மரங்கள் வனமெங்கும் தேடியும் கண்ணில் படவே இல்லை. நாகங்கள் உலா வரும் தரையில் தன் விதையை விதைக்க முடியாது. மென் பழங்களை மட்டுமே

கொத்தும் செவ்வலகினால் மரப்பட்டைகளைக் குடைந்து பொந்துகள் உண்டாக்க முடியாது. கிளிகளின் அலகுகளும் பழுத்துத் தொங்கும் பழங்களும் வெவ்வேறல்ல. பச்சை இலைகளும் கிளிகளும் வெவ்வேறல்ல. வாய்விட்டுக் கதறாமல் ஊமையாய்ச் சுற்றி வனங்களை வட்டமிட்டே காலங்கடந்து போனது. இனிமேல் ஒரு நாள் தாமதித்தால்கூட தன் வம்சம் தரையில் விழுந்து மடிந்து போகும். விதையைப் புஷ்பிக்கும் பூமிக்கு முட்டையைப் புஷ்பிக்கும் கலை மறந்து போனது. விதைவேறு, முட்டை வேறா? விதைக்குப் பூமி, முட்டைக்குப் பறவை. அப்படியானால் பூமியும் பறவையும் ஒன்றுதானே.

கனத்த வயிற்றின் சூல் விரட்ட, வனத்தை மறந்த பெண்கிளி சிறகடித்துப் பறந்தது வெகு தூரம். சோகத்தில் முகஞ்சுளித்த ஆண்கிளியின் இயலாமை, மரப்பொந்து கண்ணில் படவேயில்லை. கிழடு தட்டி வைரம் பாய்ந்த பொந்துகள் உள்ள மூத்த மரங்களைக் காணவேயில்லை. மரங்களற்றுச் செடிகளாகிப் போன வனங்கள். பல்வேறு மலர்களின் சௌந்தர்ய நிறங்களும் மணங்களும் அற்ற வனம். பழங்களின் வாசனைகள் இல்லாத வனம். கூட்டங் கூட்டமாய்த் திரியும் காட்டு மிருகங்களற்ற வனம்.

வெகுநேரம் பறந்து இறக்கை ஓய்ந்து வெட்டவெளியில் ஒற்றையாய் நின்ற மொட்டைப் பனைமரத்தின் உச்சியில் அமர்ந்து எட்டிப் பார்த்தன. செத்த பனஞ்சிராய்கள் உள் விழுந்த ஆழப்பொந்து. பெண்கிளி உள்ளே போய் முடங்கிக் கொண்டது. மொட்டப் பனையின் உச்சியிலிருந்து ஆண்கிளி கழுத்துருட்டிப் பார்த்தது. கண்ணெட்டும் தூரம்வரை வெட்டவெளி.

மொட்டைப் பனையை ஒட்டிச் செல்லும் தேசிய நெடுஞ்சாலை. ஓயாமல் கேட்கும் வாகன இரைச்சலும் ஹாரன் சத்தமும், பக்கத்திலேயே சாலையோரக் கேன்டீன், இரவு பகல் எந்நேரமும் ஒளி வெள்ளத்தில் மிதக்க சத்தமாய்க் கூச்சலிடும், ஸ்டீரியோ சினிமாப் பாடல்களும் புகை கக்கும் உயர்ந்த குழாயும், காற்றில் பரவிவரும் விசித்திரமான பிரியாணி வாசனையையும், வாகனங்கள் கக்கிச் செல்லும் டீஸல், பெட்ரோல் புகை நாற்றத்தை சுவாசித்து முகஞ்சுளித்தது ஆண்கிளி. பறந்து வந்த களைப்புத் தீர தாகம் தணிக்கப் பறந்து வெளியில் சென்றது ஆண்கிளி. மலையருவிகள் கொட்ட சிற்றோடைகளில் பாம்பின் நெளிவாய், சுவை கொண்டு பாய்ந்து வரும் கண்ணாடித் தண்ணீர் தேடி அலைந்தது. தூரத்தில் தெரிந்த குளத்தில்

தாழப் பறந்து உற்றுப் பார்த்தது. ஓர்க்ஷாப் கழிவுகள் சேர்ந்து எண்ணெய்ப் படலம் மிதக்கும் கருமை நிறத் தண்ணீரின் நாற்றம் பிடிக்காமல் பறந்து போனது. சாலையோரக் கேன்டீனிலிருந்து வெளியேறி கிடங்கில் பெருகிக்கிடந்த மீன்செதில்கள் மிதக்கும் தண்ணீரில் ஒரு கொக்கு தவமிருக்கக் கண்டதும் கிளி பறந்து போனது. தூரத்தில் நடுக்காட்டில் பம்புசெட் கிணற்றின் உப்புத் தண்ணீர் வாய்க்காலில் தொண்டை நனைத்துப் பறந்து வந்தது.

மொட்டைப் பனையின் உச்சியில் உட்கார்ந்து எட்டிப் பார்த்த பெண்கிளியின் முகத்தில் இளஞ்சூட்டின் வெக்கை படிந்தது. ஆண்கிளி புரிந்துகொண்டது. சாலையோரக் கேன்டீனில் வாங்கிச் சாப்பிட்டுவிட்டு பஸ்ஸின் ஜன்னல் வழியே எறிந்த பொட்டலங்களில் ஒட்டியிருந்த பிரியாணித் துகள்களையும் புளியோதரைப் பருக்கை களையும் கொண்டுபோய் இரையாகக் கொடுத்தது. சில நேரம் ஆண்கிளி முட்டைகளுக்குக் காவல் காக்க பெண்கிளி வந்து கேன்டீனில் சாப்பிட்டுவிட்டுப் போனது. ஒருநாள் யாரோ எறிந்த எச்சிலையில் சிவப்பாய்ப் பழங்கள் கிடக்க, கிளி சந்தோஷத்துடன் ஆவலாய்க் கொத்தித் தின்னப் போன போதுதான் தெரிந்தது, அந்தப் பழம் வேறெந்த உயிர்ப் பிராணிகளுமே தின்னாத, மனிதர்கள் மட்டுமே தின்கிற தக்காளிப் பழமென்று. ஏமாற்றமடைந்த கிளி ஒரு குழந்தை கோபத்தில் விட்டெறிந்த காய்ந்த ரொட்டித் துண்டைத் தூக்கிக்கொண்டு பறந்தது. ஒருநாள் பாலிதீன் பையில் கொஞ்சம் மீதம் இருந்த தண்ணீரை யாரோ தூக்கி எறிய, தொண்டை நனையக் குடித்துத் தாகம் தீர்த்தது. ஒரு வேளை அண்ணாந்து குடிக்கும் போதோ அல்லது பிளாஸ்ட்டிக் பையைப் பல்லால் கடித்துக் கிழிக்கும் போதோ கைத் தவறி விழுந்திருக்கலாம் இல்லையெனில் எந்தக் குழந்தையாவது கோபத்தில் தன் அப்பா அம்மா மீது எறிந்து குறிதவறிக் கீழே விழுந்திருக்கலாம்.

இரவில் எந்நேரமும் கண்களைக் கூச வைக்கும் வாகனங்களின் வெளிச்சங்களும் இடைவிடாது கேட்கும் இரைச்சல்களும் பேயாய் அலறும் ஸ்பீக்கரின் ஓலங்களும் தூக்கத்தை மறக்கடித்தன. காய்ந்த பனஞ் சிராய்களின் உறுத்தல் வேறு. ஆனாலும் ரொம்பவும் பயமுறுத்தியது ஓயாமல் ஒலிக்கும் ஹாரன்களின் சத்தம்தான். வனத்தில் எப்போதாவது யானையோ சிங்கமோ புலியோ அல்லது இடியோ மின்னலோ பெரிய சத்தத்தையும் பயத்தையும் உண்டுபண்ணும். அந்த பயம் சமயத்தில் இரண்டு நாள்கூட மறக்கமுடியாமல் அடிவயிற்றைக் கலக்கும். ஆனால் இங்கேயோ ஒரு நிமிஷம்

தவறாமல் பயங்கர சத்தம். சத்தமே வாழ்க்கையென்றாகிப் போயிற்று கிளிகளுக்கு. ஒரு நாள் சில வித்தியாசமான சத்தங்கள் கேட்கவும் இரு கிளிகளும் ஆவலாய்ப் பனைமேல் நின்று எட்டிப் பார்த்தன. தூரத்தில் சில மயில்களும் இன்னும் சில குயில்களும் இரு புறாக் கூட்டமும் இருக்கக் கண்டு சந்தோஷமாய்ப் பொந்துக்குள் போய் முடங்கிக்கொண்டன. ஒரு வேளை கூடு கட்டவோ அல்லது இரை தேடியோ அல்லது மிச்ச வனங்கள் அழிக்கப்பட்டு விரட்டப்பட்டு வந்திருக்கலாம் என நினைத்துக்கொண்டன. படை படையாய்ச் சென்ற சிட்டுக்குருவிக் கூட்டம் மொட்டைப் பனையை ஒட்டிப் பறந்தது.

ஒவ்வொரு தடவையும் தன் குஞ்சுகளுக்கு இரையூட்டும் போது அதன் தாய் பாஷையான கிகீகீ... சத்தத்தைக் குஞ்சுகள் கேட்கவிடாமல் வாகனங்களின் ஹாரன் சத்தம் மேலெழும்பி அமுக்கியது. தொண்டை வலிக்கக் கத்தியும் தன் தாய் பாஷையைக் குஞ்சுகளின் காதுகளில் கேட்க வைக்க முடியாமல் தாய்க் கிளிகள் இரண்டும் தொண்டை வறண்டு ஓய்ந்து போயின. தன் வம்சத்தின் பாரம்பரிய நிறம்மாறி குஞ்சுகள் கிளிப்பச்சை நிறமிழந்து செம்பச்சையாய் வளர்ந்தது கண்டு தாய்க் கிளிகள் இரண்டும் ஒன்றையொன்று ஆச்சரியமாய்ப் பார்த்துக் கொண்டன. தன் குஞ்சுகள் எழுப்பும் சத்தம் வாகனங்களின் ஹாரன் சத்தம் மாதிரி ஒலிக்கக் கண்டு இரு கிளிகளும் பதறித் துடித்தன. பஸ்ஸின் ஜன்னல்வழி விட்டெறிந்த அரைக் கொய்யாப் பழத்தை ஆசையாய்க் கொண்டுவந்து ஊட்டியது தாய்க்கிளி. பழங்களின் வாசனையறியாத ருசியறியாத குஞ்சுக்கிளி தூ... வென்று துப்பி உமிழ்ந்தபோது தாய்க்கிளிகள் இரண்டும் கண்ணீர்விட்டு அழுதன.

கொஞ்ச நாள் கழித்து வாகனங்களே வராத நிமிஷ நேர இடைவெளியில் மொட்டைப் பனையிலிருந்து ஹாரன் சத்தம் கேட்கவும் சில பேர் பேய் என்றார்கள். சில வருடங்களுக்கு முன் ஒன்றோடொன்று மோதி நொறுங்கிச் செத்த டிரைவர்களின் ஆவி பனையில் குடியேறிவிட்டது என்றார்கள். பேய்கள் வாசஞ் செய்யும் மொட்டைப் பனையைத் தூரோடு வெட்டிச் சாய்த்துப் பேய்களின் அழிவிலிருந்து தங்களைக் காப்பாற்றிக் கொண் டார்கள். அதற்கப்புறம் ஜனங்கள் பயமற்று நடமாடினார்கள். காற்றில் சிறகசைத்துப் பறந்து குஞ்சுக் கிளிகளைக் கூட்டிக்கொண்டு வனம் சேர்ந்தன தாய்க்கிளிகள். மரங்கள் குறைந்து செடிகள் நிறைந்திருந்த வனம் இப்போது செடிகள் குறைந்து 'கொடிகள்' நிறைந்த வனமாய்க் காட்சியளித்தது. கிளிகளின் வித்தியாசமான ஹாரன் அலறலில் வனம் நடுங்கியது. அருகருகே வசிக்க நிர்பந்திக்கப்பட்ட சிங்கங்களும்

புலிகளும் சிலிர்த்துக்கொண்டன. ஒன்றிரெண்டாய் உயிர்வாழும் யானைகள் தும்பிக்கைகள் தூக்கி மிரண்டு நின்றன. வானத்திலிருந்து ஓயாமல் கேட்கும் ஹாரன் சத்தம் வனமெங்கும் எதிரொலித்தது. தன் வம்சத்தின் சாபம் என்றெண்ணிய தாய்க்கிளிகளும் ஓடிப் பதுங்கிக்கொண்டன.

குஞ்சுக் கிளிகள் இரண்டும் வித்தியாசமான மணம், சூழல், இரைகள் கண்டு முகஞ்சுளித்துக் கவலையோடிருந்தன. பழம் கொத்தித் தின்னவும், எதிரியின் கண்முன்னாலேயே மரத்தின் இலையாய் மாறித் தப்பிக்கவும் தெரியாமல் ஓயாமல் ஹாரன் சத்தத்தை ஒலித்துத் திரிந்தன. ஒரு நாள் இச்சி மரத்தின் உச்சியில் நின்று இரண்டுகிளிகளும் பலமாய்க் கத்தின. நடுக்காட்டுக்குள் தேசிய நெடுஞ்சாலையில் வாகனங்கள் ஒலி எழுப்பிக்கொண்டு போவதைப் போல் விடாமல் ஹாரன் சத்தம் கேட்டது. திடீரென்று எதிர் திசையிலிருந்து பக்கத்திலேயே ரயில் வண்டியெழுப்பும் பயங்கரமான ஹாரன் சத்தம் கேட்கவும் கிளிகள் இரண்டும் மௌனியாய் நின்று கவனித்தன. ரயில் வண்டியின் ஹாரன் சத்தம் தங்களை நோக்கி மிக அருகே நெருங்கி வந்தது. மீண்டும் கிளிகள் உற்றுப் பார்த்தன. தங்களை நோக்கி இரண்டு மயில் குஞ்சுகள் கூவிக்கொண்டே வருவதைக் கண்ணுற்றன.

வனமெங்கும் பஸ் ஹாரன் சத்தமும் ரயில் ஹாரன் சத்தமும் விடாமல் கேட்கத் தொடங்கின. சில நாள் கழித்து நடுவனத்தில் ஆலைச் சங்கின் பயங்கரச் சத்தம் கேட்டது. எல்லாப் பிராணிகளும் உற்றுப் பார்த்தன. குயிலொன்று கூவிக்கொண்டு போன சத்தமது. சில நேரம் மிஷின்கள் ஓடும் ஃபாக்டரி சத்தங்கூட கேட்கத் தொடங்கியது. பல்வேறு வாகனங்களின், ஃபாக்டரிகளின் சத்தங்கூட கேட்கத் தொடங்கியது. பயங்கரச் சத்தங்கள் வனமெங்கும் ஒலிக்க வனம் சுருங்கிக்கொண்டே வந்தது. வரவர வனத்தின் சௌந்தர்யம் குறைந்து விகாரம் குடிகொண்டது. கடைசியாய்ப் படைபடையாப் பறந்துவந்த சிட்டுக்குருவிகள் ஊசிப் பட்டாசுகளாய் வெடித்துச் சிதறிச் சத்தமெழுப்பி மரக்கிளைகளுக்குள் மறைந்துகொண்டன. தன் செவிப்பறைகள் கிழிந்து ஊமையாகிப் போன வனம் நாளாவட்டத்தில் சுண்ணாம்புக் காளவாசலாய் மாறி அக்னியாய்த் தகித்தது. வனத்தைத் தேடியலையும் எஞ்சிய பறவைகள் எழுப்பும் பலவிதமான ஹாரன் சத்தங்கள் மட்டும் விடாமல் கேட்டுக்கொண்டேயிருக்கின்றன வனங்களையும் கடந்து.

●

64

மிதவை

இப்படியான சம்பவங்கள் வாழ்க்கையில் அடிக்கடி நடப்பது ஏன் என்று குழம்பினான். எனக்கு மட்டும்தான் இப்படி ஏற்படுகிறதா? இல்லை எல்லோருக்கும் இப்படி நடக்குமா என்று நினைத்துக் கொண்டான். எப்படித்தான் எச்சரிக்கையாய் இருந்துகொள்ள வேண்டும் என்று நினைத்தாலும் ஒவ்வொரு முறையும் இப்படி ஆகிவிடுகிறது. அப்படி ஆகிறபோது எல்லாம் அப்பா சொல்கிற வார்த்தைகளை அவன் நினைத்துக்கொண்டான்.

'அவன் பொறந்த நேரம், அவனோட மொக லட்சணத்துக்கு ஊர்வம்பு பூராவும் நமக்குத்தான் வந்துசேரும்.'

கூடவே அப்பாவின் முகத்தைவிட தன்முகம் மோசமில்லை என்றும் அடிக்கடி அம்மா சொல்வாள்.

'பொன் மாடன் மொகம் அப்படியே ஏம் மொகச் ஜாட, அதுதான் லட்சணமாருக்கு' என்ற வார்த்தைகளும் வந்து போயின. அப்பாவை நினைக்கும் போதெல்லாம் அவருடைய முகம் மட்டும் ஞாபகத்திற்கு வராமல் கூடவே வெற்றிலை போயிலையின் வாசனையும் சேர்ந்தே வரும். முகமும் வாசனையும் வெவ்வேறா?

அன்றைக்கும் வழக்கம்போல் ஏதோ வேலைக்கான மனு அனுப்புவதற்காகத்தான் தலைமை தபால் நிலையம் போயிருந்தான். அனுப்ப வேண்டிய ஊரின் 'பின்கோடு' நம்பர் வேண்டியிருந்தது. பின்கோடு நம்பர் எழுதினால்தான் தபால்கள் விரைவாகவும் சரியாகவும் போய்ச்சேரும் என்று எழுதப்பட்டிருந்த வாசகத்தைப் படித்துச் சிரித்துக்கொண்டான்.

'விசாரணை' என்று எழுதப்பட்டிருந்த கவுண்டரின் முன்னால் நின்றுகொண்டே இருந்தான். அந்தக் கவுண்டரில் ஒரு பெண் இருப்பதைப் பலமுறை கவனித்திருக்கிறான். யாரிடம் விசாரிப்பது

என்று குழம்பியவன் கவுண்டரை எட்டிப் பார்த்தான். மல்லிகைப் பூவின் வாசனை எங்கிருந்தோ வந்து நிறைந்தது. யாராவது மல்லிகைப்பூ வைத்திருக்கலாம் என்று நினைத்துக்கொண்டான். எதிரே உள்ள சுவரில் கார்டு, கவர், கட்டணங்களின் புதிய விலைப்பட்டியல் எழுதப்பட்டிருந்த போர்டை வெறித்தவன், அதன் அருகிலேயே நூலாம்படை கட்டித் துருப்பிடித்த பூட்டுத் தொங்கிய புகார் பெட்டியைப் பார்த்தவுடன் லேசாய் சிரித்துவிட்டான்.

தானாகவே சிரிப்பது எவ்வளவு ஆபத்து என்பதைப் பலமுறை அனுபவித்திருந்தும் அவனால் சிரிப்பை அடக்க முடியவில்லை. அப்போதுதான் கவனித்தான் அந்தக் கடைசியில் வேலையே இல்லாமல் சும்மா உட்கார்ந்துகொண்டிருந்த ஒருவன் வேகமாய் இவனிடம் வந்தான்.

'மிஸ்டர் ஒங்களுக்கு என்ன வேணும்'

அவன் கேட்ட தோரணையும், இவனைப் பார்த்த அலட்சியப் பார்வையும் பொன்மாடனைக் கொஞ்சம் சிந்திக்க வைத்துவிட்டது போலும். சடாரெனப் பதில் சொன்னான்.

'எனக்கு இந்தப் பெண் வேண்டும்.'

சொல்லிவிட்டு மீண்டும் புகார் பெட்டியில் பார்வையைச் செலுத்தினான். இந்த அலுவலகப் பெண்கள் அத்தனை பேருக்கும் தாம்தான் பாதுகாவலன் என்றவாறு.

'மிஸ்டர், கொஞ்சம் நாகரிகமாகப் பேசுங்க மிஸ்டர்' என்றான்.

'நாகரிகமில்லாமல் பேசி எனக்குப் பழக்கமில்லை'

என்று சொல்லிவிட்டு மௌனமான பொன்மாடன் அப்போது தான் கவனித்தான், அந்தப் பெண் வந்து கவுண்டரில் உட்கார்ந்த தையும் அவள் மல்லிகைப்பூ நிறைய வைத்திருப்பதையும்.

'வணக்கம் மேடம், கோயம்புத்தூரில் சிங்காநல்லூருக்கு பின்கோடு நம்பர் வேணும்.'

பதிலுக்குச் சிரித்தபடியே வணக்கம் சொன்னவள், ஒரு புத்தகத்தில் தேடி எடுத்து சிறுதாளில் குறித்து நீட்டியபடி 'சௌக்கியமா இருக்கீகளா?' என்றாள்.

'சௌக்கியம் மேடம்' என்றவன் தாளை வாங்கிவிட்டு, தன்னிடம் மிஸ்டர் போட்டுப் பேசியவனை ஏறிட்டுப் பார்த்தான். அவன் அவள் பக்கத்திலே நின்றிருந்தான்.

அந்தப் பெண்ணிடம் அவன் பேசியது கண்ணாடி ஓட்டை

வழியாய்க் காதில் விழுந்தது.

'ஒங்களுக்குச் சொந்தமா?'

'இல்லியே...?'

'அப்போ தெரிஞ்சவரா?'

'இல்லியே...?'

'சௌக்கியமா இருக்கீகளானு கேட்டீகளே.'

'ஓராள்ட்ட குசலம் வெசாரிக்கறதுக்கு அவரு தெரிஞ்சவரா இருக்கணும்னு அவசியமில்லையே.'

'சிரிச்சுச் சிரிச்சுப் பேசுனீங்களே.'

'தெரிஞ்ச ஆள்ட்டத்தான் சிரிக்கணும்னு யாரு சொன்னா?'

விலாசம் எழுதிய கடிதத்தைப் பெட்டியில் போட்டுவிட்டு மீண்டும் ஒருமுறை கவுண்டரை நோட்டம்விட்ட பொன்மாடன், இன்னும் அந்த வேலையற்றவன் அவள் பக்கத்திலேயே பேசிக்கொண்டு நிற்பதைப் பார்த்ததும் சிரித்துக்கொண்டே நடந்தான். ஆனால் தன்னை யாரோ கூப்பிடுவதுபோல் இருக்கவே திரும்பிப் பார்த்தான். கவுண்டரின் வழியே கைநீட்டி அவள்தான் கூப்பிட்டாள். வேகமாய்ப் போனவன் கவுண்டரில் குனிந்தான்.

'மீதிச் சில்லறை வாங்கிட்டீகளா?'

'சில்லறையா? நான் பின்கோடு நம்பர்தானே கேட்டன் மேடம்'

'ஓ... சாரி... சாரி... போய்ட்டு வாங்க, ஒடம்பக் கொஞ்சம் கவனிச்சுக்கோங்க.'

'சரி, மேடம், வாரன்'

பொன்மாடன் வேகமாய் எட்டு வைத்தான். ஒருவேளை தான் அடிக்கடி வேலைக்கு மனு அனுப்ப வருவதால் தன்னை அறிந்திருப்பாளோ என்று நினைத்துக்கொண்டான்.

கவுண்டருக்குள்ளிருந்து 'மெண்டல்' என்கிற வார்த்தை இலேசாய் காதில் விழுந்தாலும், அது மூன்று பேரில் யாரை நோக்கிக் கூறப்பட்டது என்பதில் சரியான முடிவு எடுக்கமுடியாததால் பேசாமல் நடந்தான். கூடவே ஸ்டாம்பு, கார்டு, கவர் விற்கிற கவுண்டரிலிருந்து இங்கே வந்திருப்பாள் என்றும் நினைத்துக்கொண்டான். ஏனெனில் அந்தக் கவுண்டரில்தான் சில்லறைப் பிரச்சினைகள் வரும் என்பதை அவன் அறிந்திருந்தான்.

பொன்மாடனைப் போல் படித்துவிட்டு வேலையில்லாமல்

வீட்டிலிருக்கிற பையன்களுக்கு வேலைக்கு மனுப்போடுதல், கம்யூட்டர் படித்தல், டைப்ரைட்டிங் படித்தல், காதல்செய்தல் போன்ற முக்கிய வேலைகள் பல இருந்தாலும், கூடுதலாக மசால்பொடி அரைத்தலும், போன் பில், எலெக்ட்ரிக் பில் கட்டுவதும் அவர்களைச் சார்ந்த வேலைகள்தான் என்பது நியதி.

ஒவ்வொரு மாதமும் தன் வயதையொத்தவர்களின் கூட்டத்தைப் பார்த்த போதுதான் வேலையில்லாமலிருக்கும் அனைவருமே ஒரு பொதுத்தன்மையின் கீழ் வாழ்ந்து வருவதை உறுதி செய்து கொண்டான். அந்த நியதியின் அடிப்படையில்தான் பொன்மாடன் மின்வாரிய அலுவலக வாசலில் நின்றான்.

வட்டமாய்க் கூடிநின்ற கூட்டத்தை விலக்கிக்கொண்டு உற்றுப் பார்த்தான். ஒரு வயோதிகப் பெண்மணி மயக்கமாகிக் கிடந்தாள். அவள் வயோதிகப் பெண்தான் என்பதைத் தலைமுடி மட்டுமே உறுதி செய்ய முடிந்தது. ஓடோடிப்போய் பெட்டிக்கடையில் சோடா வாங்கி, தண்ணீர் தெளித்து முகம் துடைத்தான். ஏதோ ஒரு அருவருக்கத்தக்க பிராணியைப் பார்ப்பதுபோல் கூட்டம் வட்டமாய் நின்று வேடிக்கை பார்த்தது. மயக்கம் தெளிந்தவள் கேட்ட முதல் கேள்வி.

'என்னோட நூறு ரூவாய எங்கே?'

பொன்மாடன் வெற்றுச் சோடா பாட்டிலைக் கையில் வைத்த படியே திருதிருவென்று முழித்தான். இதுவரை ஒன்றுமே பேசாமல் நின்ற கூட்டம் இப்போது பேசியது:

'என்ன... சார், அப்பவும் ஒரு சோடாவுக்கு நூறு ரூவாயா சார்.'

'நாங்கூட ஏதோ சொந்தக்காரங்கனுல்ல நெனச்சன்.'

'பய, பெரிய கில்லாடி சார், நம்ம எல்லோரும் சேர்ந்து மெரட்டாட்டா ரூவாயக் குடுத்திருக்கவே மாட்டான் சார்.'

பொன்மாடன் எலெக்ட்ரிக் பில் கட்டக் கொண்டுபோன ரூபாயைக் கிழவியிடம் கொடுத்துவிட்டு வீடு வந்து சேர்ந்தான்.

'பெறவி லட்சணத்த எப்பிடி மாத்த முடியும். தொரைக்குப் பெரிய பாரி வள்ளல்னு நெனப்பு. சனியன விலைக்கு வாங்காம இவனால இருக்கவே முடியாது' என்றார் அப்பா.

எல்லா ஊர்களிலும் பஸ் ஸ்டாண்டுகள் ஏன் ஒரே மாதிரியாக இருக்கின்றன என்றும், ஒவ்வொரு பஸ் ஸடாண்டிலும் கட்டாயம் ஏதாவதொரு கோயில் இருப்பது ஏன் என்றும் யோசித்தவனாய்

நின்றான் பொன்மாடன். அப்போதுதான் கவனித்தான் தன் பக்கத்தில் உட்கார்ந்துகொண்டிருந்த இளம்பெண் ஒருத்தியிடம் இரண்டு போலீஸ்காரர்கள் பேசிக்கொண்டு நின்றதை. பொன் மாடனுக்கு மனசு கேக்கவில்லை. அவளையும் போலீஸ்காரர்களையும் மாறிமாறிப் பார்த்தான்.

'எந்த ஊருக்குப் போகணும்.'

'...'

'சொல்லும்மா நான் டிக்கெட்டுக்குப் பணம் தாரன், சீக்கிரமா இங்க இருந்து கௌம்பு.'

'...'

ஆட்டோக்காரனும் இரண்டு போலீஸ்காரர்களும் தன்னைச் சுற்றி வந்து நிற்பதை அப்போதுதான் கவனித்தான்.

பொன்மாடன் வலுக்கட்டாயமாக ஆட்டோவில் ஏற்றப்பட்டுக் கொண்டு செல்லப்பட்டான். அவனை ஆட்டோவிலிருந்து இறக்கி போலீஸ் ஸ்டேஷனுக்குள் கூட்டிப்போகவும் ஆட்டோ வேகமாகப் புறப்பட்டுப் போனது. சுவரில் மாட்டப்பட்டிருந்த காந்தி படத்தைப் பார்த்தவனுக்குச் சிரிப்பை அடக்க முடியவில்லை. காந்தியும் சிரித்துக்கொண்டுதான் இருந்தார். அவர் சிரிப்பது தன்னைப் பார்த்தா அல்லது போலீஸ்காரர்களைப் பார்த்தா என்று யோசித்தவனாக உட்கார்ந்திருந்தான். ஏதோ ஒரு கெட்ட வாசனை காற்றில் மிதந்து வருவது போல் உணர்ந்தான். அந்தப் போலீஸ் ஸ்டேஷனுக்கு இருபது வருடங்களாகத் தபால் பட்டுவாடா செய்து தற்போது பென்ஷன் வாங்கிக்கொண்டு வீட்டிலிருக்கும் ரிடையர்டு போஸ்ட்மேனும் தன்னுடைய மாமாவுமான சுப்பிரமணியனும் அப்பாவும் வந்து பொன்மாடனை வெளியே கூட்டிக்கொண்டு போகும்படியாயிற்று. அப்போது சப்-இன்ஸ்பெக்டர் சொன்ன வார்த்தையை மாமா கெட்டியாகப் பிடித்துக்கொண்டார்.

'காலாகாலத்துல பையனுக்குக் கல்யாணத்த முடிச்சு வையுங்கவே.'

தண்ணீரில் தத்தளிப்பவன் துரும்பையும்கூடப் பிடித்துக்கொண்டு கரையேறிவிடலாம் என்று நினைப்பதைப் போல் மாமா கரையேற முயற்சித்தார்.

பொன்மாடன், வீட்டுக்கு வந்த உடனேயே பஸ் ஸ்டாண்டில் போய் அந்தப் பெண் பத்திரமாகப் போய்விட்டாளா என்று விசாரித்துவிட்டு வந்தான். இதன் மூலம் மாமாவுக்கும் அப்பாவுக்கும் இருந்த

மிதவை ✦ 521

மனஸ்தாபம் குறைந்து குடும்ப ஐக்கியம் ஏற்பட்டுப் போனதில் மாமாவுக்குத்தான் ரொம்ப சந்தோஷம். சப்-இன்ஸ்பெக்டர் சொன்னக் கல்யாண யோசனையை ஓயாமல் சொல்லிக்கொண்டே இருந்தார். ஒரு வேளை இரண்டு குடும்பங்களையும் ஒன்றுசேர்க்கத்தான் போலீசார் தன்னைக் கூட்டிப் போனார்களோ என்றுகூட நினைத்துக் கொண்டான். மாமாவிடம் பெண் இருக்கிற விஷயம் சப்-இன்ஸ்பெக்டருக்குத் தெரிந்திருக்குமோ!

பொன்மாடன் சந்தோஷமாக உட்கார்ந்திருந்தான். இன்று காலையில் புறப்பட்டு மதுரை வந்தது, வேலைக்காகப் பரீட்சை எழுதியது, பரீட்சைக்கான கேள்விகள்கூட எளிதாகவே இருந்தது, மீனாட்சியம்மன் கோயிலுக்குப்போய் சாமி கும்பிட்டது, எல்லாம் நல்லபடியாய் முடிந்து ஊர் திரும்புகிற பஸ்ஸில் ஏறி உட்கார்ந்தது வரை எல்லாமே எவ்விதத் தடங்கலோ கஷ்டமோ இல்லாமல் நடந்ததற்கு அப்பாவும், மாமாவும், அத்தையும் சொல்லிவிட்ட அறிவுரைகள்தான் காரணம் என்றும், இனிமேல் அவர்கள் சொல்படி நடந்தால் கொஞ்ச நாளிலேயே நாம் நிரந்தர ஊமையாகிவிடுவோம் என்றும் நினைத்துக்கொண்டான்.

பஸ்ஸின் முன் சீட்டிலும் ஜன்னல் ஓரத்திலும் உட்காரக்கூடாது என்ற அத்தையின் அறிவுரையை நினைத்துத்தான் பஸ்ஸின் நடுவில் நடைபாதையோரம் உட்கார்ந்திருந்தான். தூறிக் கொண்டிருந்த மழை வலுக்கத் தொடங்கியிருந்தது. எல்லா ஜன்னல்களும் மூடப் பட்டிருந்தாலும் மழைச்சாரல் சில்லிட்டது. லைட் வெளிச்சத்தில் கண்டக்டர் டிக்கெட் கொடுத்துக்கொண்டே வந்தார். பஸ் நகரத்தைத் தாண்டி முழுவேகத்தில் பாய்ந்தோடியது. எதிரே வரும் வாகனங்களின் லைட் வெளிச்சங்கள் தீப்பந்தங்களாய் ஓடி மறைந்தன. கண்டக்டர் அணிந்திருந்த பெரிய மோதிரமும், மணிக்கட்டில் கட்டியிருந்த பிரஸ்லெட்டும், தங்கக்கலர் வாட்சும், மைனர் செயினும் லைட் வெளிச்சத்தில் பிரகாசித்து மின்னியது. ஒரு வேளை இந்த பஸ் இவருடைய சொந்த பஸ்ஸோ என்று நினைத்தவன் அப்புறம் இது அரசாங்க பஸ் என்று உறுதிசெய்துகொண்டான். சொந்த பஸ் என்றால் கண்டக்டர் இவ்வளவு விறைப்பாகவா இருப்பார்?

தனக்கு அடுத்த சீட்டில் உட்கார்ந்திருந்த மூன்று பெண்களிடம் திரும்பினார் கண்டக்டர். தாயும் மகளுமாகத்தான் இருக்கவேண்டும். ஒருவேளை அக்காள் தங்கச்சிகளாகவும் இருக்க வாய்ப்புண்டு. கண்டக்டர் கை நீட்டியவுடனே பரபரப்படைந்தவர்கள் கூடையில்

தேடினார்கள், அப்புறம் சூட்கேஸைத் திறந்து பார்த்தார்கள். இடுப்பைச் சுற்றியும், ஜாக்கெட்டிற்குள்ளேயும் தேடிவிட்டு பர்சைக் காணாததால் மிரட்சியுடன் பார்த்தார்கள். தன் கோபத்தை யெல்லாம் விசில் ஊதுவதில் காட்டினார் கண்டக்டர். பலத்த மழை பெய்ததாலும், பஸ் வேகமாகச் சென்றதாலும் விசில் சத்தம் கேட்டும் கொஞ்சதூரம் போய்தான் பஸ் நின்றது. நடுக்காடு, எல்லாப் பிரயாணிகளும் திரும்பி கண்டக்டரையே பார்த்தார்கள்... டிரைவரும்கூட.

'அய்யா ஊர்ல போயி எறங்ன ஒடன கடையில வாங்கி டிக்கெட் பணத்தக் குடுத்துர்றன், எறக்கி விட்றாதிங்கய்யா, இருட்டு, மழவேற, பக்கத்துல ஊரும் இல்ல. பெறப்பட்ட அவசரத்துல மணிப்பர்ஸ எடுக்காம வந்திட்டம்ய்யா. பொம்பளைக இருட்ல ஒத்தையில போக முடியாதுய்யா.'

'என்னோட சொந்த வண்டின்னா டிக்கெட்டே இல்லாமக்கூட ஏத்திட்டுப் போயிருவன், இது கவர்மெண்ட வண்டிம்மா.'

'அய்யா யாராவது தயவு காட்டுங்கய்யா.'

'வளவளனு பேசாத மொதல்ல கீழ எறங்குமா, சாவுக்கெராக்கிக.'

'அய்யா ஏதாவது ஒரு வூர்ல எறக்கி விட்ருங்க, பிச்சை எடுத்தாவது ஊர் போயிருவம், இது நடுக்காடுய்யா, கெச இருட்டு.'

'இப்ப எறங்கப் போறீகளா, லக்கேசத் தூக்கி வெளியில எறியவா?'

பிரயாணிகள் சிலரும் ஏதேதோ பேசிக்கொண்டார்கள். நாகரிகமாய் இருந்த பெண்மணி ஒருத்தி கடிகாரத்தைப் பார்த்து முகஞ்சுளித்தாள். பொன்மாடனால் இதற்கு மேல் பொறுக்க முடியவில்லை. வேகமாய் எழுந்து கண்டக்ட்ரிடம் போனான். கண்டக்டர் இவனையும் முறைத்தார்.

'அவங்க மூனு பேருக்கும் டிக்கெட் எவ்வளவு?'

'அறுவது ரூபா தொண்ணூறு பைசா.'

'இந்தாரும் மூனு டிக்கெட்ட அவங்க கையில குடும்.'

பஸ்ஸில் எல்லோரும் பொன்மாடனையே பார்த்தார்கள். அந்த அம்மாள் கையெடுத்துக் கும்பிட்டாள்.

காலையில் பொன்மாடன் தூங்கி எழுந்து கதவைத்திறந்த போது தன் வீட்டு வாசலில் நான்கைந்து போலீஸ்காரர்கள் நிற்பதைக் கண்டு திடுக்கிட்டான்.

'இங்க பொன்மாடன்ங்கிறது யாரு?'

'நான்தான் சார்.'

'நேத்து மதுரையிலிருந்து ராத்திரியில பஸ்ல வந்தீகளா?'

'ஆமா சார்.'

'கண்டக்டர்கிட்ட நூறு ரூவா குடுத்து மூனு பொம்பிளைகளுக்கு டிக்கெட் வாங்கிக் குடுத்தீரா?'

'ஆமா சார்.'

'வண்டியில ஏறுங்க. ஸ்டேஷனுக்கு வாங்க, இன்ஸ்பெக்டர் கூப்பிடுறாரு.'

'எதுக்கு சார்.'

'வண்டியில ஏறுங்க எதுக்னு சொல்றம்.'

பொன்மாடன் போலீஸ் ஜீப்பில் ஏறி உட்கார்ந்தான்.

●

65

சார்... போஸ்ட்

'சில நாட்களாகக் கேள்விப்படுகிற எந்தவொரு விஷயத்தையும் முழுமையாக நம்ப முடியவில்லை; அதே சமயம் நம்பாமலும் இருக்க முடியவில்லை. அதே மாதிரிதான் இந்த விஷயத்தையும் எடுத்துக் கொண்டேன். ஆனால் கேள்விப்பட்ட விஷயம் உண்மைதான் என்பது போல் தெருக்கோடியில் கூட்டம் கூடியிருந்தது. ஓடிப்போய் எட்டிப் பார்த்தேன். கேள்விப்பட்ட விஷயம் வதந்தி அல்ல. முழு உண்மை. போஸ்ட்மேன் சண்முகசுந்தரம் செத்துக்கிடந்தார். பின் கழுத்தில் அரிவாளின் வெட்டு ஆழப் பதிந்திருந்தது. தலை ஒரு பக்கமாகத் திருகித் தொங்கிக்கொண்டிருந்தது. ஓட்டப் பந்தயவீரனைப் போல் வலதுகாலை மடக்கி இடதுகாலை நீட்டியபடி குப்புறக் கிடந்தார். ஒரு செருப்பு காலில் இருக்க இன்னொன்று தனியே மல்லாக்கக் கிடந்தது. சில தபால்கள் சிதறி தாறுமாறாகத் தரையில் கிடந்தன. இன்னும் கொஞ்சம் தபால்களை மார்போடு சேர்த்துப்பிடித்திருந்தார். தபால் கட்டுகள் திணித்த பையுடன் சைக்கிள் பக்கத்திலேயே விழுந்து கிடந்தது. அவர் எப்போதும் தோளில் போட்டுக்கொண்டு வரும் சின்ன சைஸ் டர்க்கி டவல் ரத்தக் கறையுடன் பக்கத்தில் கிடந்தது. கிட்ட நெருங்காமல் வட்டமாய் நின்று வேடிக்கை பார்த்த ஜனங்கள் எதுவுமே பேசிக்கொள்ளாததால் அந்த இடம் நிசப்தமாயிருந்தது.

ஜாதிக் கலவரம் ஆரம்பித்த நாளிலிருந்து தெருவில் பயமும் பீதியும் நிலவியது என்னமோ உண்மைதான். ஆனால் ஜாதி வெறிக்கு சண்முகசுந்தரம் போஸ்ட்மேன் பலியாவார் என்று யாரும் கனவிலும் நினைத்திருக்க மாட்டார்கள். எனக்குத் தெரிய இந்தப் பத்தாண்டுகளில் இந்தத் தெருவுக்கு எத்தனை சந்தோஷங்களைச் சுமந்து வந்திருப்பார். காதலர்களின், பட்டாளத்துக் கணவர்களின், வெளிநாடுகளில் வேலை செய்பவர்களின் எத்தனை ஆசை முத்தங்களைச் சுமந்து வந்திருப்பார். எத்தனை காதல் மொழிகளை, எத்தனை விதமான அன்பு மொழிகளைத் தன் பைகளில் திணித்து வந்து அவரவர் கைகளில்

சேர்த்திருப்பார். உலகத்தின் அத்தனை மூலைகளிலிருந்து வரும் செய்திகளையும் இணைக்கும் ஒரு வயர் அறுபட்டுவிட்டது. ஜாதியத் தீ சுட்டெரித்துப் பொசுக்கி சாம்பலாக்கிவிட்டது.

'சார் போஸ்ட்'

'வணக்கம். கொண்டாங்க சார்.' கிளைவிட்டுக் கிளை தாவும் சிட்டுக்குருவியைப் போல் தபால் கொடுத்துவிட்டு அடுத்த வீட்டுப் படியேறும் அந்தக் காட்சியை இனி பார்க்கமுடியாது.

'சார். இந்த அட்ரஸ் கண்டுபிடிக்க முடியலையே சார். ஒங்களுக்கு ஏதாவது தெரியுமானு பாருங்க.'

'என்ன சார்... ஒரு பதினைந்து பைசா கார்டப் போயி கையில வச்சிக்கிட்டு மூணு நாளா தேடோ தேடுனு தேடுறீங்க, கழுதய கிழிச்சுப் போட்டுட்டுப் போக வேண்டியதுதான.'

'அப்படிச் சொல்லாதிக சார், ஒங்க கையில இருக்கிற வரைக்கும் இது பதினைந்து பைசா கார்டுதான். முத்திர குத்தி எங்க கைக்கு வந்துட்டா, அது சென்டரல் கவர்மெண்ட் ரிக்கார்டு சார்'

இந்த மாதிரியான பொறுப்பான பதிலை இனிமேல் கேட்க முடியாது.

ஒரு நாள் என்னுடைய இளைய மகன் அழுது அடம்பிடித்துக் கொண்டிருந்த நேரம் என் மனைவி சத்தம் போட்டு அதட்டிக் கொண்டிருந்தாள்.

'சார் போஸ்ட்'

'வணக்கம், கொண்டாங்க சார்'

'தபால் ஒங்களுக்கில்ல இந்தக் குட்டிப் பையனுக்கு'

ஆச்சரியமாய்ப் பார்த்த என்னை நோக்கி கண்சிமிட்டியபடியே தபாலைப் பையனிடம் நீட்டினார்.

'பேரு வினோத் மாதவன்னு போட்ருக்கா பாருங்க.'

'ஆமா, அப்படித்தான் போட்டிருக்கு'

'ஆரு போட்டுருக்கானு பாருங்க'

'மெட்ராஸ்லருந்து அவுங்க ஆச்சி போட்டுருக்காங்க.'

'இப்படிக் கொண்டாடா ஆச்சி என்ன போட்டுருக்குனு பாப்பம்.'

நான் மெதுவாக லெட்டரைப் பிரிக்கிறேன். என் மனைவியும் சண்முகசுந்தரமும் சிரித்தபடி நிற்கிறார்கள். என் பையனின் அழுகை போன மாயம் தெரியவில்லை. அந்த லெட்டர் என்னுடைய

பழைய நண்பர் எனக்கு எழுதியது உரக்கப் படிக்கிறேன்.

'அன்புள்ள வினோத்துக்கு ஆச்சி எழுதுவது, நான் நாளை ஊருக்கு வருகிறேன். உனக்கு மூன்று பொம்மைகளும் ஒரு ஸ்கூட்டரும் வாங்கி வருகிறேன். நீ நல்ல பிள்ளை அழுகக்கூடாது. அண்ணன் ஆயிப்பிள்ளை, அவனுக்கு ஒன்றும் கிடையாது. எல்லாம் உனக்குத்தான் நிறைய சாக்லெட்டும் கொண்டு வருகிறேன்.'

சந்தோஷச் சிரிப்பில் துள்ளிக் குதிக்கும் என் பையன். போஸ்ட்மேன் அடுத்த வீட்டுக்குப் போய்க்கொண்டிருந்தார். ஒரு நொடியில் இவர் குழந்தையாகி, என்னையும் நடிக்க வைத்து, என் மகனைச் சாந்தமாக்கிவிட்டுச் சென்ற அந்தக் குழந்தை மனசை இனிமேல் ரசிக்க முடியாது. அன்றிலிருந்து தினமும் தபால் வாங்கி டாட்டா சொல்ல வாசலில் காத்திருக்கும் என் மகன் இனிமேல் ஏமாந்து போவான்.

காடெல்லாம் அலைந்து செடிக்குச் செடி அமர்ந்து பூ நுகர்ந்து தேன் உண்ணும் வண்ணத்துப் பூச்சியைப் போலத் தெருவெல்லாம் அலைந்து, வீட்டுக்கு வீடு வாசல் படியேறி இறங்கித் திரிந்த அந்தக் காக்கிச் சட்டை வண்ணத்துப் பூச்சி கழுத்தறுபட்டுத் தெருவில் கிடக்கிறது. என் கண்களில் கண்ணீர் முட்ட கூட்டத்தைவிட்டு மெல்ல நகர்ந்தேன். வழக்கம் போல் அன்றும் தபால்களுடன் சைக்கிளில் வந்திருக்கிறார். ஜாதிக் கலவரம் உச்சத்தில் இருந்ததால் கடைகள் திறக்கவில்லை. பஸ்கள் ஓடவில்லை. தெருக்கள் வெறிச்சோடி ஒரு பீதியான நிலை. ஒரே நாளில் நண்பர்கள் எல்லோரும் எதிரிகளாகவும், எதிரிகள் எல்லோரும் நண்பர்களாகவும், யாருக்கு யார் எதிரி என்ற நிச்சயமற்ற நிலையாலும் நிலவிய மயான அமைதி அன்றும் நிலவியது. தெருக்கோடியில் நாலைந்து பேர் கைகளில் பயங்கர ஆயுதங்கள், கண்கள் சிவந்து தள்ளாடும் நிலையில்,

'டேய்... போஸ்ட்மேன், நில்லுடா'

'...'

'ஊரெல்லாம் ஒழிஞ்சு கெடக்க ஒனக்கு மட்டும் என்னடா வேல?'

'எங்க ஆபிஸ் லீவு விடலியே'

'நீங்க வேலைக்குப் போனா எப்படிடா ஆபீஸ் லீவு விடுவான்?'

'வேலைக்குப் போகலனா சீட்டக் கிழிச்சிடுவான்.'

'சீட்டத்தானடா கிழிப்பான்.'

'சீட்டக் கிழிச்சிட்டா வயிறு இருக்கு, பொண்டாட்டி புள்ள இருக்கு.'

‘ஊர்ல ஒனக்கு மட்டுந்தான் பொண்டாட்டி இருக்காளோ.’

‘பொண்டாட்டி எல்லாருக்கும்தான் இருக்கு.’

‘அப்புறமென்ன மரியாதையா திரும்பிப் போடா.’

‘சைக்கிள விடுங்க தபால் கெட்டத் தொடாதிங்க.’

‘டே! இவன் அந்த ஜாதிக்காரப் பயடா.’

‘அப்பிடிச் சொல்லு அவம் பேச்சுத் திமிர்லேயே தெரியுதே.’

‘அப்ப... சீட்ட நம்ம கிழிச்சுருவம்.’

‘வெட்ரா தாயிளிய.’

நான்கு பேரும் கிழக்காமல் ஓடியிருக்கிறார்கள். நடுத்தெருவில் அனாதைப் பிணமாய் போஸ்ட்மேன். வெட்டப்பட்ட கிடாயாய் மனிதன். இவ்வளவு வாக்குவாதம் நடக்கிறவரை தெருவில் எல்லோருமே கதவைச் சாத்திக்கொண்டு கதவிடுக்கின் வழியேயும் ஜன்னல் வழியேயும் வேடிக்கை பார்த்திருக்கிறார்கள். அவர் எந்த ஜாதி என்று அன்றைக்குத்தான் எல்லோருக்கும் தெரியும். இரவு ரொம்ப நேரம் தூக்கமே வரவில்லை. பகலெல்லாம் போஸ்ட்மேன் மாமாவைத் தேடிய என் பையன் பக்கத்தில் உறங்கிக்கொண்டிருந்தான். நான் அறிந்தது முதல் அவர் படியேறி என் வீட்டுக்குள் வந்தது ஒரே ஒரு தடவைதான்.

அன்றைக்கு வீட்டுக்குள் உட்கார்ந்து ஏதோ படித்துக்கொண்டு இருந்தேன். ‘சார்... போஸ்ட்’ சத்தத்தைக் காணவில்லை. ஆனால் முற்றத்தில் என் மனைவியுடன் சத்தமாகப் பேசிக்கொண்டிருப்பது சண்முகசுந்தரத்தின் குரலேதான். என் தலை தெரிந்ததும் வணக்கம் போட்டபடியே வேகமாக வீட்டுக்குள் வந்து என் முன்னால் உட்கார்ந்தார்.

‘என்ன சார் விஷயம், சொல்லுங்க.’

‘இந்தத் தந்தியக் கொஞ்சம் பொறுமையாப் படிங்க.’ அவர் தந்தி என்று சொல்லிக் கொடுத்த பேப்பரைப் படித்தேன். பெரிய தந்தி, நான் மௌனமாய் முழுவதையும் வாசித்தேன். காற்றாடி ஓடும் சத்தம் தவிர்த்து வேறு சத்தமில்லை. தந்தி ஆந்திர மாநிலம் ஹைதராபாத்தி லிருந்து சேஷகிரி ராவ் என்பவரால் இங்குள்ள போஸ்டல் சூப்ரெண்டெண்டுக்குக் கொடுக்கப்பட்டிருந்தது. அதாவது ஹைதராபாத்தில் ஒருவர் மயக்கமாகி நடுரோட்டில் கிடந்திருக்கிறார். அவரைக் காப்பாற்றி ஆஸ்பத்திரியில் சேர்த்தவர்தான் சேஷகிரி ராவ். இன்னும் மயக்கம் தெளியவில்லை. ஆனால் மிகவும் ஆபத்தான

நிலையில் இருக்கிறார். எவ்வளவு தேடியும் கிருஷ்ணமூர்த்தி, கோவில்பட்டி என்ற விபரம் தவிர வேறு விபரங்கள் கிடைக்க வில்லை. இந்தப் பெயரையும் ஊரையும் வைத்துக்கொண்டு உங்கள் போஸ்ட்மேன்கள் எல்லோரிடமும் சொல்லி எப்படியாவது அவருடைய உறவினர்களிடம் தகவல் சொல்லிவிடும்படி இங்குள்ள போஸ்டல் சூப்ரெண்டெண்டுக்குத் தந்தி கொடுத்திருக் கிறார் ராவ். இதுபோக அவரை அட்மிட் பண்ணியிருக்கும் ஆஸ்பத்திரியின் முகவரி, அவருடைய அங்க அடையாளங்கள், அவர் அணிந்திருக்கும் உடைகளின், உடமைகளின் விபரம், காவல்துறைக் கண்காணிப்பாளருக்கு அனுப்பியுள்ள தந்தியின் நகல் விபரம் இத்தனையும் அந்தத் தந்தியில் குறிப்பிடப்பட்டிருந்தது. ராவ், தந்திக்கு மட்டும் ஆயிரம் ரூபாய்க்கு மேல் செலவு செய்திருக்கிறார். தந்தியைப் படித்து முடித்த கையோடு என் மனைவி நீட்டிய காபி டம்ளரை வாங்கிக் கொண்டேன். மறுப்பேதும் சொல்லாமல் அவரும் வாங்கிக் கொண்டார்.

'இதுக்குப் போயி எதுக்கு சார் நீங்க இவ்வளவு தூரம் பிரயாசப் பட்டு அலயணும்.'

'ம்ம்ம்... அப்படிச் சொல்லாதிக.'

'அப்புறமென்ன சார். திருப்பதி மலையடிவாரத்துல நின்னுகிட்டு நாமம் போட்ட ஒரு ஆளப் பாத்தீகளானு கேட்டா எப்படி சார்... அங்க எல்லாம் நாமம்தான். அது போல, கிருஷ்ணமூர்த்தின்னு இந்த ஊர்ல ஆயிரம் பேர் இருப்பான், எப்படிக் கண்டுபிடிக்க.'

'எப்படியும் கண்டுபிடிக்கணும் சார்.'

'பேசாம கசக்கித் தூர வீசிட்டுக் கண்டுபிடிக்க முடியலன்னுட்டுப் போங்க சார் ஆந்திரக்கார ராவ் வேல மெனக்கெட்டவர் போல.'

'அப்படிச் சொல்லாதிக சார். எல்லாருக்கும் மனசுன்னு ஒண்ணு இருக்கு. மனசாட்சினு ஒண்ணு இருக்கு. அதுப்படி நடக்கிறதுதான் மனுஷத்தனம். மயங்கிக் கெடக்கிறது தமிழ்நாட்டு கிருஷ்ணமூர்த்தி, ஆஸ்பத்திரில சேத்து தந்தி குடுத்திருக்கிறவரு ஆந்திராக்கார சேஷகிரி ராவ். தந்திய வாங்கிய எங்க சூப்ரெண்டெண்ட் ஐயர்வாள்; எப்படியும் இந்த விஷயத்தக் கண்டுபிடிச்சே ஆகணும்னு ஒத்தக்கால்ல நிக்கிற எங்க போஸ்ட் மாஸ்டர் ஒரு முஸ்லிம். இதுலதான் சார் நம்ம நாட்டோட தனித்தன்மையே இருக்கு. இதுல யாராவது ஒராள் நமக்கென்ன அப்படின்னு இருந்துட்டா ஒரு காரியமும் நடக்காது. அப்புறம் நம்ம நாடே நாளைக்கு குட்டிச்

சுவராகிப் போகும். அதனால கூடுமான வரைக்கி நம்ம கண்டுபிடிக்க முயற்சி பண்ணணும், அதுக்கு மேல கடவுள் செயல்.'

வேகமாய் எழுந்துகொண்டவர் சிரித்தபடியே வீட்டைவிட்டு வெளியேறிப் போனார். இந்தக் காலத்தில் இப்படியும் ஒரு மனிதரா என்று நினைத்துக்கொண்டேன். ஹைதராபாத்தில் எவனோ மயங்கிக் கிடக்கானாம். இவர் தமிழ்நாட்டில் கோவில்பட்டியில் தெருத் தெருவாய்த் தேடி அலைகிறாராம். குப்பைமேட்டில் குண்டூசியைத் தேடும் சண்முகசுந்தரம் போஸ்ட்மேன் போன்ற பைத்தியக்கார மனிதர்கள் இன்னும் உலகத்தில் இருக்கத்தான் செய்கிறார்கள்.

அப்புறம் சில நாட்களாக சண்முகசுந்தரம் தபால் கொண்டு வரவில்லை. காக்கி யூனிபார்ம் அணியாத ஒரு புதுப் பையன் வந்தான். விவரம் கேட்டதற்கு அவர் லீவு என்று மட்டும் சொன்னான். எனக்கும் என் பையனுக்கும் எதையோ ஒன்றை இழந்தது போன்ற சூழ்நிலையில் ஒரு வாரம் கழித்து அதே குரல், கன கம்பீரமாய் 'சார்... போஸ்ட்!'

'என்ன சார் ஒரு வாரமா ஆளக் காணும்?'

'அய்யய்யோ... ஒங்ககிட்ட விஷயத்தச் சொல்லாமப் போயிட்டன் பார்த்தீகளா? சாரி சார், அன்னக்கி அந்த தந்தி காட்னம் பாத்தீகளா? கடேசில அந்த ஆள நாந்தான் கண்டுபிடிச்சன். வேற ஏரியாவுல குடியிருக்கிறவரு, ஒரு தகவல வச்சிப் போனம் பாருங்க, அவரேதான். ஒரு மெடிக்கல் ஸ்டோர் வைக்கிற விஷயமா ஒரு நண்பரப் பார்க்கப் போயிருக்காரு, போன எடத்துல மயங்கி நடுரோட்ல விழுந்து பாவம் ஒரு நல்ல மனுஷன் கண்ணுல தட்டுப்படப் போயி தப்பிச்சாரு, பார்ட்டி வசதியான பார்ட்டி, ஒடனடியா இங்கிருந்து எல்லாரும் கௌம்பிப் போயி சேந்துட்டாங்க, பாத்தா அதுக்கு மறுநாளு எனக்கும் எங்க சூப்ரெண்டுக்கும் போஸ்ட் மாஸ்டருக்கும் ஒடனே புறப்பட்டு வரச் சொல்லி ஹைதராபாத் ரோட்டரி கிளப்லருந்து தந்தி. போய்ப் பாத்தா மொதல்ல அந்த தந்தியக் குடுத்தாரு பாருங்க சேஷகிரிராவ், அவரு ரோட்டரி கிளப் பிரசிடென்ட். பெரிய பாராட்டுக் கூட்டம் ஏற்பாடு பண்ணி கேடயம், சந்தனமாலை... பிரமாதப்படுத்திட்டாங்க, எனக்கு ப்ரமோஷன்கூட சிபாரிசு பண்ணிட்டாருன்னா பாருங்களேன்.'

என்னிடம் ஒவ்வொரு போட்டோவையும் காட்டிக் காட்டி சந்தோஷப்பட்டார். உயர் அதிகாரிகள் இவருக்கு மாலை அணிவிப்பது, கேடயம் கொடுப்பது, பொன்னாடை போர்த்திக் கைக் குலுக்குவது போன்ற பலவகையான படங்கள். சண்முகசுந்தரம் போஸ்ட்மேன்

முகம் பிரகாசமாய் அன்றைக்கு மாதிரி என்றைக்கும் இருக்க நான் பார்த்ததில்லை.

'என் வாழ்க்கையில் எனக்குக் கிடைத்த பெரிய கௌரவம் சார்.'

அவர் போவதையே பார்த்துக்கொண்டிருந்தேன். எவ்வளவு நிஜமான மனிதர். மனுஷத் தன்மையின் ஆணிவேர் இவர்தான் என்று நினைத்துக்கொண்டேன். வெறும் பேரை மட்டுமே வைத்துக்கொண்டு இவ்வளவு பெரிய ஜனசமுத்திரத்தில் சல்லடை போட்டுக் கண்டு பிடித்துவிட்டாரே. பாவம், உறங்கியிருக்க மாட்டார். அதன் பிறகு அவரைப் பார்க்கும் போதெல்லாம் இனமறியாத மரியாதை ஏற்பட்டது. சரியாக இரண்டு மாதம்கூட ஆகவில்லை. ஜாதி வெறியின் கோரப் புயல் இந்த இலவம் பஞ்சையும் பிய்த்து எறிந்துவிட்டது. நேற்று தெருவில் அவர் கிடந்த பரிதாபத்தை நினைத்து விடிய விடிய உறங்கவே இல்லை.

காலிங் பெல்லின் சத்தம் கேட்டுக் கதவைத் திறந்தேன். புதுப் போஸ்ட்மேன் பையன் நின்றுகொண்டிருந்தான். அவன் கண்களில் மிரட்சி, பீதி, பயம், மௌனமாகக் கடிதத்தை வாங்கிக்கொண்டேன். கடிதத்தின் மேலுறையில் இரத்தம் தோய்ந்த கறை. நேற்று பட்டுவாடா செய்வதற்காக சண்முகசுந்தரம் கொண்டுவந்த கடிதமாக இருக்க வேண்டும்.

என் கைகள் நடுங்க கடிதத்தையே உற்றுப் பார்த்தேன். பொங்கி வந்த கண்ணீரில் கடிதம் மறைந்துகொண்டே வந்தது. முகத்தருகே கொண்டு போய் உற்றுப் பார்த்தேன். என்னையறியாமல் என் கண்களிலிருந்து இரண்டு சொட்டு கண்ணீர்த் துளிகள் கடிதத்தின் மேல் பட்டுத்தெறித்தன. உறையின் மேலிருந்த போஸ்ட்மேன் சண்முகசுந்தரத்தின் உலர்ந்த ரத்தம் என் கண்ணீர்பட்டு ஈரமாகியது.

அதன் பக்கத்தில் ஒட்டப்பட்டிருந்த ஸ்டாம்பில் இருந்த காந்தித் தாத்தா வழுக்கைத் தலையுடனும் பொக்கவாய், குச்சிக் கண்ணாடி யுடனும் தன் நரைத்துப்போன மீசையைக் காட்டிச் சிரித்துக் கொண்டிருந்தார். என்னுடைய கண்ணீர்த் துளிகளும் சண்முக சுந்தரத்தின் ரத்தமும் காந்தியை நனைத்தன. அந்த ரத்தத்திலிருந்து ஒரு சிறு உருவம் தெரிந்தது. அது சண்முகசுந்தரத் தாத்தா. சத்தியமாக சண்முகசுந்தரம் போஸ்ட்மேன் என்ன ஜாதி என்று எனக்கு இன்னும் தெரியவில்லை.

●

66

சத்தியங்கள்

அலங்காரியம்மாளின் அசிங்கமான வசவுகளில் அந்தத் தெருவே நாறியது. சில் வண்டின் இரைச்சலைப் போன்ற வெண்கல தொண்டை சத்தத்தில் வந்த வார்த்தைகள் அம்புகளாய்ப் பாய்ந்தன. கடைவாயின் இரு ஓரங்களிலும் வெண்நுரை தள்ள, பருத்த உடம்பை ஆட்டி ஆட்டிப் பேசியதால் மூச்சு வாங்கியது.

'இன்று இந்த ஆலை வாய்க்குள் அகப்பட்டுக் கொண்ட கரும்பு யாரோ'

கூட்டமாய்க் கூடிநின்று ஊர் ஜனம் பூராவும் வேடிக்கை பார்க்க அவள் கொதி தண்ணீராய்க் குதியாளம் போட்டுக் கொண்டிருந்தாள். தன் மூன்று பிள்ளைகளுடன் விடியக் கருக்கலிலேயே கெட்டு ஒட்ட உக்காந்துவிட்ட அய்யம்மாள், வசவுகள் சத்தங் கூடி தன் வீட்டு வாசற்படியின் முன்னால் கேட்கவும் கதவை நீட்டி பைய்ய எட்டிப் பார்த்தாள். கதுவாலியின் சன்னமாய்க் காது இரைந்தது. தலைவிரி கோலத்தில் அலங்காரியம்மாள் ருத்ர தாண்டவம் ஆடிக்கொண்டிருந்தாள். நெற்றிக்கண்ணாய் முக்காத்துட்டு அளவு வட்டப்பொட்டு சிவப்பாய் மின்னியது. அய்யம்மாள் தீப்பெட்டிப் பசையின் நசநசப்பைச் சேலையில் துடைத்துக் கைகளைப் பிசைந்துகொண்டாள்.

'என்னடி எட்டிப் பாக்க கள்ளச் சிரிக்கி, ஒனக்கெல்லாம் புள்ள குட்டி எதுக்டி, ஒடிச்சு அடுப்புல வச்சு எரிச்சிற வேண்டிதானடி முண்ட, அவிசாரி, இப்பிடி களவானிப் புள்ளகளப் பெத்து வளக்கணுமாக்கும். பெத்த அன்னைக்கே மூக்குல சாம்பலப் போட்டு கொன்றுக்கணுமிடி தேவிடியா.'

அய்யம்மாளுக்கு ஒன்றும் புரியவில்லை. அவள் அலங்கமலங்க முழித்தாள். வாசலை விட்டுப் படியிறங்கி தெருவில் நின்றாள். பிள்ளைகள் மூன்றும் வீட்டு வாசற்படியில் வந்து நின்றுகொண்டு பராக்கப் பார்த்துக்கொண்டிருந்தன.

‘என்னம்மா வெசயம், சகட்டு மேனிக்கிப் பேசிக்கிட்டு இருந்தா மரியாத கெட்டுப் போகும்.’

அக்கினிச் சட்டியில் எண்ணெய் ஊற்றினாள் அய்யம்மாள். குப்பென்று பற்றிக்கொண்டது.

‘மரியாத என்னடி மரியாத, களவாண்ட ரூவாய்க்குக் கடையில போயி அருவமில்ல சாமான் வாங்க மட்டும் மரியாத இல்லையோ களவானி நாயி, பொழுது சாயமுன்ன ரூவா எங்கைக்கு வரல்ல, ஒந்தல முடியவும்... யவும் அறுத்து தெருவுல தொங்கவிட்டுருவன் பாத்துக்கோ.’

வேடிக்கை பார்த்த தெருப் பெண்கள் இருவரையும் விலக்கி விட்டார்கள். அலங்காரி அவர்களைப் பார்த்து சேலையைத் தூக்கிக்காட்டி லாத்தி ஆட்டம் போட்டாள்.

அலங்காரியம்மாளின் வீட்டுக்குள் இருந்த டப்பாவுக்குள் அம்பது ரூபாயைக் காணவில்லை என்பதும் நேற்று தன் பிள்ளைகள், அவள் வீட்டுக்கு விளையாடப் போனதால் தன் பிள்ளைகள்தான் அந்த ரூபாயை எடுத்திருக்க வேண்டும் என்ற அலங்காரியின் குற்றச்சாட்டையும் அய்யம்மாள் புரிந்துகொண்டாள். அவளுக்குக் கோபத்தில் மூக்கு விடைத்தது. அவிழ்த்துக் கிடந்த கொண்டையை அள்ளிச் செருகியவள் வேகமாக வீட்டுக்குள் போனாள்.

மூத்தவள் சிவகாமியும், பொடியன்கள் இரண்டு பேரும் பேந்தப் பேந்த முழித்தபடி இருந்தார்கள். மூன்று பேருக்கு முன்னாலும் தீப்பெட்டி ஒட்டுகின்ற பலகை, நீலக்கலர் தாள் கட்டு பசைக் கிண்ணம், அச்சுக்கட்டை, எல்லாமே அவர்களைப் போலவே உம்மென்று இருந்தன.

‘அலங்காரி முண்ட வீட்டுக்கு யாரும் போகக் கூடாதுன்னு படிச்சுப் படிச்சுச் சொல்லியிருக்க அங்க எதுக்டி போன இவளே.’

அவள் கைகளில் தீப்பெட்டிக் கட்டையின் அடிச் சக்கை.

‘சொல்லு சிறுக்கி அங்க எதுக்குப் போன.’

‘செல்வம் ராட்டணம் பாக்கப் போனான். அவனக் கூப்பிடத்தான் நான் போனன், வீட்டுக்குள்ள போகல வராந்தாவுல நின்னுட்டு வந்திட்டோம்.’

‘அவ வீட்லருந்த ரூவாய எடுத்தியா’

‘சத்தியமா நான் எடுக்கல’

‘யேல, செல்வம் நிய் பாத்தியா?’

‘சத்தியமா நான் பாக்கல’

‘பெருமாளு நிய் போனியா?’

‘நான் போகல. அண்ணன்தான் எனக்கும், அக்காவுக்கும் கோன் ஐஸ் வாங்கிக் கொடுத்தான்.’

அய்யம்மாளுக்கு ஈரக்குலை கருகியது. கூடவே அலங்காரியின் உருவம் கண்ணில் வந்து மறைந்தது. தன் பிள்ளைகளை அவள் ஏக்கத்துடனும் சந்தேகத்துடனும் பார்த்தாள்.

‘ஐஸ் வாங்க ஒனக்குத் துட்டு ஏதுல’

‘முத்து மாமா ரெண்டு ரூபா குடுத்தான். நானும் அக்காவும் ஐஸ் வாங்கித் தின்னம்.’

‘ஏய், செவகாமி முத்துப் பய ரூபா குடுத்தானாடி?’

‘நான் பாக்கல தம்பிதான் சொன்னான்.’

அய்யம்மாளின் கையில் இருந்த தீப்பெட்டிக் கட்டையின் அடிச்சக்கை நொறுங்கி விழுந்தது. பலகைகளும் பசைக் கிண்ணங்களும் பறந்து போயின. அந்த மூன்று சிறுசுகளும் போட்ட சத்தத்தில் தெருப் பெண்கள் ஓடி வந்தனர். அய்யம்மாள் சாமி வந்தவளைப் போல மூச்சிரைத்துக்கொண்டு நின்றாள். தலைமுடி அவிழ்ந்து தொங்கியது. பேயைப் போல விகாரமாய் முகம் மாறி பயமுறுத்தியது.

‘அந்தக் கூறு கெட்ட சக்களத்தியா பணத்திமிர்ல பேசிட்டுப் போறா, அதுக்காக நிய் இப்படிப் பச்ச மண்ணுகளப் போட்டு அடிக்கலாமா?’

‘தகப்பன் இல்லாத புள்ளகள அரட்டி மெரட்டி வளக்கிறத விட்டுட்டு இப்படி அடிச்சா ஏங்கியே செத்துப் போகுங்க.’

‘என்ன இருந்தாலும் பொம்பிளைக்கு இம்புட்டு ஆங்காரம் இருக்கக்கூடாது, அடிச்சாலும் ஒரு மெய்யடி பொய்யடின்னு இல்லாம, இப்படியா தீப்பெட்டிச் சக்கை நொறுங்கி ஒடியறாப்ல.’

கூடியிருந்தவர்களின் கசகசத்த பல்வேறு பேச்சுக்களில் அழுகை அமுங்கிப் போனது. சில பெண்கள் குழந்தைகளின் முதுகுகளையும் தலைகளையும் கோதிவிட்டனர்.

‘இன்னுங் கொஞ்ச நேரத்துல ரூவாய யார் எடுத்தானு தெரிஞ்சாகனும், இல்ல தோல உரிச்சு உப்பத் தடவிருவன் தடவி.’

முதல் நாள் ஒட்டிக் காயப்போட்டு அள்ளி வைத்திருந்த பரத்த போரா சாக்கைத் தூக்கித் தலையில் வைத்துக்கொண்டு கக்கத்தில் கடகாப்பெட்டியை இடுக்கிக்கொண்டு வேகமாக நடந்தாள்.

அவளுக்குக் கண்களில் நீர் முட்டியது.

'என்ன அய்யம்மா இன்னக்கி கடேசி ஆளாப் போற, ஒரு நாளும் பிந்தி வரமாட்டியே.'

'எங்க தெருவுல எளவு விழுந்திருச்சு.'

எதிரே வந்த மீனாட்சி பதில் பேசவில்லை.

அவள் முக்குரோடு திரும்பி வேகமாக நடந்தாள். மனசு பழைய காலங்களை அசை போட்டது. வேல் தேவன் படுத்த படுக்கையாய்க் கிடந்த போதும் சரி; அவன் செத்த பின்னும் சரி; இந்த மூணு வருஷத்தில் யாருடனும் காலணா காசு கடன் வாங்கியது கெடையாது. சிறுக்கி இன்னக்கி வந்து களவாணிப் புள்ள பெத்தவன்னு கேட்டுட்டாள அவுசாரி முண்ட, கண்ணீரை முந்திச் சேலையால் துடைத்துக்கொண்டாள். 'அஞ்சு பைசாவானாலும் அடுத்தவுக துட்ட தொடாத எம்புள்ளக களவாணிப் புள்ளகளாம்; ஒரு வேள விளையாட்டுப் புத்தியில எடுத்தாலும் எடுத்திருப்பாகளோ! அந்தச் சின்னஞ் சிறுசுகளை நினைத்து அவளுக்கு அழுகையாய் வந்தது. அழுவதைத் தவிர அவளுக்கு வேறொன்றும் தெரியவில்லை. இள்ளப்பத் தேவன் மகள் அய்யம்மாளாவது களவானிப் புள்ளகள பெறுவதாவது, கால ஒடிச்சு அடுப்பெரிச்சிறமாட்டன்.'

அவள் பெட்டிகளை அளந்து முடித்தவுடன் புறப்பட்டாள்.

'என்ன... அய்யம்மா இன்னக்கி ஒட்றதுக்குக் கெட்டு வாங்கலியா?' சின்னக் கணக்கன் இடைமறித்தான்.

'கெட்டு வேணாம்'

'எதுக்கு'

'வேணாமினா பேசாம போவியா, என்ன எதுக்னு வெவரிக்கனுமோ.'

சின்னக் கணக்கன் வாயடைத்துப் போனான்.

ஒரு நாள்கூட கெட்டு வாங்குவதை நிறுத்தாத அய்யம்மாள், வாயலுங்கப் பேசாதவள்; குறையாமல் அளக்கிறவள்; இன்று பச்ச மொளகாயைக் கடித்தவளைப் போல் பேசுகின்றாள். கணக்கன் முகம் சுளித்தான்.

அவள் நடையின் வேகம் எதையோ பறிகொடுத்தவள் ஓடுவதைப் போல் இருந்தது.

'என்ன அய்யமக்கா கெட்டு இல்லியா? வெறுங்கைய வீசிட்டு வார.'

‘இன்னக்கி எங்க தெருவுள எளவு’

‘ஆரூ செத்துப் போனா?’

‘அலங்காரி’

‘யாரு, நம்ம பெரிய வீட்டு வாயாடி அலங்காரியம்மாளா?’

‘ஆமா’

‘நல்லாத்தான இருந்தா, நாலு நாளக்கி மின்ன கூட பாத்தனே...’

‘நாண்டுக் கிட்டு நின்னுட்டா’

நிஜம் என்று நம்பிப் போன தங்கமணி யோசித்தபடியே நடந்தாள்.

தங்கமணியிடம் அலங்காரியைச் சாகடித்ததில் சற்று நிம்மதி, வீடு நெருங்க நெருங்க அலங்காரியின் பேயாட்டத்தை எண்ணி நெஞ்சு கனத்தது. அவள் வெளிக் கதவை ஓங்கி மிதித்தாள். படுத்திருந்த சிவகாமி எழுந்துகொண்டாள். அவள் முகம் வீங்கியிருந்தது. பொடியன்கள் இருவரும் எழுந்து உட்காரவில்லை. கையிலிருந்த வெற்று கடகாப் பெட்டியைத் தூர வீசியெறிந்தாள். திரும்பவும் அடி விழுமோ என்ற பயத்தில் மூத்தவள் அரண்டு போய் முழித்தாள். அவளைப் பார்த்ததும் அய்யம்மாளுக்குப் பொங்கி வந்த அழுகையை அடக்க முடியவில்லை. ஓவென்று கதறியழுதாள். மகளின் தலையைத் தடவி நெஞ்சோடு அணைத்துக்கொண்டாள். பொடியன்களையும் எழுப்பி மேலெல்லாம் தடவிவிட்டாள். நடுவுளவனின் விரல்கள் வீங்கியிருந்தன. இளையவனின் கால்முட்டு வீங்கியிருந்தது. அவன் நொண்டி நொண்டி நடந்தான்.

அன்று பகல் முழுக்க ஒரு வேலையும் செய்யவில்லை. பலகைகள் கழுவாததால் பசை காய்ந்து ஒட்டி உலர்ந்து தடிப்பேறிப்போய்க் கிடந்தன. எப்போதும் பெட்டிகள் சிதறி காயும் முற்றம் வெறிச்சோடிப் போய்க் கிடந்தது. அய்யம்மாள் முட்டுக்கள் இரண்டையும் சேர்த்து வைத்துக்கொண்டு, இறுகக் கட்டியபடி மோட்டு வளையைப் பார்த்துக்கொண்டு உட்கார்ந்திருந்தாள். சுவரில் மாட்டப்பட்டு மாலையுடன் அலங்கரிக்கப்பட்டிருந்த வேல் தேவனின் போட்டோவைப் பார்த்தவளுக்கு ஒரு நீண்ட பெருமூச்சு. அவளுக்குப் புதுத்தெம்பு பிறந்தது. சாயங்காலம் எப்படியும் அலங்காரி வருவாள். வரட்டும் தேவிடியாளுக்கு வசமாக குடுத்தனுப்பனும். அவள் நினைத்தபடியேதான் நடந்தது. சாயங்காலம் ஆன உடனேயே அலங்காரியின் சத்தம் இரையத் தொடங்கியது.

‘என்னடி பத்தினி, மானம் மரியாதன்னு பேசுனியே, ரூவாய

சுண்டிற வேண்டியதானடி'

'எடுத்தவன் கிட்டப் போயி கேளுடி நாயே'

'நாயி பேய்ன்னு பேசுற அளவுக்கு மப்பேறிப் போச்சாடி, நிய்யாடி பேசுற, வப்பாளன் சொல்லிக் குடுத்திருப்பான்; அந்தத் திமிர்ல பேசச் சொல்லுது.'

'உதுத்த கழுத ஊருக்கே பெரிய கழுத; ஒன்னப் போல ஆருடி உதுத்துட்டு அலையிறா? ஒஞ்சம்பாத்தியத்த நாய்கூட சீந்தாதுடி சக்களத்தி. ஒழச்ச சம்பாத்தியம்னா நெலக்கும், வத்திக்கும், ஊர்ப்பெயகல மேஞ்சு பண்ணின சம்பாத்தியம் தெரியாதாக்கும் ஓம் பொழப்பு, தாளிக்காதடி சிறுக்கி.'

'ஒன்னப் போல கெட்ன புருசன மருந்து வச்சுக்கொன்னுட்டுக் கண்ட பய கூடயும் அலயிற தேவிடியாளாடி நான், ஏணி வச்சாலும் எனக்கும் ஒனக்கும் எட்டுமாடி.'

அலங்காரியின் இந்தப் பேச்சு அய்யம்மாளின் நெஞ்சில் கருமருந்தைப் போல் பற்றிக்கொண்டு எரிந்தது. அவளைச் சுட்டுப் பொசுக்கியது. தெருச்சனங்கள் பூராவும் வேடிக்கை பார்த்தார்கள். அவள் சண்டை முடிந்து வீட்டுக்குள் போனபோது பிள்ளைகள் மூன்றும் பொம்மைகளைப் போல் உட்கார்ந்திருந்தன. தீப்பெட்டியைத் தேடி எடுத்து விளக்கு பற்ற வைத்தாள். ரொம்ப நேரம் தன்னாலேயே புலம்பிக்கொண்டும் வைதுகொண்டும் வீட்டுக்குள்ளேயே நடந்தாள்.

திடீரென எழுந்துகொண்டவள் நடு வீட்டில் வந்து அமர்ந்து கொண்டு மூன்று பேரையும் கையசைத்துக் கூப்பிட்டாள். பயந்தபடியே வந்த குழந்தைகள் அவள் முன்னால் நின்றன. உட்காரும்படி சைகை காட்டினாள். மூத்தவளின் தலையைக் கோதிவிட்டாள். கன்னத்தில் படிந்திருந்த கண்ணீர்க் கோடுகளைச் சேலை முந்தானையால் துடைத்துவிட்டாள். நடுவுலவனின் கை விரல்களைச் சுண்டிச் சுண்டி இழுத்துச் சுடக்குப்போட்டாள். இளையவனின் ஒட்டிப் போயிருந்த வயிற்றைப் பார்த்து நீண்ட பெருமூச்சுவிட்டாள்.

'சிவகாமி, டப்பாவுக்குள்ள துட்டு எடுத்திட்டுப் போயி கோனார் கடையில இட்லி வாங்கிட்டுவா. ஊர்ல இருக்கிறவுக துட்டக் காணுங்கிறதுக்காக நம்ம பட்னியாக் கெடக்கனுமினு விதியா?'

அவர்கள் மூன்று பேரும் சாப்பிடுவதைப் பார்த்துக்கொண்டே

இருந்தாள்.

'யெம்மா, கெட்டு வாங்கியாரலியா?'

'இன்னக்கி அலங்காரி 'முண்டைக்கு அவயம்னு கெட்டு ஒட்றதும் போச்சு; சின்னக் கணக்குப் பிள்ளைய வேற மொகஞ்சுளிக்கப் பேசிட்டு வந்தாச்சு; நாளக்கிப் போயி கெட்டுக்கு நின்னா அவன் வேற மொனங்குவான்.'

அவளுக்கு இருப்புக் கொள்ளவில்லை. வெளியில் போய் எட்டிப் பார்ப்பதும், அலங்காரியின் வீட்டைப் பார்த்து காரித் துப்புவதுமாக இருந்தாள். அவள் முகம் இறுகிக்கொண்டே வந்தது. அடுப்பைப் பற்ற வைத்து இரும்புச் சட்டியைக் காய வைத்தாள். ரேசன் கடையில் வாங்கி வைத்திருந்த எண்ணெயைச் சட்டியில் ஊற்றினாள். பிள்ளைகளுக்கு ஒன்றுமே புரியவில்லை. கொதிக்கும் எண்ணெய் சட்டியை இறக்கி நடுவீட்டில் கொண்டுவந்து வைத்தாள். சுவரில் தொங்கிய தன் புருசன் வேல்தேவனின் போட்டோவைக் கழட்டி எண்ணெய் சட்டியின் பக்கத்தில் வைத்துப் பிடித்துக்கொண்டாள். பிள்ளைகள் மூன்றும் ஆச்சரியமாய்ப் பார்த்தபடி இருந்தன.

'ஏட்டி, சிவாமி, ஏ கழுதைகளா, இங்கவாங்க மூணுபேரும். இப்பச்சொல்லுங்க அவ வீட்ல ரூவாய யார் எடுத்தது.'

'...'

'அப்ப யாரும் எடுக்கலியா?'

'இல்ல, இல்ல, ம்கூம்'

'இப்ப நீங்க மூணு பேரும் சத்தியமா நாங்க எடுக்கலன்னு, அய்யா தலையில அடிச்சிட்டு இந்தச் சட்டிக்குள்ள கைய முக்கணும். ரூவாய எடுத்திருந்தா கைப் பொத்துப்போகும். எடுக்கலன்னா கைப் பொசுக்காது, நம்ம அய்யா பொசுக்க விட மாட்டாரு'

அய்யம்மாள் சொல்லி வாய் மூடவில்லை. அவள் எதிர்பார்க்கவேயில்லை.

'சத்தியமா நான் ரூவாய எடுக்கல'

சிவகாமியின் உள்ளங்கை வெள்ளரிப் பழமாய் மகிந்து போனது. அவள் போட்ட அலறல் தெருவெல்லாம் கேட்டது.

'அய்ய்... செவாமிதான் ரூவாயயை எடுத்திருக்கா கைப்பொத்துப் போச்சு; செவாமிதான் ரூவாய எடுத்திருக்கா அய்யா அவ கைய்ய பொசுங்க விட்டுட்டாரு.'

சிறுசுகள் இரண்டும் குதியாளம் போட்டன. அய்யம்மாள் பதறிப்போனாள். சட்டியைத் தூக்கித் தூர வைத்துவிட்டு மண்ணெண்ணெய் பாட்டிலை எடுத்து வந்து சிவகாமியின் கையெல்லாம் ஊற்றினாள். கண்டாங்கி துணியைக் கிழித்துக் கட்டுப் போட்டாள்.

'எம்மா ரூவாயை செவாமிதான் எடுத்திருக்கா?'

சிறுசுகளின் கேள்விக்கு அய்யம்மாள் பதில் பேசவில்லை. ராத்திரி ரொம்ப நேரம் சிவகாமியின் முணங்கல் கேட்டுக்கொண்டே யிருந்தது. அய்யம்மாள் பொட்டென்று கண்மூடவில்லை.

விடிந்தும் விடியாமல் இருக்கும் போதே அய்யம்மாளின் கதவு திறக்கும் சத்தம் கேட்டது.

'இந்தத் துப்புக்கெட்ட பய, தூ... ய குடிச்சா மகன் ரூவாய எடுத்துட்டுப் போக, நான் அய்யம்மாகூட மல்லுக்கு நிக்க, அப்பிராணி அவபுள்ளகளப் போட்டு அடிக்க, இந்தக் கூறுகெட்ட பயலுக்கு அறுக்க வந்த நாள்லருந்து, இதே பொழப்பா நாப்பொழப்பு, துப்புக் கெட்ட பயலுக்கு அறிவே இல்ல.'

அய்யம்மாளின் காதுகளிலும் தெளிவாய்க் கேட்டது, அலங்காரியின் பேச்சு. அவள் தீப்பெட்டிக் கட்டையின் சைடுகம்பி ஒன்றை எடுத்துக் கொண்டு வாசலுக்கு வரவும், அலங்காரி வாசலில் நிக்கவும் சரியாய் இருந்தது.

'ஊர்ப் பெயகள ஓ... எம் புள்ள களவாணிப் புள்ளக. வேல்தேவன் இருந்தா இந்நேரம் ஓம்... அறுத்து தொங்க விட்ருப்பானடி நாயே.'

அய்யம்மாளின் முதல் அடி அலங்காரியின் நெற்றியில் இறங்கியது. இரண்டாம் அடி நடு மண்டையில், ரத்தம் தெறிக்க ஓட்டம் பிடித்தவளை அய்யம்மாள் விரட்டிக்கொண்டு ஓடினாள். கள்ளப் பருந்தை விரட்டியடிக்கும் தாய்க் கோழியைப் போல.

●

67

மணம்

மல்லி மருக்கொழுந்து பிச்சிப்பு கனகாம்பரம்... யெம்மா பூவு, மல்லி மருக்கொழுந்து பிச்சிப்பு கனகாம்பரம்...

பூக்காரி வெயிலாச்சியின் குரலுக்கு ஒரு தனி மவுசு இருக்கத்தான் செய்கிறது. அவள் குரல் பூ வாசனையைப் போலவே பெண்களைக் கிறங்கடிப்பதென்னவோ உண்மைதான். தெருவின் ஆரம்பத்தில் சுக்கு காப்பிக்காரரின் வீட்டுப் பக்கத்தில் வரும்போதே சத்தம் தெரு முழுக்கக் கேட்டுவிடும். அப்படி ஒரு சத்தம் செவியில் அறைந்தாற் போல. சில வீடுகளின் முன்னால் வந்து நின்றதும் சொல்வாள்.

'தாயீ... பூ வாங்கலியா பூ.'

மாட்டுக்குப் பின்னாலயே திரியும் சின்ன கன்றுக்குட்டியைப் போல அவள் மகள் செண்பகவல்லி, எட்டு அல்லது ஒன்பது வயசிருக்கும் பொம்மையைப் போல ஒல்லியாய். மகள் என்றால் பெத்த மகள் இல்லை. மூத்தபடியாள் பிள்ளை. கிழிந்த சட்டையும், அழுக்கான பாவாடையும் காய்ந்த தலையுமாய்.

'என்ன பூக்காரம்மா வர வர இருட்டுனப் பெறவுதான் பூ கொண்டாருவீக போலருக்கு.'

'என்ன செய்ய தாயி, ஒத்தையில கிடந்து மல்லுக்கட்டி, நாலு தெரு சுத்தி வரமுன்னே பொழுதடஞ்சு போயிருது. ஏன்ட வேல எடுத்த வேல செய்ய வேற ஆள் கெடையாது, இவ ஒருத்திதான் கொஞ்சம் கூடமாட செத்த கெட்டுவா, மத்த ரெண்டும் சிறுசுக. அதுகளுக்கும் சோறு தண்ணி பாக்கணும்.'

'ஒங்க வீட்டுக்காரரு என்ன வேல பாக்காரு?'

'அவரு சில்லாக் கலெக்ட்ரா இருக்காரு. பய மவன் பிஞ்ச சாக்கு தைக்கான். பத்து ரூவாய்க்கு தச்சா இருவது ரூவாக்குக் குடிச்சிட்டு வந்து நிப்பான்.'

‘அப்படியாள்னு தெரிஞ்சும் எதுக்கு ரெண்டாந்தரமா வாக்கப் படணும்.’

‘ஆமா நான் ரெண்டாந்தரமா இந்தப் பயலுக்கு ஓடியாறன். சண்டாளி கர்ம சண்டாளி, குட்டியும் குறுவானுமா மூணு புள்ளய பெத்துப் போட்டுட்டுக் கண்ண மூடிட்டா, எம் ஓடம்பெறந்தாதான். வம்பா புள்ளக அலஞ்சு போயிருமேன்னு, எந் தாயும் தகப்பனும் சேர்ந்து கெட்டி வச்சுட்டாக. அவ புண்ணியவாட்டியா போயி சேர்ந்திட்டா. நாங் கெடந்து சீரழியிறன்.’

வெயிலாச்சியின் கண்களில் கண்ணீர் பூக்களாய் உதிரும். பக்கத்தில் செண்பகவல்லி பரிதாபமாய் நின்று பார்த்துக்கொண்டிருப்பாள்.

‘பூக்காரம்மா நாலு கண்ணி விட்டு அறுங்க, இப்பிடி ஒட்டி அறுத்தா எப்பிடி.’

‘தாயி பூ வெல கெராக்கி, முகூர்த்த நாளு, பூவே கெடைக்கல, பதிவுகாரர்களுக்கு எப்பிடியும் குடுக்கனுமேன்னுதான் தாயி கொண்டார வேண்டியிருக்கு.’

வெயிலாச்சி எந்த மழையானாலும், இருளானாலும் பூ கொண்டு வந்துவிடுவாள். சாயங்காலம் அந்தக் குரல் எப்படியும் ஒலிக்கும். வட்ட முகம், குட்டை உருவம். சிரித்தால் இரண்டு கன்னங்களிலும் அழகாய் குழிவிழச் சிரிப்பாள். கடைசியாய் அவள் வந்து சாவாசமாய் உட்கார்ந்து பழமை போட்டு தன் பாடுகளையெல்லாம் சொல்லி இறக்கிவிட்டு, ஒரு பாட்டம் அழுதுவிட்டு இரண்டு குடம் நல்ல தண்ணீரும் பிடித்துக்கொண்டு வெற்றுக்கூடையுடன் அவள் புறப்படும்போது அநேகமாகத் தெரு விளக்குகள் எரியும்.

மாரியம்மாளும் பிள்ளை குட்டி இல்லாதவள். ஆகையால் பேச்சுத் துணைக்கு ஒரு ஆள் கிடைத்துவிட்டால் போதும், நேரம் காலம் தெரியாமல் பேசிக்கொண்டிருப்பாள். தன் சோகத்தையெல்லாம் இறக்கி வைக்கிற இடம் மாரியம்மாளின் வீடுதான். உள்ளே மாரியம்மாளின் புருசன் மாணிக்கம் இருந்தால் பேச்சு கசுபுசுவென்று ரகசியமாய் நடக்கும். எப்படியும் கடைசியில் அழுகையில்தான் போய் முடியும்.

‘என்ன, பூக்காரம்மா பூவெல்லாம் வித்துப் போச்சா?’

‘என்ன ராசா, வித்திருச்சு ராசா.’

அந்த அழுகையும் சோகமும், ஓடி ஒளிந்துகொள்ளும், முகம் பிரகாசிக்கும். கன்னத்தில் குழி விழச் சிரிக்கும்.

‘ஒரு பந்து மல்லிகப் பூவ மட்டும் வச்சுக்கிட்டு எல்லாப் பூப் பேரையும் சொல்லி சத்தம் போடுறீகளே எதுக்கு.’

‘அதா ராசா, பழக்கம், அப்பிடியே வந்துருது, நானும் ஒரு நேரத்துல கூட நெறய்ய எல்லாப் பூவும் சுமந்து வித்தவதான். அக்கா புள்ளக அலஞ்சு போயிருமேன்னு, இந்தப் பயலுக்கு அறுக்க வரப் போயி வெத்துக் கூடைய கக்கத்துல இடுக்கிட்டு லேலோன்னு அலையிறன். அலஞ்சும் நிம்மதியில்ல. தெனம் அடி, ஒத, மிதி, ஏச்சு. இண்டஞ் செடிக்குள்ள தலையக் குடுத்திட்டன் எடுக்க வழியில்லாம பேமுழி முழிச்சிட்டு நிக்கன்.’

பழையபடியும் முகம் இறுகிப் போகும். அழுகை பொத்துக் கொண்டுவரும். முந்தானையால் கண்களைத் துடைத்துக்கொள்வாள். மகள் செண்பகவல்லி உம்மென்று பார்த்துக்கொண்டிருப்பாள்.

‘ஒங்க மாப்ளய ஒரு நாளைக்கு எங்கிட்ட காட்டுங்க பூக்காரம்மா. நாலு கேள்வி நல்லா நாக்கப் புடுங்கிட்டு சாகிறாப்ல கேக்குறன்.’

‘வேண்டா ராசா. மருவாதியில்லாம பேசுவான், தராதரமில்லாத தரங்கெட்ட மனுஷன் குடிகாரமட்ட.’

அவள் தலையில் ஒரு குடமும் இடுப்பில் ஒரு குடமும் வைத்துக்கொண்டு நடப்பாள். வெற்றுக் கூடையை இடுப்பில் இடுக்கிக்கொண்டு மகள் செண்பகவல்லி பின்னாள் நடப்பாள். மாரியம்மாளும் மாணிக்கமும் கண்ணில் மறையும்வரை பார்த்துக் கொண்டேயிருப்பார்கள்.

‘சேய். என்னய்யா பொளப்பு, பாவம் பூக்காரம்மா, தங்கமான கொணத்துக்கு எப்பேர்ப்பட்ட மாப்ள கெடைக்கும். இப்பிடி வந்து சீவன விட்டு சீரழியுது.’

செவ்வாய்கிழமை, வெள்ளிக் கிழமைகளில் விளக்குச் சரம் கொடுப்பதற்காகச் சீக்கிரத்திலேயே கண் வெளிச்சத்தோடு வந்துவிடும். தயாராக வீட்டிலிருந்தே வெட்டிச் சுருட்டி வைத்திருக்கும் சின்ன உருண்டை உருண்டையான கதம்பத்தை வீடுவீடாய்க் கொடுக்கும். முகத்தில் சந்தோஷக் களை துள்ளி விளையாடும். கொஞ்சம்கூட கவலையோ சோகமோ முகத்தில் தெரியாது.

போன வெள்ளிக்கிழமை மாசக் கடைசி வெள்ளியும்கூட. வெயிலாச்சி வரவில்லை. செண்பகவல்லிதான் வீடு வீடாய் விளக்குச் சரம் கொடுத்தாள். மாணிக்கம் கேட்டான்,

‘என்ன புள்ள ஒங்க அம்மாவ எங்க, வெள்ளிக்கிழமையும்

அதுவுமா நிய் பூக் கொண்டாந்திருக்க.'

'அம்மாவுக்கு ஒடம்புக்கு முடியல படுத்திருக்கு.'

'என்ன செய்யுது புள்ள.'

'காச்சல் மண்டையடின்னு சொல்லுச்சு.'

'ஒங்க அய்யா அடிச்சாரா?'

'இல்ல.'

'ஆஸ்பத்திரிக்குப் போச்சா?'

'இல்ல.'

'அடியே... மாரியம்மா. அந்த காச்ச மாத்திரையும், மண்டையடி தைலத்தையும் கொஞ்சம் குடுத்துவிடுடி. பூக்காரம்மாவுக்குக் காய்ச்சலாம். அதான் வரலியாம்.'

'மாத்திர மருந்த வாங்க அவுங்களுக்குத் தெரியும். ஒங்க சோலியப் பாருங்க.'

பூச்சரம் கொடுத்த கையோடு செண்பகவல்லி போய்விட்டாள்.

பதிலுக்கு அவள் காத்திருக்கவில்லை.

'என்னடி கழுத அப்பிடிச் சொல்ற. மாத்திர சும்மாதான கெடக்கு. குடுக்கலாமில்ல, நமக்கு வேணும்னா வேற வாங்கிக்கிறது.'

'ஒங்க மூஞ்சி, அந்த சின்னப் புள்ளக்கி இருக்கிற அறிவுகூட ஒங்களுக்கு இல்ல.'

'ஏய், அறிவு கிறிவுனு பேசுன பல்ல ஒடச்சிருவன்.'

'ஒங்க பல்லத்தான் இப்ப ஒடைக்கணும், இப்பிடி கிட்ட வாங்க சொல்றன்.'

மாரியம்மாள், மாணிக்கத்தின் காதில் கிசுகிசுத்தாள். அவனுக்கு வெட்கமாக இருந்தது. வெயிலாச்சி இன்று விளக்குச் சரத்தைத் தொட மாட்டாளாம். நேற்றே சொல்லிவிட்டு வேறு போனாளாம். எவ்வளவு கஷ்டம், எவ்வளவு சோகம், அப்பிடியிருந்தும் எவ்வளவு ஒழுக்கம், பக்தி, வெயிலாச்சி வந்து சரம் கொடுத்தால் தெருப்பொம்பிளைகளுக்குத் தெரியவா போகிறது. குத்துவிளக்கு எரியவா மாட்டேன்கிறது, வெயிலாச்சி 'தீட்டுக்' கையோடு விளக்குச் சரம் கொடுத்தாளென்று? இந்தச் சிறுசு செண்பகவல்லிக்குக்கூட தெரிந்திருக்கிறதே! எவ்வளவு இயல்பாய் யதார்த்தமாய் உண்மை போலவே பொய் சொல்லி விட்டாள். அம்மாவுக்குக் காய்ச்சல் என்று.

'என்ன... மொகட்டு வளைய அண்ணாந்து பாத்துட்டு

உக்காந்திட்டீக. நாளக்கி பூக்காரம்மா வந்த ஒடன கேட்டு ராதிக என்னம்மா காச்சல் சரியாப் போச்சான்னு, சிரிக்கப் போகுது.'

மறுநாள் வெயிலாச்சியின் சத்தம் தெருவில் கேட்டது. மாணிக்கத்திற்கு எப்படியும் கேட்டுவிட வேண்டுமென்கிற ஆசை. தயாராய் வாசற்படியில் வந்து உட்கார்ந்துகொண்டான்.

'என்ன... ராசா... தாயக் காணும் பூ வாங்கலியா?'

'நேத்து என்னம்மா ஆளக்காணும். பொடுசு வந்துச்சு.'

'சின்னப் புள்ளக்கி லேசா காச்சல் ராசா, போயி ஒரு ஊசி போட்டுட்டு அவக்னு வந்திரலாம்னு போனா, ஆஸ்பத்திரில கூட்டமான கூட்டம், நேரமாகிப் போச்சு. கெழம வேற வெள்ளி கெழமம, என்னய காணுமிங்கவும் செண்பகவல்லி கூடைய தூக்கிட்டு வந்திருக்கா.'

சிரித்தபடியே வந்த மாரியம்மாளைப் பார்த்து கண்ணைச் சிமிட்டி சிரித்தாள் வெயிலாச்சி.

'தாயி... நேத்து நேரத்தோட வந்தாளா? இந்த ரெண்டு கொடத்தையும் புடிச்சு வைம்மா. கம்பெனிக்கார மயிலம்மா, இன்னக்கி ரூவா தர்ரென்னு சொல்லுச்சு. போயி வாங்கிட்டு வந்து கொடத்த தூக்கிட்டுப்போறன்.'

மாரியம்மாளும் மாணிக்கமும் சிரித்துக்கொண்டார்கள்.

'இப்பிடி, பொம்பளைக சமாச்சாரம்னா ஆம்பளைக எதுக்குத்தான் நாயா அலையிறீகளோ! நேத்து கேக்க வேண்டாமின்னு சொல்லியும் அந்த அம்மாகிட்ட கேட்டுட்டீகல்ல.'

'அட. என்னதான் சொல்லுது பாத்திருவமேன்னுதான் கேட்டேன்.'

'என்ன சொல்லிச்சு. நான் வீட்டுக்குத் தூரமாயிட்டன். சாமிக்குப்போடுற விளக்குச் சரத்த தொடக்கூடாதுன்னு எம் மகள அனுப்பி வச்சமின்னா சொல்லுச்சு. ஒங்க மூஞ்சில காரித் துப்பிச்சு'

'யேய், கழுத அறிவு கெட்டதனமா பேசாத.'

'யாருக்கு அறிவு இல்லன்னு யோசிச்சுப் பாருங்க தெரியும்.'

இரண்டு மூன்று மாதங்கள் போயிருக்கும். மாணிக்கம் நடு வீட்டின் கட்டிலில் படுத்திருந்தான். வராந்தாவில் மாரியம்மாளும் வெயிலாச்சியும் பேசுகின்ற பேச்சு தெளிவாய்க் கேட்டது. பேச்சை உற்றுக் கவனித்தான். தூங்குகிற பாவனையாகக் கண்களை மூடிக் கொண்டான்.

‘சே, அப்படியெல்லாம் செஞ்சிராதிக பூக்காரம்மா. இந்த ஒன்ன மட்டும் பெத்துக்கோங்க.’

‘எதுக்குத் தாயி எனக்கு புள்ள, இந்தக் குடிகாரப் பய திருந்துனபாடில்ல. நித்தம் அடிதான் மிதிதான், நேத்து அடிச்ச அடி முதுகுல இன்னும் தடிப்பு மாறல. சம்பளத்த பூராத்தயும் குடிச்சே தீத்துட்டு வாரான். ஒத்த மனுஷி பூ வித்து மூணு புள்ளயவும் காப்பாத்தணும். வீட்டு வாடக குடுக்கணும், மண்டையடி தலையடினா ஆஸ்பத்திரிக்குப் போகணும், எப்பிடி முடியும். இந்த லட்சணத்துல இது வேறயா? மொதல்ல பேரு காலச் செலவுக்கு எங்க போக, ஆர்ட்டக் கேக்க, போட்டுட்டு வந்த பொடிப் பொட்டு மினுக்ங்கிற சாமானப் பூராத்தையும் வித்தாச்சு, ஒரு மாசம் ரெண்டு மாசம்னு படுத்துக்கிட்டா ஆரு பாப்பாக இந்தப் புள்ளகள். சுடு தண்ணி வச்சுக் குடுக்கக்கூட நாதியில்ல.’

வெயிலாச்சி முசுமுசென்று அழுவது தெளிவாய்க் கேட்டது.

‘நீங்க ஒண்ணும் கவலப்படாதீக பூக்காரம்மா, கடவுள் விட்ட வழின்னு அவன் மேல பாரத்தப் போட்டுட்டு பேசாம இருங்க. ஒங்களுக்னு ஒரு புள்ள வேணுமில்ல.’

‘எனக்னு இல்லாட்டா என்ன தாயி, எந்தக் காணியக் காப்பத்த எனக்குப் புள்ள வேணும். எந்தச் சம்பாத்தியத்துல பங்கு கேக்க எனக்குப் புள்ள இல்லையேன்னு வருத்தம். சொல்லு தாயி சொல்லு.’

‘நீங்க ஆயிரத்தச் சொல்லுங்க, இந்த ஒன்ன மட்டும் பெத்துக் கோங்க. வெத வெதச்சவன் தண்ணி ஊத்தாமலா போயிருவான். கழிக்கணும்னு மட்டும் கனவுலயும் நெனச்சிராதிக.’

‘இது எனக்குச் சோதன தாயி சோதன. கல்யாணமாகி பத்து வருசமாச்சு. ஒம் வகுத்துல ஒரு புள்ள குடுக்கக் கூடாதா? இந்த ஆண்டவன். இந்தப் பிச்சக்கார சிரிக்கி வகுத்துலயா சனிக்கணும். கடவுளுக்குக் கண்ணு இல்லங்கிறது சரியாப் போச்சு தாயி.’

மீண்டும் வெயிலாச்சி விக்கிவிக்கி அழுகிற சத்தம். மாரியம்மாளிட மிருந்தும் பேச்சைக் காணோம். ஒரு வேளை அவளும்கூடச் சேர்ந்து அழ வேண்டும். அவள் மூக்கைச் சீந்துகிற சத்தம் கேட்டது. அதற்கு மேல் மாணிக்கத்தினாலும் மனசைக் கட்டுப்படுத்த முடியவில்லை. இலேசாக இருமினான். அந்தச் சத்தம் அவர்களின் காதில் விழுந்திருக்க வேண்டும்.

‘என்ன தாயி ராசா வேலக்கிப் போகலியா?’

'இன்னயிலிருந்து ராத்திரி வேல, பதினொரு மணிக்குப் போவாக. அதுதான் உள்ள படுத்திருக்காக.'

'சரி, அப்ப நான் போயிட்டு வாரந்தாயி, பொழுதடஞ்சு போச்சு. சிறுசுக ஒக்காந்திட்டு முழிச்சிட்டு இருக்குங்க. கடவுள் விட்ட வழி, நல்லதோ பொல்லதோ.'

வெயிலாச்சி குடத்தைத் தூக்கிக்கொண்டு நடந்தாள். அவள் போவதையே மாரியம்மாள் பார்த்துக்கொண்டிருந்துவிட்டு ஒரு பெருமூச்சுடன் வீட்டுக்குள் வந்தாள். மாணிக்கம் தூங்குகிற பாவனையாகக் கண்ணை மூடிக்கொண்டு படுத்துக்கிடந்தான்.

இப்போதெல்லாம் அந்தச் சன்னமான ரீங்காரமிடுகின்ற சத்தம் காணாமல் போய்விட்டது. வயிற்றைத் தள்ளிக்கொண்டு, பூக்கூடையை இடுப்பில் இடுக்கிக்கொண்டு அவள் நடந்து வருவதைப் பார்க்க பரிதாபமாய் இருக்கும். கொஞ்ச நேரம் பேசினாலும் மூச்சிரைக்கும். கால் பாதங்களில் வீக்கத்தின் மினுமினுப்பு.

'அக்கா புள்ளகள காப்பாத்த வந்தவ இனி அவ புள்ளயத்தான் காப்பாத்துவா, அக்கா புள்ளக அரோகராதான்.'

'சரி எப்படித்தான் இருந்தாலும் அக்கா புள்ளக அவ புள்ளகளா யிருமா? அவளுக்குன்னு ஒண்ணு வேண்டாமா?'

தெருப் பெண்களின் பல மாதிரியான பேச்சுக்கள். சாடைகள், சிரிப்பாணிகள், இடக்குகள், எகடாசிகள். எதையும் காதில் வாங்கிக் கொள்ளாதவளாக பூவும் கூடையுமாய். அன்றைக்கு மாரியம்மாளும் வெயிலாச்சியும் பேசிக்கொண்டதை மாணிக்கம் தெரிந்தது போலவே காட்டிக்கொள்ளவில்லை. மாரியம்மாளும் ஏதும் சொல்லவில்லை. அனால் ஒன்றை மட்டும் மாரியம்மாளின் காதில் போட்டு வைத்தான். 'பூக்காரம்மா வந்து பேறு காலத்துக்னு ஏதும் பணம் கேட்டா எவ்வளவு கேட்டாலும் கொடு. எனக்கு அதப் பாக்கவே பரிதாபமா இருக்கு.'

வெயிலாச்சி பூ கொண்டு வருவதை அடியோடு நிறுத்திக் கொண்டாள். செண்பகவல்லிதான் வந்து போய்க்கொண்டிருந்தாள். அவளிடம் விசாரித்துக்கொள்வதோடு சரி. ஒரு நாள் மத்தியான வெய்யில். வெயிலாச்சி மெல்ல மெல்ல வந்து உட்கார்ந்தாள். மாணிக்கமும் மாரியம்மாளும் வீட்டில்தான் இருந்தார்கள். அவர்கள் நினைத்தபடியே பேறு காலச் செலவுக்குப் பணம் வேண்டுமென்று கேட்டாள். மாரியம்மாள் மறுப்பு ஏதும் சொல்லவில்லை. ஐநூறு ரூபாயை எடுத்துக்கொடுத்தாள். பணத்தை வாங்கியவள் இரு

கண்களிலும் ஒற்றிக்கொண்டாள். அவளால் பொங்கிவந்த அழுகையை அடக்க முடியவில்லை. கண்ணீர் உருண்டு கன்னங்களில் வழிந்தது. கையெடுத்துக் கும்பிட்டாள். முகமெல்லாம்கூட வீங்கி மினுமினுப்பாய் மின்னியது. கால்கள் இரண்டும் வழுவழுப்பாய் சுரைக்காய்கள் மாதிரி வீங்கியிருந்தன. பாதங்கள் குட்டி ஆமை களைப் போலப் பெரிய பன்ரொட்டியாய் பருத்து வீங்கியிருந்தது.

சரியாக ஒரு வாரம்தான் ஆகியிருக்கும். அம்மாவை தர்மாஸ் பத்திரியில் சேர்த்திருப்பதாகச் செண்பகவல்லி சொன்னாள். மாரியம்மாளும் மாணிக்கமும் ஆஸ்பத்திரியில் போய் நின்றபோது கூட்டம் கூடியிருந்தது. வெயிலாச்சி மல்லாக்க கிடத்தப்பட்டு முழுவதுமாகத் துணியால் மூடப்பட்டு வைக்கப்பட்டிருந்தாள். ஈக்கள் மொய்க்க அவள் பெற்ற சதைப் பிண்டம் சின்ன பூசணிக்காயைப் போல விறைத்துக் கிடந்தது. மாரியம்மாள் கதறிக் கதறி அழுதாள். மாணிக்கத்தாலும் அழுகையை அடக்க முடியவில்லை. உப்புச்சத்து அதிகமாகி குழந்தை வயிற்றுக்குள்ளேயே செத்துப் போய்விட்டதாகவும், ரத்தக் கொதிப்பு அதிகமாகிவிட்டபடியால் பெரிய உயிரையும் காப்பாற்ற முடியவில்லையென்றும் பேசிக் கொண்டார்கள். அவள் சாகும் போது ஓயாமல் ஐந்து விரலைக் காட்டி 'மாரியம்மா தாயி, மாரியம்மா' என்று சொன்னதாகவும் சொல்லிக்கொண்டிருந்தார்கள்.

சரியாக மூன்றாவது நாள். விடிந்தும் விடியாத காலை நேரம். வெயிலாச்சியின் புருஷன் பிச்சை, மாணிக்கம் வீட்டின் முன்னால் வந்து நின்றான்.

'மாணிக்கம் வீடு எதுய்யா?'

'இதுதான் மாணிக்கத்தோட வீடு.'

'நீங்க...'

'நான்தான் மாணிக்கம்.'

'ஒங்க சம்சாரம் பேரு.'

'மாரியம்மாள்.'

'நான்தான் வெயிலாச்சி புருஷன் பிச்சை.'

'சரி, இப்ப என்ன வேணும்?'

'ஒங்க வீட்டுக்காரம்மாகிட்ட எம் பொண்டாட்டி வெயிலாச்சி ஐநூறு ருவா குடுத்து வச்சிருந்தாளாம். அவ சாகும்போது சொல்லிட்டு செத்தா.'

மணம் ❋ 547

மாணிக்கம் எதுவுமே பேசவில்ல. மாரியம்மாளை அதட்டிக் கூப்பிட்டான். அவள் வாசலுக்கு வந்தவுடன் சொன்னான்,

'வெயிலாச்சி குடுத்து வச்சிருந்த அந்த ஐநூறு ரூவாய எடுத்து குடு இது அவளோட புருசனாம்.'

'என்னங்க நீங்...'

'ஒண்ணும் பேசாத, பணத்தக் குடுத்து மொதல்ல அனுப்பு.'

சாராய வாடை மூக்கைத் துளைத்தது. அவன் பணத்தை எண்ணாமலேயே வாங்கிக்கொண்டு சொல்லாமலேயே நடந்தான்.

'என்னங்க ஒங்களுக்குப் பைத்தியமா?'

'நம்ம ரெண்டு பேருக்கும், பைத்தியம் பிடிச்சிரக் கூடாதுன்னுதான் அத குடுக்கச் சொன்னது.'

பத்து நாள் போயிருக்கும், ஒரு குரல், அதே சன்னம் தெருவில் கேட்டது.

'மல்லி மருக்கொழுந்து பிச்சிப்பு கனகாம்... ம்... பரம்...'

மாரியம்மாள் ஓடி வந்து எட்டிப் பார்த்தாள். செண்பகவல்லி, இடுப்பில் பூக்கூடையை இடுக்கியபடி பெரிய மனுஷியைப் போல.

'ஏட்டி, ஏ செண்பகவல்லி இங்க பூக் கொண்டா.'

'இந்தா வாரந்தாயீ.'

மாரியம்மாளுக்கு சந்தோஷம் தாங்கவில்லை. மலராத மொட்டாய் நெருக்கிக் கட்டி மல்லிகை அரும்பு சரத்தை ஆசையாய் எடுத்து தலையில் வைத்துக்கொண்டு வீட்டிற்குள் திரும்பியவள், ஓ-ஓ-ஓ வென்று வாந்தியெடுத்து மசக்கையானாள். அது சாதாரண வாந்தியல்ல, மசக்கை வாந்தி. செண்பகவல்லி குனிந்து மாரியம்மாளின் தோளைப் பற்றினாள்.

68

அன்பின் சிப்பி

மூன்று தலைமுறைகளாக சுமார் இருநூறு வருஷங்களாக தன்னுடைய சந்ததியினரால் பாதுகாத்து வைக்கப்பட்டிருந்த அந்தத் 'திறக்கப்படாத அன்பின் சிப்பியை' திறக்கும் சாவி தேடித்தான் லெஸ்ஸி ஹேன்ஸன் லண்டனிலிருந்து இந்தியாவுக்கு வந்து சேர்ந்தாள். இந்திய எழுத்தாளர் தேவதச்சனின் நாலுவரிக் கவிதை தன் சந்ததியினரின் இருநூறு ஆண்டுகால மௌனத்தையும் ஏக்கத்தையும் வழிதெரியாத புதிரையும் சுக்குநூறாக உடைத்து தன்னுள் ஒரு நம்பிக்கையை ஏற்படுத்திய போது லெஸ்ஸி மேலும் அவருடைய படைப்புகளை இண்டெர்நெட்டில் தேடிப்படித்து தன் நம்பிக்கை உறுதியானவுடன் இந்திய மண்ணை மிதித்தாள். சென்னையில் எழுத்தாளர் தேவதச்சனைக் கண்டுபிடிப்பது ஒன்றும் சிரமமானதாக இல்லை. ஐம்பதை ஒட்டிய வயது, படைப்பாளிக்கே உரிய முன்வழுக்கை, வெற்றிலைக் காவியேறிய கறைபடிந்த பற்கள், தீட்சண்யமான மௌனப்பார்வை. தன் முன்னால் ஒரு வெள்ளைக் காரப் பெண் வந்து நிற்பாள் என்று எதிர்பார்த்திராத திகைப்புடன் புருவம் உயர்த்தி வரவேற்றார்.

'என் பெயர் லெஸ்ஸி ஹேன்ஸன், லண்டனிலிருந்து வருகிறேன். உங்களைப் பார்ப்பதற்காகவே நான் இந்தியா வந்துள்ளேன். எனக்கு நீங்கள் ஒரு பெரிய உதவி செய்ய வேண்டும். தயவுசெய்து மறுத்து விடக்கூடாது. அதற்காக நான் உங்களுக்கு என்ன விலையையும் கொடுக்கத் தயாராக இருக்கிறேன்.'

'எனக்கு ஒன்றும் புரியவில்லை, நான் என்ன உதவிசெய்ய வேண்டும்.'

'நான் வரலாற்றுத்துறையில் முதுகலைப் பட்டம் பெற்றவள். இந்திய வரலாறு எனக்கு அத்துபடி. இந்திய மொழிகள் பலவற்றில் தேர்ச்சியும் புலமையும் உண்டு. தமிழில் அதிகப்படியான புலமையும் ஆர்வமும் உண்டு. காரணம் என்னுடைய தாத்தா.'

'அப்படியானால் உங்கள் தாத்தா தமிழரா?'

'தமிழர் அல்ல. ஆனால் தன் வாழ்நாளில் பெரும் பகுதியைத் தமிழ்நாட்டில் கழித்தவர். உங்களுடைய வரலாற்றுப்படி தமிழர்களைக் கொன்றவர், தமிழ் சிற்றரசர்களைத் தூக்கிலிட்டவர், சொத்துக்களைக் கொள்ளையடித்தவர், உங்களை அடக்கியாண்டவர். கொடுமைக்காரர், ஈவு, இரக்கமற்றவர், உங்கள் மக்களின் சுதந்திரத்தைப் பறித்துக்கொண்டவர்.'

'ஆச்சரியமாயிருக்கிறது, யார் உங்கள் தாத்தா.'

'மேஜர் உவேல்ஷ் துரை. பிரிட்டிஷ் ராணுவத்தில் தமிழ்நாட்டில் பணியாற்றியவர். மேஜராக இருந்து பல யுத்தங்களில் பங்கெடுத்தவர்.

வரலாற்றுப்படி வீரபாண்டிய கட்டபொம்மன், ஊமைக் குமாரசாமி என்ற ஊமைத்துரை, செவத்தையா என்ற சுப்பாநாயக்கர், சுப்பிரமணிய பிள்ளை, சின்ன மருது, பெரிய மருது இவர்களையெல்லாம் தூக்கிலிட்டுக் கொன்று, இவர்களுடைய கோட்டை கொத்தளங் களைத் தரைமட்டமாக்கி, சொத்துக்களைக் கொள்ளையடித்த கூட்டத்தில் என்னுடைய தாத்தா மேஜர், அவருடைய மகள் வழிப் பேத்தியின் மகள் நான்.'

'நீங்கள் சொன்ன அனைத்துமே அப்பட்டமான உண்மைகள்.'

'உண்மையாகவே இருக்கலாம். என் தாத்தாவும் அதற்கு உடந்தையாக இருந்திருக்கலாம். ஆனால் எந்த ஒரு மனிதனுக்கும் மறுபக்கம் என்ற ஒன்று உண்டு. அந்த மறுபக்கம் என்பது ரகசியங்களும் புதிர்களும் கொடூரங்களும் அன்பும் நிறைந்தது. அவற்றில் ஒன்றுதான் அந்த மனிதனின் நிஜ உலகம். மற்றதெல்லாம் பேச்சாலும் உடையாலும் பகட்டாலும் நமக்குக் காட்டப்படும் சூழ்நிலைப் பொய் உலகம். அந்த வகையில் என் தாத்தாவின் நிஜ உலகம் அன்பால் நிரம்பிய திறக்கப்படாத அன்பின் சிப்பி, ஈவு, இரக்கம் ததும்பிய பெட்டகம் என் தாத்தா.'

'அப்படியானால் சரித்திரங்களைப் பொய் என்கிறீர்களா?'

'உங்களுக்குக் காட்டப்பட்டுள்ள சரித்திரத்தின்படி என் தாத்தா கொடூரமானவர், ஆனால் அவரின் மறுபக்கம், அவருடைய நிஜ உலகம் இதோ பாருங்கள்.'

லெஸ்ஸி ஹேன்ஸன் தன்னுடைய சூட்கேசிலிருந்து தடித்த கனமான பழங்கால டைரி ஒன்றை எடுத்து மேஜையின் மீது வைத்தாள். அந்த டைரியின் மேல் திறக்கப்படாத அன்பின் சிப்பி என்று தமிழில் பெரிய எழுத்தில் எழுதப்பட்டிருந்தது. லெஸ்ஸி சந்தோஷம் பொங்க அதைக் கையில் வைத்துக்கொண்டு பேசினாள். 'இது என்னுடைய தாத்தாவின் யுத்தகால நினைவுக் குறிப்புக்களை அவரே கைப்பட எழுதிய டைரி. 'திறக்கப்படாத அன்பின் சிப்பி' என்று பெயர் வைத்தவள் நான். இந்த டைரியை நாங்கள் பொக்கிஷமாகப் பாதுகாத்து வருகிறோம். காரணம் இந்த டைரியில்தான் எங்கள் தாத்தா உயிரோடு இருக்கிறார். எங்களுடன் வாழ்கிறார். இந்தத் திறக்கப்படாத அன்பின் சிப்பியைத் திறக்கும் திறவுகோல் உங்களிடம் இருக்கிறது என்று நான் உறுதியாக நம்புகிறேன். ஆழ்கடலின் புதிரும், அமைதியும் வசீகரமும் சத்தமும் மர்மமும் இருளும் அலைவீச்சும் சிப்பியை ஒன்றும் செய்துவிட முடியாது, ஏனெனில் சிப்பியின் உயிர்மூச்சு முத்து. அதன் வளர்ச்சி. இந்தச் சிப்பிக்குள்தான் எங்கள் தாத்தா இருக்கிறார். அவரை உயிர்ப்பிக்க வேண்டும், உலகமக்களிடம் காட்ட வேண்டும், எங்கள் தாத்தா அன்பின் சிப்பி என்று நிலைநாட்ட வேண்டும். அது ஒரு உன்னத படைப்பாளியால், சிருஷ்டி கர்த்தாவால் மட்டுமே முடியும் என்று நான் நம்புகிறேன், தயவுசெய்து மறுத்துவிடாதீர்கள்.'

லெஸ்ஸி ஹேன்ஸன் தன் கர்ச்சிப்பால் கண்ணீரைத் துடைத்துக் கொண்டாள். அவளுடைய முகம் சிவந்து சோகமாகியது. தேவதச்சன் குழப்பத்தில் உட்கார்ந்திருந்தார்.

'உயிர்ப்பித்தல் என்று நீங்கள் சொல்வது எந்த வகையில் சரி.'

'என்
அன்பின் சிப்பியை
யாரும்
திறக்கவில்லை
கடல்களுக்குக் கீழ்
அவை
அலைந்துகொண்டிருக்கின்றன
ஓட்டமும் நடையுமாய்.'

இது நீங்கள் எழுதிய கவிதை, இதைப் படித்துவிட்டுத்தான் நான் இந்தியாவுக்குக் கிளம்பினேன். இந்தக் கவிதையில் அன்பு என்பது கண்டுகொள்ளப்படாவிட்டாலும் நிரந்தரமானது. அது சிப்பிக்குள் வளரும் முத்தைப்போல் எப்போதும் ஒளிர்ந்துகொண்டிருப்பது உயிர்த் துடிப்புடன் அலைந்துகொண்டிருப்பது என்று சொல்கிறீர்கள். என் தாத்தாவின் அன்பும் அதே போன்றதுதான். அழிவில்லாதது, கண்டுகொள்ளப்படாதது, உயிர்க்கும் தன்மையுடையது. அதை உயிர்ப்பிக்கும் மகா சக்தி உங்களைப் போன்ற படைப்பாளிகளிடம் மட்டுமே இருக்கிறது என்று நான் திடமாக நம்புகிறேன்.'

'படித்துப் பார்த்துவிட்டுப் பேசுவோமா!'

'புன்னகை அழியாவரம் பெற்று வாழ்வது டாவின்ஸியின் தூரிகையில்தான். ஜீசஸ் வாழ்ந்துகொண்டிருப்பது ஏஞ்சலோவின் தூரிகையினால். பூக்கள் மலர்வதும், வாசனை பரப்புவதும் கவி தாகூரின் பேனா முனையில்தான். நிறங்கள் நிறங்களாகத் தெரிவதும், வானவில்லாக மாறுவதும், அந்திச் செவ்வானமும் இன்னும் ஜொலிப்பது வான்காவின் தூரிகையினால்தான். அது போல் எங்கள் தாத்தா மேஜர் உவேல்ஷ் துரை அன்பின் சிப்பியாக ஒரு நாளாவது உயிர் பெற்று வருவார், உங்கள் பேனா முனை அதைச் சாத்தியமாக்கும் என்று உறுதியாக நம்புகிறேன்.'

லெஸ்ஸி கொடுத்த கனத்த டைரியை வாங்கி தேவதச்சன் தன் முன்னால் வைத்துக்கொண்டார். இருவரும் டீ சாப்பிட்டுவிட்டுப் புகைத்தார்கள், வெற்றிலை போட்டார்கள். சந்தோஷமாகப் பேசிக்கொண்டு இருந்தார்கள். லெஸ்ஸி ஹேன்ஸன் முகம் மிகவும் பிரகாசமாய் இருந்தது.

'உங்கள் கவிதையில் சொல்லப்பட்டிருப்பதைப் போலவே ஓட்டமும் நடையுமாய் அலைந்துகொண்டிருந்த திறக்கப்படாத அன்பின் சிப்பியான என் தாத்தாவின் காலடிபட்ட மண்களான பாஞ்சாலங்குறிச்சி, ஓட்டப்பிடாரம், சிவகெங்கை, மதுரை, பாளையங்கோட்டை, எட்டயபுரம் இவைகளையெல்லாம் தரிசித்துவிட்டு மீண்டும் சென்னை வந்து உங்களைச் சந்திப்பேன். அதற்குள் என் தாத்தாவை நீங்கள் உயிர்ப்பித்து நடமாட விட்டிருக்க வேண்டும். இராணுவ உடைக்குள் ஒளிந்துகொண்டிருந்த அந்த அன்பின் சிப்பியை நான் தரிசிக்க வேண்டும், மக்கள் அடையாளம் காண வேண்டும்.'

லெஸ்ஸி ஹேன்ஸன் எழுந்து தேவதச்சனின் கைகளை இறுகப்

பற்றிக் குலுக்கிவிட்டுப் புறப்பட்டாள்.

‘யாராவது நல்ல கைடு கிடைத்தால் துணைக்கு வைத்துக் கொள்ளுங்கள்’

‘சொல்வதைச் சொல்லும் கிளிப்பிள்ளைகளையும் எந்திரங் களையும் நான் விரும்புவதில்லை, என் தாத்தாவின் கால் தடங்கள் எனக்கு மட்டுமே தெரியும், நன்றி, பை, பை.’

அவளுடைய உருவம் மறையும்வரை பார்த்துக்கொண்டே நின்ற தேவதச்சன், ஒரு நீண்ட பெருமூச்சுடன் வந்து உட்கார்ந்து அந்த டைரியைத் திறந்து மெதுவாகப் பரட்டினார்.

‘என்னுடைய இராணுவப் பழக்கங்களின் முன்னுள்ள ஞாபகங்கள்.’

மேஜர் வேல்ஷ்துரை (Major Welsh) சைனியங்கள் சகிதம் எதிரியை நோக்கிப் புறப்பட்டதில் முதலில் ஒட்டிரம்பட்டிக்கும் அடுத்து பசுவந்தனைக்கும் செல்ல, 600 பேர் எங்களை எதிர்கொண்டார்கள். அவர்களின் மேல் குதிரைப்படையை மேஜர் மக்காளித்துரை ஏவினார். சாமார்தியரான ஜேம்ஸ் கிராண்டு துரை தலைமை ஏற்றிருந்தார். யுத்தம் மூண்டது. எதிரிகளின் சீமை கரிசல் பூமியாக இருந்ததால் சகதிக்குள் போவது கஷ்டமாக இருந்தது. லெப்டினென்டு கிராண்டு கொல்லப்பட்டார். அவரது ஸுபேதார் ஷெய்க் இபுராமும் இன்னும் நான்கு பேரும் கடுங்காயமுற்றனர். பல குதிரைகள் வெட்டிக் கொல்லப்பட்டன. முழங்கால்வரை சகதியாக இறங்கும் கரிசல் மண்ணில் எங்களால் நடக்கவே முடியவில்லை. அதனால் நாங்கள் பெருஞ் சேதத்திற்குள்ளானோம். (30.03.1801) 22.04.1801. இடியும் மழையும் மின்னலும் புயல்காற்றும் நேரிட்டன. வெடிமருந்துகளை உபயோகிப்பவர்களுக்குக் கேடாகவும் பட்டாக்கத்திகளையும் வல்லயங்களையும் பாழாக்கழை களையும் உபயோகிப்பவர்களுக்கு சீராகவுமிருந்தன. லெப்டினென்டு ஹெச். டே. துரை எங்கள் சைனியத்திற்குத் தலைவராக இருந்தார். எதிரிகள் எங்கள் பீரங்கியைப் பிடுங்கிக் கொண்டு ஓடிவிட அதைக் கைப்பற்றப்போன எட்டுப் பேரைக் கொன்றுவிட்டு கரிசல் காட்டு வழியே கொண்டுபோய் விட்டார்கள். எங்களின் உதவிக்கு மற்றோர் லெப்டினென்டு கிஸாஸன் துரை படையுடன் வந்துசேர்ந்தார்.

அடுத்த பக்கத்தில் 24.05.1801 யுத்தத்தில் கொல்லப்பட்டவர்களின் பெயர்கள், பதவி, எந்த ரெஜிமெண்டைச் சேர்ந்தவர்கள் என்ற நீண்ட பட்டியலைக் கொடுத்திருந்தார் மேஜர் உவேல்ஷ் துரை.

அதற்கு அடுத்த பக்கத்தில் காயம்பட்டு வீழ்ந்துகிடந்த ஊமைத் துரையை, தன் மகனைத் தேடிவந்த தாய் மகனைச் சாகவிட்டுவிட்டு ஊமைத் துரையைத் தன் தோளின் மேல் தூக்கி வேப்பங்குலையால் மூடி வைசூரி நோயாளி என்று படைகளை ஏமாற்றிவிட்டு எப்படிக் காப்பாற்றினாள் என்ற விபரத்தை விளக்கமாகக் குறிப்பிட்டிருந்த தோடு, இராஜ விசுவாசிகளை மனதாரப் பாராட்டியிருந்தார். டைரியின் நடுப்பக்கத்தில் ஒரு நீண்ட குறிப்பு தேவதச்சனை ஆச்சரியத்துடன் படிக்கவைத்தது.

1795 சிவகெங்கை நாட்டு வழியே போகும்போது சின்ன மருது, பெரிய மருது சகோதரர்களைச் சிறுவயல் என்ற ஊரில் சந்தித்தேன். சின்ன மருதுவின் மகன் துரைச்சாமி விளையாட்டுக் குழந்தை. அவன் கையில் ஒரு வகையான இனிப்புள்ள பம்பளிமாஸுப் பழத்துடன் என்னருகே வந்தான். ஆசையுடன் நான் துரைச்சாமியிடம் கையேந்தினேன். அதுவரை என்னுடன் அன்பாகச் சிரித்துப் பேசிக் கொண்டிருந்த மருது சகோதரர்கள் என் செய்கையைப் பார்த்து மிகக் கடுங்கோபங்கொண்டு என் கையை இறுகப்பற்றிக்கொண்டார்கள். நான் பயத்துடன்,

'குழந்தையிடம் பழம் கேட்டது தவறா' என்றேன்.

'மகா தவறு, அந்தக் குழந்தை சாதாரணக் குழந்தையில்லை. இந்த நாட்டின் வாரிசு. இளவரசர். எங்கள் குல வழக்கப்படி எங்களிடம் யாரும் கையேந்தி யாசிக்கக்கூடாது. நாங்களாகவே யாரும் கேட்காதபோதும் குறிப்பறிந்து உதவவேண்டும். குழந்தை உங்களுக்குப் பழம் தர மறுத்துவிடலாம். அப்படி மறுத்துவிட்டால் அச்செயல் எங்கள் ராஜ பரம்பரைக்கே பெரிய இழுக்கு. ஏனெனில் கையேந்தியவர்களுக்கு இல்லை என்று சொல்வது மகாபாவம் என்பது ராஜவிதி. அதைவிட குழந்தை உங்களுக்குப் பழம் தந்தால் நீங்கள் அதைத் திருப்பி குழந்தையிடமே கொடுப்பீர்கள். நாங்கள் எதையும் தானமாகக் கொடுத்துவிட்டால், அதைத் திரும்ப வாங்கக்கூடாது, கேட்கவும் கூடாது. நல்லவேளை ஒரு நொடியில் பெரிய பாவம் நிகழ இருந்தது.'

சின்ன மருதுவின் பதிலைக் கேட்டு ஆச்சரியமுற்ற நான் துரைச்சாமியைத் தூக்கி முத்தமிட்டேன். பதிலுக்கு அவனும் என்னை முத்தமிட்டான். இரண்டு சகோதரர்களும் பலமாகச் சிரித்து வாழ்த்தி அனுப்பியதோடு, நான் மதுரையில் தங்க நேரிட்ட பொழுதெல்லாம் கூடைகூடையாக அதே பம்பளிமாஸுப்

பழங்களும், உயர்ந்த ரக சம்பா அரிசியினையும் அனுப்பிக் கொண்டிருந்தார்கள். இந்தியாவில் இதுபோன்ற அரிசியினை நான் எங்கும் கண்டதில்லை. நான் மருது சகோதரர்களுக்கு உற்ற நண்பனாகிவிட்டேன். தினமும் பெரிய மருதுவுடன் வேட்டைக்குப் போனேன். ஈட்டி, வல்லயம், ஜமுதா தோடு முதலிய ஆயுதங்களைப் பிரயோகிக்கும் முறையையும், வளாரி கொண்டு எறியும் வித்தையையும் கற்பித்தவர்கள் மருது சகோதரர்களே. வளாரி எறிவதில் *1000* கஜ தூரம்வரை குறி தவறாது என்பதைப் பலமுறை என் கண் முன்னால் மெய்ப்பித்துக் காட்டி இருக்கிறார்கள். இத்தகைய சூரர்களை, நீதிமான்களைக் கால கதியால் யுத்தம் என்ற காரணத்தை முன்னிட்டு, சாதாரண மனிதர்களைக் கொண்டு வேட்டையாடிக் காயப் படுத்திப் பிடித்துக் காவலில் வைத்துக் கடைசியில் தூக்கிலிட்டு அவ்விருவர்களையும் கொல்ல நேர்ந்தது கால விதி என நினைக்கிறேன்.

யுத்தம் முடிந்து கலகங்களும் சச்சரவுகளும் குறைய, என்னைப் பட்டாளத்திலிருந்து நீக்கி, தூத்துக்குடியில் நாடு கடத்துவதற்காகச் சிறை வைக்கப்பட்டிருக்கும் கைதிகளின் மேல் விசாரணைக் கர்த்தாவாக நியமித்துவிட்டபடியால் நான் தூத்துக்குடி போய் பொறுப்பேற்றுக் கொண்டேன். ஆயுள் தண்டனையாக நாடு கடத்தப்படவுள்ள கைதிகளைப் பார்வையிட்டேன். அங்கே நான் கண்ட காட்சி என் இருதயத்தைக் கசக்கிப் பிழிவது போலிருந்தது. என்னுடைய பழைய சிநேகிதரான தூக்கிலிடப் பட்ட சின்ன மருதுவின் குமாரர்களுள் இறந்து போனவர்கள் போக மீதியுள்ள ஒரே குமாரரான துரைச்சாமி, கைகளில் விலங்கு பூட்டிய நிலையில் ஆயுள் தண்டனைக் கைதியாக நாடு கடத்த வைக்கப் பட்டிருந்ததைப் பார்த்தேன். கண்கள் கலங்க அவ்விடம் விட்டு அகன்றேன். அன்று இரவு முழுக்க உறங்காமல் விழித்திருந்தேன். காலையில் எழுந்தவுடன் முதல் வேலையாகப் பழைய வேலை யாட்கள் அனைவரையும் மாற்றிவிட்டுப் பதிய வேலையாட்களைக் கொண்டு அச்சிறுவனின் கை விலங்குகளை அகற்றச் செய்தேன். அந்தப் பிஞ்சுக் கைகளையே உற்றுப் பார்த்தேன். பம்பளிமாஸுப் பழத்திற்காக நான் கையேந்திய காட்சியையும், மருது கோபங் கொண்டதையும் நினைத்தபோது கண்ணீர் தழும்பியது. துரைச் சாமியை ஒரு சௌகரியமான அறையில் விட்டு ஜெயிலரின் குழந்தை களுடனும் எனது குழந்தைகளுடனும் விளையாட விட்டேன்.

அதோடு அவருடைய சொந்த ஜாதியினரும் மதத்தினருமான வேலையாட்களைக் கொண்டு சமைத்த உணவு வகைகளையும் வேண்டிய சௌகரியங்களையும் செய்துவைத்தேன். இவர்களை நாடு கடத்துவதற்காக ஆறாவது ரெஜிமெண்டு லெப்டினெண்டு ராக்கெட் துரை தலைமையில் கப்பல் வந்து சேர்ந்தது.

கப்பல் கேப்டனாக லீ துரை வந்திருந்தார். இருவருமே என்னுடைய யுத்தகால நண்பர்களே. எல்லாக் கைதிகளையும் முறைப்படி நான் ராக்கெட் துரையிடம் ஒப்படைத்தேன். என்னால் எதுவும் பேச முடியவில்லை. துரைச்சாமி என்னையே உற்றுப்பார்த்தான். கப்பல் கைதிகளைச் சுமந்துகொண்டு கிழக்கு நோக்கி நகரவும் ஓடிப்போய் என் அறையைப் பூட்டிக்கொண்டு கதறியழுதேன்.

இத்துடன் எனக்கும் துரைச்சாமிக்கும் உள்ள உறவு முடிந்து விட்டது என்றுதான் நினைத்திருந்தேன். விதி யாரைவிட்டது. அநேக வருடங்களுக்குப் பின்னால் நான் பினாங்கில் என்னுடைய தேக சௌக்கியத்தின் பொருட்டு சுற்றுப் பயணம் செய்ய நேர்ந்தது. மெலிந்தும் தேய்ந்தும் பரிதாப நிலையிலிருந்த ஒருவர், என்முன் வந்து ஒரு மனுவைக் கையில் வைத்துக்கொண்டு என்னையே உற்றுப் பார்த்தபடியே நின்றார். நான் அவருடைய பெயரையும், வந்துள்ள காரியம் என்னவென்று கேட்கவும் அவருடைய கன்னங்களில் தாரை தாரையாகக் கண்ணீர் வழிந்தோட துரைச்சாமி என்ற சொல் அவருடைய வாயிலிருந்து வந்தது. அந்தச் சொல் என் நெஞ்சில் ஈட்டியாகப் பாய்ந்து உடலெங்கும் ஊடுருவியது. நான் அடையாளம் கண்டுகொண்டேன். என்னுடைய பதவி முன்னருங்காட்டிலும் உயர்ந்திருந்தும் என்னால் அரசுக்குத் தெரியாமல் ஏதும் செய்ய இயலவில்லை. அவர் வேறொன்றும் என்னிடம் கேட்கவுமில்லை. நான் கொடுக்கும் ஒரு கடிதத்தை மிச்ச சொச்சமுள்ள என்னுடைய உறவினர்கள் யாரிடமாவது சேர்ப்பிக்க முடியுமா என்றார். அப்படிச் செய்வது தேசத்தின் சட்டத்துக்கு மாறுபட்டதாவதால் மறுத்துவிட்டேன். நிரபராதியான துரைச்சாமியை நேரடியாக என்னால் விடுவிக்க முடியவில்லை. அவர் விடுதலைக்கு மறைமுகமாக எல்லா உதவிகளையும் செய்தேன். என் வாழ்நாள் முழுக்க துரைச்சாமியை மறக்கவேயில்லை.

ஒரு மாதம் கழித்து சென்னை வந்த லெஸ்ஸி ஹேன்ஸனின் கையில், உலகம் பூராவும் லட்சக்கணக்கில் விற்பனையாகும்

ஒரு இதழைக் கொடுத்தேன். திறக்கப்பட்ட அன்பின் சிப்பி அதில் பிரசுரமாகியிருந்தது. உயிருடன் அவளுடைய தாத்தா, கைவிலங்கு நீக்கப்பட்ட துரைச்சாமி இருவருடைய கைகளையும் பற்றியபடியே நடந்தாள் லெஸ்ஸி ஹேன்ஸன். மேஜர் உவேல்ஷ்துரையின் காலடிபட்ட கரிசல் மண்ணையும் பொட்டலமாய் எடுத்துச் சென்றாள் லண்டனுக்கு.

●

பின்னிணைப்பு

தீராநதி நேர்காணல்

கடற்கரய்

தீராநதி: உங்கள் அப்பா ஒரு கூத்துக் கலைஞர். ஒரு நல்ல கதை சொல்லி. கருவிலேயே கதை கேட்டு வளர்ந்தவர் நீங்கள். வாய்மொழி வழியாகக் கதை சொல்லி வந்த பரம்பரையில் எழுத்துவழி கதை சொல்லியாகப் பரிணமித்திருக்கிறீர்கள். கூத்து என்ற மாபெரும் கலையும், அதில் பரிசோதனைகளை மேற்கொண்டு அதை மேலும் செழுமைப்படுத்திய சுயசிந்தனையாளர்களும்,பெரும் பிரதியை வெறும் மனப்பதிவாகவே காலம் காலமாகக் காப்பாற்றி வந்த கலைஞர்களும் அரிதாகிவிட்ட சமூகச் சூழலில் இன்றைக்கு நாம் வந்து நிற்கிறோம். ஒரு சமூகத்தின் வாழ்வியல், பிறகான ஒரு தலைமுறைக்கு வரலாறாக மாற்றம் பெறுகிறது என்பதினால் உங்களின் கூத்துக் குடும்பப் பின்னணியிலிருந்து பேசத் தொடங்குவோமா?

சோ. தர்மன்: நீங்கள் குறிப்பிட்டுக் கேட்கும் மாதிரியான ஒரு வாழ்க்கை எனக்கு இயல்பாகவே கிடைத்தது. எங்கள் அப்பா சோலையப்பன் ஒரு கூத்துக் கலைஞர். இராமாயணக் கும்மி என்று சொல்லப்படுகின்ற ஒயில் கும்மியில் ராமர் வேஷம் போடுவார். என் சித்தப்பா லஷ்மணன் வேஷம் போடுவார். ஆக, நான் சிறு வயதிலேயே ராமனின் தோளில் பயணப்பட்டிருக்கிறேன். சீதையின் மடியில் படுத்துறங்கி இருக்கிறேன். அனுமனின் நீண்ட வாலையும், கழற்றி வைக்கப்பட்ட ராவணனின் பத்து தலைகளையும் என் மடியில் வைத்து விளையாடி இருக்கிறேன். இந்த மாதிரி ரொம்ப நாள் நடந்திருக்கிறது. இது எங்கள் குடும்பத்தில் சில பாதிப்புகளை உருவாக்கியது. என்ன மாதிரியான பாதிப்பென்றால், நாங்கள் ஒரு விவசாயக் குடும்பத்தைச் சேர்ந்தவர்கள். உரிய காலத்தில் விதைத்தாக வேண்டும். உரிய காலத்தில் உழுதாகவேண்டும். அந்த வேலைகளை யெல்லாம் ஒதுக்கி வைத்துவிட்டு எங்கள் அய்யா மதுரை, திருநெல்வேலி என்று கூத்தாட போய்விடுவார். அப்போது விவசாய

வேலைகளெல்லாம் பாதிக்கப்பட்டிருக்கிறது. ஆனாலும் எங்கள் அய்யா கூத்திற்குதான் முதலிடம் கொடுத்தார். இன்னமும் கோவில்பட்டி பக்கத்திலுள்ள எங்கள் ஊர் உருளைக்குடியில் சில மாணவர்களுக்கு அவர் கூத்து சொல்லிக் கொடுத்துக் கொண்டிருக்கிறார். இன்னும் எங்கள் கிராமத்தில் ராமராக வாழ்ந்துகொண்டிருக்கிறார். இப்போது அவருக்கு எண்பது வயது ஆகப் போகிறது. இந்தக் கூத்துக் கலையைத் தனக்குப் பின்பாக யாராவது வளர்த்துவிட வேண்டும் என்பதற்காகவும், அழிந்து விடக்கூடாது என்பதற்காகவும் பலருக்கு சொல்லிக் கொண்டிருக்கிறார்.

ஆக, ஒரே நேரத்தில் கதையைக் கேட்கக் கூடிய அதை நேரடி காட்சிகளாகப் பார்க்கக்கூடிய ஒரு வாய்ப்பு எனக்குக் கிடைத்தது. இது என் பதின்மூன்று வயது வரைக்கும் எனக்குக் கிடைத்துக் கொண்டிருந்தது. அதனுடைய விளைவாகத்தான் எனக்கு வாசிப்பின் மீதான ஆர்வம் வந்திருக்கும் என்று நினைக்கிறேன்.

தீராநதி: சரி, உங்களின் வாசிப்பு சம்பந்தமான விசயங்களுக்குள் வருவோம். எப்போது வாசிப்பை நவீன இலக்கியங்களின் பக்கம் திருப்ப ஆரம்பித்தீர்கள்?

சோ. தர்மன்: எல்லோரையும் போலத்தான் என்னுடைய வாசிப்பும் ஆரம்பித்தது. முதலில் சிந்துபாத் கதைகளில் தொடங்கி கல்கண்டு, குமுதம் பக்கம் போய்க்கொண்டிருந்தது. என்னுடைய தாய் மாமன்தான் பூமணி, என் அம்மாவுடன் பிறந்தவர். ஆனால் அவர் வாசிக்கக் கூடிய பத்திரிகைகளோ, அவர் எழுதிக்கொண்டிருந்த களமோ எதுவும் எனக்கு அப்போது தெரியாது. ஆனால் எல்லா வற்றையும் விழுந்து விழுந்து படிப்பேன். என்னுடைய பதினான்கு பதினைந்து வயதில் கோடை விடுமுறைக்காக என் தாய்மாமன் பூமணி வீட்டிற்குப் போய்விடுவேன். அப்போது அவரது வீட்டில் எழுத்து பத்திரிகை கிடக்கும். 'தீபம்' பத்திரிகை கிடக்கும். இப்படி புதுப்புது பத்திரிகைகளாகக் கிடக்கும். அப்போது நான் ஒரு நாள் 'படிப்பதற்கு ஏதாவது இரண்டு புஸ்தகம் இருந்தால் கொடுங்க மாமா' என்று கேட்டேன். அவர் 'நீ படிப்பீயா?' என்று கேட்டார். நான் 'புஸ்தகங்கள் எல்லாம் படிக்கின்ற பழக்கமுண்டு' என்றேன். அவர் 'நீ எது எதுவெல்லாம் படித்திருக்கிறே' என்றதும் நான் சாதாரணமான புஸ்தகங்களை எல்லாம் சொன்னதும் 'அப்படியா?' என்று சொல்லிவிட்டு இரண்டு புஸ்தகங்களை எனக்கு முதலில் கொடுத்தார். இரண்டுமே கி.ராஜநாராயணன் எழுதிய புஸ்தகங்கள்.

அதை ஒரே நாளில் நான் படித்துமுடித்துவிட்டேன். அதற்குப் பிறகு எனக்குள் புதுசா ஒரு மின்னல். அதை அப்படித்தான் சொல்ல வேண்டும். அதுவரை நான் படித்துக்கொண்டிருந்ததெல்லாம் கற்பனையான மனிதர்களைப் பற்றிய புஸ்தகங்கள். அதற்கு மாறாக, அந்த புஸ்தகத்தில் கி.ராஜநாராயணன் என்னோட வாழ்ந்த மக்கள், என்னுடைய அப்பா கதை, தாத்தா கதை பூராவையும் பதிவு செய்திருந்தார்.

நான் படித்த உடனேயே என்னுடைய அய்யாவிடம் அந்தப் புஸ்தகத்தைக் கொடுத்தேன். அவருக்குப் படிக்கின்ற பழக்கங்கள் உண்டு. இப்பவும் சிலந்தி பூச்சி மாதிரி பெரிய எழுத்தில் இருக்கின்ற ஒரிஜினல் ராமாயண புஸ்கத்தின் 14 பாகங்களையும் வீட்டில் வைத்திருக்கிறார். யாருக்கும் கொடுக்கமாட்டார். இப்பவும் திடீரென்று ஒரு நாள் எடுத்து அதிலுள்ள யுத்த காண்டத்தைப் படித்துக் கொண்டிருப்பார். அவர் ராஜநாராயணனின் புஸ்தகத்தைப் படித்துவிட்டு 'இந்த மாதிரி ஒரு நாளைக்கு நான் நூறு கதைகளை எழுதுவேனே' என்றார். அந்த அளவுக்கு அவருடைய கதையாக இருந்தது அது. ஆக இந்த மாதிரியான தீவிர இலக்கிய புஸ்தகங்கள் என்பது பூமணி மூலமாகத்தான் எனக்குக் கிடைத்தது. அவர் பக்கத்து ஊராக இருந்தாலும் காலையில் கோவில்பட்டிக்கு வந்து விடுவார். சாயுங்காலம் அவருடைய கிராமத்திற்குத் திரும்புவார். அவருடைய அறிமுகம் கிடைத்தது. பிறகு பா. செயப்பிரகாசம் அவர்களின் அறிமுகம் கிடைத்தது. இவர்கள்தான் எனக்குச் சரியான திசையைக் கொடுத்தார்கள்.

தீராநதி: உங்களுடைய முதல் கதை பரிணாமன் அவர்களை ஆசிரியராகக் கொண்டு வெளிவந்த மகாநதி என்ற மாத இதழில் வெளிவந்திருக்கிறது. அந்தப் பத்திரிகையின் அறிமுகம் எப்படி நிகழ்ந்தது?

சோ.தர்மன்: என்னுடைய கவிதைகளை எல்லாம் சேர்த்து புத்தகமாக்கினால் இரண்டு தொகுப்புகள் போடலாம். கவிதை என்றால் என்னவென்றே தெரியாமல் நான் கவிதை எழுதிக்கொண்டே இருந்தேன். கல்லூரி ஆண்டு மலரில் வரும். தினமணி, தினக்கதிர் பேப்பர்களில் வெளிவரும். என்னுடைய வாசிப்பு அதிகமாக அதிகமாக நான் நினைத்ததைக் கவிதையில் சொல்ல முடியாத ஒரு சூழல் உருவாகியது. அப்போது சிறுகதை எழுதிப் பார்க்கலாமே என்று ஒரு ஆர்வம் வருகிறது. அப்போது எட்டயபுரம் பாரதி

விழாவிற்கு பரிணாமன் வந்திருந்தார். எட்டயபுரம் பாரதி விழாவில் தவறாமல் பங்கேற்கக்கூடியவர் அவர். பி.லெனின் வருவார். கல்கி வருவார். இப்படி பெரிய பெரிய ஆட்கள் எல்லாம் வருவார்கள். அப்போது நான் சென்றபோது பரிணாமனிடம் என்னை அறிமுகப் படுத்தினார்கள்.

மதுரை காமராசர் பல்கலைக்கழகத்தில் தமிழ்த்துறை தலைவராக இருந்து இப்போது ஓய்வு பெற்றிருக்கின்ற தி.சு. நடராசன் அந்தப் பத்திரிகைக் குழுவில் இருந்தார். அவரும் அந்த விழாவிற்கு வந்திருந்தார். அவரை எனக்கு முன்பாகவே தெரியும். அவர்தான் பரிணாமனிடம் என்னை அறிமுகப்படுத்தி வைத்தார். உடனே அவர் 'ஏதாவது படைப்பு இருந்தா கொடுங்களேன்' என்றார். 'கவிதைகள்தான் சார் எழுதிக்கிட்டு இருக்கிறேன்' என்றதும் 'கவிதையை விடுங்க'சிறுகதை எழுத முடிஞ்சா பாருங்க' என்று தி.சு. நடராசன் என்னிடம் சொன்னார். அப்போது கவிதைக்கு நிறைய பேர்கள் இருக்கிறார்கள். நாம் நூறோடு நூற்றி ஒன்றாக இல்லாமல் சிறுகதை எழுதிப் பார்க்கலாமே என்று எழுதினேன். விருவு என்ற சிறுகதை எழுதி அனுப்பினேன். அது இப்போது எனக்கு மிகமிகச் சாதாரண கதைதான். அந்தக் கதையை அனுப்பிய மறுமாதமே அதை பிரசுரம் பண்ணிவிட்டார்கள். எனக்கோ ஆச்சர்யம். அப்போது அதை ரொம்ப நல்ல கதை என்று அவர்கள் சொன்னார்கள். என்னுடைய முழு சிறுகதை தொகுப்பில் அதை முதல் கதையாகப் போட்டிருக்கிறேன்.

தீராநதி: வில்லிசை வேந்தர் பிச்சைக்குட்டி என்பவரைப் பற்றி மோனோகிராஃப் புத்தகம் ஒன்றை எழுதி இருக்கிறீர்கள். பரவலாக கவனம் பெற வேண்டிய ஆய்வு நூல் அது. தமிழின் வழக்கம் போல் வந்த இடம் தெரியாமல் கிடக்கிறது. விறுவிறுப்பான நடை. அத்தியாயத்திற்கு அத்தியாயம் 'சுவாரஸ்ய தகவல் கொண்ட நூல் அது. பிச்சைக்குட்டி மாதிரியான சுய திறமைகொண்ட கலைஞர் களைப் பற்றிய பதிவுகள் எல்லாம் நம் சமூகத்தில் சொற்பமான தாகவே உள்ளது. இதற்கு காரணமென்ன?'

சோ.தர்மன்: வில்லிசை என்பது வேறு மாவட்டத்தில் கிடையாது. தூத்துக்குடி, கன்னியாகுமரி, திருநெல்வேலி மாவட்டங்களில் மட்டும்தான் வில்லிசை இருக்கிறது. அதனுடைய தோற்றுவாயே கன்னியாகுமரி, திருநெல்வேலி மாவட்டம்தான். ஒரு கலாபூர்வமான கலைஞன் உருவாகும் போது அதற்கான ரசிகர்கள் தன்னாலேயே

வந்துவிடுவார்கள். அவர்கள் சோரம் போகவேண்டிய அவசியம் எல்லாம் கிடையாது. அதற்கு நல்ல உதாரணம்தான் பிச்சைக்குட்டி. அவர் சாகின்ற வரைக்கும் அவருடைய வில்லிசைக் கலையை வில்லிசையாகவே வைத்திருந்தார். அத்தனை சினிமா கலைஞர்களும் அவரைத் தேடி வந்தார்கள். அவரைத் தேடி வராத சினிமா கலைஞர்களே அன்றைக்குக் கிடையாது. என்.எஸ். கிருஷ்ணனை எடுத்துக்கொள்ளுங்கள் டி.ஏ.மதுரம், எஸ்.எஸ்.ராஜேந்திரன் என்று அவ்வளவு பேர்களும் இவரிடம் கற்றவர்கள்தான். இவரை காமராஜர் கூப்பிட்டுக்கொண்டு சென்று தங்க வைத்து இரண்டு மூன்று நாட்கள் இவர் இசையைக் கேட்ட பிறகு அனுப்பி வைத்திருக்கிறார்கள். அவ்வளவு பெரிய கலைஞனாக இருந்தார் பிச்சைக்குட்டி. ஆனால், அப்படியான கலைஞர்களை உருவாக்குவதற்கு இன்றைக்கு யாரும் தயாராக இல்லை.

தீராநதி: காருகுறிச்சி அருணாசலம், பிச்சைக்குட்டி இவர்களைப் போன்ற கலைஞர்களைப் பற்றிய பதிவுகள் நம்மிடம் இல்லாததற்கான காரணமென்னவென்று கேட்கிறேன்?

சோ.தர்மன்: கூத்து மட்டும்தான் ரசிப்பதற்கான பொழுது போக்கு என்ற கட்டாயம் இருக்கும்போது அதைக் கௌரவித்துக் கொண்டிருந்தோம். ஊடகங்களின் வளர்ச்சி வரும்போது அவனுக்குத் தேவையான அனைத்தும் அங்கு கிடைத்து விடுகிறது. இது போக அண்மைக் காலத்தில் உலகமயமாக்கல் போன்ற கொள்கைகள் வந்த பிற்பாடு நான் தமிழன் என்று சொல்லிக்கொள்ளலாம். வாழ்க்கையில் ஐரோப்பியனாகத்தான் வாழ்ந்துக்கொண்டிருப்பேன். என்னுடைய வாழ்வியல் முறைகள், என்னுடைய குழந்தையின் வளர்ப்புகள், நான் கேட்கக் கூடிய மியூசிக், டான்ஸ் எல்லாமே மேற்கத்திய கலாச்சாரத்திற்கு வந்தாயிற்று. நம்முடைய இசைக் கலைஞர்கள் எனக்குத் தேவையில்லாதவர்களாக ஆகும்போது அவர்கள் பற்றிய பதிவுகளும் சாத்தியமில்லாமல்தான் போய்விடுகிறது.

வெங்கட்சாமிநாதன் வில்லிசை பற்றி ஒரு புஸ்தகம் எழுதி இருக்கிறார். பாவைக் கூத்தைப் பற்றி ஒரு பிரமாதமான புஸ்தகத்தை டெல்லியில் இருந்துகொண்டு எழுதி இருக்கிறார். யார் செய்ய வேண்டிய வேலையை யார் செய்திருக்கிறார் பாருங்கள்? இங்குள்ளவர்கள் கலையைக் காப்பாற்றுகிறேன் என்று சொல்லிக் கொண்டு முற்போக்காளர்கள் என்று சொல்லிக்கொண்டு இருப்பவர் களுக்கு இது பற்றியெல்லாம் எந்த அக்கறையும் கிடையாது. நான்

இந்த வில்லிசையை பற்றி ஆய்வு செய்ததுகூட ஒரு தற்செயலான காரியம்தான். எனக்கு வில்லிசை பற்றியோ மற்ற கலைகளைப் பற்றியோ பெரிய அளவுக்கான புலமை இல்லை. அப்படி நான் ஆய்வை மேற்கொண்ட போது அவர் எங்கள் ஊரைச் சார்ந்தவராக இருந்ததினால் இன்னும் கொஞ்சம் ஆர்வமிகுதியில் வேலைகளில் இறங்கினேன். இந்த ஆய்வு நேரத்தில் எனக்கு ஒரு விஷயம் ஆச்சர்யத்தைக் கொடுத்தது. இன்னும் கொஞ்சம் பச்சையாகவே சொன்னால் யார் யார் எந்த சாதியைச் சேர்ந்தவர்களோ அந்த சாதிக்காரர்கள்தான் அந்த ஆளுமையானவர்களை பற்றிய ஆய்வு புத்தகத்தை எழுதுகிறார்கள். வ.உ. சிதம்பரம்பிள்ளை வரலாற்றை பிள்ளைமார்கள்தான் எழுதி இருக்கிறார்கள். விஸ்வநாத தாசன் என்பவரின் வரலாற்றை விஸ்வநாத தாஸ் சாதியைச் சேர்ந்தவர்தான் எழுதி இருக்கிறார். ஆனால் நான் மட்டும்தான் இந்த விஷயத்தில் விதி விலக்கு. பிச்சைக்குட்டி சைவ பிள்ளைவாள். நான் சைவ பிள்ளைமார் சாதியைச் சார்ந்தவன் கிடையாது. அவருடைய கலை வாழ்க்கை மக்களுக்குப் போய்ச் சேர வேண்டும் என்பதற்காக செய்தேன். அதற்காக நான்கு ஐந்து வருடங்கள் உழைத்து உருவாக்கியிருக்கிறேன். ஏனென்றால் அவரைப் பற்றிய எந்தப் பதிவுமே அதற்கு முன் கிடையாது. இப்போது படிப்பவர்கள் சொல்கிறார்கள். ரொம்ப நல்ல புஸ்தகம். அவருக்குப் பெரிய மரியாதையைக் கொடுத்திருக்கிறீர்கள் என்று. ஆக, இதுபோல் அர்ப்பணிப்பு மனநிலையில் செய்யக்கூடியவர்கள் இருந்தால்தான் ஒரு நல்ல கலைஞனைப் பற்றிய பதிவுகளை நம்மால் உருவாக்கமுடியும்.

இதுபோக, இன்றைக்கு வ.உ.சிதம்பரம் பிள்ளையை போன்ற சுதந்திரப் போராட்ட வீரர்களைப் பற்றிய புஸ்தகத்தை எழுத வேண்டும் என்றால் உட்கார்ந்த இடத்திலேயே இருந்துகொண்டு ஒரு புஸ்தகம் எழுதிவிடலாம். ஆனால் காருகுறிச்சி அருணாசலம் பற்றி என்ன பதிவுகள் நம்மிடம் இருக்கிறது. ஆனால் அவரும் ஒரு கலைஞர், மதிக்கப்பட்ட கலைஞர். அவரைப் பற்றி பதிவுபண்ண வேண்டும் என்று வருகிறபோது அவரைப் பற்றிய தகவல்களைத் தேடித் தேடி எடுக்க வேண்டிய நிலைதான் இருக்கிறது. கள ஆய்வு செய்ய வேண்டியது இருக்கிறது. அவருடன் சமகாலத்தில் வாழ்ந்தவர்கள தேடிச் சந்தித்து நேர்காணல் செய்ய வேண்டி இருக்கிறது. அப்படி தேடிச் சென்று கேட்டால் சொல்ல மறுப்பார்கள். அவர்களோடு உட்கார்ந்து சகஜமாகப் பேசினால் விஷயத்தைப் பிடுங்கிவிடலாம். ஒருநாள் இரண்டு நாள் என்று தொடர்ந்து போகவேண்டும். நாம்

எதுவும் தெரியாதவனைப் போல் நம்மை முட்டாளாக்கிக் கொண்டு அவரிடம் பேச வேண்டும். அவரை குருவை போன்ற ஸ்தானத்தில் வைத்துக் கொண்டு கதை கேட்க வேண்டும். இவ்வளவு தூரம் ரிஸ்க் எடுத்துத்தான் பிச்சைக்குட்டியைப் பற்றிய புஸ்தகத்தை நான் தயார் பண்ணினேன்.

தீராநதி: இந்தப் புத்தகம் வெளிவந்த பிற்பாடு பிச்சைக் குட்டியின் வட்டாரத்தைச் சார்ந்தவர்கள் படித்துப் பார்த்துவிட்டு விட்டுப்போன தகவல்களை உங்களிடம் சொன்னார்களா?

சோ.தர்மன்: நான் எழுதிய அதே அளவுக்கான விட்டுப்போன தகவல்கள் இப்போது எனக்குக் கிடைத்திருக்கிறது. அந்த மாதிரியான ஆட்களையெல்லாம் நான் சந்திக்கத் தவறி விட்டிருக்கிறேன். அவர்களுக்கு நான் பிச்சைக்குட்டியைப் பற்றி புஸ்தகம் எழுதி யிருக்கும் தகவல் கிடைக்கிறது. கிடைத்ததும் அவர்கள் எனக்கு எழுதுகிறார்கள். இப்போது நான் மறு பதிப்பு கொண்டு வரும்போது அந்தப் புஸ்தகத்தில் இவற்றையெல்லாம் சேர்க்க இருக்கிறேன்.

தீராநதி: விட்டுப் போன தகவல்களைக் கொடுப்பவர்கள் எல்லாம் பிச்சைக்குட்டியின் சமூகத்தைச் சேர்ந்தவர்களா?

சோ.தர்மன்: ஆமாம். பிள்ளைமார் சங்கத்திலிருந்துகூட என்னைத் தொடர்பு கொண்டார்கள். பல தகவல்களைக் கொடுத்தார்கள். ஒரு நல்ல விசயம் பண்ணி இருக்கிறீர்கள் என்றார்கள். ஒரு பாராட்டுக் கூட்டம்கூட வைக்கிறோம் என்றார்கள். நான் அதற்கு உடன்பட வில்லை. அவருடைய பிள்ளைகள்கூட இப்போது நல்ல உயர் பதவியில் இருக்கிறார்கள். அவர்களும் என்னை வந்து சந்தித்தார்கள். நான் எழுதிய இந்தப் புஸ்தகம் காஞ்சி மடத்தின் கவனத்திற்குப் போய் இருக்கிறது. காஞ்சிப் பெரியவர் சாகும்போதுகூட பிச்சைக் குட்டியின் பாட்டை போடுங்கள் என்று சொல்லி அதைக் கேட்டதாக ஒரு புதிய தகவல் கிடைத்திருக்கிறது.

காஞ்சி மடத்திலிருந்து ஒரு கடிதம் எனக்கு வந்தது. அதில் 'நீங்கள் பிச்சைக்குட்டி பிள்ளையைப் பற்றி எழுதிய புஸ்தகம் எங்களுக்கு கிடைத்தது. அதில் எங்கள் மடத்தையும் பெரியவரைப் பற்றியும் பதிவுபண்ணி இருந்த விஷயங்கள் எங்களுக்கு ரொம்ப சந்தோஷமாக இருந்தது' என்று எழுதி இருந்தார்கள். கடிதத்துடன் பிரசாதம் அர்ச்சனை அரிசியையெல்லாம் சேர்த்துவைத்து ஒரு பார்சல் அனுப்பி இருந்தார்கள்.

தீராநதி: நீங்கள் காஞ்சி சங்கரமடத்திற்குத் தொடர்பில்லாத ஒரு ஆள். ஆனால் பிச்சைக்குட்டிக்கு மடத்திலிருந்து அவர் ஊர் ஊராகச் சென்று கச்சேரி செய்ய பெரிய காரையே வாங்கிக் கொடுத்திருக் கிறார்கள். கூடவே தங்க வில்லைகளைக் கொடுத்து கை விரலுக்குக் கணையாழி பண்ணி போட்டுக்கச் சொன்னதாக எழுதி இருக்கிறீர்கள். கலைமீது அவர்களுக்கு இருந்த ஈடுபாட்டால் செய்தார்கள் என்பதை விட பிச்சைக்குட்டியின் சமய பிரச்சாரத்திற்காக இதைச் செய்திருக் கிறார்கள் என்றே எடுத்துக் கொள்ளலாம். இந்த இடத்தில் என்னுடைய கேள்வி என்னவென்றால் மடம் சம்பந்தமான தகவல்களை எழுதும்போதுகூட பிச்சைக்குட்டியின் பார்வையில் மடத்தின் புரிதல் எப்படி இருந்தது என்ற பார்வையில்தான் நீங்கள் எழுதுகிறீர்கள் இதனால் வியந்தோதப்பட்ட விதத்தில் அந்த நூல் அமைந்துவிடுகிறது. சமூகப் பார்வையோடுகூடிய எழுத்து என்பது இல்லாமல் இருக்கிறதே. இது குறித்து நீங்கள் என்ன நினைக்கிறீர்கள்?

சோ.தர்மன்: நான் எடுத்துக் கொண்ட விஷயம் அதில் பிச்சைக்குட்டி என்கிற ஒரு கிராமிய வில்லிசைக் கலைஞனைப் பதிவு பண்ண வேண்டும் என்ற அளவில் மட்டும்தான். அதை மட்டும்தான் நான் செய்ய முடியும். மற்ற சமூகப் பார்வைகளோ, இதர விஷயங்களோ அவரிடம் என்னவாக செயல்பட்டது என்பதை நான் சொல்வதற்கு நான் அவருடைய சமகாலத்து ஆள் கிடையாது. முழுக்க முழுக்க கேள்வி ஞானத்தினால் மட்டுமே திரட்டப்படுகின்ற விஷயங் களாகவே இது இருக்கிறது. அதில் நான் உள்ளே நுழைந்துவிட்டேன் என்றால் நான்தான் இருப்பேனே ஒழிய பிச்சைக்குட்டி இருக்க மாட்டார். கலை இருக்காது. அவருடைய கலைத் தன்மை இருக்காது. மற்ற பதிவுபண்ண வேண்டிய விஷயங்கள் எல்லாம் பின்னுக்குப் போய்விடும். என்னுடைய கருத்துகள் மேலோங்கிக்கொண்டு நிற்கும். அதனால் ஒரு சின்ன 'பிட்' விஷயமாக இருந்தால்கூட அதில் அவருக்கு என்ன பங்களிப்பு இருந்தது என்பதை மட்டுமே பதிவு செய்திருக்கிறேன். விளாத்திக்குளம் நல்லப்ப சாமிகள் பற்றி கூட ஒரு சின்ன கட்டுரை இருக்கிறதில்லையா?

தீராநதி: ஆமாம். அவர் பைத்தியமாக அலைந்தது மாதிரி ஒரு கட்டுரை வருகிறது.

சோ. தர்மன்: எல்லோரும் அவரை பைத்தியம் என்றுதான் சொல்லிக் கொண்டு இருந்தார்கள். அவர் கையேந்தி பிச்சைக்கூட எடுத்ததாக

சொல்கிறார்கள். இப்போதுகூட அவரது சமாதியில் எல்லோரும் விழுந்து விழுந்து கும்பிடுகிறார்கள். அரசுகூட விழாவெல்லாம் எடுத்து நடத்துகிறது. ஆனால் அவர் பைத்தியமில்லை என்ற புது விளக்கத்தைப் பிச்சைக்குட்டிதான் முதன் முதலில் கொடுக்கிறார். எப்படிக் கொடுக்கிறார். 'அனைவரும் சுவாமிகள் தனது அந்திம காலத்தில் பைத்தியமாக நடமாடினார் என்று கூறுகிறார்கள். நான் அதை ஒப்புக்கொள்வதற்கு இல்லை. ஏனென்றால், சுவாமிகள் வாழ்ந்த காலம் இரண்டு கட்டம். ஒன்று, நாத உபாசனை. அதாவது நாதத்தை உபாசித்து சஞ்சரித்து, தானும் அனுபவித்து, மற்றவர்களையும் அனுபவிக்கச் செய்வது. இந்த நாத உபாசனை அடுத்த கட்டம் அடைந்தது. அதுதான் நாதத்தில் ஒன்றிய கட்டம். பிற்காலத்தில் சுவாமிகள் நாதத்துடன் ஒன்றிவிட்டார். இதை நான் வெறும் நிகழ்ச்சிக்காகச் சொல்லவில்லை, மிகவும் உண்மை.

நானும் கவனித்திருக்கிறேன். என்னைப்போல் உங்களில் பலரும் கவனித்திருப்பீர்கள். எவரிடமும் எதையும் பேசாது உணர்வற்று நடமாடிய சுவாமிகள் மைக் மூலமாகவோ அல்லது ரேடியோ மூலமாகவோ கர்நாடக சங்கீதக் குரல் கேட்டால் சடாரென அப்படியே நிற்பார். கைவிரல்களை மேல் நோக்கி அசைத்து லயிப்பார். சில சமயம் 'பலே' என்பார். அந்தப் பாட்டு மேலே சஞ்சாரம் செய்யத் தோது இல்லாமல் இறங்கிவிட்டால் அவ்வளவு தான். 'ச்சே' என்று நகர்ந்துவிடுவார். இது எப்படி சாத்தியம்? லௌகீக விஷயங்களில் செல்லாத அவர் இது எப்படி சங்கீதத்திற்கு நின்றது? தலையாட்டியது? பின் பிடிக்காவிட்டால் உதறிச் சென்றது? அதுதான் நாதத்துடன் ஒன்றிய நிலை என்பது. அதாவது சங்கீதம் தவிர வேறு எதையுமே ஏற்காத நிலை. இதை நாம்தான் புரிந்து கொள்ளாமல் சுவாமி அவர்களைப் பைத்தியம் என்று சொல்லிக் கொண்டிருக்கிறோம். சுவாமிகள் பைத்தியம் அல்ல. அவரைப் புரிந்து கொள்ளாத நாம்தான் பைத்தியம்' என்று விளக்கம் தருகிறார். ஆக, அவர் ஒரு வில்லிசைக் கலைஞராக இருந்தாலும்கூட ஒரு கர்நாடக இசைக் கலையின் மேதை நல்லப்ப சுவாமிகளைப் பற்றி அவர் என்ன கருத்தை முன் வைக்கிறார் பாருங்கள்! பிச்சைக் குட்டியும் கர்நாடக சங்கீதத்தை முறைப்படி கற்றவர்தான்.

ஆனால் பிச்சைக்குட்டி வில்லிசைக் கலைஞராக மட்டுமே காட்டப் பட்டிருக்கிறார். ஆனால் முறைப்படி அவர் குரு வைத்து கர்நாடக இசையைக் கற்றவர் என்பது வேறு விஷயம். இன்றைக்குள்ள

வில்லிசைக் கலைஞர்களிடத்தில் நீங்கள் பேசிப் பாருங்கள். கர்நாடக இசை பற்றி அவர்களுக்கு எந்த அளவுக்கு ஞானம் இருக்கிறது?

நான் ஓரளவுக்கு இந்தப் பிச்சைக்குட்டி புஸ்தகத்தை எல்லா வில்லிசைக் கலைஞர்களுக்கும் இலவசமாகக் கொடுத்திருக்கிறேன். எல்லோருக்கும் பிச்சைக்குட்டியைத் தெரியும். குரு என்று ஏற்றுக் கொள்கிறார்கள். 'வாத்தியார்' என்ற வார்த்தையைத் தவிர மறு வார்த்தையைச் சொல்லமாட்டார்கள். ஆனால் யாரும் படிப்ப தில்லை. என்ன பண்ணுவீர்கள் நீங்கள்? இவர்களிடம் எப்படி ஒரு கலாபூர்வமான சிருஷ்டி வெளிவரும்? வில்லிசையைப் பற்றிய சோதனையை எப்படி இவர்களால் பண்ணிவிட முடியும்?

தீராநதி: எழுதப் படிக்கத் தெரியாதவர்களிடமும் ஆண்டாளின் வரலாற்றினைக் கதையாகப் படிக்க அழைப்பு வந்தபோது உடனே அதை ஏற்கிறார். நிகழ்ச்சிக்கு முந்தைய நாள் அ. சீனிவாசராகவன் அவர்களைச் சந்தித்து ஆண்டாளைப் பற்றிய கதையைத் தயார் செய்து கொடுக்கச் சொல்கிறார். சீனிவாசராகவன் தூத்துக்குடி வ.உ.சி. கல்லூரியின் பேராசிரியர். தமிழ்ப் புலமைமிக்கவர். பெரிய எழுத்தாளராக அறியப்பட்டவர். தன்னுடைய 'வெள்ளைப் பறவை' எனும் நூலுக்காக மத்திய அரசின் 'சாகித்ய அகாதெமி' விருதைப் பெற்றவர். அவர் தயார் செய்து கொடுத்த கதையை வைத்து நிகழ்ச்சியும் செவ்வனே நடந்து முடிகிறது. ஐதீகத்திலும் சாஸ்திரத்திலும் ஊறிய பெரியவர்களெல்லாம் படிக்காத வேந்தரைப் புகழ்ந்து பேசுகிறார்கள்?

சோ. தர்மன்: அதுவரை யாரும் ஆண்டாள் கதையை வில்லிசையில் படித்தது கிடையாது. ஸ்ரீரங்கத்திலிருந்து 'ஆண்டாள் கதையை வில்லிசையில் படிக்கவேண்டும். தொகையைப் பற்றிக் கவலை இல்லை. நீங்கள் கேட்ட தொகையை நாங்கள் கொடுக்கிறோம்' என்று ஒரு தபால் வருகிறது. பிச்சைக்குட்டியும் ஒத்துக்கொள்கிறார். ஆண்டாளைப் பற்றி வில்லிசையில் கதை படிக்கவேண்டும் என்றால் ஒருமணி நேரம் அல்லது இரண்டு மணி நேரம் சமயத்தில் விடியவிடியக்கூட படிக்க வேண்டியது இருக்கும். அவ்வளவு தூரம் சொல்வதற்கு ஆண்டாளிடம் என்ன விஷயங்கள் இருக்கிறது? அதற்குப் பிறகுதான் யோசிக்கிறார். ஆண்டாள் குழந்தையாகவே கண்டெடுக்கப்படுகிறாள். அவளுக்கு பூர்வீகம் இருந்தால் அவளின் அம்மா, அப்பாவின் ராஜ பரம்பரையைப் பற்றி ஒரு இரண்டு மணி நேரம் படிக்கலாம். அப்படி ஒன்றுமே இல்லை!? அதற்காகத்தான்

அவர் அ. சீனிவாசராகவன் என்பவரிடம் போகிறார். இலக்கியப் புலமையுள்ள பேராசிரியர் அவர். இப்போது இருக்கின்ற பேராசிரியர்களைப் போன்றவர் இல்லை அவர். ஆங்கிலத்துறைப் பேராசிரியர். இவரை பார்த்ததும் 'வாப்பா... பிச்சைக்குட்டி. நீ பெரிய பெரிய சமஸ்தானத்திற்கு எல்லாம் போவீயே? ஏன் என்னிடம் வந்திருக்குற' என்று கேட்கிறார். இரண்டு பேரும் நண்பர்கள்தான். அப்போது விவரத்தைச் சொல்கிறார். உடனே கல்லூரிக்கு 'லீவு' போட்டுவிட்டு உலக இலக்கியங்களில் உள்ள ரோமியோ ஜூலியட் லைலா மஜ்னு, ஷேக்ஸ்பியர் என்ற அத்தனை காதல் கதைகளையும் பிச்சைக்குட்டியிடம் சொல்கிறார். அதை முழுக்க பிச்சைக்குட்டி வில்லிசைக்கு தகுந்த மாதிரியான மெட்டுகளாக மாற்றுகிறார். இத்தனையும் சேர்த்து ஆண்டாள் கிருஷ்ணனை நோக்கிப் பாடுகின்ற காதல் பாடல் வரிகளாகப் பிச்சைக்குட்டி மாற்றுகிறார். மாற்றி ஸ்ரீரங்கம் போய் வில்லிசை நிகழ்த்துகிறார். அதைப் பார்த்த ஐதீகமான ஆட்கள் எல்லாம் 'பிச்சைக்குட்டி உங்களைப் பார்த்தா ஐதீகமான ஆள் மாதிரியும் தெரியல... ரொம்ப ஒழுக்க சீல விதிகளை கடைப்பிடிச்சு வாழ்கின்ற ஆள்மாதிரியும் தெரியல... இன்னைக்கு மாதிரி ஒரு ஆண்டாள் கதையை நாங்கள் இதுவரைக்கும் கேட்டதே இல்லை' என்று சொன்னார்களாம். அதற்குப் பிச்சைக்குட்டி நகைச் சுவையாக அந்த சீனிவாசராகவனின் (கதை எழுதி கொடுத்த பேராசிரியர்) 'புண்ணியம்' என்றாராம்.

இந்த இடத்தில்தான் நமக்கு ஒரு கலைஞனுக்கான தேடல் பிச்சைக்குட்டியிடம் இருந்திருக்கிறது என்பது புலனாகிறது. இன்றைக்கு நம்மிடம் கலைஞர்கள் இல்லையென்று நாம் சொல்லவில்லை. கலைஞர்களுக்கான தேடல் என்பதே இல்லை என்று சொல்கிறோம். எல்லோருமே சினிமாப் பாடல் மெட்டுக் களை வைத்துக்கொண்டு ஒப்பேற்றுகிறார்கள். புதுப் புது மெட்டுக்களை உருவாக்க யாரும் முயற்சிப்பதில்லை. பிறகு பிச்சைக்குட்டியோ தானே பாடல்களை எழுதுவார். ஆனால் இன்றைக்கு உள்ளவர்களிடம் பாடல் எழுதுகின்ற தகுதி யாரிடமுமே இல்லை. இரவல் பாடல்களைப் படித்துக்கொண்டிருக்கிறார்கள். நான் இந்த ஊரில் ஒரு பாடலைக் கேட்கிறேன். திருநெல்வேலிக்கு போய் ஒருவரின் பாடலைக் கேட்கிறேன், அவரும் அதே பாடலைத்தான் பாடுகிறார். பிறகு ஏன் இதை நான் கேட்க வேண்டும்? ஆக மொத்தத்தில் கலை என்பதில்லை.

தீராநதி: நீங்கள் பேசியதிலிருந்து சுய சிந்தனை வெளிப்படுகின்ற ஒரு கலையாற்றல் என்பது இன்றைக்கு இல்லாமல் போய்விட்டது என்ற ஒரு விசயம் பிடிபடுகிறது. இந்த விபத்து, கலைஞர்கள் வியாபாரிகளாக ஆனதினால் நிகழ்ந்ததா?

சோ. தர்மன்: வியாபாரிகளாக ஆனதினால் நிகழ்ந்ததென்று சொல்ல முடியாது. அவர்களுக்குள் ஒரு சலிப்புத்தன்மை வருகிறது. இவ்வளவு ரிஸ்க் எடுத்து இந்தக் கலையை கற்றுக்கொண்டால் நம்மால் என்ன பெரிய அளவில் சம்பாதித்து விட முடியுமா? அல்லது பேரும் புகழும் வாங்கிவிட முடியுமா? சினிமாவுடன் போட்டி போட்டு நம்மால் என்ன செய்துவிட முடியும் என்ற சலிப்புத்தன்மைதான் அதற்குக் காரணமாக இருக்குமென்று நான் நினைக்கிறேன்.

இன்றைக்குக் கோயில் திருவிழா நிகழ்ச்சிகளுக்குக்கூட நல்ல கிராமியக் கலைஞர்களைக் கூப்பிடுவது கிடையாது. பெரிய பெரிய திரைகளைக் கட்டி சினிமா போடுகிறார்கள். சமீபத்தில் வெளியான புதுப்புது படங்கள்கூட சிடியில் கிடைத்துவிடுவது அவர்களுக்கு மேலும் சௌகர்யமாகிவிட்டது. படிப்பறிவே இல்லாத மகா கலைஞர்கள் இருக்கிறார்கள். ஆனால் அவர்களுக்கு நம் சமூகத்தில் மரியாதை இல்லை. நான் சமீபத்தில் வில்லிசையைப் பற்றிய ஆய்வை மேற்கொண்ட போது ஒரு சிறு சந்தேகம் வந்தது. வில்லை மையப்படுத்தி ஒருவன் ஒரு போட்டியை வைத்திருப்பானா? இந்த வில்லை ஒடித்துவிட்டால் என்னுடைய பொண்ணைக் கட்டிக்கோ என்று எவனாவது ஒருவன் சொல்லுவானா? இங்கே ஏதோ ஒரு நெருடல் வருகிறது எனக்கு. இந்த சந்தேகம் ஒரு நியாயமான சந்தேகம். ஒரு முட்டாள், ஒரு முரடன் கூட ஒரு வில்லை வளைத்து விடலாம், தூக்கிவிடலாம். அப்போது சீதையைக் கட்டிக்கொடுத்து விடுவானா அவன்? ஏன் அவன் இந்த வில்லை மையப் படுத்துகிறான்?

நான் என்னுடைய தமிழ்ப் பேராசிரியர் மற்றும் பல பேரிடம் கேட்டேன். 'கம்பன் மன்றம்' என்றே வைத்து நடத்திக் கொண்டிருக்கின்ற ஆட்கள். 'திருவள்ளுவர் மன்றம்' என்று நடத்தி கொண்டிருக்கின்ற ஆட்கள் இப்படி போர்டு போட்டுக்கொண்டிருக்கிற பல பேராசிரியர்கள் இருக்கிறார்கள். அந்த ஊரில் அவர்கள்தான் புலமையானவராக, தன்னைக் காட்டிக்கொள்வார்கள். அவர்களிடமெல்லாம் போய் இந்த சந்தேகத்திற்கு விளக்கம் கேட்டேன்.

அப்படி கேட்டதற்கு 'நீ யாரு?' 'எங்க இருக்குற?' 'இத தெரிஞ்சு நீ என்ன செய்யப்போற?' என்றார்கள். ஆக, தனக்குத் தெரியாது என்ற விசயத்தை ஒத்துக்கொள்ள மாட்டேன் என்கிறார்கள். நான் கேட்கும் சந்தேகத்தை நிவர்த்தி செய்ய அவர்களுக்குத் தெரியவில்லை.

ஒரு கிராமத்தில் படிப்பறிவு இல்லாத ஆள். வயதான ஆள். ஆனா மகாபாரதத்தைக் கரைத்துக் குடித்தவர். அவர் இப்போது இறந்து விட்டார்.

தீராநதி: அவர் பெயர்?

சோ. தர்மன்: அவர் பெயர் வெங்கடாசலபதி. அவருடைய ஊரு வெங்கடாசலபுரம். அங்க அவரிடம் கேளுங்களேன் என்று சிலர் சொன்னார்கள். சரியென்று அவரைத் தேடிப்போனால் அவரிடம் சிலர் மரத்தடியில் உட்கார்ந்துகொண்டு கதை கேட்டுக்கொண்டிருந்தார்கள். அவருடைய வேலையே இதுதான். இது போல கதை சொல்லிகள் கிராமத்தில் நிறையப் பேர் இன்றைக்கும் இருக்கிறார்கள். அவர்களைத் தேடிப் போவோர்கள் வேண்டுமென்றால் இன்றைக்கு இல்லாமல் இருக்கலாம். ஆனால் அவர்கள் அவர்களாகவே இப்போதும் இருக்கிறார்கள். அவர்கள் மாறிப்போகவே இல்லை. அவரிடம் சென்று 'அய்யா எனக்கு இந்த மாதிரி ஒரு சந்தேகம்' என்று சொன்னேன். என்னை உட்காரச் சொன்னவர் அந்த சந்தேகத்திற்கான விளக்கத்தைக் கம்பனுடைய வரியிலிருந்தே எடுத்துச்சொன்னார். 'சீதை ஒரு இடத்தில் மைதானத்தில் பந்து விளையாடிக்கொண்டிருப்பதாகக் காட்சி. அப்படி பந்து விளையாடிக் கொண்டிருக்கும் சமயத்தில் ஒரு வில் மைதானத்திற்குள் கிடக்கிறது. இவள் அந்த வில்லை ஒத்தைக் கையால் எடுத்துத் தூரப் போட்டு விட்டு மறுபடியும் விளையாடுகிறாள். இதை ஜனகன் மேலிருந்து பார்க்கிறான். எவ்வளவு கனம் வாய்ந்த வில் இது. இதை ஒத்தைக் கையினால் எடுத்து இவள் தூரப் போடுகிறாளே? அப்போது இவளுக்கு எவ்வளவு பெரிய பலசாலி கணவனாக வரவேண்டும். இவளுக்கு சமமான மாப்பிள்ளையைத் தேர்ந்தெடுக்கவே அந்த வில்லை மையப்படுத்தி அந்தப் போட்டியை வைத்திருக்கிறான்' என்று சொன்னார். அவரால் அதை விளக்கமுடிகிறது. இன்றைக்கு 25 ஆயிரம் ரூபாய் சம்பளம் வாங்கும் பேராசிரியர்களால் இந்த சந்தேகத்தை நிவர்த்தி செய்ய முடியவில்லை. தமிழ்த்துறைத் தலைவன் என்கிறான்! தமிழ்த்துறைப் பேராசிரியர் என்கிறான்! விடிய விடிய பட்டிமன்றம் பேசுகிறான். அதே மாதிரி இன்னொரு

சந்தேகம். வில்லிசை பற்றிய சந்தேகம். வில்லிசை பற்றி இதுவரை வந்த புஸ்தகத்தில் என்ன எழுதி இருக்கிறார்கள் என்றால் இந்தக் கலை இரண்டாயிரம் வருடம் முந்தியது என்று எழுதி இருக்கிறார்கள். போன மாதம் 'செம்மல'ரில்கூட ஒருவர் எழுதி இருக்கிறார். இரண்டாயிரம் வருடத்திற்கு முந்தின இசைக்கலை என்று. இதில் என்னால் உடன்பட முடியவில்லை. நான் ஓரளவிற்கு சங்க இலக்கியங்களை எல்லாம் படிக்க ஆரம்பித்த பிற்பாடு அதில் எங்கும் வில்லிசையைப் பற்றின பதிவு என்பது எங்கேயுமே இல்லை. சிலப்பதிகாரத்தில் பதிவு செய்யப்படாத கூத்துக் கலைகளே கிடையாதே! எல்லாக் கூத்துகளையும் இளங்கோவடிகள் பதிவு செய்திருக்கிறாரே! அப்போது இவர்கள் வில்லிசையைப் பற்றிச் சொல்கின்ற காலகட்டங்கள் என்பது பொய்யா? அது கற்பனையா? அப்புறம் பைய தொல்காப்பியத்திற்குள் போகும் போது முதலில் தோன்றியது தோல் கருவிகள் என்று சொல்கிறார். அப்புறம் துளைக் கருவிகள். மூன்றாவதாகத்தான் நரம்புக் கருவிகளுக்கு வருகிறார். அப்போது இவர்கள் சொல்லும் காலகட்டம் எல்லாம் முதல் இரண்டிலேயே அடிப்பட்டுவிடுகிறது. நரம்புக் கருவிகள் என்று வருகிற போதே ரொம்ப கிட்டத்திற்கு வந்து விடுகிறோம். சரி, இன்னும் கொஞ்சம் விசாரித்துப் பார்க்கலாம் என்று பேராசிரியர்களிடம் கேட்டால் தங்களுக்குத் தெரியவில்லை என்ற பதிலைத்தான் மறைமுகமாகச் சொல்கிறார்கள். பிறகு நானே தொடர்ந்து முயற்சித்த போது பெரும்பாணாற்றுப் படையில் ஒரு வரி வருகிறது.

'குமிழின் புழற்கோட்டுத் தொடுத்த மரற்புரி நரம்பின் வில் யாழிசைக்கும் விரலெறி குறிஞ்சி' (பெரும்பாண் 169 - 184) இந்த வரியைத் தவிர வேறு வரிகள் இருக்கலாம். ஆனால் நானறிந்த அளவில் இந்த ஒரு வரிதான் இருக்கிறது. அப்போது மேற்கொண்டு ஆய்வு செய்யும் போது வில்லிசை என்பது அவ்வளவு காலத்திற்கு (இரண்டாயிரம்) முந்தி தோன்றி இருப்பதற்கு வாய்ப்புகள் இல்லை. அது ஒரு பூர்வீகமான கலையும் அல்ல. தற்செயலாக உருவான இந்தக் கலைதான் பிற்காலத்தில் வில்லிசையாகப் பரிணமித்திருக்கிறது. ஏனென்றால், நிறைய கலைகள் விளையாட்டி லிருந்துதான் கூத்தாக மாறி இருக்கிறது. அது போன்றுதான் இந்தக் கலையும் உருவாகி இருக்கக்கூடும் என்ற முடிவுக்கு வந்தேன். இங்கே இன்னொன்றும் முக்கியம். எந்த ஆய்வும் இதுதான் இறுதியானது என்று சொல்லிவிட முடியாது. நாளைக்கு ஒரு

ஆய்வாளன் வந்து தர்மன் எழுதி இருப்பது தப்பு என்று சொல்லலாம். அதற்குப் பெயர்தான் ஆய்வு. எல்லா ஆய்வுகளும் உண்மையை நோக்கித்தான் போகின்றன. அதில் என்னுடைய ஆய்வு என்பது கொஞ்சம் ஒருபடி கிட்டத்தில் போய் இருக்கிறது, அவ்வளவுதான். 'நாட்டார் வழக்காற்றியல் ஆய்வு மையம்' போன்ற சில ஆய்வு மையங்களிலிருந்தெல்லாம் இது நல்ல ஆய்வென்று சொன்னார்கள்.

தீராநதி: வில்லிசையைப் பற்றி பல்வேறு அறிஞர்கள் வரலாற்று நூல்களை, பண்பாட்டு நூல்களை எழுதி இருக்கிறார்கள். சுப்பு ஆறுமுகம் கூட ஒரு கட்டுரையை எழுதி இருக்கிறார். அதில் அவர் வேட்டைக் கருவியான கொலைக் கருவி, கலைக் கருவியான போதே வில்லிசை பிறந்தது என்ற கருத்தை வைக்கிறார். வில்லிசை பற்றிய பல ஆய்வுகள் புராணங்களோடு தொடர்புடையவைகளாக உள்ளன. நீங்கள்தான் முதன் முதலாக சமூகவியல் பார்வையிலான ஆய்வை வில்லிசையைப் பொறுத்த அளவில் மேற்கொள்கிறீர்கள். அதோடு இந்தக் கலை, நாட்டார்களின் மரபுவழி வந்த பண்பாட்டுக் கலை என்று ஒரு இன வரைவியல் தன்மையில் நோக்குகிறீர்கள். கூடவே மார்க்சிய கருத்தியலின் படி ஆய்வை செலுத்தி இருக்கிறீர்கள். உங்களை அறியாமலே இந்த ஆய்வு மார்க்சிய நோக்கிலான ஆய்வாக வந்திருக்கிறதா? அல்லது அந்தத் தத்துவ புலத்தோடுதான் ஆய்வையே மேற்கொண்டீர்களா?

சோ. தர்மன்: சுப்பு ஆறுமுகம் சொல்வதைப் போல எந்த ஒரு கலையும் ஒரே நாளில் தோன்றிடவே முடியாது. பல்வேறு வகையில் வளர்ந்து வளர்ந்து இறுதியான ஒரு கலை வடிவத்திற்கு வர பல மாதங்கள் பல வருடங்கள் ஆகவே செய்யும். வில்லிசைக் கலையோடு சம்பந்தப்பட்ட உபகரணங்கள் முழுக்க முழுக்க பனையோடு சம்பந்தப்பட்டவை. சங்க இலக்கியத்தை நீங்கள் எடுத்துக் கொண்டால் எல்லாக் கூத்துகளுமே கள்ளுண்ட பின்பு நிகழ்த்தப் பட்டதாகவே வரும். கவனிக்க வேண்டியது இது. இப்படியே போகும்போதுதான் அந்த ஆய்வு தவிர்க்க முடியாமல் இனவரை வியலுக்குச் சென்றது. தவிர்க்க முடியாத ஒன்று அது. எல்லாவற்றையும் கூட்டிக் கழித்துப் பார்க்கும்போது அந்த இடத்திற்குதான் என்னால் வர முடிந்தது. ஏனென்றால், நாடார் சமூகம் என்பது ரொம்பக் கடுமையான உழைப்பாளிகள் நிறைந்த சமூகம். பனையேறுவது என்பது சாதாரணத் தொழில் இல்லை.

உடலிலுள்ள அத்தனை உறுப்புகளும் இயங்கக் கூடிய ஒரு வேலை பனையேறுதல் என்பது. அவர்களால் கள்ளுண்ணாமல் இருக்கவும் முடியாது. அவர்களால் பாட்டுப் பாடாமல் இருக்கவும் முடியாது. அவர்களுடைய தனிமை என்ற ஒன்று இருக்கிறது பாருங்கள். அவர்கள் காட்டிற்குள்தான் இருக்கவேண்டும். ஆறு மாதத்திற்கு காட்டை குத்தகைக்கு எடுத்து விடுவார்கள். இந்தப் பனைத் தொழில் மாதிரி நேரம் தவறாமையான தொழில் வேறு எதுவும் இருக்க முடியாது. நாம் ஒரு சொட்டுப் பதநீர் குடிக்கிறோம் இல்லையா, அதற்காக அச்சமூகத்து மக்கள் படுகின்ற பாடு இருக்கிறதில்லையா, அதுவெல்லாம் இன்னும் இலக்கியத்தில் பதிவு செய்யப்படவே இல்லை. காலையில் ஒரு பனையேறி மரத்தில் ஏறி பனையின் பாளையைச் சீவி விட்டுட்டு கலையத்தைக் கட்டிவிட்டு வருவார். மதியமும் அவர் அதே குறிப்பிட்ட நேரத்திற்குப் போகவேண்டும். அதே போல சாயுங்காலமும் அவர் போக வேண்டும். அப்படி தொடர்ந்து போய் பாளையைச் சீவாவிட்டால், இரண்டு நாள் தொடர்ந்து அவர் வெளியூர் போய்விட்டால் பாளையின் கண் அடைத்து அதில் பனங்காய் திரண்டுவிடும். அதற்குப் பிறகு அந்தப் பனையில் இவரால் கள் இறக்க முடியாது. பதநீர் இறக்க முடியாது. ஆக, பிணையல் மாடு மாதிரி அந்தப் பனங் காட்டிற்குள்ளாகவே ஒரு குடிசையை அமைத்துக் கொண்டு அந்தப் பனைக்கு அடியிலேயே தான் கண்காணித்துக் கொண்டு கிடக்கவேண்டும். இவர் வெளியூர் செல்ல நேர்ந்தால் மாற்று ஆளை நியமித்து விட்டுத்தான் செல்ல முடியும். அப்படியான ஒரு தொழில் அது. அவ்வாறு கண்காணித்துத் தான் ஒரு சொட்டு பதநீரை இவர்களால் இறக்கமுடியும். இவ்வளவு கஷ்டமான தொழில்தான் அவர்கள் பார்க்கக் கூடிய தொழில். அந்த ஆறுமாதம் ஊரைவிட்டு அவர்கள் தனிமைப்படும்போது அவர்களுக்கான பொழுதுபோக்கு என்ன இருக்கிறது? எதுவுமே கிடையாது. அந்தச் சமயத்தில் வில்லிசை என்பது அவர்களின் பொழுதுபோக்குக் கலையாக பரிணமித்திருக்கிறது என்ற கோணத்தில் என்னுடைய ஆய்வை நான் கொண்டு போய் இருக்கிறேன்.

தீராநதி: இங்கே பனைக்கும் வில்லிற்கும் எந்த இடத்தில் சம்பந்தம் வருகிறது?

சோ. தர்மன்: வில்லிசையில் பயன்படுத்தப்படுவது மொத்தம் ஐந்து உபகரணங்கள். இப்போதுவரை வில்லிசைக்குப் பயன்படுத்தப்படும்

வில்லை கூந்தப்பனையில்தான் செய்கிறார்கள். அந்த வில்லை வளைத்து வில்லின் இரு புறமும் இணைத்துக் கட்டியிருக்கும் கயிறு பனையின் நாரினால் செய்யப்பட்டது. வில்லிசையில் பிரதான வாத்தியமாகப் பயன்படுவது மண்பானை குடம்தான். அந்தக் குடம் நாடார்கள் கள்ளிறக்கப் பயன்படுத்தும் மண்கலயம்தான். குடத்தை அடிக்கும் பட்டை பனையிலிருந்து கிடைப்பதுதான். பானையின் கீழே இருக்கும் பிறுமனை அதுவும் பனை சில்லாடை தான். அவன் அடிக்கும் வீசுகோல் மாட்டிற்குப் பயன்படுத்துவது. வில்லில் கட்டி இருக்கும் சலங்கை மாட்டின் கழுத்தில் கட்டிவிடும் நார்த்தங்காய் சலங்கை என்று சொல்வார்களே அதே தான். ஐந்தே ஐந்து வாத்தியங்கள் முதலில் இருந்தது. பிச்சைக்குட்டி மாதிரியான ஆட்கள் வந்து கொஞ்சம் நவீனப்படுத்திய பிற்பாடுதான் ஆர்மோனியம், தபேலாவையெல்லாம் உள்ளே கொண்டு வருகிறார்கள். நவீனப் படுத்துவதற்கு அவர்களுக்கு அவை தேவைப்பட்டிருக்கின்றன.

தீராநதி: சரி, உங்களின் வாதப்படியே பார்த்தால் முதலில் நாடார் மக்களின் இசைக் கலையாக இருந்த ஒன்று பிறகு எப்படி பிச்சைக்குட்டி போன்ற சைவப்பிள்ளைமார்களின் இசைக்கலையாக மாறியது?

சோ. தர்மன்: பிச்சைக்குட்டிதான் முதன் முதலில் அந்தக் கலையை கையில் எடுக்கிறார். அவருக்கு முன்னால் இருந்த அத்தனை வில்லிசைக் கலைஞர்களும் நாடார் சமூகத்திலிருந்ததுதான். பிரபலமடையாமல் இருந்ததற்குக் காரணம் என்னவென்று பார்த்தால் நாடார் சமூகம் என்பது ரொம்ப ரொம்பத் தீண்டப்படாத சமூகமாக இருந்ததினால்தான். திருவிதாங்கூர் சமஸ்தான வரலாற்றை எல்லாம் நாம் படித்துப் பார்த்தால் அந்தச் சமுதாயத்தை மாதிரி அடிமைப் படுத்தப்பட்ட சமுதாயம் வேறு எதுவுமே இல்லை என்று சொல்லி விடலாம். அந்த அளவுக்கு அவர்களைத் தனிமைப்படுத்தி வைத்திருந்தார்கள். அவர்கள் சார்ந்திருந்த தொழிலும் அப்படித்தான் இருந்தது. ஊரைவிட்டு காட்டில் தனித்திருந்து தொழில்செய்ய வேண்டும்.

தீராநதி: உங்களுக்குத் தெரிந்த அளவில் எப்படி எல்லாம் அடிமைப் படுத்தப்பட்டிருக்கிறார்கள் அம்மக்கள்?

சோ. தர்மன்: தோள்சீலைப் போராட்டம் என்ற பெரிய போராட்டமே இருந்திருக்கிறதே? குமரி மாவட்டத்தில் ஏதோ ஒரு சந்தை

இருக்கிறது. தாலி அறுத்தான் சந்தை என்றுதான் அதற்குப் பெயர். தோள்சீலை அணியக்கூடாது என்பதை மீறி இந்தச் சமூக மக்கள் தோள்சீலை போட்டுக்கொண்டு போன போது 'எப்படி நீ சட்டை போடலாம்' என்று பிடித்துக் கிழிக்கும் போது தாலியையும் சேர்த்து அறுத்துவிடுவான். மிகப் பெரிய வரலாறு இருக்கிறது இதற்கு. பதிவும் செய்திருக்கிறார்கள். கூரை வீட்டில்தான் அவர்கள் வசிக்க வேண்டும். இன்றைக்கு ஊர் உலகம் முழுக்க அவர்கள் கையில்தான். வியாபாரம் இருக்கிறது. ஆனால் அன்றைக்கு இவர்கள் வியாபாரம் செய்யும் காசை கீழே வைத்துவிடவேண்டும். கடைக்காரர் பொருளை வைத்த பிற்பாடு இவர்கள் எடுத்துக்கொள்ள வேண்டும். கையிலிருந்து நேரடியாக வாங்க முடியாது. அத்தனையும் மீறி இன்றைக்குத் தங்களின் கடின உழைப்பின் மூலமாக நல்ல ஒரு அடையாளத்திற்கு வந்திருக்கிறார்கள். அதுவரை காட்டிற்குள்ளாகவே நிகழ்த்தப்பட்டுக் கொண்டிருந்த கலை, கோயிலுக்குள் வரவே இல்லை. காட்டிற்குள் இருக்கும்போது அவர்களின் கதை எப்படி இருந்திருக்கும் என்றால், நாடார் மக்கள் செய்த வீர தீரச் செயல்கள், பனைமரத்திலிருந்து கீழே விழுந்து மரணமுற்றவர்களின் கதைகள், அவர்கள் பட்ட கஷ்டங்கள், அபரிமிதமான லாபங்கள் இவைகளை மையமாக வைத்து பாட்டுப் படித்துக் கொண்டிருந்தார்கள். வில் என்பது இசைக் கருவியே இல்லையே? அது ஒரு போர்க்கருவி.

இப்படியே கால வளர்ச்சியடையும் போது அச்சமுதாயமும் தன்னை நிலை நிறுத்தும் அளவிற்கு வரும்போது அக்கலை, காட்டை விட்டு வெளியில் வருகிறது. ஏனென்றால், அவர்களுக்கு அதற்குமுன் வழிபாட்டு உரிமை மறுக்கப்பட்டிருக்கிறது. பத்திரகாளி கோயில் அவர்கள் உருவாக்கிய கோயில் தெரியுமா உங்களுக்கு? அப்போது எங்களுக்கென்று ஒரு தெய்வத்தை உருவாக்கிக் கொள்கிறோம் என்று அவர்கள் உருவாக்கிய தெய்வம் பத்திரகாளி. இதே மதுரை மீனாட்சி அம்மன் கோயிலுக்குள் மூக்க நாடாரை வெட்டிக் கொல்கிறார்கள், கோயிலுக்குள் போனதற்காக. மூக்க நாடாரை வெட்டிக் கொல்லப்பட்ட இடம் மதுரை மீனாட்சியம்மன் கோயிலுக்குள் போனால் யாரும் காட்டுவார்கள். இருளப்ப நாடாருக்கும் சேதுபதி மன்னருக்கும் இடையே நடந்த கோர்ட் வழக்குகளை எடுத்தோம் என்றால் இரண்டு வால்யூம் போடலாம். லண்டன் பிரிவியு வரைக்கும் போகிறார்கள். நாங்கள் தாழ்த்தப் பட்டவர்கள் அல்ல. லண்டன் பிரிவியு தீர்ப்பு வருகிறது? அதற்கு முன் அவர்களை என்ன காரணத்திற்காகத் தீண்டத்தகாதவர்களாகச்

சொல்கிறார்கள் என்று பார்த்தால் அது ஒரு வேடிக்கையான விஷயம். 'நீ வந்து போதைப் பொருளை உருவாக்குபவன். போதையை உண்பவன். இந்து தருமத்தின்படி இது இரண்டும் தப்பு. ஆகவே, கோயிலுக்குள் உனக்கு அனுமதி கிடையாது.' இதைத்தான் சொல்கிறான் பிரிட்டீஷ்காரன். அப்போது இவர்கள் 'நாங்கள் இப்போது அந்தத் தொழிலை செய்யவில்லை. நாங்கள் அந்தத் தொழிலை விட்டு பல வருடங்கள் ஆகிவிட்டது' என்று பதில் மனுதாக்கல் பண்ணுகிறார்கள். 'நீ அந்தத் தொழில்தான் பார்க்கிறாய்' என்று அந்த மனுவைத் தள்ளுபடி பண்ணிக்கொண்டே வருகிறான்.

இந்த விஷயத்தில் ஓரளவுக்கு பிரிட்டீஷ்காரர்கள் நியாயமாகவும் நடந்திருக்கிறார்கள். பக்கத்தில் ஒட்டப்பிடாரம் என்ற வ.உ.சிதம்பரம் பிள்ளையினுடைய ஊர். கோவில்பட்டியில் முன்பு தாலுகா அலுவலகம் கிடையாது. தாலுகா அலுவலகம் பிரிட்டீஷ் காலத்தில் ஒட்டப்பிடாரத்தில்தான் இருந்தது. கோவில்பட்டியிலிருந்து இரண்டு எஸ்.சி.கள் அந்த தாலுகா ஆபீஸுக்கு வேலைக்குப் போகிறார்கள். தினமும் 'லேட்டாக' போகிறார்கள். தாசில்தார் ரேங்கில் இருந்த துரை 'ஏன் நீ தினமும் லேட்டாக வருகிறாய்' என்று இவர்கள் இருவரையும் கேட்கிறான். அதற்கு இருவரும் 'நாங்கள் கோவில் பட்டியிலிருந்து தினமும் வருகிறோம் துரை' என்கிறார்கள். 'ஏன் இங்கேயே வீடு பார்த்துத் தங்க வேண்டியதுதானே' என்றதற்கு 'எங்களுக்கு யாரும் இங்கே வீடு கொடுக்கமாட்டேன் என்கிறார்கள்.' 'ஏன் கொடுக்கமாட்டேன் என்கிறார்கள்' என்று துரை மறுபடியும் கேட்க, 'நாங்கள் தாழ்த்தப்பட்ட வகுப்பைச் சேர்ந்தவர்கள். இங்கே பிள்ளைமார் சாதியர்களின் ஆதிக்கம் அதிகம். அதனால் வீடு கொடுக்கமாட்டேன் என்கிறார்கள்' என்று இருவரும் பதில் தர, 'இது உண்மையா என்று விசாரி' என்று ஒரு அதிகாரிக்கு உத்தரவிடுகிறார் துரை. அதிகாரி சென்று விசாரித்துக்கொண்டு வந்து 'உண்மை. அவர்களுக்கு வீடு இங்கு மறுக்கப்படுகிறது' என்று சொன்ன வுடனேயே துரை எழுதுகிறான் 'நாளையிலிருந்து ஒட்டப் பிடாரத்திலுள்ள தாலுக்கா ஆபீஸ் கோவில்பட்டிக்கு மாற்றப் படுகிறது' என்று. அப்போது அங்கிருப்பவர்கள் எல்லாம் கோவில்பட்டிக்கு பஸ்ஸில் வர ஆரம்பிக்கிறார்கள். கோவில்பட்டிக்கு அப்படி வந்ததுதான் இந்த தாலுகா ஆபிஸ். இதற்கு எந்த வருடம். எந்தத் தேதி என்பதற்கு ஆவணங்கள் எல்லாம் இருக்கிறது. பிரிட்டீஷ்காரன் இது மாதிரி பிரச்சனைக்குள் போகவே மாட்டான். நியாயம் தர்மம் எல்லாம் சொல்லவேமாட்டான்.

தீர்த்தம் என்று சொல்கிறோம் இல்லையா. அப்படி தீர்த்தம் பிடிப்பதில் ஒரு தகராறு வருகிறது. இரு கோஷ்டிகளுக்குள் நான் தான் முதலில் தீர்த்தம் பிடிப்பேன் என்று தகராறு எழுந்து, இரு தரப்பினரும் அரிவாள் கம்புகளுடன் வருகிறார்கள். கோர்ட்டிற்குப் போகிறது வழக்கு. பிரிட்டீஷ்காரன் தீர்த்தம் என்றால் என்னவென்று கேட்கிறான். அப்போது அவர்கள் விளக்குகிறார்கள். உடனே நீதிபதி ஒரே குழாயில் இரண்டு வழிகளை வைத்து இருதரப்பினரையும் ஒரே சமயத்தில் பிடித்துக்கொள்ளச்சொல் என்று தீர்ப்பு வழங்கி விடுகிறான். அதே மாதிரி சாதாரணமான ஒரு பெண், ஜமீன்கூட உறவு வைத்து கள்ள உறவில் ஒரு குழந்தையைப் பெறுகிறாள். அந்த மன்னர் யார்? அந்தப் பெண் யார் என்பதற்குள் நாம் போக வேண்டாம். அந்தப் பெண் லண்டன் பிரிவியு வரைக்கும் இந்த ஜமீனை வழக்குக்கு இழுக்கிறாள். மேற்படி இவர் மூலமாக எனக்கு இந்தக் குழந்தை பிறந்தது. எனக்காக எதையும் இவர் கொடுக்க வில்லை என்று கோர்ட்டில் வாதாடுகிறாள். இது முறை தவறி பிறந்த குழந்தை ஆகையால் எதுவும் கிடையாது என்று தீர்ப்பாகிறது. நான் என்ன சொல்ல வருகிறேன் என்றால் ஒரு சாதாரண ஏழைப் பெண் நீதி கேட்டு லண்டன் வரை அவளால் போக முடிந்திருக்கிறது அன்றைக்கு. இன்றைக்கு உள்ள நிலவரப்படி ஒரு சாதாரண ஒன்றிய கவுன்சிலர் மீது போய் தைரியமாக கம்ப்ளைண்ட் கொடுக்க முடிகிறதா நம்மால்? அப்படிக் கொடுத்தால் மறுநாளே மண்ணெண்ணெய் ஊற்றிக் கொளுத்தி விடுகிறான்.

தீராநதி: நான் கேட்ட கேள்வி, எப்படி பிள்ளைமார் சமூகத்திற்கு இக்கலை கைமாறியது என்பதைப் பற்றி?

சோ. தர்மன்: பிச்சைக்குட்டி பிள்ளையின் குருவான அய்யம் பிள்ளை தான் முதலில் வில்லிசையைக் கோயிலுக்குள் நிகழ்த்தப்படும் ஒரு கலையாகக் கொண்டுவந்து பெருமை சேர்க்கிறார். கிராமியக் கலைகள் பலவற்றை அய்யம்பிள்ளை பெருந்தெய்வ வழிபாட்டிற்குள் கொண்டு வருகிறார். ஒரு நல்ல கலை எங்கு நடத்தப்பட வேண்டுமோ அங்கு மறுக்கப்படுகிறது. அது கூடாது என்று சொல்லி அவர் அதைக் கையில் எடுக்கிறார். அப்படி வரும் போது ஐம்பெரும் காப்பியங்களான அத்தனையையும் வில்லிசைக்குள் கொண்டு வருகிறார்கள். பிச்சைக்குட்டி பிள்ளை தொழிற்சங்கவாதியாக இருந்தவர். ஒரு கம்யூனிஸ்ட்டாக இருந்தவர். ஹோமியோபதி டாக்டராக இருந்தவர். அதற்குப் பிறகு சாத்தூரிலுள்ள ஆயிரம்

வைசிய மேல்நிலைப்பள்ளியில் ஆசிரியராக இருந்தவர். அதை எல்லாவற்றையும் ரிசைன் பண்ணிவிட்டு முழுநேர வில்லிசைக் கலைஞராக மாறுகிறார்.

தீராநதி: வியாபார ரீதியாக, அரசியல் ரீதியாக, பொருளாதார ரீதியாக நாடார்கள் அடைந்த வளர்ச்சியின் அளவிற்கு இலக்கிய ரீதியான வளர்ச்சி என்பது அவர்களிடத்தில் நடந்திருக்கிறதா?

சோ. தர்மன்: நாம் ரொம்ப ரொம்பத் தவறாக அதைப் புரிந்து கொண்டிருக்கிறோம். இன்றைக்குத் தமிழ்நாட்டில் எழுதிக் கொண்டிருக்கின்ற எழுத்தாளர்களில் பலர் நாடார் சமூகத்தைச் சேர்ந்தவர்கள் என்பதை நீங்கள் கவனமாகப் பதிவு செய்ய வேண்டும். அவர்கள்தான் அதிகம். நமக்குத் தெரியாமல் இருக்கிறது. ஆனால் நாம் ஐயர் எங்கே இருக்கிறார்கள் என்றுதான் பார்த்துக் கொண்டிருக்கிறோம். இவர்களோடு ஒப்பிடுகையில் ஐயர் எழுத்தாளர்களே இன்றைக்கு இல்லை. ஆனால் அவர்களை விமர்சித்தே நாம் காலத்தைக் கழித்துக்கொண்டிருக்கிறோம். இன்னும் சொல்லப் போனால் இன்றைக்கு தலித் எழுத்தாளர்களே கம்மி.

தீராநதி: இதுவரை தமிழில் பதிவாகியுள்ள தலித் இலக்கியங்கள் என்று பறைசாற்றப்படுகின்ற எந்த எழுத்துமே என்னை ஆகர்ஷிக்க வில்லை என்று எழுதி இருக்கிறீர்கள். தலித் கதையாடலை, தலித்தின் தனித்தன்மையை தலித் சமூகச் சித்திரங்களை கலாபூர்வமாக சித்திரித்து சிருஷ்டிக்கும் ஒரு உன்னதக் கலைஞன் இனிமேல்தான் வரவேண்டும் என்று முன்பு ஒரு முறை எழுதி இருந்தீர்கள். நீங்கள் சொல்லும் கலாபூர்வம் என்பதன் அளவீடு என்ன?

சோ. தர்மன்: நீங்கள் கேட்டிருக்கும் கேள்வி ரொம்ப ரொம்ப முக்கியமான கேள்வி. கலாபூர்வமான சிருஷ்டி என்பது என்ன வென்றால் கதை எல்லோருக்கும் தெரியும். கதை தெரியாத ஆட்களே கிடையாது. அந்தக் கதையை எழுதுவதற்கும் எழுத்தாளனுக்கு மட்டும்தான் தெரியும். அந்த எழுத்தாளன் என்பவன் யார்? முதலில் உதாரணத்திற்கு புதுமைப்பித்தனின் ஒரு கதை. அவர் எழுதுகிறார் 'வாய்க்காலில் ஓடிய தண்ணீரில் குழந்தை தன்னுடைய கால்களை முக்கி விளையாடிக் கொண்டிருந்தது. கால்களை முக்கி முக்கி விளையாடியபோது தன் காலில் அணிந்திருந்த வெள்ளிக் கொலுசு சூர்ய ஒளிபட்டு மின்னியது. இப்போது குழந்தை கால்களை தண்ணீருக்குள்ளேயே வைத்துக்கொண்டது.' இந்த மூன்று

வரிகளையும் எழுதிவிட்டாரா? அப்புறம் மேற்கொண்டு அடுத்த வரியை எழுதுகிறார். 'அப்புறம் என்ன? ஆனானப்பட்ட சூர்ய பகவான் குழந்தையின் கால் தரிசனத்திற்காகக் காத்திருந்தார்.' இதுதான் கலாபூர்வம்.

இன்றைக்கு இந்த மாதிரி கலாபூர்வமான எழுத்தில் நம்பர் ஒன் யார் என்றால் மா. அரங்கநாதன். தமிழ்ச் சிறுகதையில் சமகால சாதனையாளர் யாரென்றால் மா. அரங்கநாதனைதான் நான் சொல்வேன். இன்றைக்குப் பேசுகிறார்கள் தலித் கதை, தலித் கதை என்று... எத்தனை தலித் கதைகளை மா. அரங்கநாதன் எழுதி இருக்கிறார் தெரியுமா? தலித் எப்படி உருவானான் என்று எழுதி இருக்கிறார். தொழில் ரீதியாக எப்படி ஜாதியைப் பிரித்தார்கள் என்று எழுதி இருக்கிறார். அவருடைய 'உவரி' என்று ஒரு கதை. டூர் வருகின்ற பஸ் ஒன்று உவரி என்ற கிராமத்தின் பக்கத்தில் வரும்போது பிரேக் டவுண் ஆகிவிடுகிறது. அப்போது ஒரு தம்பதி பச்சைக் குழந்தையைக் கையில் எடுத்துக்கொண்டு வந்து 'பக்கத்தில் கடை எங்கிருக்குங்க... குழந்தை அழுகிறது. பால் வாங்கிக்கொடுக்க வேண்டும்' என்று எதிரில் வருகின்ற ஒரு விவசாயிடம் கேட்கிறார்கள்.

நல்ல மதிய நேரம். உடனே அவர் சொல்கிறார். 'இந்த வெயிலிலாம்மா போகப் போறீங்க. பாவம் அந்தக் குழந்தை என்ன பாடுபடும். இந்தாங்க இந்தத் துண்டை போத்திக்கிடுங்க. நான் இந்த மரத்தடியில்தான் நிற்பேன் பிறகு வரும்போது துண்டைக் கொடுங்க' என்று கொடுக்கிறார். இதுவரை கதை. அப்போது இருவரும்போன பின்பு விவசாயி சொல்வதாக எழுதுகிறார். 'இந்த ஊர்லதான் முதன் முதல்லா சாலமன் வந்து இறங்கினானாம். இந்த ஊர்ல இறங்காம, வேற எந்த ஊர்ல இறங்குவான்' என்று எழுதுகிறார். இந்த இரண்டு வரியில் சாலமன் பற்றிய பெரிய ஹிஸ்டரியை அப்படியே கொண்டு வந்து இறக்குகிறார் இல்லையா, இதான் கலாபூர்வம். அதற்குப் பிறகும் கதை நமக்குள் ஓடிக்கொண்டே இருக்கும்.

அதேபோல் 'சிலுவையில் தொங்கிய ஏசு கிறிஸ்துவை வழிபட்டுக் கொண்டிருந்த முத்துக்கருப்பனை ஜன்னல் வழியாக ஃபாதர் பார்த்தார். நேரடியாக போய் 'யாரப்பா நீ' என்றார். முத்துக்கருப்பன் சொன்னான் 'சாமி ஸ்தோத்திரம். நான் சுசீந்திரம் தாணுமலையானை தரிசித்துக் கொண்டிருந்தேன். தாணுமலையானை தரிசிக்கும்போது அங்கு எனக்கு கர்த்தர் தரிசனம் தந்தார். நேரடியாக கோட்டாறு வந்துவிட்டேன்' என்று சொன்னான். அப்போது ஃபாதர் சொன்னார்.

'இனிமேல் நீ வழிபட வேண்டியது தானுமலையானை அல்ல; கர்த்தரைத்தான்' என்றார்.

முத்துக்கருப்பன் சொன்னான். 'ஃபாதர் நான் இப்போது கர்த்தரை வழிபட்டுக் கொண்டிருக்கும்போது தானுமலையான் அல்லவா தெரிகிறார்' என்று எழுதுகிறார். இது கலை. இது மாதிரி நான் முயற்சி பண்ணி இருக்கிறேன். அதில் நான் தோற்று இருக்கலாம். போர் ஹே எழுதுகிறார். புலி, கடவுளிடம் போய் சாகா வரம் கேட்டது. கடவுள் சொன்னார். முடிந்தால் கவி தாந்தேயிடம் போய்க் கேள். நீ கேட்கும் வரம் சாத்தியமாகலாம் என்கிறார். புலி தன் கம்பீரமான நடையை கவி தாந்தேவிடம் காட்டிவிட்டு சுருண்டு படுத்துக்கொண்டது. கவி தாந்தே புலியின் கம்பீரத்தையும் அதன் வரிக் கோடுகளையும் தன்னுடைய கவிதையின் ஒரு வரியில் பதிவு செய்தார். புலி சாகா வரம் பெற்றது. என்ன சொல்கிறார். கவிதைக்குத்தான் சாகவரம் உண்டென்கிறார். இதான் கலாபூர்வம் என்பது.

தீராநதி: இப்படி முடிவற்ற ஒரு வரிக்காகக் கலையை ரசிப்பது என்பதை சுந்தர ராமசாமி செய்திருக்கிறார். தேவதச்சன் கவிதைகளில் அசாத்தியமாக செய்திருக்கிறார். ஆனால் பலருடைய நாவல்களில் கலாபூர்வம் இருந்தால் விஷயம் இல்லை. விஷயம் இருந்தால் கலாபூர்வம் இல்லை. இந்தச் சிக்கலை எப்படி அகற்றுவது?

சோ. தர்மன்: விஷயம் இல்லாமல் கலாபூர்வம் செய்தோமானால் அந்தரத்தில் நிற்கும். அதற்கு சரியான உதாரணம் யுவன் சந்திரசேகர், ஜெயமோகனிடம் கதைக்கான விஷயங்கள் நிரம்பவே இருக்கும். அவரை நிராகரிக்கவெல்லாம் முடியாது. கரிச்சான் குஞ்சு எழுதுகிறார். செத்த மாட்டை விட்டு விலகி ஓடி விடும் உண்ணிகளைப் போல் அவனுடைய நண்பர்கள் அவரை விட்டுப் போய்விட்டார்கள் என்று எழுதுகிறார். இந்த உதாரணத்தை யார் எழுதவேண்டும். இன்றைக்குக் கூப்பாடு போடுகின்ற தலித்துக்கள் அல்லவா எழுதவேண்டும். நான் இன்று அந்த ஒரு வரியை படிக்கும்போது பிரமிப்பாக இருக்கிறது.

தீராநதி: நெடிய கல்வி பாரம்பரியமுள்ள சமூகத்தைச் சேர்ந்தவர்கள் மொழியைக் கையாளுவதற்கும், இப்போதுதான் கல்வியறிவை பெற்று எழுத வந்திருக்கின்ற தலித்துகள் மொழியைக் கையாளுவதற்கும் வேறுபாடு இருக்குமல்லவா!

சோ. தர்மன்: நீங்கள் குறிப்பிட்டுச் சொல்லும் கருத்து சரியானது.

இதுபற்றி நிறைய இடங்களில் நானும் விவாதித்திருக்கிறேன். தலித் எழுத்துகளுக்கு எந்த முன்மாதிரியுமே இல்லை. ஆனால் மற்ற எழுத்துக்கு நீண்ட பாரம்பர்யம் இருக்கிறது. ஆனால் எத்தனை நாளைக்கு முன்மாதிரி இல்லை, இல்லை என்றே சொல்லிக் கொண்டிருக்க முடியும்?

தீராநதி: இலக்கியத்திற்குள் தலித்தியம் என்பது ஒரு சங்கம் கட்டுவதைப் போல மாறிவிடட்டது. இதைச் சொல்வதினால் கோபிப்பவர்களும் இருக்கிறார்கள். எந்தப் படைப்பும் ஒரு அமைப்பை நிறுவுவதற்காக உருவாக்கப்படும் போக்கு ஆரோக்கிய மானதா?

சோ. தர்மன்: அண்டம் முழுவதுமே படைப்புக்கான கருவாக இருக்கும்போது நான் குறிப்பிட்ட ஒன்றை மட்டும்தான் எழுதுவேன் என்றால் நீ உன்னை சுருக்கிக்கொள்கிறாய் என்றுதான் அர்த்தம். இன்றைக்கு வாசகன் என்பவன் எழுத்தாளனைக் கடந்து விஷய ஞானம் உள்ளவனாக மாறிவிட்டான். அப்போது சொல்கின்ற முறையில்தான் அவனைப் படிக்க வைக்கமுடியும் என்னுடைய கூகை கதையின் பிற்பகுதியில் அந்தப் புனைவை நான் செய்திருக் கிறேன். அதில் சிலரின் பார்வையில் நான் ஒருவேளை தோற்று இருக்கலாம். அது எனக்கு கௌரவமான தோல்வி.

தீராநதி: ஊருக்குள் எப்படி ஒதுக்குப் புறமாகச் சேரிகளை உண்டாக்கி கொடுத்திருக்கிறார்களோ அதேபோல தான் தலித் இலக்கியம் என்பதை இலக்கியத்திற்குள் ஒரு ஓரமாக 'காலனி' போன்று உருவாக்கி வைத்திருக்கிறார்கள். எங்கள் எழுத்தையும் பொது இலக்கியம் என்ற வரையறைக்குள்ளாகவே வகுக்கவேண்டும். என்று பேச ஆரம்பித்திருக்கிறார்கள். இதுபோல குழப்பங்கள் ஏன் நிலவுகிறது?

சோ. தர்மன்: நான்கு மாநிலங்கள் கூடி ஏற்பாடு செய்திருந்த சாகித்திய அகாதெமி கூட்டத்தில் பதினைந்து வருடங்களுக்கு முன்பாகவே 'என்னைப் பிறப்பால் வேண்டுமென்றால் தலித் என்று குறிப்பிடுங்கள். ஆனால் எழுத்தால் என்னைப் பிரிக்காதீர்கள்' என்றேன். இலக்கியத்தில் என்ன இடஒதுக்கீடு என்று கேட்டிருக் கிறேனே. ஆனால் மற்ற எல்லோருமே தன்னை தலித் எழுத்தாளர் என்று சொல்லிக் கொண்டுதான் எழுதினார்கள். இன்றைக்கு அவர்கள் தலித் அங்கீகாரத்தை அழிப்பதற்கு என்ன காரணமென்றால் தலித் இலக்கியம் பின்தங்கிவிட்டது.

தீராநதி: அப்போது 90களிலிருந்து வெளிவந்திருக்கும் ஒரு தலித் படைப்புக்கூட உங்களைக் கவரும்படியாக இல்லையா?

சோ. தர்மன்: இதுவரைக்கும் கிடைத்த தலித் இலக்கியங்கள் எனக்குச் சொன்ன விஷயங்கள் இவை தலித் என்றால் எண்ணெயே தேய்க்காமல் பரட்டைத் தலையோடு இருப்பான். எதற்கெடுத்தாலும் கோபப்படுவான். சண்டை போடுவான். தலித் பொம்பளை என்றால் அவள் லேசாக சோரம் போவாள். தலித்துகளை லேசில் ஏமாற்றிவிடலாம். இதைமீறி என்ன கொடுத்திருக்கிறது தலித் எழுத்துக்கள்? தலித் பண்பாட்டைக் கொடுத்திருக்கிறதா? தலித்தினுடைய பாஷையையாவது கொடுத்திருக்கிறார்களா? இவர்கள் எழுத்தில் பேசும் தலித் பாஷையே போலியானது.

৪৩

படித்துவிட்டீர்களா?

சோ. தர்மனின்
படைப்புகள்

தூர்வை

பக்கம்: *256*, விலை: ₹ 230

ISBN 978 81 7720 268 7

கூகை

பக்கம்: *336*, விலை: ₹ 300

ISBN 978 81 7720 269 4

சூல்

பக்கம்: *512*, விலை: ₹ 380

ISBN 978 81 7720 264 9

அன்பின் சிப்பி

பக்கம்: *160*, விலை: ₹ 130

ISBN 978 81 7720 302 8

நீர்ப்பழி

பக்கம்: *600*, விலை: ₹ 500

ISBN 978 81 7720 311 0